AF762622

രാമൻ

പാഠവും പാഠഭേദങ്ങളും

Raman

Padavum padabhedangalum

Study

P G Sadanandan

CHINTHA PUBLISHERS
Thiruvananthapuram

First Edition
August 2022

Published
Chintha Publishers , Thiruvananthapuram

Typesetting
Star Communications, Thiruvananthapuram

Printed at
Repro India Ltd, Mumbai

Cover Design
Vinod Mangoes

ISBN : 978-93-93468-69-7

CO - 3136 / 6088

Email: chinthapublishers@gmail.com
Website: www.chinthapublishers.com

A version is available at National Libraries
Kolkata, Mumbai, Chennai and Delhi

Distribution
DESHABHIMANI BOOKHOUSE
H O Thiruvananthapuram 695035

Branch
Head Office Kunnukuzhi • Statue Thiruvananthapuram
KSRTC Bus Terminal Thampanoor • Saphalyam Complex Thiruvananthapuram
KSRTC Bus Station Alappuzha • KSRTC Bus Station Ernakulam
Machingal Lane Thrissur • IG Road Kozhikode
Mavoor Road Kozhikode • NGO Union Building Kannur
Central Bus Terminal Complex Thavakkara Kannur

രാമൻ
പാഠവും പാഠഭേദങ്ങളും

പി ജി സദാനന്ദൻ

ചിന്ത പബ്ലിഷേഴ്സ്
തിരുവനന്തപുരം-695 035

പി ജി സദാനന്ദൻ

ജനനം: 24-11-1954. അച്ഛൻ: കെ പി ഉമാപ്രസാദ്, അമ്മ: കെ പി ഗൗരി (ഇരുവരും ഓർമ്മയായി). ദൃശ്യ-ശ്രവ്യ മാധ്യമങ്ങൾക്കുവേണ്ടി ഒട്ടേറെ പരിപാടികൾ രചിച്ച് സംവിധാനം ചെയ്തു. കേരള സംസ്ഥാന ചലച്ചിത്ര അക്കാദമി അവാർഡ് (രചനാ വിഭാഗം) - 2019 ജൂറിമെമ്പറായി പ്രവർത്തിച്ചു. പൊതുവിദ്യാഭ്യാസവകുപ്പിൽനിന്നും അസി. പ്രോവിഡന്റ് ഫണ്ട് ഓഫീസർ (തിരുവനന്തപുരം ജില്ല) ആയി 2010 മാർച്ചിൽ വിരമിച്ചു. *ഒരുമ* മാസികയുടെ അസോസിയേറ്റ് എഡിറ്ററായി ഇപ്പോൾ പ്രവർത്തിക്കുന്നു.

അംഗീകാരങ്ങൾ/പുരസ്കാരങ്ങൾ: കേരള കലാസാഹിത്യസമിതി അവാർഡ് (*മഹാനദി* - നോവൽ- 2005), കേരള സംസ്ഥാന ചലച്ചിത്ര അക്കാദമി അവാർഡ്, മിശ്രവിവാഹ സമിതി അവാർഡ്, വഞ്ചിനാട് കലാവേദി അംഗീകാരം (*സിനിമയുടെ നീതിസാരം* - 2006), തിക്കുറിശ്ശി ഫൗണ്ടേഷൻ അവാർഡ്, ശ്രേഷ്ഠഭാഷാ മലയാളം ശാസ്ത്ര-കലാ-സാഹിത്യ-സാംസ്കാരിക വേദി അവാർഡ് (*നാടകം: കലയും കാഴ്ചയും* - 2015), ഫിലിം ക്രിട്ടിക്സ് അസോസിയേഷൻ മണ്ണാറക്കയം ബേബി അവാർഡ്, ശ്രേഷ്ഠഭാഷാ മലയാളം ശാസ്ത്ര-കലാ-സാഹിത്യ-സാംസ്കാരികവേദി അവാർഡ് (*ചലച്ചിത്രം: അടരുകളും അടിവേരുകളും* - 2016) മുതലായവ

കൃതികൾ: *തരിശുനിലങ്ങൾക്കപ്പുറം, വേനലിലെ സ്വപ്നങ്ങൾ, മഹാനദി, ആലയമണികൾ, മൗസലപർവ്വം* (നോവൽ), *വഴിമുട്ടിയവർ, യാത്രകൾ ഇങ്ങനെയൊക്കെയാണ്, വാടകവീടുകൾ* (കഥകൾ), *ബാലസാഹിത്യ മഞ്ജരി, ആശാന്റെ കാവ്യകഥകൾ, ടോൾസ്റ്റോയ് കഥകൾ* (ബാലസാഹിത്യം), *സിനിമാക്വിസ്* (പ്രശ്നോത്തരി), *സിനിമയുടെ നീതിസാരം, ചലച്ചിത്രം: അടരുകളും അടിവേരുകളും, സിനിമയുടെ വ്യാകരണഭേദങ്ങൾ* (ചലച്ചിത്രകലാപഠനം), *നാടകം: കലയും കാഴ്ചയും, നാടകത്തിന്റെ നാനാർത്ഥങ്ങൾ* (നാടകകലാപഠനം), *ഇങ്മാർ ബർഗ്മാൻ* (ലഘുജീവചരിത്രം), *അച്യുതൻകുട്ടി ആരായിരുന്നു? (നാടകം).*

ഭാര്യ	:	ടി ശ്യാമളഅമ്മ
മക്കൾ	:	എസ് ലോററ്റ്, എസ് ലോവൽ, എസ് തനൂജ ശരൺ എന്നിവർ.
മരുമക്കൾ	:	എസ് മിനിലോററ്റ്, എസ് ശരൺകുമാർ
പേരക്കുട്ടികൾ	:	പൂജ ലോററ്റ്, നിരഞ്ജൻ ശരൺ, അമർനാഥ് ലോവൽ, നേഹലോററ്റ്, നിവേദ് ശരൺ.
മേൽവിലാസം	:	ഗൗരീശങ്കരം, ജനശക്തി നഗർ- 74 ബി, പോങ്ങുംമൂട്, മെഡിക്കൽ കോളേജ് പി ഒ, തിരുവനന്തപുരം. പിൻ: 695011.
ഫോൺ	:	9446492457

ഉള്ളടക്കം

പ്രസാധകക്കുറിപ്പ്

വാമൊഴിയായി പ്രചാരത്തിലിരിക്കുകയും പില്ക്കാലത്തു മാത്രം വരമൊഴിയിലേക്ക് മാറ്റപ്പെടുകയും ചെയ്തതിനാലാവാം ആദികാവ്യമായ *രാമായണ*ത്തിൽ പാഠഭേദങ്ങൾ വന്നുചേർന്നത്. ഇത്തരത്തിൽ കാലാന്തരേണ വന്ന കൂടിച്ചേരലുകൾക്കു പുറമെ രാഷ്ട്രീയവും സാമൂഹ്യവുമായ കാരണങ്ങളാൽ കൂട്ടിച്ചേർക്കപ്പെട്ട ഭാഗങ്ങളും *രാമായണ*ത്തിലുണ്ട്. *രാമായണ*ത്തിന്റെ സ്ഥലകാലങ്ങൾ നിർണ്ണയിക്കുന്നതിൽ നടന്നിട്ടുള്ള പഠനങ്ങൾ പല വസ്തുതകളും പുറത്തുകൊണ്ടുവന്നിട്ടുണ്ട്. വ്യത്യസ്ത രാമകഥകളെയും പഠനങ്ങളെയും അതിൽ ഉൾച്ചേർന്ന രാഷ്ട്രീയ സാഹചര്യങ്ങളെയും ആഴത്തിൽ പരിശോധിക്കുന്ന കൃതിയാണിത്. മര്യാദാപുരുഷോത്തമനിൽനിന്നും രൗദ്രരാമനിലേക്കുള്ള രാഷ്ട്രീയ രാമന്റെ വളർച്ച ഈ കൃതി സസൂക്ഷ്മം പരിശോധിക്കുന്നുണ്ട്. ധാരാളം രാമകഥാ പഠനങ്ങൾ ലഭ്യമായിരിക്കെ വീണ്ടും ഒരു പഠനത്തിനെന്തു പ്രസക്തി എന്ന ചോദ്യത്തിനുള്ള ഉത്തരവും ഈ പുസ്തകത്തിൽനിന്നും ലഭിക്കും. നിരന്തരം പരിണാമവിധേയമായിക്കൊണ്ടിരിക്കുന്ന രാമസങ്കല്പത്തിനൊപ്പം സഞ്ചരിച്ചുകൊണ്ടു മാത്രമേ അതിനെ മനസ്സിലാക്കാനാകൂ. ഈ കൃതി അത്തരമൊരു ദൗത്യം നിർവ്വഹിക്കുന്നുണ്ട്.

ചിന്ത പബ്ലിഷേഴ്സ്

വാല്മീകി രാമായണത്തിലെ രാമൻ

തപസ്വാദ്ധ്യായ നിരതനും മഹാവാഗ്മിയും മുനിശ്രേഷ്ഠനുമായ നാരദനോട് വാല്മീകി മഹർഷി ചോദിച്ചു:

കോ നസ്മിൻ സാംപ്രതം ലോകേ ഗുണവാൻ കശ്ചവീര്യവാൻ
ധർമ്മജ്ഞശ്ച കൃതജ്ഞശ്ച സത്യവാക്യോ ദൃഢവ്രതഃ

(ഈ ലോകത്തിലിപ്പോൾ ഗുണവാനായ ആരാണുള്ളത്? വീര്യവാനും ധർമ്മജ്ഞനും കൃതജ്ഞനും സത്യവാക്യനും ദൃഢവ്രതനുമായവൻ ആരാണ്?)

ചാരിത്രേണ ച കോയുക്തഃ സർവ്വഭൂതേഷുകോഹിതഃ
വിദ്വാൻ കഃ കഃ സമർത്ഥശ്ച കശ്ചൈകപ്രിയദർശനഃ

(സച്ചരിതനും സർവ്വഭൂതങ്ങൾക്കും ഹിതനും ആരാണ്? വിദ്വാനും സമർത്ഥനും ഏകപ്രിയദർശനനുമായവൻ ആരാണ്?)

ആത്മവാൻ കോ ജിതക്രോധാ ദ്യുതിമാൻ കോ/നസൂയകഃ
കസ്യബിഭ്യതി ദേവാശ്ച ജാതരോഷസ്യ സംയുഗേ.

(ആത്മവാനും ജിതക്രോധനും തേജസ്വിയും അനസൂയകനും പോരിൽ കോപം പൂണ്ടാൽ ദേവന്മാർപോലും ഭയക്കുന്നവനും ആരാണ്?)

ഏതദിച്ഛാമ്യഹം ശ്രോതും പരം കൗതൂഹലം ഹിമേ
മഹർഷേത്വം സമർത്ഥോ/സിജ്ഞാതുമേഖംവിധം നരം.

(മഹർഷേ, ഞാനിതു കേൾക്കാൻ കൊതിക്കുന്നു. എനിക്കതറിയാൻ അങ്ങേയറ്റം കൗതുകമുണ്ട്. അങ്ങ് ഈ വിധമുള്ള നരനെക്കുറിച്ച് അറിയാൻ സമർത്ഥനാണല്ലോ?)

വാല്മീകിയുടെ വാക്കുകൾ കേട്ട് ത്രിലോകജ്ഞാനിയായ നാരദൻ, 'കേട്ടാലും' എന്നു പറഞ്ഞ് സന്തോഷത്തോടെ പറഞ്ഞു. "മഹർഷേ, അങ്ങു കീർത്തിച്ച ഗുണങ്ങളെല്ലാം അസംഖ്യങ്ങളും ദുർല്ലഭങ്ങളുമാണ്.

അവയെല്ലാം ചേർന്നൊരാളെക്കുറിച്ചു കേട്ടാലും. ഇക്ഷ്വാകുവംശപ്രഭവനും രാമനെന്ന നാമത്തിൽ ഉള്ളവനും ജനശ്രുതി നേടിയവനും നിയതാത്മാവും മഹാവീര്യവാനും തേജസ്വിയും ധീരനും ബുദ്ധിമാനും നീതിമാനും വാഗ്മിയും ശ്രീമാനും ശത്രുനാശകനും മഹാബാഹുവും മഹാഭുജനും മാറിടം വിരിഞ്ഞവനും മഹാധനുസ്സുള്ളവനും മറഞ്ഞതോളെല്ലോടുകൂടിയവനും ശത്രുഹന്താവും അജാനുബാഹുവും സുശിരസ്കനും സുലലാടനും സുവിക്രമനും ഒത്ത ശരീരമുള്ളവനും അംഗങ്ങളൊത്തവനും സ്നിഗ്ദ്ധവർണ്ണനും പ്രതാപവാനും വിശാലാക്ഷനും ലക്ഷ്മീവാനും ശുഭലക്ഷണനും ധർമ്മജ്ഞനും സത്യസന്ധനും പ്രജാഹിതനിരതനും യശസ്വിയും ജ്ഞാനസമ്പന്നനും വശ്യനും സമാധിമാനും പ്രജാപതിസമനും ശ്രീമാനും ധാതാവും ശത്രുഹന്താവും ജീവലോകരക്ഷകനും ധർമ്മപാലകനും സ്വധർമ്മരക്ഷകനും സ്വജനങ്ങളെ രക്ഷിക്കുന്നവനും വേദവേദാംഗതത്ത്വജ്ഞനും ധനുർവേദവിശാരദനും സർവ്വശാസ്ത്രാർത്ഥതത്ത്വജ്ഞനും ധാരണാശക്തിയുള്ളവനും പ്രതിഭാസമ്പന്നനും സർവ്വലോകപ്രിയനും സൗമ്യനും അദീനനും വിചക്ഷണനും നദികൾക്കു സമുദ്രംപോലെ സത്തുക്കൾക്കു നിത്യവും ആശ്രയമായവനും ആര്യനും സർവ്വസമദർശിയും സഭാപ്രിയദർശനനും സർവ്വഗുണസമ്പന്നനും കൗസല്യാനന്ദവർദ്ധനനും ഗാംഭീര്യത്തിൽ സമുദ്രസമനും ധൈര്യത്തിൽ ഹിമവാനുതുല്യനും വീര്യത്തിൽ വിഷ്ണുസദൃശനും പൂന്തിങ്കൾപോലെ പ്രിയദർശനനും ക്രോധത്തിൽ കാലാഗ്നിതുല്യനും ക്ഷമയിൽ ഭൂമിക്കു സമനും ദാനത്തിൽ കുബേരസമനും സത്യത്തിൽ മറ്റൊരു ധർമ്മദേവനെപ്പോലെയുമായിരുന്നു അദ്ദേഹം."[1]

ശ്രീരാമനെ വാല്മീകിസമക്ഷം നാരദമഹർഷി ഇങ്ങനെയാണ് അവതരിപ്പിക്കുന്നത്. അതാകട്ടെ, വാല്മീകിയുടെ, ആദ്യം സൂചിപ്പിച്ച, ചോദ്യങ്ങൾക്കു മറുപടിയായും. ഉത്തമപുരുഷന്റേതായ, ഉത്തമപുരുഷന് ഉണ്ടായിരിക്കേണ്ടതായ പതിനാറ് ഗുണങ്ങൾ ഉള്ളതായ നരൻ ആര് എന്നാണ് നാരദനോട് വാല്മീകി ചോദിക്കുന്നത്. എന്നാൽ, ഇക്ഷ്വാകുവംശത്തിൽ പിറന്ന രാമൻ എന്ന നരന്റെ 64 ഗുണങ്ങളാണ് നാരദൻ അവതരിപ്പിക്കുന്നത്. അങ്ങനെ, യാതൊരു സന്ദേഹത്തിനും പഴുതില്ലാത്തവിധം രാമൻ ഉത്തമപുരുഷനും ഉത്തമനരനുമാണെന്ന് നാരദൻ പ്രസ്താവിക്കുന്നു.

ഇവിടെ, വാല്മീകിയുടെ ചോദ്യത്തിലും നാരദന്റെ മറുപടിയിലും ആവർത്തിച്ചുവരുന്ന ഒരു വാക്ക് ശ്രദ്ധിക്കുക. 'നരൻ' എന്നതാണത്. 'നാരം' എന്നാൽ അറിവ് എന്നാണർത്ഥം. നാരദനാണ് ഇവിടെ അറിവു നല്കുന്നയാൾ. നരനെക്കുറിച്ചുള്ള അറിവു പകരുന്നവനായി നാരദൻ മാറുന്നു. മനുഷ്യനെക്കുറിച്ചുള്ള അറിവ് എവിടെയുണ്ടോ, അവിടെ നാരദൻ ഉണ്ടായിരിക്കുമെന്നും അങ്ങനെ നാരദൻ സർവ്വവ്യാപിയും നിത്യസഞ്ചാരിയുമായി വ്യാഖ്യാനിക്കപ്പെടുന്നുവെന്നും പറയാവുന്നതാണ്.

നാരദമഹർഷി, തുടർന്ന് രാമകഥ സംക്ഷിപ്തമായി വാല്മീകിയെ കേൾപ്പിക്കുന്നു. കഥാവിവരണം കഴിഞ്ഞ് മഹർഷി ദേവലോകത്തേക്കു

പോയി. കുറച്ചുസമയം കഴിഞ്ഞപ്പോൾ വാല്മീകി ഗംഗാസമീപത്തുള്ള തമസാ നദീതീരത്തിലേക്കു പോയി. അവിടെയെത്തിയ അദ്ദേഹം അതിലെ തെളിഞ്ഞ തീർത്ഥജലം കണ്ട് അരികിൽ നിന്നിരുന്ന ഭരദ്വാജൻ എന്ന ശിഷ്യനോട് ഇപ്രകാരം പറഞ്ഞു: "ഭരദ്വാജാ, സജ്ജനങ്ങളുടെ മനസ്സുപോലെ രമണീയവും പ്രസന്നവുമായ ജലം നിറഞ്ഞ ഈ തീർത്ഥം നോക്കൂ. കുടം താഴെവച്ച് എന്റെ മരവുരി തരൂ. ഉത്തമമായ ഈ തമസാ തീർത്ഥത്തിൽ ഞാൻ സ്നാനം ചെയ്യട്ടെ."

മഹർഷിയുടെ വാക്കുകൾ അനുസരിച്ച് ഭരദ്വാജൻ, വാല്മീകിക്കു മരവുരി നല്കി. ശിഷ്യനിൽനിന്നു വാങ്ങിയ വല്ക്കലവുമായി മഹർഷി നടന്നു. അപ്പോഴാണ്, കളകൂജനത്തോടെ, ഇണപിരിയാതെ സഞ്ചരിക്കുന്ന ക്രൗഞ്ചപ്പക്ഷികളെ മഹർഷി കണ്ടത്. അദ്ദേഹം നോക്കി നില്ക്കവെ, പാപനിശ്ചയനും വൈരനിലയനുമായ ഒരു കാട്ടാളൻ- നിഷാദൻ - ആ ഇണക്കിളികളിൽ ആൺകിളിയെ അമ്പെയ്തുകൊന്നുവീഴ്ത്തി. ഇണക്കിളി കൊല്ലപ്പെട്ടതുകണ്ട് പിട ദീനമായി വിലപിച്ചു. അങ്ങനെ, മത്തനും തുടുത്തശിരസ്സും ചിറകുകളുള്ളവനും സന്തതസഹചാരിയും തുണയുമായ ആൺകിളിയിൽനിന്നും പെൺകിളി വേർപെടുത്തപ്പെട്ടു. നിഷാദൻ വീഴ്ത്തിയ ആൺകിളിയെക്കണ്ട് മഹർഷി കാരുണ്യവാനായി. കരയുന്ന ക്രൗഞ്ചിയെക്കണ്ട് ദയ തോന്നിയ മഹർഷി ഇത് അധർമ്മമെന്നു കരുതി ഇങ്ങനെ പറഞ്ഞുപോയി, അറിയാതെ.

മാനിഷാദ പ്രതിഷ്ഠാം ത്വ മഗമഃശാശ്വതീഃസമാഃ
യത്ക്രൗഞ്ച മിഥുനാദേകമവധീഃകാമമോഹിതം.

(നിഷാദാ, നിനക്ക് ശാശ്വതമായ സുസ്ഥിതിയില്ലാതെ പോകട്ടെ. ക്രൗഞ്ചമിഥുനത്തിൽ കാമമോഹിതനായ ഒന്നിനെ നീ കൊന്നുവല്ലോ.)

ഈ ശ്ലോകം തന്നിൽനിന്നും പുറപ്പെട്ടുകഴിഞ്ഞപ്പോൾ മഹർഷി ഇങ്ങനെ സംശയിച്ചുപോയി: ഈ പക്ഷിയെക്കുറിച്ചു ശോകാർത്തനായ താൻ പറഞ്ഞതെന്ത്..? ശോകാർത്തനായ തന്നിൽനിന്നു പുറപ്പെട്ടത് പാദബന്ധവും അക്ഷരസമവും തന്ത്രീലയ സമന്വിതവുമായ ശ്ലോകമാണ്, മറ്റൊന്നുമല്ല![2]

തീർത്ഥത്തിൽനിന്നും യഥാവിധി സ്നാനം ചെയ്ത് ശിഷ്യൻഭരദ്വാജനൊപ്പം മഹർഷി ആശ്രമത്തിലേക്കു മടങ്ങി. അപ്പോൾ, വിശ്വവിധാതാവായ, മഹാതേജസ്വിയായ, ചതുർമുഖനായ ബ്രഹ്മാവ് മഹാമുനിയെ കാണുന്നതിന് എത്തിച്ചേർന്നു. ദേവനെ പ്രണമിച്ച്, പാദ്യവും അർഘ്യവും ആസനവും വന്ദനവും നല്കി, യഥാവിധി പൂജിച്ച് ക്ഷേമാന്വേഷണം നടത്തി. തുടർന്ന്, ബ്രഹ്മാവിന്റെ നിർദ്ദേശപ്രകാരം മഹർഷിയും ഇരുന്നു. അപ്പോഴും നിഷാദൻ ക്രൗഞ്ചത്തെക്കൊന്ന സ്മരണ മഹർഷിയിൽനിന്നും വിട്ടുമാറിയിരുന്നില്ല. അദ്ദേഹം ആ ശ്ലോകം (മാനിഷാദ...) വീണ്ടും ഉച്ചരിച്ചു.

സന്തുഷ്ടനായ ബ്രഹ്മാവ് അതുകേട്ട് ഇങ്ങനെ പറഞ്ഞു: "ബ്രഹ്മൻ, ഭവാൻ രചിച്ചത് ശ്ലോകം തന്നെയാണ്. എന്റെ സങ്കല്പമനുസരിച്ചാണ്

അങ്ങയ്ക്ക് ഈ വാക്കുകൾ തോന്നിയത്. മുനിസത്തമാ, ലോകത്തിലേറ്റവും ധർമ്മാത്മാവും ധീരനുമായ ഭഗവാൻ രാമന്റെ മുഴുവൻ ചരിതവും അങ്ങ് ചമച്ചാലും. ധൈര്യവാനായ രാമന്റെ കഥ നാരദനിൽനിന്നും കേട്ടതുപ്രകാരം അങ്ങ് കീർത്തിക്കുക. ലക്ഷ്മണസഹിതനും ധീരനുമായ രാമന്റെയും രാക്ഷസൻമാരുടെയും രഹസ്യവും പരസ്യവുമായ കാര്യങ്ങളും ജ്ഞാതവും അജ്ഞാതവുമായ സീതാചരിതവും സർവ്വവും രചിച്ചാലും. അങ്ങയ്ക്ക് ഈ കാവ്യത്തിൽ പാഴ്വാക്കുകളൊന്നും ഉണ്ടാവുകയില്ല."

കുരുരാമകഥാം പുണ്യാം ശ്ലോകബദ്ധാംമനോരമാം
യാവത് സ്ഥാസ്യന്തി ഗിരയഃ സരിതശ്ചമഹീതലേ
താവദ് രാമായണകഥാ ലോകേഷു പ്രചരിഷ്യതി
യാവദ് രാമസ്യ ച കഥാത്വത്കൃതാ പ്രചരിഷ്യതി
താവ ദുർദ്ധ്വമധശ്ച ത്വം മല്ലോ കേഷു നിവത്സ്യസി.

(മനോരമവും പുണ്യകരവുമായ രാമകഥയെ ശ്ലോകരീതിയിൽ വിരചിക്കൂ. ലോകത്തിൽ നദികളും ശൈലങ്ങളും നിലനില്ക്കുന്ന നാൾവരെ രാമായണകഥ പാരിലാകെ പ്രചരിക്കും. അങ്ങുരചിച്ച രാമകഥ നിലനില്ക്കുന്ന കാലത്തോളം അങ്ങ് എന്റെ ലോകങ്ങളിൽ മേലും കീഴും വാഴുകയും ചെയ്യും)

ഇത്രയും പറഞ്ഞതിനുശേഷം ബ്രഹ്മാവ് അപ്രത്യക്ഷനായി. മുനിവരരും ശിഷ്യന്മാരും അത്ഭുതപരതന്ത്രരായി. ശിഷ്യന്മാർ ആ ശ്ലോകം വീണ്ടും ആലപിച്ചു. സമാക്ഷരവും ചതുഷ്പാദവുമായി യാതൊന്നാണോ മുനി പാടിയത് ആ ശ്ലോകവാക്യം മേല്ക്കുമേൽ ഉച്ചരിക്കപ്പെട്ട് ശ്ലോകരൂപമായിത്തീർന്നു. പുണ്യാത്മാവായ മഹർഷി ഇങ്ങനെ തീരുമാനിച്ചു. 'രാമായണമാകെ ഞാൻ ഈ മട്ടിൽ രചിക്കും.' ഇതാണ്, വാല്മീകി മഹർഷിയുടെ രാമായണകാവ്യരചനാ പശ്ചാത്തലം. *വാല്മീകി രാമായണം* ബാലകാണ്ഡം ഒന്നുംരണ്ടും സർഗങ്ങളിലാണ് ഈ പശ്ചാത്തലവിവരണം. (*വാല്മീകിരാമായണ*ത്തിന്റെ ദാക്ഷിണാത്യപാഠത്തെ ആശ്രയിച്ചുള്ള പരിഭാഷയാണ് ഈ ഗ്രന്ഥരചനയ്ക്കായി സ്വീകരിച്ചിരിക്കുന്നത്) എന്നാൽ, ബാലകാണ്ഡവും ഉത്തരകാണ്ഡവും പ്രക്ഷിപ്തങ്ങളാണെന്ന പക്ഷം ഒട്ടേറെ പണ്ഡിതന്മാർക്കുണ്ട്. പ്രസ്തുത കാണ്ഡങ്ങൾ മാത്രമല്ല, ശേഷിക്കുന്ന മറ്റു കാണ്ഡങ്ങളിൽ തന്നെ വിവിധ കാലങ്ങളിൽ, വിവിധ സ്ഥലങ്ങളിൽ, കൂട്ടിച്ചേർക്കലുകൾ നടന്നിട്ടുള്ളതായും പറയപ്പെടുന്നു. അതു പിന്നാലെ പരിശോധിക്കാം.

എ. വ്യത്യസ്ത പാഠങ്ങൾ.. പ്രക്ഷിപ്തങ്ങൾ

*വാല്മീകിരാമായണ*ത്തിന് നാലുപാഠങ്ങൾ ഉള്ളതായി ഫാദർ കാമിൽബുൽക്കെ, *രാമകഥ* എന്ന ഗ്രന്ഥത്തിൽ പറയുന്നു. (പുറം 48 മുതൽ 51 വരെ) ഉദീച്യപാഠം (ഉദീച്യം എന്നതുകൊണ്ട് അർത്ഥമാക്കുന്നത് വടക്കൻ പ്രദേശത്തെയാണ്. സരസ്വതീനദിയുടെ വടക്കും പടിഞ്ഞാ

റുമുള്ള ദേശം), പശ്ചിമോത്തരീയപാഠം (വടക്കുപടിഞ്ഞാറൻ പ്രദേശങ്ങളിലുള്ള പാഠം), ദാക്ഷിണാത്യപാഠം (തെക്കൻദിക്കിലുള്ള പാഠം), ഗൗഡീയപാഠം എന്നിവയാണ് അവ. ഓരോ പാഠത്തിലും മറ്റു പാഠങ്ങളിലില്ലാത്ത ശ്ലോകങ്ങൾ കാണുന്നുവെന്നും ദാക്ഷിണാത്യപാഠവും ഗൗഡീയപാഠവും തമ്മിൽ താരതമ്യപ്പെടുത്തുമ്പോൾ മൊത്തം ശ്ലോകങ്ങളുടെ മൂന്നിലൊന്നിനു മാത്രമേ ഐകരൂപ്യമുള്ളൂവെന്നും എച്ച് യാക്കോബിയെ മുൻനിർത്തി കാമിൽബുൽക്കെ പറയുന്നു. പ്രാരംഭത്തിൽ ആദിരാമായണത്തിന് രണ്ടുപാഠങ്ങൾ - ഉദീച്യം, ദാക്ഷിണാത്യം - മാത്രമേ ഉണ്ടായിരുന്നുള്ളൂവെന്നും അവയിൽനിന്നും വ്യത്യസ്തരൂപങ്ങൾ നേടിയാണ് മറ്റു പാഠങ്ങൾ ഉണ്ടായതെന്നും അദ്ദേഹം പറയുന്നു.[3]

അതെന്തുതന്നെയായാലും പാഠഭേദങ്ങളെ ആചാര്യനരേന്ദ്രഭൂഷൺ ചുവടെ ചേർത്തിരിക്കുന്നവിധമാണ് വിശദീകരിച്ചിരിക്കുന്നത്.[4] ഇത്, കാമിൽബുൽക്കെയുടെ *രാമകഥ*യിലും കാണാവുന്നതാണ്.

1. ഉദ്ദീച്യപാഠത്തിൽ ഉള്ളതും ദാക്ഷിണാത്യപാഠത്തിൽ ഇല്ലാത്തതും ഗൗഡീയ-പശ്ചിമോത്തരീയ പാഠങ്ങളിൽ മാത്രമുള്ളതുമായ പാഠാന്തരങ്ങളിൽ മുഖ്യമായവ ഇവയാണ്.

    * ശാന്ത എന്നൊരു പുത്രി ദശരഥനുണ്ടായിരുന്നു.
    * സീത ജനകന്റെയും മേനകയുടേയും പുത്രിയാണ്.
    * കേസരി ദിഗ്ഗജധവളത്തിനെ വധിച്ച് വരമായി ഹനുമാനെ നേടുന്നു.
    * രാമനെ താര ശപിക്കുന്നു.
    * രാവണന്റെ മനോഭാവം മാറ്റാൻ നികഷ, വിഭീഷണനെ പ്രേരിപ്പിക്കുന്നു.
    * വിഷ്ണുവിന്റെ ഒരു അവതാരത്തിലൂടെ രാവണനെ വധിക്കാൻ ദേവകൾ ഒരു പദ്ധതി ആസൂത്രണം ചെയ്തതായി നാരദൻ തന്നോടു പറഞ്ഞിട്ടുണ്ടെന്ന് കുംഭകർണ്ണൻ രാവണനോടു പറയുന്നു.
    * ഹനുമാൻ, ഗന്ധർവ്വനോടു യുദ്ധം ചെയ്ത കഥ.
    * വിഭീഷണൻ, രാവണനിൽനിന്നും അകന്നുകഴിഞ്ഞ് കൈലാസത്തിൽചെന്ന് വൈശ്രവണനെ സന്ദർശിച്ചതിനുശേഷം രാമനെ ശരണം പ്രാപിക്കുന്നു.
    * ഔഷധത്തിനുപോകുന്ന വഴി ഹനുമാൻ, ഭരതനെ കാണുന്നു.
    * സീതാപഹരണത്തിനുമുമ്പ് ജടായു, രാമനോട് തന്റെ ബന്ധുക്കളെ കാണാൻ അനുവാദം വാങ്ങിപ്പോകുന്നു.

2. പശ്ചിമോത്തരീയ പാഠത്തിൽ ഉള്ളതും മറ്റുപാഠങ്ങളിലില്ലാത്തതുമായ കഥാവിവരണം ഇങ്ങനെ.

    * ഒരു ബ്രാഹ്മണനിൽനിന്നു ലഭിച്ച വിദ്യാശക്തിയാലാണ് കൈകേ

യിക്ക് ദശരഥനെ യുദ്ധത്തിൽ രക്ഷിക്കാനുള്ള സാമർത്ഥ്യം ലഭിച്ചത്.

* വാനരന്മാർ ഹനുമാന്റെ വീരത്വത്തെ പുകഴ്ത്തുന്ന 'ഹനുമാൻ മംഗള'മെന്നൊരു പൂർണ്ണസർഗ്ഗം കാണുന്നു.
* രാമലക്ഷ്മണന്മാർക്ക് കവചവും അസ്ത്രവും സമുദ്രം പ്രദാനം ചെയ്യുന്ന കഥ.
* നാഗപാശത്തിന്റെ സ്വാധീനസമയത്ത് നാരദൻ വന്ന് ശ്രീരാമനെ തന്റെ നാരായണത്വം ഓർമ്മിപ്പിക്കുന്നു.
* അജയ്യനാവാൻ രാവണൻ നടത്തിയ യാഗം വാനരന്മാർക്ക് മുടക്കുവാനായില്ല; അതുമുടക്കിയില്ലെങ്കിൽ രാവണനെ തോല്പിക്കുവാൻ ആർക്കും ആവില്ല. അപ്പോൾ അംഗദൻ മണ്ഡോദരിയുടെ തലമുടിക്കു പിടിച്ച് വലിച്ചിഴച്ച് യാഗസ്ഥലത്തുകൊണ്ടുവരുന്നു. ഇതുകണ്ടു ക്രുദ്ധനായ രാവണന്റെ യാഗം മുടങ്ങുന്നു.

3. ദാക്ഷിണാത്യപാഠം കൂടുതൽ പ്രാചീനമെന്നു കരുതപ്പെടുന്നു. എങ്കിലും മറ്റുപാഠങ്ങളിലില്ലാത്ത പാഠങ്ങൾ ഇതിലുണ്ട്.

* രാമന്റെയും മറ്റും ജന്മനാളും തദവസരത്തിലെ രാശിനിലയും പരാമർശിക്കുന്നത്. (ചൈത്രേനാവമികേ തിഥി)
* ബാലകാണ്ഡത്തിലെ പൗരാണിക കഥകളിൽ കശ്യപന് വാമനാവതാരത്തിൽ വിഷ്ണുവിനെ പുത്രനായി ലഭിക്കുന്നത്. ജഹ്നുവിന്റെ ഗംഗാപാനം, മോഹിനീ രൂപത്തിൽ വിഷ്ണു വന്ന് അമൃതം കൊണ്ടുപോകുന്നത്. കൂർമ്മാവതാര വർണ്ണന. ഇന്ദ്രൻ ബ്രാഹ്മണവേഷത്തിൽ വന്ന് വിശ്വാമിത്രനോട് ധാന്യം ചോദിക്കുന്നത്. സഗരന്റെ ജന്മവൃത്താന്തം എന്നിവ.
* കൈകേയിയുടെ മാതാവിനെ ഭർത്താവ് ഉപേക്ഷിക്കുന്ന കഥ.
* സീത, യമുനയെ പ്രാർത്ഥിക്കുന്നത്.
* രാമലക്ഷ്മണന്മാരും സീതയും വാല്മീകിയെ സന്ദർശിക്കുന്നത്.
* അകമ്പനന്റെ അറിയിപ്പിനെത്തുടർന്ന് രാവണൻ, മാരീചന്റെ സമീപം എത്തുന്നത്.
* ലക്ഷ്മണനെ ശാന്തനാക്കുവാൻ സുഗ്രീവൻ, താരയെ അയയ്ക്കുന്നത്.
* അയോമുഖിയെന്ന രാക്ഷസിയുടെ കഥ.
* ലങ്കാദേവിയോട് ഹനുമാൻ യുദ്ധം ചെയ്യുന്നത്.
* സുഗ്രീവനും രാവണനും തമ്മിലുള്ള യുദ്ധം.
* അഗസ്ത്യൻ, രാമന് ആദിത്യഹൃദയമന്ത്രം ഉപദേശിക്കുന്നത്.
* താരയേയും മറ്റു വാനരപത്നിമാരെയും അയോദ്ധ്യയിൽ കൊണ്ടുപോകാൻ രാമനോട് സീത അപേക്ഷിക്കുന്നത്.

4. ഗൗഡീയ പാഠത്തിലുള്ള താഴെപ്പറയുന്ന കഥാഭാഗങ്ങൾ മറ്റു ചില പാഠങ്ങളിൽ ഇല്ല.

* ഔഷധത്തിനുപോകുമ്പോൾ ഭരതനുമായുള്ള ഹനുമാന്റെ കൂടിക്കാഴ്ച.
* സീതാപഹരണത്തിനുമുമ്പുള്ള ജടായുവിന്റെ യാത്രാനുമതി തേടൽ.

*വാല്മീകി രാമായണ*ത്തിന്റെ വിവിധ പാഠങ്ങളിലെ ഏതാനും വ്യത്യസ്തതകൾ മാത്രമാണ് മുകളിൽ ചേർത്തിരിക്കുന്നത്. *വാല്മീകിരാമായണം* തുടക്കത്തിൽ വാമൊഴിയായിമാത്രം പ്രചാരം നേടുകയും പില്ക്കാലത്ത് വരമൊഴിയിലേക്ക് അതു മാറ്റപ്പെട്ടപ്പോഴും ആയിരിക്കണം ഇത്തരം പാഠഭേദങ്ങൾ പലരുടെയും മനോധർമ്മപ്രകാരം കൂട്ടിച്ചേർക്കപ്പെട്ടതെന്നും അനുമാനിക്കാവുന്നതാണ്.

ഇത്തരം പ്രക്ഷിപ്തങ്ങൾക്ക് യുക്തിസഹമായ കാരണങ്ങൾ ആചാര്യനരേന്ദ്രഭൂഷൺ രേഖപ്പെടുത്തിയിട്ടുണ്ട്.

> വിവിധ പാഠങ്ങളിൽ കാണുന്ന ഈ പ്രക്ഷിപ്തങ്ങൾക്ക് അവ പ്രചാരത്തിലിരുന്ന പ്രദേശങ്ങളിലെ സവിശേഷതകൾ അപൂർവ്വമായി മാത്രമേ കാരണമായിട്ടുള്ളൂ. പശ്ചിമോത്തരീയപാഠത്തിലെ ഹനുമാൻ മംഗളം ഇങ്ങനെ ഉണ്ടായതാണ്. പശ്ചിമോത്തരപ്രദേശം തുടരെ ആക്രമണത്തിനു വിധേയമായിരുന്നു. യുദ്ധവീരന്മാരെ സൃഷ്ടിച്ചെടുക്കേണ്ടത് നിലനില്പിന് ആവശ്യമായിരുന്ന ഇവിടെ ഹനുമാൻ വീരപുരുഷനായി. മറ്റെങ്ങും ശ്രീരാമഭക്തശിരോമണിയായ ഹനുമാനാണ് ജനഹൃദയങ്ങളിലുള്ളത്. ഇന്നും പശ്ചിമോത്തര പ്രദേശങ്ങളിൽ അഖേഡ (ഗുസ്തി പരിശീലനക്കളരി)കളിൽ ഹനുമാനാണ് പരദേവത. ഹനുമാൻ ചാലീസ പോലുള്ള കീർത്തനങ്ങളും പ്രാദേശിക ഭാഷകളിൽ പ്രചരിച്ചു. ദാക്ഷിണാത്യപാഠത്തിലെ ആദിത്യഹൃദയം അഗസ്ത്യൻ ശ്രീരാമന് ഉപദേശിക്കേണ്ട കാര്യമേയില്ല. സൃഷ്ടിസ്ഥിതി പ്രളയഹേതുമൂർത്തേ (ബാലകാണ്ഡം) എന്ന് ഭാർഗ്ഗവരാമൻ സംബോധന ചെയ്യുന്ന ആളാണ് ശ്രീരാമൻ. അദ്ദേഹത്തിന് അഗസ്ത്യമുനിയുടെ മന്ത്രോപദേശം വേണ്ടല്ലോ. പ്രക്ഷിപ്തങ്ങളിൽ ഭൂരിഭാഗവും ഓരോരുത്തരുടെ ഭാവനാവിലാസത്തിന്റെ പ്രതീകങ്ങളാണ്. അവർ ശിഷ്യൻമാരെ സ്വന്തം കൃതികൾ രാമായണത്തിന്റെ ഭാഗമാണെന്നു പറഞ്ഞ് പഠിപ്പിക്കുകയും ഈ അന്ധപരമ്പര തുടർന്നു പോരുകയും ചെയ്തു. ലിപിബദ്ധമാക്കിയതിനുശേഷവും താളിയോലകൾക്കിടയിൽ അവ തിരുകാൻ പ്രയാസമില്ലായിരുന്നു. നൂറുകണക്കിനെങ്കിലും പ്രതികൾ അച്ചടിക്കാൻ കഴിഞ്ഞതോടെയാണ് കൂട്ടിച്ചേർക്കലുകൾ പ്രയാസമായത്. ചില പദങ്ങൾ മാറ്റുക, അക്ഷരങ്ങൾ തെറ്റിക്കുക എന്നിവയിൽ ആധുനിക പ്രക്ഷിപ്തങ്ങൾ ഒതുങ്ങി. ദാക്ഷിണാത്യപാഠത്തിൽ മാത്രം കാണുന്ന ശ്രീരാമാദികളുടെ ജന്മതിഥി മറ്റുപാഠങ്ങളിൽ ഇല്ലാത്തതിന്റെ കാരണം അന്വേഷണാത്മകമാണ്.[5]

ആചാര്യനരേന്ദ്ര ഭൂഷന്റെ ഇതേ അഭിപ്രായം തന്നെയാണ്. *രാമ കഥ*യിൽ ഫാ. കാമിൽ ബുൽക്കെയും പ്രകടിപ്പിച്ചിരിക്കുന്നത്.[6]

വാല്മീകി നിർമ്മിച്ച *രാമായണം* പ്രാരംഭകാലത്ത് വാമൊഴിയായി പ്രചരിച്ച്, വളരെക്കാലങ്ങൾക്കുശേഷം വ്യത്യസ്തവും വിഭിന്നവുമായ തല മുറകളിലൂടെ കടന്ന് വരമൊഴിയായി തീർന്നതു മൂലമാണ് ഇത്തരം പാഠാന്തരങ്ങൾ സംഭവിച്ചത്. യഥാർത്ഥത്തിൽ, ഇത്തരം പ്രക്ഷിപ്തങ്ങൾ *രാമായണ*കാവ്യത്തിൽ മാത്രമല്ല ഉള്ളത്. മഹേതിഹാസമെന്നു വിശേഷിപ്പിക്കപ്പെടുന്ന *മഹാഭാരത*ത്തിലും പ്രക്ഷിപ്തങ്ങൾ കണ്ടെത്തിയിട്ടുണ്ട്. ഓരോരോ കാലഘട്ടങ്ങളിൽ ആ കാലഘട്ടത്തിന്റെ ആത്മീയവും ബൗദ്ധികവുമായ ആവശ്യങ്ങളെ തൃപ്തിപ്പെടുത്തുന്നതിന് ഉതകുംവിധം പില്ക്കാല ഗുരുക്കന്മാരും അവരുടെ ശിഷ്യന്മാരും ഇതിഹാസപുരാണാദികളിൽ കൂട്ടിച്ചേർക്കലുകൾ നടത്തിയിട്ടുണ്ട് എന്നത് സുവിദിതമാണ്. അതുകൊണ്ടുതന്നെ പഠിതാക്കൾക്ക് പലപ്പോഴും ദിഗ്ഭ്രംശം സംഭവിക്കാറുമുണ്ട്.

ബി. ആദികവി ആര്?

*രാമായണ*കർത്താവെന്നു കരുതപ്പെടുന്ന വാല്മീകിയുടെ കാര്യത്തിലും ഇതേ പ്രതിസന്ധി പഠിതാക്കൾ നേരിടേണ്ടിവരുന്നുണ്ട്. എന്നാൽ, ഏതോ ഒരു വാല്മീകിയാണ് *രാമായണ*കാവ്യം രചിച്ചതെന്ന കാര്യത്തിൽ ഗവേഷകർ ഏകാഭിപ്രായത്തിൽ എത്തുന്നുമുണ്ട്. യുദ്ധകാണ്ഡത്തിന്റെ ഫലശ്രുതിയിൽ ഇങ്ങനെ കാണുന്നു.

ധന്യം യശസ്യമായുഷ്യം രാജ്ഞാം ച വിജയാവഹം
ആദികാവ്യമിദം ത്വാർഷം പുരാവാല്മീകി നാകൃതം.

(പണ്ടു വാല്മീകിയാൽ രചിക്കപ്പെട്ടതും ആർഷവും ധന്യതയും കീർത്തിയും ആയുസ്സും നല്കുന്നതും രാജാക്കന്മാർക്കു വിജയമേകുന്നതുമായ ഈ ആദികാവ്യത്തെ പഠിക്കുകയും കേൾക്കുകയും ചെയ്യുന്നവൻ ലോകത്തിൽ പാപമുക്തനാകും)

രാമസവിധത്തിൽ ലവ-കുശന്മാർ *രാമായണ*കാവ്യാലാപനം നടത്തുമ്പോൾ അതിൽ മുഗ്ദ്ധനായ രാമന്റെ, 'ഈ മഹത്തായ കാവ്യത്തിന്റെ കർത്താവായ മുനിപുംഗവൻ എവിടെ?' എന്ന ചോദ്യത്തിന് മറുപടിയായി ലവ-കുശന്മാർ പറയുന്നതായിട്ടാണ് ഉത്തരകാണ്ഡത്തിൽ ഇങ്ങനെ കാണുന്നത്.

വാല്മീകിർ ഭഗവാൻ കർത്താ സംപ്രാപ്തോയജ്ഞസംവിധം
യേ നേദം ചരിതം തുഭ്യമശേഷം സംപ്രദർശിതം

(ഭഗവാനായ വാല്മീകിയാണ് ഇതിന്റെ കർത്താവ്. അദ്ദേഹം യജ്ഞസവിധത്തിൽ വന്നിട്ടുണ്ട്. അദ്ദേഹമാണ് അങ്ങയുടെ ഈ ചരിത്രം മുഴുവൻ ചിത്രീകരിച്ചിരിക്കുന്നത്.)

ഉത്തരകാണ്ഡത്തിൽതന്നെ ഫലശ്രുതിയിൽ മൂന്നിടങ്ങളിൽ വാല്മീകി നിർമ്മിതമാണ് *രാമായണം* എന്ന് ആവർത്തിച്ചു പറയുന്നുണ്ട്.

1. ഇതുവരെയുള്ള ഈ ആഖ്യാനം ഉത്തരകാണ്ഡത്തോടുകൂടിയതും ബ്രഹ്മപൂജിതവും രാമായണമെന്നു പ്രസിദ്ധവും മുഖ്യവും വാല്മീകി നിർമ്മിതവുമാണ്.' (ഏതാവദേതദാഖ്യാനം...) 2. 'ആയുഷ്കരമായ ഈ ആഖ്യാനം ഭവിഷ്യോത്തര ഭാഗത്തോടെ വാല്മീകി രചിച്ചു. ബ്രഹ്മാവിതിനെ അനുമോദിച്ചു. (ഏതദാഖ്യാനമായുഷ്യം...) 3. പണ്ടു വാല്മികിയാൽ വിരചിതമായ ആർഷമായ ഈ ആദികാവ്യം ഭക്തിയോടെ സദാ കേൾക്കുന്നവൻ വിഷ്ണു സാരൂപ്യം നേടും. പുത്രദാരങ്ങളും സമ്പത്തും വംശവും വർദ്ധിക്കും.' (ആദികാവ്യമിദംത്വാർഷം..)

ഇതിലൂടെ, വാല്മീകിയാൽ വിരചിതമാണ് *രാമായണം* എന്ന് ആവർത്തിച്ചു സ്ഥാപിക്കുവാൻ ശ്രമിക്കുന്നു. പക്ഷേ, പ്രക്ഷിപ്തമെന്നു പരക്കെ അംഗീകരിക്കപ്പെട്ടിരിക്കുന്ന ബാലകാണ്ഡത്തിലും ഉത്തരകാണ്ഡത്തിലുമാണ് ആവർത്തിച്ചുള്ള വാല്മീകി പരാമർശം എന്നതും ശ്രദ്ധിക്കണം. യുദ്ധകാണ്ഡത്തിന്റെ ഫലശ്രുതിയിലൊഴികെ മറ്റൊരിടത്തും വാല്മീകിയാൽ വിരചിതമാണ് *രാമായണ*മെന്നു പറയുന്നുമില്ല. ഉത്തരകാണ്ഡത്തിലെ ഫലശ്രുതിയിൽ മൂന്നു ശ്ലോകങ്ങളിൽ ആവർത്തിച്ച് വാല്മീകി വിരചിതമാണ് രാമായണം എന്നു പ്രസ്താവിക്കപ്പെടുമ്പോൾ (മറ്റൊരിടത്തും പ്രസ്താവിക്കപ്പെടാതെയും വരുമ്പോൾ) പ്രക്ഷിപ്തകാരന് വാല്മീകിയിൽ കർതൃത്വം ആരോപിച്ചെടുക്കുവാൻ അമിതവ്യഗ്രത ഉള്ളതായി തോന്നുന്നുവോ..? അയോദ്ധ്യാ കാണ്ഡം മുതൽ യുദ്ധകാണ്ഡം വരെ ഒരിടത്തൊഴികെ മറ്റെങ്ങും തന്റെ കർതൃത്വം വെളിവാക്കാത്ത വാല്മീകി ഉത്തരകാണ്ഡത്തിൽ ഇങ്ങനെ മൂന്നിടത്ത് തന്റെ കർതൃത്വം ആവർത്തിച്ച്, അമിതാവേശത്തോടെ വെളിവാക്കുമെന്നു കരുതുവാനാകുമോ?

ആദികാവ്യകർത്താവായി കരുതപ്പെടുന്ന വാല്മീകി ആര് എന്ന ചോദ്യവും അവഗണിക്കുക വയ്യ. രത്നാകരനെന്ന, വ്യാധജാതിയിൽപ്പെട്ട കൊള്ളക്കാരൻ സപ്തർഷികളുടെ നിർദ്ദേശപ്രകാരം തപസ്സനുഷ്ഠിച്ച് വാല്മീകത്താൽ മൂടപ്പെട്ടതും നാളുകളേറെക്കഴിഞ്ഞ് തിരികെവന്ന് സപ്തർഷികൾ കൊള്ളക്കാരന് വാല്മീകി എന്ന പേര് നല്കിയതായും അവരുടെ നിർദ്ദേശപ്രകാരം 'മരാ മരാ' എന്നു ജപിച്ച് രാമായണരചനയിൽ എത്തിപ്പെട്ടതായും ഐതീഹ്യം പറയുന്നു. വളരെപ്രസിദ്ധമായ ഈ ഐതീഹ്യം വംഗദേശത്തിലെ കൃത്തിവാസ് എന്ന കവി രചിച്ച *കൃത്തിവാസരാമായണ*ത്തിൽ മാത്രമേയുള്ളൂവെന്നത് മറ്റൊരു കൗതുകം. ഇതര *രാമായണ*ങ്ങളിലൊന്നും ഇത്തരമൊരു ഐതീഹ്യം ഉള്ളതായി ആരും പറയുന്നില്ല. (വടക്കേയിന്ത്യയിലെ ഭംഗികൾ- തോട്ടികൾ- വാല്മീകിയെ പൂജിക്കുന്നവരാണ്). അതെന്തായാലും ഈ ഐതീഹ്യോല്പത്തി രാമഭക്തി പ്രസ്ഥാനം ആവിർഭവിച്ചതിനുശേഷം ആയിരിക്കാമെന്നു നിരീക്ഷിക്കപ്പെടുന്നുണ്ട്. പക്ഷേ, വ്യാധജാതിയിൽപ്പെട്ട കൊള്ളക്കാരനായിരുന്നു വാല്മീകിയെന്ന് ഉത്തരകാണ്ഡകർത്താവ് (കർത്താക്കൾ?) സമ്മതിക്കുന്നില്ല. ഉത്തരകാണ്ഡത്തിലെ ഒമ്പതാം സർഗ്ഗത്തിൽ;

ഇതി സംദിശ്യബഹുശേമുനിഃ പ്രാചേസസ്തദാ
വാല്മീകിഃ പരമോദാര സ്തൂഷ്ണീ മാസീന്മഹായശാഃ

(എന്നിങ്ങനെ പലവുരു പറഞ്ഞ് പ്രചേതസ്സിന്റെ പുത്രനും പുകഴേറിയവനും പരമോദാരനുമായ വാല്മീകി മൗനംപൂണ്ടു) അതേകാണ്ഡത്തിൽ 96-ാം സർഗ്ഗത്തിൽ ഇങ്ങനെയും കാണാം:

പ്രചേതസോ/ഹം ദശമഃ പുത്രോ രാഘവനന്ദന
ന സ്മരാമ്യ നൃതം വാക്യമിമൗ തു തവപുത്രകൗ.

(രഘുനന്ദനാ, പ്രചേതസ്സിന്റെ പത്താമത്തെ പുത്രനാണു ഞാൻ. അസത്യം ഞാൻ സ്മരിക്കുകപോലുമില്ല. ഇവരിരുവരും അങ്ങയുടെ പുത്രന്മാർ തന്നെ)

അങ്ങനെ, വ്യാധജാതിയിൽനിന്നും ജാതിക്കയറ്റം നല്കി വാല്മീകിയെ പ്രതിഷ്ഠിച്ചിട്ടു മാത്രമേ ഉത്തരകാണ്ഡകർത്താവിന്/കർത്താക്കൾക്ക് തൃപ്തി വരുന്നുള്ളൂ! അതെന്തു തന്നെയായാലും ആദികവി വാല്മീകിയെന്നതും ആദികാവ്യം *രാമായണ*മെന്നതും ഇന്ന് വിശ്വസിക്കപ്പെടുകയും അംഗീകരിക്കപ്പെടുകയും ചെയ്യുന്നു. പക്ഷേ, ആദികവിയായ ആ വാല്മീകി ആരാണ് എന്ന കാര്യത്തിൽ സാഹിത്യ ചരിത്രകാരന്മാർ ഇപ്പോഴും ഇരുട്ടിൽ തപ്പുകയാണ്.

മറ്റു മൂന്നു വാല്മീകിമാരെപ്പറ്റി മറ്റു മൂന്നിടങ്ങളിൽ പരാമർശിക്കപ്പെടുന്നതുകൊണ്ടാണ് ഈ സന്ദേഹം. തൈത്തിരീയ പ്രാതിശാഖ്യത്തിൽ വൈയാകരണനായ ഒരു വാല്മീകിയെപ്പറ്റി മൂന്നിടത്തു പരാമർശമുണ്ടെന്ന് പറയപ്പെടുന്നു. മറ്റൊരു പരാമർശം *മഹാഭാരത*ത്തിലെ ഉദ്യോഗപർവ്വത്തിലാണ്. സുപർണ്ണ (ഗരുഡ) പക്ഷികളുടെ പട്ടികയിൽ വാല്മീകിയുടെ പേരു പറഞ്ഞു പോകുന്നുവെന്നുമാത്രം. യശോധനനായ ഒരു വാല്മീകിയെപ്പറ്റി *മഹാഭാരതം* അനുശാസനപർവ്വത്തിൽ പറയുന്നുണ്ട്. എന്നാൽ ഈ മൂന്നു വാല്മീകിമാരെയും *രാമായണ*കർത്താക്കളെന്നോ, ആദികവികളെന്നോ വിശേഷിപ്പിക്കപ്പെടുന്നുമില്ല. അങ്ങനെ ഈ മൂന്നു വാല്മീകിമാരും ആദികവി വാല്മീകിയിൽനിന്നും വേറിട്ടു നില്ക്കുന്നു. വാല്മീകി എന്ന പേർ ഒരാളിനു മാത്രമേ ഉണ്ടാകുവാൻ പാടുള്ളൂ എന്നില്ല എന്നതു മറ്റൊരു കാര്യം. എന്നാൽ *മഹാഭാരത*ത്തിൽതന്നെ ദ്രോണപർവ്വത്തിലും ശാന്തിപർവ്വത്തിലും വാല്മീകി, കവിയാണെന്ന് പ്രസ്താവിച്ചിട്ടുമുണ്ട്. എന്തായാലും മറ്റു പല ഇതിഹാസകർത്താക്കളുടെയും കാര്യത്തിലെന്നതുപോലെതന്നെ *രാമായണ*കർത്താവിന്റെ കാര്യത്തിലും അവ്യക്തത നിലനില്ക്കുന്നു. കർതൃത്വാഭിമാനം തീരെയില്ലാതിരുന്ന അക്കാല ഋഷികൾ-കവികൾ-തങ്ങളുടെ പേരുവെളിപ്പെടുത്തുന്നതിന് വിമുഖരുമായിരുന്നു. (ഇന്നായിരുന്നെങ്കിൽ കൃതിയില്ലെങ്കിലും കർത്താവിന്റെ ജാതകംവരെ നമുക്കു ലഭിക്കുമായിരുന്നു!)

വാല്മീകിയുടെ മറ്റൊരുപേരാണ് ഭാർഗ്ഗവൻ എന്ന് *രാമായണ*ത്തിന്റെ ദാക്ഷിണാത്യപാഠത്തിലെ ഒരു ശ്ലോകത്തെ ആധാരമാക്കി (ശ്ലോകശ്ചായാം പുരാഗീതോ ഭാർഗവേണ മഹാത്മനാ ആഖ്യാതേ രാമചരിതേ)

ചില ഗവേഷകർ കരുതുന്നു. ഭൃഗുവംശക്കാരനായ ഭാർഗ്ഗവൻ എന്നു പറയുന്നതുകൊണ്ട് ഒരാൾക്കു മാത്രമേ ആ പേർ ഉണ്ടായിരുന്നുള്ളൂ എന്നു കരുതുകയും വയ്യ. എങ്കിലും ഭൃഗുവംശജനായിരുന്നു വാല്മീകി എന്ന് അനുമാനിക്കാവുന്നതാണ്.

*മഹാഭാരത*ത്തിൽ ഭൃഗുവിന്റെ മകനായ ച്യവനൻ തപസ്സു ചെയ്ത് ചിതൽപ്പുറ്റിൽ അകപ്പെട്ടുപോയതായും രാജകന്യകയായ സുകന്യ, ച്യവനനെ അന്ധനാക്കിയതായും പിന്നീട് ഭർത്താവായി സ്വീകരിച്ചതായും ഒരു കഥയുണ്ട്.[7] ഇക്കഥവച്ച് ച്യവനനാണ് വാല്മീകി എന്നുറപ്പിക്കുന്ന ഗവേഷകരുമുണ്ട്. വാല്മീകി കഥകളേറെ 18 മഹാപുരാണങ്ങളിലൊന്നായ സ്കന്ദമഹാപുരാണത്തിലുമുണ്ട്. അതിൽ വാല്മീകിയുടെ പേര് അഗ്നിശർമ്മൻ എന്നു കാണുന്നു. വേദവേദാംഗപാരംഗതനായ സുമതി എന്ന ബ്രാഹ്മണന്റെ പുത്രനാണ് അഗ്നിശർമ്മൻ. തുടർന്നുള്ള കഥയ്ക്ക് രത്നാകരൻ എന്ന കൊള്ളക്കാരൻ വാല്മീകിയായി പരിണമിച്ച കഥയുമായി ഏറെ സാമ്യമുണ്ട്. അഗ്നിശർമ്മൻ എന്ന പേര് അദ്ദേഹം ബ്രാഹ്മണനായിരുന്നു എന്നു സ്ഥാപിക്കുവാൻ നല്കിയതാണെന്ന് നിരീക്ഷിക്കുന്നവരുമുണ്ട്. പുരാണത്തിലെ അഗ്നിശർമ്മനും കൊള്ളക്കാരൻതന്നെയാണ്. സപ്തർഷികളാണ്, ധ്യാനനിരതനായിരിക്കുമ്പോൾ ചിതൽപ്പുറ്റുമൂടിയ അഗ്നിശർമ്മനെ ചിതൽപ്പുറ്റു പൊളിച്ച് വാല്മീകി എന്ന പേര് നല്കുന്നത്.[8]

മറ്റു പലപുരാണങ്ങളുടെയും കാര്യത്തിലെന്നതുപോലെ സ്കന്ദമഹാപുരാണത്തിനും കൃത്യമായൊരു ഉത്ഭവകാലം കണ്ടുപിടിക്കുക ദുഷ്കരമാണ്. ബാണഭട്ടന്റെ (എ ഡി 600–650) *കാദംബരി*യുടെ (ഹർഷവർദ്ധനന്റെ കാലത്താണ്- എ ഡി 606-647- *ഹർഷചരിതം, കാദംബരി, പാർവ്വതീ പരിണയം* തുടങ്ങിയവ രചിച്ച ബാണഭട്ടൻ അഥവാ വിഷ്ണുഗോപൻ, *മയൂരശതക*കർത്താവായ മയൂരൻ, വാക്യപദീയം രചിച്ച ഭർതൃഹരി, താർക്കികനായ ധർമ്മകീർത്തി, തത്ത്വചിന്തകനായ മാതംഗദിവാകരൻ തുടങ്ങിയവർ ജീവിച്ചിരുന്നത്) സ്വാധീനം *സ്കന്ദമഹാപുരാണ*ത്തിലെ കാശീഖണ്ഡത്തിൽ ഉള്ളതായി കാണാവുന്നതാണ്. ഈ പുരാണത്തിന്റെ പ്രാഗ്‌രൂപം നേരത്തെ ഉണ്ടായിരുന്നെങ്കിലും ഇന്നത്തെ നിലയിൽ ഇതു സമാഹരിക്കപ്പെട്ടത് ക്രി. വ. 9-ാം നൂറ്റാണ്ടിലാണെന്നാണ് ഡോ. കെ ജി പൗലോസ് പറയുന്നത്.[9]

സി. ആദികാവ്യം

ഭാരതീയ വിശ്വാസപ്രകാരം ആദികവി വാല്മീകിയും ആദികാവ്യം *രാമായണവും* തന്നെയാണ്. വാല്മീകിക്കുമുമ്പും വിവിധ ദേശങ്ങളിൽ, വിവിധ ആഖ്യാനരീതികളിൽ രാമകഥനിലനിന്നിരുന്നുവെന്നും അവയ്ക്ക് കുറെയെങ്കിലും യുക്തിഭദ്രമായ കാവ്യരൂപം നല്കപ്പെട്ടപ്പോൾ ആദികാവ്യം ഉണ്ടായി എന്നുമാണ് വിശ്വസിക്കപ്പെടുന്നത്. ഇതാകട്ടെ സംഭവിച്ചത് ക്രി. മു. രണ്ടാം നൂറ്റാണ്ടിലാണെന്നും ഒരു പക്ഷമുണ്ട്.[10] എന്നാൽ,

ക്രി. മു. 800–ാം ആണ്ടിൽ ഉണ്ടായതെന്നുകരുതപ്പെടുന്ന ഛാന്ദോഗ്യോപനിഷത്തിൽ ഇതിഹാസപുരാണങ്ങൾക്ക് വേദസ്ഥാനം കല്പിച്ചിട്ടുമുണ്ട്.[11] ഇതിഹാസങ്ങൾ എന്നത് *രാമായണ*വും *മഹാഭാരത*വും ആണല്ലോ.

ഛാന്ദോഗ്യത്തിൽനിന്ന്:

ഋഗ്വേദം ഭഗവോ/ധ്യേമിദയജുർവേദം സാമവേദമാഥർവണം ചതുർത്ഥമിതിഹാസ പുരാണം പഞ്ചമം വേദനാംവേദം.

(അല്ലയോ ഭഗവൻ, ഋഗ്വേദം ഞാനറിയുന്നു. യജുർവേദം, സാമവേദം, നാലാമത്തേതായ അഥർവ്വവേദം ഒക്കെ ഞാനറിയുന്നു. അഞ്ചാം വേദമായ ഇതിഹാസ പുരാണം.... [12]) ഫാ: കാമിൽബുൽക്കെ *രാമകഥ*യിൽ ഇങ്ങനെ രേഖപ്പെടുത്തിയിരിക്കുന്നു: “വാല്മീകി പലതരത്തിലുള്ള ആ ആഖ്യാന കാവ്യത്തെ ഒരു പ്രബന്ധ കാവ്യത്തിൽതന്നെ കൂട്ടിച്ചേർത്ത് ക്രി. മു. ഏകദേശം മുന്നൂറാമാണ്ട് *ആദിരാമായണം* രചിച്ചു. ഈ കൃതി പ്രാചീന ആഖ്യാനകാവ്യത്തോട് വളരെയേറെ യോജിച്ചിരുന്നിരിക്കാം.”[13] ഇന്ന് ലഭ്യമായിരിക്കുന്ന *വാല്മീകിരാമായണ*ത്തിന് ബാലകാണ്ഡം, അയോദ്ധ്യാകാണ്ഡം, ആരണ്യകാണ്ഡം, കിഷ്കിന്ധാകാണ്ഡം, സുന്ദരകാണ്ഡം, യുദ്ധകാണ്ഡം, ഉത്തരകാണ്ഡം എന്നിങ്ങനെ ഏഴു കാണ്ഡങ്ങളിലായി 24000 ശ്ലോകങ്ങളാണല്ലോ ഉള്ളത്. ഇവയിൽ ബാലകാണ്ഡവും ഉത്തരകാണ്ഡവും പ്രക്ഷിപ്തങ്ങളാണെന്ന അഭിപ്രായങ്ങൾ ഉള്ളതായി മുമ്പ് സൂചിപ്പിക്കുകയുണ്ടായി. ഇങ്ങനെയുള്ള രാമായണം ആദികാവ്യവും ആദ്യത്തെ ചമൽകൃതകാവ്യവും ഇതിഹാസ കാവ്യവുമാണെന്നാണ് ടി ജി മൈങ്കറുടെ പക്ഷം.[14]

ടി ജി മൈങ്കർ മറ്റൊരു വാദംകൂടി ഉന്നയിക്കുന്നുണ്ട്. “*മഹാഭാരതം* വിഷ്ണുവിന്റെ ഒരവതാരമായ കൃഷ്ണനെയും *രാമായണം* വിഷ്ണുവിന്റെ മറ്റൊരവതാരമായി ഗണിക്കപ്പെടുന്ന രാമനെയും വർണ്ണിക്കുന്നു. രാമനെ, കൃഷ്ണന്റെ മുൻഗാമിയായിട്ടാണ് പുരാണാദികളിൽ പറയുന്നത്. ആ സ്ഥിതിക്ക് *രാമായണ*മായിരിക്കണം ആദ്യത്തെ രചനയെന്നു തോന്നാം. എന്നാൽ സാഹിത്യപരമായ എല്ലാ ലക്ഷ്യങ്ങളും *രാമായണ*മാണ് ഒടുവിലുണ്ടായ രചനയെന്നു കാണിക്കുന്നു. പാണിനിയും പതഞ്ജലിയും ക്രിസ്തുപൂർവ്വ ലിഖിതങ്ങളും രാമനെ പരാമർശിക്കുന്നില്ല. *മഹാഭാരത*ത്തിന്റെ ലാളിത്യവും അതാണ് ആദ്യത്തെ രചനയെന്നു സൂചിപ്പിക്കുന്നു. നേരെമറിച്ച് *രാമായണ*ത്തിലെ ചമൽകൃതമായ ഭാഷാരീതിയും കലാപരമായ വൈശിഷ്ട്യവും അതിന്റെ പശ്ചാൽകാലീനതയ്ക്ക് സൂചകമാണുതാനും.”[15]

ഇവിടെ, മൈങ്കർ ആദ്യം അംഗീകരിച്ചതും പിന്നീട് വിസ്മരിച്ചതുമായ ഒരു വസ്തുത അവശേഷിക്കുന്നു. രാമൻ വിഷ്ണുവിന്റെ അവതാരമാണെന്ന പരാമർശം, പ്രക്ഷിപ്തമെന്നുകരുതപ്പെടുന്ന ബാലകാണ്ഡത്തിലും ഉത്തരകാണ്ഡത്തിലുമാണ് കാണുന്നത്. മാത്രവുമല്ല, അവതാരകഥകൾക്ക് സാമാന്യമനസ്സുകൾ നല്കിവരുന്ന അർത്ഥതലങ്ങൾക്കപ്പുറം ചില നിഗൂഢാർത്ഥതലങ്ങൾ ഉള്ളതായി പണ്ഡിതന്മാർ പറഞ്ഞിട്ടുള്ള

തൊന്നും അദ്ദേഹം പരിഗണിക്കുന്നുമില്ല (അവതാരവാദത്തെ ചാൾസ് ഡാർവിന്റെ പരിണാമ സിദ്ധാന്തവുമായിവരെ ബന്ധിപ്പിച്ചിട്ടുള്ളവരുമുണ്ട് എന്നതും ഓർമ്മിക്കുക). കഥാപാത്രങ്ങൾക്കും പദങ്ങൾക്കും സംഭവങ്ങൾക്കും പ്രത്യക്ഷത്തിലുള്ള പദാർത്ഥവും വാഗർത്ഥവും നല്കി വ്യാഖ്യാനിക്കുന്നതിലൂടെ സംഭവിക്കുന്ന അപകടമാണിവിടെ സംഭവിച്ചുപോയത്. വിഷ്ണു എന്നാൽ രശ്മികളെക്കൊണ്ട് എല്ലാടവും വേഷണം (വ്യാപനം) ചെയ്യുകയും പ്രവേശിക്കുകയും ചെയ്യുന്ന ശക്തി എന്നാണു നിരുക്തം. (ശബ്ദാഗമം തെളിയിക്കുന്ന നിർവ്വചനം ആകുന്നു നിരുക്തം) പ്രപഞ്ചത്തിൽ സൂര്യനായും അന്തരീക്ഷത്തിൽ മിന്നലായും ഭൂമിയിൽ തീയായും അത് വ്യാപനം ചെയ്യുന്നു. ഈ ആശയം ഋഗ്വേദത്തിലുണ്ട്. അഥർവ്വവേദത്തിലും ആ മന്ത്രം ഉണ്ട്. (7, 3, 26, 4-5)

ഇദം വിഷ്ണുർ വിചക്രമേ
ത്രേധാ നിദധേ പദം
സമൂള് ഹമസ്യ പാംസുരേ
ത്രീണി പദാ വിചക്രമേ
വിഷ്ണുർ ഗോപാ അദാഭ്യഃ
അധോധർമ്മാണി ധാരയൻ. (ഋഗ്വേദം 1, 22, 17-18)

ഇങ്ങനെ സർവ്വവ്യാപിയായ രശ്മിയെയാണ്/വിഷ്ണുവിനെയാണ് പില്ക്കാലപുരാണകർത്താക്കൾ ദശാവതാരങ്ങളായി അവതരിപ്പിച്ചത്. മത്സ്യാവതാരം മുതലുള്ള അവതാരങ്ങൾക്ക് സാമാന്യബുദ്ധികൾ കല്പിച്ചിരിക്കുന്ന അർത്ഥതലങ്ങളല്ല ഉള്ളതെന്ന് വ്യാഖ്യാനിക്കപ്പെട്ടിട്ടുണ്ട്.

അതിന്റെ വിശദാപഗ്രഥനത്തിലേക്ക് ഇവിടെ കടക്കുന്നില്ല. രാമന്റെ അവതാരസൂചന അയോദ്ധ്യാകാണ്ഡത്തിലും യുദ്ധകാണ്ഡത്തിലും ഓരോ ഇടങ്ങളിൽ കൂടിയുണ്ട് എന്ന കാര്യം കൂടി കാണേണ്ടതുണ്ട്. അയോദ്ധ്യാ കാണ്ഡത്തിന്റെ ഒന്നാം സർഗ്ഗത്തിൽ, ഉദ്ധതനായ രാവണനെ വധിക്കാൻ അമരന്മാർ അപേക്ഷിക്കുകയാൽ സനാതനനായ വിഷ്ണു മാനുഷകുലത്തിൽ വന്നുപിറന്നതാണല്ലോ രാമൻ എന്നൊരു പരാമർശമുണ്ട്. അതുപോലെ, യുദ്ധകാണ്ഡത്തിൽ രാവണവധാനന്തരമുള്ള മണ്ഡോദരീ വിലാപവേളയിൽ മണ്ഡോദരിയുടെ പക്ഷത്തുനിന്നാണ് അത്തരമൊരു പരാമർശം കാണുന്നത്. രാവണനെപ്പോലെ വില്ലാളിവീരനായ ഒരു രാക്ഷസനെ വധിക്കുന്നതിന് സാധാരണ മനുഷ്യരാൽ സാദ്ധ്യമല്ലെന്നും അതിന് വിഷ്ണുഭഗവാനു മാത്രമേ കഴിയൂ എന്ന സ്വാഭാവിക ചിന്തയാലാകാം മണ്ഡോദരി അങ്ങനെ പറഞ്ഞതെന്ന് അനുമാനിക്കാവുന്നതേയുള്ളൂ. ഒരുപക്ഷേ, ഈ ശ്ലോകങ്ങൾ പ്രക്ഷിപ്തമായികൂടെന്നുമില്ല.

എന്തായാലും വാല്മീകിയുടെ കാര്യത്തിലെന്നതുപോലെ തന്നെ ഇന്നുകാണുന്ന *രാമായണ*കാവ്യത്തിന്റെ ഉത്ഭവകാലവും വിവാദഗ്രസ്തമാണ്. ഈ സാഹചര്യത്തിൽ പ്രക്ഷിബ്ധബാധ *വാല്മീകിരാമായണത്തെ* എത്രത്തോളം സ്വാധീനിച്ചിട്ടുണ്ടെന്ന് കണ്ടെത്തുക എളുപ്പമല്ല. എങ്കിലും നിലവിലുള്ള പരിമിതികൾക്കുള്ളിൽ നിന്നുകൊണ്ടുതന്നെ *വാല്മീകിരാമാ*

*യണ*ത്തിലെ രാമനെ തേടേണ്ടതുണ്ട്. *വാല്മീകി രാമായണ*ത്തിന്റെ നില വിൽ ലഭ്യമായ പാഠങ്ങളിൽതന്നെ ഐകരൂപ്യമില്ലാതിരിക്കെ അത് 'വയ്ക്കോൽകൂനയിൽ നഷ്ടപ്പെട്ടുപോയ സൂചി' തേടുന്നതു പോലെ വിഷ മകരവും രാമഭക്തന്മാരിൽ നിന്നും എതിർപ്പുകൾ ക്ഷണിച്ചുവരുത്തുന്ന തുമായിരിക്കും.

ഡി. വൈദികസാഹിത്യം

ശ്രീരാമഭക്തി മാറ്റിവച്ച് വിലയിരുത്തുമ്പോൾ ഇന്ത്യൻ കവി പ്രതിഭ യുടെ മഹോന്നത സൃഷ്ടികളിലൊന്നായ (മറ്റൊന്ന് *മഹാഭാരതം*) രാമാ യണത്തിൽ രാമനെ വാല്മീകി അവതരിപ്പിച്ചിരിക്കുന്നത് ഉത്തമപുരുഷൻ (പുരുഷോത്തമൻ) എന്ന നിലയിലാണ്. അവതാര കഥയെ അപ്രസക്ത മാക്കുന്ന ഒട്ടേറെ ജീവിത പ്രതിസന്ധികളിലൂടെയാണ് രാമൻ കടന്നു പോവുന്നത്. പാപികളെ ഉന്മൂലനം ചെയ്യുന്നതിനോ, മറ്റെന്തെങ്കിലും മഹ ത്ലക്ഷ്യങ്ങൾ നേടുന്നതിനോ സർവ്വശക്തനായ ഈശ്വരന് അവതാര മെടുത്തേ മതിയാകൂ എന്നതും സർവ്വവ്യാപിയും നിരാകാരനുമായ ഈശ്വ രൻ എങ്ങനെ മത്സ്യമായോ, കൂർമ്മമായോ, വരാഹമായോ, നരസിംഹ മായോ, മനുഷ്യനായോ ഒക്കെ അവതരിക്കും എന്നതും ഒരു സമസ്യയാ ണ്. ശിവൻ, ബ്രഹ്മാവ് തുടങ്ങിയ മറ്റൊരു ദേവനോ, ദേവിയോ അവതാര മെടുക്കുന്നില്ല എന്നതും ചിന്തിക്കേണ്ടതായ വിഷയമാണ്. (ശിവന്റെ അവ താരമായി കാളിയെ അവതരിപ്പിച്ചുകൊണ്ട് ഒരു ചാനലിൽ വന്ന സീരി യലിൽ, യാദൃശ്ചികമായി, ഏതാനും നാളുകൾക്കുമുമ്പ് കാണുകയു ണ്ടായി. കഥകളിൽ പറയുന്നതു പ്രകാരമാണെങ്കിൽ ശിവൻ തന്റെ ജട പിടിച്ചടിച്ചപ്പോൾ ഉണ്ടായവളാണ് കാളി. അതെങ്ങനെ ശിവന്റെ അവതാ രമാകും എന്നറിയില്ല. ടെലിവിഷൻ സീരിയലുകളിൽ പോലും നടക്കുന്ന പ്രക്ഷിപ്തങ്ങളുടെ ഉദാഹരണമായി ഇതിനെ കാണാവുന്നതാണ്) ഇന്നോളം സംഭവിച്ചുവെന്നു വിശ്വസിക്കപ്പെടുന്ന മനുഷ്യാവതാരങ്ങളിൽ ശ്രീകൃഷ്ണനും ശ്രീരാമനും മാത്രമെ വംശപരമ്പര തുടരുന്നുള്ളൂ എന്നതും ശ്രദ്ധേയം. എന്നാൽ ശിവപുത്രന്മാരെ (ഗണപതി, സുബ്രഹ്മ ണ്യൻ എന്നിവർ) ആരാധിക്കുന്നതുപോലെ ശ്രീരാമകൃഷ്ണന്മാരുടെ പുത്രന്മാർ ആരാധിക്കപ്പെടുന്നില്ല വേദോദ്ധാരണം, ധർമ്മസംസ്ഥാപനം, ദുഷ്ടനിഗ്രഹം തുടങ്ങിയവയൊക്കെയാണ് അവതാര ലക്ഷ്യങ്ങളായി പറ യുന്നത്. ഇതിൽനിന്നും വ്യത്യസ്തമാണ് വാമനാവതാരം. ഉദിച്ചുയരുന്ന സൂര്യൻ, വാമനനും ഭൂമി, മഹാബലിയുമാണെന്ന വ്യാഖ്യാനവുമുണ്ട്. വാമനന്റെ ഒന്നാമത്തെ ചുവടുവയ്പ് എന്നത് പൂർവ്വാഹ്നവും രണ്ടാമ ത്തേത് അപരാഹ്നവും ആണെന്നും മൂന്നാമത്തെ ചുവടുവയ്പിന് ഇടമി ല്ലാത്തതിനാൽ മഹാബലി-ഭൂമി-ഇരുട്ടിലാകുന്നുവെന്നും വ്യാഖ്യാനിക്ക പ്പെടുന്നു. വാമനാവതാരം വീണ്ടും ആവർത്തിക്കുമ്പോൾ ഭൂമി വെളിച്ച ത്തിലേക്കു വരികയും ചുവടുവയ്പുകളുടെ പുരോഗതി അനുസരിച്ച് ഭൂമി ഇരുട്ടിലാവുകയുംചെയ്യുന്നു. അങ്ങനെ, വാമനാവതാരം ദിനംതോറും

ആവർത്തിക്കുന്നു എന്നും പറയാവുന്നതാണ്! അവതാരങ്ങൾ ഇനിയുമുണ്ട്. *ജാതകകഥ*കളിൽ ശ്രീബുദ്ധൻ അവതാരമായി വാഴ്ത്തപ്പെടുന്നുണ്ട്.[16] പന്ത്രണ്ടാം ശതകത്തിൽ ജീവിച്ചിരുന്ന ജയദേവകവിയുടെ *ഗീതഗോവിന്ദ*ത്തിലെ ദശാവതാരസ്തുതിയിൽ ഇങ്ങനെയാണ് ശ്രീബുദ്ധവർണ്ണന.

'നിന്ദസിയജ്ഞ വിധേരഹഹശ്രുതിജാതം
സദയഹൃദയ ദർശിത പശുഘാതം
കേശവധൃതബുദ്ധശരീര
ജയ ജഗദീശ ഹരേ.'

തുടർന്ന്, 'കാരുണ്യമാതന്വതേ' എന്നുകൂടി പറഞ്ഞുവച്ചിട്ടേ ജയദേവകവി പിന്മാറുന്നുള്ളൂ!

വിഷ്ണു എന്നത് വൈദികാർത്ഥത്തിൽ സർവ്വവ്യാപിയായ രശ്മി-പ്രകാശം-ആണെന്നു പറയുകയുണ്ടായി. വൈദിക സാഹിത്യ സംജ്ഞകൾ പുരാണങ്ങളിൽ പ്രവേശിച്ചപ്പോൾ വിഷ്ണു, ദേവനായി എന്നു നിരീക്ഷിക്കപ്പെടുന്നു. അങ്ങനെ, പുരാണങ്ങളുടെ ഉത്ഭവത്തോടുകൂടിയാണ് പ്രജാപതി, വിഷ്ണുവായതും വിഷ്ണുവിന് അവതാരങ്ങൾ ഉണ്ടായതും. സൃഷ്ടിയുടെ സ്ഥിതിയെയാണ് ബ്രാഹ്മണഗ്രന്ഥങ്ങൾ വർണ്ണിച്ചതെങ്കിൽ സൃഷ്ടിയുടെ നിലനില്പിനും (ധർമ്മസംസ്ഥാപനം) ദുഷ്ടനിഗ്രഹത്തിനുമാണ് പരശുരാമാവതാരം മുതലുള്ള കഥകൾ പ്രാമുഖ്യം കല്പിച്ചത്. അങ്ങനെ പ്രജാപതി, വിഷ്ണുവാകുകയും വിഷ്ണു, സ്ഥിതികാരകനാവുകയും ചെയ്തു എന്നും പറയാവുന്നതാണ്.

പതഞ്ജലി, അദ്ദേഹത്തിന്റെ *മഹാഭാഷ്യ*ത്തിൽ പറയുന്നത് ഋഗ്വേദത്തിന് 21 ഉം യജുർവേദത്തിന് 101 ഉം സാമവേദത്തിന് 1000 ഉം അഥർവ്വവേദത്തിന് 9 ഉം അടക്കം 1131 ഭിന്നശാഖകൾ ഉണ്ടെന്നാണ്.[17] ഇവയിൽ ഓരോശാഖയ്ക്കും സംഹിത, ബ്രാഹ്മണം, ആരണ്യകം, ഉപനിഷത്ത് എന്നീ വിഭാഗങ്ങൾക്കുപുറമെ ശ്രൗതസൂത്രം, ഗൃഹ്യസൂത്രം, ധർമ്മസൂത്രം, പ്രാതിശാഖ്യം, നിരുക്തം തുടങ്ങി 13 ഗ്രന്ഥങ്ങൾ വീതം ഉണ്ടാകാമെന്നും പറയുന്നു. ഇങ്ങനെ കണക്കാക്കിയാൽ പതിനായിരത്തിലധികം വൈദിക ഗ്രന്ഥങ്ങൾ ഉണ്ടായിരുന്നുവെന്നും അവയിൽ പലതും നഷ്ടപ്പെട്ടുപോയിയെന്നും പറയപ്പെടുന്നു.[18]

വേദങ്ങളുടെ വ്യാഖ്യാനമായി വന്ന ബ്രാഹ്മണങ്ങളാകട്ടെ മന്ത്രങ്ങളെ യജ്ഞത്തിനുവേണ്ടി ഉപയോഗിക്കുക എന്നതാണ് ലക്ഷ്യമാക്കിയത്. ഓരോ വേദത്തിന്റെയും യാജ്ഞികമായ നടത്തിപ്പിന് നിയോഗിക്കപ്പെട്ട ഋത്വിക്കുകൾ (യജുർവേദ നടത്തിപ്പിന് അധ്വര്യു, സാമവേദ കർമ്മങ്ങൾക്ക് ഉദ്ഗാതാവ്, ഋഗ്വേദകർമ്മങ്ങൾക്ക് ഹോതാവ്, എല്ലാ വേദങ്ങളും അറിവുള്ളയാൾ ബ്രഹ്മാവ്. ഇവരെയാണ് ഋത്വിക്കുകൾ എന്ന പൊതുപേരിൽ വിശേഷിപ്പിക്കപ്പെടുന്നത്.) ആണ് ബ്രാഹ്മണങ്ങൾ സൃഷ്ടിച്ചതെന്നു കരുതപ്പെടുന്നു. ഋഗ്വേദത്തെ മുൻനിർത്തി ബഹ്വറുചബ്രാഹ്മണം, അധ്വര്യുവിനുവേണ്ടി യജുർവേദത്തിന്റെ അധ്വര്യുബ്രാഹ്മണം, ഉദ്ഗാതാവിനു

വേണ്ടി സാമവേദീയമായ ഛാന്ദോഗ്യബ്രാഹ്മണം, അഥർവ്വവേദത്തിനു വേണ്ടി ഗോപഥബ്രാഹ്മണം എന്നിവകളുണ്ടായി. വൈദികസാഹിത്യത്തിൽ പലയിടത്തും ഈ പേരുകൾ പറയപ്പെടുന്നുവെങ്കിലും ഇവയൊന്നുംതന്നെ മൗലികരൂപത്തിൽ കണ്ടെത്തിയിട്ടില്ലെന്നാണ് വേദപണ്ഡിതന്മാരുടെ പക്ഷം. എന്നാൽ വേദത്തിന്റെ ഉത്തുംഗതയോ, മഹത്ത്വമോ ബ്രാഹ്മണങ്ങൾക്ക് അവകാശപ്പെടുവാനാകില്ല എന്നാണ് മാക്സ്മുള്ളറുടെ പക്ഷം.[19]

വേദജ്യോതിയെ യജ്ഞപ്പുകകൊണ്ട് ബ്രാഹ്മണങ്ങളിലൂടെ മറച്ചുവെന്നു വിലപിക്കുന്നവരുമുണ്ട്. അന്ധകാരത്തിൽ നേർത്ത വെളിച്ചമായി, ബ്രാഹ്മണങ്ങളുടെ അവസാനഭാഗമായി പ്രത്യക്ഷപ്പെട്ടതാണ് ആരണ്യകങ്ങളെന്നും പറയപ്പെടുന്നു. ബ്രാഹ്മണങ്ങളും ആരണ്യകങ്ങളും ആദ്യകാലത്ത് വേർതിരിക്കപ്പെട്ടിരുന്നില്ല എന്നു കാണേണ്ടതുണ്ട്. അതിനുകാരണം ഓരോ ആരണ്യകവും ഓരോ ബ്രാഹ്മണത്തിന്റെ ഭാഗമായിരുന്നതുകൊണ്ടുകൂടിയാകാവുന്നതാണ്. എന്നാൽ ഋഗ്വേദത്തോടുബന്ധപ്പെട്ട ഐതരേയബ്രാഹ്മണത്തിന്റെ ഭാഗമായി ഉദ്ഭവിച്ച ഐതരേയാരണ്യകം പ്രസ്തുത ബ്രാഹ്മണത്തിന്റെ ഭാഗമായി കരുതുന്നതിനുപകരം സ്വതന്ത്രഗ്രന്ഥമായി കരുതുന്നതിനാണ് പലർക്കും താല്പര്യം. മറ്റ് ആരണ്യകങ്ങൾക്ക് ഇത്തരത്തിലൊരു സ്വതന്ത്രനില ആരും കല്പിച്ചിട്ടുള്ളതായി കാണുന്നുമില്ല.

തുടർന്നുവന്ന ഉപനിഷദ്കാലഘട്ടത്തിന്റെ കഥ വ്യത്യസ്തമാകുന്നു. ഈശാവാസ്യം (ഈശം), കേനം, കഠം (കാഠകം), പ്രശ്നം, മുണ്ഡകം, മാണ്ഡൂക്യം, തൈത്തിരീയം, ഐതരേയം, ഛാന്ദോഗ്യം, ബൃഹദാരണ്യകം എന്നിവയാണ് പ്രസിദ്ധമായ ദശോപനിഷത്തുകൾ, 'ക്ലാസിക് ഉപനിഷത്തുകൾ' എന്നാണ് പാശ്ചാത്യ പണ്ഡിതന്മാർ ഇവയെ വിശേഷിപ്പിച്ചത്. ശങ്കരാചാര്യർ ദശോപനിഷത്തിനു വ്യാഖ്യാനം രചിച്ചു എന്നതുകൊണ്ട് മാത്രം ഇവയ്ക്ക് സവിശേഷമായ പ്രാധാന്യവും മഹത്വവും കല്പിക്കപ്പെടുന്നുമുണ്ട്. എന്നാൽ, ബ്രഹ്മസൂത്ര (വേദാന്തസൂത്രം)ത്തിൽ ഈശം, കേനം, മാണ്ഡൂക്യം എന്നീ ഉപനിഷത്തുകളെ ബാദരായണൻ പരിഗണിച്ചിട്ടുമില്ല. ശങ്കരന്റെ ദശോപനിഷത്തിൽപെടാത്ത കൗഷീതകിയെ ബാദരായണൻ പരിഗണിച്ചിട്ടുമുണ്ട്. അതോടൊപ്പം ഈ പത്തിൽപ്പെടാത്ത ശ്വേതാശ്വതരത്തിന് ശങ്കരൻ ഭാഷ്യമെഴുതിയിട്ടുണ്ടെന്ന് പറയപ്പെടുന്നു.

ദശോപനിഷത്തുകൾ കഴിഞ്ഞാൽ പരമ്പരയാ പ്രശസ്തമാണ് അഷ്ടോത്തരശതം (നൂറ്റെട്ടുപനിഷത്ത്), വേദത്തിന്റെ ശാഖയൊന്നിന് ഒരു പനിഷത്ത് എന്നാണുവിധി. അതുപ്രകാരം ഋഗ്വേദത്തിന് 21-ഉം യജുർവേദത്തിന് 109 ഉം സാമത്തിന് 1000 ഉം അഥർവ്വത്തിന് 50 ഉം ചേർത്ത് 1180 ഉപനിഷത്തുകൾ ഉണ്ടാകണമെന്നാണ് വൈദികസാഹിത്യപണ്ഡിത പക്ഷം. അതെന്തുതന്നെയായാലും ഋഷികൾക്കുമാത്രമെ ഉപനിഷത്ത് രചന ആകാവൂ എന്ന നിയമം എവിടെയുമില്ലാത്തതു കൊണ്ടാകാം പില്ക്കാലത്ത് പലരുടെയും പലകൃതികളും ഉപനിഷത്ത് എന്ന പേരിൽ

പ്രത്യക്ഷപ്പെടുകയുണ്ടായി. ഇസ്ലാം മതതത്ത്വങ്ങൾ പ്രതിപാദിക്കുന്ന *അള്ളോപനിഷത്ത്* അത്തരത്തിലൊന്നാണ്. അക്ബറിന്റെ സദസ്സിലെ പണ്ഡിതനായിരുന്നു ഷേക്ഭാവൻ (1555-1605) ആണ് ഇതിന്റെ കർത്താവെന്നു കരുതപ്പെടുന്നു. അക്ബർ ചക്രവർത്തിയുടെ മഹത്ത്വം പ്രതിപാദിക്കുന്ന *അക്ബറോപനിഷത്ത്* ക്രിസ്തുമതതത്ത്വ പ്രതിപാദനപ്രധാനമായ *ക്രൈസ്തവോപനിഷത്ത്* എന്നിവകൾ വരെയെത്തി കാര്യങ്ങൾ!

എന്തായാലും ക്രി. മു. 1000 ത്തിനും 500 നും ഇടയിൽ പ്രമുഖങ്ങളായ ഉപനിഷത്തുകളെല്ലാം ഉണ്ടായി എന്നാണു കരുതപ്പെടുന്നത്. ഈ കാലഗണനയിലും അഭിപ്രായഭേദങ്ങളുണ്ട്. വേദകാലം ക്രി. മു. 4500 ഉം ബ്രാഹ്മണങ്ങളുടെ കാലം ക്രി. മു. 2500 ഉം ഉപനിഷത്കാലം ക്രി മു. 1600 ഉം ആണെന്ന് ബാലഗംഗാധരതിലകൻ പറയുന്നു. വേദകാലം ക്രി. മു. 4500 എന്ന് ജാക്കോബിയും വേദകാലം ക്രി മു. 1200 എന്ന് മാക്സ്മുള്ളറും അത് ക്രി. മു. 2500 നും 2000 നും ഇടയിലാണെന്ന് വിന്റർ നിറ്റ്സും പറയുന്നു.

ബ്രാഹ്മണകാലത്തിനുമുമ്പ് ഇന്ത്യയിൽ പ്രാമാണ്യം കല്പിക്കപ്പെട്ടിരുന്ന പൗരോഹിത്യവേദങ്ങളെ ഭൗതികതാല്പര്യത്തിനും സുഖത്തിനും വേണ്ടി ഉപയോഗിച്ചുവെന്നും അതിനെതിരെയുണ്ടായ കലാപ സ്വരമായിരുന്നു ഉപനിഷത്തുകൾ എന്നും പറയാവുന്നതാണ്. ചിന്താശൃംഗത്തിന്റെ അങ്ങേയറ്റം എന്നു വിശേഷിപ്പിക്കപ്പെടുന്ന മിസ്റ്റിക് ദർശനമാണ് ഉപനിഷത്തുകൾ എന്ന് നിസ്സംശയം പറയാവുന്നതാണ്. *സത്യമേവജയതേ (മുണ്ഡകം), അഹം ബ്രഹ്മാസ്മി (ബൃഹദാരണ്യകം), സർവ്വംഖല്വിദം ബ്രഹ്മ (ഛാന്ദോഗ്യം), സർവ്വം ഹി ഏതദ്ബ്രഹ്മ (മാണ്ഡൂക്യം), തത്വമസി (ഛാന്ദോഗ്യം), തേനത്യക്തേന ഭുഞ്ജിത (ഈശം), ഉത്തിഷ്ഠത ജാഗ്രത(കഠം): സത്യംവദ: ധർമ്മംചര: (തൈത്തിരീയം), അസതോ മാ സത്ഗമയാ (ബൃഹദാരണ്യകം), അഭയം വൈബ്രഹ്മ (ബൃഹദാരണ്യകം)* തുടങ്ങിയ മഹാവാക്യങ്ങൾ ആർക്കും തന്നെ അവഗണിക്കാവതല്ല. ബ്രഹ്മവിദ്യ അഥവാ ആത്മവിദ്യയാണ് പരിപാവനവും മഹനീയവുമെന്ന ഉത്തമവും ദൃഢവുമായ വിശ്വാസത്താലാകാം മന്ത്രദ്രഷ്ടാക്കളാരും തന്നെ അതിനപ്പുറമുള്ളൊരു ചൈതന്യത്തിൽ വിശ്വസിക്കുന്നതിനോ, ആരാധിക്കുന്നതിനോ ഉദ്ബോധിപ്പിക്കാതിരുന്നത് എന്നും കരുതാവുന്നതാണ്.

*രാമായണ*ത്തിനും *മഹാഭാരത*ത്തിനും അടുത്തുള്ള സ്ഥാനം തന്നെയാണ് പുരാണങ്ങൾക്കും കല്പിക്കപ്പെട്ടിട്ടുള്ളത്. ഇവയുടെ രചനാകാലഗണനയും അപകടം പിടിച്ചതാണ്! പതിനെട്ടു മഹാപുരാണങ്ങളുടേയും (ബ്രഹ്മമഹാപുരാണം, പദ്മമഹാപുരാണം, വിഷ്ണുമഹാപുരാണം, വായുമഹാപുരാണം, ഭാഗവതമഹാപുരാണം, നാരദീയമഹാപുരാണം, മാർക്കണ്ഡേയ മഹാപുരാണം, അഗ്നിമഹാപുരാണം, ഭവിഷ്യമഹാപുരാണം, ബ്രഹ്മവൈവർത്തം, ലിംഗമഹാപുരാണം, വരാഹമഹാപുരാണം, സ്കന്ദമഹാപുരാണം, വാമനമഹാപുരാണം, കൂർമ്മമഹാ

പുരാണം, മത്സ്യമഹാപുരാണം, ഗരുഡമഹാപുരാണം, ബ്രഹ്മാണ്ഡമഹാ പുരാണം എന്നിവയെ രചനാകാലം പരിഗണിച്ച് ഇങ്ങനെയാണ് ക്രമീക രിച്ചു കാണുന്നത്.[20]) പുരാണങ്ങളുടെ പ്രാണേതാവ് വ്യാസനെന്നാണ് വിശ്വാസം. പ്രഥമ പുരാണമെന്നുവിശ്വസിക്കപ്പെടുന്ന ബ്രഹ്മമഹാപുരാ ണത്തിന്റെ രചനാകാലം ബി സി യിൽതുടങ്ങി എ ഡി 13-ാം നൂറ്റാണ്ടു വരെ നീണ്ടതായി കാണാം. എ ഡി 13-ാം നൂറ്റാണ്ടിൽ നരസിംഹദേവൻ നിർമ്മിച്ച കൊണാർക്കിലെ സൂര്യക്ഷേത്രത്തെക്കുറിച്ചുവരെ ഇതിൽ പരാ മർശമുള്ളതിനാൽ ഒട്ടേറെ കൂട്ടിച്ചേർക്കലുകൾ വിവിധ കാലങ്ങളിലായി ഈ പുരാണത്തിൽ നടന്നിട്ടുള്ളതായും അനുമാനിക്കാവുന്നതാണ്. ബി സി അഞ്ചാം നൂറ്റാണ്ടിനു മുമ്പുതന്നെ ആ പുരാണത്തിന്റെ മൂലസംഹിതാ രചന നടന്നിരിക്കാമെന്നും കരുതപ്പെടുന്നു. അതേസമയം, പുരാണങ്ങ ളിൽ ഒന്നിനെപ്പോലും ഒറ്റകൃതിയായി പരിഗണിക്കുവാൻ നിർവ്വാഹമില്ല. ആഖ്യാനങ്ങളുടെ തുടർച്ചയായി മാത്രമേ പുരാണങ്ങളെ വിലയിരുത്തു വാനാകൂ.

പുരാണങ്ങൾക്ക് അഞ്ചുലക്ഷണങ്ങളാണ് കല്പിക്കപ്പെട്ടിരിക്കുന്നത്. “പുരാണം അഞ്ചു പ്രത്യേക വിഷയങ്ങളെപ്പറ്റി പ്രതിപാദിക്കണം. ലോക സൃഷ്ടി (സർഗ്ഗം), കലാകാലങ്ങളിലുണ്ടാകുന്ന അതിന്റെ വിനാശവും പുനഃസൃഷ്ടിയും (പ്രതിസർഗ്ഗം) ദേവന്മാരുടെയും മുനിമാരുടെയും വംശാ വലി, ഓരോരോ മനുക്കൾ അദ്ധ്യക്ഷന്മാരായും പാലകന്മാരായും വരുന്ന യുഗാന്തരങ്ങൾ (മന്വന്തരം), സൂര്യ-ചന്ദ്രവംശങ്ങളുടെ ചരിത്രം (വംശാ നുചരിതം) എന്നിവയാണ് ആ വിഷയങ്ങൾ... വൈഷ്ണവമതത്തെയോ ശൈവമതത്തെയോ, ഭാഗവതമതത്തെയോ പ്രചരിപ്പിക്കയാണ് അവയുടെ ഉദ്ദേശം. അവ അദ്വൈതവേദാന്തം, സാംഖ്യം, യോഗം മുതലായ ദർശന ങ്ങളെപ്പറ്റിയും ചർച്ചചെയ്യുന്നു. എങ്കിലും ആസ്തിക്യചിന്ത അവയിൽ മുന്നിട്ടു നില്ക്കുന്നു. നാലു ജാതികളുടെയും നാല് ആശ്രമങ്ങളുടെയും കർത്തവ്യങ്ങളും അവകാശങ്ങളും പ്രതിപാദിക്കയും പലപ്പോഴും ബ്രാഹ്മ ണരുടെ ക്രിയാക്രമങ്ങളും മന്ത്രതന്ത്രങ്ങളും വിസ്തരിക്കയും ചെയ്യുന്ന ഭാഗങ്ങളും അവയിലുണ്ട്.”[21]

മേൽലക്ഷണങ്ങൾ പ്രകടമാക്കുന്ന പുരാണങ്ങളുടെ രചന വ്യാസനാണ് നിർവ്വചിച്ചതെന്നു പറയപ്പെടുന്നത് യുക്തിസഹമല്ല. വ്യാസ നെന്നത് ഒരു വ്യക്തിയല്ലെന്നും ഒരു പരമ്പരയാണെന്നുമുള്ള വിശ്വാസ മാണ് യുക്തിസഹം. പ്രഥമ മഹാപുരാണമായ ബ്രഹ്മമഹാപുരാണം തന്നെ ചരിത്രദൃഷ്ട്യാ നോക്കുമ്പോൾ ബി സി യിൽ തുടങ്ങി എ ഡി 13 വരെ പരന്നുകിടക്കുന്നു. അതുകൊണ്ടുതന്നെ, പുരാണകർത്താക്കളുടെ കാര്യത്തിലും അവയുടെ രചനാകാലത്തിലും അവ്യക്തതകൾ ഏറുന്നു. വേദം പകുത്ത് വ്യാസൻ പുരാണസംഹിത ഉണ്ടാക്കിയെന്നാണ് വിഷ്ണു മഹാപുരാണം പറയുന്നത്. എന്നാൽ, വേദനിർമ്മിതിക്കുമുമ്പുതന്നെ ബ്രഹ്മാവ് പുരാണനിർമ്മിതി നടത്തിയെന്ന് വായുപുരാണം പറയുന്നു. ഇതൊന്നുംതന്നെ ചരിത്രപരമായി നോക്കുമ്പോൾ പരിഗണനാർഹം

പോലുമാകുന്നില്ല എന്നതാണ് യാഥാർത്ഥ്യം. ക്രിസ്തുവർഷത്തിന്റെ തുടക്കത്തിലാകാം പുരാണങ്ങളുടെ ഉദ്ഭവമെന്നാണ് ഡോ. പുസാല്കറുടെ അഭിപ്രായം.[22] ഗുപ്തകാലഘട്ടത്തിനപ്പുറമുള്ള പ്രാചീനത എ എൽ ബഷാമും നല്കുന്നില്ല.[23] ഈ രണ്ടു നിരീക്ഷണങ്ങളും എത്രത്തോളം ശരിയെന്ന കാര്യത്തിൽ ഇനിയും വസ്തുനിഷ്ഠമായ പഠനങ്ങൾ ആവശ്യമാണ് എന്നു മാത്രം ഇവിടെ സൂചിപ്പിക്കട്ടെ.

ബി സിയിൽ തുടങ്ങി (ബി സി 326-185 വരെയുള്ള മൗര്യവംശത്തെക്കുറിച്ചുള്ള പരാമർശം വിഷ്ണുപുരാണത്തിലുണ്ട്. എ ഡി 13 വരെയുള്ള പരാമർശം സ്കന്ദപുരാണത്തിലും കാണാം. ഇതിലെ സൂര്യക്ഷേത്ര പരാമർശം കാണുക) ദീർഘമായ കാലഘട്ടത്തിലാണ് പുരാണങ്ങൾ പലരാൽ രചിക്കപ്പെട്ടതെന്ന് അനുമാനിക്കാവുന്നതാണ്. വ്യാസനെന്ന ഒറ്റ വ്യക്തിയാൽ വിരചിതമാണ് പുരാണങ്ങൾ എന്ന വിശ്വാസം യുക്തിസഹമല്ല. ഒന്നിലധികം വ്യാസന്മാരാൽ/വ്യാസശിഷ്യന്മാരാൽ വിരചിതമായിരിക്കണം പുരാണങ്ങൾ എന്ന് കരുതുന്നതാണ് യുക്തിസഹം. ഇതു സംബന്ധമായി ഡോ. കെ ജി പൗലോസ് നടത്തിയിട്ടുള്ള നിരീക്ഷണം ഇങ്ങനെയാണ്. "വേദവിജ്ഞാനത്തിന്റെ വ്യാഖ്യാനത്തിന്റെ കഥ അറിഞ്ഞിരിക്കേണ്ടതാണ്. തന്റെ മുൻപിലുണ്ടായിരുന്ന ജ്ഞാനശേഖരത്തെ ചിട്ടപ്പെടുത്തുകയാണ് വ്യാസൻ ചെയ്തത്. അതിനുശേഷം അവ തന്റെ പ്രിയങ്കരരായ ശിഷ്യർക്കു നല്കി. അവരാണ് ശിഷ്യപ്രശിഷ്യരിലൂടെ അനേകവിധം വ്യാഖ്യാനങ്ങളിലൂടെ ഇന്നു കാണുന്ന രീതിയിലുള്ള ജ്ഞാനപ്രപഞ്ചത്തെ വികസിപ്പിച്ചെടുത്തത്."[24]

ഇ. വാല്മീകിയുടെ രാമൻ

പുരാണകർത്താവ്/കർത്താക്കൾ, ആര്?/ആരെല്ലാം എന്നത് അഭ്യൂഹങ്ങളും അനുമാനങ്ങളും മാത്രമാണ്. പക്ഷേ, മറ്റൊരു വസ്തുത ഇവിടെ ശ്രദ്ധേയമാകുന്നു. വേദങ്ങൾക്കും ബ്രാഹ്മണങ്ങൾക്കും ആരണ്യകങ്ങൾക്കും ഉപനിഷത്തുകൾക്കുംശേഷം ഉണ്ടായ പുരാണങ്ങളിലൂടെയാണ് അവതാരസങ്കല്പം രൂപപ്പെടുന്നത്. പ്രജാപതിയെ വിഷ്ണുവാക്കിയതും വിഷ്ണുവിന് അവതാരങ്ങൾ കല്പിച്ചതും പുരാണങ്ങളാണ്. അതേസമയം, അവതാരകഥകളുടെ ബീജം ബ്രാഹ്മണങ്ങളിലും ആരണ്യകങ്ങളിലും ഉള്ളതായും പറയപ്പെടുന്നു എന്നതും ശ്രദ്ധേയമാണ്. ശുക്ലയജുർവേദത്തിന്റെ (യജുർവേദത്തിന് കൃഷ്ണ-ശുക്ലഭേദം കല്പിച്ചിരിക്കുന്നു. മന്ത്രഭാഗങ്ങളുടെ ശുദ്ധിയെ ആധാരമാക്കിയാകാം ഈ വിഭജനമെന്നു കരുതപ്പെടുന്നു.) ബ്രാഹ്മണങ്ങളിൽ പ്രമുഖസ്ഥാനം കല്പിക്കപ്പെടുന്ന ശതപഥബ്രാഹ്മണം, സാമവേദത്തിന്റെ ബ്രാഹ്മണങ്ങളിൽ പ്രമുഖസ്ഥാനം കല്പിക്കപ്പെടുന്ന താണ്ഡ്യം അഥവാ മഹാബ്രാഹ്മണം, ഋഗ്വേദത്തോടു ബന്ധപ്പെട്ട ഐതരേയാരണ്യകം, കൃഷ്ണയജുർവേദം എന്നറിയപ്പെടുന്ന തൈത്തിരീയ സംഹിതയുടെ ആരണ്യകമായ തൈത്തിരീയാരണ്യകം തുടങ്ങിയവയിലൊക്കെ അവതാരകഥകളുടെ ബീജരൂപം

കണ്ടെത്താനാവുന്നതാണ്. എന്നാൽ, ഇവയെ ഉപനിഷദ് മന്ത്രദ്രഷ്ടാക്കൾ അവഗണിക്കുകയാണു ചെയ്തത്. അതിനു കാരണവുമുണ്ട്. അവരന്വേഷിച്ചത് മഹാവാക്യങ്ങളുടെ പൊരുളുകളാണ്. അതു നേടുന്നവർക്ക് അവതാരകല്പനകളുടെ അസംബന്ധങ്ങൾക്കു പിറകെ പോകുവാനാവില്ല. അവരെ സംബന്ധിച്ചിടത്തോളം അത് അപ്രസക്തവുമായിരുന്നു.

എന്നാൽ, ഉപനിഷദ് കാലഘട്ടത്തിനുശേഷം രൂപപ്പെട്ട പുരാണങ്ങളുടെ കർത്താക്കൾ, നിർഭാഗ്യവശാൽ, യജ്ഞാദിക്രിയാപക്ഷത്തേക്ക് മടങ്ങിയതായി കാണാം. ഉപനിഷത്ദ്രഷ്ടാക്കൾ എന്താണോ തേടിയത് അതിനു കടകവിരുദ്ധമായി ഭൗതികപക്ഷത്ത് പുരാണകർത്താക്കൾ നിലയുറപ്പിച്ചു. അതുകൊണ്ടാണ് പുരാണകർത്താക്കൾ സൂര്യനെ/വിഷ്ണുവിനെപ്പിടിച്ച് ത്രിമൂർത്തികളിൽ ഒരാളാക്കിയത്. ഭക്തിമാർഗ്ഗപ്രസ്ഥാനം സുശക്തമായ ക്രി. വ: 8-ാം ശതകത്തിനുമുമ്പുതന്നെ അവതാരകഥകളുടെ പൊടിപ്പുകൾ ചിലയിടങ്ങളിൽ ദൃശ്യമായിരുന്നെങ്കിലും അവ ശക്തമായതും രാമകഥ വ്യാപകമായി പ്രചരിച്ചതും ക്രി. വ. 8-ാം ശതകത്തിനു ശേഷം മാത്രമാണ്. എങ്ങനെ കണക്കുകൂട്ടിയാലും അതിനു മുമ്പേ തന്നെ വാല്മീകി തന്റെ രാമായണ കാവ്യം ശിഷ്യപ്രശിഷ്യരിലേക്കു പകരുകയും ചെയ്തു. അതുകൊണ്ടുതന്നെ, രാമൻ, വിഷ്ണുവിന്റെ അവതാരമാണെന്ന പില്ക്കാല കല്പനയിൽ ആദികവി ഉത്തരവാദിയാകുന്നില്ല. ഈ സാഹചര്യത്തിൽ കൂടിയാണ് അയോദ്ധ്യാ കാണ്ഡത്തിലും യുദ്ധകാണ്ഡത്തിലും വന്നിരിക്കുന്ന അവതാര പരാമർശം പ്രക്ഷിപ്തമാണെന്ന് പറയുന്നത്.

പ്രചാരത്തിലുള്ള രാമകഥയുമായി/രാമകഥകളുമായി ബന്ധപ്പെട്ട പല ഉപകഥകളും ഓരോരോ കാലത്ത്, ഓരോരോ കവികൾ അവരവരുടെ മനോധർമ്മാനുസൃതമായി കൂട്ടിച്ചേർത്തതാണെന്ന് വിശ്വസിക്കുന്നതിന് ശ്രീരാമഭക്തന്മാർ തയ്യാറാവില്ല! ബാലകാണ്ഡം, ഉത്തരകാണ്ഡം എന്നിവപോലും പ്രക്ഷിപ്തമാണെന്ന് അവർ അംഗീകരിക്കില്ല. അത്രയേറെ പ്രചാരവും സ്വീകാര്യതയും അവയ്ക്ക് ലഭിച്ചിരിക്കുന്നു. ജനമനസ്സുകളിലൂടെ തലമുറകളായി കൈമാറിവന്ന അത്തരം കഥകൾ സ്ഥിരപ്രതിഷ്ഠ നേടിക്കഴിഞ്ഞിരിക്കുന്നു. അയോദ്ധ്യാകാണ്ഡം മുതൽ യുദ്ധകാണ്ഡം വരെയുള്ള അഞ്ചു കാണ്ഡങ്ങൾ മാത്രമേ ആദികവിയാൽ വിരചിതമായിട്ടുള്ളൂ എന്നാണ് ശ്രീരാമഭക്തി തലയ്ക്കു പിടിച്ചിട്ടില്ലാത്ത ഗവേഷകരുടെ സൂചിന്തിതമായ അഭിപ്രായം.

വാല്മീകിയുടെ സങ്കല്പത്തിലെ രാമൻ വിഷ്ണുവിന്റെ അവതാരമല്ല എന്നതാണ് യാഥാർത്ഥ്യം. വാല്മീകിയെ അവഗണിച്ച് രാമൻ അവതാരമെന്നോ, രാമനിൽ ദൈവാംശം (വിഷ്ണുചൈതന്യത്തിന്റെ അംശം) കലർന്നിരുന്നുവെന്നോ വിശ്വസിച്ചാൽ തന്നെ പ്രപഞ്ചസൃഷ്ടിയിൽ ഏതിലാണ് ദൈവാംശമില്ലാത്തതെന്ന് ഉപനിഷത്തുകളെ സാക്ഷി നിർത്തി ചോദിക്കേണ്ടതായി വരും. ഉപനിഷത്തുകളിലെ മഹാവാക്യങ്ങളുടെ ആത്യന്തികപ്പൊരുൾ തേടുമ്പോൾ ബ്രഹ്മവും സൃഷ്ടിയും ഒന്നാകുന്നു. തത്വമസി, അഹംബ്രഹ്മാസ്മി തുടങ്ങിയ മഹാവാക്യങ്ങൾ ഓർക്കുക.

അതുകൊണ്ടുതന്നെ, വാല്മീകിയെപ്പോലെയൊരു ഋഷിക്ക്/കവിക്ക് രാമനെ ഒരവതാരമായിക്കാണുന്നതിന് സാദ്ധ്യമല്ല. ഒരു മനുഷ്യൻ അയാളുടെ ജീവിത പ്രതിസന്ധികളിലൂടെ കടന്നുപോകുമ്പോൾ അവയോട് അയാൾ എങ്ങനെയൊക്കെ പ്രതികരിക്കുമോ അങ്ങനെയൊക്കെത്തന്നെയാണ് വാല്മീകിയുടെ രാമനും പ്രതികരിച്ചിരിക്കുന്നത്. ഏതൊരു ജന്മത്തിലും ആ ജന്മത്തിന്റെ സുഖദുഃഖങ്ങളും നന്മതിന്മകളും അനുഭവിച്ചറിഞ്ഞേ മതിയാകൂ. ഉറുമ്പു മുതൽ ആനവരെ അതാണവസ്ഥ! മനുഷ്യനായ രാമനും ഇതിൽനിന്നും മോചിതനോ, വ്യത്യസ്തനോ അല്ല എന്ന പാഠമാണ് പ്രഥമവും പ്രധാനമായും വാല്മീകി നമുക്കു പകർന്നു നല്കുന്നത്. ബാലകാണ്ഡവും ഉത്തരകാണ്ഡവും പ്രക്ഷിപ്തമെന്നു കരുതുമ്പോഴും പ്രസ്തുത കാണ്ഡങ്ങളിൽ നാരദമഹർഷിയാലും മറ്റും വർണ്ണിക്കപ്പെടുന്ന ഗുണഗണങ്ങൾ നിറഞ്ഞ നരനായ രാമനും സുഖദുഃഖങ്ങളിൽനിന്നും മോചനമില്ല. അതാണ് വാല്മീകി തന്റെ രാമായണകാവ്യത്തിലൂടെ സ്ഥാപിക്കുവാൻ ശ്രമിച്ചു വിജയിച്ചത്.

ബാലകാണ്ഡത്തിന്റെ തുടക്കം ഈ അദ്ധ്യായത്തിന്റെ ആരംഭത്തിൽ തന്നെ ചേർത്തിട്ടുണ്ട്. രാമായണകഥാസംക്ഷേപമാണ് ഈ കാണ്ഡത്തിൽ ഉൾക്കൊള്ളിച്ചിരിക്കുന്നത്. വാല്മീകിയോട് നാരദൻ അയോദ്ധ്യാകാണ്ഡം മുതൽ യുദ്ധകാണ്ഡംവരെ വിസ്തരിക്കുന്ന കഥ സംക്ഷിപ്തമായി ഇതിൽ പറയുന്നു. നാരദനിൽനിന്നു കേട്ട രാമകഥ ശ്ലോകനിബന്ധമാക്കുന്നതിന് ബ്രഹ്മാവ് വാല്മീകിയോട് ആജ്ഞാപിക്കുന്നു. അപ്രകാരം ശ്ലോകനിബന്ധമാക്കപ്പെട്ട രാമായണകാവ്യം കുശലവന്മാരെ പഠിപ്പിക്കുന്നതും അവരത് രാമന്റെ മുന്നിൽ ചൊല്ലിക്കേൾപ്പിക്കുന്നതും പരാമർശിതമാകുന്നു. അയോദ്ധ്യാവർണ്ണനം, രാജവർണ്ണനം, മന്ത്രിവർണ്ണനം, യജ്ഞനിശ്ചയം, സുമന്ത്രവാക്യം, ഋഷ്യശൃംഗാനയനകഥനം തുടങ്ങി അയോദ്ധ്യാ പ്രത്യാഗമനം വരെയുള്ള സർഗ്ഗങ്ങളാണ് ബാലകാണ്ഡത്തിലുള്ളത്. വിഷ്ണുവിന്റെ അവതാരമാണ് രാമൻ എന്ന പരാമർശം ബാലകാണ്ഡത്തിൽ പലയിടങ്ങളിലുമുണ്ട്. ഒന്നാം സർഗ്ഗത്തിൽ ഗുണവാനും വീര്യവാനും ധർമ്മജ്ഞനുമൊക്കെയായ നരനെക്കുറിച്ച് നാരദനോട് അന്വേഷിച്ചുതുടങ്ങുന്ന വാല്മീകി, അന്വേഷണാനന്തരം രാമനെന്ന നരനെ അവതാരമാക്കി എന്നതുതന്നെ വിശ്വാസയോഗ്യമല്ല. ഈ കാണ്ഡത്തിലെ ഒന്നാം സർഗ്ഗത്തിൽ നാരദൻ നരനായ രാമന്റെ കഥ വാല്മീകിയോടു പറയുന്നതും രണ്ടാം സർഗ്ഗത്തിൽ ബ്രഹ്മദേവന്റെ ആഗമനവുമാണ് വർണ്ണിച്ചിരിക്കുന്നത്. ബ്രഹ്മദേവൻ വാല്മീകിയോടു കല്പിക്കുന്നത് ഇങ്ങനെയാണ്ഃ

രാമസ്യ ചരിതം കൃത്സ്നം കുരു ത്വ മൃഷിസത്തമ
ധർമ്മാത്മനോ ഭഗവതോ ലോകേ രാമസ്യ ധീമതഃ

(മുനിസത്തമാ, ലോകത്തിലേറ്റവും ധർമ്മാത്മാവും ധീമാനുമായ ഭഗവാൻ രാമന്റെ മുഴുവൻ ചരിത്രവും അങ്ങു ചമച്ചാലും) ഇവിടെ, 'ഭഗവാൻ രാമന്റെ' എന്ന പ്രയോഗം കണ്ട് രാമൻ അവതാരമാണെന്ന പക്ഷം ബ്രഹ്മദേവനുണ്ടെന്നു കരുതേണ്ടതില്ല. എന്തെന്നാൽ തുടർന്ന് ഇങ്ങനെ

യാണ് കാണുന്നത്.

ഇത്യുക്ത്വാ ഭഗവാൻ ബ്രഹ്മാ തത്രൈവാന്തരധീയത
തതഃസശിഷ്യോ ഭഗവാൻ മുനിർ വിസ്മയമായയൗ.

(ഇപ്രകാരം പറഞ്ഞ ശേഷം ബ്രഹ്മദേവൻ അവിടെത്തന്നെ മറഞ്ഞു. അപ്പോൾ, ഭഗവാനായ മുനിവരൻ ശിഷ്യരോടൊപ്പം ആശ്ചര്യംപൂണ്ടു) ഭഗവാനായ മുനിവരൻ എന്ന പ്രയോഗം ശ്രദ്ധിക്കുക. ഇവിടെയൊന്നും ഭഗവാൻ എന്നതിന് അവതാരകഥയുമായി ബന്ധമില്ലെന്നു വ്യക്തം. (ഭഗവാൻ എന്ന പദത്തിന് ശ്രീകണ്ഠേശ്വരം പദ്മനാഭപിള്ളയുടെ ശബ്ദതാരാവലിയിലെ അർത്ഥങ്ങൾ ഇങ്ങനെ: ഐശ്വര്യ പൂർണ്ണൻ, വിഷ്ണു, ഭൂതങ്ങളുടെ ഉല്പത്തി, വിപത്തി, ആഗതി, ഗതി, വിദ്യ, അവിദ്യ ഇവ അറിയന്നവൻ, ശിവൻ, ജിനമഹർഷി, ബുദ്ധൻ, ദേവൻ, സൂര്യൻ, സ്ത്രീ, ഭഗവതി[25]) തുടർന്ന്, രാമകഥ, 'ധർമ്മവീര്യത്താൽ വഴിപോലെ ദർശിച്ച്, വാല്മീകി രാമായണകാവ്യം ചമയ്ക്കുന്നു. പിന്നീട്, രാമായണകാവ്യം ഏതു നിപുണനാണ് പ്രചരിപ്പിക്കുക എന്ന ചിന്തയുടെ ഫലമായി കുശലവന്മാർ അതിനായി നിയോഗിക്കപ്പെട്ടു.

പുത്രലാഭത്തിനായി ആരംഭിച്ച പുത്രകാമേഷ്ടി യാഗവർണ്ണനയ്ക്കു ശേഷമാണ് ബാലകാണ്ഡത്തിൽ അവതാരകഥാപരാമർശം വരുന്നത്. സ്ഥിതികാരകനെന്നു സങ്കല്പിക്കപ്പെടുന്ന മഹാവിഷ്ണുവിന് അവതരിക്കുന്നതിനായി പുത്രകാമേഷ്ടിയാഗം എന്ന അനുഷ്ഠാനം ആവശ്യമുണ്ടോയെന്ന സന്ദേഹം ഇവിടെ മാറ്റിവയ്ക്കുന്നു! അവതാര കഥകൾക്കെതിരെതന്നെ വാദങ്ങളും ഉയർത്തപ്പെട്ടിട്ടുണ്ട് എന്നത് മുമ്പ് സൂചിപ്പിക്കുകയുണ്ടായി. അകായവും (സർവ്വവ്യാപി) അസ്നാവിരനും (ശരീരമില്ലാത്തവൻ) ആയ ഈശ്വരൻ എങ്ങനെ അവതരിക്കുമെന്നത് അവതാരവാദികൾക്കു മാത്രമെ അറിയുകയുള്ളൂ! അവതരിക്കാതെതന്നെ സർവ്വവ്യാപിയും സർവ്വശക്തനുമായ ഈശ്വരന് പാപികളെ നശിപ്പിക്കുവാനാവില്ല എന്നു വരുന്നത് ആ ഈശ്വരനുതന്നെ കുറച്ചിലാണ്!

ദശരഥന്റെ സദസ്സിൽ ആരംഭിച്ച പുത്രകാമേഷ്ടിയാഗസംബന്ധമായ ചർച്ചകൾക്കായി എത്തിച്ചേർന്ന ദേവന്മാരും സിദ്ധന്മാരും ഗന്ധർവ്വൻമാരും ഋഷികളും രാവണനെന്ന രാക്ഷസന്റെ കഥ പറഞ്ഞുതുടങ്ങുന്നിടത്താണ് വിഷ്ണുവിന്റെ അവതാരനിശ്ചയം വെളിവാകുന്നത്.[26] യക്ഷഗന്ധർവ്വദേവാസുരന്മാർക്ക് താൻ അവദ്ധ്യനാകണമെന്ന വരം ബ്രഹ്മദേവനിൽ നിന്നു നേടിയ രാവണൻ മർത്യന്റെ കാര്യം വിട്ടുപോയിയെന്നും വരലബ്ധിയിലെ ആ പിഴവ് രാവണനിഗ്രഹത്തിനായി ഉപയോഗിക്കാമെന്നുമാണ് ബ്രഹ്മദേവന്റെ ഉപദേശം. ഇതുപയോഗിച്ച് മഹാവിഷ്ണുവിനോട് ദേവന്മാർ രാവണനിഗ്രഹത്തിനായി അപേക്ഷിക്കുന്നു. അതു മാനിച്ചാണ് രാമാവതാരം കൈക്കൊണ്ട് രാവണനിഗ്രഹം നടത്തുന്നതിനായി മഹാവിഷ്ണു നിശ്ചയിക്കുന്നത്.

ഭയം ത്യജതേ ഭദ്രം വോ ഹിതാർത്ഥം യുധിരാവണം
സപുത്രപൗത്രം സാമാത്യം സമന്ത്രിജ്ഞാതിബാന്ധവം

ഹത്വാക്രൂരം ദുരാധർഷം ദേവർഷീണാം ഭയാവഹം
ദശവർഷസഹസ്രാണി ദശവർഷ ശതാനിച
വത്സ്യാമി മാനുഷേലോകേ പാലയൻ പൃഥിവീമിമാം
ഏവം ദത്വാവരം ദേവോ ദേവാനാം വിഷ്ണുരാത്മവാൻ
മാനുഷ്യേചിന്തയാ മാസജന്മഭൂമിമഥാത്മനഃ
തതഃ പദ്മ പലാശാക്ഷഃ കൃത്വാത്മാനം
ചതുർവിധം
പിതരാം രോചയാമാസ തദാ ദശരഥം നൃപം
തതോദേവർഷിഗന്ധർവ്വാഃസരുദ്രാഃ സാപ്സരോഹണാഃ
സ്തുതിഭിർ ദിവ്യരൂപാഭിസ്തുഷ്ടുവുർ മധുസൂദനം

("നിർഭയരാംകുവിൻ, നിങ്ങൾക്കു മംഗളം ഭവിക്കട്ടെ. ദേവന്മാരെയും ഋഷിമാരെയും ദ്വേഷിപ്പിക്കുന്ന ദുരാത്മാവായ രാവണനെ പുത്രപൗത്രൻമാരോടും അമാത്യന്മാരോടും മിത്രജ്ഞാതീ ബന്ധുജനങ്ങളോടുംകൂടി യുദ്ധത്തിൽവധിച്ച് പതിനോരായിരം സംവത്സരം നരലോകത്തിൽ ഭൂമിയെ പരിപാലിച്ചുകൊണ്ട് ഞാൻ വസിക്കുന്നുണ്ട്." ആത്മസ്വരൂപിയായ വിഷ്ണുദേവൻ ദേവകൾക്ക് ഇങ്ങനെ വരം നല്കിയശേഷം നരലോകത്തെ തന്റെ ജന്മഭൂമിയെക്കുറിച്ച് ചിന്തിച്ചു. പദ്മദളനേത്രനായ ഭഗവാൻ സ്വശക്തിയെ നാലായി പകുത്ത് ദശരഥമഹാരാജനെ താതനാക്കുവാൻ തീരുമാനിച്ചു. അപ്പോൾ ദേവഗന്ധർവ്വാപ്സരസ്സുകളും രുദ്രാദികളും ദിവ്യരൂപസ്തുതികളാൽ മധുസൂദനനെ വാഴ്ത്തി.[27]) അവതാരനിശ്ചയം നടക്കുന്നതായി ബാലകാണ്ഡത്തിൽ ഇപ്രകാരമാണ് പറഞ്ഞിരിക്കുന്നത്.

മഹാവിഷ്ണുവിന്റെ ശക്തിയെ നാലാക്കി പകുത്ത് ദശരഥന്റെ മൂന്നു പത്നിമാരിൽ പുത്രഭാവത്തിൽ അവതരിക്കുവാനാണ് ദേവകളുടേയും ഋഷികളുടേയും പ്രാർത്ഥന. യാഗാഗ്നിയിൽനിന്നു പുറത്തുവന്ന അതുല്യശോഭയാർന്നവനും മഹാബലവാനും മഹാവീര്യവാനുമായ മഹാഭൂതം നല്കിയ പായസം ദശരഥൻ സ്വീകരിച്ചു. പ്രിയദർശനനും ആശ്ചര്യകാരനുമായ ഭൂതത്തെ നമസ്കരിച്ച് അത്യാനന്ദത്തോടെ ദശരഥൻ യാഗാഗ്നിയെ പ്രദക്ഷിണം ചെയ്തു. മഹാഭൂതം അന്തർദ്ധാനം ചെയ്തശേഷം അദ്ദേഹം അന്തഃപുരത്തിലെത്തി കൗസല്യയോട് 'സ്വയം പുത്രലാഭത്തിനുവേണ്ടി' പായസം വാങ്ങുവാൻ ആജ്ഞാപിച്ചു. നരപതിയായ ദശരഥൻ പായസത്തിൽ പകുതി കൗസല്യയ്ക്കും ശേഷിച്ച പകുതിയുടെ പകുതി സുമിത്രയ്ക്കും ബാക്കിയുള്ളതിൽ പകുതി പുത്രാർത്ഥമായി കൈകേയിക്കും കൊടുത്തു. അമൃതോപമമായ ആ പായസത്തിൽ അവശേഷിച്ചിരുന്ന ഭാഗം അല്പമൊന്നാലോചിച്ചശേഷം സുമിത്രയ്ക്കുതന്നെ നൃപൻ നല്കി. അങ്ങനെ പായസം പങ്കിടൽ പൂർത്തിയായി.

തതസ്തുതാഃപ്രാശ്യതമുത്തമസ്ത്രീയോ
മഹീപതേ രുത്തമ പായസം പൃഥക്
ഹുതാശനം ദിത്യ സമാനതേജസോ-

ƒചിരേണ ഗർഭാൻ പ്രതിപേദിരേ തദാ.

(നൃപന്റെ ആ ഉത്തമപത്നിമാർ ആ വിശിഷ്ട പായസം വെവ്വേറെ കഴിച്ച് അനലനേയും ആദിത്യനേയുംപോലെ തേജസ്വിനികളായി വൈകാതെ ഗർഭം ധരിച്ചു) തുടർന്നാണ്, വാനരോല്പത്തിസംബന്ധമായ പരാമർശം. വാനരൻമാരാകട്ടെ രാവണനിഗ്രഹവേളയിൽ വിഷ്ണുവിന്റെ സഹായികളാണ്. ദേവന്മാരുടെ സൃഷ്ടികളാണ് വാനരന്മാർ. അവരാകട്ടെ വിഷ്ണുവിന്റെ താല്പര്യപ്രകാരം സൃഷ്ടിക്കപ്പെട്ടവരും.[28] അതവിടെ നില്ക്കട്ടെ. നമുക്ക് അവതാരകഥയിലേക്കു മടങ്ങാം. യാഗം കഴിഞ്ഞ് ആറ് ഋതുക്കൾ കഴിഞ്ഞപ്പോൾ 12-ാം മാസത്തിൽ ചൈത്രമാസത്തിലെ നവമീതിഥിയിൽ, അദിതി ദേവതയായുള്ള പുണർതംനക്ഷത്രത്തിൽ പഞ്ചഗ്രഹങ്ങളും ഉച്ചസ്ഥായിയിൽ നില്ക്കുമ്പോൾ, കർക്കടകലഗ്നത്തിൽ വ്യാഴം ചന്ദ്രനോടൊത്ത് ഉദിക്കുമ്പോൾ ദിവ്യലക്ഷണയുക്തനും സർവ്വലോകനമസ്കൃതനും വിഷ്ണുവിന്റെ അർദ്ധാംശമായവനും ജഗന്നാഥനും ഇക്ഷ്വാകുനന്ദനനും മഹാഭാഗനും ലോഹിതാക്ഷനും മഹാബാഹുവും രക്തോഷ്ഠനും ദുന്ദുഭീസ്വരനുമായ രാമനെന്ന പുത്രനെ കൗസല്യ ജനിപ്പിച്ചു എന്നാണ് *വാല്മീകിരാമായണം* ദാക്ഷിണാത്യപാഠത്തിലെ ബാലകാണ്ഡത്തിലുള്ളത്. കൈകേയിയിൽ ഭരതനും സുമിത്രയിൽ ലക്ഷ്മണ-ശത്രുഘ്നന്മാരും ജനിക്കുന്നു. എല്ലാവരുടേയും നക്ഷത്രവും മറ്റും പറയുന്നുമുണ്ട്! പ്രസന്ന ബുദ്ധിയായ ഭരതൻ പൂയം നാളിൽ മീനം രാശിയിലും ലക്ഷ്മണ-ശത്രുഘ്നന്മാർ ആയില്യം നാളിൽ ആദിത്യൻ ഉദിച്ചപ്പോൾ കർക്കടകരാശിയിലും പിറന്നുവെന്ന് പറഞ്ഞിരിക്കുന്നു. (മനുഷ്യസ്ത്രീകൾ 10-ാം മാസമാണ് പ്രസവിക്കുന്നതെന്നിരിക്കെ ഇവിടെ ദശരഥ പത്നിമാർ 12-ാം മാസമാണ് പ്രസവിക്കുന്നത്! സ്ഥിതികാരകനായ മഹാവിഷ്ണുവിന് മനുഷ്യനായി അവതരിക്കുന്നതിനും ഗ്രഹനില ചേരണമെന്ന് ആർക്കോ നിർബ്ബന്ധമുള്ളതുപോലെ തോന്നും ഈ ഭാഗം വായിക്കുമ്പോൾ. ജാതകരചന വൈദികമല്ലെന്നും സീതാപരിണയം, പാർവ്വതിപരിണയം തുടങ്ങിയവയുടെയൊന്നും മുഹൂർത്തങ്ങൾ രേഖപ്പെടുത്തപ്പെട്ടിരുന്നില്ലയെന്നും വനവാസയാത്രയ്ക്കു മാത്രമല്ല ഒരു യാത്രയ്ക്കും കാലം നോക്കുന്നില്ലയെന്നും ശ്രദ്ധിക്കണം. ഫലിതജ്യോതിഷത്തിന്റെ ഉത്ഭവം സമീപകാലത്താകയാൽ ദാക്ഷിണാത്യപാഠത്തിൽ ഈ ഭാഗം ഏതോ ദാക്ഷിണാത്യജ്യോതിഷി എഴുതിച്ചേർത്തതാകാമെന്നും ഊഹിക്കപ്പെടുന്നു)

ബാലകാണ്ഡം പൂർണ്ണമായും പ്രക്ഷിപ്തമാണെന്നു പറയുമ്പോഴും ഇതിനൊരു പ്രാരംഭരൂപമുണ്ടായിരുന്നുവെന്നും ക്രമേണയാണ് അതിൽ പ്രക്ഷിപ്തങ്ങൾ കടന്നുകൂടിയതെന്നും പറയപ്പെടുന്നു. അത്തരം പ്രക്ഷേപങ്ങളെ നീക്കിയിട്ട് ബാലകാണ്ഡത്തിന്റെ പ്രാരംഭരൂപമായി കാമിൽബുൽകെ കരുതിയത് ഇതാണ്.[29]

സർഗ്ഗം 1-4 - ഭൂമിക

സർഗ്ഗം 5-7 - അയോദ്ധ്യാവർണ്ണന

സർഗ്ഗം 8-13-14 - ദശരഥന്റെ അശ്വമേധവർണ്ണന
സർഗ്ഗം 18-31 രാമന്റെ ജനനവും കൗമാരകാലവും ചെയ്തികളും (താടകാവധം, വിശ്വാമിത്രന്റെ യാഗരക്ഷ എന്നിവ)
സർഗ്ഗം 66-73 രാമന്റെ വിവാഹം
സർഗ്ഗം - 77 അയോദ്ധ്യയിലേക്കുള്ള തിരിച്ചുവരവ്

രാമന്റെ അവതാരകഥയെ ഊട്ടിയുറപ്പിക്കുവാൻ ശ്രമിക്കുന്നത് പ്രക്ഷിപ്തമെന്നു പരക്കെ അംഗീകരിക്കപ്പെട്ടിരിക്കുന്ന *ഉത്തരകാണ്ഡ*ത്തിലാണ്. സീതാപരിത്യാഗം, ശംബുകവധം തുടങ്ങിയവ ഈ കാണ്ഡത്തിലാണുള്ളത്. അതുപോലെ, രാമന്റെ അവതാരകഥയെ മാത്രമല്ല വാല്മീകിയാൽ വിരചിതമാണ് രാമായണകാവ്യമെന്ന സങ്കല്പനത്തെയും അരക്കിട്ടുറപ്പിക്കുന്നതിനുള്ള ശ്രമവും ഈ കാണ്ഡത്തിൽ കാണാവുന്നതാണ്.

"ശ്രീമാനായ രാമൻ സഹോദരൻമാരോടൊപ്പം പതിനോരായിരം വർഷം രാജ്യപാലനം ചെയ്തു" എന്നിടത്ത് യുദ്ധകാണ്ഡം സമാപ്തമാവുകയാണ്. തുടർന്ന് ഫലശ്രുതി. അതിനുശേഷമാണ്, അടുത്ത കാണ്ഡമായ ഉത്തരകാണ്ഡം. രാക്ഷസനിഗ്രഹാനന്തരം രാജ്യം ഭരിച്ചിരിക്കവെ, രാമനെ അഭിനന്ദിക്കുന്നതിനായി വടക്കു ദിക്കിൽ വസിക്കുന്ന വസിഷ്ഠൻ, കശ്യപൻ, വിശ്വാമിത്രൻ, അത്രി, ഗൗതമൻ, ജമദഗ്നി, ഭരദ്വാജൻ എന്നീ സപ്തർഷിമാരും കിഴക്കുദിക്കിൽനിന്ന് കൗശികൻ, യവക്രീതൻ, ഗാർഹ്യൻ, ഗാലവൻ, കണ്വൻ എന്നിവരും തെക്കുദിക്കിൽനിന്ന് അഗസ്ത്യനോടൊപ്പം സ്വസ്തി, അത്രേയൻ, ഭഗവാൻ നമുചി, പ്രമുചി, ഭഗവാൻ അത്രി, സുമുഖൻ, വിമുഖൻ എന്നിവരും പടിഞ്ഞാറുദിക്കിൽ നിന്ന് നൃഷംഗു, കവഷൻ, ധൗമ്യൻ, രൗദ്രേയമുനി എന്നിവരും ശിഷ്യന്മാർക്കൊപ്പം രാമസവിധത്തിൽ എത്തിച്ചേരുന്നിടത്താണ് ഉത്തരകാണ്ഡം ആരംഭിക്കുന്നത്. വിധിപ്രകാരം സ്വീകരിച്ചിരുത്തപ്പെട്ട മഹർഷിമാർ രാവണനുൾപ്പെടെയുള്ള രാക്ഷസർ രാമന്റെ കൈയാൽ കൊല്ലപ്പെട്ടതിൽ രാമനെ അനുമോദിക്കുന്നു. (രാമ-രാവണയുദ്ധം കഴിഞ്ഞ്, രാമൻ രാജ്യഭാരവും തുടങ്ങി ഏറെനാൾ കഴിഞ്ഞാണ് അഭിനന്ദനവുമായി മുനിമാരുടെ വരവ്! ഒരു നേട്ടത്തിന്റെ പേരിൽ ആരെയെങ്കിലും അഭിനന്ദിക്കണമെങ്കിൽ അത് നേട്ടത്തിനു തൊട്ടുപിന്നാലെയോ, അധികം വൈകാതെയോ ആകുന്നതാണ് ഉചിതവും പതിവും. ഇവിടെ, അങ്ങനെയല്ല സംഭവിക്കുന്നത്. ഈ കാലതാമസം തന്നെ ഈ കാണ്ഡത്തിന്റെ പ്രക്ഷിപ്തതയെ വെളിവാക്കുന്നുണ്ടോ?) രാമ-രാവണയുദ്ധത്തിൽ കൊല്ലപ്പെട്ട രാക്ഷസന്മാരുടെ പേരുവിവരങ്ങൾ രാമനുതന്നെ ബോദ്ധ്യമുള്ളതാണ്.

മഹർഷിമാർ പറയുന്നു:
സംഖ്യേ തസ്യ ന കിംചിത്തു രാവണസ്യ പരംഭവഃ
ദ്വന്ദയുദ്ധമനുപ്രാപ്തോ ദിഷ്ട്യാ തേ രാവണിർഹതഃ
("യുദ്ധത്തിൽ രാവണന്റെ നാശം അത്ര ശ്രേയസ്സുണ്ടാക്കുന്നില്ല.

എന്നാൽ ദ്വന്ദ്വയുദ്ധത്തിൽ ഇന്ദ്രജിത്ത് ഭവാന്റെ വൈഭവത്താൽ വധിക്കപ്പെട്ടത് ശ്രേയസ്കരം തന്നെ" എന്ന്. നോക്കൂ, എത്രയേറെ അസംബന്ധമാണ് ഈ മുനിമാർ പറയുന്നതെന്ന്. ഏതൊരുവനാലാണോ ദേവലോകം പോലും വിറളിപൂണ്ടിരുന്നത് ആ രാവണനെ വിഷ്ണു, രാമാവതാരം പൂണ്ടുവധിച്ചത് അത്രയൊന്നും ശ്രേയസ്കരമല്ലയെന്ന്! അതേസമയം, ഇന്ദ്രജിത്ത് വധമാണത്രെ ശ്രേയസ്കരമെന്ന്! ഇന്ദ്രജിത്ത് വധം നിർവ്വഹിച്ച ലക്ഷ്മണനോട് രാമന്റെ മനസ്സിൽ ഒരുതുള്ളിയെങ്കിൽ ഒരു തുള്ളി വിഷം പകരുകയായിരുന്നുവോ മുനിമാർ ലക്ഷ്യമാക്കിയിരുന്നത്? ഈ വിഷമാണോ ഒടുവിൽ ലക്ഷ്മണപരിത്യാഗത്തിലേക്ക് രാമനെ നയിച്ചതെന്നു സംശയിക്കേണ്ടിയിരിക്കുന്നു. മറ്റെന്തെല്ലാം കാരണങ്ങളുണ്ടെങ്കിലും ലക്ഷ്മണ പരിത്യാഗത്തിന് ഇതും ഒരുകാരണമായിരുന്നില്ലേ? ഇതിനെയാണ് മഹർഷിമാരുടെ ബുദ്ധി എന്നുപറയേണ്ടത്!)

തീർന്നില്ല, അവർ തുടരുകയാണ്:

സോഽവധ്യഃ സർവഭൂതാനാം മഹാമായാധരോ യുധി
വിസ്മയസ്ത്വേഷ ചാസ്മാകം തച്ഛ്രുത്വേന്ദ്ര ജിതംഹതം.

(യുദ്ധത്തിൽ സർവ്വഭൂതങ്ങൾക്കും അവധ്യനും മഹാമായാവിയുമായ ആ ഇന്ദ്രജിത്തു കൊല്ലപ്പെട്ടെന്നു കേട്ടാണ് ഞങ്ങൾക്കെല്ലാം ഈ ആശ്ചര്യം)

മഹാവീര്യവാനും രാക്ഷസകുലാധിപനുമാണ് രാവണൻ. കുംഭകർണ്ണനും വീരനാണ്. അവരിരുവരേയുംവിട്ട് രാവണപുത്രനായ ഇന്ദ്രജിത്തിനെ ഇത്രയേറെ എന്തുകൊണ്ട് വാഴ്ത്തുന്നു എന്ന സന്ദേഹം രാമൻ ഉന്നയിക്കുന്നുമുണ്ട്. അയാളുടെ പ്രഭാവം എങ്ങനെയുള്ളതാണെന്നും അവന്റെ ബലമെങ്ങനെയെന്നും അവൻ എന്തുകൊണ്ട് രാവണനു മേലേയായിയെന്നും രാമൻ ചോദിക്കുന്നു. രാമന്റെ അത്തരം സന്ദേഹങ്ങൾക്കുള്ള മറുപടിയായി അഗസ്ത്യനാണ് ഇന്ദ്രജിത്തിന്റെ വീരശൂരപരാക്രമങ്ങളെക്കുറിച്ചും അതിലെത്തിച്ചേർന്നവഴികളെക്കുറിച്ചും പറയുന്നത്.

പൗലസ്ത്യപുത്രനായി വിശ്രവസ്സും അദ്ദേഹത്തിന്റെ പുത്രനായി വൈശ്രവണനും ഉണ്ടായി. വൈശ്രവണൻ അനേകായിരം വർഷം കഠിനതപം ചെയ്ത് ബ്രഹ്മാവിനെ പ്രീതിപ്പെടുത്തി ഇന്ദ്രൻ, യമൻ എന്നീ ദേവൻമാർക്കൊപ്പം എത്തിച്ചേർന്നു. സൂര്യതുല്യമായ പുഷ്പകം എന്ന വിമാനവും വൈശ്രവണൻ നേടിയെടുത്തു. അതോടൊപ്പം, ലങ്കയെന്നു പേരുള്ള രമ്യനഗരിയും. തുടർന്നാണ്, രാക്ഷസോല്പത്തികഥ രാമന്റെ അഭ്യർത്ഥനപ്രകാരം അഗസ്ത്യൻ വിവരിക്കുന്നത്. രാമൻ, വിഷ്ണുവിന്റെ അവതാരമാണെന്ന പരാമർശം ഉത്തരകാണ്ഡത്തിൽ ആദ്യം വരുന്നത് എട്ടാം സർഗ്ഗത്തിലാണ്.

നചാന്യോ രാക്ഷസാൻ ഹന്താ സുരാരീൻ ദേവകണ്ടകാൻ
ഋതേ നാരായണം ദേവം ശംഖചക്രഗദാധരം.

(സുരവൈരികളും ദേവകണ്ടകൻമാരുമായ രാക്ഷസന്മാരെ ശംഖചക്രഗദാപാണിയായ വിഷ്ണുദേവനല്ലാതെ മറ്റാരും കൊല്ലുകയില്ല)

ഭവാൻ നാരായണോ ദേവശ്ചതുർബാഹുഃ സനാതനഃ
രാക്ഷസാൻ ഹന്തുമുത്പന്നോ ഹ്യജേയഃ പ്രഭുരവ്യയഃ

(രാക്ഷസന്മാരെ വധിക്കാൻവേണ്ടി വന്നുപിറന്ന അങ്ങു തന്നെയാണ് അജയ്യനും അവ്യയനും പ്രഭുവും ദേവനും സനാതനനും ചതുർബാഹുവുമായ നാരായണൻ) തുടർന്നാണ്, മുനിപുംഗവനായ വിശ്രവസ്സിൽ നിന്നും ഗർഭം ധരിച്ച കൈകസി, രാവണൻ, കുംഭകർണ്ണൻ, ശൂർപ്പണഖ, വിഭീഷണൻ എന്നിവരെ പ്രസവിച്ച കഥ അഗസ്ത്യമുനി പറയുന്നത്. മനുഷ്യരിൽനിന്നും മരണം സംഭവിക്കില്ലെന്നവരം ബ്രഹ്മാവിൽനിന്നും രാവണൻ നേടാതെപോയതും വിഭീഷണൻ അമരത്വം നേടുന്നതും മറ്റും തുടർന്നുള്ള കഥകൾ. ഹേമയെന്ന അപ്സരസ്സിലുണ്ടായ കന്യകയായ മണ്ഡോദരിയെ - മയന്റെ പുത്രി - രാവണൻ പരിഗ്രഹിക്കുന്നു. നിഷ്ഫലമാകാത്ത, മയനിർമ്മിതമായ ഒരുവേൽ മയൻ രാവണനുനല്കി. വൈരോചനന്റെ ദൗഹിത്രിയായ വജ്റജ്വാലയെ കുംഭകർണ്ണനും ശൈലുഷനെന്ന ഗന്ധർവ്വരാജാവിന്റെ പുത്രിയും ധർമ്മിഷ്ഠയുമായ സരമയെ വിഭീഷണനും ഭാര്യമാരാക്കി. രാവണന് മണ്ഡോദരിയിൽ പിറന്ന പുത്രനാണ് മേഘനാഥൻ അഥവാ ഇന്ദ്രജിത്ത്.

തുടർന്ന്, രാക്ഷസരാജാവായ രാവണന്റെ യുദ്ധങ്ങളും വിജയങ്ങളും വർണ്ണിക്കപ്പെടുന്നു. ഇതിനിടയിൽ, ശിവന്റെ അനുചരനായ നന്ദികേശ്വരനിൽ നിന്നും രാവണൻ ശാപവും ഏറ്റുവാങ്ങി. തന്നെപ്പോലെ രൂപമുള്ളവരും തന്റെ വീര്യത്തിനൊത്ത തേജസ്സുള്ളവരുമായ വാനരന്മാരാൽ രാവണനു നാശം സംഭവിക്കുമെന്നായിരുന്നു നന്ദികേശ്വരശാപം. ദശാനനനെന്നപേർ രാവണനു നല്കുന്നത് അയാളിൽ പ്രീതനായ ശിവനാണ്. അതിഭയങ്കരമായി അലറിയതുകൊണ്ടാണ് ദശാനനൻ എന്നപേർ ലഭിക്കുന്നത്. (അല്ലാതെ, പത്തുതലയോ, മുഖങ്ങളോ ഉള്ളതുകൊണ്ടല്ല) ചന്ദ്രഹാസമെന്ന പ്രസിദ്ധമായവാളും ശിവനിൽനിന്ന് രാവണനുലഭിച്ചു.

അതിതേജസ്വിയും ബ്രഹ്മർഷിയുമായ കുശധ്വജന്റെ പുത്രിയായ വേദവതിയുടെ കഥയാണ് അഗസ്ത്യമുനി തുടർന്നു പറയുന്നത്. തപോനിരതയായിരുന്ന വേദവതിക്കുമുന്നിൽ കാമമോഹിതനായി രാവണൻ എത്തുന്നു. തന്നെ വിഷ്ണുവിനു മാത്രമെ നല്കുകയുള്ളൂവെന്നും തന്റെ പിതാവിന് ഇഷ്ടപ്പെട്ട ജാമാതാവ് വിഷ്ണു ആണെന്നും വേദവതി പറയുന്നുവെങ്കിലും രാവണൻ അതവഗണിക്കുന്നു. വേദവതിയുടെ നിഷേധവാക്കുകളെയെല്ലാം അവഗണിച്ച് രാവണൻ ആ കന്യകയുടെ തലമുടിയിൽ കടന്നു പിടിച്ചു. രാവണസ്പർശമേറ്റ വേദവതി അഗ്നിയിൽ പ്രവേശിച്ച് ജീവനൊടുക്കി. അഗ്നിപ്രവേശനത്തിനുമുമ്പ് വേദവതി രാവണനോടു പറഞ്ഞു.

യ ദിത്വസ്തി മയാ കിം ചിത്കൃതം ദത്തം ഹുതംയഥാ
തസ്മാത്ത്വ യോനിജാ സാദ്ധ്വീഭവേയം ധർമ്മിണഃ സുതാ.

(ഞാൻ അല്പമെങ്കിലും ദാനമോ, ഹോമമോ, ചെയ്തിട്ടുണ്ടെങ്കിൽ ഞാൻ അയോനിജയും സാദ്ധ്വിയും ധർമ്മിഷ്ഠന്റെ പുത്രിയുമായി ജനി

ക്കും) അങ്ങനെ സംഭവിക്കുന്ന ജന്മം രാവണനെ വധിക്കാനായാണ്! ഈ വേദവതിയാണ് ജനകമഹാരാജാവിന്റെ മകളായി ജനിച്ചതെന്നും വിഷ്ണുവിന്റെ അവതാരമായ രാമന്റെ ഭാര്യയായതെന്നും അഗസ്ത്യൻ പറയുന്നു. ഇവിടെയും രാമൻ, വിഷ്ണുവിന്റെ അവതാരമാണെന്ന വെളിപ്പെടുത്തൽ അഗസ്ത്യമുനി ആവർത്തിക്കുന്നു.

എന്നാൽ, 19-ാം സർഗ്ഗത്തിലെ അനരണ്യശാപവേളയിൽ രാമന്റെ അവതാരകഥ വരുന്നില്ല. അനരണ്യ, രാവണനെ ശപിക്കുന്നവേളയിൽ മഹാത്മാക്കളായ ഇക്ഷ്വാകുക്കളുടെ കുലത്തിൽ രാമനെന്നുപേരുള്ള ദശരഥപുത്രൻ ജനിക്കുമെന്നും അവൻ നിന്റെ (രാവണന്റെ) ജീവൻ അപഹരിക്കുമെന്നും മാത്രമേ ശാപവാക്കുകളായുള്ളൂ. ഇന്ദ്രജിത്ത് വാഴ്ത്തപ്പെടേണ്ടതിന്റെ കാരണം ഉത്തരകാണ്ഡം 30-ാം സർഗ്ഗത്തിലാണുള്ളത്. ഇന്ദ്രനെപ്പോലും പോരിൽ തോല്പിച്ചവനാണ് രാവണപുത്രൻ. അയാൾ ഇന്ദ്രജിത്തെന്ന പേരിൽ അറിയപ്പെടുമെന്ന വരം നല്കുന്നത് ബ്രഹ്മാവ് ആണ്. ബ്രഹ്മാവിൽനിന്നും അമരത്വം വരമായി നേടുവാൻ ഇന്ദ്രജിത്ത് ശ്രമിക്കുന്നുണ്ട്. നിഷ്ഫലമായ പ്രസ്തുത ശ്രമത്തിനു ശേഷമാണ്, അഗ്നിയിൽ പതിവായി മന്ത്രപൂർവ്വം ഹോമം ചെയ്താൽ ശത്രുജയം കാംക്ഷിക്കുന്ന തനിക്ക് പോരിലിറങ്ങാൻ അശ്വങ്ങളെ പൂട്ടിയ തേര് അഗ്നിയിൽ നിന്നും ഉളവാകണമെന്നും അതിലിരിക്കുമ്പോൾ തനിക്കു മരണമുണ്ടാകരുതെന്നും ഇന്ദ്രജിത്ത് വരം നേടുന്നത്. ഹോമം തീരുന്നതിനുമുമ്പ് പോരിൽ പൊരുതേണ്ടിവന്നാൽ തനിക്കു വിനാശം സംഭവിച്ചുകൊള്ളട്ടെയെന്ന വരവും ബ്രഹ്മദേവനിൽനിന്നും നേടിയ ശേഷമാണ് ഇന്ദ്രജിത്ത് ദേവനെ വിട്ടയയ്ക്കുന്നത്. അങ്ങനെ, ഇന്ദ്രനെ ജയിച്ചവനും ബ്രഹ്മാവിൽനിന്നും അപൂർവ്വവരങ്ങൾ നേടിയവനുമായ ഇന്ദ്രജിത്തിനെ വധിക്കുക എന്നത് രാവണനിഗ്രഹത്തേക്കാൾ ശ്രമകരമാണെന്നാണ് അഗസ്ത്യമുനിയുടെ പക്ഷം. അതുകൊണ്ടാണ്, രാവണനിഗ്രഹം അവതാരലക്ഷ്യമായിരുന്നപ്പോൾതന്നെ രാവണപുത്രവധം ആശ്ചര്യകരമെന്ന് മുനി പ്രസ്താവിച്ചത്. അതെന്തു തന്നെയായാലും ലോകൈകവീരന്മാരെ മുഴുവൻ ജയിച്ച രാവണനു മുകളിൽ ഇന്ദ്രജിത്തിനെ പ്രതിഷ്ഠിച്ചു കാണുന്നതിൽ അനൗചിത്യം ഇല്ലേയെന്നു സംശയിച്ചു പോകും. ഈ സന്ദേഹങ്ങൾ തല്ക്കാലം മാറ്റി നിർത്തി നമുക്ക് അവതാരകഥയിലേക്കു മടങ്ങാം.

സീതാപരിത്യാഗത്തിന് സാധൂകരണമെന്ന നിലയിൽ ഭൃഗുശാപകഥ ഈ കാണ്ഡത്തിലുണ്ട്. സീതാപരിത്യാഗം പൂർവ്വനിശ്ചിതമാണെന്ന ന്യായീകരണമാണിവിടെയുള്ളത്. മറ്റൊരു സന്ദർഭം, സീത പാതാളത്തിൽ മറഞ്ഞുകഴിഞ്ഞപ്പോൾ ദുഃഖിതനായ രാമനെ ആശ്വസിപ്പിക്കുന്നതിനായി എത്തുന്ന ബ്രഹ്മദേവന്റെ വാക്കുകളാണ്.

ന ഖലുത്വാം മഹാബാഹോ സ്മാരയേയമനുത്തമം
ഇമംമുഹൂർത്തം ദുർധർഷ സ്മര ത്വം ജന്മവൈഷ്ണവം

(മഹാബാഹോ, സർവ്വോത്തമനായ അങ്ങയെ ഞാനൊന്നും ഓർമ്മിപ്പിക്കേണ്ടതില്ല. ദുർദ്ധർഷാ, ഈ ക്ഷണത്തിൽതന്നെ അങ്ങയുടെ

വൈഷ്ണവജന്മം ധരിക്കുക) കാലം കുറെ കഴിഞ്ഞപ്പോൾ, കാലദേവൻ താപസരൂപമെടുത്ത് ദൂതനായി രാജകവാടത്തിലെത്തുന്നതും താപസനും താനും തമ്മിൽ സംസാരിക്കുന്നതു കേൾക്കുകയോ, കാണുകയോ ചെയ്യുന്നവൻ തനിക്കു വധ്യനായിത്തീരുമെന്ന് രാമൻ, ലക്ഷ്മണനോടു പറയുന്നതും ഉത്തരകാണ്ഡത്തിൽ വിവരിക്കുന്നു, താപസരൂപം ധരിച്ച് ദൂതനായെത്തിയ കാലന്റെ ബ്രഹ്മസന്ദേശകഥനത്തിൽ ഒന്നിലധികം തവണ അവതാരസൂചനകളുണ്ട്. ലോകത്രയങ്ങളുടെ കാര്യത്തിനുവേണ്ടിയാണ് തന്റെ ജനനമെന്നും അത് പൂർത്തിയായ സ്ഥിതിക്ക് വന്നയിടത്തേക്കു തന്നെ മടങ്ങിക്കൊള്ളാമെന്നും രാമൻ, ദൂതന് വാക്കു നല്കുന്നുമുണ്ട്. ഈ സമയം ദുർവ്വാസാവ്മഹർഷി വരികയും ലക്ഷ്മണന് തടയാനാകാതെ അദ്ദേഹം രാമദർശനം സാധിക്കുകയും ചെയ്തു. തുടർന്ന് ലക്ഷ്മണപരിത്യാഗം. സ്വഗൃഹത്തിൽ പോലും അവസാനമായിക്കയറാതെ ലക്ഷ്മണൻ സരയുവിൽ മറയുന്നു.

ലക്ഷ്മണനെ രാമൻ പരിത്യജിച്ചതിനുശേഷം കുശലവാഭിഷേകം നടത്തുന്നു. കോസലത്തിൽ കുശനെയും വടക്കുദിക്കിൽ ലവനെയും അഭിഷേകം ചെയ്തു. വിഭീഷണനോട് ലങ്കയിൽ വാഴാനും (എത്രകാലം പ്രജകൾ ഉണ്ടാകുമോ അത്രയും കാലം) ലോകത്തിൽ തന്റെ കഥ പ്രചരിക്കുന്നിടത്തോളം കാലം ജീവനോടെയിരിക്കാൻ ഹനുമാനെയും രാമൻ ആശ്വസിപ്പിച്ചതിനുശേഷം മഹാപ്രസ്ഥാനം ആരംഭിക്കുകയായി.

ബാലകാണ്ഡവും ഉത്തരകാണ്ഡവും പ്രക്ഷിപ്തമാണെന്നതുപോലെ *വാല്മീകിരാമായണ*ത്തിലെ അയോദ്ധ്യാകാണ്ഡത്തിലും യുദ്ധകാണ്ഡത്തിലും ഉള്ള അവതാരപരാമർശങ്ങളും പ്രക്ഷിപ്തമാണെന്നാണ് ഒട്ടനവധി രാമായണപണ്ഡിതൻമാർ സ്ഥാപിച്ചിരിക്കുന്നത്. അയോദ്ധ്യാ കാണ്ഡത്തിലെ പ്രാരംഭത്തിലുള്ള 35 ശ്ലോകങ്ങൾ പ്രക്ഷിപ്തമാണെന്നാണ് കാമിൽ ബുൽക്കെ പറഞ്ഞിരിക്കുന്നത്. ഈ ശ്ലോകങ്ങളിലാണ് അവതാരകഥാ പരാമർശങ്ങൾ. അതുപോലെ, അവതാരകഥാപരാമർശങ്ങൾ *വാല്മീകി രാമായണ*ത്തിന്റെതന്നെ വിവിധ പാഠങ്ങളിൽ ഒന്നുപോലെ കാണുന്നില്ലയെന്നും ഏതുവിവരണങ്ങളാണോ ഒരുപോലെ കാണുന്നത്. അവ പ്രക്ഷിപ്തങ്ങളാണെന്നും കാമിൽ ബുൽക്കെ പറയുന്നു.[30] ഇവിടെ കൗതുകകരമായ മറ്റൊരു കാര്യമുണ്ട്. പ്രക്ഷിപ്തങ്ങൾ മാറ്റി നിർത്തിയുള്ള *വാല്മീകി രാമായണ*ത്തിൽ രാമനെ വിഷ്ണുവിനോട് 18 പ്രാവശ്യവും ഇന്ദ്രനോട് 77 പ്രാവശ്യവും തുലനം ചെയ്യുന്നുണ്ട് എന്നതാണത്. ലക്ഷ്മണനെയും ഇന്ദ്രനോട് സാമ്യപ്പെടുത്തിയിട്ടുണ്ട്. വൈദിക സാഹിത്യപ്രകാരം വിഷ്ണു, ഇന്ദ്രന്റെ അനുജനാണ്. ഇന്ദ്രനാണ് സർവ്വശ്രേഷ്ഠൻ, വിഷ്ണുവല്ല. രാമ-രാവണയുദ്ധത്തിൽ രാമൻ വിജയിക്കുന്നതു തന്നെ ഇന്ദ്രസഹായത്തോടുകൂടിയാണ്. യുദ്ധവേളയിൽ, ഇന്ദ്രാജ്ഞയാൽ മാതലിയാണ് ഇന്ദ്രന്റെ തേരുമായി രാമന്റെ സഹായത്തിനായി എത്തുന്നതും എന്നത് ശ്രദ്ധേയമാണ്. "സ്വർണ്ണാലംകൃതവും അനേകം കിങ്ങിണികൾ അണിഞ്ഞതും ഉദയാദിത്യതുല്യവും വൈഡൂര്യനിർമ്മിതമായ

നുകത്തണ്ടുള്ളതും പൊൻചാർത്തുള്ളതും നല്ല പച്ചക്കുതിരകളെ പൂട്ടിയതും വെൺചാമരങ്ങളുള്ളതും സൂര്യതുല്യങ്ങളും സ്വർണ്ണാഭരണങ്ങൾ അണിഞ്ഞതും സ്വർണ്ണക്കൊടിമരമുള്ളതും ഐശ്വര്യമുള്ളതും ശ്രേഷ്ഠവുമാണ് ദേവരാജരഥം. ഇന്ദ്രന്റെ ആജ്ഞയാൽ, മാതലി ആ തേരിലേറി സ്വർഗ്ഗത്തിൽ നിന്നിറങ്ങിവന്ന് കാകുത്സ്ഥന്റെ അടുത്തെത്തി" എന്നാണ് *വാല്മീകി രാമായണ*ത്തിൽ, യുദ്ധകാണ്ഡത്തിൽ, കാണുന്നത്. ചുരുക്കത്തിൽ, വാല്മീകിയുടെ രാമൻ, പില്ക്കാലത്ത് വ്യാഖ്യാനിച്ചുറപ്പിക്കപ്പെട്ടതുപോലെ അവതാരമല്ലതന്നെ. ആദികാവ്യമെന്നു വിശേഷിപ്പിക്കപ്പെടുന്ന *വാല്മീകിരാമായണ*ത്തിൽ ഇന്നുകാണുന്ന ബാലകാണ്ഡമോ, ഉത്തരകാണ്ഡമോ, അവതാരപരാമർശങ്ങളോ ഇല്ലായിരുന്നുവെന്ന് എത്രയോ വൈദികസാഹിത്യപണ്ഡിതന്മാർ കാര്യകാരണസഹിതം തെളിയിച്ചിട്ടുണ്ട്. രാമനെയും രാവണനെയും ഹനുമാനെയും മറ്റും സംബന്ധിച്ച ആഖ്യാനകാവ്യങ്ങൾ വാല്മീകിക്കു മുമ്പുതന്നെ ഉണ്ടായിരുന്നുവെന്നും അവയെ ക്രോഡീകരിക്കുക മാത്രമാണ് വാല്മീകി ചെയ്തതെന്നും കരുതപ്പെടുന്നു. അങ്ങനെ ക്രോഡീകരിക്കപ്പെട്ട *രാമായണ* കാവ്യത്തിൽ തന്നെ ധാരാളം കൂട്ടിച്ചേർക്കലുകളും പരസ്പരവിരുദ്ധങ്ങളായ ഉപകഥകളും കൂട്ടിച്ചേർക്കപ്പെട്ടിട്ടുള്ളതായും കരുതപ്പെടുന്നു. എന്തായാലും ആദികവിയെന്നു വിശ്വസിക്കപ്പെടുന്ന വാല്മീകിയാൽ വിരചിതമായ രാമകഥാ കാവ്യത്തിലെ രാമൻ, മഹാവിഷ്ണുവിന്റെ അവതാരമായിരുന്നില്ല. വാല്മീകിയുടെ രാമൻ ഉത്തമപുരുഷനായ-പുരുഷോത്തമനായ-ഒരു രാജാവു മാത്രമായിരുന്നു. എല്ലാ വാമൊഴി സാഹിത്യത്തിലും കാലക്രമേണ സംഭവിക്കുന്ന കൂട്ടിച്ചേർക്കലുകൾ-പ്രക്ഷിപ്തങ്ങൾ-വാല്മീകി രാമായണത്തിലും സംഭവിച്ചിട്ടുണ്ടെന്ന് സാരം. 'മുഹൂർത്തം മൂന്നാവർത്തിക്കുമ്പോൾ മൂത്രമായ് മാറു'മെന്ന ഫലിതോക്തി ഇവിടെയും സംഭവിച്ചുവെന്നു മാത്രം. അതിലേറെ ഗൗരവമാർന്ന ഒരു വസ്തുതയും ഉണ്ട്. ഓരോരോ കാലങ്ങളിലും കൂട്ടിച്ചേർക്കലുകൾ നടത്തിയവർ അവരവരുടെ കാലത്തെ സാമൂഹിക-രാഷ്ട്രീയ-സാംസ്കാരിക വീക്ഷണങ്ങളും താല്പര്യങ്ങളും *വാല്മീകിരാമായണ*ത്തിലും കടത്തിവിട്ടു എന്നതാണത്. എന്നിട്ട്, പഴി മുഴുവൻ വാല്മീകിയുടെ തലയിലും വച്ചു! വാമൊഴിയിൽ നിന്നും വരമൊഴിയിലേക്കുമാറിയപ്പോൾ പോലും ഇതിനു മാറ്റം വന്നിരുന്നില്ല എന്നതാണ് മറ്റൊരു ദുരന്തം.

സഹായകഗ്രന്ഥങ്ങൾ/കുറിപ്പുകൾ

1. *വാല്മീകി രാമായണം.* 3 ഭാഗങ്ങൾ. വിവ: സ്വാമിസുന്ദരേശൻ. അവതാരികയും പഠനവും: ആചാര്യനരേന്ദ്രഭൂഷൺ. പ്രസാ: സമയഫൗണ്ടേഷൻ, ആലുവ. *വാല്മീകി രാമായണ*ത്തിന്റെ ദാക്ഷിണാത്യ പാഠത്തെയാണ് ഇവിടെ ആശ്രയിച്ചിരിക്കുന്നത്.
2. 'മാനിഷാദ...' എന്നു തുടങ്ങുന്ന ശ്ലോകം പ്രക്ഷിപ്തമാണെന്ന് വി വി ഗോവിന്ദൻ നായർ അദ്ദേഹത്തിന്റെ *സാഹിത്യസപര്യ* എന്ന

ഗ്രന്ഥത്തിലെ 'മാനിഷാദ' എന്ന ലേഖനത്തിൽ വിവരിക്കുന്നു. *ആർഷസാഹിതി* എന്ന കൃതിയിലെ 'ആദികവിയുടെ ആദ്യശ്ലോകം' എന്ന ലേഖനത്തിൽ ദേശമംഗലത്ത് രാമവാര്യരും ഇങ്ങനെ പറഞ്ഞിരിക്കുന്നു. "ഇന്നു പ്രചരിച്ചുകാണുന്ന *വാല്മീകി രാമായണ*ത്തിൽ ബാലകാണ്ഡം രണ്ടാം സർഗ്ഗത്തിൽ 15-ാമത്തേതായിട്ടാണ് ആ ശ്ലോകം കാണപ്പെടുന്നത്. ഏതോ ഒരു കവി ആദ്യശ്ലോകത്തെ ഉൾപ്പെടുത്തിക്കൊണ്ട് *രാമായണ*നിർമ്മാണത്തിനുമുമ്പുള്ള സംഭവങ്ങളെ പദ്യരൂപത്തിലെഴുതി *രാമായണ*ത്തോടു കൂട്ടിച്ചേർത്തിട്ടുള്ളതാണ് ഒന്നുമുതൽ നാലുവരെ സർഗ്ഗങ്ങൾ. അഞ്ചാം സർഗ്ഗത്തിലെ 'സർവ്വാംപൂർവ്വ മിയംയേഷാം' എന്നുള്ള ഒന്നാമത്തെ ശ്ലോകം മുതലാണ് *വാല്മീകി രാമായണം* ആരംഭിക്കുന്നത്. ഇത് ചില വ്യാഖ്യാതാക്കന്മാർ തന്നെ സമ്മതിച്ചിട്ടുമുണ്ട്. (നാരദ വാല്മീകി സംവാദവും ഇതനുസരിച്ച് പ്രക്ഷിപ്തമാണെന്നു വരുന്നു).... രാമവാരിയർ ആ ശ്ലോകത്തിനു നല്കുന്ന അർത്ഥം ഇതാണ്. അല്ലയോ ജനാപവാദമേ! സീതാരാമ മിഥുനത്തിൽ സുഖാസക്തമായ ഒന്നിനെ, രാമനെ, നീ വധിച്ചുവല്ലോ! നീ അധികം സംവത്സരത്തോളം നിലനില്ക്കുകയില്ല.. കുട്ടികൃഷ്ണമാരാര് പറഞ്ഞത് ഇങ്ങനെയും: "ഇതാണ് ശ്രീ. വാരിയരുടെ സുവിദഗ്ദ്ധമായ വ്യാഖ്യാനം. എന്നാൽ, അദ്ദേഹം 'കാമമോഹിത'മെന്ന പദത്തിന് സുഖാസക്തനായ രാജഭോഗങ്ങൾ അനുഭവിച്ചുകൊണ്ടിരിക്കുന്ന എന്ന അർത്ഥം മാത്രമെ കാണുന്നുള്ളൂ... മോഹിതപദത്തിന് മയങ്ങിയവൻ- ബുദ്ധിമയങ്ങിയവൻ- എന്നുതന്നെ തികച്ചും അർത്ഥമുണ്ട് കാമൈ: മോഹിതം= പ്രഭവൈശ്വര്യങ്ങളാൽ ബുദ്ധിമയങ്ങിയവൻ എന്നോ, കാമമോഹിതം = ഏറ്റവും ബുദ്ധിമയങ്ങിയവൻ എന്നോ ശക്തമായ അർത്ഥം കൈക്കൊള്ളാതിരുന്നിട്ട് ഒരാവശ്യവുമില്ല... ഇതനുസരിച്ച് ആ ശ്ലോകത്തിലെ അവധീ: എന്ന പദത്തിന്റെ അർത്ഥം ശ്രീ. വാരിയർ ധരിച്ചതുപോലെ അയശസ്സിനു പാത്രമാക്കി മൃഗതുല്യനാക്കി എന്നായാൽ പോര. 'ധർമ്മത്തിൽ നിന്നു നശിപ്പിച്ചു' എന്നു തന്നെയാവണം. ഒരു ഋഷിയുടെ ദൃഷ്ടിയിൽ ഒരു മനുഷ്യനു പറ്റാവുന്ന നാശം ദേഹനാശമോ, മിഥ്യാപവാദത്താലുള്ള യശഃകളങ്കമോ അല്ല, യശോമൂലമായ ധർമ്മത്തിന്റെ നാശം മാത്രമാണ്. (രാജാങ്കണം: വാല്മീകിയുടെ രാമൻ- കുട്ടികൃഷ്ണമാരാര്) ജനാപവാദത്തെ നിഷാദനായും രാമനെ ക്രൗഞ്ചമായും സീതയെ ക്രൗഞ്ചിയായും വാല്മീകി അധ്യവസായം ചെയ്തു എന്നാണ് വാരിയരുടെ വ്യാഖ്യാനം. മാരാര് അതിനോടു യോജിക്കുന്നു. പക്ഷേ, കാമമോഹിതം, അവധീ: എന്നീ പദങ്ങൾക്ക് വാരിയർ നല്കുന്ന അർത്ഥം പോര എന്നാണ് അദ്ദേഹത്തിന്റെ പക്ഷം" - '*സാഹിത്യവും സ്വാതന്ത്ര്യവും:* വി വി ഗോവിന്ദൻനായർ. *കിളിപ്പാട്ട്* മാസിക, 2018 സെപ്തംബർ.

3. *രാമകഥ: ഉദ്ഭവവും വളർച്ചയും* - ഫാ. കാമിൽബുൽക്കെ, വിവ:

അഭയദേവ്. പ്രസാ: കേരള സാഹിത്യ അക്കാദമി. 1-ാം പതിപ്പ്. 1978 ജൂലൈ. 2-ാം പതിപ്പ് 1990 നവംബർ. 3-ാം പതിപ്പ്: 1999 മാർച്ച്.
4. *വാല്മീകിരാമായണം.*
5. *വാല്മീകിരാമായണം.*
6. *രാമകഥ:* പുറം 26
7. *മഹാഭാരതം - ആരണ്യപർവ്വം,* അദ്ധ്യായം 122
8. *സ്കന്ദമഹാപുരാണം.* പരിഭാഷ: പ്രൊഫ. ഒ വത്സല. ജന: എഡിറ്റർ - ഡോ. കെ ജി പൗലോസ്. പ്രസാ. ഡി സി ബുക്സ്. കോട്ടയം. സെപ്തംബർ 2014.
9. *സ്കന്ദമഹാപുരാണം.*
10. *അദ്ധ്യാത്മരാമായണം കിളിപ്പാട്ട്* 1969 ലെ സാഹിത്യപ്രവർത്തക സഹകരണസംഘം പതിപ്പിന് എ ഡി ഹരിശർമ്മ എഴുതിയ പഠനം.
11. *തത്വമസി;* സുകുമാർ അഴീക്കോട്. പ്രസാ. ഡി സി ബുക്സ്, കോട്ടയം. 13-ാം പതിപ്പ്. ഒക്ടോബർ. 2010 പുറം. 268.
12. *വേദാന്തദർശനം:* ഉപനിഷദ് സ്വാദ്ധ്യായം - ഛാന്ദോഗ്യോപനിഷത്ത്. വ്യാഖ്യാ: പ്രൊഫ. ജി ബാലകൃഷ്ണൻ നായർ, പ്രസാ. കേരള ഭാഷാ ഇൻസ്റ്റിറ്റ്യൂട്ട്. 1988 മെയ്. പുറം. 420.
13. *രാമകഥ:* കാമിൽ ബുൽക്കെ.
14. *ഭാരതീയസാഹിത്യചരിത്രം. വാല്യം 1.* എഡി. ഡോ. കെ എം ജോർജ് പ്രസാ. കേരള സാഹിത്യ അക്കാദമി, തൃശൂർ 1982. ഒക്ടോബർ പുറം. 285-289.
15. *ഭാരതീയസാഹിത്യചരിത്രം. വാല്യം 1.* പുറം. 289
16. *ഗീതഗോവിന്ദം:* ജയദേവൻ.
17. *Patanjali's Mahabhashya:* Ed. Dr. K C Chatterji.
18. *തത്വമസി:* സുകുമാർ അഴീക്കോട്.
19. *A History of Ancient Sanskrit Literature,* Max Muller.
20. ഇപ്പറഞ്ഞ 18 മഹാപുരാണങ്ങൾക്കുപുറമെ 18 ഉപപുരാണങ്ങൾകൂടിയുണ്ട്. സനൽകുമാരം, നരസിംഹം, നാരദീയം, ശിവം, ദുർവാസസം, കാപിലം, മാനവം, ഔശനസം, വാരുണം, കാളികം, സാംബം, സൗരം, ആദിത്യം, മാഹേശ്വരം, ദേവീ ഭാഗവതം, വാസിഷ്ഠം, വിഷ്ണുധർമ്മോത്തരം, നീലമറപുരാണം എന്നിവയാണവ.
21. *ഭാരതീയസാഹിത്യചരിത്രം.* വോള്യം 1. പുറം. 289
22. *Studies in Epics and Puranas of India. Bharatiya Vidyabhavan.* Bombay 1955: Pusalkar A D.
23. *The Wonder that was India. Grove Press,* New York 1959. Basham A L.
24. *ബ്രഹ്മാണ്ഡമഹാപുരാണം.* ആമുഖം: ഡോ. കെ ജി പൗലോസ് ഡി സി ബുക്സ്. കോട്ടയം. 2014.
25. *ശബ്ദതാരാവലി:* ശ്രീകണ്ഠേശ്വരം പത്മനാഭ പിള്ള.

26. 'വ്യാസന്റെ ചിരി' എന്ന തലക്കെട്ടിൽ കുട്ടികൃഷ്ണ മാരാര് എഴുതിയിട്ടുള്ള ലേഖനത്തിൽ പരാമർശിക്കുന്ന ഋഷ്യശൃംഗനാണ് യാഗത്തിന്റെ നേതൃത്വം. കശ്യപഗോത്രക്കാരനായ വിഭാണ്ഡകനെന്ന കൊടുംതപസ്വിക്ക്, ഉർവ്വശിയെന്ന ദേവലോകസുന്ദരി കുളിക്കുന്നതു കണ്ടപ്പോൾ ഉണ്ടായ ബ്രഹ്മചര്യഭ്രംശം വഴി ഒരു മാൻപേടയിലുണ്ടായ പുത്രനാണ് ഋഷ്യശൃംഗൻ. ആർഷഭാരതത്തിലെ മഹർഷീശ്വരൻമാരുടെ ബ്രഹ്മചര്യനിഷ്ഠ എത്രകേമം, അല്ലേ?
27. *വാല്മീകിരാമായണം.*
28. *രാമകഥ:* കാമിൽ ബുൽക്കെ, പുറം 291.
29. *രാമകഥ:* കാമിൽ ബുൽക്കെ, പുറം. 284.
30. *രാമകഥ.* കാമിൽ ബുൽക്കെ, പുറം. 142, 143.

വാല്മീകിക്കു മുമ്പും രാമകഥകൾ

വാല്മീകിക്കുമുമ്പും രാമകഥകൾ നിലനിന്നിരുന്നതായാണ് ഇതു സംബന്ധമായ പഠനങ്ങൾ നടത്തിയിട്ടുള്ള പണ്ഡിതന്മാരുടെ അഭിപ്രായം. വാമൊഴിയായി നിലനിന്നിരുന്ന അത്തരം രാമകഥകൾക്ക് എത്രത്തോളം പഴക്കം കല്പിക്കാമെന്ന അന്വേഷണം നടത്തുമ്പോഴാണ് നമ്മൾ ഒട്ടേറെ സന്ദേഹപരിസരങ്ങളിൽ എത്തിച്ചേരുന്നത്. മാത്രവുമല്ല, രാമകഥാഖ്യാനങ്ങൾ നിലനിന്നിരുന്നു എന്ന നിഗമനങ്ങൾ മാത്രമാണ് ഉള്ളത്. അത് സ്വാഭാവികമാണുതാനും. വൈദികസാഹിത്യത്തിൽ രാമകഥാസാന്നിദ്ധ്യം തേടിയ പലരും നിരാശരാവുകയാണുണ്ടായത്. അനേകം ദേവന്മാരെ പ്രീതിപ്പെടുത്തുവാൻ ഉരുവിട്ടുപോന്ന സൂക്തങ്ങളെ വ്യത്യസ്തക്രമത്തിലും രീതിയിലും സമാഹരിച്ചുവച്ചിരിക്കുന്നതാണ് വേദസംഹിത എന്നു സാമാന്യമായി പറയാവുന്നതാണ്. ഇവയ്ക്കുള്ള ശാഖാവൈവിദ്ധ്യം ആരെയും അത്ഭുതപ്പെടുത്തുന്നതാണ്. വൈദികഗ്രന്ഥങ്ങൾ ആകെ പതിനായിരത്തിലധികം വരുമെന്നാണ് ഊഹിക്കപ്പെടുന്നത്. അവയിൽ ഏറെയും ലഭ്യമല്ല എന്നത് മറ്റൊരു ദുരവസ്ഥ. വേദങ്ങളുടെ ഉല്പത്തികാലം നിർണ്ണയിക്കുന്നതിൽ പോലും പണ്ഡിതന്മാർ ഭിന്നാഭിപ്രായപ്രകടനമാണ് നടത്തിയിരിക്കുന്നതെന്ന് മുമ്പ് സൂചിപ്പിക്കുകയുണ്ടായി.

എന്നാൽ, *വാല്മീകിരാമായണ*ത്തിൽ പരാമർശിക്കുന്ന ചില ദേശ-വ്യക്തിനാമങ്ങൾ വേദങ്ങളിൽ കണ്ടെത്തുവാനാകുന്നതുമാണ്. ഇത്തരം പരാമർശങ്ങൾ കണ്ട് നമ്മൾ പ്രക്ഷുബ്ധചിത്തരാകേണ്ടതായോ, 'സ്ഥലജലവിഭ്രാന്തിയിൽ അകപ്പെടേണ്ടതായോ ഇല്ല. ഒരേ നാമധാരികളായ ഒന്നിലധികം കഥാപാത്രങ്ങൾ വേദേതിഹാസങ്ങളിലും പുരാണങ്ങളിലും കണ്ടെത്തുവാനാകുന്നതാണ്. *വാല്മീകിരാമായണ*ത്തിന്റെ കാര്യത്തിലും ഇതു സംഭവിച്ചിട്ടുണ്ട് എന്നാണു പറഞ്ഞുവരുന്നത്.

'ഇക്ഷ്വാകു' എന്ന പേർ ഋഗ്വേദത്തിലും അഥർവ്വവേദത്തിലും ഉണ്ട്. രണ്ടിലും ഓരോ സ്ഥലങ്ങളിൽ മാത്രം. ഋഗ്വേദത്തിലെ ഇക്ഷ്വാകു പരാമർശത്തിൽനിന്നും അയാൾ ഏതോ ഒരു രാജാവായിരുന്നു എന്നു മാത്രമേ വ്യക്തമാകുന്നുള്ളൂ. (യസ്യഇക്ഷ്വാകുഃ ഉപവ്രതേരേവാൻ മരായി ഏധതേ. 10, 60, 4 ഏതൊന്നിന്റെ ഉപാസനകൊണ്ടാണോ ധനികനും പ്രതാപിയുമായ ഇക്ഷ്വാകുവിന് അഭിവൃദ്ധിയുണ്ടാകുന്നത് എന്ന് സാമാന്യാർത്ഥം) അഥർവ്വവേദത്തിൽ പറയപ്പെടുന്ന ഇക്ഷ്വാകുവാകട്ടെ ഒരുപ്രാചീന വീരനായിരുന്നു എന്ന് ഊഹിക്കുവാനേ തരമുള്ളൂ. ജ്വരത്തിൽ നിന്നുള്ള മോചനത്തിനായി കുഷ്ഠവൃക്ഷത്തോടുള്ള പ്രാർത്ഥനയാണ് സന്ദർഭം. (ത്വാവേദ പൂർവ്വ ഇക്ഷ്വാകോയം. 19, 39, 9) പൂർവ്വകാലത്ത് ഇക്ഷ്വാകുവായിരുന്ന നീ എന്നു സാരം. ഇതിനപ്പുറം ഇക്ഷ്വാകു പരാമർശം വേദങ്ങളിലില്ലെന്നാണ് പണ്ഡിതമതം.

ഋഗ്വേദത്തിലെ ഒരു ജ്ഞാനസ്തുതിയിൽ (1, 126, 4) മറ്റുരാജാക്കന്മാരോടൊപ്പം ദശരഥനെയും പരാമർശിക്കുന്നു. ഒരിടത്ത്, വിശ്വാമിത്രൻ, വസിഷ്ഠൻ, അഗസ്ത്യൻ, ഭരദ്വാജൻ എന്നീ ഋഷികളുടെ പേരുകൾ പരാമർശിക്കപ്പെടുന്നു. മറ്റു പ്രമുഖരായ രാജാക്കന്മാർക്കൊപ്പം രാമൻ എന്നൊരു രാജാവിനെക്കുറിച്ചും പറയുന്നുണ്ട്. (10, 93. 14) വൈദികകാലം മുതൽ രാജാക്കന്മാർക്കും ബ്രാഹ്മണർക്കും രാമൻ എന്ന പേർ ഉണ്ടായിരുന്നതായി വേറെയും തെളിവുകളുണ്ട്. ഐതരേയബ്രാഹ്മണത്തിലും ശതപഥ ബ്രാഹ്മണത്തിലും ജൈമിനിയോപനിഷത് ബ്രാഹ്മണത്തിലും രാമനാമ പരാമർശങ്ങൾ ഉള്ളതായി പറയപ്പെടുന്നു.

ഛാന്ദോഗ്യോപനിഷത്തിൽ ഒരിടത്ത് അശ്വപതി കൈകേയൻ എന്നൊരു ദാർശനികനെക്കുറിച്ചു പറയുന്നുണ്ട്. (5, 11, 4) വിശ്വരൂപനായ പ്രാണനെ - വൈശ്വാനരനെ-ക്കുറിച്ച് ഒരു തീരുമാനത്തിലെത്താനാകാതെ ഉപമന്യുവിന്റെ പുത്രനായ പ്രാചീനശാലൻ, പുലൂഷ പുത്രനായ സത്യയജ്ഞൻ, ഭല്ലവിയുടെ പൗത്രനായ ഇന്ദ്രദ്യുമ്നൻ, ശർക്കരാക്ഷന്റെ പുത്രനായ ജനൻ, അശ്വതരാശ്വന്റെ പുത്രനായ ബുഡിലൻ എന്നിവർ സംശയനിവാരണത്തിനായി അരുണപുത്രനായ ഉദ്ദാലകനെ സമീപിക്കുന്നു. വൈശ്വാനരൻ എന്ന ആത്മാവു തന്നെയാണ് വൈശ്വാനരബ്രഹ്മം. ഇക്കാര്യമാണ് അവരുടെ ചർച്ചയിലൂടെ ഉരുത്തിരിയുന്നത്. ഇക്കാര്യം തീർപ്പാക്കാനാവാതെയാണ് അവർ ഉദ്ദാലകനെ സമീപിക്കുന്നത്. വൈശ്വാനരനെക്കുറിച്ച് പൂർണ്ണമായ അറിവില്ലാത്തതുകൊണ്ട് ഉദ്ദാലകൻ അവരോടൊപ്പം കേകയപുത്രനായ അശ്വപതിയെ സമീപിച്ചു. ഇവിടെപറയപ്പെടുന്ന കേകയപുത്രൻ വാല്മീകി രാമായണത്തിലെ ദശരഥപുത്രനായ രാമൻ അല്ലതന്നെ.

മറ്റൊരാൾ ജനകനാണ്. ജനകനെക്കുറിച്ചുള്ള ആദ്യ പരാമർശം കൃഷ്ണ യജുർവേദീയ തൈത്തിരീയ ബ്രാഹ്മണത്തിലാണെന്നു പറയപ്പെടുന്നു. വിദേഹരാജാവായ ജനകൻ ദേവന്മാരെ സന്ദർശിക്കുകയും അവരിൽനിന്നും സാവിത്രിയാഗ്നിയാഗത്തിന്റെ ഫലങ്ങളെപ്പറ്റി മനസ്സിലാ

ക്കുകയും ചെയ്യുന്നു. അതേസമയം ജനകനെന്ന കഥാപാത്രം വൈദിക സാഹിത്യത്തിൽ ഇനിയും കടന്നുവരുന്നുണ്ട്. ശതപഥ ബ്രാഹ്മണത്തിൽ നാലിടങ്ങളിൽ യാജ്ഞവൽക്യനോടൊപ്പം ജനകന്റെ പേരു പറഞ്ഞിരിക്കുന്നു. ഇവിടെ, ജനകൻ മഹാപണ്ഡിതനും യാജ്ഞവൽക്യനെ പഠിപ്പിക്കുകയും ചെയ്യുന്ന ബ്രാഹ്മണനെന്നു സ്വയം അവകാശപ്പെടുന്ന വ്യക്തിയുമാണ്.

എന്നാൽ, ബൃഹദാരണ്യകോപനിഷത്തിലെ ചിത്രം മറ്റൊന്നാണ്. ഈ ഉപനിഷത്തിൽ ജനകന്റെ ഗുരുവാണ് യാജ്ഞവല്ക്യൻ. *രാമായണ* കഥാപാത്രങ്ങളിൽ ജനകന്റെ പേരാണ് വൈദികസാഹിത്യത്തിൽ ഏറെ ഇടം നേടിയിട്ടുള്ളത് എന്ന് വൈദിക സാഹിത്യ പണ്ഡിതന്മാർ പറഞ്ഞിട്ടുണ്ട്. എന്നാൽ വൈദിക സാഹിത്യത്തിൽ പറയുന്ന ജനകനും രാമകഥാകാവ്യത്തിലെ സീതയുടെ പിതാവായ ജനകനും ഒരാളാണെന്നു പറയുകവയ്യ. ജനകനെന്ന നാമം കുറേക്കൂടി സങ്കീർണ്ണമാകുന്ന അവസ്ഥ *വാല്മീകിരാമായണ*ത്തിൽ തന്നെയുണ്ട്. രണ്ടു ജനകന്മാരെക്കുറിച്ച് ഇതിൽ പറയുന്നു. ഒരാൾ മിഥിയുടെ പുത്രനും മറ്റേയാൾ ഹ്രസ്വരോമന്റെ പുത്രനും സീതയുടെ പിതാവുമാണ്. ജാതകകഥകളിൽ- മഹാജനജാതകം-ജനകനെന്നുപേരുള്ള അനേകം രാജാക്കന്മാരെപ്പറ്റി പരാമർശിച്ചിട്ടുള്ളതായി പറയപ്പെടുന്നു.

*വാല്മീകിരാമായണ*ത്തിലും *മഹാഭാരത*ത്തിലും *വായുപുരാണ*ത്തിലും മിഥിലദേശത്തിലെ രാജവംശത്തിന്റെ പേരായും ജനകപരാമർശമുണ്ട്. 'സീതാപി സത്കുലേ ജാതാ ജനകാനാം മഹാത്മനാം' എന്ന് രാമായണത്തിലും 'ഭോ ഭോ രാജൻ ജനകാനാം വരിഷ്ഠ' എന്ന് *മഹാഭാരത*ത്തിലും 'വംശോജനകാനാം' എന്നു വായുപുരാണത്തിലും പറഞ്ഞിരിക്കുന്നു. ചുരുക്കത്തിൽ, മിഥിലയിലെ ഏതൊരു രാജാവിനെയും ജനകനെന്നു വിളിക്കാം! അതേസമയം, സീതയുടെ പിതാവിന്റെ പേര് 'സീരധ്വജൻ' എന്ന് വിഷ്ണുമഹാപുരാണത്തിലും ബ്രഹ്മാണ്ഡ മഹാപുരാണത്തിലും വിശേഷിപ്പിച്ചിട്ടുമുണ്ട്.

എ. സീതയുടെ കഥ

സീതയുടെ കഥതേടി വൈദികസാഹിത്യ പരിസരത്ത് അന്വേഷിച്ചാലും കൂടുതൽ കൂടുതൽ സന്ദേഹപരിസരത്ത് നമ്മൾ എത്തിച്ചേരുന്നതാണ്. മാത്രമല്ല, മുൻപറഞ്ഞ പുരാണങ്ങളുടെ രചനാകാലവും അവയിൽ പരാമർശിക്കപ്പെട്ടിരിക്കുന്ന കഥകളുടെ/സംഭവങ്ങളുടെ കാലവുമായി പരസ്പരം പൊരുത്തപ്പെടുന്നുമില്ല. വിഷ്ണുമഹാപുരാണം തന്നെ ഉദാഹരണമായെടുക്കാം. പരീക്ഷിത്തിന്റെ കാലമാണ് ഈ പുരാണം ഉണ്ടായതെന്നു കരുതുന്നു. പരീക്ഷിത്തിന്റെ കാലം കണക്കാക്കപ്പെടുന്നത് ബി സി പത്താം നൂറ്റാണ്ടിനും അപ്പുറമാണ്. അതേസമയം, ഭാവികഥനം എന്ന നിലയിൽ ആയിരത്തിലധികം വർഷത്തെ കഥകൾ ഇതിൽ പറഞ്ഞിരിക്കുന്നു. അതായത്, ബി സി അവസാനകാലംവരെയുള്ള കാര്യ

ങ്ങൾ ഈ പുരാണത്തിൽ പരാമർശിക്കുന്നു. ഇതിനർത്ഥം, വിഷ്ണുപുരാണം ഇന്നത്തെ നിലയിൽ രൂപപ്പെട്ടത് ബി സി 3-ാം നൂറ്റാണ്ടിലോ, നാലാം നൂറ്റാണ്ടിലോ മാത്രമാണെന്നാണ്.

ബ്രഹ്മാണ്ഡമഹാപുരാണത്തിലാകട്ടെ മനുഷ്യനായ രാമൻ സീതാന്വേഷണത്തിനിടെ രാവണനെ കൊന്നു എന്ന് വ്യക്തമായി പറഞ്ഞിരിക്കുന്നു. ഈ പുരാണം രചിക്കപ്പെട്ടത് എ ഡി 5-ാം നൂറ്റാണ്ടിനോടടുപ്പിച്ചാണെന്നാണ് പൊതു നിഗമനം. പത്മപുരാണത്തിൽ ശ്രീരാമപട്ടാഭിഷേകവും രാവണോല്പത്തികഥനവും തുടങ്ങി രാമകഥ ഏതാണ്ട് പൂർണ്ണമായും പ്രതിപാദിക്കുന്നു. ഈ പുരാണം രചിക്കപ്പെട്ടത് - എ ഡി 8-ാം നൂറ്റാണ്ടുകൾക്കു ശേഷമാവില്ലെന്നാണ് പണ്ഡിതമതം. വൈദിക സാഹിത്യത്തിൽ ദേവന്മാരും ദേവതകളും പ്രകൃതിയുമായി ബന്ധപ്പെട്ടു വരുന്നതായി കാണാം. കൃഷിയുടെ ദേവതയായാണ് സീത സങ്കല്പിക്കപ്പെട്ടിരിക്കുന്നത്. പ്രകൃതി ശക്തികളിൽ ദേവത്വം ആരോപിക്കപ്പെട്ടതിന്റെ ഭാഗമായി ഉരുത്തിരിഞ്ഞതാണ് വൈദിക സാഹിത്യത്തിനു ശേഷം രൂപമെടുത്ത ദേവതാ സങ്കല്പങ്ങൾ എന്ന് നിസ്സംശയം പറയാവുന്നതാണ്. വേദങ്ങളിൽ എമ്പാടും പരാമർശിക്കപ്പെടുന്ന സൂര്യൻ, ആകാശം, വരുണൻ, മേഘം, മിത്രൻ തുടങ്ങിയവ അങ്ങനെ ദേവതാസങ്കല്പങ്ങളിൽ പ്രതിഷ്ഠ നേടിയവരാണ്. സീതയുടെ പിതാവായ ജനകൻ സീരധ്വജനാകുന്നതും സീത, ഉഴവുചാൽ ആകുന്നതും അങ്ങനെയാണ്. ഉഴവുചാലിനെ - കലപ്പച്ചാലിനെ - മാനവീകരിച്ചതിന്റെ ഫലമായി രൂപപ്പെട്ട കഥാപാത്രമാണ് സീത എന്ന് സാമാന്യമായി പറയാവുന്നതാണ്. വേദങ്ങളിലും ഇതര വൈദികസാഹിത്യഗ്രന്ഥങ്ങളിലും ഇക്ഷ്വാകു, ദശരഥൻ, രാമൻ, സീത തുടങ്ങിയ കഥാപാത്രങ്ങൾക്ക് പരസ്പര ബന്ധവുമില്ല. *വാല്മീകി രാമായണ*കഥയ്ക്ക് വേദങ്ങളോളം പഴക്കമുണ്ടെന്നുള്ള മട്ടിൽ ഇന്ന് ഹിന്ദു തീവ്രവാദികൾ നടത്തുന്ന വാദങ്ങൾക്ക് അടിസ്ഥാനമേതുമില്ല എന്നതാണു യാഥാർത്ഥ്യം. *വാല്മീകി രാമായണ*ത്തിൽ പരാമർശിക്കുന്ന ചില കഥാപാത്രങ്ങളുടെ പേരുകൾ വാല്മീകിക്കു മുമ്പും പ്രചരിച്ചിരുന്നു/ നിലനിന്നിരുന്നു എന്നു മാത്രമേ പറയുവാനാകൂ.

ബി. രാമകഥാഖ്യാനങ്ങൾ

*വാല്മീകി രാമായണ*ത്തിനു മുമ്പുതന്നെ രാമകഥാഖ്യാനങ്ങൾ നിലനിന്നിരുന്നുവെന്നും തെളിയിക്കപ്പെട്ടിട്ടുണ്ട്. *വാല്മീകി രാമായണ*ത്തിന്റേതായി ഇന്നു ലഭിക്കുന്ന പാഠങ്ങളിലെ പൊരുത്തക്കേടുകളും ഐകരൂപ്യമില്ലായ്മയും വളരെ സംക്ഷിപ്തമായി കഴിഞ്ഞ അദ്ധ്യായത്തിൽ സൂചിപ്പിക്കുകയുണ്ടായി. ഇതു തെളിയിക്കുന്നത് സുപ്രധാനമായ ഒരു വസ്തുതയാണ്. *വാല്മീകിരാമായണം* തന്നെ അനേകകാലം വാമൊഴിയായി പ്രചരിച്ചിരുന്നുവെന്നും അതിനുമെത്രയോ കാലം കഴിഞ്ഞാണ് ഇതിനു വരമൊഴി രൂപം ലഭിക്കുന്നത് എന്നുമാണ്. ഇത്, *വാല്മീകിരാമായണം* വരമൊഴിരൂപം നേടിയതിനുശേഷമുള്ള കാര്യം. അതിനും മുമ്പോ? രാമ

കഥാഖ്യാനങ്ങൾ വിവിധദേശങ്ങളിൽ, വിവിധ ആഖ്യാന സവിശേഷത കളോടെ നിലനിന്നിരുന്നു എന്നു തന്നെയാണ് *രാമായണ* പഠിതാക്കളും ഗവേഷകരും എത്തിച്ചേരുന്ന നിഗമനം.

ഇതിന് ഉപോല്ബലകമായി പല ഗവേഷകരും ചൂണ്ടിക്കാണിക്കു ന്നത് *മഹാഭാരത*കഥയിലെ രാമകഥാപരാമർശമാണ്. *രാമായണ*ത്തിൽ എവിടെയും *മഹാഭാരത*കഥാ പരാമർശമില്ലെന്നും *മഹാഭാരത*ത്തിൽ *രാമായണ*കഥാപരാമർശമുണ്ടെന്നും നമുക്കറിയാവുന്നതാണ്. എന്നാൽ, നില വിലുള്ള *മഹാഭാരതം* രൂപപ്പെടുന്നതിന് മുമ്പ് അതിന്റെ പ്രാചീന രൂപ മായ ഭാരതം ഉണ്ടായിരിക്കണമെന്ന് അനുമാനിക്കുന്നവരാണ് ഏറെയും[1] (ഈ ഗ്രന്ഥത്തിലെ ആദ്യ അദ്ധ്യായത്തിൽ കൊടുത്തിരിക്കുന്ന, ടി ജി മൈങ്കറുടെ അഭിപ്രായം കാണുക). ആദിഭാരതത്തിനുശേഷം, പില്ക്കാലം, പല കാലഘട്ടങ്ങളിലായി രൂപപ്പെട്ടതും ഇന്നു കാണുന്നതുമായ മഹാ ഭാരതം രൂപമെടുത്തത് *വാല്മീകി രാമായണ*ത്തിനും *മഹാഭാരത*ത്തിനും ഇടയിലുള്ള കാലങ്ങളിലൂടെയാണെന്നാണ് പി വി കാണെ, ഇ ഡബ്ല്യൂ ഹാപ്കിംസ് തുടങ്ങിയവർ അനുമാനിക്കുന്നത്. പടിഞ്ഞാറു രൂപപ്പെട്ട *ഭാരത*ത്തിന്റെയും കിഴക്കു രൂപപ്പെട്ട *രാമായണ*ത്തിന്റെയും സമ്പർക്ക ത്തിനുശേഷമാണ് ഇന്നു കാണുന്ന നിലയിലേക്ക് *മഹാഭാരതം* രൂപാന്ത രപ്പെട്ടത് എന്നാണ് കരുതപ്പെടുന്നത്. *മഹാഭാരത*ത്തിലെ ആരണ്യപർവ്വ ത്തിലെ ഭീമ-ഹനുമാൻ സംവാദത്തിൽ രാമകഥ പതിനൊന്നു ശ്ലോകങ്ങ ളിലായി പറയപ്പെടുന്നുണ്ട്. ഇവിടെ, *രാമായണ*ത്തെപ്പറ്റി പറയുന്നുണ്ടെ ങ്കിലും ലങ്കാദഹനത്തെക്കുറിച്ചോ, സീതയുടെ അഗ്നിപരീക്ഷയെക്കു റിച്ചോ പറയുന്നില്ല. ദ്രോണപർവ്വത്തിലും ശാന്തിപർവ്വത്തിലും രാമായ ണകഥ ചുരുങ്ങിയ ശ്ലോകങ്ങളിൽ വിവരിക്കുന്നുമുണ്ട്.

എന്നാൽ, ഇത്തരം രാമായണ കഥാപരാമർശങ്ങൾക്കും വാല്മീകി യുടെ രാമായണകഥയ്ക്കും തമ്മിൽ പ്രത്യക്ഷബന്ധമുണ്ടെന്ന് പറയുക വയ്യ. അവ തമ്മിൽ അത്രയേറെ വിഭിന്നതകളും വൈജാത്യങ്ങളും ഉണ്ടെ ന്നതാണ് അതിനു കാരണം. *മഹാഭാരത*ത്തിലെ രാമോപാഖ്യാനം നമുക്ക് അജ്ഞാതമായ ഏതോ ഒരു സ്രോതസ്സിന്റെ വികാസമായാണ് ഡോ. എ വെബർ വിലയിരുത്തിയിട്ടുള്ളത്.[2] എന്നാൽ, *വാല്മീകി രാമായണ*ത്തിന്റെ ഏതോ ഒരു പഴയരൂപത്തെ ആധാരമാക്കി രൂപമെടുത്ത സ്വതന്ത്രസംക്ഷേപത്തെ അവലംബമാക്കിയതാകാം *മഹാഭാരത*ത്തിലെ രാമോപാഖ്യാനം എന്നാണ് എച്ച് യാക്കോബിയുടെ അഭിപ്രായം. ഈ നിഗമനങ്ങളിലൂടെ വാല്മീകിക്കു മുമ്പുതന്നെ രാമകഥാഖ്യാനങ്ങൾ നില നിന്നിരുന്നുവെന്ന് അനുമാനിക്കേണ്ടിയിരിക്കുന്നു.

പ്രാചീന ബൗദ്ധസാഹിത്യത്തിൽ രാമകഥയുമായി ബന്ധപ്പെട്ട മൂന്നു ജാതകകഥകൾ ഉണ്ടായിട്ടുള്ളതായി പറയപ്പെടുന്നു. ക്രി. മു: 567 ൽ ഇന്നത്തെ നേപ്പാളിന്റെ അതിർത്തി പ്രദേശത്തുള്ള കപിലവസ്തുവിൽ ശാക്യകുലാധിപനായ ശുദ്ധോദന മഹാരാജാവിന്റെ പുത്രനായാണ് സിദ്ധാർത്ഥരാജകുമാരൻ ജനിച്ചതെന്നും ജ്ഞാനോദയത്തിനുശേഷം

അദ്ദേഹം ശ്രീബുദ്ധനെന്ന് അറിയപ്പെട്ടുവെന്നും കരുതപ്പെടുന്നു. 29-ാം വയസ്സിൽ സഹധർമ്മിണിയായ യശോധരയേയും ഒരു വയസ്സുമാത്രം പ്രായമുണ്ടായിരുന്ന പുത്രൻ രാഹുലനേയും ഉപേക്ഷിച്ച് അദ്ദേഹം കൊട്ടാരം വിട്ടിറങ്ങി. ഗയയിലെ ഒരു ധ്യാനമുഹൂർത്തത്തിൽ അദ്ദേഹത്തിന് ജ്ഞാനോദയം ഉണ്ടാവുകയും ബുദ്ധനായി മാറുകയും ചെയ്തു. ക്രി. മു. 483-ൽ മരണമടയുന്നതുവരെ അദ്ദേഹം വിശ്രമരഹിതനായി തന്റെ സിദ്ധാന്തപ്രചരണത്തിനായി നാടുചുറ്റി. മറ്റുപല ദാർശനികരെയുംപോലെ ശ്രീബുദ്ധനും തന്റെ ജീവിതകാലത്ത് ദാർശനിക ഗ്രന്ഥങ്ങളൊന്നും സ്വയം രചിച്ചിരുന്നില്ല. അദ്ദേഹത്തിന്റെ ശിഷ്യന്മാരാണ് അദ്ദേഹത്തിന്റെ ഉപദേശങ്ങളെയും പ്രഭാഷണങ്ങളെയും മറ്റും സമാഹരിച്ചത്. സുത്തപിടകം, വിനയപിടകം, അഭിധർമപിടകം എന്നീ മൂന്നു പിടകങ്ങളിലൂടെയാണ് ബുദ്ധദർശനം അനന്തരതലമുറയ്ക്ക് ലഭിച്ചത്. ഈ മൂന്നു പിടകങ്ങളാണ് ബുദ്ധന്റെയും ബുദ്ധമതത്തിന്റെയും അടിസ്ഥാനപ്രമാണങ്ങളായി കൊണ്ടാടപ്പെട്ടത്.

സി. ബുദ്ധനും രാമനും

ബുദ്ധദർശനത്തെക്കുറിച്ച് ഇവിടെ വിശദീകരിക്കുവാൻ ഉദ്ദേശിക്കുന്നില്ല. പക്ഷേ, ഒരു കാര്യം സൂചിപ്പിക്കേണ്ടിയിരിക്കുന്നു. മരണാനന്തര ജീവിത സുഖത്തിനുപകരം ഇഹലോകദുഃഖങ്ങൾ അകറ്റുന്നതിനാണ് അദ്ദേഹം പ്രാധാന്യം നല്കിയത്. ഇഹലോകസുഖങ്ങൾ ആസ്വദിച്ചുകൊണ്ട് അതിൽ ലയിക്കുക. അല്ലെങ്കിൽ അവയെ നിരാകരിച്ചുകൊണ്ട് കഠിനതപസ്സിലും വ്രതനിഷ്ഠയിലും യജ്ഞാദികർമ്മങ്ങളിലും ഏർപ്പെടുക. ഈ രണ്ടു മാർഗ്ഗങ്ങളായിരുന്നു ശരിയായ ജീവിതദർശനമായി ബുദ്ധനുമുമ്പും അദ്ദേഹത്തിന്റെ കാലത്തും ദാർശനികരും മറ്റു ചിലരും കണ്ടിരുന്നത്. ഇതിനെ രണ്ടിനെയും നിരാകരിച്ചുകൊണ്ട്, രണ്ടിനുമിടയിലുള്ള മാർഗ്ഗമാണ് ബുദ്ധൻ കണ്ടെത്തിയത്. സമ്യക് വിശ്വാസം, സമ്യക് നിശ്ചയം, സമ്യഗ്വചനം, സമ്യക് കർമ്മം, സമ്യക് ജീവിതം, സമ്യക് യത്നം, സമ്യക് വിചാരം, സമ്യക്ധ്യാനം എന്നിങ്ങനെയുള്ള അഷ്ടാംഗ മാർഗ്ഗമാണ് അദ്ദേഹം നിർദ്ദേശിച്ചത്. ലൗകിക യാഥാർത്ഥ്യങ്ങളിൽ നിന്നും ഒളിച്ചോടാതെ, ലൗകിക ജീവിതം നയിച്ചുകൊണ്ടുതന്നെ ദുഃഖത്തിന്റെ മൂലകാരണമായ തൃഷ്ണയെ- ആഗ്രഹത്തെ- തടഞ്ഞു നിറുത്തുക എന്നതായിരുന്നു അദ്ദേഹത്തിന്റെ ഉദ്ബോധനം. ശ്രീബുദ്ധന്റെ അഭിപ്രായത്തിൽ ഒരു വിത്തിന്റെ നാശത്തിൽ നിന്നാണ് ഒരു മരം ഉണ്ടാകുന്നത്. അവിടെ പരിണാമമാണ് സംഭവിക്കുന്നതെന്ന വാദം അദ്ദേഹം അംഗീകരിക്കുന്നില്ല. ഇന്നത്തെ സംഭവങ്ങൾ, ഇന്നലത്തേതിന്റെ തുടർച്ചയല്ലെന്നും ഇന്നലത്തെ സംഭവങ്ങളുടെ നാശത്തിൽ കൂടിയാണ് ഇന്നത്തെ സംഭവങ്ങൾ ഉണ്ടാകുന്നതെന്നും അദ്ദേഹം വാദിച്ചു 'പ്രതീത്യസമുൽപാദം' എന്നറിയപ്പെട്ട ഈ സിദ്ധാന്തം ബുദ്ധകാലഘട്ടത്തിലും പിന്നീടും ഏറെ ചർച്ച ചെയ്യപ്പെട്ടതാണ്. അദ്ദേഹത്തിന്റെ ധർമ്മസങ്കല്പനവും ഏറെ അനുയാ

യികളെയും എതിരാളികളെയും സൃഷ്ടിച്ചു. എല്ലാ വസ്തുക്കളും സംഭവങ്ങളും കാര്യകാരണവിധേയമാണെന്നു പറയുന്ന വേളയിൽതന്നെ അവയെ അവിച്ഛിന്നമായിട്ടല്ല, മറിച്ച്, വിച്ഛിന്ന പ്രവാഹമായിട്ടാണ് അദ്ദേഹം ദർശിച്ചത്. ആരംഭമോ, അന്ത്യമോ ഇല്ലാതെ, കാരണം കാര്യമായും കാര്യം കാരണമായും മാറുന്നു. ഈ വിച്ഛിന്ന പ്രവാഹത്തിലൂടെയാണ് പ്രപഞ്ചം നിലനില്ക്കുന്നതെന്ന് പ്രതീത്യസമുൽപാദമെന്ന ചിന്തയിലൂടെ അദ്ദേഹം പറഞ്ഞുവച്ചു. നിത്യവും സ്ഥിരവും ശാശ്വതവുമായി ഒന്നുമില്ലെന്നും എല്ലാം അനിത്യവും അസ്ഥിരവും നശ്വരവുമാണെന്നും അദ്ദേഹം ഉദ്ബോധിപ്പിച്ചു.

ഈ ചിന്താപദ്ധതി ബുദ്ധകാലഘട്ടത്തിൽ നിലനിന്നിരുന്ന ആത്മീയവാദ ദർശനങ്ങൾക്ക് എതിരായിരുന്നു. അനശ്വരവും നിത്യവും ജനന-മരണങ്ങളിൽനിന്നും മുക്തവുമായ ഒരു ആത്മാവുണ്ടെന്നുള്ള ആത്മീയവാദത്തിന് കടകവിരുദ്ധമായിരുന്നു ബുദ്ധന്റെ അനാത്മവാദം. ഭൗതികമോ, ആദ്ധ്യാത്മികമോ ആയ ഒന്നിന് അനശ്വരത്വമില്ലെങ്കിൽ ആത്മാവിന് എന്ത് അനശ്വരത എന്നാണ് ബുദ്ധൻ ചോദിച്ചത്. അങ്ങനെ ചോദിക്കുന്ന ഒരാളിന് ദൈവവിശ്വാസിയാകാനും കഴിയില്ലല്ലോ. ശാശ്വതമോ, അനശ്വരമോ ആയ ഒരു അസ്തിത്വമില്ലെങ്കിൽ പ്രപഞ്ചത്തിന്റെ മൂലകാരണമായി, ലോകത്തിന്റെ സൃഷ്ടികർത്താവായി ഒരു ദൈവത്തെ എങ്ങനെ സങ്കല്പിക്കും എന്ന അദ്ദേഹത്തിന്റെ ചോദ്യം ആത്മീയവാദികളെ തെല്ലൊന്നുമല്ല വിറളിപിടിപ്പിച്ചത്.

ബുദ്ധന്റെ പ്രഭാഷണങ്ങളും ഉദ്ബോധനങ്ങളും ബ്രാഹ്മണമതത്തെയും വർണ്ണാശ്രമ വ്യവസ്ഥാനുകൂലികളെയും അമ്പരപ്പിക്കുക തന്നെ ചെയ്തു. ബ്രാഹ്മണമേധാവിത്വത്തിന്റെ അനുകൂലികളായിരുന്ന അനേകം രാജാക്കന്മാരും ചക്രവർത്തിമാരും ശ്രീബുദ്ധാനുയായികളായി മാറി. കോസലത്തിലെ പ്രസേനജിത്തും മഗധയിലെ ബിംബിസാരനും മറ്റും അങ്ങനെ മാറിയവരാണ്. ക്രി. മു. മൂന്നാം നൂറ്റാണ്ടിൽ അശോകചക്രവർത്തിയാകട്ടെ ബുദ്ധമതത്തെ രാജ്യത്തിന്റെ മതമായിത്തന്നെ അംഗീകരിച്ചു പ്രഖ്യാപിച്ചു.

ബുദ്ധകഥാപരാമർശങ്ങളുള്ള മൂന്നു ജാതകകഥകളിൽ രാമകഥാപരാമർശങ്ങൾ ഉള്ളതായി മുമ്പ് സൂചിപ്പിക്കുകയുണ്ടായി. ബുദ്ധൻ തന്റെ പൂർവ്വജന്മങ്ങളിൽ മനുഷ്യനായും മൃഗമായും മറ്റും ജീവിച്ചിരുന്ന കഥകളാണ് ജാതകകഥകളിലുള്ളത്. ദശരഥജാതകം, അനാമകംജാതകം, ദശരഥകഥാനം എന്നിവയാണവ. ഇവയിൽ രാമകഥാഖ്യാനങ്ങൾ ഉണ്ടെന്നതാണ് കൗതുകകരമായ വസ്തുത. രാമകഥയുടെ പൂർവ്വരൂപം *ദശരഥജാതക*ത്തിൽ ഉണ്ടെന്നാണ് ഡോ. വെബറിന്റെ അഭിപ്രായം.[3] കഥ നടക്കുന്ന സ്ഥലവുമായി വിശദാംശങ്ങളിൽ ചില വ്യത്യാസങ്ങളുണ്ടെങ്കിലും രാമായണകഥയുമായി അടിസ്ഥാനപരമായ വ്യത്യാസം ദശരഥജാതകകഥയ്ക്കില്ല. *രാമായണ*ത്തിൽ ദശരഥരാജധാനി അയോദ്ധ്യയിലാണെങ്കിൽ ജാതകകഥയിൽ അത് വാരണസിയാകുന്നു. വനവാസസ്ഥലം,

*രാമായണ*ത്തിൽ ദണ്ഡകാരണ്യമാണെങ്കിൽ ജാതകകഥയിൽ അത് ഹിമാലയമാകുന്നു. ദശരഥജാതകത്തിൽ ദിനേശ് ചന്ദ്രസേനനും രാമകഥയുടെ വേരുകൾ കണ്ടെത്തിയിട്ടുള്ളതായി *രാമകഥ*യിൽ കാമിൽബുൽക്കെ പറയുന്നു.[4]

ദശരഥജാതകം ക്രി മു. 6-ാം നൂറ്റാണ്ടിൽ രൂപപ്പെട്ടതാണെന്നും ജാതകകഥയിലെ പാലിഭാഷയിലുള്ള ചില ശ്ലോകങ്ങൾ സംസ്കൃത ഭാഷയിലേക്കു പരിഭാഷപ്പെടുത്തി *വാല്മീകി രാമായണ*ത്തിൽ ചേർത്തിട്ടുണ്ടെന്നും ദിനേശ് ചന്ദ്രസേനൻ സാക്ഷ്യപ്പെടുത്തുന്നു.[5] ജാതകകഥയിൽ പറഞ്ഞിരിക്കുന്ന അപരിഷ്കൃതകഥകളെ പരിഷ്കൃതമാക്കി സംസ്കൃതഭാഷയിൽ അവതരിപ്പിക്കുകയാണ് വാല്മീകി ചെയ്തതെന്നും അദ്ദേഹത്തിനു പക്ഷമുണ്ട്. വാല്മീകി, തന്റെ രാമായണകൃതിക്കുള്ള വിഭവങ്ങളും സാമഗ്രികളും ജാതകകഥാസാഹിത്യത്തിൽനിന്നും സ്വാംശീകരിക്കുകയാണ് ചെയ്തതെന്ന് തെളിവുകൾ സഹിതം അദ്ദേഹം പറയുന്നു. ഇതിനർത്ഥം, ദശരഥ ജാതകകഥയെ പൂർണ്ണമായി സ്വാംശീകരിച്ച് *രാമായണ*കാവ്യത്തിൽ വാല്മീകി ആവിഷ്കരിച്ചുവെന്നല്ല. ബൗദ്ധതപസ്യയോടും ഭിക്ഷുവൃത്തിയോടും ഉള്ള തന്റെ എതിർപ്പ് വാല്മീകി തന്റെ രാമായണകാവ്യത്തിൽ പ്രകടിപ്പിച്ചതിനൊപ്പം അതിൽ ഗൃഹസ്ഥാശ്രമജീവിതത്തെയും അതിന്റെ ആദർശത്തെയും ഉയർത്തിക്കാട്ടുവാൻ വാല്മീകി ശ്രമിച്ചു എന്നും ദിനേശ് ചന്ദ്രസേനൻ പറഞ്ഞിരിക്കുന്നു. ഈ നിരീക്ഷണം എളുപ്പം തള്ളിക്കളയാവുന്നതല്ല. അതേസമയംതന്നെ, *രാമായണ*കാവ്യത്തിൽ ഭിക്ഷുവൃത്തിയനുഷ്ഠിക്കുന്ന ഋഷിമാർക്ക് വാല്മീകി നല്കിയിട്ടുള്ള മഹോന്നത പദവി നമ്മൾ കാണാതെ പോവുകയുമരുത് എന്നാണ് ഈ ലേഖകന്റെ അഭിപ്രായം. ഈയൊരുതലത്തിൽ ദിനേശ് ചന്ദ്രസേനന്റെ അഭിപ്രായങ്ങളെ പൂർണ്ണമായും കണ്ണുമടച്ച് വിശ്വസിക്കുവാനും പിന്തുടരുവാനും നമുക്കു കഴിഞ്ഞുവെന്നു വരില്ല.

സി. ആസ്തിക്യദർശനം

*വാല്മീകിരാമായണ*ത്തിൽ ആദികവിയുടെ ആസ്തിക്യദർശനാഭിമുഖ്യം, ചാതുർവർണ്ണ്യവ്യവസ്ഥാപക്ഷപാതം, ബ്രാഹ്മണപൗരോഹിത്യത്തോടുള്ള വിധേയത്വം എന്നിവ പലയിടത്തും പ്രത്യക്ഷമാകുന്നുണ്ട്. അതിനൊക്കെ മകുടം ചാർത്തുന്ന രണ്ടു സന്ദർഭങ്ങൾ മാത്രം ഇവിടെ എടുത്തുകാട്ടട്ടെ. അയോദ്ധ്യാകാണ്ഡത്തിന്റെ ഒടുവിൽ, ജ്യേഷ്ഠസഹോദരനായ രാമനെത്തേടി ചിത്രകൂടത്തിലെത്തുന്ന ഭരതനോടുള്ള രാമന്റെ കുശലാന്വേഷണമാണ് ഒരു സന്ദർഭം. (ഇതുവായിച്ചാൽ, ദീർഘകാലമായി രാമൻ വനവാസത്തിലായിരുന്നുവെന്നും ഭരതൻ, രാമന്റെ അസാന്നിദ്ധ്യത്തിൽ ദീർഘകാലമായി ഭരണം നടത്തിവരികയായിരുന്നുവെന്നും തോന്നും! ഈ സർഗ്ഗം സ്പഷ്ടമായും പ്രക്ഷിപ്തമാണെന്നാണ് കാമിൽ ബുൽക്കെയുടെ അഭിപ്രായം. ഈ സർഗ്ഗത്തിലെ വിവരങ്ങൾ *മഹാഭാരത*ത്തിലെ സഭാപർവ്വം 50-ാം അദ്ധ്യായത്തിൽനിന്നും എടുത്തതാണെ

ന്നുമാണ് അദ്ദേഹത്തിന്റെ നിരീക്ഷണം[6]).

കച്ചിന്നലോകായതികാൻ ബ്രാഹ്മണാംസ്തതാസേവസേ
അനർത്ഥകുശലാഹ്യേതേ ബാലാ: പണ്ഡിതമാനിന:

(ഉണ്ണീ, ലോകായതികന്മാരായ വിപ്രന്മാരെ സേവിക്കുന്നില്ലല്ലോ? പണ്ഡിതമാനികളായ അവർ അജ്ഞന്മാരും ആപത്തുണ്ടാക്കുന്നവരുമാണ്).

ധർമ്മശാസ്ത്രേഷു മുഖ്യേഷു വിദ്യമാനേഷു ദുർബ്ബുധാഃ
ബുദ്ധിമാന്വീക്ഷികീം പ്രാപ്യ നിരർത്ഥം പ്രവദന്തി തേ.

(മികച്ച ധർമ്മശാസ്ത്രങ്ങൾ ഉണ്ടായിട്ടും തർക്കബുദ്ധിയാൽ നിരർത്ഥകമായി പുലമ്പുന്ന ദുഷ്ടപണ്ഡിതന്മാരാണവർ).

വാല്മീകിയുടെ രാമൻ ഇവിടെപ്പറയുന്ന ലോകായതത്തെക്കുറിച്ച് അല്പം വിശദീകരിക്കേണ്ടതുണ്ട്. ബുദ്ധദർശനത്തിനുമുമ്പ്, പ്രാചീനേന്ത്യയിൽ പ്രാമുഖ്യം നേടുകയും ബ്രാഹ്മണപൗരോഹിത്യത്തിന്റെ ആക്രമണത്താൽ മുൻനിരയിലേക്ക് എത്താതെ പോവുകയുംചെയ്ത ഭൗതികവാദദർശനമാണ് ലോകായതം. ഈ ദർശനത്തിന്റെ സ്ഥാപകൻ ആരെന്നതിനെക്കുറിച്ച് പക്ഷഭേദങ്ങളുണ്ട്. ഭൗതികവാദത്തിന്റെ വക്താവായിരുന്ന ബൃഹസ്പതിയുടെ ശിഷ്യനായ ചാർവ്വാകനിലാണ് ലോകായതദർശനത്തിന്റെ പിതൃത്വം സ്ഥാപിക്കപ്പെട്ടിരിക്കുന്നത്. ചാർവ്വാകനെന്നത് ഒരു വ്യക്തിയുടെ പേരല്ലെന്നും ചാരുവായ - സുന്ദരമായ-വാക്കുകളാൽ ജനങ്ങളെ വഴിതെറ്റിക്കുന്ന ഭൗതികവാദികളുടെ പൊതുവായപേരാണതെന്നും കരുതപ്പെടുന്നുമുണ്ട്. തിന്നുക അല്ലെങ്കിൽ ചവയ്ക്കുക എന്ന ധാതുവിൽനിന്നാണ് ചാർവ്വാകൻ എന്നപേരുണ്ടായതെന്നും കരുതുന്നവരുമുണ്ട്. തിന്നുക, ചവയ്ക്കുക എന്നതൊക്കെ ഭൗതികവാദികൾ മാത്രം ചെയ്യുന്നതാണല്ലോ!

അതെന്തായാലും ഭൗതികപ്രപഞ്ചത്തെ ആസ്പദമാക്കിയ തത്ത്വശാസ്ത്രം എന്ന നിലയിലാണ് ലോകായതം അറിയപ്പെടുന്നത്. ബുദ്ധജൈനമതങ്ങളിൽ ലോകായതദർശന സ്വാധീനം നിഴലിച്ചുകാണാവുന്നതാണ്. ആത്മാവ്, പുനർജ്ജന്മം, സ്വർഗ്ഗനരകാദികൾ, മോക്ഷം - ബ്രാഹ്മണമതത്തിന്റേതായ ഇത്തരം ആസ്തിക ദർശന സങ്കല്പങ്ങളൊന്നും ലോകായതന്മാർ അംഗീകരിക്കുന്നില്ല. ലോകായത ദർശനങ്ങളും സിദ്ധാന്തങ്ങളും പ്രതിപാദിക്കുന്ന ഒരു ഗ്രന്ഥവും പില്ക്കാലത്ത് കണ്ടെത്തുവാൻ പോലും കഴിയാത്ത നിലയിൽ അവയെല്ലാം തന്നെ നശിപ്പിക്കപ്പെട്ടു എന്നതാണു സത്യം. ഇന്നിപ്പോൾ ചാർവ്വാക ദർശനത്തെക്കുറിച്ച് കുറെയെങ്കിലും മനസ്സിലാകുന്നത് അവയെക്കുറിച്ചുള്ള വിമർശനഗ്രന്ഥങ്ങളിലൂടെ മാത്രമാണ്. (വിമർശനങ്ങൾക്ക് അങ്ങനെയും ചില ഗുണങ്ങളുണ്ട്!) അതിൽനിന്നുതന്നെ ആ ദർശനത്തോടുള്ള ആസ്തികരുടെ സമീപനം ബോദ്ധ്യമാകുമല്ലോ.

കൃഷ്ണമിശ്രന്റെ *പ്രബോധചന്ദ്രോദയം* എന്ന നാടകത്തിൽ ചാർവ്വാകമതത്തിന്റെ ഉള്ളടക്കം ഇങ്ങനെ സംഗ്രഹിച്ചിരിക്കുന്നതായി കെ ദാമോ

ദരൻ പറയുന്നു.[7] "ലോകായതം മാത്രമാണ് ശാസ്ത്രം. പ്രത്യക്ഷം മാത്രമാണ് പ്രമാണം. ഭൂമി, വെള്ളം, അഗ്നി, വായു എന്നിവ മാത്രമാണ് മൂലതത്ത്വങ്ങൾ. സുഖിക്കലാണ് ജീവിത ലക്ഷ്യം. ഭൗതിക പദാർത്ഥത്തിന്റെ സൃഷ്ടിയാണ് മനസ്സ്. പരലോകമില്ല. മരണമാണ് മോക്ഷം" ഇങ്ങനെ വിപ്ലവകരമായ ഒട്ടേറെ ചിന്തകൾ ലോകായതൻമാർ അവതരിപ്പിച്ചിരുന്നതായി അനുമാനിക്കപ്പെടുന്നു. അങ്ങനെയുള്ള ലോകായതൻമാർ സേവിക്കപ്പെടുന്നില്ലല്ലോ എന്ന് രാമൻ ഉറപ്പുവരുത്തുന്നു! അവർ തർക്കബുദ്ധിയാൽ നിരർത്ഥകമായി പുലമ്പുന്ന ദുഷ്ടപണ്ഡിതന്മാരാണെന്നാണ് വാല്മീകിയുടെ രാമൻ, ഭരതനു നല്കുന്ന ഉപദേശം. ഇത് പ്രക്ഷിപ്തമാണെന്ന കാമിൽ ബുൽക്കെയുടെ നിരീക്ഷണം യുക്തിഭദ്രമായി കരുതേണ്ടതില്ലെന്നാണ് ഈ ഗ്രന്ഥകാരന്റെ പക്ഷം. എന്തെന്നാൽ, മറ്റു ചിലയിടങ്ങളിലും ആസ്തികദർശനത്തിന്റെയും ബ്രാഹ്മണപൗരോഹിത്യത്തിന്റെയും വക്താവും പ്രയോക്താവുമായി വാല്മീകിയുടെ രാമൻ പ്രത്യക്ഷപ്പെടുന്നുണ്ട്. കാമിൽ ബുൽക്കെയുടെ നിരീക്ഷണം അംഗീകരിക്കുകയാണെങ്കിൽ അവയൊക്കെയുംതന്നെ പ്രക്ഷിപ്തമെന്നു കരുതേണ്ടതായിവരും. അങ്ങനെ പ്രക്ഷിപ്തങ്ങളെന്നു കരുതുന്നവയെല്ലാം ഒഴിവാക്കി, ആറ്റിക്കുറുക്കിവരുമ്പോൾ *വാല്മീകി രാമായണ*ത്തിൽ വാല്മീകിയുടേതായി ഒന്നുമില്ലാതെയും വന്നേക്കാം!

രാമ-ഭരതസംവാദത്തിന്റെ തുടർച്ചയായാണ് ജാബാലിയുടെ വാക്യങ്ങളും അതോടുള്ള രാമന്റെ പ്രതികരണവും വരുന്നത്. 'ധർമ്മജ്ഞനായ' രാമൻ, ഭരതനെ ആശ്വസിപ്പിക്കവെ ജാബാലി 'ധർമ്മവിരുദ്ധമായ' വാക്കുകൾ പറയുന്നതും രാമൻ മറുപടിയായി ജാബാലിക്ക് നല്കുന്നതായ വിശദീകരണവുമാണ് ഇവിടെ വിവക്ഷിക്കുന്നത്. ഇതാണ് ജാബാലിവാക്യങ്ങൾ:

കകസ്യ പുരുഷോബന്ധുഃ കിമാപ്യം കസ്യകേനചിൽ
ഏകോഹി ജായതേ ജന്തുരേക ഏവ വിനശ്യതി.

(ആര് ആർക്കാണു ബന്ധു? ആരാൽ ആർക്ക് എന്താണു നേടാൻ കഴിയുക? ദേഹികൾ തനിയെ ജനിക്കുന്നു. തനിയെ നശിക്കുകയും ചെയ്യുന്നു) തുടർന്ന്, ജാബാലി ഇതു കൂടുതൽ വിശദീകരിക്കുന്നു. ഈ വിശദീകരണമൊക്കെത്തന്നെ സ്വന്തം ബൗദ്ധികനിലപാടുതറയിൽ ഉറച്ചുനിന്നുകൊണ്ട്, രാമനെ അയോദ്ധ്യയിലേക്ക് ഭരതനൊപ്പം മടക്കി അയക്കുന്നതിനുള്ള ശ്രമം മാത്രമാണ്.

അഷ്ടകാ പിത്യ ദേവത്യ മിത്യയം പ്രസ്യതോജനഃ
അന്ന്യസ്യോപദ്രവം പശ്യ മൃത്യോഹി കിമ ശിഷ്യതി.

(ഈ ആളുകൾ പിതൃക്കൾക്കുവേണ്ടി അഷ്ടകാശ്രാദ്ധവും മറ്റും നടത്തുന്നു. ചോറിന്റെ ചെലവ് ആലോചിച്ചു നോക്കൂ. മരിച്ചുപോയവർ ഊണു കഴിക്കുമോ?)

യദി ഭുക്ത മിഹാന്യേന ദേഹമന്യസ്യ ഗച്ഛതി
ദദ്വാൽ പ്രവസതാം ശ്രാദ്ധം ന തൽപഥ്യ ശനംഭവേൽ.

(ഇവിടെ ഒരാളുണ്ടത് മറ്റൊരാളുടെ വയറ്റിൽ ചെല്ലുമെങ്കിൽ ദൂരദേശത്തു പോയവനുവേണ്ടിയും ശ്രാദ്ധമൂട്ടിയാൽ മതിയല്ലോ. അതവന് വഴിച്ചോറായി തീരേണ്ടതല്ലേ?)

ദാന സംവനനാഹ്യേതേ ഗ്രന്ഥാ മേധാവിഭിഃ കൃതാഃ
യജസ്വ ദേഹി ദീക്ഷസ്വ തപസ്തപ്യസ്വ സന്ത്യജ.

(യാഗം ചെയ്യുക, ദാനം നല്കുക, ദീക്ഷയെടുക്കുക, തപം ചെയ്യുക, ത്യജിക്കുക എന്നെല്ലാം പറയുന്ന ഈ ഗ്രന്ഥങ്ങൾ ലാഭത്തിനുവേണ്ടി സമർത്ഥന്മാർ ചമച്ചവയാണ്)

ജാബാലി ഇങ്ങനെ നിരത്തുന്ന യുക്തിഭദ്രമായ വാക്യങ്ങളെ യുക്തിഭദ്രമായി ഖണ്ഡിക്കുന്നതിന് രാമനു കഴിയുന്നില്ലായെന്ന് തുടർന്നു വായിച്ചാൽ മനസ്സിലാകും. സത്യഭംഗം വരുത്തിയാൽ എങ്ങനെ സ്വർഗ്ഗം പ്രാപിക്കും എന്ന സന്ദേഹമാണ് രാമന്റേത്. രാമൻ പറയുന്ന സ്വർഗ്ഗത്തെ ജാബാലി നിഷേധിക്കുകയാണ്. രാമനാകട്ടെ, ദാനവും യജ്ഞവും ഹോമവും തപസ്സും പ്രതിപാദിക്കുന്ന വേദങ്ങളും മറ്റും സത്യഭൂതങ്ങളാണെന്നും അതിനാൽ സത്യത്തെ മാത്രം സ്വീകരിക്കണമെന്നും പറയുന്നു. ഒടുവിൽ, ജാബാലിയെ ദുർബുദ്ധിയും ധർമ്മമാർഗ്ഗത്തിൽനിന്നും അധഃപതിച്ചവനായും നാസ്തികനായും രാമൻ അധിക്ഷേപിക്കുന്നു.

യഥാഹിചോരഃ സ തഥാ ഹി
ബുദ്ധസ്തഥാഗതം നാസ്തിക മത്രവിദ്ധി
തസ്മാദ്ധിയഃ ശക്യതമഃ പ്രജാ നാം
സ നാസ്തികേ നാഭിമുഖോബുധഃ സ്യാത്.

(ആ ബുദ്ധനും ചോരനും ഇവിടെ ഒരുപോലെയാണെന്ന്, നാസ്തികനും തഥാഗതനും അതുപോലെ തന്നെയാണെന്ന് ഓർമ്മിക്കുക. അതിനാൽ അഭിജ്ഞരായ ജനങ്ങൾ ശങ്കാഹീനനായ നാസ്തികനോട് ഇണങ്ങുകയില്ല). എന്ന് രാമൻ പറയുന്നു. ഇവിടെ ജാബാലി ഉന്നയിച്ച സൈദ്ധാന്തിക പ്രശ്നങ്ങൾക്കൊന്നും തന്നെ രാമൻ യുക്തിഭദ്രമായ മറുപടി നല്കുന്നില്ല എന്നതാണ് ശ്രദ്ധേയം. ജെ ടി ഹ്വീലറിന്റെ അഭിപ്രായപ്രകാരം ബുദ്ധമത പ്രതിനിധിയായാണ് ജാബാലി സംസാരിക്കുന്നത്.[8] രാമനാകട്ടെ ബ്രാഹ്മണ മതത്തിന്റെ പക്ഷം പിടിക്കുകയും ചെയ്യുന്നു. ജാബാലി, ലോകായത ദർശനത്തെക്കുറിച്ച് പറയുമ്പോൾ രാമൻ, അതിനെ ഖണ്ഡിക്കുന്നതിനായി നാസ്തികരെയും ബുദ്ധനെയും അപഹസിക്കുകമാത്രം ചെയ്യുന്നു. എന്നാൽ, ബുദ്ധനെ സംബന്ധിച്ച ഈ ശ്ലോകങ്ങൾ *വാല്മീകി രാമായണ*ത്തിന്റെ ഗൗഡീയ പാഠത്തിലോ, പശ്ചിമോത്തരീയ പാഠത്തിലോ ഇല്ലെന്ന് കാമിൽ ബുൽക്കെ പറയുന്നു. മാത്രവുമല്ല, *ആദിരാമായണ*ത്തിലും ബുദ്ധ പരാമർശമില്ലെന്ന് അദ്ദേഹം പറയുന്നു.[9] നിരീക്ഷണങ്ങളും കണ്ടെത്തലുകളും ഇങ്ങനെയൊക്കെയായിരിക്കവെ തന്നെ, രാജ്യം ഭരിക്കുന്ന രാജാവ് പൗരജനങ്ങളുടെ അഭിപ്രായ - ദർശനഭേദങ്ങളെ അവഗണിക്കുവാൻ പാടുണ്ടോ എന്ന ചോദ്യം ഇവിടെ ഉത്ഭവിക്കുന്നു. ഉത്തരകാണ്ഡം പ്രക്ഷിപ്തമാണെന്നു പറയപ്പെടുമ്പോൾ തന്നെ

അതിലെ ഒരു പരാമർശം അവഗണിക്കുക വയ്യ. ജനസംസാരം (പൗര വാദം) മാനിച്ചാണ് രാമൻ, സീതയെ ഉപേക്ഷിക്കുന്നത് എന്നതാണത്. മാത്രവുമല്ല, താൻ ജനാപവാദത്തെ ഭയപ്പെടുന്നവനാണെന്ന് രാമൻ മറ്റു പലയിടങ്ങളിലും പ്രസ്താവിക്കുന്നുമുണ്ട്. രാജാവ്/ഭരണാധിപൻ, ജനാഭിപ്രായങ്ങളെയും ജനാപവാദത്തെയും ഭയക്കുന്നത് നല്ലകാര്യം തന്നെയാണ്. അതങ്ങനെ തന്നെ ആയിരിക്കുകയും വേണം. രാമരാജ്യസങ്കല്പം രൂപപ്പെട്ടതുതന്നെ ഇതിൽനിന്നാണ്. ജനാഭിപ്രായങ്ങളുടെ സ്വീകാര്യതയാണ് രാമരാജ്യം എന്നതുകൊണ്ട്, യഥാർത്ഥത്തിൽ, അർത്ഥമാക്കുന്നത്. എന്നാൽ ഭരതനോടുള്ള രാമന്റെ ചോദ്യങ്ങളും ജാബാലിവാക്യങ്ങളോടുള്ള രാമന്റെ പ്രതികരണവും കാണിക്കുന്നത് ജനാഭിപ്രായത്തെ/പൗരാഭിപ്രായത്തെ അസഹിഷ്ണുതയോടെ കാണുന്ന, അവഗണിക്കുവാൻ ശ്രമിക്കുന്ന രാമനെ അല്ലെന്നു നമുക്കു പറയുവാൻ കഴിയുമോ? ഇവിടെ, മഹാത്മജിയൊക്കെ വാഴ്ത്തിയ രാമരാജ്യം അത്രയൊന്നും മഹത്തരമായിരുന്നില്ല എന്നുതന്നെയാണു വ്യക്തമാകുന്നത്. എന്തെന്നാൽ, ഇവിടെ രാമനിൽ കണ്ടതായ അധികാര സങ്കല്പമാണ് രാമരാജ്യത്തിന്റെ അടിസ്ഥാനം. അതാകട്ടെ, അമ്പേ ജനാധിപത്യ വിരുദ്ധവും കൂടിയാണ്. അതുകൊണ്ടുതന്നെ ഇന്നത്തെ ജനാധിപത്യഭരണ സംവിധാനത്തിന് ഇണങ്ങാത്ത ഒന്നായി രാമരാജ്യസങ്കല്പത്തെ കണ്ടാൽ മതിയാകും. ശ്രീരാമ ജയവിളികളുമായി അഭിപ്രായഭേദം പുലർത്തുന്നവർക്കുനേരെ ത്രിശൂലങ്ങളും വടിവാളുകളും ദണ്ഡുകളുമുയർത്തുന്ന ആധുനിക ഹിന്ദുമതതീവ്രവാദികളിൽ ഇപ്പറഞ്ഞ അസഹിഷ്ണുവാകുന്ന രാമന്റെ പ്രതിച്ഛായ നമുക്കു കാണാവുന്നതാണ് എന്ന് ആനുഷംഗികമായി പറഞ്ഞു കൊള്ളട്ടെ. പറഞ്ഞുവന്നത്, ദശരഥകഥയിലെ രാമകഥാഖ്യാനം വാല്മീകിയെ സ്വാധീനിച്ചിരുന്നു എന്നാണ്. വാല്മീകിയുടെ രാമായണകാവ്യോല്പത്തി ക്രി. മു. 3-ാം നൂറ്റാണ്ടിലാണെന്നാണല്ലോ പരക്കെ കരുതപ്പെടുന്നത്. അതിനു മുമ്പുതന്നെ, കോസലത്തിലും മറ്റും ബുദ്ധമതം പ്രചരിച്ചുകഴിഞ്ഞിരുന്നു എന്നതു വിസ്മരിക്കുക വയ്യ. *വാല്മീകി രാമായണ*ത്തിന്റെ മൂലരൂപം *ബൗദ്ധദശരഥജാതക*ത്തിലുള്ളതാണെന്ന ഡോ. വെബ്ബറുടെ അഭിപ്രായം ഏറെ സ്വീകാര്യത നേടിയിട്ടുണ്ട്.[10] വാല്മീകിക്കുമുമ്പ് ഉണ്ടായിരുന്നുവെന്നു കരുതപ്പെടുന്ന നാടോടിസാഹിത്യത്തിലും കലാരൂപങ്ങളിലുമുള്ള രാമകഥാഖ്യാനങ്ങൾ, നിർഭാഗ്യവശാൽ, നമുക്കു ലഭ്യമല്ല. അത്തരം രാമകഥാഖ്യാനങ്ങളുടെ രൂപഭാവങ്ങളെക്കുറിച്ചോ, ഇതിവൃത്തഘടനകളെക്കുറിച്ചോ നമുക്കറിയില്ല. ഇന്നത്തെ നിലയ്ക്ക്, ഡോ. വെബ്ബറുടെ അഭിപ്രായങ്ങൾക്കും നിഗമനങ്ങൾക്കും സ്വീകാര്യത ലഭിക്കുന്നത് ഈ പശ്ചാത്തലത്തിലാണ്.

രാമകഥയുടെ പഴമ വൈദിക സാഹിത്യത്തോളം പിന്നോട്ടു വലിച്ചു നീട്ടുന്നതിനുള്ള നവഹിന്ദുത്വ പക്ഷപാതികളുടെ ശ്രമം അടിസ്ഥാനരഹിതമാണ്. വേദങ്ങളുമായോ, വേദസംസ്കാരവുമായോ രാമകഥയെ കൂട്ടിയിണക്കി, രാമകഥ വേദങ്ങളിലുണ്ട് എന്നുവരുത്തിത്തീർക്കുവാനുള്ള

ശ്രമം നടക്കുന്നുമുണ്ട്. ഋഗ്വേദത്തിൽ കാണുന്ന രാമ-ദശരഥ സംജ്ഞകൾ വ്യക്തിവാചിയല്ല എന്നു സ്ഥാപിക്കപ്പെട്ടുകഴിഞ്ഞിട്ടുണ്ട്. ദശരഥൻ എന്ന വാക്കിനർത്ഥം പത്തുരഥങ്ങളുടെ തലവനായ സേനാധിപതി/ രാജാവ് എന്നും രാമൻ എന്നതിനർത്ഥം രമണീയൻ എന്നും സീത എന്നതിനർത്ഥം ഉഴവുചാൽ/കലപ്പച്ചാൽ/യജ്ഞം/ഭൂമി എന്നാണെന്നും ഊർമ്മിള എന്നതിനർത്ഥം ചാഞ്ചാടുന്ന വയൽ എന്നാണെന്നും ഇന്നു നമുക്കറിയാവുന്നതാണ്. അങ്ങനെ, ആര്യസംസ്കാരത്തെയും കൃഷിയേയും സംബന്ധിച്ച ഒരു രൂപകം മാത്രമായി ആ കഥ പരിണമിക്കുന്നു. (*വാല്മീകി രാമായണ* രചനാകാലം ഖണ്ഡിതമല്ലാതിരിക്കെ, 1,81,49,115 വർഷങ്ങൾക്കു മുമ്പാണ് അതു രചിക്കപ്പെട്ടതെന്നു ഖണ്ഡിതമായി ഒരു ദൃക്സാക്ഷിയുടെ വീറോടു കൂടി ഡോ. കെ ആർ രാമൻ നമ്പൂതിരി എന്നൊരു വിദ്വാൻ പറയുന്നു.[11] അതായത്, മനുഷ്യോല്പത്തിക്കുതന്നെ മുമ്പ്! ഇത്തരം അസംബന്ധ ജല്പനങ്ങൾക്കു മറുപടി പറയുവാൻ സമയമുള്ളവർ തയ്യാറാകുക) *രാമായണം* ഒരു ഹിന്ദുമത ഗ്രന്ഥമാണെന്ന ഹിന്ദുത്വ പക്ഷപാതികളുടെ അഭിപ്രായവും മിഥ്യാധാരണകളിൽനിന്നും ഉടലെടുത്തതാണ്. എൻ ജയകൃഷ്ണൻ പ്രകടിപ്പിച്ചിരിക്കുന്ന അഭിപ്രായം ഇവിടെ ശ്രദ്ധേയമാകുന്നു. "*മഹാഭാരത*വും *രാമായണ*വും ഉപനിഷത്തുകളും മറ്റും ഹൈന്ദവ മതഗ്രന്ഥങ്ങളാണെന്ന മിഥ്യാധാരണ ഹൈന്ദവരും ഹൈന്ദവേതരരും വച്ചു പുലർത്തുന്നുണ്ട്. ഹിന്ദു മിഥോളജിയിലെ കഥാപാത്രങ്ങളുടെ കഥ പറയുന്നതുകൊണ്ടോ, അവരുടെ ഇതിവൃത്തം പ്രതിപാദ്യവിഷയമായതുകൊണ്ടോ ഒരു കൃതി മതഗ്രന്ഥമാകില്ല. ഹിന്ദുമതത്തിലെ ആചാരങ്ങൾ, വിശ്വാസങ്ങൾ, ജീവിതക്രമങ്ങൾ എന്നിവ വിവരിക്കുന്ന പുസ്തകങ്ങൾ മാത്രമേ ഹൈന്ദവമതഗ്രന്ഥത്തിന്റെ തലത്തിലേക്കു വരൂ. *രാമായണ*വും *ഭാരത*വും ഉപനിഷത്തുകളും ഏതെങ്കിലും ഒരു മതത്തിന്റെ വിശ്വാസങ്ങളെയോ ആചാരങ്ങളെയോ പ്രതിപാദിക്കുന്നവയല്ല."[12] ഈ അഭിപ്രായം ഇന്നത്തെകാലത്ത് ഏറെ പ്രസക്തമാണെന്നു മാത്രം ഇവിടെ പറഞ്ഞുവയ്ക്കട്ടെ.

സഹായകഗ്രന്ഥങ്ങൾ/കുറിപ്പുകൾ

1. *ഭാരതീയസാഹിത്യചരിത്രം. വോള്യം 1,* എഡി. ഡോ. കെ എം ജോർജ്
2. *On the Ramayana*
3. മുൻപറഞ്ഞ ഗ്രന്ഥം.
4. *രാമകഥ* - കാമിൽ ബുൽക്കെ പുറം 105.
5. *The Bengali Ramayanas*
6. *രാമകഥ* - കാമിൽ ബുൽക്കെ
7. *ഭാരതീയ ചിന്ത:* കെ ദാമോദരൻ, പ്രസാ. കേരളഭാഷാ ഇൻസ്റ്റിറ്റ്യൂട്ട്. പുറം. 134

8. *The History of India*
9. *രാമകഥ:* കാമിൽ ബുൽക്കെ
10. *On the Ramayana*
11. *വേദഹൃദയത്തിലൂടെ:* ഡോ. കെ ആർ രാമൻ നമ്പൂതിരി. പ്രസാ. പൂർണ്ണ പബ്ലിക്കേഷൻസ്, കോഴിക്കോട്.
12. *രാഘവീയം:* എൻ ജയകൃഷ്ണൻ, പ്രസാ: കേരളഭാഷാഇൻസ്റ്റിറ്റ്യൂട്ട് പുറം 37.

കാലഗണനയും ഭൂപ്രദേശങ്ങളും

ഏതൊരു സാഹിത്യകൃതിയുടെയും ഉള്ളറകളിലേക്ക് പ്രവേശിക്കുന്നതിന് അതിൽ പറയപ്പെടുന്ന ദേശനാമങ്ങളും അവയുടെ സ്ഥാനവും, ഒരുപരിധിവരെയെങ്കിലും, മനസ്സിലാക്കേണ്ടതുണ്ട്. വേദേതിഹാസകൃതികളുടെ പഠനത്തിലാണ് ഇത് അനിവാര്യമായിത്തീരുന്നത്. അത്തരം പഠനങ്ങളിലൂടെ അവയ്ക്ക് ചരിത്രത്തിൽ ഇടമുണ്ടെങ്കിൽ അതു നിർണ്ണയിക്കുന്നതിനും സഹായകരമാകും. മാത്രവുമല്ല, പ്രസ്തുത കൃതികളുടെ രചനാകാലം സാമാന്യമായെങ്കിലും നിർണ്ണയിക്കുന്നതിനും അക്കാലത്തെ സാമൂഹിക ജീവിതക്രമത്തെക്കുറിച്ച് മനസ്സിലാക്കുന്നതിനും അത്തരം പഠനങ്ങൾ സഹായിക്കുന്നതാണ്. അങ്ങനെ രൂപപ്പെടുന്ന ബോദ്ധ്യങ്ങൾ പാഠവുമായി തട്ടിച്ചുനോക്കുമ്പോഴാണ് പഠനവും ആസ്വാദനവും കുറെയെങ്കിലും പൂർണ്ണതയിലെത്തുന്നത്.

നമ്മളെ സംബന്ധിച്ചിടത്തോളം അത്തരം പഠനങ്ങളിലേക്കു തിരിയാതെ വേദമുൾപ്പെടെയുള്ള കൃതികൾ 'അപൗരുഷേയം' എന്നടയാളപ്പെടുത്തി മാറ്റുന്നതിനാണ് കൗതുകം. (അപൗരുഷേയം എന്ന പ്രയോഗത്തിലെ പുരുഷാധിപത്യ സൂചനയും സ്ത്രീവിരുദ്ധതയും വിശദമായ പഠനമർഹിക്കുന്നു) അപൗരുഷേയം എന്നു പറഞ്ഞു മാറ്റി പ്രതിഷ്ഠിച്ചാൽ ഗവേഷണ പഠനങ്ങൾക്കുള്ള വഴി അടഞ്ഞുകഴിഞ്ഞു! പിന്നെ, അത്തരം കൃതികൾ പൂജിക്കാൻ കൊള്ളാം! ഇന്ത്യയിലിന്ന് ഒട്ടേറെ കൃതികൾ ഇങ്ങനെ പൂജാമുറികളിലെത്തിയിരിക്കുന്നു. ഈ ദുരവസ്ഥയിൽനിന്നും വേദങ്ങളും ആരണ്യകങ്ങളും ബ്രാഹ്മണങ്ങളും ഉപനിഷത്തുകളും ഇതിഹാസ പുരാണങ്ങളും മോചിപ്പിക്കപ്പെടേണ്ടതായുണ്ട്. അങ്ങനെ മോചിപ്പിക്കപ്പെട്ടാൽ മാത്രമെ ശരിക്കും വസ്തുനിഷ്ഠവും സൗന്ദര്യശാസ്ത്രാധിഷ്ഠിതവുമായ പഠനങ്ങളും വിലയിരുത്തലുകളും ഉണ്ടാവുകയുള്ളൂ.

അതിനുള്ള ശ്രമങ്ങൾ ചരിത്രാതീത പുരാവസ്തു ശാസ്ത്ര (പ്രീഹിസ്റ്റോറിക് ആർക്കിയോളജി)ജ്ഞന്മാരുടെ ഭാഗത്തുനിന്നും ഉണ്ടാകുന്നുമുണ്ട് എന്നത് ആശ്വാസകരം തന്നെയാണ്.

പുരാവസ്തുശാസ്ത്രപഠനത്തിന് ഉൽഖനനം മാത്രമല്ല ആ രംഗത്തെ ശാസ്ത്രജ്ഞർ ആശ്രയിക്കുന്നത്. ഭാഷാശാസ്ത്രം, ചരിത്രം, ഭൂമിശാസ്ത്രം, നരവംശശാസ്ത്രം, ജന്തുശാസ്ത്രം തുടങ്ങിയ ശാസ്ത്ര ശാഖകൾക്ക് പുരാവസ്തുശാസ്ത്രപഠനത്തിൽ ഏറെ പങ്കുണ്ട്. ആധുനിക രസതന്ത്രവും ഊർജ്ജതന്ത്രവും ഒക്കെത്തന്നെ അത്തരം പഠനങ്ങളെ സഹായിക്കുന്നു. അതിലൂടെ മാത്രമെ ഹയർ ക്രിട്ടിസിസം എന്നു വിവക്ഷിക്കുന്ന സമഗ്രവിമർശന പദ്ധതിയിലേക്ക് എത്തിച്ചേരുവാനാകൂ. അത്തരം പഠനമാർഗ്ഗങ്ങളിലൂടെ രൂപപ്പെടുന്ന അനുമാനങ്ങൾക്കു മാത്രമെ ശാസ്ത്രത്തിന്റെ പിന്തുണയുണ്ടാവുകയുള്ളൂ. ഇത്തരം രീതിയാണ് പുരാവസ്തുശാസ്ത്രജ്ഞർ പിന്തുടരുന്നത് എന്നും സൂചിപ്പിക്കേണ്ടതായുണ്ട്.

അതേസമയം, പുരാവസ്തുശാസ്ത്ര പഠനങ്ങളിലും ആ മേഖലയിലെ ശാസ്ത്രജ്ഞന്മാരുടെ നിഗമനങ്ങളിലും തങ്ങൾ ആഗ്രഹിക്കുന്ന വിധം ചരിത്രത്തെ പുനഃസൃഷ്ടിക്കുവാനും പുനർനിർണ്ണയിക്കുവാനും ശ്രമിക്കുന്ന ചില ക്ഷുദ്രശക്തികൾ ഇടപെട്ടുകൊണ്ടുമിരിക്കുന്നു. തങ്ങളുടെ മതബോധങ്ങളിന്മേലും മതതാല്പര്യങ്ങളിൻമേലും തിരുത്തലുകൾ വരുത്തുന്ന ശാസ്ത്രജ്ഞാനങ്ങളെ തള്ളിക്കളയുന്നതിനും ശാസ്ത്രമേലങ്കിയണിയിച്ച് അസംബന്ധങ്ങൾ നിർലജ്ജം എഴുന്നള്ളിക്കുന്നതിനും ഈ ക്ഷുദ്രശക്തികൾക്കു മടിയേതുമില്ല. അത്തരമൊരു ദുഷിച്ച കാലത്തിലൂടെയാണ് ഇന്നു നമ്മൾ കടന്നുപോയിക്കൊണ്ടിരിക്കുന്നത് എന്ന് ജാഗ്രതയോടുകൂടിത്തന്നെ നമ്മൾ ബോദ്ധ്യപ്പെടേണ്ടതുമുണ്ട്. രാമകഥയും രാമകഥാഖ്യാനങ്ങളും അരങ്ങേറിയത് ഏതു ഭൂപ്രദേശത്താണ്? ഗവേഷകരെയും സാഹിത്യവിദ്യാർത്ഥികളെയും കുഴയ്ക്കുന്ന ചോദ്യമാണിത്. *വാല്മീകിരാമായണ*ത്തിനു മുമ്പും പിമ്പുമുള്ള രാമകഥാഖ്യാനങ്ങളിൽ അനേകം സ്ഥലങ്ങളെക്കുറിച്ചും ദേശങ്ങളെക്കുറിച്ചും പേരെടുത്തു തന്നെ പറയപ്പെടുന്നുണ്ട്. അതൊക്കെ എവിടെയായിരുന്നു? തീർച്ചയായും ഇത്തരം ചോദ്യങ്ങളും അന്വേഷണങ്ങളും അത്തരം ആഖ്യാനങ്ങളെ പുതിയ വെളിച്ചത്തിൽ സമീപിക്കുന്നതിന് ഇടയാക്കുന്നതാണ്. അതിനുള്ള ശ്രമങ്ങൾ ഇന്ത്യയിലെ ബ്രിട്ടീഷ് അധിനിവേശകാലത്തും അതിനുശേഷവും ഉണ്ടായിട്ടുണ്ട്, ഉണ്ടായിക്കൊണ്ടിരിക്കുന്നുമുണ്ട്. ഒരു ബ്രാഹ്മമുഹൂർത്തത്തിൽ വെളിപാടുപോലെ വാല്മീകിയുടെ മനസ്സിൽ രൂപമെടുത്ത ഇതിവൃത്തമല്ല *രാമായണ*ത്തിന്റേതെന്ന് *വാല്മീകിരാമായണം* തന്നെ സാക്ഷ്യപ്പെടുത്തുന്നുണ്ട്. ബുദ്ധമത സാഹിത്യത്തിലെ പ്രശസ്തകൃതികളായ *ദശരഥജാതകം, അനാമകം ജാതകം, ദശരഥകഥാനം* തുടങ്ങിയവകളിൽ രാമകഥ വ്യത്യസ്തരീതികളിൽ പരാമർശിച്ചിട്ടുണ്ടെന്ന് മുൻപ് സൂചിപ്പിക്കുകയുണ്ടായി.

*ദശരഥ ജാതകത്തി*ന്റെ ഒരു ഭാഗമായ അതീതകഥകളിൽ ദശരഥൻ

രാജ്യഭാരം വഹിച്ചിരുന്നത് വാരണസിയിലാണെന്നു പറയുന്നു. ഈ കഥയുമായി രാമായണ കാവ്യത്തിനുള്ള സാജാത്യങ്ങൾ അനേകം രാമകഥാസാഹിത്യ പണ്ഡിതന്മാർ ചർച്ച ചെയ്തിട്ടുള്ളതുമാണ്.[1] എന്നാൽ, ശ്രീബുദ്ധന്റെ സർവ്വസംഗപരിത്യാഗഭാവത്തോട് ഭാഗീകമായി വിയോജിച്ച് കുടുംബജീവിതമാഹാത്മ്യം വാഴ്ത്തുന്നതിനുള്ള ശ്രമം *വാല്മീകിരാമായണ*ത്തിൽ കണ്ടെത്താവുന്നതുമാണ്. പ്രസ്തുത കൃതിക്ക് ലഭിച്ചിട്ടുള്ള സ്വീകാര്യതയ്ക്ക് ഇതും ഒരു കാരണമായിരുന്നിരിക്കണം.

*ദശരഥജാതക*ത്തിലെ കഥാപരിസരമായ വാരണസിയെ അയോദ്ധ്യയിലേക്കും കോസലത്തിലേക്കും വാല്മീകി മാറ്റിപ്രതിഷ്ഠിച്ചു എന്നതു ശ്രദ്ധേയമാണ്. അതുപോലെ, വനവാസത്തിന്റെ സ്ഥലമായി ബൗദ്ധകഥകളിൽ കാണുന്നത് ഹിമാലയമാണ്. കഥാരചനാ ലക്ഷ്യം മാറിയപ്പോൾ സംഭവിച്ച മാറ്റമായിരിക്കാമിതെന്നാണ് ഊഹിക്കപ്പെടുന്നത്. വാല്മീകിക്കുശേഷം വ്യത്യസ്തദേശങ്ങളിൽ ഉണ്ടായ രാമകഥാഖ്യാനങ്ങളിൽ ആഖ്യാനഭേദങ്ങൾ ഉണ്ടായപ്പോഴും കഥാഭൂമികയോ, പരിസരമോ മാറാതെ അവയൊക്കെ വാല്മീകിയെത്തന്നെ പിന്തുടർന്നു എന്നതും ശ്രദ്ധേയമാണ്. (ചില അപവാദങ്ങൾ ഇല്ലെന്നല്ല) അങ്ങനെവരുമ്പോൾ ഇന്നു പ്രചുരപ്രചാരമാർജ്ജിച്ചിട്ടുള്ള *വാല്മീകി രാമായണ*മുൾപ്പെടെയുള്ള രാമകഥാഖ്യാനങ്ങളിൽ പരാമർശിതമാകുന്ന പ്രദേശങ്ങളുടെ ചരിത്രത്തിലേക്കും ഭൂതകാലാവസ്ഥകളിലേക്കും പോകുന്നതിന് പുരാവസ്തു ശാസ്ത്രജ്ഞർ നിർബ്ബന്ധിതരാകുന്നുമുണ്ട്. അങ്ങനെയാണ് രാമായണാഖ്യാനങ്ങളിൽ പുതിയ വെളിച്ചം പരക്കുന്നത്.

അത്തരം പഠനങ്ങൾ വന്നുതുടങ്ങിയതോടുകൂടി രാമന്റെ കാലത്തെയും രാമായണകാവ്യത്തിലെ വിവിധ സംഭവങ്ങളെയും സ്ഥലങ്ങളെയും സംബന്ധിച്ചുള്ള ചരിത്രപരവും വസ്തുനിഷ്ഠവുമായ പഠനങ്ങൾ വ്യാപകമായുണ്ടാകുന്നു. ഇക്കഴിഞ്ഞ നൂറു-നൂറ്റമ്പതു വർഷക്കാലമേ ആയിട്ടുള്ളൂ അത്തരം പുരാവസ്തു ശാസ്ത്രാധിഷ്ഠിതമായ പഠനങ്ങൾ ഉണ്ടായിട്ട് എന്നതും ശ്രദ്ധിക്കണം. ഒരുപക്ഷേ, പുരാവസ്തു ശാസ്ത്രത്തിന്റെ ഉത്ഭവ-വികാസ-പരിണാമങ്ങൾ സമ്പുഷ്ടമായത് ഇക്കാലയളവിനുള്ളിൽ ആയതുകൊണ്ടു കൂടിയാകാം ഇങ്ങനെ സംഭവിച്ചത്. പ്രാചീന സാഹിത്യ കൃതികളെക്കുറിച്ച് ഇത്തരം പഠനങ്ങൾ ഇനിയും ഉണ്ടാകേണ്ടതുണ്ട് എന്നു മാത്രമേ ഇവിടെ പറയുവാനാകൂ. പ്രത്യേകിച്ചും രാമായണകാവ്യത്തിന്റെ കാര്യത്തിലെങ്കിലും. *രാമായണ*ത്തിലും *മഹാഭാരത*ത്തിലും പറയപ്പെടുന്ന ദേശങ്ങളെ താരതമ്യം ചെയ്യുമ്പോൾ നമ്മുടെ ശ്രദ്ധയിൽപ്പെടുന്ന സവിശേഷമായ ചില വസ്തുതകളുണ്ട്. *മഹാഭാരത*ത്തിൽ പരാമർശിക്കപ്പെടുന്ന ദേശങ്ങൾ, സാമാന്യേന, വിസ്തൃതങ്ങളായിരുന്നുവെന്നും *രാമായണ*ത്തിലേത്, സാമാന്യേന, ചെറിയ നാട്ടുരാജ്യങ്ങളായിരുന്നു എന്നതുമാണ് അവയിൽ മുഖ്യം. വ്യത്യസ്തമായ ഈ ഭൂപ്രദേശ - പരാമർശങ്ങൾ ഇൻഡോളജിസ്റ്റുകളെയും ഏറെ ആകർഷിച്ചിട്ടുള്ള കാര്യമാണ്.[2] ഇതിന്റെ അടിസ്ഥാനത്തിൽ ബി സി 300-ാം ആണ്ടു

വരെയുള്ള കാലപ്പഴക്കമെ *രാമായണ*ത്തിന് പി വി കാനെയെപ്പോലുള്ള വർ നല്കുന്നുള്ളൂ. മാത്രവുമല്ല, എ ഡി 200 നകം രാമായണത്തിന്റെ ഇന്നു കാണുന്ന രൂപം കൈക്കൊണ്ടതായും വിലയിരുത്തപ്പെടുന്നു. മുമ്പു സൂചിപ്പിച്ചിട്ടുള്ളതുപോലെ ഇന്നു കാണുന്ന *വാല്മീകി രാമായണ*കൃതി നൂറ്റാണ്ടുകളിലൂടെയാണ് രൂപപ്പെട്ടതെന്ന അനുമാനം ഇവിടെ ആവർത്തി ക്കേണ്ടിയിരിക്കുന്നു. അങ്ങനെ ബി സി 3-ാം നൂറ്റാണ്ടിനും എ ഡി രണ്ടാം നൂറ്റാണ്ടിനും ഇടയിലുള്ള കാലഘട്ടത്തിലെ ഇന്ത്യൻ രാഷ്ട്രീയ-സാമൂ ഹ്യാവസ്ഥകളുടെ പ്രതിഫലനവും ചിത്രീകരണവുമാണ് *രാമായണ*ത്തിൽ നടന്നിട്ടുള്ളതെന്നും പറയാവുന്നതാണ്.[3] പുരാവസ്തുശാസ്ത്രജ്ഞന്മാ രുടെയും ഉൽഖനന വിദഗ്ദ്ധരുടെയും കണ്ടെത്തലുകൾ ഈ അനുമാന ങ്ങളെ ശരിവയ്ക്കുന്നു എന്നതാണ് ഏറെ കൗതുകകരമായ കാര്യം.

എ. പരിമിതികളും സാദ്ധ്യതകളും

പുരാവസ്തു ശാസ്ത്ര പഠനങ്ങൾക്ക് പരിമിതികളില്ല എന്നല്ല ഇവിടെ പറഞ്ഞുവയ്ക്കുന്നത്. ഭൗമോപരിതലത്തിലെ സ്മാരകങ്ങൾ, ഉൽഖനന ത്തിലൂടെ ലഭിക്കുന്ന വസ്തുക്കൾ തുടങ്ങിയവയുടെ പഠനത്തിലൂടെയാണ് ആ ശാസ്ത്രം വികസിക്കുന്നത്. ഉൽഖനനത്തിലൂടെ ലഭിക്കുന്ന വസ്തു ക്കളുടെ പഠനം ചെറിയ ഒരംശത്തെ മാത്രമെ പ്രതിനിധാനം ചെയ്യുന്നു ള്ളൂ എന്നതാണ് യാഥാർത്ഥ്യം. ഭൗമോപരിതലത്തിലെ സ്മാരകങ്ങളുടെ പഠനവും എളുപ്പമല്ല. കാലപ്രവാഹത്തിൽ അവയും ഭാഗികമായോ, പൂർണ്ണ മായോ നശിപ്പിക്കപ്പെട്ടിരിക്കാം. ഇങ്ങനെ അപൂർണ്ണമായി ലഭിക്കുന്ന, കേടു പാടുകൾ സംഭവിച്ച അവശിഷ്ടങ്ങൾ ഇതിഹാസകൃതികളുടെ പാഠവു മായി ചേർത്തു പരിശോധിക്കുമ്പോൾ ഗവേഷകർ അബദ്ധ ജഡിലമായ നിഗമനങ്ങളിൽ എത്തിച്ചേരുന്നതിനുള്ള സാദ്ധ്യത തള്ളിക്കളയുവാനാ കില്ല. അങ്ങനെവരുമ്പോൾ, പുരാവസ്തുശാസ്ത്രം ഭൂതകാലത്തെ സംബ ന്ധിച്ച് കുറ്റമറ്റതും കൃത്യവുമായ ഒരു നിഗമനത്തിൽ എത്തുന്നതിന് ഗവേ ഷകരെ സഹായിക്കുകയില്ല. എന്നാൽ, ഇത്തരം പഠനങ്ങൾക്കായി ലഭി ക്കുന്ന/ശേഖരിക്കുന്ന വസ്തുക്കളുടെ കാലനിർണ്ണയം നടത്തുന്നതിന് ആധുനികശാസ്ത്രം സഹായിക്കുന്നുണ്ട്. ഇത് പുരാവസ്തു ശാസ്ത്രപ ഠനങ്ങളുടെ സാദ്ധ്യതയേയും ആധികാരികതയേയും വർദ്ധിപ്പിച്ചിട്ടുണ്ട്. ഈ വസ്തുതകൾ ഉൾക്കൊണ്ടുവേണം ഇത്തരം പഠനങ്ങളെ സമീപി ക്കേണ്ടത് എന്നതും വിസ്മരിക്കരുത്. ഇതോടൊപ്പം തന്നെ മറ്റൊരു ദുരന്തം (അതാണ് യഥാർത്ഥ ദുരന്തം) കൂടിയുണ്ട്. ഭരണകൂട ശാസന കൾക്കും താല്പര്യങ്ങൾക്കും വിധേയമായി പ്രവർത്തിക്കുന്ന ഗവേഷ കരും ഈ രംഗത്തുണ്ട് എന്നതാണത്. അധികാര താല്പര്യങ്ങൾക്കുവി ധേയരായി തെറ്റായ വ്യാഖ്യാനങ്ങളും നിഗമനങ്ങളും അവർ നിർമ്മിച്ചു നല്കും! ഭരണകൂട പിന്തുണകൂടി ലഭിക്കുമ്പോൾ അവയ്ക്ക് സ്വീകാര്യ തയും ആധികാരികതയും ലഭിക്കും. അത്തരം തെറ്റായ നിഗമനങ്ങൾ ദുർവ്യാഖ്യാനം ചെയ്ത് നിർമ്മിക്കുന്ന ഗവേഷകരെ കാത്തിരിക്കുന്നത്

ഭരണകൂടത്തിന്റെ നിർലോപമായ വാത്സല്യപ്രകടനങ്ങളാണ്! (അത്, പദ്മശ്രീയുടെയും പത്മഭൂഷണിന്റെയും മറ്റും രൂപത്തിലുമാകാം!) ഇക്കഴിഞ്ഞ നൂറ്റാണ്ടിന്റെ അന്ത്യത്തിലും ഈ നൂറ്റാണ്ടിന്റെ തുടക്കത്തിലും ചില പുരാവസ്തുഗവേഷകർ നടത്തിയ ചില നിഗമനങ്ങളുടെ ശാസ്ത്രീയത പുനഃപരിശോധിക്കേണ്ടതുണ്ട് എന്ന അഭിപ്രായം ഉയരുന്നത് ഈ പശ്ചാത്തലത്തിലാണ്. ഇതിവിടെ ആനുഷംഗികമായി സൂചിപ്പിച്ചുവെന്നു മാത്രം.

ബി. സങ്കാലിയയും കൂട്ടരും

*വാല്മീകി രാമായണ*ത്തെ മുൻനിർത്തി/ആധാരമാക്കി ആധുനിക ഇന്ത്യയിൽ പുരാവസ്തു ശാസ്ത്രപഠനം നടത്തുകയും നിഗമനങ്ങളിൽ എത്തുകയും ചെയ്തവരിൽ പ്രമുഖനാണ് ഡോ. എച്ച് ഡി സങ്കാലിയ (ഹശ്മുഖ് ധീരജ്ലാൽ സങ്കാലിയ - 1909–1989) 1974 ൽ പദ്മഭൂഷൺ ബഹുമതി ഉൾപ്പെടെ നേടിയിട്ടുള്ള അദ്ദേഹം ബ്രിട്ടീഷ് അക്കാദമി, എക്സ്പ്ലോറേഴ്സ് ക്ലബ്ബ് ഓഫ് അമേരിക്ക തുടങ്ങിയ ഗവേഷണസ്ഥാപനങ്ങളിൽ അംഗമായിരുന്നു. പുരാവസ്തുശാസ്ത്രവെളിച്ചത്തിൽ അദ്ദേഹം രചിച്ച *രാമായണത്തെ*ക്കുറിച്ചുള്ള ഗ്രന്ഥം *രാമായണപഠനങ്ങൾ* എന്ന പേരിൽ മലയാളത്തിലും വന്നിട്ടുണ്ട്.[4] ഇന്നു പ്രചാരത്തിലുള്ള *വാല്മീകി രാമായണ*ത്തിലെ പ്രക്ഷിപ്തങ്ങൾ തുറന്നു കാട്ടിക്കൊണ്ട്, ബാലകാണ്ഡം മുതൽ ഉത്തരകാണ്ഡംവരെയുള്ള ഏഴു കാണ്ഡങ്ങളെയും പുരാവസ്തു ശാസ്ത്ര വെളിച്ചത്തിൽ അദ്ദേഹം വിലയിരുത്തുന്നു.

ബാലകാണ്ഡത്തിൽ പരാമർശിക്കുന്ന രണ്ടു ജനവാസകേന്ദ്രങ്ങളാണ് സരയൂനദിയുടെ തെക്കേക്കരയിൽ സ്ഥിതി ചെയ്യുന്ന മലാദം, കരുഷം എന്നിവ. ഈ പ്രദേശങ്ങൾ വനമായിരുന്നുവെന്ന് പറഞ്ഞിരിക്കുന്നു. ഇവിടെയാണ്, താടകയുടെ മകൻ മാരീചൻ ജീവിച്ചിരുന്നതെന്നും ബാലകാണ്ഡത്തിൽ പറയുന്നുണ്ട്. രാമാസ്ത്രമേറ്റപ്പോൾ താൻ നൂറുയോജന അകലെയുള്ള ഒരു കടലിൽ തെറിച്ചു വീണെന്ന് മാരീചൻ, രാവണനോടു പറയുന്നുണ്ട്. ഇവിടെ മാരീചൻ പറയുന്ന കടൽ ഇന്ത്യാ സമുദ്രമല്ലെന്നും അവിടെയുള്ള ശ്രീലങ്കയല്ല *രാമായണ*ത്തിൽ പറയുന്ന ലങ്ക എന്നും സങ്കാലിയ തെളിയിക്കുന്നു.

മലാദത്തിലെ കാടുകൾ എന്നത് ഇന്നത്തെ തെക്കൻ ഉത്തരപ്രദേശമോ, ബീഹാറോ ആയിരിക്കാമെന്നാണ് അദ്ദേഹത്തിന്റെ പക്ഷം. സഗരന്റെ കുടുംബവർണ്ണനയും ഈ കാണ്ഡത്തിലുണ്ട്. സഗരന്റെ കുടുംബാംഗമെന്ന നിലയിൽ ഒരു അരിഷ്ടനേമിയുടെ പേരും പറയുന്നു. കൃഷ്ണന്റെ സമകാലികനായി ഒരു അരിഷ്ടനേമിയുടെ പേരും പറയുന്നുണ്ട്. പില്ക്കാലത്ത്, ജൈനന്മാരുടെ ഇരുപത്തിമൂന്നാമത്തെ തീർത്ഥങ്കരനായി ഒരു അരിഷ്ടനേമിയും ഉണ്ട്. അതാകട്ടെ, ബി സി പത്താമത്തെയോ ഒമ്പതാമത്തെയോ, നൂറ്റാണ്ടിലാണുതാനും. വിശ്വാമിത്രൻ, രാമനോടു പറയുന്ന ചില സ്ഥലനാമങ്ങളുണ്ട്. കൗശംബി, മഹോദയ, ഗിരിവ്രജ, വൈശാലി, മിഥില, കമ്പീലിയ തുടങ്ങിയവയാണവ. ബി സി 1000 മുതൽ ബി സി

1600 വരെയുള്ള കാലപ്പഴക്കമേ ഈ നഗരങ്ങൾക്കുള്ളൂവെന്ന് പുരാവസ്തു ശാസ്ത്ര പ്രകാരം തെളിയിക്കപ്പെട്ടിട്ടുണ്ട്. അങ്ങനെവരുമ്പോൾ *രാമായണ*ത്തിന്റെ കാലം വീണ്ടും പുനഃപരിശോധിക്കേണ്ടതായി വരുന്നു.

അയോദ്ധ്യക്ക് പത്തുയോജന നീളവും പന്ത്രണ്ടുയോജന വീതിയും രാജമാർഗ്ഗവും ഉൾപ്പെടെ അനേകം വീഥികളും ഉള്ളതായി ബാലകാണ്ഡത്തിൽ പറയുന്നു. നിരത്തുകൾ വെള്ളം കൊണ്ടു നനച്ചിരുന്നതായും മാളികകളും എടുപ്പുകളും ഉദ്യാനങ്ങളും ഉണ്ടായിരുന്നതായും പറയുന്നു. അരിയും കരിമ്പും പട്ടണത്തിൽ സംഭരിച്ചുവച്ചിരുന്നതായും അവിടത്തെ ചന്തയിൽ ബാൽഹികയിൽ നിന്നുള്ള കുതിരകളേയും കാബൂജത്തിൽനിന്നുള്ള ഒട്ടകങ്ങളെയും കാണാം. അതോടൊപ്പം ശാകൻമാരെയും പല്ലവന്മാരെയും യവന മിശ്രിതരെയും കുറിച്ചുള്ള പരാമർശങ്ങൾ ഈ കാണ്ഡത്തിലുണ്ട്. ഇതിന്റെ രചനാകാലം കണക്കാക്കുന്നതിന് അതൊരു പ്രധാന സൂചനയായി സങ്കാലിയ കരുതുന്നു. അദ്ദേഹം പറയുന്നു: “രാജസ്ഥാനിൽ ചിറ്റൂരിനടുത്തുള്ള മാദ്ധ്യമികയും അകലെയുള്ള പാടലീപുത്രവും ഗ്രീക്കുകാരുടെ രണ്ടാമത്തെ ആക്രമണകാലത്ത് ഉപരോധത്തിനു വിധേയമാക്കിയപ്പോഴാണ് ഗ്രീക്കുകാരെയും ഇൻഡോഗ്രീക്കുകാരെയും ഇന്ത്യാക്കാർ അടുത്തു പരിചയപ്പെട്ടത്. അതിനുശേഷമാണ് ശാകൻമാരും കുശാനൻമാരും വന്നത്. അഭിരന്മാരും ഹൂണന്മാരും പിന്നീടും ഗുർചരന്മാർ ഇതിനെല്ലാം ശേഷവും എത്തി. *രാമായണം* മുഴുവൻ നാം പരിശോധിച്ചിട്ടും അഭിരൻമാരെയും ഹൂണൻമാരെയും പറ്റി പറയുന്നതായി കാണുന്നില്ല. അതിനാൽ രണ്ടാം ഇന്തോ-ഗ്രീക്ക് ആക്രമണത്തിനും എ ഡി രണ്ടാം നൂറ്റാണ്ടിനും മദ്ധ്യേ ബാലകാണ്ഡം മുഴുവനും അല്ലെങ്കിൽ അതിന്റെ ഒരു ഭാഗമെങ്കിലും രചിക്കപ്പെട്ടതായി നമുക്കു കണ്ടെത്താം.”[5]

ഇവിടെ ശ്രദ്ധിക്കപ്പെടേണ്ടതായ ഒരു വസ്തുതയുണ്ട്. ബാലകാണ്ഡം മുഴുവനും അല്ലെങ്കിൽ അതിന്റെ ഒരു ഭാഗമെങ്കിലും രചിക്കപ്പെട്ടതായി കണ്ടെത്താമെന്ന് സങ്കാലിയ പറയുമ്പോൾ അതിനർത്ഥം ഏതെങ്കിലും ഒരു കവി, ഒറ്റയിരിപ്പിനിരുന്ന് അത് രചിച്ചുവെന്നല്ല. അനേകം വർഷങ്ങളിലൂടെ, അനേകം കവികളിലൂടെ ഇതിന്റെ രചനാപ്രക്രിയ തുടർന്നുപോന്നു എന്നു മാത്രമേ ധരിക്കേണ്ടതുള്ളൂ. രാമായണകാവ്യത്തെയാകെ വിലയിരുത്തുമ്പോഴും അതിലെ പ്രക്ഷിപ്തങ്ങൾ പരിഗണിക്കുമ്പോഴും ഈ വസ്തുതകൾ മനസ്സിൽ സൂക്ഷിക്കേണ്ടതുണ്ട്. മറിച്ചുള്ള പഠനങ്ങൾ ആരെയും എവിടെയും എത്തിക്കുകയില്ല.

സി. ബാലകാണ്ഡത്തിന്റെ ആധുനികത

ബാലകാണ്ഡത്തിന്റെ ആധുനികത വെളിവാക്കുന്ന തെളിവുകൾ സങ്കാലിയ ഇനിയും നിരത്തുന്നുണ്ട്. അക്ഷൗഹിണിയെപ്പറ്റിയും സീതയുൾപ്പെടെയുള്ള ജനകപുത്രിമാർക്ക് നല്കപ്പെടുന്ന കൗശേയം (സിൽക്ക്), ക്ഷൗമം (ലിനൻ) എന്നിവകൊണ്ടുള്ള വസ്ത്രങ്ങളെക്കുറിച്ചും ഉള്ള ബാലകാണ്ഡ പരാമർശങ്ങൾ ബി സി 4-ാം നൂറ്റാണ്ടിനുമുമ്പല്ല ബാല

കാണ്ഡ നിർമ്മിതി എന്നു തെളിയിക്കുന്നു. ഈ കാണ്ഡത്തിന്റെ രചയിതാവിന് തെക്കേയിന്ത്യയെപ്പറ്റിയോ, അവിടങ്ങളിലെ രാജാക്കന്മാരെപ്പറ്റിയോ അറിവുണ്ടായിരുന്നതിന്റെ സൂചന ഇതിലില്ല. "കോസലജനപഥത്തിലുള്ള സരയൂനദിയുടെ കരയിൽ, അയോദ്ധ്യയുടെ സൂചനയിൽ തുടങ്ങി സരയുവിന്റെ തെക്കുഭാഗത്തുള്ള ഏതാനും രാജ്യങ്ങളും കരുഷത്തിലെയും മലാദത്തിലെയും മിഥിലയിലെയും വൈശാലിയിലെയും ജനപദങ്ങളും സൗരാഷ്ട്ര, സൗവ്വിര, സിന്ധു, കേകയ, മിഥില, കാശി, അംഗം എന്നിവിടങ്ങളിലെ രാജാക്കന്മാരെപ്പറ്റി പൊതുവായിട്ടുള്ള പ്രസ്താവം മാത്രം കാണുമ്പോൾ"[6] സങ്കാലിയ, ബാലകാണ്ഡകർത്താവിന്റെ തെക്കെ ഇന്ത്യയെക്കുറിച്ചുള്ള അജ്ഞതയിൽ സംശയിച്ചുപോകുന്നു. ഈ കാണ്ഡനിർമ്മിതിയുടെ കാലത്തിലേക്കു വഴിതെളിക്കുന്ന സുപ്രധാനമായൊരു നിരീക്ഷണവും അദ്ദേഹം നടത്തുന്നു. "ചെമ്പ്, ഇരുമ്പ്, വെള്ളി, ഈയം തുടങ്ങിയ ലോഹങ്ങളെക്കുറിച്ച് പരാമർശം *രാമായണ*ത്തിലുണ്ട്. ഈ നാലു ലോഹങ്ങളെപ്പറ്റി അറിയുക മാത്രമല്ല ശിവന്റെ വില്ല് ഒരു ചെമ്പുപെട്ടിയിലോ, ഇരുമ്പുപെട്ടിയിലോ വച്ചിരുന്നതായും പറയുന്നുണ്ട്. എട്ടു ചക്രമുള്ളതും ആറടി നീളമുള്ളതുമായ ഒരു വലിയ പെട്ടിയായിരുന്നു ഇത്. നമുക്കിതു സ്വീകരിക്കാം. പക്ഷേ, അത്രയേറെ പുരാതനമായ കാലത്ത് ഇത്ര വലിയ ഒരു ലോഹപ്പെട്ടിയുടെ നിർമ്മിതിയെ നമുക്ക് സങ്കല്പിക്കാൻ കഴിയുന്നില്ല. ക്രിസ്ത്വബ്ദത്തിന്റെ ആദ്യ നൂറ്റാണ്ടുകളിൽ ഇതു സാദ്ധ്യമായിരുന്നു. ഡൽഹിയിലുള്ള ഇരുമ്പുസ്തൂപം പണിതീർത്ത 4-ാം നൂറ്റാണ്ടിലോ, 5-ാം നൂറ്റാണ്ടിലോ ആയിരുന്നെങ്കിൽ നിശ്ചയമായും ഇങ്ങനെയൊന്നുണ്ടാക്കുന്നതിന് കഴിയുമായിരുന്നു."[7]

ഡി. അയോദ്ധ്യാകാണ്ഡം

അയോദ്ധ്യാകാണ്ഡത്തിലേക്കു വരുമ്പോൾ കാര്യങ്ങൾ കൂടുതൽ സങ്കീർണ്ണമാകുന്നതായി കാണാം. ബി സി ലോയുടെ അഭിപ്രായ പ്രകാരം രാമന്റെ ജന്മഭൂമി എന്ന നിലയിൽ ഹിന്ദുക്കളുടെ മാത്രം പുണ്യസ്ഥലമല്ല അയോദ്ധ്യ.[8] ബുദ്ധമതസാഹിത്യപ്രകാരം അയോദ്ധ്യ, ബുദ്ധന്റെ കാലത്തുതന്നെയുള്ളതായി കാണാവുന്നതാണ്. പിന്നെയവിടം ഒന്നാമത്തെയും നാലാമത്തെയും ജൈനതീർത്ഥങ്കരന്മാരുടെ ജന്മസ്ഥലമായി ചിത്രീകരിക്കപ്പെട്ടു. സങ്കാലിയയുടെ അഭിപ്രായപ്രകാരം അയോദ്ധ്യ ഒരു പൗരാണിക നഗരം തന്നെയാണ്. അതേസമയം ഫാഹിയാനും മറ്റു ചൈനീസ് തീർത്ഥാടകരും അവിടം ബുദ്ധമതകേന്ദ്രമാണെന്നു പ്രസ്താവിക്കുന്നു. എങ്കിൽകൂടി, അവിടെ ദേവന്മാരുടെ ക്ഷേത്രമാണ് കൂടുതൽ എന്നും പറയുന്നു. 1967 ൽ സങ്കാലിയ അദ്ദേഹത്തിന്റെ സന്ദർശന വേളയിൽ അവിടെനിന്നും ഒരു കളിമൺപാത്രക്കഷണം കണ്ടെത്തിയെന്നും 1975 മാർച്ച് -ഏപ്രിൽ മാസങ്ങളിൽ അയോദ്ധ്യാഖനനത്തിനു നേതൃത്വം വഹിച്ച പ്രൊഫ: ലാലിന്റെ അഭിപ്രായത്തിൽ ആ കളിമൺപാത്രക്കഷണം

അവിടെ നിലനിന്നിരുന്ന സംസ്കാരത്തിന്റെ അവസാനത്തിൽപ്പെട്ടതായിരിക്കണമെന്നും പ്രസ്താവിക്കുന്നു.

പടിഞ്ഞാറൻ ഉത്തരപ്രദേശിലും ഹരിയാനയിലും ഉള്ള മറ്റു സംസ്ഥാനങ്ങളെക്കാളും അതുപോലെതന്നെ ഹസ്തിനപുരത്തെക്കാളും പില്ക്കാലത്താണ് അയോദ്ധ്യയിലേക്കുള്ള കുടിയേറ്റം നടന്നത് എന്നാണ് പ്രൊഫ. ലാൽ സ്ഥാപിച്ചിട്ടുള്ളത്. അതു ശരിയെങ്കിൽ കൃഷ്ണനുശേഷമാണ് രാമൻ-*മഹാഭാരത*ത്തിനുശേഷമാണ് *രാമായണം*-എന്നുവരുന്നു. എന്നാൽ, ഉൽഖനനങ്ങളിലൂടെ കണ്ടെത്തിയിട്ടുള്ള വസ്തുക്കളുടെ അപഗ്രഥനത്തിലൂടെ ഇതു സംശയാതീതമായി തെളിയിക്കുന്നതിന് പ്രൊഫ. ലാലിനു കഴിഞ്ഞിട്ടില്ലയെന്ന് സങ്കാലിയ പറയുന്നു.[9] എന്നാൽ, വൈദിക സാഹിത്യത്തിൽ അയോദ്ധ്യക്കു യാതൊരു സ്ഥാനവുമില്ല എന്ന കാര്യം ശ്രദ്ധിക്കേണ്ടതുണ്ട്. അതുപോലെതന്നെ, ഹസ്തിനവും ഹസ്തിപവും അതിൽ ഉണ്ടെങ്കിലും ഹസ്തിനപുരം ഇല്ലതാനും. ഇക്ഷ്വാകുക്കളോട് ബന്ധപ്പെട്ട് *രാമായണ*ത്തിൽ പരാമർശിക്കപ്പെടുന്ന ഇക്ഷുമതി നദിയും വേദങ്ങളിൽ പരാമർശിക്കപ്പെടുന്നില്ല. സതദ്രു എന്നൊരു നദിയുടെ പേരും വേദങ്ങളിലില്ല (പഞ്ചാബിന്റെ കിഴക്കുഭാഗത്തു കൂടിയൊഴുകുന്ന സത്‌ലജ് നദിയാണ് സതദ്രു). ഋഗ്വേദത്തിൽ ഈ നദിയെ സമുദ്രി എന്നാണു വിളിച്ചിരിക്കുന്നത്. ഭരതൻ, ഗോമതീ നദികടക്കുന്നതായി *രാമായണ*ത്തിൽ ഒരിടത്ത് പറയുന്നു. ഇത് പടിഞ്ഞാറൻ ഉത്തർപ്രദേശത്തിലുള്ള ഇന്നത്തെ ഗോമതീ നദി തന്നെയായിരിക്കാമെന്നാണ് സങ്കാലിയ അനുമാനിക്കുന്നത്. ലോഹിത്യ (ബ്രഹ്മപുത്ര), കലിംഗപരാമർശങ്ങൾ *രാമായണ*ത്തിലുണ്ട്. ഇവ ആസാമിലുള്ള ലൗഹിത്യയാണെന്നും ഒറീസയിലുള്ള കലിംഗമാണെന്നും അദ്ദേഹം പറയുന്നു.

*രാമായണ*ത്തിൽ പറയപ്പെടുന്ന രാഷ്ട്രീയ സ്ഥാപനങ്ങളുടെ വിശകലനം അവ വേദകാലത്തിന്റെ അവസാനമായ ബി സി ഏഴാം നൂറ്റാണ്ടിനോട് അടുത്തു വരുന്നുവെന്നു കാണിക്കുന്നു. ഇതോടൊപ്പം മറ്റൊരു കാര്യംകൂടി പരിശോധിക്കേണ്ടതുമുണ്ട്. ഭർത്താവ്, മകൻ, രാജാവ്, സഹോദരൻ, മിത്രം എന്നീ സ്ഥാനങ്ങളിൽ നിന്നുകൊണ്ട് വ്യക്തി അനുഷ്ഠിക്കേണ്ടതായ ധർമ്മങ്ങളെക്കുറിച്ച്, ഒരു പരിധിവരെയെങ്കിലും, നമ്മെ ബോദ്ധ്യപ്പെടുത്തുന്ന കഥാപാത്രമാണ് രാമൻ എന്നതാണത് (ഇതേക്കുറിച്ച് ഭിന്നാഭിപ്രായങ്ങൾ ഉണ്ടായേക്കാവുന്നതാണ്). ഭാര്യ എന്ന നിലയിൽ സീതയും ധർമ്മനിഷ്ഠയിൽ അത്രയേറെയൊന്നും പിന്നിലുമല്ല. വനവാസത്തിനു പോകുവാൻ തയ്യാറാകുന്ന രാമനെ പിന്തുടരുവാൻ ശ്രമിക്കുന്ന സീതയുടെ വാക്കുകൾ തന്നെ ഇതിനുദാഹരണമാകുന്നു.

രാജാവ് എന്ന നിലയിൽ ദശരഥൻ പുരോഹിതൻമാരോടും ഉപദേശകരോടും അഭിപ്രായം തേടുന്നുണ്ട്. അഭിഷേക തീരുമാനവും മറ്റും അങ്ങനെ രൂപപ്പെടുന്നതാണ്. എന്നാൽ, ലക്ഷ്മണൻ അഭിഷേക വിഘ്നവേളയിലും വനവാസതീരുമാനപ്രഖ്യാപനവേളയിലും കോപാകുലനായി പൊട്ടിത്തെറിക്കുന്നു. അതേസമയം, ദശരഥന്റെ ഉപദേശകരായി ചുറ്റും

കൂടിയിരിക്കുന്ന ആരും തന്നെ ലക്ഷ്മണനെപ്പോലെ പൊട്ടിത്തെറിക്കുകയോ, പ്രതിഷേധിക്കുകയോ ചെയ്യുന്നില്ല. രാജാവ് പരമാധികാരിയാണെന്നും അദ്ദേഹത്തിന് ഇഷ്ടമുള്ള എന്തുതീരുമാനം എടുക്കുന്നതിനും അധികാരമുണ്ടെന്നും അതനുസരിക്കുവാൻ മറ്റുള്ളവർ ബാദ്ധ്യസ്ഥരാണെന്നുമുള്ള രാമന്റെ വാക്കുകളോടു യോജിച്ചാകാം, ഒരുപക്ഷേ, മറ്റുള്ളവർ മൗനം പാലിച്ചത്. പക്ഷേ, ലക്ഷ്മണന്റെ കാര്യമോ?

മയാപാർശ്വേ സധനുഷാ തവഗുപ്തസ്യരാഘവഃ
കസ്സമർത്ഥോഽപ്രിയം കർത്തും കൃതാന്ത സ്യേവ തിഷ്ഠതഃ

(രാഘവാ, വില്ലെടുത്തു നില്ക്കുന്ന ഞാൻ അന്തകനെപ്പോലെ അവിടുത്തെ കാത്തുരക്ഷിക്കുമ്പോൾ അനിഷ്ടം ചെയ്യാൻ ആർക്കു കഴിയും?)[10]

നിർമ്മാനുഷ്യാ മിമാം കൃത്സ നാമയോ ദ്ധ്യാം മനുജർഷഭ
കരിഷ്യാമി ശരൈ സ്തീക്ഷ്ണൈര്യദി സ്ഥാസ്യതി വിപ്രിയേ.

(വേണ്ടാത്തതിനു പുറപ്പെട്ടാൽ ഞാൻ കൂരമ്പുകൾ കൊണ്ട് നരർഷഭാ, ഈ അയോദ്ധ്യയെ മുഴുവൻ മാനവശൂന്യമാക്കും).[11] അയോദ്ധ്യയെ മുഴുവൻ മാനവശൂന്യമാക്കുമെന്നു പറയുന്ന ലക്ഷ്മണൻ പിതാവായ ദശരഥനും മാതൃതുല്യയായ കൈകേയിക്കും നേരെ ചൊരിയുന്ന ഭർത്സനങ്ങൾക്ക് കണക്കില്ല! രാജകുല പാരമ്പര്യം പോലും മറന്നുള്ള വാക്കുകളാണ് ലക്ഷ്മണനിൽനിന്നും പുറത്തുവന്നത്. രാമൻ വളരെ പണിപ്പെട്ടാണ് ലക്ഷ്മണനെ ശാന്തനാക്കുന്നത്. ഇവിടെ, പുരുഷോത്തമനായ രാമന്റെ മഹത്വം ഉയർത്തിക്കാട്ടുന്നതിനുള്ള വാല്മീകിയുടെ ശ്രമമായി (വേണമെങ്കിൽ) ആ രംഗത്തെ വിശേഷിപ്പിക്കാവുന്നതാണ്. മാത്രവുമല്ല, വിവിധനിലകളിൽ ഒരു വ്യക്തി അനുഷ്ഠിക്കേണ്ടതായ ധർമ്മത്തെക്കുറിച്ച് രാമനിലൂടെ ബോദ്ധ്യപ്പെടുത്തുകയുമാണ് വാല്മീകി എന്നുകൂടി പറയേണ്ടിയിരിക്കുന്നു. ലക്ഷ്മണന്റെ കോപം രാമസഹോദരൻ എന്ന നിലയിൽ ശരിയായിരിക്കാം. പക്ഷേ, ദശരഥപുത്രൻ എന്ന നിലയിൽ അതെത്രത്തോളം ശരിയാണെന്ന കാര്യത്തിൽ സന്ദേഹമില്ലേ?

അഭിഷേക തീരുമാനത്തെത്തുടർന്ന് നടക്കുന്ന പൂജകളിലേക്കും ആരാധനകളിലേക്കും സങ്കാലിയ നമ്മുടെ ശ്രദ്ധ ക്ഷണിക്കുന്നു. രാമന്റെ കിരീടധാരണം നിശ്ചയിക്കപ്പെട്ടതിനെത്തുടർന്ന് ആരുംതന്നെ പൊതുവായ ഒരു ആരാധനാ സ്ഥലത്ത് ആരാധനയ്ക്കായി പോകുന്നതായി വാല്മീകി പറയുന്നില്ല. അഭിഷേകത്തിനുമുമ്പുള്ള ആചാരങ്ങളും പൂജകളും എല്ലാം തന്നെ വീടിനുള്ളിൽ തന്നെയാണ് നിർവ്വഹിക്കപ്പെടുന്നത്. ഇവിടെ, ദേവന്മാർ മുപ്പത്തിമുക്കോടിയില്ല എന്നതും ശ്രദ്ധേയമാണ്. പൂജയിൽ പങ്കു ചേരുന്നതിന് ഇന്ദ്രൻ, ഗരുഡൻ, സാധ്യ, വിശ്വദേവ, മരുത്, ധാത, വിധാത, പുഷ, ദാർഗ്ഗ, ആര്യാമ, സോമ, സ്കന്ദ, ബൃഹസ്പതി, നക്ഷത്രങ്ങൾ, ഗ്രഹങ്ങൾ എന്നിവരെ മാത്രമെ കൗസല്യ ക്ഷണിക്കുന്നുള്ളൂ. വേദപാരമ്പര്യത്തിന്റെ തുടർച്ചയും അതുപോലെ സ്കന്ദനെപ്പോലെയുള്ള പുതുദൈവങ്ങളുടെ ആവിർഭാവവും ഇവിടെ കാണാം. എന്നാൽ ശിവൻ, കാർത്തികേയൻ, ഗണപതി തുടങ്ങിയ ദൈവങ്ങൾ ഇല്ലതാനും,

ഇതേക്കുറിച്ച് സങ്കാലിയ ഇങ്ങനെ പറയുന്നു: "*രാമായണ*ത്തിന്റെ ഈ ഭാഗം രചിക്കപ്പെട്ടിരിക്കുന്നത് വേദകാലത്തിന്റെ അന്ത്യത്തിലും സ്കന്ദനെപ്പോലുള്ള ദൈവങ്ങൾ ജനപ്രീതി നേടുന്ന പ്രാരംഭ ചരിത്രകാലഘട്ടത്തിന്റെ തുടക്കത്തിലുമാണെന്ന് നമുക്കനുമാനിക്കാം. നാണയശാസ്ത്ര സംബന്ധിയായ തെളിവു പ്രകാരം ഈ കാലഘട്ടം ബി സി മൂന്നാം നൂറ്റാണ്ടാണ്. ഏകദേശം ഈ കാലഘട്ടങ്ങളിലുള്ള ക്ഷേത്രങ്ങളുടെ അവശിഷ്ടങ്ങളാണ് ആദ്യം നാഗരിയിൽനിന്നും പിന്നീട് വിദിഷയിലും മധുരയിൽനിന്നും നമുക്കു ലഭിച്ചിട്ടുള്ള ഏറ്റവും പഴക്കം ചെന്നവ."[12]

ഇ. എണ്ണത്തോണിയും കെട്ടിടങ്ങളും

അയോദ്ധ്യാകാണ്ഡത്തിൽ, ദശരഥന്റെ മരണാനന്തരം, അദ്ദേഹത്തിന്റെ മൃതശരീരം എണ്ണത്തോണിയിൽ സൂക്ഷിക്കുന്നതായ പരാമർശം ശ്രദ്ധേയമാണ്. ഉത്തരകാണ്ഡത്തിൽ, മരിച്ച ബ്രാഹ്മണബാലന്റെ മൃതശരീരം എണ്ണത്തോണിയിൽ സൂക്ഷിക്കുവാൻ രാമൻ ആജ്ഞാപിക്കുന്നുമുണ്ട്.

തൈലദ്രോണ്യാം തദാ/മാത്യഃ സംവേശ്യജഗതീപതിം
രാജ്ഞ: സർവ്വാണ്യഥാ ദിഷ്ടാശ്ചക്രുഃ കർമ്മാണ്യനന്തരം

(അമാത്യന്മാർ അരചനെ എണ്ണപ്പാത്തിയിൽ കിടത്തി. പിന്നീട്, നിയുക്തരായവർ രാജാവിന്റെ അനന്തര കർമ്മങ്ങളെല്ലാം ചെയ്തു). ഈ പരാമർശത്തിന് ബി സി 4-ാം നൂറ്റാണ്ടിനപ്പുറം പഴക്കമില്ലെന്നാണ് സങ്കാലിയയുടെ നിഗമനം, ബി സി 3-ാം നൂറ്റാണ്ടിനോടടുപ്പിച്ചുണ്ടായ 'മഹാപരിനിബ്ബാനസുത്താന്ത'ത്തിൽ ബുദ്ധന്റെ മൃതദേഹം തുണിയിലും പഞ്ഞിയിലും പൊതിഞ്ഞ് എണ്ണനിറച്ച ഇരുമ്പുപെട്ടിയിൽ സൂക്ഷിക്കുന്നതായി പറയുന്നുണ്ട്. *രാമായണ*ത്തിലെ എണ്ണത്തോണി (ദ്രോണം) പരാമർശം അയോദ്ധ്യ കാണ്ഡത്തിലെ ഈ ശ്ലോകത്തിന്റെ രചനാ കാലം വെളിവാക്കുന്നു.

അയോദ്ധ്യയിലെ വീടുകളെക്കുറിച്ചുള്ള ഈ കാണ്ഡത്തിലെ പരാമർശങ്ങളിലും പുരാവസ്തു ശാസ്ത്രജ്ഞരുടെ ശ്രദ്ധ പതിഞ്ഞിട്ടുണ്ട്. ഇതെക്കുറിച്ച് സങ്കാലിയ പറയുന്നു: "പഞ്ചാബിനും സിന്ധുനദീതടത്തിനും പുറത്ത് ഇന്ത്യയിൽ നടത്തിയിട്ടുള്ള ഉൽഖനനങ്ങളെ ഒരു മാർഗ്ഗനിർദ്ദേശിയായി സ്വീകരിച്ചാൽ, അയോദ്ധ്യയിലെ ഏറ്റവും പഴക്കം ചെന്ന വീടുകൾ- കാലമെന്തായിരുന്നാലും ഐതരേയ ബ്രാഹ്മണത്തിലെ വിവരങ്ങൾ സത്യമാണെങ്കിൽ, ബി സി 8-ാം നൂറ്റാണ്ടിനു മുമ്പായിരിക്കാൻ ഇടയില്ല. (അതായത്, പുരാണങ്ങളിൽ പറഞ്ഞിട്ടുള്ള രാജാക്കന്മാരിൽ ഒരാളായ ഹരിശ്ചന്ദ്രന്റെ കാലത്ത് ഇത് ഒരു ഗ്രാമമായിരുന്നു എന്നത്) ഇന്ന് അയോദ്ധ്യക്കുചുറ്റും കാണുന്ന ഗ്രാമങ്ങളിലുള്ള മൺകുടിലുകളെക്കാൾ ഒട്ടുംതന്നെ ഭേദപ്പെട്ടവയാകാനിടയില്ല."[13]

സങ്കാലിയയുടെ ഈ അനുമാനത്തെ സാധൂകരിക്കുന്ന സന്ദർഭങ്ങൾ *വാല്മീകി രാമായണ*ത്തിൽ കാണാവുന്നതാണ്. രാമന്റെ വനവാസ

നിയോഗമറിഞ്ഞ് തളർന്നുവീഴുന്ന കൗസല്യയെ വർണ്ണിക്കുന്നതാണ് ഒരു സന്ദർഭം.

ഉപാവൃത്യോ സ്ഥിതാം ദീനാം ബഡവമിഷ വാഹിതാം
പാംസുഗുണ്ഠിത സർവ്വാംഗീം വിമർശ ച പാണിനാ.

(ഭാരമേറ്റിത്തളർന്ന് മണ്ണിൽ വീണുരുണ്ടെണീറ്റ പെൺകുതിരയെ പോലെ മേലെങ്ങും പൊടിപുരണ്ട അവളെ രാമൻ കൈകൊണ്ടുതലോടി)

ഇത്, അക്കാലത്ത് അയോദ്ധ്യയിലുണ്ടായിരുന്ന ഭവനങ്ങളെക്കുറിച്ച് ചില സൂചനകൾ നല്കുന്നതാണ്. കല്ലുകൊണ്ടോ, ചുടുകട്ടകൊണ്ടോ നന്നായി നിർമ്മിച്ച് തറയൊക്കെ അതിനൊപ്പം നന്നാക്കിയിരിക്കുന്ന ഒരു വീടിന്റെ അല്ലെങ്കിൽ കൊട്ടാരത്തിന്റെ തറയിൽ വീഴുന്ന ഒരാളിന്റെ ദേഹത്ത്, ഇവിടെ പറഞ്ഞിരിക്കുന്നതു പോലെ, പൊടിപുരളുവാൻ സാദ്ധ്യതയില്ല. (അല്ലെങ്കിൽ അവിടെ തൂപ്പും തുടപ്പും ഇല്ലാതിരിക്കണം!) അതുകൊണ്ടുതന്നെ, അയോദ്ധ്യാപുരിയുടെ വർണ്ണനകളോട് കിടപിടിക്കുന്ന വിധം മെച്ചപ്പെട്ടതായിരുന്നില്ല അവിടത്തെ വാസസ്ഥലങ്ങളെന്ന് ഊഹിക്കാവുന്നതാണ്. ഒരുപക്ഷേ, അവയൊക്കെ മൺകുടിലുകൾ മാത്രമായിരുന്നിരിക്കണം!

ഇതു മനസ്സിൽവച്ചുകൊണ്ട് നമുക്കു സങ്കാലിയയെ പിന്തുടരാം. "ഉൽഖനനം ചെയ്ത എഴുപത്തിനാലു സ്ഥാനങ്ങളുടെ ഒരു വിശദമായ സർവ്വെ-ശ്രാവസ്തി, വൈശാലി, പാടലീപുത്രം, രാജ്ഗിർ, കനൗജ്, കൗശാംബി, കാംബിൽ അല്ലെങ്കിൽ കമ്പീലിയ, അവിഛത്ര, ഹസ്തിനപുരം തുടങ്ങിയ പ്രസിദ്ധമായ ഇതിഹാസസ്ഥാനങ്ങൾ ഉൾപ്പെടെയുള്ളവയിൽ നിന്നെല്ലാംതന്നെ ഇരുമ്പും പെയിന്റും ചെയ്ത കറുത്തതും വെളുത്തതുമായ കളിമൺപാത്രങ്ങളും ലഭിച്ചിട്ടുണ്ട്. ആദ്യകാല വീടുകളെല്ലാം മണ്ണോ, മൺകട്ടയോ ഉപയോഗിച്ചുണ്ടാക്കിയതാണെന്നും കാണിക്കുന്നു. കാർബൺ- 14 ടെസ്റ്റിൽ ബി സി 500-ാമാണ്ട് എന്നു നിർണ്ണയിച്ചിട്ടുള്ള ചുടുകട്ടകളുപയോഗിച്ച് പണിത വീടുകൾ പില്ക്കാലത്ത് മാത്രമുണ്ടായവയാണ്."[14] അദ്ദേഹം തുടരുന്നു: "ബീഹാറിലും ഉത്തരപ്രദേശിലുമുള്ള നിരവധി സ്ഥലങ്ങളിൽനിന്ന് ഇപ്പോൾ ലഭിച്ചിട്ടുള്ള പുരാവസ്തു ശാസ്ത്ര സംബന്ധിയായ തെളിവുകൾ *രാമായണ*ത്തിൽ വിവരിച്ചതരത്തിലുള്ള ചുടുകട്ടകൊണ്ട് നിർമ്മിക്കപ്പെട്ട അയോദ്ധ്യ ബി സി നാലാം നൂറ്റാണ്ടിനു മുൻപാകാനുള്ള സാദ്ധ്യത തീർത്തും നിരാകരിച്ചുകളയുന്നു."[15]

എഫ്: കഴുത...രഥം

നമ്മുടെ ശ്രദ്ധ നിശ്ചയമായും പതിയേണ്ടതായ രണ്ടു സന്ദർഭങ്ങൾ ആരണ്യകാണ്ഡത്തിലുണ്ട്. രാമലക്ഷ്മണന്മാർ അപമാനിച്ചുവിട്ട ശൂർപ്പണഖയുടെ വർത്തമാനങ്ങൾകേട്ട് കോപാകുലനായ രാവണൻ, മാരീചനെക്കണ്ട് വിവരങ്ങൾ ധരിപ്പിക്കുന്നതിനായി യാത്ര തിരിക്കുന്ന സന്ദർഭമാണ് ഒന്ന്.

മേഘപ്രതിമനാദേന സ തേന ധനദാനുജഃ

രാക്ഷസാധിപതിഃ ശ്രീമാൻ യയൗ ന ദൗ ദീപതിം.

(രാക്ഷസാധിപതിയും ശ്രീമാനുമായ ആ കുബേരാനുജൻ പൊൻപണ്ടങ്ങളണിഞ്ഞതും പൈശാചിക വദനങ്ങളുമുള്ള കഴുതകളെ പൂട്ടിയതും രത്നഭൂഷിതവും കാമഗവുമായ ആ പൊൻതേരിലിരുന്ന് ഇടിനാദംപോലെ ഇരമ്പുന്ന അതിലൂടെ ആഴിക്കുനേരെ യാത്രയായി).[16]

മറ്റൊന്ന് സീതാപഹരണ സന്ദർഭമാണ്. അവിടെയും ആ തേരിന്റെ പരാമർശമുണ്ട്. മായാമയവും ദിവ്യവും കഴുതകളെ പൂട്ടിയതും കഠിനമായ ശബ്ദമുള്ളതും പൊൻചക്രങ്ങളുള്ളതുമായ രാവണന്റെ വിശിഷ്ടമായതേരും അവിടെ കാണപ്പെട്ടു എന്നാണ് പറഞ്ഞിരിക്കുന്നത്. പിന്നീടവൻ ഉറക്കെ പരുഷവാക്കുകൾ പറഞ്ഞ് പഴിച്ചുകൊണ്ടു വൈദേഹിയെ ഒക്കത്തെടുത്തു തേരിൽക്കയറി എന്നാണ് വാല്മീകി പറഞ്ഞിരിക്കുന്നത്.[17] ഈ പരാമർശം, രാവണൻ സീതയെ അപഹരിച്ചുകൊണ്ടുപോയത് പുഷ്പകവിമാനത്തിലാണെന്ന് പറഞ്ഞു പ്രചരിപ്പിക്കുന്നവരെ അമ്പേ നിരാശപ്പെടുത്തുന്നതുതന്നെയാണ്!

കഴുതയെ പൂട്ടിയ തേരിന്റെ പരാമർശം ഇനിയും ഉണ്ട്. ഇതിൽ അത്ഭുതപ്പെടുവാനൊന്നുമില്ല. രാമരാവണ യുദ്ധവേളയിലും ഇത്തരം തേരുകൾ ഉപയോഗിച്ചിരുന്നതായി കാണാം. മെസ്സപ്പൊട്ടോമിയയിൽ നിന്നും ലഭിച്ചിട്ടുള്ള തെളിവുകൾ പ്രകാരം ബി സി 3000 വർഷത്തെ പഴക്കം ഇത്തരം തേരുകൾക്ക് പുരാവസ്തു ശാസ്ത്രജ്ഞർ നല്കുന്നു. കുതിരകളെ രഥത്തിൽ ബന്ധിക്കുന്ന ഏർപ്പാട് ബി സി 1700 നോടടുത്ത് പശ്ചിമേഷ്യയിലാണെന്നും കണ്ടെത്തിയിട്ടുണ്ട്. ഈ തെളിവുകളുടെ അടിസ്ഥാനത്തിൽ ഈ ശ്ലോകങ്ങളുടെ നിർമ്മാണത്തിന് പരമാവധി 3000 വർഷത്തെ പഴമ കല്പിക്കാമെന്നു കരുതപ്പെടുന്നു. ബി സി 300 ൽ രചിക്കപ്പെട്ടുവെന്നു കരുതപ്പെടുന്ന *വാല്മീകി രാമായണ*ത്തിൽ കഴുതയെ പൂട്ടിയ തേരിന്റെ പരാമർശം വരണമെങ്കിൽ അതിനു മുമ്പുതന്നെ അത്തരം തേരുകൾ നിലവിലുണ്ടായിരുന്നു എന്ന് ഊഹിക്കാവുന്നതേയുള്ളൂ.

ജി. വാനരന്മാരുടെ സീതാന്വേഷണം

ബാലിവധത്തിനുശേഷം അധികാരത്തിലെത്തിയ സുഗ്രീവനെ അധികാരത്തിന്റെ ശീതളച്ഛായയിൽ മത്തുപിടിച്ചവനായാണ് വാല്മീകി വർണ്ണിച്ചിരിക്കുന്നത്. അവിടെനിന്നും സുഗ്രീവനെ മടക്കിക്കൊണ്ടുവന്ന് സീതാന്വേഷണ തല്പരനാക്കുന്നത് ലക്ഷ്മണന്റെ ഭീഷണിയാണ്! എന്തായാലും വാനരസൈന്യാധിപന്മാരെ മുഴുവൻ സുഗ്രീവൻ വിളിച്ചു വരുത്തി ഓരോരുത്തരെയും ഓരോരോ ദിക്കിലേക്ക് സീതാന്വേഷണത്തിനായി നിയോഗിച്ചു. അഞ്ജനവർണ്ണന്മാരും അതിവേഗശാലികളും ആയ കോടിക്കണക്കിന് വാനരൻമാർ എത്തിച്ചേർന്നുവെന്നാണ് വാല്മീകി പറയുന്നത്. അതിന്റെയൊരു ഏകദേശക്കണക്ക് ഇങ്ങനെ സംക്ഷേപിക്കാം. മൂന്നുകോടി വാനരൻമാരുടെ കണക്കാണ് ആദ്യം കാണുന്നത്. കൈലാസശിഖര

ങ്ങളിൽനിന്നും അനേകായിരം കോടി. അസ്തമന മഹാപർവ്വതത്തിൽ നിന്നു പത്തുകോടി. ഹിമവാനിൽനിന്നും ലക്ഷം കോടി. വിന്ധ്യനിൽ നിന്നും ആയിരംകോടി. പാലാഴിക്കരയിൽനിന്നും എണ്ണിയാൽ തീരാത്ത ത്രയും! ശതബലിയെന്ന വാനരന്റെ നേതൃത്വത്തിൽ പത്തുകോടി. ഹനുമാന്റെ നേതൃത്വത്തിൽ ആയിരംകോടി. കണക്കിവിടെയെങ്ങും നിർത്തിയില്ല! അതങ്ങനെ നീളുകയാണ്. ഇന്നത്തെ ഇന്ത്യാ മഹാരാജ്യത്ത് ഇടതിങ്ങി നില്ക്കുവാൻപോലും കഴിയാത്തത്രയെണ്ണം വാനരൻമാരാണ് രാമസവിധത്തിൽ എത്തിച്ചേർന്നത്. (എന്തൊരു ഉദാത്തമായ കാവ്യഭാവന, അല്ലേ? ഇത്തരം ഉദാത്തമായ കാവ്യഭാവന മഹാഭാരതയുദ്ധ വർണ്ണനയിലും കാണാം. കൗരവപാണ്ഡവ പക്ഷങ്ങളിൽ നിലയുറപ്പിച്ചത് ആകെ 18 അക്ഷൗഹിണി സൈന്യമാണ്. സൈന്യത്തിന്റെ ഒരു യൂണിറ്റ് ആണ് ഒരു അക്ഷൗഹിണി, 1,09,350 കാലാളുകളും 21870 തേരുകളും 21870 ആനകളും 65610 കുതിരകളും ചേർന്നതാണ് ഒരു അക്ഷൗഹിണി. അങ്ങനെ 11 അക്ഷൗഹിണിപ്പടയാണ് ദുര്യോധന പക്ഷത്ത്. അതായത് 12,02,850 കാലാൾ. 2,40,570 തേരുകൾ. 2,40,570 ആനകൾ. 7,21,710 കുതിരകൾ. ഇത്രയും വലുതാണ് ദുര്യോധന സൈന്യനിര, പാണ്ഡവപക്ഷത്ത് 7 അക്ഷൗഹിണികൾ. അതായത്, 7,65,450 കാലാളുകൾ, 1,53,090 തേരുകൾ. 1,53,090 ആനകൾ. 4,59,270 കുതിരകൾ. ഇതാണ് പാണ്ഡവ പക്ഷ സൈന്യനിര. ഇത്രയും വിപുലമായ സൈന്യനിരകളിൽ അണിനിരക്കുന്നതിനുള്ളത്രയും മനുഷ്യർ കുരുക്ഷേത്രയുദ്ധകാലത്ത് ഉണ്ടായിരുന്നോ എന്ന സംശയമൊന്നും ഉന്നയിക്കേണ്ടതില്ല! ഇത് വ്യാസന്റെ ഉദാത്തമായൊരു ഭാവനയായി മാത്രം കണ്ടാൽ മതിയാകും). ഇങ്ങനെ കോടാനുകോടി വരുന്ന വാനരപ്പടയാണ് സീതാന്വേഷണം നടത്തുന്നത്.

കിഴക്കുദിക്കിലേക്കു നിയോഗിക്കപ്പെടുന്നത് വിനാതനെന്ന വാനരന്റെ നേതൃത്വത്തിലുള്ള പടയെയാണ്. നദികളായ ഭഗീരഥി, സരയു, കൗശിലി, കാളിന്ദി അഥവാ യമുന, മലകളായ യമുന, സരസ്വതി, സിന്ധു, സോണ, മഹി, കാലമഹി തുടങ്ങിയവയും അവർ പരിശോധിക്കേണ്ടതുണ്ട്. ഇന്നത്തെ മദ്ധ്യപ്രദേശിലുള്ള ജബൽപൂരിന്റെ കിഴക്കോ, വടക്കു കിഴക്കോ ആണ് ഇവിടെ പരാമർശിക്കപ്പെടുന്ന സ്ഥലങ്ങളെന്ന് പൊതുവെ പറയാവുന്നതാണ്. ഇവിടെ ദ്വീപുകളുടെയും സാഗരങ്ങളുടെയും പേരുകളും പറയുന്നുണ്ട്. ലോഹിതസാഗരം എന്നത് ബ്രഹ്മപുത്രനദിയെയാണ്. സാഗരമെന്നുപയോഗിച്ചിരിക്കുന്നത് കടലിനെയോ, സമുദ്രത്തെയോ സൂചിപ്പിക്കുവാനല്ല എന്നാണ് സങ്കാലിയ പറയുന്നത്.[18]

പടിഞ്ഞാറുദിക്കിലേക്കു നിയോഗിക്കപ്പെടുന്നത് താരയുടെ അച്ഛനായ സുരസേനന്റെ നേതൃത്വത്തിലുള്ള വാനരസൈന്യത്തെയാണ്. വരുണി, സൗരാഷ്ട്ര, ബാലിക, അഭിര, കേദകിയുടെ തോട്ടങ്ങൾ, ഹരികേല, തമാല, മരീചിപട്ടണം, ജാതിപുര, സിന്ധുവും കടലും തമ്മിലുള്ള സംഗമസ്ഥാനം, ഹേമഗിരിക്കുന്നുകൾ, പരിയാത്ര, കടൽമദ്ധ്യേയുള്ള വരാഹപർവ്വതങ്ങൾ, പ്രാഗ്ജ്യോതിഷപുരം, മേരുപർവ്വതം തുടങ്ങിയ ഇടങ്ങളിലാണ് ഇവർ

സീതാന്വേഷണം നടത്തേണ്ടത്. നിശ്ചയമായും ഈ സ്ഥല/പ്രദേശ/പർവ്വത നാമങ്ങൾ രാമായണ ഗവേഷകരിലും വിദ്യാർത്ഥികളിലും കൗതുകമുണർത്തുന്നവയാണ്. കുരുമുളകിന്റെ കയറ്റുമതിയിൽ ഏതാണ്ട് ബി സി ഒന്നാം നൂറ്റാണ്ടിൽതന്നെ പ്രാമുഖ്യം നേടിയിരുന്ന മരീചിപട്ടണപരാമർശം ഇവിടെ വരുന്നു എന്നതാണത്. എ ഡി 3-ാം നൂറ്റാണ്ടിനോടടുത്ത് പടിഞ്ഞാറൻ ഇന്ത്യയിൽ രൂപപ്പെട്ടിരുന്ന അഭിരരാജാക്കന്മാരുടെ രാഷ്ട്രീയ സംവിധാനകാലത്തെ നാണയങ്ങൾ പുരാവസ്തു ഗവേഷകർ കണ്ടെത്തിയിട്ടുണ്ട്. ബി സി ഒന്നാം നൂറ്റാണ്ടുമുതൽ ഇന്ത്യക്ക് പടിഞ്ഞാറൻ ലോകവുമായി വാണിജ്യബന്ധമുണ്ടായിരുന്നു എന്നത് തെളിയിക്കപ്പെട്ട കാര്യമാണ്. വസ്ത്രങ്ങളും സുഗന്ധദ്രവ്യങ്ങളും മാത്രമല്ല, കേരളത്തിൽനിന്നും (കേരളം എന്നതുകൊണ്ട് ഇവിടെ ഉദ്ദേശിക്കുന്നത് ഇന്നത്തെ കേരളത്തെയല്ല. ഇന്നു കേരളമെന്നു പറയപ്പെടുന്ന ഭൂപ്രദേശത്തിന്റെ പഴയ അവസ്ഥയെയാണ്) കുരുമുളകും കയറ്റി അയച്ചിരുന്നു. മുസിരിസ് തുറമുഖത്തുനിന്നും റോമാക്കാർ കുരുമുളകുവാങ്ങിയിരുന്നു. *രാമായണ*ത്തിൽ പറയപ്പെടുന്ന മരീചി പട്ടണം ഗ്രീക്കുകാരുടെ മുസിരിസ്സും ഇന്നത്തെ കൊടുങ്ങല്ലൂരുമാണെന്ന് സങ്കാലിയ അനുമാനിക്കുന്നു. കിഷ്കിന്ധാകാണ്ഡത്തിലെ ഈ പരാമർശം അതിലെ പ്രക്ഷിപ്തങ്ങളുടെ കാലനിർണ്ണയം നടത്തുന്നതിനും സഹായകരമാണ്.

വടക്കെ ദിക്കിലേക്ക് ശതബാലിയുടെ നേതൃത്വത്തിലുള്ള വാനരസൈന്യമാണ് സീതാന്വേഷണത്തിനായി പോകുന്നത്. മ്ലേച്ഛൻമാർ, പുലിന്ദന്മാർ, സുരസേനന്മാർ, പ്രസ്ഥാലം, ഭാരതം, കുരു, മാദ്രികം, കമ്പോജന്മാർ, യവനന്മാർ, ശാകൻമാർ, അരട്ടകം, ബൽഹിക, ഋഷിക, പൗരവ, തങ്കണ, ചൈന, പരമചൈന, നിഹാര, നാരദ, കൈലാസപർവ്വതം, ക്രൗഞ്ചമല, മൈനാക പർവ്വതം, വൈഖാനസ് സരസ്, ശൈലോദ്രനദി, (ഇതിന്റെ കരയിൽ കിച്ചകം എന്നുപേരുള്ള ചൂരൽ വിളയുന്നുണ്ടെന്ന് പറയുന്നുണ്ട്) ഉത്തരകുരു, സോമഗിരി തുടങ്ങിയ തടാകങ്ങൾ - വളരെ നീണ്ട ഒരു പട്ടിക തന്നെയാണിത്. ശാകന്മാർ, യവനന്മാർ, ചീനന്മാർ, പരമചീനൻമാർ എന്നിവർക്കൊപ്പം ഹൂണന്മാരെക്കുറിച്ച് ഇവിടെ പറയുന്നില്ല എന്നത് ശ്രദ്ധേയമാണെന്ന് സങ്കാലിയ വിലയിരുത്തുന്നു.[19] എ ഡി 5-ാം നൂറ്റാണ്ടോടു കൂടി മാത്രം വടക്കും മദ്ധ്യഭാരതത്തിലും ഒരു രാഷ്ട്രീയ ശക്തിയായിത്തീർന്ന ഹൂണന്മാരെക്കുറിച്ച് ഇവിടെ പരാമർശമില്ലാത്തതിനാൽ അതിനുമുമ്പായിരിക്കണം ഈ കാണ്ഡരചന നടന്നതെന്ന് അനുമാനിക്കപ്പെടുന്നു. എ ഡി 2-ാം നൂറ്റാണ്ടിനും 4-ാം നൂറ്റാണ്ടിനും മദ്ധ്യേയായിരിക്കണം കിഷ്കിന്ധാകാണ്ഡത്തിലെ ഈ സർഗ്ഗത്തിന്റെ രചന നടന്നിട്ടുള്ളതെന്നു പറയാവുന്നതാണ്.

തെക്കോട്ടു നിയോഗിക്കപ്പെടുന്ന വാനരസേനയുടെ നേതൃത്വം ഹനുമാനും അംഗദനുമായിരുന്നു. ആയിരം കൊടുമുടികളുള്ള വിന്ധ്യൻ നർമ്മദ, ഗോദാവരി, കൃഷ്ണ, വേണി, വരദ, മേഖല, ഉത്ക്കല, ദാസാർന, അവന്തി, അഭ്രവന്തി, വിദർഭ, ഋഷിക, മഹീശാക, വംഗ, കലിംഗ, ചോള,

പാണ്ഡ്യ, കേരള, കാവേരി മലയപർവ്വതം, അഗസ്ത്യാശ്രമം, താമ്രപർണി, പാണ്ഡ്യന്റെ കവാടം, മഹേന്ദ്രപർവ്വതം, അതിനു മറുവശമുള്ള ദ്വീപ്, പുഷ്പിതകമല, ഋഷഭമല, ശൈലൂഷ തുടങ്ങിയ വിസ്തൃതമായ ഇടങ്ങളിലായിരുന്നു അവർ അന്വേഷിക്കേണ്ടിയിരുന്നത്. തെക്കുള്ള രാജ്യങ്ങളും നദികളും ഇവിടെ പറയപ്പെട്ടിരിക്കുന്നു എന്നതു ശ്രദ്ധേയമാണ്. അതേസമയം, തെക്കേ സമുദ്രത്തിൽ ഒരു ദ്വീപുണ്ട് എന്നു പറയുമ്പോഴും അതിന്റെ പേര് പറയുന്നുമില്ല. അഗ്നിപുത്രനായ നീലൻ, ഹനുമാൻ, ജാംബവാനെന്ന തേജസ്വി, സുഹോത്രൻ, ശരാരി, ഗജൻ, ഗവാക്ഷൻ, ഗവയൻ, സുഷേണൻ, ഋഷഭൻ, മൈന്ദൻ, ഗന്ധമാദനൻ, അംഗദൻ തുടങ്ങിയ 'വീരന്മാരും വിശേഷജ്ഞാനമുള്ളവരും' ആയ വാനരപ്രമുഖരാണ് ആ സംഘത്തിലുള്ളത്.

സഹി ദേശസ്തു വദ്ധ്യസ്യ രാവണസ്യ ദുരാത്മനഃ
രാക്ഷസാധിപ തേർവാസഃ സഹസ്രാക്ഷസമദ്യുതേഃ

(ആ നാട്ടിലാണ് ദുരാത്മാവും കൊല്ലപ്പെടേണ്ടവനും ഇന്ദ്രനോടൊപ്പം പ്രതാപശാലിയും രാക്ഷസാധിപതിയുമായ രാവണൻ വസിക്കുന്നത്) എന്നുപറയുന്നുവെങ്കിലും ദ്വീപിന്റെ പേര് പറയുന്നില്ല. എന്നാൽ, അംഗാരക എന്ന രാക്ഷസി, പുഷ്പിതമെന്ന പർവ്വതം, അഗസ്ത്യഭവനം, വാസുകിയെന്ന സർപ്പം, ഋഷഭമെന്ന പർവ്വതം തുടങ്ങിയവയെക്കുറിച്ചൊക്കെ പറയുന്നുണ്ടെന്നു മാത്രമല്ല വിശേഷം. ഒരു മാസത്തിനുള്ളിൽ സീതയെ കണ്ടെത്തി മടങ്ങിവന്ന്, 'കണ്ടു സീതയെ' എന്നു പറയണമെന്നുമാണ് സുഗ്രീവാജ്ഞ! ഇതിനർത്ഥം, ഈ സംഘം സീതയെ കണ്ടെത്തുമെന്ന തീർച്ച സുഗ്രീവന് ഉണ്ടായിരുന്നു എന്നു തന്നെയാണ്. ഇതേ തീർച്ച രാമനുമുണ്ട്.

ദദൌ തസ്യതതഃ പ്രീതഃ സ്വനാമാങ്കോപശോഭിതം
അംഗുലീയമഭിജ്ഞാനം രാജപുത്രാഃ പരന്തപഃ

(ആ പരന്തപൻ പ്രീതിയോടെ രാജപുത്രിക്കു തിരിച്ചറിയാൻ വേണ്ടി തന്റെ പേരുകൊത്തിയ മോതിരം അവന്റെ കൈയിൽ കൊടുത്തു) ഹനുമാന്റെ കൈയിൽ രാമൻ അംഗുലീയം കൊടുത്തു എന്നു വരുമ്പോൾ ഹനുമാനിലുള്ള രാമന്റെ വിശ്വാസമാണ് പ്രകടമാകുന്നത്. പക്ഷേ, ഈ മോതിര പരാമർശം നമ്മളെ വല്ലാതെ ചിന്താക്കുഴപ്പത്തിലാക്കുന്നു. ഈ മോതിരം രാമന് എവിടെനിന്നു ലഭിച്ചുവെന്ന് വാല്മീകി എവിടെയും ഇതിനുമുമ്പ് പറയുന്നില്ല. വനവാസത്തിനു യാത്രതിരിക്കുന്ന വേളയിൽപോലും രാമന്റെ കൈയിൽ ഇങ്ങനെയൊരു മോതിരം ഉള്ളതായി പറയുന്നില്ല. ഇവിടെ പറഞ്ഞിരിക്കുന്നതാകട്ടെ, 'പേരുകൊത്തിയ മോതിരം' എന്നും! (വരമൊഴിയുടെ ഉത്ഭവത്തിനുശേഷം എന്ന് വ്യംഗ്യം) അപ്പോൾ കാര്യങ്ങൾ കൂടുതൽ സങ്കീർണ്ണമാകുന്നു.

ആചാര്യനരേന്ദ്രഭൂഷൺ, *വാല്മീകി രാമായണ*ത്തിനെഴുതിയ പഠനത്തിൽ പറയുന്നു: "സ്വനാമാങ്കിതമെന്നതിന് സ്വന്തം പേര് ലിപിയിൽ ലോഹത്തിൽ കൊത്തിയതെന്നല്ലേ അർത്ഥം വരൂ? രാമായണകഥ

യിൽപോലും ലിപിയെപ്പറ്റി ഇത്ര സ്പഷ്ടമായി പറഞ്ഞിരിക്കെ ലിപി ഭാരതീയർക്ക് അപരിചിതമായിരുന്നെന്ന വാദം അസ്വീകാര്യമാണ്."[20] ആചാര്യന്റെ വാദം, യഥാർത്ഥത്തിൽ ഒരാഗ്രഹപ്രകടനമായിമാത്രം വിലയിരുത്തിയാൽ മതി. ഇത്തരം ആഗ്രഹപ്രകടനങ്ങൾ ഇതിലും ഏറിയ അളവിൽ പലരും ഉയർത്തുന്നുമുണ്ട്. അതിന്റെ കെടുതികൾ ഇന്ത്യൻ ജനത അനുവദിച്ചുകൊണ്ടുമിരിക്കുന്നു! (കാളിദാസന്റെ *ശാകുന്തള*ത്തിൽ താമരയിതളിൽ ശകുന്തള, ദുഷ്യന്തന് പ്രണയലേഖനമെഴുതുന്ന പരാമർശമില്ല. പക്ഷേ, സംഗതി സിനിമയായപ്പോൾ വയലാർ രാമവർമ്മയെന്ന കവി, 'പ്രണയലേഖനം എങ്ങനെയെഴുതണം? മുനികുമാരികയല്ലോ...' എന്ന് ശകുന്തളയെക്കൊണ്ട് സന്ദേഹിപ്പിച്ചുകളഞ്ഞു! അതുകണ്ടിട്ട്, അക്കാലത്ത് താമരയിതളിൽ പ്രണയലേഖനമെഴുതി അയയ്ക്കുന്ന പതിവുണ്ടായിരുന്നു എന്ന് ആരെങ്കിലും നാളെ പറഞ്ഞുകൂടായ്കയില്ല! കാര്യങ്ങളുടെ പോക്ക് ആ നിലയ്ക്കാണ്) അതവിടെ നില്ക്കട്ടെ. ഇത്തരം ആഗ്രഹപ്രകടനങ്ങൾ കാവ്യാസ്വാദനവേളയിൽ സ്വകാര്യമായിട്ടാകുന്നതിൽ തരക്കേടൊന്നുമില്ല. പക്ഷേ, കാവ്യത്തെ മുൻനിർത്തി ചരിത്രം വിലയിരുത്തുമ്പോൾ ആചാര്യ നരേന്ദ്ര ഭൂഷണെപ്പോലുള്ളവരുടെ ഇത്തരം വിലയിരുത്തലുകൾക്ക് പ്രസക്തിയേതുമില്ലതന്നെ.

മോതിരം ഇന്ത്യയിലെന്നുണ്ടായി? പ്രത്യേകിച്ച്, പേരുകൊത്തിയ മോതിരം? ഇതേക്കുറിച്ച് സങ്കാലിയ പറയുന്നു: "മോഹൻജദാരോ, ഹാരപ്പ, ചാണുദാരൊ എന്നിവയെപ്പറ്റിയുള്ള വിശദവിവരങ്ങളും, ലോതലിനെപ്പറ്റി ഒരു ശരിയായ വിവരണവും കാലിബങ്കൻ, കോട്ഡിജി തുടങ്ങി സിന്ധു, പഞ്ചാബ്, രാജസ്ഥാൻ എന്നിവിടങ്ങളിലുള്ള മറ്റുസ്ഥലങ്ങളെപ്പറ്റിയും ചില ലേഖനങ്ങളും നമുക്കിന്ന് ലഭിച്ചിട്ടുണ്ട്. ടെറാക്കോട്ടയുടെയും ചെമ്പ്-ഓടിന്റെയും ചിലപ്പോൾ എല്ലിന്റെയും ആനക്കൊമ്പിന്റെയും മോതിരങ്ങൾ ഇവയിൽ ചില സ്ഥലങ്ങളിൽനിന്നും ലഭിച്ചിട്ടുണ്ടെങ്കിലും ഇവയെല്ലാം തന്നെ സാധാരണ മോതിരങ്ങളാണ്... പില്ക്കാലത്ത് കാവിനിറമുള്ള കളിമൺപാത്രങ്ങൾ ലഭിച്ച സ്ഥലങ്ങൾ ഹരിയാനയിലും ഉത്തർപ്രദേശിലും ഉണ്ട്. ഇവയിൽ ചിലത് പില്ക്കാല ഹാരപ്പൻ സംസ്കാരമാവാനാണ് സാദ്ധ്യത. ഇവയിൽനിന്നൊന്നും ഇതുവരെ മോതിരങ്ങളൊന്നും ലഭിച്ചിട്ടില്ല. മൗര്യസാമ്രാജ്യത്തിന്റെ അവസാനകാലഘട്ടത്തിൽ പോലും മേൽത്തരം കളിമൺപാത്രങ്ങൾക്കു പുറമെ മറ്റു പല സാധനങ്ങൾ ലഭിച്ചിട്ടുണ്ടെങ്കിലും പേരുകൊത്തിയിട്ടുള്ള മോതിരങ്ങളൊന്നും തന്നെയും ഇതുവരെയും ലഭിച്ചിട്ടില്ല... നമ്മുടെ ഇപ്പോഴുള്ള അറിവിനനുസരിച്ചാണെങ്കിലും ഇന്ത്യയുടെ വടക്കുപടിഞ്ഞാറൻ പ്രദേശങ്ങളും തക്ഷശിലയും ഇൻഡോ ഗ്രീക്കുകളും മറ്റുള്ളവരും ഭരിച്ചിരുന്ന ആദ്യകാലഘട്ടത്തിലാണ് ഇത്തരത്തിലുള്ള പേരു കൊത്തിയ മോതിരങ്ങൾ കാണുവാൻ തുടങ്ങിയത്. പഴയകാലത്തെ പേരുകൊത്തിയ മോതിരത്തിന്റെ ഏറ്റവും നല്ല, ഒരുപക്ഷേ ഏക തെളിവ്, ലഭിച്ചിരിക്കുന്നത് തക്ഷശിലയിൽനിന്നാണ്... ഈ കാണ്ഡത്തിലെ ഈ സംഭവം ഉൾപ്പെടുത്തിയതിനെപ്പറ്റി നമുക്കറി

യാവുന്ന പശ്ചാത്തലവും ഇന്ത്യയിലെ പല മോതിരങ്ങളുടെ ചരിത്രവും വെച്ചുകൊണ്ട് ഏറ്റവും കൂടിയാൽ രണ്ടാം നറ്റാണ്ടിനോ, അതിനുശേഷമോ ആണ് ഈ സർഗ്ഗങ്ങൾ മാത്രമല്ല, ഈ കാണ്ഡം മുഴുവനും അതേപോലെ പിന്നീടുവരുന്ന സുന്ദരകാണ്ഡവും യുദ്ധകാണ്ഡവും പുനരാഖ്യാനം ചെയ്തതെന്ന് നമുക്ക് ധൈര്യപൂർവ്വം പറയാം."[21]

എച്ച്. ലങ്കാദ്വീപ്

12-ാം നൂറ്റാണ്ടുവരെയുള്ള എല്ലാ ശിലാലിഖിതങ്ങളിലും സിംഹള ത്തിൽ നിന്നും വ്യത്യസ്തമായാണ് ലങ്ക പരാമർശിക്കപ്പെട്ടിരിക്കുന്നതെന്ന് സങ്കാലിയ പറയുന്നു. *രാമായണ*ത്തിൽ ഒരിടത്തുപോലും സിംഹള എന്ന പേർ വാല്മീകി പറയുന്നുമില്ല. ഈ ദ്വീപ് ഏതാനും വർഷങ്ങൾക്കുമുമ്പു വരെ സിലോൺ എന്നും ഇപ്പോൾ ശ്രീലങ്കയെന്നും അറിയപ്പെടുന്നു. *വാല്മീകി രാമായണ*ത്തിലെ ഒരു പരാമർശം ഇതിനനുബന്ധമായി ഇവിടെ പരിശോധിക്കാവുന്നതാണ്. ഹനുമാനും അംഗദനും ചേർന്ന വാന രസേനയോട്, രാവണൻ എങ്ങനെയാണ് സീതയെ എടുത്തുകൊണ്ടു പോയതെന്ന് ദൃക്സാക്ഷിയായ സമ്പാതി പറയുന്നതാണ് സന്ദർഭം.

തരുണീരൂപസമ്പന്നാ സർവ്വാഭരണഭൂഷിതാ
ഹ്രിയമാണാ മയ ദൃഷ്ട്വാ രാവണേന ദുരാത്മനാ

(മെയ്ക്കോപ്പണിഞ്ഞവളും അഴകുള്ളവളുമായ ഒരു തരുണിയെ ദുർബുദ്ധിയായ രാവണൻ അപഹരിക്കുന്നത് എന്റെ കണ്ണിൽപ്പെട്ടു) എന്നാണ് സമ്പാതി പറയുന്നത്. പിന്നീട്, ജടായുവിന്റെ സഹോദരനായ സമ്പാതി ഇങ്ങനെയും പറയുന്നു. തന്റെ പുത്രനും പക്ഷിശ്രേഷ്ഠനുമായ സുപാർശ്വൻ ഒരു ദിവസം സന്ധ്യക്ക് തനിക്കു തീറ്റയൊന്നും ഇല്ലാതെ തിരികെ വന്നുവെന്നും അതിന്റെ കാരണം ചോദിച്ചപ്പോൾ സുപാർശ്വൻ ഇങ്ങനെ പറയുകയും ഉണ്ടായി എന്നുമാണ് സമ്പാതി വെളിപ്പെടു ത്തുന്നത്.

അഹം താത യഥാകാലമാ മിഷാർത്ഥീ ഖ മാ പ്ലുതഃ
മഹേന്ദ്രസ്യ ഗിരോർദ്വാര മാവൃത്യ സുസമാശ്രിതഃ

(താതാ, ഇരയ്ക്കുവേണ്ടി വേണ്ടനേരത്ത് ആകാശത്തു പറന്നെ ത്തിയ ഞാൻ മഹേന്ദ്ര പർവ്വതത്തിന്റെ വഴിയടച്ചു നിലകൊണ്ടു.)

തത്രകശ്ചിന്മയാ ദൃഷ്ടഃ സൂര്യോദയ സമപ്രഭാം
സ്ത്രീയമാദായ ഗച്ഛൻ വൈഭിന്നാഞ്ജന ചയോപമ:

(അപ്പോൾ ഉടച്ച അഞ്ജനക്കല്ലിനൊത്ത കാന്തിപൂണ്ട ഒരുവൻ സൂര്യോദയ സമപ്രഭയായ ഒരു സ്ത്രീയെ കൊണ്ടുപോകുന്നതു ഞാൻ കണ്ടു) അവരെക്കണ്ട് അവരെ തീറ്റയാക്കാൻ നിശ്ചയിച്ചുനിന്ന സുപാർശ്വ നോട് അവൻ (ഉടഞ്ഞ അഞ്ജനക്കല്ലിനൊത്ത കാന്തിപൂണ്ടവൻ) നല്ല വാക്കുകൾ പറഞ്ഞ് വഴി യാചിക്കുകയും സുപാർശ്വൻ വഴികൊടുക്കു കയും കാന്തികൊണ്ടു വാനത്തെ ചുരുക്കിയതുപോലെ അവൻ പോവു കയും ചെയ്തു. സുപാർശ്വൻ സമ്പാതിയോടു പറഞ്ഞ ഈ വിശേഷം,

സമ്പാതി ഹനുമാനും അംഗദനും കൈമാറുന്നു. തുടർന്ന്, നൂറുയോജന നീളമുള്ള കടലിന്റെ നടുവിലുള്ള ലങ്കയിലാണ് രാവണൻ വസിക്കുന്നതെന്നും സമ്പാതി പറയുന്നു.

സുപാർശ്വന്റെ വാക്കുകൾ പ്രകാരം ഒരാൾക്കുമാത്രം കടന്നുപോകാവുന്ന ഒരു മലയിടുക്കിലൂടെ, കാഴ്ചയിൽ സാധാരണ മനുഷ്യനായ (പത്തുതലകളോ, ഇരുപതുകൈകളോ ഇല്ലാത്ത) രാവണൻ, സീതയെ കൈയിലെടുത്ത് നടന്നുപോവുകയായിരുന്നു. സുപാർശ്വന്റെ ഈ വാക്കുകളിൽനിന്നും സങ്കാലിയ എത്തുന്ന നിഗമനം ഇതാണ്: "രാവണന്റെ ലക്ഷ്യം അധികം അകലെയൊന്നുമല്ലായെന്നതാണത്. അത് മിക്കവാറും സാഗരത്തിന്റെ അക്കരെയാണ്. ഈ സാഗരമാകട്ടെ ഒരു വലിയകുളമോ, തടാകമോ ആയിരിക്കാം. പക്ഷേ, നിശ്ചയമായും കടലല്ല. ഇന്നും കിഴക്കൻ മദ്ധ്യപ്രദേശത്തിലുള്ള അമർകാന്തക്കിൽനിന്ന് കാട്ടിലൂടെ ജഗദാൽപൂരിലേക്കു പോകുമ്പോൾ ഇതുപോലുള്ള വലിയ തടാകങ്ങൾ കുറേ അധികം ഒരാൾക്കു കാണാം."[22] തുടർന്ന്, ലങ്കയുടെ സ്ഥാനവും സങ്കാലിയ ഊഹിക്കുന്നു. "ഇന്ത്യൻ സമുദ്രത്തിലുള്ള ഈ ലങ്കയ്ക്ക് അനന്തര ഭാഗത്ത് കാണിക്കുന്നതുപോലെ (ലങ്കയുടെ സ്ഥാനം നിർണ്ണയിക്കുന്ന ഭാഗം) യാതൊരു നിലനില്പുമില്ല. വടക്കേ ഇന്ത്യയിൽ എവിടെയോ ഇരുന്നുകൊണ്ട് ഒരു കവി ഭാവന ചെയ്ത ഒരു സ്ഥലത്തിന്റെ കല്പിത വിവരണം മാത്രമാണിത്."[23]

ഒരു കഥാപാത്രത്തെ ആവിഷ്കരിക്കേണ്ടതായി വരുമ്പോൾ തനിക്കു സുപരിചിതരായ ഒന്നിലധികം വ്യക്തികളുടെ സ്വഭാവത്തിൽ നിന്നും രൂപത്തിൽനിന്നും പെരുമാറ്റ രീതികളിൽനിന്നും ചില അംശങ്ങൾ മാത്രം സ്വാംശീകരിച്ച് കഥാപാത്ര നിർമ്മിതി നടത്തുക. ഒരു ദേശത്തെ സാങ്കല്പികമായി ആവിഷ്കരിക്കേണ്ടിവരുമ്പോൾ തനിക്കു സുപരിചിതമായ ഒന്നിലധികം ദേശങ്ങളുടെ ഭൂപ്രകൃതിയിൽനിന്നും ചിലതൊക്കെ മാത്രം സ്വാംശീകരിച്ച് ഒരു പുതിയ ദേശനിർമ്മിതി നടത്തുക. ഇതൊക്കെത്തന്നെ, ആധുനിക കാലത്തും കഥാകൃത്തുക്കൾ സ്വീകരിച്ചുവരുന്ന രചനാ തന്ത്രങ്ങളാണ്. വാല്മീകിയും ഇതിനൊരപവാദമായിരുന്നില്ല എന്നതാണ് വസ്തുത. (വാല്മീകി മാത്രമല്ല മഹാഭാരതകർത്താവെന്നു വിശ്വസിക്കപ്പെടുന്ന വ്യാസനും ഇക്കാര്യത്തിൽ ഇങ്ങനെ തന്നെയായിരുന്നു) ലങ്കയെ ഭാവന ചെയ്യാൻ വാല്മീകി ഒട്ടേറെ മാതൃകകളെ നിർവ്വിശങ്കം ഉപയോഗിച്ചിരുന്നു എന്നതാണ് യാഥാർത്ഥ്യം. കേട്ടുകേട്ടു മനസ്സിൽ പതിഞ്ഞൊരു കഥയെ പുനരാവിഷ്കരിക്കുമ്പോൾ അതിന്റെ ഭൂമിശാസ്ത്രം ഇങ്ങനെ സങ്കല്പിക്കുന്നതിനു മാത്രമെ ആവുകയുള്ളൂ. ലങ്കയെ ഭാവന ചെയ്യുന്നതിനായി കുറേയധികം മാതൃകകൾ കവി ഉപയോഗിച്ചിരിക്കാമെന്നാണ് സങ്കാലിയ അനുമാനിക്കുന്നത്.[24] അവയിൽ ചിലത് ചുവടെ ചേർക്കുന്നു.

1. നാഗാർജ്ജുനകൊണ്ടയിലെ സ്റ്റേഡിയം, അവിടെ കാണുന്ന അനേകം തൂണുകൾ എന്നിവ. ഇവിടത്തെ പര്യവേഷണത്തിലൂടെ രണ്ടു

ഹാളുകൾ കണ്ടെത്തിയിട്ടുണ്ട്. ലങ്കയിലെ ലക്ഷം തൂണുകളുള്ള ഹാളിന്റെ സങ്കല്പനത്തിന് കവിയെ പ്രാപ്തനാക്കിയത് ഇതായിരിക്കാമെന്ന് അനുമാനിക്കപ്പെടുന്നു. ഇവിടെ, നാലുകോട്ടകൾ ഉണ്ടായിരുന്നതായി പര്യവേഷണത്തിലൂടെ കണ്ടെത്തിയിട്ടുണ്ട്.

2. തലപ്പാവുകളുള്ള റോമൻ പടയാളികൾ. വലിയ കോട്ടും തൊപ്പിയും കുന്തവുമേന്തിയ പട്ടാളക്കാർ.

3. റോമൻ വീഞ്ഞുകുടങ്ങൾ. റോമൻ സാമ്രാജ്യവുമായി വാണിജ്യബന്ധങ്ങൾ ഏറെ വികസിച്ചിരുന്ന ബി സി ഒന്നാം നൂറ്റാണ്ടിൽ റോമൻ വീഞ്ഞുകുടങ്ങളും റോമൻസുന്ദരികളും ധാരാളമായി ഇന്ത്യയിലേക്കുവരുന്നുണ്ട്. ഇവയെക്കുറിച്ചുള്ള പരാമർശങ്ങൾ വിവിധ ഭാഷകളിലെ പ്രാദേശിക സാഹിത്യങ്ങളിൽ സുലഭമെന്നു പറയപ്പെടുന്നു. മാത്രവുമല്ല, ഗുജറാത്തിലെ ദെവണിമോറി, നാഗാർജ്ജുനകൊണ്ട, അമരാവതി തുടങ്ങിയ പട്ടണങ്ങളിൽനിന്നും മഹാരാഷ്ട്രയിലെ തേർ, ദൊക്കാർതാൻ എന്നിവിടങ്ങളിൽനിന്നും കിഴക്കൻ തീരത്തുള്ള ധാരാളം പട്ടണങ്ങളിൽനിന്നും ഇത്തരം റോമൻ വീഞ്ഞുകുടങ്ങൾ പര്യവേഷണത്തിലൂടെ ലഭിച്ചിട്ടുമുണ്ട്. നാഗാർജ്ജുനകൊണ്ടയിലുള്ള ബുദ്ധവിഹാരങ്ങളിൽ നിന്നു പോലും ഇവ ലഭിച്ചുവെന്ന് പറയപ്പെടുന്നു.

4. ഭാർഹട്ട്, കൗസാംബി തുടങ്ങിയ സ്ഥലങ്ങളിൽനിന്നും ലഭിച്ചിട്ടുള്ള ഗജലക്ഷ്മി രൂപം. ഭാരതചിഹ്നമെന്നു വിശേഷിപ്പിക്കപ്പെടുന്ന ഇത് പുഷ്പകവിമാനത്തിൽ മുദ്രണം ചെയ്തിട്ടുള്ളതായി ഹനുമാൻ കാണുന്നുണ്ട്. ഇതിന്റെ നിർമ്മാണം ബി സി രണ്ടാം നൂറ്റാണ്ടിലാണെന്നു കരുതപ്പെടുന്നു.

5. തക്ഷശിലയിൽനിന്നും ലഭിച്ചിട്ടുള്ള മുദ്രമോതിരം. അവിടത്തെ പര്യവേഷണത്തിൽനിന്നും ഇതു കണ്ടെത്തിയിട്ടുണ്ട്. ഇതിനെക്കാളും രണ്ടു നൂറ്റാണ്ടിന്റെ പഴക്കം മാത്രമെ സീത, ഹനുമാനെ ഏല്പിക്കുന്ന ചൂഡാമണിക്കുള്ളൂ.

6. നാസിക്കിലും ജുനാറിലും കണ്ടെത്തിയിട്ടുള്ള ഒറ്റ നിലവീടുകൾ അഥവാ ഗുഹകൾ.

7. നളന്ദയിൽ കണ്ടെത്തിയിട്ടുള്ള ബഹുനില വീടുകൾ.

8. തക്ഷശിലയിൽനിന്നും മറ്റിടങ്ങളിൽനിന്നും കണ്ടെത്തിയിട്ടുള്ള പ്രാചീനായുധങ്ങൾ.

ഇങ്ങനെ ഒട്ടനവധി വസ്തുക്കളെ മാതൃകയാക്കിയാണ് കവി, രാമായണ രചന നിർവ്വഹിച്ചിട്ടുള്ളതെന്ന് ഊഹിക്കാവുന്നതാണ്. ഇങ്ങനെയൊക്കെ തെളിയിക്കപ്പെട്ടാലും ലങ്ക, പഴയ സിലോണും ഇന്നത്തെ ശ്രീലങ്കയുമാണെന്നും രാമേശ്വരത്തുനിന്നും രാമന്റെ ആജ്ഞപ്രകാരം അങ്ങോട്ടേക്ക് നളനും വാനരന്മാരും ചേർന്ന് പാലം നിർമ്മിച്ചുവെന്നും ഒട്ടൊരു ദുർശാഠ്യത്തോടുകൂടിത്തന്നെ വിശ്വസിക്കുന്നവർ ഏറെയാണ്. രാമഭക്തരും അല്ലാത്തവരും അക്കൂട്ടത്തിലുണ്ട്! *രാമായണ*കാവ്യത്തെ മുൻനിർത്തിയും പുരാവസ്തുശാസ്ത്രജ്ഞന്മാരുടെ കണ്ടെത്തലുക

ളെയും ആധാരമാക്കി ഇത്തരം വിശ്വാസങ്ങൾക്ക് എന്തെങ്കിലും അടിസ്ഥാനമുണ്ടോയെന്നും പരിശോധിക്കേണ്ടതുണ്ട്. കിഴക്കൻ മദ്ധ്യപ്രദേശിൽ എവിടെയോ ആണ് ലങ്ക സ്ഥിതി ചെയ്യുന്നതെന്നും *രാമായണ*ത്തിലെ സംഭവങ്ങൾ മിക്കതും പില്ക്കാല പ്രക്ഷിപ്തങ്ങൾ മാത്രമല്ലെന്നും മറിച്ച് അവ അങ്ങേയറ്റം കല്പിതവുമാണെന്നാണ് സങ്കാലിയ പറയുന്നത്. അതേസമയം അദ്ദേഹത്തിന്റെ അഭിപ്രായങ്ങളെയും നിഗമനങ്ങളെയും ഡോ. വി വി മിറാഷിയെപ്പോലുള്ള പണ്ഡിതന്മാർ എതിർക്കുന്നുമുണ്ട്.[25] മിറാഷിയോടുള്ള എതിർപ്പിനുള്ള കാരണങ്ങൾ ഇങ്ങനെ സംക്ഷേപിക്കാം. പരമ്പരാഗതവും പൊതുവും വാച്യാർത്ഥവുമായ ഘടകങ്ങളാണ് മിറാഷി ആശ്രയിക്കുന്നത്. എ ഡി 4-ാം നൂറ്റാണ്ടിൽ ജീവിച്ചിരുന്നുവെന്നു കരുതപ്പെടുന്ന കാളിദാസന്റെ കാലം തൊട്ടുതന്നെ ലങ്ക, സിലോൺ ദ്വീപാണെന്നു വിശ്വസിച്ചിരുന്നതായി അദ്ദേഹം പറയുന്നു. സങ്കാലിയ, മിറാഷിയുടെ വാദങ്ങളോടു യോജിക്കുന്നില്ല. അതിനു മുഖ്യകാരണം, പ്രശസ്തരായ ചൈനീസ് സഞ്ചാരികൾ സിലോണിനെ സിംഹള എന്നല്ലാതെ ലങ്ക എന്നു പരാമർശിച്ചിട്ടില്ല എന്നതാണ്. കാളിദാസനാകട്ടെ ഉത്തരകാണ്ഡത്തെ പിന്തുടരുക മാത്രമാണ് ചെയ്തിട്ടുള്ളതും.

സങ്കാലിയയുടെ വാദങ്ങളിലേക്ക് വീണ്ടും മടങ്ങാം. രാവണന്റെ വംശക്കാരാണ് തങ്ങളെന്ന് അവകാശപ്പെടുന്ന ഗോത്രവർഗ്ഗജനത ഉത്തരേന്ത്യയിൽ ചിലയിടങ്ങളിൽ ഇന്നുമുണ്ട്. അവർ രാവണനെ ഒരു മഹനീയ വ്യക്തിത്വമായാണ് കാണുന്നത്. ഈ ജനത രാവണസാമ്രാജ്യ തലസ്ഥാനം ലങ്കയാണെന്നു പറയുന്നു. മാത്രവുമല്ല, ഇത്തരം പല ലങ്കകൾ ഇന്നും നിലവിലുണ്ട്. ക്രി. വ. ഒന്നാം നൂറ്റാണ്ടുമുതലെങ്കിലും ഗോണ്ടുവംശജർ ഇന്നു താമസിക്കുന്നിടത്ത് വാസം തുടങ്ങിയിരിക്കാമെന്നു തെളിയിക്കപ്പെട്ടിട്ടുണ്ട്. അശോകന്റെ കാലം തൊട്ട് ബുദ്ധ മതക്കാരും ബ്രാഹ്മണരും ഗോണ്ടുകൾ വസിക്കുന്ന വനപ്രദേശത്ത് കുടിയേറിപ്പാർക്കാൻ തുടങ്ങിയിരുന്നു.

ഐ. സംസ്കൃതീകരണം

സാഹിത്യത്തിലും ശിലാലിഖിതങ്ങളിലുമുള്ള സ്ഥലനാമങ്ങളുടെയും മറ്റും സംസ്കൃതീകരണം വ്യാപകമായി നടന്നിട്ടുണ്ട് എന്നതൊരു യാഥാർത്ഥ്യമാണ്. രാജസഭകളിൽ അംഗീകരിക്കപ്പെട്ട ഭാഷയായി എ ഡി ഒന്നാം നൂറ്റാണ്ടിൽതന്നെ സംസ്കൃതം മാറിയിരുന്നതായി കരുതപ്പെടുന്നു. രാമകഥ തെക്കൻ ദേശങ്ങളിലേക്കു പ്രചരിച്ചപ്പോൾ ഗോദാവരിയുടെ പേര് നാസിക്കിന് അരികിലുള്ള ഒരു നദിയിലേക്ക് മാറ്റി പ്രതിഷ്ഠിക്കപ്പെട്ടത് ഇതിന്റെ ഭാഗമായാണ് സങ്കാലിയ വിലയിരുത്തുന്നത്. ചിത്രകൂടത്തിനരികിലാണ് ഗോദാവരിയെന്നും ഈ നദി ചെറുതും ഭൂമിക്കടിയിലേക്ക് മറയുന്നുവെന്നതും അപ്രസക്തമായ കാര്യമെന്ന് അദ്ദേഹം പറയുന്നു. രാമനോടും സീതയോടും ബന്ധപ്പെട്ട അനേകം കുളങ്ങളും

ഗുഹകളും മറ്റും ഇതിനു ചുറ്റും ധാരാളമായുണ്ട്. ചിത്രകൂടത്തിനരികിലുള്ള സ്ഥലങ്ങളല്ല രാമന്റെ വനവാസവുമായി ബന്ധപ്പെട്ടുവരുന്നതെന്നും അദ്ദേഹം പറയുന്നു. അഗസ്ത്യാശ്രമം ചിത്രകൂടത്തിനരികിലാണെന്നും ഗോദാവരിയുടെ പേരുമാറ്റിയതിനൊപ്പമാണ് അഗസ്ത്യാശ്രമവും അദ്ദേഹം വെട്ടിപ്പിളർന്നുവെന്നു കരുതപ്പെടുന്ന വിന്ധ്യാപർവ്വതവും പുതിയ സ്ഥാനത്തേക്കു മാറ്റിയതെന്നും സങ്കാലിയ കരുതുന്നു. ചിത്രകൂടത്തിനുപോലും ഈ വിധിയിൽ നിന്നും രക്ഷപ്പെടുവാനായില്ല എന്ന് അദ്ദേഹം പറയുന്നു. "അലഹബാദിനു തെക്കുവശത്തുള്ള ഒരു മലയുടെ പേരായിരിക്കണം ഇത്. കാരണം, വിന്ധ്യനോ, കൈമുറോ തുടങ്ങി അതിനു ചുറ്റുമുള്ള എല്ലാ മലകളും മണൽപ്പാറ (Sand stone) കൊണ്ടുള്ളതും ഈ ഒരു മല മാത്രം കരിങ്കൽ കൊണ്ടുള്ളതുമാണ്. മറ്റൊരു പാറയുടെ മുകളിൽ കയറ്റിവച്ചിരിക്കുന്നതുപോലെയാണ് അതിന്റെ നില. അക്കാരണത്താൽ വളരെ വിചിത്രമായി തോന്നുന്ന ഇതിന്റെ പേർ ചിത്രകൂടമെന്നു വന്നത് അർത്ഥവത്താണ്."[26] അതുപോലെ, വിന്ധ്യനും മഹേന്ദ്രവും ഉത്തരേന്ത്യയിൽതന്നെയാണെന്ന് 1937 ൽ ബി സി ലോ തെളിയിച്ചിട്ടുണ്ട്. 1928 ൽ തന്നെ ജി രാമദാസ് ഈ വാദം ഉന്നയിച്ചിരുന്നതായും സങ്കാലിയ പറയുന്നു.

ഗംഗാ ഇന്ദിരാവർമ്മന്റെ ഗൗതമീലോഹത്തകിടുകളുടെ പഠനത്തിൽ വിന്ധ്യനും മഹേന്ദ്രവും പരാമർശിച്ചിട്ടുള്ളതായി സങ്കാലിയ ചൂണ്ടിക്കാട്ടുന്നു. പൂർവ്വഘട്ടത്തിന്റെ ഒരു ഭാഗത്തിനെ മഹേന്ദ്രമലകൾ എന്നാണ് ഇന്നും വിശേഷിപ്പിക്കപ്പെടുന്നത് എന്നത് ഇതിനനുബന്ധമായി വിലയിരുത്തേണ്ടതുണ്ട്. ഇതുപോലെതന്നെയാണ് മലയ പർവ്വതപരാമർശം. ഈ പർവ്വതം തെക്കെ ഇന്ത്യയിലാണെന്ന് തെളിവുകളില്ല. 'മലയ' എന്ന വാക്ക് 'ദ്രവീഡിയൻ മലയി' എന്ന വാക്കിന്റെ സംസ്കൃതമാണെന്നും അത് വളരെയധികം കുഴപ്പങ്ങൾക്കുകാരണമായിട്ടുണ്ടെന്നും ബി സി സർക്കാർ അഭിപ്രായപ്പെടുന്നു. ഈ പേരുകൾ ഉള്ള മലകൾ ഒറീസയിൽ കണ്ടെത്താൻ കഴിയുമെന്ന് ഇതിനുമുമ്പ് രാമദാസും പറഞ്ഞിട്ടുണ്ട്.[27]

ചിത്രകൂടം, പമ്പ, കിഷ്കിന്ധം എന്നിവയെല്ലാംതന്നെ അടുത്തടുത്ത് മദ്ധ്യേന്ത്യയിലോ, വടക്കേയിന്ത്യയിലോ സ്ഥിതിചെയ്തിരുന്നതായി എ ഡി ആറാം നൂറ്റാണ്ടുവരെ കരുതിയിരുന്നതായി അനേകം ഗവേഷകർ സ്ഥാപിച്ചിട്ടുണ്ട്. ഇതിനനുബന്ധമായി വായു, ബ്രഹ്മാണ്ഡ, മാർക്കണ്ഡേയ, മത്സ്യ എന്നീ മഹാപുരാണങ്ങൾ കിഷ്കിന്ധയിലെ ജനങ്ങളെ വിന്ധ്യനിലുള്ള മലാതം, കരുഷം, മേഘലം, തോഷാലം, കോസലം, ത്രൈപുരം, വിധീഷ, അന്തൂപ എന്നിവിടങ്ങളിലെ ജനപദങ്ങളോടൊപ്പമാണ് ചേർത്തിരിക്കുന്നത് എന്നും പറയേണ്ടതുണ്ട്.[28] ഈ പുരാണങ്ങളും രാമായണവും ഗോദാവരിയുടെ തീരത്താണ് പഞ്ചവടി എന്നു പറയുന്നു. എന്നാലത് നാസിക്കിനരികിലാണെന്ന് പറഞ്ഞിട്ടുമില്ല എന്നതു ശ്രദ്ധേയമാണ്. ബി സി രണ്ടാം നൂറ്റാണ്ടുമുതലാണ് നാസിക് അറിയപ്പെട്ടു തുടങ്ങിയതെന്നും ബി സി 1200-ാം ആണ്ടുമുതല്ക്കെ നാസിക് നിലവിൽ വന്നിരുന്നുവെന്നും ഉൽഖനനങ്ങളിലൂടെ തെളിയിക്കപ്പെട്ടിട്ടുള്ളതായി സങ്കാലിയ വ്യക്തമാ

ക്കുന്നു. യഥാർത്ഥ പഞ്ചവടി നാസിക്കിനു സമീപമുള്ളതായിരുന്നുവെങ്കിൽ രാമായണ കർത്താവ് അതേക്കുറിച്ച് നിശ്ചയമായും പറയുമായിരുന്നു എന്ന് അനുമാനിക്കാവുന്നതേയുള്ളൂ. ഒരുപക്ഷേ, രാമായണ കർത്താവ് അതേക്കുറിച്ച് അജ്ഞനായിരുന്നുവെന്നു വരുമോ?

നർമ്മദാ നദീ പരാമർശവും ചില പ്രശ്നങ്ങൾ ഉയർത്തുന്നുണ്ട്. ചിത്രകൂടത്തിൽ നിന്നും അഗസ്ത്യാശ്രമം ഏറെയൊന്നും അകലെയല്ല എന്ന് ആരണ്യകാണ്ഡത്തിൽ സൂചനയുണ്ട്. ഗോദാവരിയിലേക്ക് പോകുവാൻ രാമന് നർമ്മദ കടക്കേണ്ടിയിരുന്നെങ്കിൽ പ്രസിദ്ധമായ ആ നദി പരാമർശിക്കപ്പെടുമായിരുന്നുവെന്നും പക്ഷേ, *രാമായണമോ,* കാളിദാസനോ രാമന്റെ ലങ്കയിലേക്കുള്ള യാത്രയിലും മടക്കയാത്രയിലും നർമ്മദാനദി പരാമർശിക്കുന്നില്ലയെന്നും കാണാം. കാളിദാസന്റെ *രഘുവംശം* 13-ാം സർഗ്ഗം *രാമായണ*ത്തെ പിന്തുടർന്നപ്പോഴും നർമ്മാനദി പരാമർശം അവിടെയുമില്ല.![29]

ജെ. ലങ്കയെവിടെ?

*രാമായണ*കാവ്യത്തിൽ പരാമർശിക്കുന്ന ലങ്ക എവിടെയായിരുന്നിരിക്കണം എന്ന വിഷയത്തെ മുൻനിർത്തി ആ കൃതിയേയും പുരാവസ്തു പഠനങ്ങളെയും ആധാരമാക്കി ചില നിഗമനങ്ങളിൽ പണ്ഡിതന്മാർ എത്തിച്ചേർന്നിട്ടുണ്ട്. പി പരമശിവഅയ്യർ അവരിൽ പ്രമുഖനാണ്. അദ്ദേഹത്തിന്റെ *രാമായണ ആന്റ് ലങ്ക* (1940) എന്ന കൃതിയെക്കുറിച്ച് സങ്കാലിയ പരാമർശിക്കുന്നു. രാമേശ്വരത്തുനിന്നാണ് രാമസേതുവിന്റെ നിർമ്മാണം ആരംഭിച്ചതെന്നു വിശ്വസിക്കപ്പെടുന്നതുകൊണ്ട് അവിടെ നിന്നുതന്നെ അയ്യർ തന്റെ പഠനം തുടങ്ങുന്നു. അപൂർവ്വമായി മാത്രം ചെറിയ സസ്യങ്ങൾ വളരുന്നതും പാറകളില്ലാത്ത, ഉയരം കുറഞ്ഞ മൺകൂമ്പാരങ്ങൾ നിറഞ്ഞതുമായ സ്ഥലമാണ് രാമേശ്വരം. മണ്ഡപത്തു നിന്നും രാമേശ്വരത്തേക്കു കടക്കുമ്പോൾ കാണുന്നത് പ്രകൃത്യാ ഉള്ള ഒരു വരമ്പിന്റെ അവശിഷ്ടങ്ങളാണ് എന്നാണ് അയ്യർ പറഞ്ഞിരിക്കുന്നത്. അതേസമയം *രാമായണ*ത്തിൽ പറയപ്പെടുന്ന ലങ്ക, ഇന്നത്തെ ശ്രീലങ്ക (പഴയ സിലോൺ/സിംഹളം/താമ്രപർണ്ണി)യാണെന്ന സങ്കല്പം രാമായണ കർത്താവിന് ഉണ്ടായിരുന്നു എന്നതിന്റെ തെളിവുകൾ ആരണ്യകാണ്ഡത്തിലും കിഷ്കിന്ധാ കാണ്ഡത്തിലും സുന്ദര കാണ്ഡത്തിലും ഉള്ളതായും അയ്യർ പറയുന്നു.

ഇതൊരു സങ്കല്പനം മാത്രമായിരുന്നുവെന്നതിന്റെ തെളിവായി ആദ്യകാല സംസ്കൃത സാഹിത്യകൃതികൾ പരിശോധിക്കേണ്ടതുണ്ട്. ഇതേക്കുറിച്ച് സങ്കാലിയ പരാമർശിക്കുന്നുണ്ട്. ആദ്യകാല സംസ്കൃത സാഹിത്യത്തിൽ സിലോണിനെ താമ്രപർണ്ണി അല്ലെങ്കിൽ സിംഹളം എന്നല്ലാതെ ഒരിടത്തും ലങ്ക എന്നു പറയുന്നില്ല. ആറാം നൂറ്റാണ്ടിൽ (എ ഡി) പോലും സിംഹളത്തെയും ലങ്കയേയും വരാഹമിഹിരൻ വെവ്വേറെയാണ് പരാമർശിച്ചിരിക്കുന്നത്. ബൃഹത് സംഹിതയും (xiv. 16) ഭാഗവതവും

(v. 19) *മഹാഭാരത*ത്തിന്റെ വടക്കൻ പാഠഭേദത്തിലെ വനപർവ്വവും (iii, li, 23) ഇതുതന്നെ ചെയ്യുന്നു എന്നാണ് സങ്കാലിയ പറയുന്നത്. ഇന്ത്യൻ ശിലാലിഖിതങ്ങളിൽ ലങ്കയെക്കുറിച്ചും സിംഹളത്തെക്കുറിച്ചുമുള്ള പരാമർശങ്ങൾ താരതമ്യേന വളരെക്കുറവെന്നാണ് ആ മേഖലയിലെ ഗവേഷകർ പറയുന്നത്. നാലാം നൂറ്റാണ്ടിനുശേഷം മാത്രമാണ് സിലോൺ ദ്വീപിനെ രാക്ഷസന്മാരുമായി ബന്ധപ്പെടുത്തി ലങ്കയെന്നു വിശേഷിപ്പിക്കപ്പെട്ടു തുടങ്ങിയത്.

നാഗാർജ്ജുനകൊണ്ടയിൽ ഏതാനും വർഷങ്ങൾക്കുമുമ്പ് ഉൽഖനനത്തിലൂടെ ഒരു ബൗദ്ധനഗരിയുടെ അവശിഷ്ടങ്ങൾ കണ്ടെത്തിയിട്ടുള്ള കാര്യം ഇതിനനുബന്ധമായി സങ്കാലിയ പരിഗണിക്കുന്നു. നാഗാർജ്ജുനസാഗർ അണക്കെട്ടിനടിയിൽ ഈ നഗരം മുങ്ങിപ്പോയെങ്കിലും അവിടെനിന്നു ലഭിച്ചിട്ടുള്ള പുരാവസ്തുക്കളും രേഖകളും ഒരു കാഴ്ചബംഗ്ലാവിൽ പ്രദർശിപ്പിക്കപ്പെട്ടിട്ടുള്ളതായി അദ്ദേഹം പറയുന്നു. ക്രി. വ. രണ്ടാം നൂറ്റാണ്ടു മുതൽ മൂന്നാം നൂറ്റാണ്ടിന്റെ അന്ത്യം വരെ ഇവിടം ഭരിച്ചിരുന്ന ഇക്ഷ്വാകുരാജവംശത്തിന്റെ ഭരണകാലത്ത് അവിടെ നിർമ്മിച്ചിരുന്ന ബുദ്ധവിഹാരങ്ങളുടെ അവശിഷ്ടങ്ങൾ ലഭിച്ചിട്ടുണ്ട്. മാത്രവുമല്ല, ഇക്ഷ്വാകുരാജാക്കന്മാരിൽ ചിലരും അവരുടെ ചില കുടുംബാംഗങ്ങളും ബുദ്ധമതവിശ്വാസികളായിരുന്നുവെന്നും ഉൽഖനനത്തിലൂടെ തെളിയിക്കപ്പെട്ടിട്ടുണ്ട്.

സിലോൺ, റോമൻസാമ്രാജ്യം തുടങ്ങിയ സ്ഥലങ്ങളുമായി ഈ പ്രദേശം വാണിജ്യ ബന്ധം പുലർത്തിയിരുന്നു. അവിടെ നിർമ്മിക്കപ്പെട്ടിരുന്ന ബുദ്ധവിഹാരങ്ങളിൽ ചിലത് സിംഹളത്തിൽനിന്ന് അഥവാ താമ്രപർണ്ണിയിൽനിന്ന് വന്നിരുന്ന ഭിക്ഷുക്കൾക്കുവേണ്ടിയുമായിരുന്നു. മാതാരിപുത്രരാജാവിന്റെ കാലത്ത് അവിടെ ബോധിവൃക്ഷത്തിനായി ഒരു ക്ഷേത്രം നിർമ്മിച്ചിരുന്നു. ഇത്തരം വിവരങ്ങൾ തരുന്ന ശിലാലിഖിതത്തിൽ കാശ്മീരം, ഗാന്ധാരം, ചൈന, കിരാതം, അപരാന്തം, വംഗദേശം (ബംഗാൾ), താമ്രപർണ്ണിദ്വീപ് തുടങ്ങിയ ദേശങ്ങളുടെ പേരുകളും പരാമർശിച്ചിരുന്നു. ഇവിടെ ശ്രദ്ധിക്കേണ്ടതായ വസ്തുത, സിലോണിനെ (ഇന്നത്തെ ശ്രീലങ്കയെ) സിംഹളമെന്നോ, താമ്രപർണ്ണിയെന്നോ വിശേഷിപ്പിച്ചിരുന്നു എന്നതാണ്. അശോകചക്രവർത്തിയുടെ ഗിർണ്ണാശാസനത്തിൽ താമ്രപർണ്ണിദ്വീപ് പരാമർശിക്കുന്നുണ്ട്.[30]

ഒന്നോ, രണ്ടോ നൂറ്റാണ്ടുകൾക്കുശേഷമാണ് സമുദ്രഗുപ്തൻ വരുന്നത്. അദ്ദേഹത്തിന്റെ അലഹബാദ് സ്തൂപ ശാസനത്തിലാകട്ടെ താമ്രപർണ്ണിദ്വീപിനെ സിംഹളമെന്നാണ് പറഞ്ഞിരിക്കുന്നത്. ഇവ പ്രാദേശികമായ തെളിവുകൾ ആയിരിക്കുമ്പോൾതന്നെ ഇവയെ റോമൻഭൂമിശാസ്ത്രജ്ഞരും സ്ഥിരീകരിച്ചിട്ടുമുണ്ട്.[31] എന്നാൽ, സിലോണിലെ പൗരാണിക സാഹിത്യത്തിൽ രാമ-രാവണകഥകൾ പരാമർശിക്കുന്നതേയില്ല എന്നത് ഏവരെയും അത്ഭുതപ്പെടുത്തിയിട്ടുള്ള കാര്യമാണ്. അഗ്രദ്വീപ് സ്വദേശിയായ ഒരു മഹാനാമൻ എ ഡി 588 കാലത്ത് ബുദ്ധഗയയിൽ ഒരു ക്ഷേത്രം നിർമ്മിച്ചു. ഇദ്ദേഹം ലങ്കാദ്വീപിലാണ് ജനിച്ചതെന്നും പറ

യപ്പെടുന്നു. ഒരു മാങ്ങ (താമ്ര)യുടെ രൂപസാദൃശ്യം സിലോൺ ദ്വീപിന് ഉള്ളതു കൊണ്ടാകാം അതിന് അഗ്രദ്വീപ് അഥവാ താമ്രപർണ്ണി എന്ന പേർ ലഭിച്ചതെന്നാണ് സങ്കാലിയ അനുമാനിക്കുന്നത്.

ഇവയിൽ നിന്നും മൂന്നുഘട്ടങ്ങളിലൂടെ സിലോൺ ദ്വീപിന്റെ പേർ/ ചരിത്രം കടന്നുപോന്നിട്ടുള്ളതായി കാണാവുന്നതാണ്. സിംഹളം, താമ്ര പർണ്ണി, ലങ്ക എന്നിവ. അവസാനം എ ഡി 12-ാം നൂറ്റാണ്ടോടുകൂടി ലങ്കാ ദ്വീപിനെ രാക്ഷസന്മാരുമായി ബന്ധിപ്പിക്കുന്നതിനുള്ള ശ്രമം ഇന്ത്യൻ കവികളിൽനിന്നുണ്ടായി എന്നാണ് അനുമാനം. ഇത്, ഇന്ത്യക്കു പുറത്തു ലങ്കയെ പ്രതിഷ്ഠിക്കുകയും അവിടം രാക്ഷസരാജ്യമായി ചിത്രീകരിക്ക പ്പെട്ടതിന്റെയും ചരിത്രമെങ്കിൽ, ഇതിനു വിരുദ്ധമായി ഇന്ത്യയിൽത്തന്നെ ലങ്കയെ പ്രതിഷ്ഠിക്കുന്ന രേഖകളും ലഭിച്ചിട്ടുണ്ട്. ബസ്തറിനടുത്താണ് ദണ്ഡകാരണ്യമെന്നും മദ്ധ്യപ്രദേശിലുള്ള സോൺപൂരിനടുത്താണ് പടി ഞ്ഞാറൻ ലങ്കയുടെ അധിപൻ വസിച്ചിരുന്നതെന്നും ഇവയിൽ പറയുന്നു.

സോൺപൂരാണ് പശ്ചിമ ലങ്കയെന്ന് അവിടത്തെ ജനങ്ങൾ ഇന്നും വിശ്വസിക്കുന്നതായി സങ്കാലിയ സൂചിപ്പിക്കുന്നു. അതുപോലെതന്നെ, ലങ്കയുടെ അനിഷേദ്ധ്യനായ അധിപനെന്നും സിംഹളത്തിന്റെ വീരനായ നാഥനെന്നും ഗോവയിലെ രാജാവിനെ വിശേഷിപ്പിക്കുന്ന രേഖകളും കണ്ടെത്തിയിട്ടുണ്ട്. എ ഡി 704, എ ഡി 1000 എന്നിങ്ങനെയാണ് ആ രേഖകളുടെ കാലനിർണ്ണയം നടന്നിട്ടുള്ളത്. 'ഒരു ദ്വീപ്', 'ഉന്നതവും ഏകാ ന്തവുമായ ഒരു സ്ഥലം' എന്നിങ്ങനെയൊക്കെയാണ് ലങ്കയെന്ന പദത്തിന് ഭാഷാശാസ്ത്രജ്ഞർ നല്കിയിട്ടുള്ള അർത്ഥമെന്നും 'ഒരുദ്വീപ്' എന്ന അർത്ഥം വരുന്ന മുണ്ഡാരിഭാഷയിലെ വാക്കാണിതെന്നും സങ്കാലിയ പറയുന്നു.[32] ചന്ദ്രപ്പൂരിലും ബസ്തറിലുമുള്ള കോർക്കൂസ് എന്ന ആദി വാസി ജനത ഈ വാക്ക് ഇന്നും ഉപയോഗിക്കുന്നതായും ലങ്ക അല്ലെ ങ്കിൽ ലക്കൈ എന്നു പേരുള്ള സ്ഥലങ്ങളും ഗ്രാമങ്ങളും ഈ രണ്ടു സ്ഥല ങ്ങളിലും ഇന്നുമുണ്ടെന്നും അദ്ദേഹം പറയുന്നു. ഇന്ത്യൻ മഹാസമുദ്ര ത്തിലുള്ള ശ്രീലങ്കയെന്ന് ഇന്നുപേരുള്ള ദ്വീപിനു പുറമെ, മദ്ധ്യപ്രദേശിലെ വനപ്രദേശങ്ങളിലെ പല സ്ഥലങ്ങൾക്കും ലങ്കയെന്നും ലക്കൈ എന്നും പേരുകളുണ്ട്. ഗോദാവരീ നദീമുഖത്തുള്ള പല ദ്വീപുകളും ഇന്നും ലങ്ക യെന്നാണ് വിളിക്കപ്പെടുന്നതെന്ന് അദ്ദേഹം പറയുന്നു. പടിഞ്ഞാറൻ ഒറീ സയിലെ സോൺപൂരിനെ പശ്ചിമലങ്ക എന്നു വിളിക്കുന്നതുപോലെ ഗോദാവരിയുടെ തീരപ്രദേശത്ത് പ്രക്കിലങ്ക (പൂർവ്വ ലങ്ക) എന്നു വിളി ക്കപ്പെടുന്ന സ്ഥലവുമുണ്ട്. കൗതുകകരമായ മറ്റൊരു കാര്യം എന്തെന്നാൽ രാമായണകഥയ്ക്ക് സിലോണിൽ (ഇന്നത്തെ ശ്രീലങ്കയിൽ) അത്രയൊന്നും പ്രചാരമില്ലെന്ന ഡോ. ആനന്ദഗുരുജിയുടെ വെളിപ്പെടു ത്തലാണ്.[33]

രാമേശ്വരത്തിനും തലൈമന്നാറിനും ഇടയിലുള്ള 22 മൈൽ നീള മുള്ള, വീതി കുറഞ്ഞ, പ്രകൃത്യാ ഉള്ള വരമ്പിൽ ചെറിയ കുറെദ്വീപു കൾ പൊങ്ങി നില്ക്കുന്നതാണ് രാമൻ നിർമ്മിച്ച സേതുവായി കരുത

പ്പെടുന്നതെന്ന് സങ്കാലിയ പറയുന്നു. അതുപോലെ അദ്ദേഹം എത്തിച്ചേർന്നിരിക്കുന്ന മറ്റൊരു നിഗമനവും ശ്രദ്ധേയമാണ്. താമ്രപർണ്ണിയിൽ ആരാധിക്കപ്പെടുന്ന ഒരു യക്ഷനായി വിഭീഷണനെ 'മഹാമയൂരി'യിൽ പറഞ്ഞിരിക്കുന്നുവെന്നും 'മഹാമയൂരി'യുടെ ഉത്ഭവകാലഘട്ടത്തിൽ, അതായത് എ ഡി 2-ാം നൂറ്റാണ്ടിനും 4-ാം നൂറ്റാണ്ടിനും ഇടയിൽ സിലോണിനെ ലങ്കയെന്നു വിളിക്കപ്പെട്ടിരുന്നില്ലയെന്നും വിഭീഷണനെ തുടക്കത്തിൽതന്നെ ഒരു യക്ഷനായിട്ടാണ് (രാക്ഷസനായിട്ടല്ല) സങ്കല്പിക്കപ്പെട്ടിരുന്നതെന്നും പില്ക്കാലത്ത് എപ്പോഴോ രാവണനുമായി ബന്ധിപ്പിക്കുകയായിരുന്നുവെന്നും അദ്ദേഹം പറയുന്നു. ആര്യന്മാരുടെ വരവിനുമുമ്പ് സിലോണിൽ 'ലങ്കാപുര' എന്നൊരു നഗരം ഉണ്ടായിരുന്നതായി എ ഡി 3-ാം നൂറ്റാണ്ടിലുള്ള പാലിഭാഷാ കൃതികളായ *ദീപവംശ*ത്തിലും *മഹാവംശ*ത്തിലും പരാമർശിക്കുന്നതായി പറയപ്പെടുന്നു. യക്ഷന്മാരും നാഗന്മാരും ആയിരുന്നുപോലും ഇവിടം ഭരിച്ചിരുന്നത്. ലങ്ക എന്നൊരു ദേശമോ, രാജ്യമോ നിലനിന്നിട്ടുണ്ടായിരിക്കാമെങ്കിലും പാലിഭാഷയിലെ സാഹിത്യകൃതികളിലൊന്നുംതന്നെ രാമായണപരാമർശമില്ലെന്നതും കൗതുകകരമാണ്.

ചുരുക്കത്തിൽ, ലങ്കയെന്നപേരിൽ ഇന്ത്യയിൽ സിലോൺ ദ്വീപ് പ്രാചീനകാലത്ത് വിശേഷിപ്പിക്കപ്പെട്ടിരുന്നില്ല. സിംഹള, സിംഹളദ്വീപ്, താമ്രപർണ്ണി എന്നീ പേരുകളിലാണ് അത് അറിയപ്പെട്ടിരുന്നത്. എന്നാൽ പാലിഭാഷാകൃതികളിൽ സൂചിപ്പിക്കപ്പെടുന്നതുപോലെ സിലോണിന് ലങ്ക എന്ന പേർ ഉപയോഗത്തിലുണ്ടായിരുന്നുതാനും. അതാകട്ടെ, എ ഡി 3-ാം നൂറ്റാണ്ടിലും.

മറ്റൊരു കാര്യംകൂടി ഇവിടെ പറയേണ്ടതുണ്ട്. ലങ്ക അല്ലെങ്കിൽ ഇലങ്കൈ എന്ന പേർ ദ്രാവിഡമോ, സംസ്കൃതമോ അല്ലെന്നാണ് ഭാഷാപണ്ഡിതന്മാർ പറയുന്നത്. മുണ്ഡാരിഭാഷയിലെ ഒരു വാക്കായിട്ടാണ് അതിനെ കാണുന്നത്. ഇൻഡോ-ആര്യൻ വംശത്തിലോ, ദ്രാവിഡ വംശത്തിലോ പെടുന്നതല്ല ഈ ഭാഷയെന്നും അസ്ട്രോനേഷ്യൻ ആദിവാസി വർഗ്ഗഭാഷയിൽപെടുന്ന ഒന്നാണിതെന്നുമാണ് അവരുടെ പക്ഷം. യക്ഷന്മാർക്കും നാഗന്മാർക്കും പുറമെ പുലിനന്മാർ, സാവരന്മാർ എന്നിങ്ങനെ രണ്ടുകൂട്ടർകൂടി ദ്വീപിൽ വസിച്ചിരുന്നതായി *മഹാവംശ*ത്തിൽ പറയപ്പെടുന്നു. പുലിനന്മാരും സാവരന്മാരുമാകട്ടെ മുണ്ഡൻമാർക്കൊപ്പം ഇന്തോനേഷ്യൻ വംശത്തിൽപെടുന്നവരുമാണ്.

അനേകം രേഖകൾ പരിശോധിച്ചുള്ള പഠന-മനന-നിരീക്ഷണങ്ങൾക്കുശേഷം സങ്കാലിയ എത്തിച്ചേരുന്ന നിഗമനം ഇങ്ങനെ സംക്ഷേപിക്കാവുന്നതാണ്. 1. സിലോണിനുപുറമെ ഇന്ത്യയുടെ പടിഞ്ഞാറൻ തീരപ്രദേശത്തും മദ്ധ്യത്തിലുമുള്ള പലസ്ഥലങ്ങളും ലങ്കയെന്ന് അറിയപ്പെടുന്നുണ്ട്. 2. ലങ്കയെ ഇലങ്കൈ എന്ന് സിലോണിന്റെയും തമിഴ്നാട്ടിന്റെയും പ്രാദേശിക പാരമ്പര്യമനുസരിച്ച് വിളിക്കപ്പെട്ടുതുടങ്ങിയതിന് എ ഡി ഒന്നാം നൂറ്റാണ്ടിലധികം പഴക്കമില്ല. 3. അപ്പോഴും *രാമായണ*

കാവ്യത്തിൽ പറയുന്ന ലങ്ക (വാല്മീകിയുടെ ലങ്ക) ഏതെന്ന ചോദ്യം അവശേഷിക്കുന്നു. ഇതിന്റെ വിശദീകരണം സങ്കാലിയ രേഖപ്പെടുത്തിയിരിക്കുന്നത് ഇങ്ങനെയാണ്: "പടിഞ്ഞാറൻ ഒറീസയിലെ സോൺപൂരിനരികിൽനിന്നു ലഭിച്ച രണ്ടുരേഖകളിലെ പരാമർശമായ 'പടിഞ്ഞാറൻ ലങ്കയുടെയും ദണ്ഡകാരണ്യത്തിന്റെയും അധിപൻ' വ്യക്തമായി കാണിക്കുന്നത്, ഈ പ്രദേശമാണ് രാവണന്റെയും ലങ്കയുടെയും യഥാർത്ഥ പാരമ്പര്യം സൂക്ഷിക്കുന്നതെന്നാണ്.... ലങ്കയെവിടെ എന്നു ചോദിച്ചാൽ, ഈ വസ്തുത ഒറ്റയ്ക്കും കൂട്ടായും മദ്ധ്യപ്രദേശിലെ ഗോണ്ഡുകൾക്കും അവരുടെ ഇന്നത്തെ കൂടിപാർപ്പുകൾക്കും നേരെ വിരൽ ചൂണ്ടുമെന്നതിന് യാതൊരു സംശയവുമില്ല."[34]

കെ. കാമിൽ ബുൽക്കെ പറയുന്നു

രാമകഥാ ഗവേഷകനായിരുന്ന ഫാ. കാമിൽ ബുൽക്കെയും ഏതാണ്ട് ഇതേ അഭിപ്രായം തന്നെ, ചില വ്യത്യസ്തതകളോടെ, പ്രകടിപ്പിച്ചിട്ടുള്ളതായി കാണാവുന്നതാണ്. അദ്ദേഹം പറയുന്നു.

> വാല്മീകിക്ക് ദക്ഷിണ ഭാരതത്തിലെയും മദ്ധ്യഭാരതത്തിലെയും ഭൂമിശാസ്ത്രവുമായി പരിചയമില്ലായിരുന്നു എന്നതിന് *രാമായണം* വായിച്ചാൽ തെളിവു ലഭിക്കുന്നതാണ്. അതുകൊണ്ട് *രാമായണ*ത്തിന്റെ ഭൂമിശാസ്ത്രത്തെ സംബന്ധിച്ച് പ്രസിദ്ധീകരിച്ചു കഴിഞ്ഞതും പ്രസിദ്ധീകരിച്ചുകൊണ്ടിരിക്കുന്നതുമായ വിപുല സാഹിത്യം അധികഭാഗവും അനുമാനത്തെയും കല്പനയേയും അടിസ്ഥാനമാക്കിയുള്ളതാണ്. യൂനാനികളുടെ ഇടയിൽ പ്രചാരത്തിലുണ്ടായിരുന്ന, സിംഹളദ്വീപിന്റെ ഏറ്റവും പ്രാചീനമായ പേര് 'ടപ്റോവാനെ' എന്നാണ്. അശോകന്റെ ശിലാലിഖിതത്തിൽ ഇത് 'തമ്പപമ്നി' എന്ന പേരിൽ പറയപ്പെടുന്നു. ഇതിനുശേഷം സിംഹളം എന്ന പേര് പ്രചരിക്കാൻതുടങ്ങി. സംസ്കൃതകാവ്യത്തിൽ സിംഹളവും ലങ്കയും ഭിന്നദേശങ്ങളായി കരുതപ്പെട്ടിരുന്നു എന്നത് തീർച്ചയാണ്. ഭവഭൂതി, മുരാരി, രാജശേഖരൻ തുടങ്ങിയവർ സിംഹളദേശം ലങ്കയിൽ നിന്നും ഭിന്നമാണെന്നു കരുതുന്നു. വരാഹമിഹിരന്റെ *ബൃഹദ് സംഹിത*യിലും രണ്ടിനെയും പറ്റി പ്രത്യേകം പ്രസ്താവിക്കുന്നുണ്ട്. സിംഹളത്തിന് ലങ്കയെന്നപേര് ഏറ്റവുമാദ്യം ബൗദ്ധസാഹിത്യത്തിൽ പ്രയോഗിക്കാൻ തുടങ്ങിയിരുന്നുവെന്നും (നോക്കുക: *ദീപവംശം* 9, 1) മിക്കവാറും ക്രി. വ.10-ാം നൂറ്റാണ്ടുമുതൽ ഇതിന്റെ പ്രയോഗം വ്യാപകമാകാൻ തുടങ്ങിയെന്നും തോന്നുന്നു. ആധുനിക ലേഖകന്മാരിൽ കൂടുതൽ പേരും *രാമായണ*ത്തിലെ ലങ്കയും കിഷ്കിന്ധയും മദ്ധ്യഭാരതത്തിലാണെന്നു പറയുന്നു.[35]

എൽ. കേസരിയുടെ നിഗമനങ്ങൾ

മലയാളത്തിൽ, വിവിധ മേഖലകളിൽ, ചിന്തയുടെ അഗ്നിസ്ഫുലിംഗങ്ങൾ പടർത്തിയ കേസരി ബാലകൃഷ്ണപിള്ളയും (1889 ഏപ്രിൽ 13 –1960 ഡിസംബർ 18) ഈ വിഷയത്തിൽ പഠന-ഗവേഷണങ്ങൾ നടത്തുകയുണ്ടായി. അഗ്രഗാമികളായ അനേകം ഗവേഷകരുടെ അനുമാനങ്ങളോടും നിരീക്ഷണങ്ങളോടും യോജിച്ചും വിയോജിച്ചുമുള്ള അദ്ദേഹത്തിന്റെ അനുമാനങ്ങളും കണ്ടെത്തലുകളും *കേസരിയുടെ ചരിത്ര ഗവേഷണങ്ങൾ* എന്ന ഗ്രന്ഥത്തിൽ കാണാവുന്നതാണ്.[36] കേസരിയുടെ നിഗമനങ്ങളെ ചുവടെ ചേർത്തിരിക്കുന്നവിധം സംഗ്രഹിക്കാവുന്നതാണ്.

രാമലക്ഷ്മണൻമാരുടെ വനസഞ്ചാരങ്ങളും ലങ്കയിലേക്കും തിരികെ അയോദ്ധ്യയിലേക്കുമുള്ള മടക്കയാത്രയും വാല്മീകി വർണ്ണിച്ചിട്ടുണ്ട്. ഇത് സൂക്ഷ്മമായി പഠിക്കുന്ന ഒരാളിന് സിലോണിനെപ്പോലെ അത്രയേറെ ദൂരെയല്ല ലങ്ക എന്നു മനസ്സിലാക്കാവുന്നതാണ്. രാമൻ തന്റെ സഞ്ചാരം തുടങ്ങിയ അയോദ്ധ്യയും (ഔഡ്) ഭരതൻ, രാമനെ കണ്ടുമുട്ടുന്ന ചിത്രകൂടവും ഇന്നും അതേസ്ഥലനാമങ്ങൾ വഹിക്കുന്നു. ചിത്രകൂടം ബഡ്സൽഖണ്ഡിലെ പിശനദിയുടെ തീരത്തുള്ള ചിത്രകോട് റെയിൽവേ സ്റ്റേഷന് നാലുമൈൽ അകലെയുള്ള കാംപ്തനാഥ ഗിരിയാണ്. ചിത്രകൂടത്തിൽ നിന്നും തിരിച്ച രാമൻ എത്തുന്നത് ദണ്ഡകാരണ്യത്തിലാണ്. പിന്നീടദ്ദേഹം കാട്ടിലേക്കു പോവുകയും അവിടെവച്ച് ആസന്നമരണനായ ഒരു ഋഷി, യമുനയോടു ചേരുന്ന മന്ദാകിനീനദീതീരത്തുകൂടിപ്പോയി, സമീപമുള്ള സുതീഷ്ണമുനിയെ കാണുവാൻ രാമനെ ഉപദേശിക്കുകയും ചെയ്യുന്നു. അപ്രകാരം മന്ദാകിനി കടന്ന് സുതീഷ്ണാശ്രമത്തിൽ എത്തിയപ്പോൾ ഋഷികൾ രാക്ഷസന്മാരുടെ ശല്യത്തെപ്പറ്റി രാമനോട് ആവലാതികൾ പറയുന്നു. സുതീഷ്ണാശ്രമം ബാഗൽഖണ്ഡിലെ പൊളിറ്റിക്കൽ ഏജന്റിന്റെ വാസസ്ഥലവും ഇ ഐ റെയിൽവെയിലെ ഒരു സ്റ്റേഷനുമായ സുത്നയാണ്. ചിത്രകൂടത്തിൽനിന്നും ഇവിടേക്കുള്ള ദൂരം 30 മൈൽ ആണ്.

സുതീഷ്ണാശ്രമത്തിൽനിന്നും വനത്തിലെ പല സ്ഥലങ്ങളും സന്ദർശിച്ചതിനുശേഷം പത്തുകൊല്ലം കഴിഞ്ഞ് രാമൻ ആശ്രമത്തിൽ തന്നെ തിരികെയെത്തുന്നു. ആശ്രമവാസികളായ ഋഷികൾ ശ്രീരാമനോട് വീണ്ടും സഹായമഭ്യർത്ഥിക്കുന്നു. അവിടെ നിന്നും 40 മൈൽ തെക്കുവസിക്കുന്ന അഗസ്ത്യനെക്കുറിച്ച് രാമൻ അറിയുന്നത് അവിടെവച്ചാണ്. അവിടെച്ചെന്ന്, തനിക്കു സ്ഥിരമായ ഒരു പാർപ്പിടം വേണമെന്ന് രാമൻ അഗസ്ത്യനോട് അഭ്യർത്ഥിക്കുന്നു. അവിടെ നിന്നും16 മൈൽ ദൂരെയുള്ള പഞ്ചവടിയാണ് അഗസ്ത്യൻ അതിനായി നിർദ്ദേശിക്കുന്നത്. ഈ ജനസ്ഥാനം രാവണന്റെ അധികാരാതിർത്തിയിലുള്ളതാണ്. അതിനാൽ രാക്ഷസാക്രമണങ്ങളിൽനിന്നും ഋഷിമാരെ രക്ഷിക്കുന്നതിനായി രാമൻ അവിടെ താമസിക്കുന്നു. പഞ്ചവടിക്കും ചിത്രകൂടത്തിനും തമ്മിൽ 48

മൈലിൽ അധികം ദൂരമില്ലെന്ന് കേസരി അനുമാനിക്കുന്നു.

ഈ പഞ്ചവടി, യഥാർത്ഥ ഗോദാവരിയുടെ ഉത്ഭവസ്ഥാനത്തിനടുത്തുള്ള നാസിക് അല്ലെന്നും ഇപ്പറയുന്ന ഗോദാവരി യഥാർത്ഥ ഗോദാവരി അല്ലെന്നും വരുന്നു. ഈ പ്രദേശത്തെ നദികൾക്ക് സാമാന്യനാമമായി ഗോദാവരിയെന്നു പറയപ്പെടാറുണ്ടെന്ന് ഹരിലാൽ എന്ന ഗവേഷകൻ പറഞ്ഞിട്ടുള്ളതായും കേസരി പറയുന്നു. ഇതിനടുത്തുള്ള വർഗ്ഗക്കാരായ ശബരൻമാരുടെ ഭാഷയിൽ ജൈതാൻ എന്നാൽ മലയുടെ താഴ്വര എന്നും ലങ്ക എന്നാൽ ഉയർന്ന കുന്ന് എന്നുമാണ് അർത്ഥം. അങ്ങനെയുള്ള ഒരു ജൈതാൻ ആണ് രാമൻ താമസിച്ച ജനസ്ഥാനമായ പഞ്ചവടി.

ഇവിടത്തെ രണ്ടുവർഷത്തെ താമസത്തിനിടയ്ക്കാണ് രാവണൻ സീതയെ അപഹരിക്കുന്നത്. ജടായുവിന്റെ നിർദ്ദേശപ്രകാരം സീതാന്വേഷണവുമായി രാമലക്ഷ്ണന്മാർ തെക്കുപടിഞ്ഞാറോട്ടുപോകുന്നു. പഞ്ചവടിയിൽ നിന്ന് ആറുമൈൽ നടന്ന് അവർ ക്രൗഞ്ചവനത്തിലെത്തി. വിന്ധ്യപർവ്വതത്തിന്റെ ഒരു ശാഖയായ കെഞ്ജുവാമലയാണ് *രാമായണ*ത്തിലെ ക്രൗഞ്ചവനം. അവിടെനിന്നും ആറുമൈൽ കിഴക്കോട്ടു നടന്ന് ക്രൗഞ്ചവനത്തിനും മാതംഗാശ്രമത്തിനും ഇടയ്ക്കുള്ള താഴ്വരയിൽ അവർ എത്തിച്ചേർന്നു. മാതംഗവനത്തിലുള്ള പമ്പാസരസ്സിന്റെ തീരത്തുള്ള ഋഷ്യമൂകമലയിൽ വസിക്കുന്ന സുഗ്രീവനെ കാണാൻ മാതംഗൻ, രാമനെ ഉപദേശിക്കുന്നു. അവിടെ നിന്നും പോകുന്നവഴിക്ക് പമ്പയുടെ പടിഞ്ഞാറെക്കരയിലുള്ള ശബര്യാശ്രമം അവർ സന്ദർശിക്കുന്നു. നർമ്മദാ നദിയുടെ ഉല്പത്തി സ്ഥാനമായ അമരകണ്ടകത്തിൽനിന്ന് ഏഴുമൈൽ ദൂരെ ശബരിനാരായണം എന്നൊരു സ്ഥലം ഇന്നുമുണ്ട്. ഇവിടെയായിരുന്നു ശബര്യാശ്രമം. അവിടെനിന്നും ഋഷ്യമൂകമലയിൽ ചെന്ന് സുഗ്രീവനെ കണ്ടു. ഋഷ്യമൂകമലയിൽനിന്നും വളരെയകലെയല്ല കിഷ്കിന്ധ. മാനിഷ്പതി അരൂപം എന്നൊരു രാജ്യവും സെൻട്രൽ പ്രോവിൻസിന്റെ വടക്കുപടിഞ്ഞാറായി സ്ഥിതി ചെയ്തിരുന്നതായി *മഹാഭാരത*ത്തിൽ പറയുന്നു. ക്രിസ്ത്വബ്ദത്തിന്റെ തുടക്കത്തിൽ നാടുവാണിരുന്ന ശതവാഹനരാജാവായ ഗൗതമീപുത്രശതകർണ്ണിയുടെ നാസിക് ഗുഹാലേഖനത്തിൽ തന്റെ കീഴിലുള്ള രാജ്യങ്ങളുടെ കൂട്ടത്തിൽ ഋഷിക രാജ്യത്തെ അതിന്റെ പ്രാകൃതരൂപമായ അസികയെന്ന പേരിൽ പറയുന്നു. ഈ രാജ്യത്തിലായിരിക്കാം രാവണന്റെ കാലത്ത് ഋഷ്യമൂകവും കിഷ്കിന്ധയും സ്ഥിതി ചെയ്തിരുന്നത്. വാല്മീകിയുടെ വാക്കുകളിൽനിന്ന് സുതീഷ്ണാശ്രമത്തിൽനിന്നു കിഷ്കിന്ധയിലേക്ക് 66 മൈലിൽ കൂടുതലും ചിത്രകൂടത്തിൽനിന്ന് 96 മൈലിൽ അധികം ദൂരവും ഉള്ളതായി കാണുന്നില്ല. കിഷ്കിന്ധയുടെ സമീപം നേരെ തെക്കായിട്ട് വിന്ധ്യാപർവ്വതം സ്ഥിതി ചെയ്യുന്നു. കാവേരീനദിയും താമ്രപർണ്ണിനദിയും പാണ്ഡ്യകപ്പാടവും കടന്നുചെന്നാൽ മഹേന്ദ്രപർവ്വത താഴ്വരയിൽ സ്ഥിതി ചെയ്യുന്ന ഒരു സാഗരവും അതിനപ്പുറത്ത് ഒരു ദ്വീപും കാണാമെന്ന് അംഗദനോടും ഹനുമാ

നോടും സുഗ്രീവൻ പറയുന്നുണ്ട്. ഈ പേരുകളാണ് ലങ്കയെ സിലോണിൽ സ്ഥാപിക്കുവാൻ പലരേയും പ്രേരിപ്പിച്ചതെന്ന് കേസരി പറയുന്നു.

ഈ നദികളും സ്ഥലങ്ങളും മദ്ധ്യേന്ത്യയിലുള്ളവയാണ്. മാഹിഷ്മതിയുടെ സമീപത്തായും നർമ്മദാ നദിക്കു വടക്കായും ഒഴുകുന്ന നർമ്മദയുടെ ഒരു പോഷകനദിയാണ് രാമായണത്തിലെ കാവേരിയെന്ന് നന്ദോലാൽഡേയുടെ പ്രാചീന ഭാരതീയ ഭൂമിശാസ്ത്ര ഡിക്ഷണറിയിൽ പറഞ്ഞിട്ടുള്ളതായി കേസരി പറയുന്നു. തെക്കേ ഇന്ത്യയിലുള്ള പാണ്ഡ്യരാജ്യമല്ല, പൂർവ്വ മദ്ധ്യേന്ത്യയിലുള്ള കലിംഗരാജ്യത്തിനു സമീപമുള്ള ഒരു രാജ്യമാണ് *രാമായണ*ത്തിലെ പാണ്ഡ്യകവാടം. സെൻട്രൽ പ്രോവിൻസിലെ റായ്പൂർ ജില്ലയിലെ രാജിം എന്ന സ്ഥലത്തുനിന്നും എടുത്തിട്ടുള്ള ഒരുചെപ്പേടിൽ സോമവംശികളും പാണ്ഡുവംശജരുമായ ഒരു രാജവംശം ദക്ഷിണ കോസലത്തിന്റെ ഏതാനും ഭാഗങ്ങളെ സിർപൂർ (ശ്രീപുരം) തലസ്ഥാനമാക്കി ഭരിച്ചിരുന്നുവെന്നും പറയുന്നു.

കലിംഗത്തിനുനേരെ പടിഞ്ഞാറുള്ള അയൽരാജ്യമത്രേ ഈ ദക്ഷിണകോസലം. അതിനാൽ *രാമായണ*ത്തിലും *മഹാഭാരത*ത്തിലും പറയുന്ന പാണ്ഡ്യകവാടം സിർപൂരിലെ പാണ്ഡ്യവംശരാജാക്കന്മാരുടെ രാജ്യമാണ്. ഇവിടെ മുത്തു വിളയുന്നതായി *ബൃഹത് സംഹിത*യിലും *അർത്ഥശാസ്ത്ര*ത്തിലും പറയുന്നു. മഹേന്ദ്രഗിരി മദ്രാസ് പ്രസിഡൻസിയുടെ വടക്കെ അറ്റത്തെ ജില്ലയായ ഗഞ്ചാമിലുള്ള ഒരു പ്രസിദ്ധപർവ്വതമാണ്. താമ്രപർണ്ണി ഇന്നും ഒറീസയിൽ ഒഴുകുന്ന ഒരു നദിയുമാണ്.

സുഗ്രീവൻ സൂചിപ്പിച്ച മുഴുവൻ സ്ഥലങ്ങളിലും അംഗദനും ഹനുമാനും തിരയേണ്ടി വരുന്നില്ല. അതിനിടയ്ക്കുതന്നെ, വിന്ധ്യാവാസിയും ജടായുവിന്റെ സഹോദരനുമായ സമ്പാതി അവർക്ക് രാവണൻ, സീതയെ കൊണ്ടുപോയ ദ്വീപ് - ലങ്ക - കാട്ടിക്കൊടുക്കുന്നു. അവർ ഇരുന്ന സ്ഥലത്തുനിന്നും ദ്വീപ് കാണാം. ഉടനെ, നീന്തിയോ, ചാടിയോ ഹനുമാൻ ലങ്കയിലെത്തുന്നു. വാല്മീകിയുടെ വർണ്ണനകളിൽനിന്നും കിഷ്കിന്ധയുടെ സമീപത്തുള്ള ശബരിആശ്രമത്തിനും (അതായത് ഇന്നത്തെ ശബരിനാരായണത്തിനും) നർമ്മദയുടെ ഉത്ഭവസ്ഥാനമായ അമരകണ്ഡകത്തിനും (അതായത് ലങ്കയ്ക്കും) തമ്മിൽ ഏഴു മൈൽ അകലമേയുള്ളൂ. അതിനാൽ, അമരകണ്ഡകം ബന്ധൽഖണ്ഡിലെ ചിത്രകൂടത്തിൽനിന്ന് 130 മൈൽ അകലെയാണെന്നുവരുന്നു. ഇതിൽനിന്നും വിന്ധ്യനോടു സമീപിച്ചും നർമ്മദയുടെ വടക്കായിട്ടുമാണ് ലങ്ക സ്ഥിതി ചെയ്യുന്നതെന്ന് കേസരി അനുമാനിക്കുന്നു.

അമരകണ്ഡകം ലങ്കയാണെന്നു സ്ഥാപിക്കുന്നതിനായി വായുപുരാണത്തെയാണ് കേസരി ആശ്രയിച്ചിരിക്കുന്നത്. ജംബുദ്വീപിനു ചുറ്റുമുള്ള ദ്വീപുകൾ - അംഗദ്വീപ്, യവദ്വീപ്, മലയദ്വീപ്, കുശദ്വീപ് - വായുപുരാണത്തിൽ വർണ്ണിക്കപ്പെടുന്നു. സമുദ്രത്താൽ ചുറ്റപ്പെട്ട സ്ഥലം എന്ന അർത്ഥം ദ്വീപ് എന്നതിന് ഇവിടെയില്ല. രാജ്യം, കര, സ്ഥലം എന്നൊ

ക്കെയേ അതിനർത്ഥമുള്ളൂ. മലയദ്വീപിൽ സ്വർണ്ണഖനികളും മലയപർവ്വതവും അനേകം കൊടുമുടികളുമുള്ള ത്രികുടമെന്നൊരു മലയും ഉള്ളതായി വായുപുരാണത്തിൽ പറയുന്നു. ഈ ത്രികുടമലയുടെ ചരിവിലാണ് ലങ്ക. മലയദ്വീപിൽ അനേകം മ്ലേച്ഛന്മാർ വസിക്കുന്നുവെന്നും ദ്വീപിനു കിഴക്കായി ഗോകർണ്ണമെന്നൊരു ശിവക്ഷേത്രമുള്ളതായും പറഞ്ഞിട്ടുണ്ട്. അതുപോലെ, മലയപർവ്വതത്തിൽനിന്നും കുടമാല, താമ്രപർണ്ണി, പുഷ്ജ, പുണ്യവതി, ഉത്പലാവതി എന്നീ നദികൾ ഉത്ഭവിക്കുന്നതായി മത്സ്യ-കൂർമ്മ-വിഷ്ണുപുരാണങ്ങളിൽ പറയുന്നു.

ഇവയിൽ താമ്രപർണ്ണിയും ഉത്പലാവതി (ഉത്കലാവതി എന്നാണ് അതിന്റെ ഇന്നത്തെ പേര്)യും ഇന്നും ഒറീസയിൽ കൂടി ഒഴുകുന്നു. ലങ്ക, ത്രികുടജാദ്രിയിലാണെന്ന് വാല്മീകി പറയുന്നുണ്ട്. ത്രികുടജാദ്രി, മലയദ്വീപിലാണെന്ന് വായുപുരാണവും പറയുന്നു. മലയപർവ്വതത്തിൽനിന്നും ഉത്ഭവിക്കുന്ന നദികൾ ഒറീസയിൽക്കൂടി ഒഴുകുന്നതുകൊണ്ട് ഗോദാവരീതീരംമുതൽ വടക്കോട്ടുള്ള പൂർവ്വഘട്ടമാണ് മലയപർവ്വതം എന്ന് അനുമാനിക്കാം, മലയദ്വീപിനുകിഴക്കുള്ള ഗോകർണ്ണക്ഷേത്രം കർണ്ണാടകത്തിലെ കനറാ ജില്ലയിലെ ഗോകർണ്ണക്ഷേത്രമല്ല. ഗഞ്ചാംജില്ലയിലെ മഹേന്ദ്രപർവ്വതത്തിന്റെ മുകളിലുള്ളതും കലിംഗരാജ്യത്തിലെ ഗംഗവംശജരായ രാജാക്കന്മാർ തങ്ങളുടെ കുലക്ഷേത്രമായി കരുതിയിരുന്ന ഗോകർണ്ണ ക്ഷേത്രമാണെന്നും അവരുടെ ചെമ്പുപട്ടയങ്ങൾ തെളിയിക്കുന്നതായി കേസരി പറയുന്നു. മലയദ്വീപിൽ ഇന്ത്യയിലെ ആദിവാസികളായ ഗാണ്ഡവർഗ്ഗക്കാർ ഇന്നും അധിവസിക്കുന്നു. ഒരുപക്ഷേ, വായുപുരാണത്തിൽ പറയുന്ന മ്ലേച്ഛന്മാർ ഈ ആദിവാസികൾ ആയിരിക്കാം. അമരകണ്ഡകപർവ്വതത്തിൽനിന്നാണ് നർമ്മദ ഉത്ഭവിക്കുന്നതെന്ന് മത്സ്യപുരാണം പറയുന്നു. അതിനാൽ *വായുപുരാണവും വാല്മീകി രാമായണവും* അനുസരിച്ച് നർമ്മദ ഉത്ഭവിക്കുന്നതായ ത്രികുടപർവ്വതം അമരകണ്ഡകം ആണെന്നും കേസരി സ്ഥാപിക്കുന്നു. അമരകണ്ഡകത്തിന്റെ മൂന്നു കൊടുമുടികൾ ആമ്രകൂടം, ശാലകൂടം, മധുകൂടം എന്നിവയാണ്. കാളിദാസൻ മേഘദൂതിൽ അമരകണ്ഡകത്തെ ആമ്രകൂടം എന്നാണ് വിളിച്ചിരിക്കുന്നത്. രാവണതീർത്ഥമെന്ന പേരിൽ അനേകം തീർത്ഥസ്ഥലങ്ങൾ അമരകണ്ഡകത്തിനു സമീപത്തുണ്ട്. ഇത്തരം തീർത്ഥസ്ഥലങ്ങൾ ഇന്ത്യയിൽ മറ്റെങ്ങുമില്ലതാനും. അതുകൊണ്ട്, അമരകണ്ഡകമാണ് ലങ്ക എന്ന് കേസരി ഉറപ്പിക്കുന്നു. അമരകണ്ഡകം അഥവാ ലങ്ക സ്ഥിതി ചെയ്തിരുന്നതിനു സമീപമുള്ള ചത്തീസ്ഗാർ ഡിവിഷന് പൗരാണിക കാലങ്ങളിൽ ദശാർണ്ണം എന്ന പേർ ഉണ്ടായിരുന്നതായും ദശാസ്യൻ എന്ന രാവണന്റെ അപരനാമത്തിൽനിന്നും ആ ദേശത്തിന് ആ പേർ ലഭിച്ചുവെന്നോ, ഈ ദേശത്തിന്റെ ദശാർണ്ണം എന്ന പേരിൽ നിന്നും രാവണന് ദശാസ്യൻ എന്ന പേർ ലഭിച്ചുവെന്നോ വന്നേക്കാം.

അമരകണ്ഡകത്തിനു സമീപമുള്ള കുയിഗാണ്ഡ്വർഗ്ഗക്കാരുടെ

ആചാര വിശേഷങ്ങളിലേക്കും കേസരി വെളിച്ചം വീശുന്നുണ്ട്. ഹനുമാന്, ആദ്യമായി ലങ്കയിൽ പ്രവേശിച്ചപ്പോൾ ലങ്കാലക്ഷ്മിയെ വധിക്കേണ്ടതായി വന്നു. കുയിഗാണ്ഡ്വർഗ്ഗക്കാരുടെ ഗ്രാമത്തിലേക്കുള്ള പ്രവേശന കവാടത്തിൽ 'നിശാൻ പെന്നെ' എന്ന ഗ്രാമദേവതയുടെ രൂപം കല്ലിൽ കൊത്തിവയ്ക്കാറുണ്ട്. ഗ്രാമത്തിന്റെ ഐശ്വര്യമായാണ് അവരതിനെ കാണുന്നത്. രാവണൻ യുദ്ധത്തിനു പുറപ്പെട്ടപ്പോൾ വിവിധ മൃഗങ്ങളുടെ മുഖങ്ങളുള്ള - അത്തരം മുഖംമൂടികൾ ധരിച്ച - അനുചരന്മാർ അദ്ദേഹത്തെ അനുഗമിച്ചതായി *വാല്മീകി രാമായണ*ത്തിൽ പറയുന്നു. ആഘോഷാവസരങ്ങളിൽ ആ ഗോത്രവർഗ്ഗക്കാർ വിവിധ മൃഗങ്ങളുടെ ആകൃതിയിലുള്ള മുഖം മൂടികൾ ധരിക്കാറുണ്ട്. ഇങ്ങനെ പലതരം വേഷങ്ങൾ ധരിക്കുന്നതുകൊണ്ടാകാം അവരെ കാമരൂപികൾ എന്നു വിശേഷിപ്പിച്ചതെന്ന് കേസരി അനുമാനിക്കുന്നു. സ്ത്രീകളെ ബലാല്ക്കാരമായി പിടിച്ചുകൊണ്ടുപോവുക, ശവശരീരം ദഹിപ്പിക്കുന്ന വേളയിൽ ശ്മശാനത്തിൽ കോലാടിനെ അഴിച്ചുവിടുക തുടങ്ങിയ രീതികൾ ഇന്നും ഈ ഗോത്രവർഗ്ഗക്കാർ തുടരുന്നു. രാവണന്റെ ശവശരീരം ദഹിപ്പിച്ചപ്പോൾ ഒരു കോലാടിന്റെ തോൽ ചേർത്തുവെച്ചതിനുശേഷമാണ് അതിനെ ദഹിപ്പിച്ചതെന്ന് വാല്മീകി പറയുന്നു.

എം. ലങ്ക ഗുജറാത്തിൽ?

1936 മേയ് 18 ലെ *മാതൃഭൂമി* ആഴ്ചപ്പതിപ്പിലാണ് കേസരി ബാലകൃഷ്ണപിള്ള മുൻപറഞ്ഞ ലേഖനം പ്രസിദ്ധപ്പെടുത്തിയതെന്ന് ഈ ഗ്രന്ഥത്തിൽ കാണുന്നു. 1939 ജനുവരി 29 ലെ *മാതൃഭൂമി* ആഴ്ചപ്പതിപ്പിൽ അദ്ദേഹം എഴുതിയ 'ലങ്കയും അയോദ്ധ്യയും' എന്ന ലേഖനവും ഈ ഗ്രന്ഥത്തിലുണ്ട്. (ഈ രണ്ടു ലേഖനങ്ങളിലും പറഞ്ഞിരിക്കുന്ന പല സ്ഥലനാമങ്ങളും ഇന്നു മാറിയിട്ടുണ്ട് എന്നതും ശ്രദ്ധിക്കുക) 1939 ലെ ലേഖനത്തിൽ 1936 ലെ ലേഖനത്തിൽനിന്നും വസ്തുതാപരമായ ചില കാര്യമായ മാറ്റങ്ങൾ കേസരി വരുത്തിയിട്ടുണ്ട്. ഈ മാറ്റങ്ങൾ കൂടുതൽ പഠനത്തിന്റെ ഭാഗമായാണെന്ന് അദ്ദേഹം പറയുന്നു. ഇരു ലേഖനങ്ങൾക്കും ഇടയിലുണ്ടായ കാലത്ത് കേസരി നടത്തിയ പഠനങ്ങൾ രണ്ടാമത്തെ ലേഖനത്തിലെ അനുമാനങ്ങളെ മുൻലേഖനത്തിൽ നിന്നും വ്യത്യസ്തവുമാക്കുന്നു. ആദ്യലേഖനത്തിൽ ഒറീസയിലാണ് ലങ്ക എന്ന നിലപാടാണ് അദ്ദേഹം സ്വീകരിച്ചതെങ്കിൽ 1939 ലെ രണ്ടാം ലേഖനത്തിൽ ഗുജറാത്തിലാണ് ലങ്ക എന്ന് അദ്ദേഹം അനുമാനിക്കുന്നു. അതേസമയം, കിഴക്കൻ മദ്ധ്യപ്രദേശിൽ എവിടെയോ ആയിരുന്നു ലങ്ക എന്ന എച്ച് ഡി സങ്കാലിയയുടെ ഗ്രന്ഥത്തിലെ അനുമാനങ്ങളിൽനിന്നും വ്യത്യസ്തവുമാണ് കേസരിയുടേത്. സങ്കാലിയയുടെ നിരീക്ഷണങ്ങൾ പുറത്തുവരുന്നത് 1970 കളിലാണെന്നുകൂടി ഇവിടെ ഓർമ്മിക്കേണ്ടതുണ്ട്. അപ്പോഴേക്കും പുരാവസ്തു - ഉൽഖനനശാസ്ത്രശാഖ കേസരിയുടെ കാലത്തേതിനേക്കാൾ ഏറെ വികസിച്ചിരുന്നു എന്നത് വിസ്മരിക്കരുത്. എന്താ

യാലും പഴയ സിലോൺ അഥവാ താമ്രപർണ്ണി അല്ല *വാല്മീകി രാമായണ*ത്തിൽ പരാമർശിക്കുന്ന ലങ്ക എന്ന കാര്യത്തിൽ ഭൂരിപക്ഷം ചരിത്രകാരന്മാരും പുരാവസ്തു ഗവേഷകരും ഏകാഭിപ്രായം വച്ചു പുലർത്തുന്നു. കേസരിയുടെ 1939 ലെ ലേഖനത്തിലെ നിഗമനങ്ങളെ ഇങ്ങനെ സംക്ഷേപിക്കാവുന്നതാണ്.

കിഷ്കിന്ധയും അയോദ്ധ്യയും തമ്മിൽ വളരെയധികം അകലമില്ലെന്ന് *വാല്മീകി രാമായണ*ത്തിൽ നിന്നുതന്നെ മനസ്സിലാക്കാവുന്നതാണ്. *രാമായണ*ത്തിലെ അയോദ്ധ്യ ഇന്നത്തെ (1939 ലെ) യുനൈറ്റഡ് പ്രോവിൻസിലുള്ള ചരിത്രകാലത്തെ അയോദ്ധ്യയാണെന്നു വിശ്വസിക്കപ്പെടുന്നു. അയോദ്ധ്യയിൽനിന്നും രണ്ടായിരം മൈലുകൾ അകലെയുള്ള/ തെക്കുള്ള സിലോണിലേക്ക് അന്ന് ഭാരതം നിറഞ്ഞിരുന്ന ഘോരവനങ്ങളിലൂടെ രാമലക്ഷ്മണന്മാർക്ക് എങ്ങനെ സഞ്ചരിക്കുവാൻ കഴിഞ്ഞുവെന്ന് കേസരി ചോദിക്കുന്നു. ലങ്കാദ്വീപിന്റെ വർണ്ണനയിൽ ച്ഛായ പിടിച്ചു ഭക്ഷിക്കുന്ന സിംഹിക എന്നൊരു രാക്ഷസിയുടെ പേരു പറയുന്നു. ഇന്നത്തെ ഗുജറാത്തിന്റെ തെക്കുപടിഞ്ഞാറൻ കടൽത്തീരത്തുള്ള തുറമുഖമായ പോർബന്തറിന്റെ പഴയ പേര് ച്ഛായ എന്നായിരുന്നു. ലങ്കാദ്വീപിന്റെ തെക്കുഭാഗത്തുള്ള സിദ്ധചാരണ കിന്നര നിഷേവിതമായ പുഷ്പിതിക ശൈലം ഗുജറാത്തിന്റെ തെക്കുകിഴക്കുസ്ഥിതിചെയ്യുന്നതും ജൈന തീർത്ഥാടന സ്ഥലവുമായ ശത്രുഞ്ജയമലയാണ്. പ്രാചീനജൈനകൃതിയായ *ശത്രുഞ്ജയ മാഹാത്മ്യ*ത്തിൽ ഈ മലയ്ക്ക് പുഷ്പദന്തം എന്ന പേരും ഉള്ളതായി കാണുന്നു. ഇത് ലങ്കയിലെ പുഷ്പിതികശൈലമാണെന്ന് അനുമാനിക്കാം. ചാരണന്മാർ ജൈനരുടെ ഒരുതരം ദിവ്യന്മാരാകയാൽ ചാരണനിഷേവിതമെന്ന് വാല്മീകി പറഞ്ഞിട്ടുള്ളത് ജൈനപുണ്യസ്ഥലമായ ശത്രുഞ്ജയമെന്നാണ് കേസരിയുടെ പക്ഷം.

അഗസ്ത്യാശ്രമമുള്ള കുഞ്ജരപർവ്വതം, ഗുജറാത്തിൽ സ്ഥിതി ചെയ്തിരുന്നതായി *ശത്രുഞ്ജയ മാഹാത്മ്യ*ത്തിൽ പറയുന്ന നാഗേശ പർവ്വതമാണെന്ന് കുഞ്ജരത്തിന്റെയും നാഗത്തിന്റെയും അർത്ഥസാമ്യത്തിൽ നിന്നും മനസ്സിലാക്കാം. വാസുകിയുടെ കൊട്ടാരം സ്ഥിതി ചെയ്തിരുന്ന ഭഗവതിപുരം, ഗുജറാത്തിന്റെ കിഴക്കൻ തീരത്തുള്ള ഇന്നത്തെ ഭാവനനഗരം എന്ന പട്ടണമാണ്. വൃഷഭഗിരിയിലുള്ള മന്ദരമരങ്ങളിൽ ഒന്നിന് ഗോശൃംഗം എന്നപേരുണ്ടായിരുന്നു. ഗിരിയുടെ മുകളിലുള്ള ചന്ദനമരങ്ങളെ കാത്തുപോന്ന ഗന്ധർവ്വന്മാരിൽ ഒരാൾക്ക് ഗ്രാമണി എന്ന പേർ ഉണ്ടായിരുന്നു. രാവണന്റെ പൂർവ്വികരിൽ ഒരാളായ സുകേശന്, ഗ്രാമണി എന്ന ഗന്ധർവ്വൻ തന്റെ മകളെ കല്യാണം കഴിച്ചുകൊടുത്തു എന്ന് *അദ്ധ്യാത്മരാമായണ*ത്തിൽ പറയുന്നു. വൃഷഭമലയിലെ ഗ്രാമണിയാകാം *അദ്ധ്യാത്മരാമായണ*ത്തിൽ പറയുന്ന ഗ്രാമണി. വാല്മീകിയുടെ ലങ്കാദ്വീപ് വർണ്ണനയിൽ പ്രസ്താവിച്ചിട്ടുള്ള അന്തകപുരി ഗുജറാത്തിന്റെ ഉത്തരസമുദ്രക്കരയിൽ സ്ഥിതിചെയ്യുന്ന ഇന്നത്തെ ജാംനഗർ, അതായത് യമനഗരമാണ്. കച്ച് ഉൾക്കടലിന്റെ തെക്കേക്കരയിൽ സ്ഥിതി ചെയ്യുന്ന

തിനാലാണ് ഇതിനപ്പുറത്ത് ഒരുത്തർക്കും കടക്കുവാൻ കഴിയില്ലെന്ന് വാല്മീകി പറഞ്ഞിരിക്കുന്നത്. ഗുജറാത്തിൽ അഥവാ ലങ്കാദ്വീപിൽ പോർബന്തർ, അതിനുവടക്ക് ത്രികുടഗിരി, അതിനും വടക്ക് ജാംനഗർ, പിന്നെ അതിനും വടക്ക് കച്ച് ഉൾക്കടൽ എന്നിങ്ങനെ ഒന്നിനെത്തുടർന്ന് ഒന്ന് സ്ഥിതിചെയ്തിരുന്നതായാണ് രാമോപാഖ്യാനം ചൂണ്ടിക്കാട്ടുന്ന തെന്ന് കേസരി പറയുന്നു.

പ്രാചീന ലങ്കയിലെ പുലസ്ത്യവർഗ്ഗത്തിൽ, അതായത് രാവണന്റെ വർഗ്ഗത്തിൽപെട്ടവർക്ക് പുലേയർ എന്ന പേര് വായുപുരാണത്തിൽ നല്കി യിരിക്കുന്നു. അപരാന്തകത്തെ ക്രിസ്തുവർഷാരംഭം മുതൽ 12-ാം നൂറ്റാ ണ്ടുവരെ ഭരിച്ചിരുന്ന ശിലാഹാര രാജാക്കന്മാർക്ക് സിംഹളന്മാർ എന്ന പേരുണ്ടായിരുന്നു. പഞ്ചാബ്, രജപുത്താന എന്നീ പശ്ചിമോത്തരദേശ ങ്ങളെ എ ഡി 6-ാം നൂറ്റാണ്ടിൽ ഭരിച്ചിരുന്ന ഹൂണരാജാവായ മിഹിരകു ലൻ ലങ്കയെ ആക്രമിച്ചിട്ടുള്ളതായി *രാജതരംഗിണി* എന്ന കൃതിയിൽ പ്രസ്താവിക്കുന്നു. ഈ സിംഹളവും വാല്മീകി പറയുന്ന ലങ്കയും ഗുജ റാത്ത് ആയിരിക്കാമെന്നാണ് കേസരി പറയുന്നത്. ഇക്കാരണങ്ങളാൽ രാവണന്റെ കാലത്തെ ലങ്കാദ്വീപ് ഗുജറാത്ത് ആണെന്നും അതിലുള്ള ലങ്കാനഗരം ശ്രീനഗരമാണെന്നും അദ്ദേഹം അനുമാനിക്കുന്നു.

അയോദ്ധ്യയുടെ സ്ഥാന നിർണ്ണയത്തിലും കേസരിയുടെ നിരീക്ഷ ണങ്ങൾക്ക് പ്രസക്തിയുണ്ട്. അയോദ്ധ്യ, ഫൈസാബാദ് ജില്ലയിലുള്ള അയോദ്ധ്യ ആയിരിക്കയില്ലെന്നും ഹെൽമണ്ട് നദിക്കു കിഴക്കായി വള രെയകലെയല്ലാതെ രാമന്റെ കാലത്തെ അയോദ്ധ്യ സ്ഥിതി ചെയ്തിരു ന്നുവെന്നും അത് വടക്കുപടിഞ്ഞാറൻ അതിർത്തി പ്രവിശ്യയിലും പശ്ചി മപഞ്ചാബിലും ആയിരിക്കാമെന്നുമാണ് കേസരി വാദിക്കുന്നത്. അയോദ്ധ്യ, സരയൂനദിയുടെ പശ്ചിമതീരത്തിൽ സ്ഥിതി ചെയ്തിരുന്നു വെന്ന് *രാമായണ*ത്തിൽനിന്നു മനസ്സിലാക്കാം. ആയതിനാൽ രാമന്റെ കാലത്തെ സരയൂനദി ഇന്നത്തെ കറംനദിയാണെന്നും വരുന്നു. ഈ നിഗ മനങ്ങളും അനുമാനങ്ങളും 'രണ്ടാം വാല്മീകിയുടെ തെറ്റ്' എന്ന ലേഖ നത്തിൽ (1939 ഏപ്രിൽ 9 ലെ *മാതൃഭൂമി* ആഴ്ചപ്പതിപ്പിൽ പ്രസിദ്ധപ്പെടു ത്തിയത്) കൂടുതൽ തെളിവുകളോടെ കേസരി ആവർത്തിക്കുന്നുമുണ്ട്. നേരത്തെ സൂചിപ്പിച്ചതുപോലെ, ഉത്തരേന്ത്യയിൽ തന്നെയാണ് രാമായ ണകഥ പൂർണ്ണമായും അരങ്ങേറിയത് എന്നത് തെളിയിക്കപ്പെട്ടു കഴി ഞ്ഞിരിക്കുന്ന വസ്തുതയാണ്.

എൻ. യുദ്ധവർണ്ണന

ഏതൊരു കാലത്തും, ഏതൊരു യുദ്ധവർണ്ണനയും അവിശ്വസനീ യതയുടെയും അതികല്പനകളുടെയും മേലങ്കി അണിഞ്ഞവയായി രിക്കും. *രാമായണ*ത്തിലെ യുദ്ധവർണ്ണനയും ഇതിനപവാദമല്ല. ആധു നിക ശാസ്ത്രജ്ഞന്മാരുടെ ഭാവനകളെ വെല്ലുന്ന ഭാവനകളാണ് ഇവിടെ കവി പ്രകടിപ്പിച്ചിരിക്കുന്നത്. അതേസമയം, രാമ-രാവണ യുദ്ധത്തിൽ

ഇരു ചേരിയിലും നിലയുറപ്പിച്ചിരിക്കുന്ന വാനര-രാക്ഷസ സേനകളിലെ അംഗങ്ങളുടെ വ്യക്തിപരമായ സിദ്ധികളെയും കഴിവുകളെയുമാണ് യുദ്ധത്തിൽ പ്രയോജനപ്പെടുത്തുന്നതും. ഇന്ദ്രന്റെ തേരുമായി മാതലി എത്തിയതിനുശേഷം പോലും രാമ-രാവണയുദ്ധം രണ്ടു പോരാളികൾ തമ്മിലുള്ള യുദ്ധം മാത്രമാണെന്ന് അവരുടെ യുദ്ധതന്ത്രങ്ങൾ തെളിയിക്കുന്നു. ഇതിനപവാദമായ ചിലവേളകൾ ഇല്ലെന്നല്ല. രാമനും ലക്ഷ്ണനും ഒക്കെ ബോധശൂന്യരാകുന്നതും വാനരസേന നിർജ്ജീവമാകുന്നതുമായ സന്ദർഭങ്ങളുമുണ്ട്. അതിനൊന്നും സവിശേഷമായ പ്രാമുഖ്യം കല്പിക്കപ്പെടുന്നില്ല എന്നതാണ് യാഥാർത്ഥ്യം. സാമ്പ്രദായികമായ ആയുധങ്ങളുടെ പ്രയോഗമാണ് യുദ്ധത്തിൽ നടക്കുന്നത്. പരിഘ, ശക്തി, ശൂലം, പട്ടം, പരശു, ചാപം, ബാണം, ഖഡ്ഗം, പ്രശം തുടങ്ങിയ ആയുധങ്ങളാണ് രാക്ഷസസേന ഏറെയും ഉപയോഗിക്കുന്നത്. വാനരസേനയാകട്ടെ, കൈയിൽ കിട്ടിയതെന്തും- മരങ്ങളും മലകളും പർവ്വതങ്ങളും വരെ-ആയുധമാക്കുന്നു. രാമലക്ഷ്മണന്മാർ മുഖ്യമായും ഉപയോഗിക്കുന്നത് അമ്പുംവില്ലുമാണ്. ദ്വന്ദ്വയുദ്ധവും ഇടയ്ക്കുണ്ടാകുന്നു. ഇരുപക്ഷവും ഉപയോഗിക്കുന്ന ആയുധങ്ങളിൽ പലതും ഇരുമ്പു കൊണ്ടു നിർമ്മിച്ചവയുമാണ്. ആയുധ പ്രയോഗത്താൽ അനുഭവിക്കുന്ന ശാരീരികമായ അസ്വസ്ഥതകളെ വിലയിരുത്തി ആയുധങ്ങളുടെ സ്വഭാവവും പ്രഹരശേഷിയും നിർണ്ണയിക്കാവുന്നതാണ്. പ്രത്യേകമായ പഠനം ഇതർഹിക്കുന്നു എന്നു മാത്രമെ ഇവിടെപ്പറയുന്നുള്ളൂ. രാമരാവണയുദ്ധത്തിൽ പ്രയോഗിച്ചിരുന്ന ആയുധങ്ങൾ ഏറിയകൂറും നിർമ്മിക്കുന്നതിന് ഉപയോഗിച്ചിരുന്നത് ഇരുമ്പ് എന്ന ലോഹമായിരുന്നു. രാവണൻ ഉപയോഗിച്ചിരുന്ന പല അസ്ത്രങ്ങളുടെയും അഗ്രങ്ങളുടെ ആകൃതി ഇഹാംറിഗ, കഴുത, കാട്ടുപന്നി, പട്ടി, കോഴി, നക്ഷത്രങ്ങൾ തുടങ്ങിയവയുടേതായിരുന്നു. ഇവയിൽ ഇഹാംറിഗ എന്ന പ്രയോഗത്തിന് എച്ച് ഡി സങ്കാലിയ സവിശേഷ പ്രാധാന്യം നല്കുന്നു.[37] ഈ വാക്കു പ്രചാരത്തിൽ വന്നത് ഒന്നാം നൂറ്റാണ്ടിൽ ശാക-കുശാനൻമാരുടെയും ഗ്രീക്ക്-റോമാക്കാരുടെയും സ്വാധീനത്തിൻ കീഴിലാണെന്നും അക്കാലത്ത് വിചിത്രമൃഗരൂപങ്ങൾ സ്തൂപങ്ങളുടെ അഗ്രങ്ങളിൽ കൊത്തിവയ്ക്കാൻ തുടങ്ങിയതായും അദ്ദേഹം പറയുന്നു. സിന്ധു നദീതടസംസ്കാരത്തിലും ഇത്തരം മൃഗരൂപ ശില്പങ്ങൾ ഉണ്ടെന്നും പറയപ്പെടുന്നു. ഇടക്കാലത്ത് ഈ സമ്പ്രദായം പിൻവാങ്ങിയതായും മൗര്യന്മാരുടെ കാലത്ത് മുഖത്തോടുമുഖവും പുറംതിരിഞ്ഞിരിക്കുന്നതുമായ മൃഗങ്ങളുടെ രൂപം കൊത്തിവച്ച ശില്പങ്ങൾ- വൈചിത്ര്യമാർന്ന ഇഹാംറിഗകൾ- പ്രചാരത്തിലാവുകയും ചെയ്തു. (ഈ വിഷയം ഈ ഗ്രന്ഥത്തിന്റെ മറ്റൊരു അദ്ധ്യായത്തിലും വരുന്നുണ്ട്)

ഉത്തരകാണ്ഡം പൂർണ്ണമായും പ്രക്ഷിപ്തമെന്നു പറയുമ്പോഴും ഈ ഗ്രന്ഥത്തിൽ വിവിധതലങ്ങളിൽ പ്രസ്തുതകാണ്ഡം പരിഗണിക്കേണ്ടതായും പരിശോധിക്കേണ്ടതായും വരുന്നു. എ ഡി 4-ാം നൂറ്റാണ്ടിനും 7-ാം നൂറ്റാണ്ടിനും മദ്ധ്യേയാണ് ഉത്തരകാണ്ഡം രൂപപ്പെട്ടതെന്നും *വാല്മീ*

*കിരാമായണ*ത്തോട് കൂട്ടിച്ചേർക്കപ്പെട്ടതെന്നും വിലയിരുത്തപ്പെട്ടിട്ടുണ്ട്. വാല്മീകി രാമായണത്തിലൂടെ — അയോദ്ധ്യകാണ്ഡം മുതൽ യുദ്ധ കാണ്ഡം വരെ - കടന്നുപോകുന്ന ഒരാളുടെ മനസ്സിൽ ഉയർന്നുവരുന്ന സന്ദേഹങ്ങൾക്ക് യുക്തിപരമോ, വിശ്വാസപരമോ ആയ വിശദീകരണവും മറുപടിയും നല്കുന്നതിനുള്ള ശ്രമമാണ് ഉത്തരകാണ്ഡത്തിലുള്ളത്. യുക്തിഭദ്രമായി വിശദീകരിക്കുവാൻ ആകാത്തിടത്ത് 'വിശ്വാസം' കട ത്തിവിടുന്നു. എല്ലായിടത്തും എല്ലാക്കാലത്തും ഈ തന്ത്രം ബ്രാഹ്മണ-പുരോഹിതവർഗ്ഗം സ്വീകരിച്ചിട്ടുമുണ്ട്.! അങ്ങനെ, അവതാരവാദത്തെ ഊട്ടി യുറപ്പിച്ച്, ഉത്തരകാണ്ഡകർത്താവ് അഥവാ കർത്താക്കൾ സന്ദേഹങ്ങളെ അകറ്റുവാൻ ശ്രമിക്കുന്നു. നിശ്ചയമായും അവർക്ക് അങ്ങനെയാകാം! പക്ഷേ, *രാമായണ*കൃതിയെ വിമർശന ബുദ്ധിയോടെ സമീപിക്കുന്ന ഒരു വ്യക്തിക്ക് അതിനു കഴിയില്ല.

വിമർശനബുദ്ധിയോടെ വേദോപനിഷത്തുകളെയും ഇതിഹാസ പുരാണാദികളെയും സമീപിക്കുവാൻ പാടില്ലയെന്ന തിട്ടൂരവും അന്തരീ ക്ഷത്തിൽ മുഴങ്ങുന്നുണ്ട്! നമുക്കെന്തായാലും അവയെയൊക്കെ അവഗ ണിക്കുകയും നിഷേധിക്കുകയും ചെയ്യേണ്ടതുണ്ട്. പ്രക്ഷിപ്തമെന്നു കരു തപ്പെടുന്ന ഭാഗങ്ങൾ ഒഴിവാക്കിയാൽതന്നെ *രാമായണ*കാവ്യം വായന ക്കാരുടെ മനസ്സിൽ സന്ദേഹപ്പെരുമഴ വർഷിക്കുന്നതാണ്. വാമൊഴിയായി. പ്രചരിച്ചിരുന്ന വേളയിൽ, സ്വാഭാവികമായും, ശ്രോതാക്കൾ അത്തരം സന്ദേഹങ്ങൾ ഉന്നയിച്ചിരുന്നിരിക്കാം. അതിനുള്ള വിശദീകരണമായും മറുപടിയായും മാത്രമേ പ്രക്ഷിപ്തങ്ങളെ പരിഗണിക്കുവാനാകൂ. ശ്രോതാ ക്കളുടെ സന്ദേഹങ്ങളുടെ പഴുതുകൾ അടയ്ക്കുന്നതിനുള്ള പരിശ്രമം എന്നും പറയാം. പിന്നെയും സന്ദേഹങ്ങൾ അവശേഷിക്കുന്നുവെങ്കിലോ? അവിടെയാണ് 'വിശ്വാസം' എന്ന ആയുധം ഇരുതല മൂർച്ചയോടെ പ്രയോ ഗിക്കപ്പെടുന്നത്!

ഏവമേതത് പുരാവൃത്തമാഖ്യാനം ഭദ്രമസ്തുവഃ
പ്രത്യാഹരത് വിസ്ത്രബ്ധംബലം വിഷ്ണോദാപ്രവർധതാം.

(ഇങ്ങനെയുള്ള ഈ പുരാതന ആഖ്യാനം വിശ്വാസത്തോടെ വായി ക്കുവിൻ. നിങ്ങൾക്കു ശുഭം ഭവിക്കട്ടെ. വിഷ്ണുവിന്റെ അനുഗ്രഹം വർദ്ധി ക്കട്ടെ) ഉത്തരകാണ്ഡത്തിന്റെ ഫലശ്രുതി ഇങ്ങനെയാണ്.[38] "വിശ്വാസ ത്തോടെ വായിക്കുവിൻ" എന്നതു ശ്രദ്ധിക്കുക. അതിലാണു കാര്യം! ഒരു പരസ്യത്തിൽ പറഞ്ഞിരിക്കുന്നതുപോലെ, 'വിശ്വാസം അതല്ലേ എല്ലാം!'

ചാരിത്ര്യം നശിപ്പിക്കപ്പെടാതെ രാവണന്റെ ലങ്കയിൽ സീതയെ ങ്ങനെ ഇത്രനാൾ കഴിഞ്ഞുവെന്ന സന്ദേഹം സ്വാഭാവികം മാത്രമാണ്. അതും സ്ത്രീജിതനായ രാവണന്റെ കൈയകലത്തിൽ! സീതാപഹരണം തന്നെ സീതയെ പ്രാപിക്കുക എന്ന ലക്ഷ്യംവച്ചാണ് രാവണൻ നിർവ്വ ഹിക്കുന്നത്. രാമലക്ഷ്മണന്മാരാൽ അപമാനിക്കപ്പെട്ട് രാവണന്റെ സമീ പമെത്തി ആർത്തലച്ചു വിലപിക്കുന്ന ശൂർപ്പണഖയുടെ വാക്കുകളാൽ

പ്രകോപിതനും ഉത്തേജിതനുമായാണ് രാവണൻ സീതാപഹരണം നടത്തുന്നതും. അങ്ങനെയുള്ള രാവണൻ, സീതയെ വെറുതെ വിടുമോ? ശ്രോതാക്കളുടെ ഈ സന്ദേഹത്തിന്റെ മുനയൊടിക്കുന്നതിനാകാം വേദവതിയുടെ ശാപകഥ ഈ കാണ്ഡത്തിൽ തിരുകിക്കയറ്റിയത്. *രാമായണ*ത്തിൽ മറ്റൊരിടത്തും ഈ ശാപകഥയില്ലെന്നും ഓർമ്മിക്കുക. എത്ര ശ്ലോകങ്ങളാണ് ഇതിന് വേണ്ടി നീക്കിവച്ചിരിക്കുന്നതെന്ന് ഉത്തരകാണ്ഡം വായിച്ചുതന്നെ മനസ്സിലാക്കുക!

യുദ്ധകാണ്ഡത്തിൽ യുദ്ധത്തിനിടയിൽ ഇന്ദ്രജിത്ത് അദൃശ്യനാകുന്നതു വർണ്ണിക്കുന്നുണ്ട്. അവിടെ, അതെങ്ങനെ സംഭവിക്കുന്നുവെന്നോ, എന്തുകൊണ്ടുസംഭവിക്കുന്നുവെന്നോ വിശദീകരിക്കുന്നില്ല. ഉത്തരകാണ്ഡത്തിൽ അതു വിശദമാക്കുന്നു. ഇങ്ങനെ, ഒട്ടേറെ വിട്ടുപോയ കണ്ണികൾ കൂട്ടിയിണക്കിയിരിക്കുന്നു ഈ കാണ്ഡത്തിൽ. അവയെല്ലാം വായനക്കാരന്റെ യുക്തിബോധത്തിനു നിരക്കുന്നതല്ലെങ്കിൽ പാവം വായനക്കാരന്റെ വിധി! മാത്രവുമല്ല, അവൻ അവിശ്വാസിയുമാകുന്നു!

ഉത്തരകാണ്ഡത്തിൽ അയോദ്ധ്യ വിഭജിതമാകുന്ന പരാമർശമുണ്ട്. ദക്ഷിണ അയോദ്ധ്യയിൽ കുശനും ഉത്തര അയോദ്ധ്യയിൽ ലവനും രാജാക്കന്മാരായി വാഴിക്കപ്പെട്ടതിനുശേഷമാണ് രാമൻ ജലസമാധിക്കൊരുങ്ങുന്നത്. ഇക്ഷ്വാകുരാജവംശപരമ്പരയെക്കുറിച്ച് വസിഷ്ഠൻ രാമനോടു പറയുന്നുണ്ട്. അതുപ്രകാരം, ബ്രഹ്മാവിൽനിന്നും മരീചിയും മരീചിയിൽ നിന്നും കശ്യപനും കശ്യപനിൽനിന്നും വിവസ്വാനും വിവസ്വാനിൽ നിന്നു മനുവും മനുവിൽനിന്ന് ഇക്ഷ്വാകുവും ജനിച്ചു. ആ ഇക്ഷ്വാകുവാണ് അയോദ്ധ്യയിലെ ആദ്യരാജാവ്. അവിടെനിന്നും രാമന്റെ പരമ്പര തുടങ്ങുന്നു. അതുതുടർന്ന്, അജൻ, ദശരഥൻ, രാമൻ, ഭരതൻ, ലക്ഷ്മണൻ, ശത്രുഘ്നൻ എന്നിങ്ങനെ നീളുന്നു. അങ്ങനെ, പരമ്പരകളിലൂടെ കൈവന്ന കോസലം രാമൻ രണ്ടായി വിഭജിച്ച് പുത്രന്മാരായ കുശനും ലവനും നല്കുന്നു.

ഒ. രാജ്യസ്ഥാപനം

ഇതുമാത്രമല്ല, ഇതോടൊപ്പം രാജ്യസ്ഥാപനങ്ങളും നടക്കുന്നുണ്ട്. സംവർത്തം എന്ന അസ്ത്രമുപയോഗിച്ച് ഗന്ധർവ്വന്മാരെ തോല്പിച്ച് ഭരതൻ തന്റെ രണ്ടു പുത്രന്മാരെയും തക്ഷശിലയിലും പുഷ്കരത്തിലും അധിപന്മാരായി വാഴിക്കുന്നു. ലക്ഷ്മണപുത്രന്മാർക്കുവേണ്ടി കരപഥത്തിലും മല്ലദേശത്തും സാമ്രാജ്യങ്ങൾ സ്ഥാപിക്കുന്നു. അതെന്തുതന്നെയായാലും പരമ്പരകളിലൂടെ അനേകം ഇക്ഷ്വാകുവംശരാജാക്കന്മാർ വാണിരുന്ന കോസലം, രാമൻ അധികാരത്തിലിരിക്കുമ്പോൾതന്നെ പുത്രന്മാർക്കുവേണ്ടി വിഭജിക്കുന്നുവെന്ന കൗതുകവും ഇവിടെയുണ്ട്. പുരോഹിതനും ഋഷിയും കവിയുമായ വാല്മീകിയുടെ *രാമായണ*കാവ്യം ഉണ്ടായിരുന്നില്ലെങ്കിൽ രാമപുത്രന്മാർക്ക് രാജ്യാധികാരം ലഭിക്കുമായിരുന്നില്ല എന്ന കാര്യവും ഓർമ്മിക്കുക. വാല്മീകി നിർമ്മിതമായ *രാമായണ*കാവ്യം

രാമപുത്രന്മാരുടെ രാജ്യലബ്ധിക്കു നിമിത്തമായി ഭവിക്കുന്നു എന്നതിന്റെ കാവ്യനീതി എത്രയേറെ വിസ്മയാവഹം! *രാമായണ*കാവ്യരചനയിലൂടെ വാല്മീകി നിർവ്വഹിച്ചത്, യഥാർത്ഥത്തിൽ, ആരുടെയും ആത്മീയ നവോത്ഥാനമല്ല എന്നും വിസ്മൃതമാകുമായിരുന്ന ഒരു രാഷ്ട്രീയ ദൗത്യത്തിന്റെ ഉദ്ധാരണവും പൂർത്തീകരണവുമാണ് എന്നും പറയേണ്ടിയിരിക്കുന്നു. തിരിച്ചറിയപ്പെടാതെ പോകുമായിരുന്ന, സ്വത്വനഷ്ടം സംഭവിച്ചു പോകുമായിരുന്ന, രണ്ടു രാജകുമാരന്മാരെ രാഷ്ട്രീയാധികാരത്തിലേക്കു മടക്കിക്കൊണ്ടുവന്നുവാഴിച്ച ഒരു രാഷ്ട്രീയകൃതികൂടിയായി *രാമായണം* മാറുന്നത് ഇവിടെയാമ്. ബാക്കിയെല്ലാ കഥാസന്ദർഭങ്ങളും ഒത്തിണങ്ങിയിരിക്കുമ്പോൾ തന്നെ രാമായണകാവ്യം വാല്മീകി എഴുതാതിരിക്കുകയും അത് രാമന്റെ സാന്നിദ്ധ്യത്തിൽ കുശ-ലവന്മാർ ചൊല്ലാതിരിക്കുകയും ചെയ്തിരുന്നെങ്കിൽ സംഭവിക്കുമായിരുന്ന രാമകഥാ പരിണാമംകൂടി ഭാവന ചെയ്താൽ മാത്രമെ *രാമായണ*കൃതിയുടെ രാഷ്ട്രീയമാനം ബോദ്ധ്യമാവുകയുള്ളൂ.

അയോദ്ധ്യയിൽനിന്ന് വേറിട്ട്, ഭൂമിശാസ്ത്രപരമായി നോക്കിയാൽ, ഏറെ അകലെയാണ് രാമസഹോദരപുത്രന്മാർ രാജ്യസ്ഥാപനം നടത്തുന്നതെന്നും കാണാവുന്നതാണ്. മധുര, വിദിഷ, ശ്രാവതി, മല്ലപുരി, കുശവതി തുടങ്ങിയ വിദൂരദേശങ്ങൾക്കൊപ്പം തക്ഷശിലയും ചേർത്തു കാണുന്നു. ഇവയിൽ മധുര, വിദിഷ, ശ്രാവതി, തക്ഷശില എന്നീ നഗരങ്ങൾ തിരിച്ചറിയപ്പെട്ടിട്ടുണ്ടെങ്കിലും അവിടങ്ങളിൽ വേണ്ടവിധം ഉൽഖനനങ്ങൾ നടന്നിട്ടുണ്ടെന്ന് സങ്കാലിയ അവകാശപ്പെടുന്നില്ല. എങ്കിലും അവിടെനിന്നും ലഭിച്ചിട്ടുള്ള ചായംതേച്ച കളിമൺപാത്രങ്ങളെ അടിസ്ഥാനമാക്കി നടത്തിയിട്ടുള്ള കാല നിർണ്ണയത്തിൽ പ്രസ്തുത നഗരങ്ങളുടെ കാലപ്പഴക്കം ബി സി 800 വരെ പുറകോട്ടു കണക്കാക്കപ്പെട്ടിട്ടുണ്ട്. എന്നാൽ, അക്കാലത്ത് ഈ നഗരങ്ങൾ പൂർണ്ണമായി വികസിച്ചിരുന്നില്ലയെന്നും അവയുടെ പില്ക്കാല വികാസമായിരിക്കണം *രാമായണ*ത്തിൽ പറയപ്പെടുന്നതെന്നും അനുമാനിക്കപ്പെടുന്നു. അപ്പോഴും ഒരു കാര്യം ഉറപ്പാണ്. ആര്യാധിനിവേശം ഇന്ത്യയുടെ കിഴക്കൻ മേഖലകളിലേക്കും ഇക്കാലയളവിൽ ഏറെ വ്യാപിച്ചിരുന്നുവെന്ന് ഉത്തരകാണ്ഡം നമ്മോടു പറയുന്നു എന്നതാണത്. അങ്ങനെ നോക്കുമ്പോൾ ഉത്തരകാണ്ഡരചനാകാലം എ ഡി ഒന്നാം നൂറ്റാണ്ടുവരെയാകാമെന്നാണ് ഗവേഷകാഭിപ്രായങ്ങൾ. ഇതരകാണ്ഡങ്ങളിലേതുപോലെതന്നെ ഈ കാണ്ഡത്തിലും വിവിധ കാലങ്ങളിൽ കൂട്ടിച്ചേർക്കലുകൾ നടന്നിട്ടുണ്ടാകാം.

വിഷ്ണുവിന്റെ അംശാവതാരങ്ങളായി രാമനെയും സഹോദരന്മാരെയും ബാലകാണ്ഡത്തിൽ അവതരിപ്പിക്കുന്നു. ഉത്തരകാണ്ഡത്തിലും ഇതിനുസമാനമായ പരാമർശങ്ങളുണ്ട്. അവതാരോദ്ദേശ്യം പൂർത്തിയാക്കിയതിനാൽ സ്വർഗ്ഗത്തിലേക്കു മടങ്ങുവാൻ രാമനോട് കാലൻ അഭ്യർത്ഥിക്കുന്നു. ഈ പരാമർശങ്ങളുടെ സ്വഭാവം നിരീക്ഷിച്ച് ഈ രണ്ടുകാണ്ഡങ്ങളിലേയും അവതാര പരാമർശങ്ങൾ രചിക്കപ്പെട്ടത്

ഒരേകാലത്താണെന്ന് അനുമാനിക്കപ്പെടുന്നു. എ ഡി 4-ാം നൂറ്റാണ്ടോടു കൂടി അവതാരസിദ്ധാന്തം ഇവിടെ വ്യാപകമായി കഴിഞ്ഞിരുന്നു. അതുകൊണ്ട്, അവതാരപരാമർശം അതുവരെ നീണ്ടിരിക്കാമെന്നതും സംഭവ്യമാണ്. എന്നാൽ രാമനുമാത്രമായി ഒരു ക്ഷേത്രം- ആരാധനാലയം പ്രസ്തുത നൂറ്റാണ്ടുവരെ ഉണ്ടായിട്ടുള്ളതായി പുരാവസ്തു ശാസ്ത്രജ്ഞർ കണ്ടെത്തിയിട്ടില്ല. അതേസമയം മദ്ധ്യപ്രദേശിലെ ചില ക്ഷേത്രച്ചുവരുകളിൽ *രാമായണ-ഭാഗവത*ദൃശ്യങ്ങൾ ആലേഖനം ചെയ്യപ്പെട്ടിട്ടുള്ളത് കണ്ടെത്തിയിട്ടുമുണ്ട്.

യാമേവ രാത്രിം ശത്രുഘ്നഃ പർണ്ണശാലമുപാവിശത്
താമേവ രാത്രിം സീതാƒപി പ്രസൂതാ ദാരകദ്വയം

(ഏതു രാത്രിയിൽ ശത്രുഘ്നൻ പർണ്ണശാലയിൽ പാർത്തുവോ ആ രാത്രിയിൽ സീത രണ്ടു പുത്രന്മാരെ പ്രസവിച്ചു) എന്നാണ് ഉത്തരകാണ്ഡത്തിൽ കുശലവന്മാരുടെ ജനനത്തെപ്പറ്റി പറയുന്നത്. അങ്ങനെ, ഇരട്ട പെറ്റ സഹോദരന്മാരായതുകൊണ്ടാകാം ഇക്ഷ്വാകുവംശപാരമ്പര്യപ്രകാരം മൂത്തപുത്രന് മാത്രമായി രാജ്യം നല്കാതെ രാജ്യം വിഭജിച്ചു നല്കുന്നത്. ലവനുലഭിച്ച വടക്കൻ കോസലത്തിന്റെ തലസ്ഥാനം ശ്രാവതിയാണ്. ശ്രാവസ്തിയായിരിക്കണം ശ്രാവതി എന്നാണ് ഡി ഡി സിർക്കാർ അനുമാനിക്കുന്നത്.[39] എന്നാൽ 7-ാം നൂറ്റാണ്ടോടുകൂടി ഈ നഗരം നശിച്ചു കഴിഞ്ഞിരുന്നുവെന്നാണ് ചൈനീസ് സഞ്ചാരിയായിരുന്ന ഹുയാൻസാങ് സാക്ഷ്യപ്പെടുത്തുന്നത്. ഈ നഗരം മദ്ധ്യപ്രദേശിലെ അക്കോണയ്ക്കും ബൽറാം പൂരിനും മദ്ധ്യേയായിരുന്നു സ്ഥിതി ചെയ്തിരുന്നതെന്ന് സങ്കാലിയ പറയുന്നു. വിഷ്ണു പുരാണമനുസരിച്ച് ഈ നഗരത്തിന്റെ സ്ഥാപകൻ സൂര്യനിൽ നിന്നും തുടങ്ങി പത്താംതലമുറയിൽപ്പെട്ട യവനാശ്വന്റെ പുത്രനായ ശ്രാവസ്തരാജാവാണ്. അതേസമയംതന്നെ, മഹാകോസലരാജാവും ശ്രീബുദ്ധന്റെ സമകാലികനുമായിരുന്ന പ്രസേനജിത്തിന്റെ രാജ്യതലസ്ഥാനവുമായിരുന്നു ഈ നഗരം. ഇവിടെ പര്യവേഷണങ്ങളും ഉൽഖനന പഠനങ്ങളും നടന്നിട്ടുണ്ട്. അതുപ്രകാരം ബി സി 800 -400 കാലംവരെയുള്ള കാലപ്പഴമ ഈ നഗരത്തിന് കല്പിക്കപ്പെടുന്നു. ലക്ഷ്മണ പുത്രന്മാരായ അംഗദനും ചന്ദ്രകേതുവിനും വേണ്ടി സ്ഥാപിക്കപ്പെട്ട രാജ്യങ്ങളുടെ തലസ്ഥാനം അംഗദീയമെന്നും ചന്ദ്രകാന്തമെന്നുമാണ് അറിയപ്പെട്ടത്. കാര്യമായ വിവരങ്ങളൊന്നുംതന്നെ ഈ നഗരങ്ങളെപ്പറ്റി നമുക്കു ലഭിച്ചിട്ടില്ല. കൃഷ്ണനഗര ജില്ലയിലെ മല്ലന്മാരുടേതായിരിക്കണം മല്ലദേശം എന്ന അനുമാനം മാത്രമെ ഇന്നുള്ളു. *വാല്മീകി രാമായണ*ത്തിൽ പറയപ്പെടുന്ന പ്രദേശങ്ങൾ മദ്ധ്യേന്ത്യയിലും പരിസരത്തുമാണെന്ന് നമ്മൾ കണ്ടുകഴിഞ്ഞു. അതേസമയം *രാമായണ*ത്തിൽ പറയപ്പെടുന്ന പല സ്ഥലങ്ങളുടെയും പേരുകൾ പില്ക്കാലത്ത് ഇന്ത്യയിലെ അനേകം പ്രദേശങ്ങൾക്ക് ചാർത്തി നല്കപ്പെട്ടിട്ടുണ്ട്. അങ്ങനെയുള്ള പ്രദേശങ്ങളുമായി ബന്ധപ്പെടുത്തി അനേകം ഐതീഹ്യങ്ങളും നിർമ്മിക്കപ്പെട്ടിട്ടുണ്ട്. ഇതിഹാസകൃതികളും പുരാണങ്ങളുമൊക്കെ മത

വുമായി ബന്ധിപ്പിച്ചപ്പോൾ സംഭവിച്ച ദുരന്തമാണിത്. അങ്ങനെ, സീത കുളിച്ച കുളങ്ങളും രാവണന്റെ ആക്രമണത്തിൽ മരണാസന്നനായി ജടായുവീണ പാറയും (ജടായുപ്പാറ-ചടയമംഗലം-കൊല്ലംജില്ല) ശബരിയുടെ ആശ്രമസ്ഥലവും ഒക്കെ കേരളത്തിൽവരെയുണ്ടായി! (ശ്രീബുദ്ധന്റെ പല്ലുകൾ സൂക്ഷിക്കുന്നുവെന്ന് അവകാശപ്പെടുന്ന 200 ലധികം ക്ഷേത്രങ്ങൾ ഇന്നത്തെ ശ്രീലങ്കയിൽ ഉള്ളതായി എവിടെയോ വായിച്ചത് ഓർമ്മിച്ചുപോവുന്നു!) ഒരുകാലത്ത് ഘോരവനങ്ങളായിരുന്ന ഇന്ത്യയിൽ — അവിഭജിത ഇന്ത്യയിൽ — രാമലക്ഷ്മണന്മാരും സീതയും ആടിപ്പാടി സ്വൈര്യവിഹാരം ചെയ്യുകയായിരുന്നു എന്നു തോന്നും ഇത്തരം കഥകൾ കേട്ടാൽ! ജനങ്ങൾ അവയൊക്കെ വിശ്വസിക്കുന്നതുകൊണ്ട് അതാണു ശരി എന്നും അതാണു ചരിത്രം എന്നുമാകുന്നു പുതിയ ഭാഷ്യം. ജനങ്ങൾ അതൊക്കെ എന്തുകൊണ്ട്, എങ്ങനെ വിശ്വസിച്ചു തുടങ്ങി എന്ന് ആരും തന്നെ അന്വേഷിക്കുവാൻ തയ്യാറുമല്ല. അന്ധമായ അനേകം വിശ്വാസങ്ങളെ ഊട്ടിയുറപ്പിച്ച് എങ്ങനെ ഭൗതികനേട്ടങ്ങൾ ഉണ്ടാക്കാമെന്നാണ് ബ്രാഹ്മണ-പൗരോഹിത്യമേധാവിത്വമുള്ള മതത്തിന്റെയും അതിന്റെ പിണിയാളുകളുടേയും താല്പര്യം. അവർക്കു പിന്തുണ നല്കുവാനും ശിങ്കിടി പാടുവാനും തയ്യാറായി മതത്തിന്റെയും വിശ്വാസത്തിന്റെയും സംരക്ഷകരായി കുറേപ്പേരുമുണ്ട്. 'ദീപസ്തംഭം മഹാശ്ചര്യം, നമുക്കും കിട്ടണം പണം' എന്ന നയസ്വീകരണം കൂടിയാകുമ്പോൾ കാര്യങ്ങൾ കുശാലായി! കേരളത്തിൽ ഇന്നേറെ വിശ്വാസികളെ ആകർഷിച്ചു കൊണ്ടിരിക്കുന്ന ഒട്ടേറെ ക്ഷേത്രങ്ങളുമായി ബന്ധപ്പെടുത്തി ബ്രാഹ്മണ-പുരോഹിതവർഗ്ഗം കെട്ടിച്ചമച്ചിട്ടുള്ള കഥകൾ വിസ്തരിക്കുവാൻ 'ആയിരം നാവുള്ള അനന്തനു' പോലും കഴിയാത്ത അവസ്ഥയാണ്!

പി. രാമകഥയും ശബരിമലയും

രാമകഥയുമായി ബന്ധപ്പെടുത്തി ഏറെ തെറ്റിദ്ധരിക്കപ്പെട്ട ആരാധനാലയങ്ങളിൽ പ്രമുഖമാണ് കേരളത്തിലെ, പത്തനംതിട്ട ജില്ലയിലെ, ശബരിമല.

തൌ കബന്ധേന പമ്പായാം തം മാർഗ്ഗം ദർശിതംവനേ
പ്രതസ്ഥ തുർദിശം ഗൃഹ്യപ്രതീചിം നൃപരാത്മജൌ.

(കാട്ടിൽ കബന്ധൻ കാണിച്ചുകൊടുത്ത പമ്പയിലേക്കുള്ള വഴിയിലൂടെ ആ നൃപാത്മജന്മാർ പടിഞ്ഞാറു നോക്കി നടന്നു) എന്നാണ് രാമലക്ഷ്മണന്മാർ ശബരിയുടെ അരികിലെത്തുന്നത് ആരണ്യകാണ്ഡത്തിൽ പറഞ്ഞിരിക്കുന്നത്. പമ്പാസരസിന്റെ പടിഞ്ഞാറേ തീരത്ത് ചെന്ന രാമലക്ഷ്മണന്മാർ അവിടെ ശബരിയുടെ ആശ്രമം കണ്ടെത്തി. അവരെക്കണ്ട യോഗിനിയായ ശബരി എഴുന്നേറ്റ് കൈകൾ കൂപ്പിക്കൊണ്ട് അവരുടെ പാദങ്ങളിൽ പിടിച്ചു. വിധിപ്രകാരമുള്ള പാദ്യവും ആചമനീയവുമെല്ലാം സ്വീകരിച്ചതിനുശേഷം രാമൻ ചോദിച്ചു:

കച്ചിത്തേ നിർജ്ജിതാ വിഘ്നാഃ കച്ചിത്തേ വർദ്ധതേ തപഃ
കച്ചിത്തേ നിയത: ക്രോധ: ആഹാരശ്ച തപോധനേ

(തപോധനേ, നിന്റെ തടസ്സങ്ങളെല്ലാം നീങ്ങിയില്ലേ? നിന്റെ തപ ശക്തി വർദ്ധിക്കുന്നില്ലേ? നിന്റെ കോപവും ആഹാരവും നിയന്ത്രിച്ചി ട്ടില്ലേ?) ഇവിടെ, രാമൻ ചോദിക്കുന്നത്, തടസ്സങ്ങൾ നീങ്ങിയില്ലേയെന്നും തപശ്ശക്തി വർദ്ധിക്കുന്നില്ലേയെന്നും കോപവും ആഹാരവും നിയന്ത്രി ക്കുന്നില്ലേയെന്നുമാണ്! ഇതുസൂചിപ്പിക്കുന്നത്, ശബരി സ്വീകരിച്ചിരുന്ന ഇത്തരം കാര്യങ്ങളിലുള്ള രീതിക്രമങ്ങളോട് രാമന് യോജിക്കുവാൻ കഴി യുമായിരുന്നില്ല എന്നു കൂടിയല്ലേ? എന്നാൽ, എന്തായിരുന്നു അവരുടെ ആഹാരക്രമമെന്നൊന്നും പറയുന്നുമില്ല. ആദ്യമായി കണ്ടുമുട്ടുന്ന ഒരു വ്യക്തിയോട് - അതാരോ ആയിക്കൊള്ളട്ടെ - ആരെങ്കിലും ആദ്യം തന്നെ ഇങ്ങനെയൊക്കെ ചോദിക്കുമോ? (ഈ വിഷയം മറ്റൊരു അദ്ധ്യായ ത്തിലും ഇതേഗ്രന്ഥത്തിൽ ചർച്ച ചെയ്യുന്നുണ്ട്) എന്തായാലും രാമനാൽ സമ്മതം നല്കപ്പെട്ട് അഗ്നിയിൽ ആത്മാവിനെ ഹവനം ചെയ്യുകയാണ് ശബരി. അതിനുശേഷം പമ്പയിലേക്കും അതിനടുത്തുള്ള ഋശ്യമൂകാച ലത്തിലേക്കും കപീന്ദ്രനായ സുഗ്രീവനെ കാണുവാൻ രാമലക്ഷ്മണന്മാർ യാത്ര തിരിക്കുന്നു. ഇവിടെപ്പറഞ്ഞിരിക്കുന്ന ശബരിയുമായാണ് ശബരി മലയേയും പമ്പാനദിയേയും മറ്റും 'ഹിന്ദുമത വിശ്വാസികൾ' ബന്ധിപ്പി ക്കുന്നത്. (ശബരിയുടെ വാസസ്ഥലത്തെ ശബരിഗിരിയെന്നോ, ശബരിമ ലയെന്നോ *വാല്മീകിരാമായണ*ത്തിൽ വിശേഷിപ്പിച്ചിട്ടുമില്ല എന്നതുകൂടി ഓർമ്മിക്കുക)

ശബരിമലയ്ക്ക് ആ പേര് എങ്ങനെ ലഭിച്ചിരിക്കാമെന്ന് കേസരി ബാലകൃഷ്ണപിള്ള പറയുന്നു: "അവലോകിതേശ്വരന് അദ്ദേഹത്തിന്റെ ഒരു അവതാരസ്ഥലമായ ടിബറ്റിൽ നല്കിയിട്ടുള്ള പേര് ചേരസി എന്നാണ്. ടിബറ്റിൽ നിന്നുത്ഭവിച്ച സിക്കിമിലെ ലച്ചാവർഗ്ഗക്കാരുടെ ഇടയ്ക്ക് ആദിമമനുഷ്യനും ആദിമ സ്ത്രീയും പാർത്തിരുന്നത് ടിബറ്റിലെ ശബരകോ എന്ന മലയിലായിരുന്നു എന്ന ഐതീഹ്യമുള്ളതിനാലും ലച്ചാ വർഗ്ഗക്കാരിൽ ഒരു വലിയ വിഭാഗത്തിന് ശബരൻ എന്ന പേരുള്ളതിനാലും ടിബറ്റിലെ ആദിമ നിവാസികൾക്ക് ശബരൻ എന്ന വർഗ്ഗനാമം ഉണ്ടായി രുന്നുവെന്നും വിചാരിക്കാം. ശബരൻ എന്നതിന്റെ രൂപഭേദമാണ് ചേരേ (സി) എന്നത്. ശബരൻ ചവരനും ചേരനുമായി പരിണമിച്ചു. അതിനാൽ ശബരന്റെ (അതായത് ചേരസിയുടെ അഥവാ അവലോകിതേശ്വരന്റെ) വാസസ്ഥലം ശബരീപീഠമായി ഭവിച്ചു. ശബരിമലയിൽ അയ്യപ്പക്ഷേ ത്രവും മറ്റും ഹിന്ദുക്കൾ പണികഴിപ്പിച്ചപ്പോൾ അവർ *രാമായണ*ത്തിന്റെ സ്മരണയിൽ നിന്നും ശബരമലയെ ശബരിമലയും ശബരപീഠത്തെ ശബ രീപീഠവുമാക്കുകയും അതിൽ നിന്നുത്ഭവിച്ച നദിക്ക് പമ്പ എന്നു പേരി ടുകയും ചെയ്തുവെന്ന് വിചാരിക്കേണ്ടിയിരിക്കുന്നു."[41]

അവലോകിതേശ്വരന്റെയും ശിവന്റെയും വിഗ്രഹങ്ങൾക്കു തമ്മി ലുള്ള സാമ്യം ഋഷെർ എന്ന ഫ്രഞ്ചുപണ്ഡിതൻ, ഇന്ത്യയിലെ ബൗദ്ധവി

ഗ്രഹശാസ്ത്രത്തെപ്പറ്റി നടത്തിയിട്ടുള്ള പഠനത്തിൽ പറഞ്ഞിട്ടുള്ളതായി കേസരി പറയുന്നു. പഞ്ചാബിലെ കാംഗ്രജില്ലയിലെ ത്രിലോകനാഥം മുതലായ സ്ഥലങ്ങളിൽ ത്രിലോകനാഥൻ എന്ന പേരിൽ ഇന്നും ശിവനെ ആരാധിക്കുന്നു. ഈ സ്ഥലങ്ങളിലെ വിഗ്രഹങ്ങളുടെ പരിശോധനയിൽ അവ അവലോകിതേശ്വരന്റെ വിഗ്രഹങ്ങളാണെന്ന് ഡോ. വേഗേൽ സ്ഥാപിച്ചിട്ടുള്ളതായും ഇന്നത്തെ ശബരിമലയിലെ ശബരീപീഠം ഒരു ശിവക്ഷേത്രമായിരുന്നുവെന്നുമാണ് കേസരി പറയുന്നത്. പമ്പാനദിയുടെ ആദ്യത്തെ പേര് പൗരുണ നദിയെന്നായിരുന്നുവെന്ന് *മൂഷികവംശം* എന്ന കാവ്യത്തെ മുൻനിർത്തി അദ്ദേഹം അനുമാനിക്കുന്നു.

പമ്പാനദിക്ക് പ്രാചീന യവനഭൂമിശാസ്ത്രജ്ഞനായ ടോളമി നല്കിയിട്ടുള്ള പേര് ബാരിസ് എന്നത് പൗരുണ എന്നതിന്റെ ഒരു രൂപഭേദമായിരിക്കാനിടയുണ്ട്.[41] ശബരിമലയിൽ ശാസ്താപ്രതിഷ്ഠ നടത്തിയതും ക്ഷേത്രം പണിയിച്ചതും പന്തളം രാജാക്കന്മാരാണെന്നും അവർ തിരുവിതാംകൂറിൽ പ്രവേശിച്ച് അധികാരം സ്ഥാപിച്ചത് എ ഡി 904 ലാണെന്നും ശങ്കുണ്ണിമേനോന്റെ *തിരുവിതാംകൂർചരിത്ര*ത്തിൽ പറയുന്നു. ശങ്കുണ്ണിമേനോന്റെ ഈ നിഗമനം ശരിയാണെങ്കിൽ എ ഡി 10 ാം നൂറ്റാണ്ടിലോ അതിനുശേഷമോ ആണ് ശബരിമലക്ഷേത്രം നിർമ്മിക്കപ്പെട്ടതെന്നു വരുന്നു.

ശബരിമലദർശനത്തിനുപോകുന്ന അയ്യപ്പന്മാർ യാത്രാപഥത്തിലുള്ള തലപ്പാറയിലെ ദേവതയെ വന്ദിച്ച്, അവിടെ തേങ്ങയുടയ്ക്കുകയും കാണിക്കയിടുകയും ചെയ്തിരുന്നു. തലപ്പാറമല തങ്ങളുടെ അധീനതയിലായിരുന്നുവെന്നാണ് മലവർഗ്ഗക്കാരായ കൊച്ചുവേലൻമാർ കരുതിപ്പോരുന്നത്. ഇവർക്ക് ഉള്ളാടൻ, കാട്ടാളൻ എന്നീ പേരുകളും കൂടിയുണ്ടെന്ന് കേസരി പറയുന്നു. തലപ്പാറമലയിൽ ആണ്ടുതോറും ഈ വർഗ്ഗക്കാർ നേർച്ച കഴിക്കുന്നു. കാട്ടാളൻ എന്ന പദത്തിന് ശബരൻ എന്ന പര്യായമുണ്ട്. കേസരി പറയുന്നു: "അവലോകിതേശ്വരൻ ടിബറ്റിൽ അവതരിച്ചപ്പോൾ അവിടത്തെ ശബരൻമാരുടെ ഇടയ്ക്ക് പരിഷ്കാരം സ്ഥാപിച്ചതുപോലെ അദ്ദേഹം ശബരിമലയിലെ ശബരൻമാരുടെ അഥവാ കൊച്ചുവേലന്മാരുടെ ഇടയ്ക്ക് അവതരിച്ചപ്പോൾ ഇവരുടെ ഇടയ്ക്കും അദ്ദേഹം പരിഷ്കാരം സ്ഥാപിച്ചിരുന്നിരിക്കും. അതുകൊണ്ടായിരിക്കും കൊച്ചുവേലൻമാർ തലപ്പാറമലയിൽ ആരാധന നടത്തുന്നത്. ദ്രാവിഡരുടെ ആവിർഭാവത്തിനു മുമ്പ് കൊച്ചുവേലന്മാരും മറ്റുള്ള മലവർഗ്ഗക്കാരും കേരളത്തിന്റെ നാഥന്മാരായിരുന്നിരിക്കണം."[42]

എന്തായാലും രാമായണകഥയ്ക്ക് കേരളത്തിലെ ശബരിമലയുമായി യാതൊരു ബന്ധവുമില്ല എന്ന് വ്യക്തം. (മകരവിളക്കും മറ്റും മനുഷ്യനിർമ്മിതമെന്നു തെളിയിക്കപ്പെട്ടുകഴിഞ്ഞിട്ടുള്ള സ്ഥിതിക്ക് അതേക്കുറിച്ചൊന്നും ഇവിടെ വിശദീകരിക്കുന്നില്ല.) ശബരിമലയ്ക്ക് ബന്ധമുള്ളത് ബുദ്ധപാരമ്പര്യവുമായാണ്. ബുദ്ധമതത്തിലെ ശരണമന്ത്രങ്ങളും അയ്യപ്പഭക്തന്മാരുടെ ശരണം വിളികളുമായുള്ള സാമ്യം ഓർമ്മിക്കുക. ബുദ്ധ

-ജൈനമതങ്ങളെയും പ്രാദേശികമായുണ്ടായിരുന്ന ദൈവസങ്കല്പനങ്ങളെയും ആരാധനാക്രമങ്ങളെയും ബ്രാഹ്മണീകരിക്കുവാൻ ശ്രമിച്ചതിന്റെ ഫലമായാണ് രാമകഥയെ ശബരിമലയുമായി ബന്ധപ്പെടുത്തിയത് എന്നതു തീർച്ചയാണ്. അതിനു സഹായകരമായവിധം ചില ഐതീഹ്യ കഥകളും രൂപപ്പെടുത്തിയെടുത്തു. ഐതീഹ്യം, ചരിത്രമാകില്ലല്ലോ.

ക്യൂ: രാമകഥ ഭാവന മാത്രമോ?

വാല്മീകിയുടെ ഭാവനയിൽ പൊട്ടിമുളച്ച ഒരു കഥയല്ല *രാമായണ*ത്തിലേതെന്നും വാല്മീകിക്കുമുമ്പുതന്നെ വ്യത്യസ്തരാമകഥകൾ നിലനിന്നിരുന്നുവെന്നും മുമ്പ് സൂചിപ്പിക്കുകയുണ്ടായി. വാല്മീകിക്കു മുമ്പുതന്നെ പ്രചാരത്തിലുണ്ടായിരുന്ന ബൗദ്ധരാമകഥകളും നാടോടിസാഹിത്യരൂപങ്ങളിലെ രാമകഥകളും രാമായണകഥയെ സ്വാധീനിച്ചിരുന്നു എന്നത് തെളിയിക്കപ്പെട്ടിട്ടുള്ള വസ്തുതയാണ്. മാത്രവുമല്ല, രാമായണകഥ നടന്നുവെന്നു വിശ്വസിക്കപ്പെടുന്ന ചില ഭൂപ്രദേശങ്ങൾ പുരാവസ്തുശാസ്ത്രജ്ഞരും മറ്റും കണ്ടെത്തിയിട്ടുമുണ്ട്. ഈ സാഹചര്യത്തിൽ, *രാമായണ*ത്തിൽ പറയുന്ന പ്രദേശങ്ങളും മറ്റും നിലനിന്നിരുന്നവ തന്നെയാണ് എന്ന് അനുമാനിക്കാം. അതേസമയം, *വാല്മീകിരാമായണ*ത്തിൽ പരാമർശിക്കുന്ന കഥയിൽ കവിയുടെ ഭാവന എത്രത്തോളമുണ്ടെന്ന് കണ്ടെത്തുക സാദ്ധ്യവുമല്ല. പക്ഷേ, ഒരു കാര്യം ഉറപ്പിച്ചുപറയാവുന്നതാണ്. പ്രക്ഷിപ്തങ്ങളെ മാറ്റിനിർത്തിയാൽ രാമായണകഥ സംഭവ്യമാണ് എന്നതാണത്. അതു നടന്നതാകട്ടെ ഇന്നത്തെ ഉത്തരേന്ത്യൻപ്രദേശങ്ങളിലുമാണ് (അരവിന്ദന്റെ *കാഞ്ചനസീത* എന്ന സിനിമയിലെ രാമ-ലക്ഷ്മണ കഥാപാത്രരൂപസങ്കല്പങ്ങളും ഭൂപ്രദേശങ്ങളും അങ്ങനെ സാധൂകരിക്കപ്പെടുന്നു). പ്രസ്തുത ഭൂപ്രദേശത്തിനു പുറത്തേക്ക്, അഥവാ അതിന്റെ അതിരുകൾക്കു പുറത്തേക്ക് *വാല്മീകി രാമായണ*ത്തിൽ പറയപ്പെടുന്ന സംഭവങ്ങൾ നടന്നതായി നമുക്കു മുന്നിൽ തെളിവുകളില്ല. ഈ പ്രദേശങ്ങളൊക്കെത്തന്നെ സാങ്കല്പികവുമാകാം. ഈ പരിമിതി *വാല്മീകിരാമായണ*ത്തിൽ പരാമർശിക്കുന്ന ഭൂപ്രദേശത്തിന്റെ കാര്യത്തിൽ നിലനില്ക്കുമ്പോൾതന്നെ അതിന്റെ സാഹിത്യമൂല്യം തെല്ലുപോലും കുറയുന്നുമില്ല എന്ന കാര്യം വിസ്മരിക്കയുമരുത്. ഈ വസ്തുതകൾ രാമഭക്തന്മാരും അല്ലാത്തവരും മനസ്സിലാക്കേണ്ടതുമുണ്ട്.

സഹായകഗ്രന്ഥങ്ങൾ/കുറിപ്പുകൾ

1. കാണുക: ഡോ. എ വെബറുടെ *ഓൺ ദ രാമായണ*, ഫാ. കാമിൽ ബുൽക്കെയുടെ *രാമകഥ: ഉത്ഭവവും വളർച്ചയും*, എച്ച് സി നോർമന്റെ *കമന്ററി ഓൺ ധർമ്മപദ*, ദിനേശ് ചന്ദ്രസേനന്റെ *ദ ബംഗാളി രാമായൺസ്* തുടങ്ങിയ ഗ്രന്ഥങ്ങൾ.
2. *ഹിസ്റ്ററി ഓഫ് ധർമ്മശാസ്ത്ര;* പി വി കാനെ

3. *വാല്മീകി രാമായണ*ത്തിന്റെ രചനാകാലം ഖണ്ഡിതമല്ല. ഡോ. എച്ച് യാക്കോബിയുടെ അഭിപ്രായപ്രകാരം ബി സി 6-ാം നൂറ്റാണ്ടിനും 8-ാം നൂറ്റാണ്ടിനും മദ്ധ്യേയാണ് രാമായണരചനാകാലം. (H Jacobi, *The Ramayana*, Page 44 Bonn. 1893) ഷ്ലേഗലിന്റെ അഭിപ്രായത്തിൽ അത് ബി സി 11-ാം നൂറ്റാണ്ടാണ് (*Schlegel: Date of Ramayana: German Oriental Journal* Vol. 3 Page 379). ജി ഗൊാരേസിയുടെ അഭിപ്രായത്തിൽ ബി സി 12-ാം നൂറ്റാണ്ടാണ്. (*Ramayana.* Part 10. Introduction) സി വി വൈദ്യയുടെ അഭിപ്രായത്തിൽ അത് ബി സി 2-ാം നൂറ്റാണ്ടും (ദ *റിഡിൽ ഓഫ് രാമായണ, ഏഷ്യാറ്റിക് സൊസൈറ്റി.* 1955). ഫാ. കാമിൽ ബുൽക്കെയുടെ അഭിപ്രായത്തിൽ അത് ബി സി 3-ാം നൂറ്റാണ്ടിലോ, അതിനുമുമ്പോ ആണ് (*രാമകഥ: ഉത്ഭവവും വളർച്ചയും,* വിവ: അഭയദേവ്, കേരള സാഹിത്യ അക്കാദമി പ്രസിദ്ധീകരണം). *വാല്മീകി രാമായണം* അനുസരിച്ച് 1,81,49,115 വർഷങ്ങൾക്കുമുമ്പാണ് അത് രചിക്കപ്പെട്ടതെന്ന് ഡോ. കെ ആർ രാമൻ നമ്പൂതിരി പറയുന്നു (*വേദഹൃദയത്തിലൂടെ*: പുറം 101 പൂർണ്ണ പബ്ലിക്കേഷൻസ്. കോഴിക്കോട്, 2006). രാമൻ നമ്പൂതിരിയുടെ ഈ കാലഗണന ആരും അംഗീകരിച്ചിട്ടുള്ളതായി അറിവില്ല. *രാമായണവും പുരാവസ്തു ഗവേഷണവും* എന്ന വിഷയത്തെ ആധാരമാക്കി, നാഗ്പൂർ സർവ്വകലാശാലയിലെ പ്രാചീന ഇന്ത്യാ ചരിത്ര സാംസ്കാരിക സമാജത്തിൽ പ്രസംഗിക്കവെ എച്ച് ഡി സങ്കാലിയ രാമായണത്തിന്റെ കാലം ബി സി 1000 ആണെന്നും അത് രചിക്കപ്പെട്ടത് എ ഡി 500-700 കാലഘട്ടത്തിലാണെന്നും പറയുകയുണ്ടായി. (*വേദഹൃദയത്തിലൂടെ:* കെ ആർ രാമൻ നമ്പൂതിരി പുറം. 100) *രാമായണ* കാവ്യത്തിൽ ബുദ്ധനെക്കുറിച്ചുള്ള പരാമർശമുള്ളതിനാൽ *രാമായണ* രചനാ കാലഘട്ടം ബുദ്ധനും ശേഷമാണെന്ന് പറയപ്പെടുന്നുമുണ്ട്. *വാല്മീകി രാമായണ*ത്തിന്റെ ദാക്ഷിണാത്യപാഠത്തിലെ ജാബാലി വൃത്താന്തത്തിൽ ബുദ്ധനെ നാസ്തികനെന്നും ചോരനെന്നും രാമൻ വിളിക്കുന്നുണ്ട്.
4. *രാമായണ പഠനങ്ങൾ*: എച്ച് ഡി സങ്കാലിയ. വിവ. മൈത്രേയൻ. പ്രസാ: ചിന്ത പബ്ലിഷേഴ്സ്, 2018 സെപ്തംബർ.
5. അതേ പുസ്തകം, പുറം. 44
6. അതേ പുസ്തകം. പുറം. 45
7. അതേ പുസ്തകം. പുറം. 46
8. *Georgraphy of Early Budhism* - B C Law
9. *രാമായണ പഠനങ്ങൾ:* എച്ച് ഡി സങ്കാലിയ.
10. *വാല്മീകി രാമായണം*: സമയ ഫൗണ്ടേഷൻസ് പ്രസിദ്ധീകരണം.
11. അതേകൃതി.
12. *രാമായണ പഠനങ്ങൾ:* എച്ച് ഡി സങ്കാലിയ. പുറം. 64
13. അതേപുസ്തകം. പുറം. 78

14. അതേ പുസ്തകം. പുറം. 79.
15. അതേ പുസ്തകം. പുറം. 79
16. *വാല്മീകി രാമായണം.* ആരണ്യകാണ്ഡം
17. അതേ പുസ്തകം
18. *രാമായണ പഠനങ്ങൾ.* എച്ച് ഡി സങ്കാലിയ. പുറം. 105.
19. അതേപുസ്തകം പുറം. 106.
20. *വാല്മീകി രാമായണം,* പുറം. 40.
21. *രാമായണ പഠനങ്ങൾ.* എച്ച് ഡി സങ്കാലിയ. പുറം. 107, 108
22. അതേ പുസ്തകം പുറം. 111
23. അതേ പുസ്തകം പുറം. 112
24. അതേ പുസ്തകം പുറം. 131
25. *ലൊക്കേഷൻ ഓഫ് രാവണാസ് ലങ്ക:* ഡോ. വി വി മിറാഷ്. ബറോഡ, വാല്യം 24, 1974-75 പുറം. 356-368
26. *രാമായണ പഠനങ്ങൾ,* എച്ച് ഡി സങ്കാലിയ, പുറം 190
27. അതേ പുസ്തകം പുറം. 190
28. ഡോ. കെ ജി പൗലോസ് ജനറൽ എഡിറ്ററായി ഡി സി ബുക്സ്, കോട്ടയം പ്രസിദ്ധപ്പെടുത്തിയ 18 മഹാപുരാണങ്ങളുടെ പതിപ്പുകൾ കാണുക. 2014 സെപ്തംബർ.
29. *രാമായണപഠനങ്ങൾ:* എച്ച് ഡി സങ്കാലിയ
30. അതേ പുസ്തകം. പുറം. 194
31. അതേ പുസ്തകം. പുറം. 195.
32. അതേ പുസ്തകം. പുറം. 197.
33. ഉദ്ധരണി അതേ പുസ്തകത്തിൽനിന്നും. പുറം. 243. *ദ സൊസൈറ്റി ഓഫ് ദ രാമായണ മഹാരാഗൻ.* സിലോൺ. 1960, ഡോ. ആനന്ദ ഗുരുജി.
34. *രാമായണ പഠനങ്ങൾ,* പുറം. 209, 210.
35. *രാമകഥ: ഉദ്ഭവവും വളർച്ചയും:* ഫാ കാമിൽ ബുൽക്കെ, പുറം. 135.
36. *കേസരിയുടെ ചരിത്രഗവേഷണങ്ങൾ:* വാല്യം 3, സമാഹരണം: എം എൻ വിജയൻ. പ്രസാ. കേരള ഭാഷാ ഇൻസ്റ്റിറ്റ്യൂട്ട് 2012.
37. *രാമായണ പഠനങ്ങൾ:* എച്ച് ഡി സങ്കാലിയ. പുറം. 147.
38. *വാല്മീകി രാമായണം.*
39. *സ്റ്റഡീസ് ഇൻ ദ ജ്യോഗ്രഫി ഓഫ് ഏൻഷ്യന്റ് ആന്റ് മിഡീവൽ ഇന്ത്യ:* ഡി ഡി സിർക്കാർ, 1971. പുറം. 254.
40. *കേസരിയുടെ ചരിത്രഗവേഷണങ്ങൾ,* വാല്യം. 3, പുറം. 263.
41. അതേ പുസ്തകം. പുറം. 268.
42. അതേ പുസ്തകം. പുറം. 269.

രാമകഥാകാവ്യങ്ങളും ആഖ്യാനങ്ങളും

വാമൊഴിയായോ, വരമൊഴിയായോ പ്രതിഭാശാലിയായ ഒരു കവി ഒരു കാവ്യം ചമയ്ക്കുന്നു. കവി മരിച്ചു മണ്ണടിഞ്ഞു കഴിഞ്ഞിട്ടും പ്രസ്തുത കാവ്യം സഹസ്രാബ്ദങ്ങളായി നിലനില്ക്കുന്നു. എന്നു മാത്ര മല്ല, അതിനെ ആധാരമാക്കിയും അവലംബമാക്കിയും ലോകത്തിന്റെ പല ഭാഗങ്ങളിൽ പലഭാഷകളിൽ അനേകം കൃതികളുണ്ടാകുന്നു. ആ കാവ്യ ത്തിൽനിന്നും ചില ഭാഗങ്ങൾ മാത്രം സ്വീകരിച്ച് അനേകം കലാരൂപ ങ്ങളും ഉണ്ടാകുന്നു. പില്ക്കാലസാഹിത്യപഠിതാക്കൾക്കും വിമർശ കർക്കും ചരിത്രഗവേഷകർക്കും ആ കാവ്യത്തെ കാണാതെയോ, അവ ഗണിച്ചോ മുന്നോട്ടു പോകുവാനാവാത്ത അവസ്ഥ ഉണ്ടാകുന്നു. തന്റെ കൃതിയിൽ കർത്താവ്, ഒരുപക്ഷേ, കണ്ടിട്ടില്ലാത്ത നൂതനമായ പഠന-മ നന-നിരീക്ഷണങ്ങൾ ഉണ്ടാകുന്നു. ഇങ്ങനെനോക്കിയാൽ നിത്യനൂതന മായിത്തന്നെ ആ കാവ്യം നിലനില്ക്കുന്നു! ഇതിനപ്പുറം സൗഭാഗ്യം ഒരു കവിക്കും കാവ്യത്തിനും അവകാശപ്പെടുവാനെന്തുവേണം? ഈ സൗഭാ ഗ്യങ്ങളാൽ അനുഗ്രഹിക്കപ്പെട്ട ഒരേയൊരു കാവ്യമേ, ഒരേയൊരു കവിയേ ഇന്ത്യാ മഹാരാജ്യത്തുള്ളൂ. കാവ്യം *രാമായണ*വും കവി, വാല്മീകിയു മാകുന്നു. *മഹാഭാരത*മെന്ന കൃതിയെ വിസ്മരിച്ചുകൊണ്ടല്ല ഇങ്ങനെ പറ യുന്നത്. എന്നാൽ, *മഹാഭാരത*ത്തിന് *വാല്മീകിരാമായണ*ത്തോളം സ്വീകാര്യത ജനമനസ്സുകളിൽ നേടിയെടുക്കുവാൻ കഴിഞ്ഞിട്ടില്ല എന്നു തന്നെയാണ് ഞാൻ വിചാരിക്കുന്നത്.

*രാമായണ*കാവ്യനിർമ്മിതിയുടെ കാലത്തെക്കുറിച്ച് ഖണ്ഡിതമായി ഒരഭിപ്രായത്തിൽ ഇതുവരെയും നമ്മളെത്തിച്ചേർന്നിട്ടില്ല. എങ്കിലും ഭൂരി പക്ഷം പണ്ഡിതന്മാരും അത് ക്രി മു 3-ാം നൂറ്റാണ്ടിലോ, അതിനു തൊട്ടു മുമ്പോ ആയിരിക്കാമെന്നു വിശ്വസിക്കുന്നു. ഗവേഷണം ചെയ്തും ചരി

ത്രവസ്തുതകൾ നിരത്തിയും കാവ്യനിർമ്മാണകാലം കുറച്ചൊന്നു പിന്നോട്ടോ, മുന്നോട്ടോ കൊണ്ടുചെന്നു സ്ഥാപിച്ചാലും *വാല്മീകി രാമായണ*ത്തിന്റെ മഹത്വത്തിന് തെല്ലും കോട്ടം സംഭവിക്കുന്നില്ല/സംഭവിച്ചിട്ടില്ല എന്നും വരുമ്പോൾ നമ്മൾ ആ കാവ്യത്തിനു മുന്നിൽ നമ്രശിരസ്കരായിപ്പോവുന്നു. യഥാർത്ഥത്തിൽ, പ്രസ്തുത ആദരവിന്റെ പ്രതിഫലനമോ, പ്രതിസ്ഫുരണമോ ആണ് പില്ക്കാലത്ത് വാല്മീകി *രാമായണ*ത്തിനുണ്ടായിട്ടുള്ള അനുകരണങ്ങളും പാഠഭേദങ്ങളും എന്നും കാണാവുന്നതാണ്. അതേസമയം, തന്നെ അത്തരം അനുകൃതികൾ അതുണ്ടായ കാലഘട്ടത്തിന്റെ സാമൂഹ്യ-രാഷ്ട്രീയ-സാംസ്കാരികകാലാവസ്ഥകളുടെ പ്രതിഫലനമായും വർത്തിക്കുന്നു. *വാല്മീകി രാമായണ*ത്തിൽ തന്നെയുണ്ടായിട്ടുള്ള പ്രക്ഷിപ്തങ്ങളുടെ അവസ്ഥയും ഇതുതന്നെയാകുന്നു. അനുകൃതികളും പ്രക്ഷിപ്തങ്ങളും ഒക്കെത്തന്നെ അതു നിർമ്മിച്ച കവികളുടെ ബോധനിലവാരത്തെ പ്രകടിപ്പിക്കുമ്പോൾതന്നെ അവ അതൊക്കെ നിർമ്മിക്കപ്പെട്ട കാലത്തിന്റെ കണ്ണാടിയായും പരിണമിക്കുന്നു എന്നാണ് പറഞ്ഞുവരുന്നത്. ഒരു കവിയും കാലാതീതനായി വർത്തിക്കുന്ന ഒരു നിർഗുണ പരബ്രഹ്മമല്ലെന്നും ഇത് തെളിയിക്കുന്നു!

*വാല്മീകി രാമായണ*ത്തെ ആധാരമാക്കിയും അവലംബിച്ചുമുള്ള കൃതികളെക്കുറിച്ച് ഒരു കണക്കെടുപ്പു നടത്തുക എന്നത് ദുഷ്കരവും അസാദ്ധ്യവുമാണ്. അതുകൊണ്ടുതന്നെ, അവയിൽ ചിലതിനെക്കുറിച്ചു മാത്രം സാമാന്യമായി പരാമർശിക്കുന്നതിനെ ഇവിടെ സാദ്ധ്യമാവുകയുള്ളൂ. വാല്മീകിക്കു മുമ്പുതന്നെ രാമകഥാഖ്യാനങ്ങൾ ബൗദ്ധസാഹിത്യകൃതികളിലും മറ്റും ഉണ്ടായിരുന്നതായി നമ്മൾ കണ്ടുകഴിഞ്ഞു. അപ്പോഴും, നടെ സൂചിപ്പിച്ചതുപോലെ, *വാല്മീകിരാമായണ*ത്തിന്റെ മഹത്വം തെല്ലും കുറയുന്നുമില്ല.

ഇവയിൽ പ്രധാനപ്പെട്ടവയെ കാലാനുക്രമത്തിൽ ചുവടെ ചേർത്തിരിക്കുന്നതു പ്രകാരമാണ് പണ്ഡിതന്മാർ ക്രോഡീകരിച്ചു കാണുന്നത്. ക്രി. മു. 600-ാം ആണ്ടുമുതലെങ്കിലും രാമകഥാഖ്യാനങ്ങൾ വാമൊഴിയായി പ്രചരിച്ചിരുന്നുവെന്നാണ് പണ്ഡിതമതം. ക്രി. മു. 400-300 കാലത്താണ് ദശരഥജാതകത്തിലെ രാമകഥാ സൂചകങ്ങളായ ഗാഥകൾ രൂപം കൊള്ളുന്നത്. ക്രി. മു. 300 ൽ *വാല്മീകി രാമായണം* ഉണ്ടാകുന്നു. ക്രി. മു. 200-100 വർഷങ്ങളിൽ *ബാലകാണ്ഡവും* ബൗദ്ധസാഹിത്യകൃതിയായ *അനാമകം ജാതക*വും ഉണ്ടായി. എ ഡി 200-300 വർഷങ്ങളിലാണ് ഉത്തരകാണ്ഡം പ്രചാരത്തിലാകുന്നത്. എ ഡി 400 ലോ, 300 ലോ രാമകഥാഖ്യാനങ്ങളായ *പ്രതിമാ നാടകവും അഭിഷേക നാടകവും* എ ഡി 400-500 ൽ *രഘുവംശം, കുന്ദമാല* എന്നിവ. എ ഡി 500-700 ലാണ് ഭട്ടീകാവ്യം ഉണ്ടാകുന്നത്. എ ഡി 700-800 ൽ *മഹാവീരചരിതം, ഉത്തരരാമചരിതം, ഉദാത്തരാഘവം* എന്നിവയും എ ഡി 800-900 ത്തിൽ *ജാനകീഹരണം, രാമചരിതം* (അഭിനന്ദൻ) എന്നിവയും ഉണ്ടാകുന്നു. എ ഡി 900-1000 ത്തിൽ *അനർഘരാഘവം, ബാലരാമായണം, ആശ്ചര്യചൂഡാമണി* (?) എന്നി

വയും എ ഡി 1000–1100 ൽ *മഹാനാടകം, രാമായണമഞ്ജരി, ദശാവതാരചരിതം, കഥാസരിത്സാഗരം, ചമ്പുരാമായണം* എന്നിവ. എ ഡി 1100–1200 ൽ *പ്രസന്നരാഘവം, രാമചരിതം* (സന്ധ്യാകരനന്ദി) *രാഘവ പാണ്ഡവീയം* എന്നിവ. എ ഡി 1200–1300 ൽ *ഉല്ലാഘരാഘവം, മൈഥിലീകല്യാണം, ദൂതാംഗതം, ഹംസസന്ദേശം* എന്നിവ. എ ഡി 1300–1400 ൽ *ഉദരരാഘവം, ഉൻമത്തരാഘവം* (ഭാസ്കരഭട്ടൻ) എന്നിവ. എഡി 1400–1500 ൽ *രാമാഭ്യുദയം, ഉന്മത്തരാഘവം* (വീരൂപാക്ഷൻ), *രഘുനാഥചരിതം* എന്നിവ. എ ഡി 1500–1600 ൽ *രാഘവനൈഷധീയം, രാമകൃഷ്ണ വിലോമകാവ്യം* എന്നിവ. എ ഡി 1600–1700 ൽ *രാമലിംഗാമൃതം, രാഘവോല്ലാസം, രാമരഹസ്യം, ജാനകീപരിണയം, അത്ഭുതദർപ്പണം, രാമകഥ* (വാസുദേവൻ), *രാഘവപാണ്ഡവ, യാദവീയം, യാദവ രാഘവീയം* എന്നിവ. ഇവയാണ്, എ ഡി 1700 വരെ സംസ്കൃത സാഹിത്യത്തിൽ ഉണ്ടായതായി പറയപ്പെടുന്ന രാമകഥാസാഹിത്യ കൃതികളിൽ പ്രമുഖമായവ.[1]

മഹാപുരാണങ്ങളിലും ഉപപുരാണങ്ങളിലും പരാമർശിതമായിരിക്കുന്ന രാമകഥകൾ വേറെയുമുണ്ട്. പുരാണങ്ങളുടെ കാലഗണനയെ സംബന്ധിച്ച പ്രതിബന്ധങ്ങൾ ഇതിനുമുമ്പ് സൂചിപ്പിക്കുകയുണ്ടായി. അവയിൽ, രാമകഥാഖ്യാനങ്ങൾ വന്നത് സ്വാഭാവികമായി മാത്രമെ കാണുവാനാകൂ. എ ഡി 1100–1200 കാലത്തുണ്ടായ *ജൈമിനീയഅശ്വമേധം, യോഗവാസിഷ്ഠരാമായണം*, എ ഡി 1200–1300 കാലത്തുണ്ടായ *മൈരാവണ ചരിതം, അഗസ്ത്യസംഹിത*, എ ഡി 1300–1400 കാലത്തുണ്ടായ *അദ്ധ്യാത്മരാമായണം, അത്ഭുതരാമായണം, ആവണചരിതം*, എ ഡി 1400–1500 കാലത്തുണ്ടായ *ആനന്ദരാമായണം*, എ ഡി 1500–1600 കാലത്തുണ്ടായ *തത്ത്വസംഗ്രഹരാമായണം, അഗ്നിവേശരാമായണം, ഭൃശുണ്ഡീ രാമായണം, മഹാരാമായണം, ഹനുമത്സംഹിത, ബൃഹത്കോസല ഖണ്ഡം* തുടങ്ങിയവയും രാമകഥാഖ്യാനങ്ങളോ, രാമകഥാനുകൃതികളോ ആണ്.

ഇതിനും പുറമെയാണ്, ബൗദ്ധ--ജൈനസാഹിത്യത്തിലെമ്പാടും വ്യാപിച്ചു കിടക്കുന്ന രാമകഥാഖ്യാനങ്ങൾ. അവയിൽ പലതും വാല്മീകിക്കു മുമ്പുതന്നെ ഉണ്ടായിട്ടുള്ളവയാണെന്ന് മുമ്പു പറയുകയുണ്ടായി. ഇവയിൽ പ്രഥമസ്ഥാനം ദശരഥജാതകത്തിനുതന്നെയാണ്. ബി സി 400–300 കാലമാണ് ഇതിന്റെ ഉത്ഭവമെന്നു കരുതപ്പെടുന്നു. *അനാമകം ജാതകം* (ബി സി 100–എ ഡി 100), *പ ഉമചരിയം, ദശരഥകഥാനം* (ബി സി 300–400) ദശരഥ ജാതകത്തിലെ ഗദ്യം, വാസുദേവഹിണ്ഡി (എ ഡി 400–500) രവിഷേണന്റെ *പദ്മചരിതം* (എ ഡി 500–700) സ്വയംഭൂവന്റെ *പഉമചരിഉ* (എ ഡി 700–800), ഗുണഭദ്രന്റെ *ഉത്തരപുരാണം* (എ ഡി 800–900), *മഹാപുരാണം, ത്രിഷഷ്ടിശലാക*, ചാമുണ്ഡറായ്യുടെ *മഹാപുരുഷപുരാണം* (എ ഡി 900–1000), *പമ്പരാമായണം* (കന്നഡ ഭാഷയിൽ), ഭദ്രേശ്വരന്റെ *കഹാവലി* (എ ഡി 1000–1100) ഹേമചന്ദ്രന്റെ *ജൈനരാമാ*

യണം, യോഗശാസ്ത്രം (എ ഡി 1100 - 1200), കന്നഡഭാഷയിലുണ്ടായ *ജീവനസംബോധനം* (എ ഡി 1200-1300), കന്നഡഭാഷയിൽതന്നെയുണ്ടായ *പുണ്യാശ്രവകഥാകോശം, പുണ്യാശ്രവകഥാസാരം* (എ ഡി 1300 -1400) *രാമദേവപുരാണം, ബലഭദ്രപുരാണം* (എ ഡി 1400-1500), *രാമചരിതം, പുണ്യചന്ദ്രോദയ പുരാണം, രാമവിജയചരിതം, കുമുന്ദേന്ദുവിന്റെ രാമായണം* (എ ഡി 1500-1600) തുടങ്ങിയവയും ഉണ്ടായിട്ടുള്ളതായി പറയപ്പെടുന്നു.[2] ആധുനിക ഭാരതീയ ഭാഷകളിലേക്കു വരുമ്പോഴും കൃത്യവും വ്യക്തവുമായ ഒരു കണക്കെടുപ്പ് ദുസ്സാദ്ധ്യമാകുന്നു. ക്രി വ 1100-1200 കാലത്ത് തമിഴ് ഭാഷയിലുണ്ടായ *കമ്പരാമായണ*മാണ് ഈ വിഭാഗത്തിൽ ചേർക്കാവുന്ന പ്രഥമകൃതി. തുടർന്ന്, തെലുങ്കുഭാഷയിൽ *നിർവ്വചനോത്തര രാമായണം, രംഗനാഥ രാമായണം, ഉത്തരരാമായണം* എന്നിവയും ക്രി. വ 1200-1300 ൽ അതേ ഭാഷയിൽതന്നെ ഭാസ്കര രാമായണവും ഉണ്ടായി. ഈ കാലത്തുതന്നെയാണ് മലയാളത്തിൽ അയ്യപ്പിള്ളി ആശാന്റെ രാമകഥാപ്പാട്ടും ചീരാമന്റെ രാമചരിതവും രചിക്കപ്പെടുന്നത്. അസ്സാമിയ ഭാഷയിൽ *മാധവീകന്ദളീ രാമായണം, ലവകുശയുദ്ധം* എന്നിവയും ഗുജറാത്തി ഭാഷയിൽ *രാമലീലാ നവോദ* എന്നീ കൃതികളും ഉണ്ടായതും ഇതേ കാലത്താണ്.

ക്രി വ 1400-1500 കാലത്താണ് ബംഗാളിയിൽ കൃത്തിവാസ് രചിച്ച *കൃത്തിവാസ രാമായണം*, ഒറിയ ഭാഷയിൽ *മഹാഭാരതം*, മലയാളത്തിൽ നിരണത്തു രാമപ്പണിക്കരുടെ *കണ്ണശ്ശരാമായണം*, ഗുജറാത്തിയിൽ രാമവിവാഹം, രാമ ബാലചരിതം, *സീതാഹരണം* എന്നിവ രചിക്കപ്പെടുന്നത്. ഇതേ കാലത്തുതന്നെയാണ്, തെലുങ്കിൽ *മൊല്ലരാമായണം*, കന്നഡയിൽ *തോരവെരാമായണം, മൈരാവണകാലഗ*, മറാഠിയിൽ *ഭാവാർത്ഥ രാമായണം, സീതാസ്വയംവരം* അസ്സാമിയ ഭാഷയിൽ *ഗീതിരാമായണം* എന്നിവ രചിക്കപ്പെടുന്നത്. ഒറിയ ഭാഷയിൽ *ബാലരാമദാസരാമായണം, രാമവിഭാ, ലീകാരാമായണം*, ഹിന്ദിയിൽ *സുരസാഗരം, ഭാരതമിലാപ്, രാമജന്മം, അംഗദ പൈജ, രാമചരിതമാനസം*, ഗുജറാത്തിയിൽ *രാവണമണ്ഡോദരീ സംഭാഷണം, സീതാ-ഹനുമാൻ സംഭാഷണം, ലവകുശാഖ്യാനം* എന്നിവയും തൊട്ടടുത്ത നൂറ്റാണ്ടിൽ തെലുങ്കിൽ *ദ്വിപദ രാമായണം*, മറാഠിയിൽ *സീതാസ്വയംവരം, ലഘുരാമായണം*, ഹിന്ദിയിൽ *രാമചന്ദ്രിക, അവധവിലാസം, ഗോവിന്ദരാമായണം*, അസ്സാമിയായിൽ *ഗണകചരിതം, കഥാരാമായണം*, ബംഗാളിയിൽ *അത്ഭുതരാമായണം, അദ്ധ്യാത്മരാമായണം* ഒറിയയിൽ *രഘുനാഥവിലാസം, ഠീകാരാമായണം, അദ്ധ്യാത്മരാമായണം*, ഗുജറാത്തിയിൽ *രണയജ്ഞം സീതാവിരഹം* എന്നിവയും ഉണ്ടായി.

സംസ്കൃതഭാഷയിലും പ്രാദേശിക ഭാഷകളിലും രാമകഥാ കാവ്യങ്ങൾ ഉണ്ടായ കാലത്തുതന്നെ വിദേശഭാഷകളിലും അവ ഉണ്ടായി എന്നത് കൗതുകകരമാണ്. ടിബറ്റ് (എ ഡി 800-900), ജാവ (എ ഡി 900 -1000), സിംഹളം (എ ഡി 1400-1500), മലയ (എ ഡി 1400-1500), കംബോഡിയസയാം (എ ഡി 1500-1600) തുടങ്ങിയ വിദേശ രാജ്യങ്ങളിൽ വ്യത്യ

സ്തതകളോടെ അനേകം രാമകഥാഖ്യാനങ്ങൾ ഉണ്ടായി. അങ്ങനെ, മുന്നൂറോളം രാമായണങ്ങളും അതിലേറെ രാമകഥാഖ്യാനങ്ങളും ഉണ്ടായിട്ടുള്ളതായി ഫാ. കാമിൽ ബുൽക്കെ കണ്ടെത്തുകയുണ്ടായി.[3]

*വാല്മീകി രാമായണത്തിൽ*നിന്നു ശ്രദ്ധേയമായ വ്യത്യാസങ്ങൾ ഇവയൊക്കെ പുലർത്തുന്നതായി പറയപ്പെടുന്നു. ഓരോരോ ദേശത്തിന്റെയും ഭാഷയുടെയും സഞ്ചിത സംസ്കാരസ്വാധീനം അവയിലൊക്കെ ദൃശ്യവുമാണ്. കഥാഘടനയും കഥാപാത്രങ്ങളും അവർ തമ്മിലുള്ള ബന്ധങ്ങളും അതതു രാമായണ കർത്താക്കളുടെ ഭാവനാനുസൃതം മാറിമറിയുന്നു. അതോടൊപ്പം, അത്തരം രാമായണങ്ങളിലും പില്ക്കാലത്ത് കൂട്ടിച്ചേർക്കലുകളും വെട്ടിമാറ്റലുകളും നടന്നിട്ടില്ല എന്ന് ഉറപ്പിക്കുവാനും കഴിയില്ല. ചുരുക്കത്തിൽ, കുറച്ചൊക്കെ ഭാഷാസ്വാധീനവും ഭാവനയും കൈമുതലായുള്ള ആർക്കും കയറി മേയുവാൻ കഴിയുന്ന ഒരു കഥയായി രാമകഥ മാറിയിരിക്കുന്നു! *വാല്മീകി രാമായണ*ത്തിനുപോലും തികഞ്ഞ മൗലികത അവകാശപ്പെടുവാൻ കഴിയാത്തതുപോലെ, പ്രാദേശിക ഭാഷകളിലും വിദേശങ്ങളിലും ഉണ്ടായ രാമായണ കാവ്യങ്ങൾക്കും മൗലികത അവകാശപ്പെടുവാനാവില്ല. അങ്ങനെയുണ്ടായ രാമായണകാവ്യങ്ങൾക്കു മുമ്പിൽ അത്ഭുതസ്തബ്ധരായി നില്ക്കുന്നതിനു മാത്രമേ വരമൊഴി പ്രചാരത്തിലായ ഇക്കാലത്ത് കഴിയുകയുള്ളൂ. അതേസമയംതന്നെ, അക്ഷരങ്ങളുടെ ലോകംവിട്ട് വിവിധ കലാരൂപങ്ങളിലേക്കും നവമാധ്യമങ്ങളിലേക്കും രാമകഥ വ്യാപിച്ചു കഴിഞ്ഞുവെന്നും കാണേണ്ടതുണ്ട്. അതിനതിന് *വാല്മീകി രാമായണം* ദുർവ്യാഖ്യാനം ചെയ്യപ്പെടുന്നുമുണ്ട്.

എ. രാമാനുജനും 300 രാമായണങ്ങളും

സംഘപരിവാറിന്റെ കുപ്രസിദ്ധമായ പ്രക്ഷോഭം മൂലം ദൽഹി സർവ്വകലാശാലാ പാഠപുസ്തകത്തിൽനിന്നും എടുത്തമാറ്റപ്പെട്ട, *മുന്നൂറു രാമായണങ്ങൾ* (Three hundred Ramayanas - Five Examples and Three thoughts on translation' എന്നാണ് രാമാനുജന്റെ പ്രബന്ധത്തിന്റെ തലക്കെട്ട്) എന്ന എ കെ രാമാനുജന്റെ പ്രബന്ധത്തെക്കുറിച്ചും ഇവിടെ സൂചിപ്പിക്കേണ്ടതുണ്ട്. 1993 ലാണ് രാമാനുജന്റെ ഭൗതികശരീരം നമ്മെവിട്ടു പിരിയുന്നത്. 1992 ഫെബ്രുവരി മാസത്തിൽ പിറ്റ്സ്ബർഗ് യൂണിവേഴ്സിറ്റയിൽ ഒരു കോൺഫറൻസിൽ അവതരിപ്പിക്കുന്നതിനുവേണ്ടിയാണ് ഈ പ്രബന്ധം അദ്ദേഹം എഴുതിയത്. എന്നാൽ, ഇത് ആദ്യമായി അവതരിപ്പിക്കുന്നത് 1985-86 കാലത്ത് ചിക്കാഗോ സർവ്വകലാശാലയിൽ നടന്ന, തെക്കനേഷ്യയെക്കുറിച്ചുള്ള ഒരു വർക്ക്ഷോപ്പിലാണ്. പരിഷ്കരിച്ച്, വികസിപ്പിച്ച് അത് പിന്നീട് *അനേകം രാമായണങ്ങൾ: തെക്കനേഷ്യയിലെ ആഖ്യാന പാരമ്പര്യങ്ങളുടെ വൈവിദ്ധ്യങ്ങൾ* എന്നപേരിൽ പൗളറിച്ച്മാൻ, ബെർക്ലി എന്നിവർ എഡിറ്റുചെയ്ത് 1991 ൽ യൂണിവേഴ്സിറ്റി ഓഫ് കാലി

ഫോർണിയ പ്രസ് പ്രസിദ്ധപ്പെടുത്തി. ഇതിന്റെ രണ്ടാം ഭാഗം, *രണ്ടു രാമായണങ്ങളിലെ അഹല്യാസംഭവം - വാല്മീകിയും കമ്പനും* എന്ന തലക്കെട്ടിൽ 1986 ൽ അസോസിയേഷൻ ഓഫ് ഏഷ്യൻ സ്റ്റഡീസിൽ അദ്ദേഹം അവതരിപ്പിച്ചു.[4]

രാമാനുജൻ തന്റെ പ്രബന്ധത്തിന്റെ അടിക്കുറിപ്പായി ചേർത്തിരിക്കുന്ന ഒരു കാര്യം നമ്മുടെയൊക്കെ ആകാംക്ഷയെ ഉദ്ദീപിപ്പിക്കുന്നതാണ്. "ബുൽക്കെ എണ്ണിയ 300 *രാമായണ*ങ്ങളെപ്പറ്റി ഞാനൊരു കന്നഡ പണ്ഡിതനോട് സംസാരിച്ചപ്പോൾ കന്നഡയിൽ മാത്രം ആയിരം *രാമായണങ്ങൾ* എഴുതിയിട്ടുണ്ട് എന്ന് അദ്ദേഹം അറിയിച്ചു. തെലുങ്കിലും ആയിരം രാമായണങ്ങൾ ഉണ്ടെന്ന് ഒരു തെലുങ്കു പണ്ഡിതനും അറിയിച്ചു. പലതരം പാരമ്പര്യങ്ങളിലുള്ള രാമായണങ്ങൾ അവർ എണ്ണത്തിൽ ഉൾക്കൊള്ളിച്ചിരുന്നു. അതിനാൽ ഈ പ്രബന്ധത്തിന്റെ തലക്കെട്ട് അക്ഷരാർത്ഥത്തിൽ എടുക്കുവാൻ പാടുള്ളതല്ല."[5] (രാമാനുജൻ ഇവിടെ ബുൽക്കെ എന്നു പറഞ്ഞിരിക്കുന്നത് ഫാ. കാമിൽ ബുൽക്കെയെയാണ്.- ലേഖകൻ) അപ്പോൾ അതാണ് അവസ്ഥ! മുന്നൂറു രാമായണങ്ങളിലൂടെ ഒരോട്ട പ്രദക്ഷിണം നടത്തുന്നതുപോലും എളുപ്പമല്ല. അതേസമയം *വാല്മീകി രാമായണ*ത്തിൽ തന്നെ എന്തെല്ലാം കൂട്ടിച്ചേർക്കലുകളും വെട്ടിമാറ്റലുകളും ഏതേതെല്ലാം കാലഘട്ടങ്ങളിലാണ് നടന്നതെന്നും അതിന്റെയൊക്കെ പശ്ചാത്തലം എന്തായിരുന്നുവെന്നും അന്വേഷിക്കേണ്ടിയിരിക്കുന്നു. അതിലൂടെ മാത്രമേ, ഒരു സാഹിത്യകൃതി എങ്ങനെയൊക്കെ ദുർവ്യാഖ്യാനം ചെയ്യപ്പെട്ടുവെന്നും അതെങ്ങനെയൊക്കെ സാമൂഹിക വിരുദ്ധമായിത്തീർന്നുവെന്നും കണ്ടെത്തുവാൻ കഴിയുകയുള്ളൂ. അതത്രയൊന്നും എളുപ്പവുമല്ല.

എ ഡി 8-ാം നൂറ്റാണ്ടിന്റെ അവസാനത്തിലോ, 9-ാം നൂറ്റാണ്ടിന്റെ തുടക്കത്തിലോ കേരളത്തിലെ കാലടിയിൽ ഒരു ബ്രാഹ്മണകുടുംബത്തിൽ ജനിച്ച ശ്രീ ശങ്കരന്റെ വ്യാഖ്യാനത്താൽ പ്രശസ്തമായ ദശോപനിഷത്തിലൊരിടത്തും രാമകഥാപരാമർശമില്ലെന്ന് മുമ്പു സൂചിപ്പിക്കുകയുണ്ടായി. 18 മഹാപുരാണങ്ങളിലും 18 ഉപപുരാണങ്ങളിലും രാമകഥാപരാമർശം ചിലയിടങ്ങളിൽ ഉണ്ടുതാനും. ബി സി 5-ാം നൂറ്റാണ്ടുമുതൽ എ ഡി 13-ാം നൂറ്റാണ്ടുവരെ പരന്നു കിടക്കുന്ന ദീർഘമായ കാലഘട്ടമാണ് പുരാണരചനാ കാലമായി കണക്കാക്കപ്പെടുന്നത്. അതുകൊണ്ടു തന്നെ, രാമായണകഥയും കഥാപാത്രങ്ങളും പുരാണങ്ങളിൽ വ്യത്യസ്തതകളോടെ പരാമർശിക്കപ്പെടുന്നത് സ്വാഭാവികം മാത്രമാണ്.

*ബ്രഹ്മാണ്ഡ-മത്സ്യമഹാ*പുരാണങ്ങളിൽ രാമന്റെ പേരു പരാമർശിക്കുന്നുണ്ട്. ഇതിനും പുറമെ, ഒരു പടികൂടി കടന്ന്, മൈഥിലീവംശവർണ്ണനയും സീതയുടെ അലൗകികജനനകഥയും *ബ്രഹ്മാണ്ഡ മഹാപുരാണ*ത്തിൽ പറയുന്നു. എ ഡി 4-ാം നൂറ്റാണ്ടാണ് ഈ പുരാണത്തിന്റെ രചനാകാലമായി കണക്കാക്കപ്പെടുന്നത്. അതേ നൂറ്റാണ്ടിൽ തന്നെ രചിക്കപ്പെട്ടുവെന്നു കരുതപ്പെടുന്ന *വിഷ്ണുമഹാപുരാണ*ത്തിലും അയോനിജ

യായ സീതയെപ്പറ്റിപ്പറയുന്നു. രാമകഥയുടെ സംക്ഷിപ്തരൂപവും ഇതിലുണ്ട്. താടകാവധം, രാമനുൾപ്പെടെയുള്ള ദശരഥപുത്രൻമാരെക്കുറിച്ചുള്ള പ്രസ്താവം, ലവണാസുരവധം എന്നിവയും ഇതിൽ പരാമർശിക്കുന്നു. എ ഡി 5-ാം നൂറ്റാണ്ടിലുണ്ടായ വായുപുരാണത്തിലും ഇക്കഥകൾ ആവർത്തിക്കുന്നു. ഇതര പുരാണങ്ങളെ അപേക്ഷിച്ച് ആധുനികമെന്നു കരുതപ്പെടുന്ന വാമന മഹാപുരാണത്തിൽ രാവണനാൽ അപമാനിക്കപ്പെട്ട വേദവതി, സീതയായി പുനർജ്ജനിക്കുന്ന പ്രസ്താവമുണ്ട്. പദ്മമഹാപുരാണത്തിന്റെ രചനാകാലം പലകാലഘട്ടങ്ങളിലായാണ് കരുതപ്പെടുന്നത്. രാമകഥ വിപുലമായി പരാമർശിക്കപ്പെട്ടിട്ടുള്ളത് ഈ പുരാണത്തിലെ പാതാളഖണ്ഡത്തിലാണ്. ഈ ഖണ്ഡം രചിക്കപ്പെട്ടത് എ ഡി 12-ാം നൂറ്റാണ്ടിലാണ്. ഗരുഡ പുരാണത്തിന്റെ രചനാകാലം എ ഡി 10-ാം നൂറ്റാണ്ടാണ്. ഇതിൽ, *രാമായണ*വും *മഹാഭാരത*വും *ഹരിവംശവും* വർണ്ണിച്ചിരിക്കുന്നു. രാമൻ, ശൂർപ്പണഖയെ വിരൂപയാക്കുന്നതും രാമൻ അയോദ്ധ്യയിൽ തിരിച്ചെത്തിയതിനുശേഷം ഗയാശിരത്തിലേക്കു പോകുന്നതും ഗരുഡപുരാണത്തിലും പരാമർശിക്കുന്നു.

ഇങ്ങനെ പ്രധാനവും അപ്രധാനവുമായ പുരാണങ്ങളിൽ രാമകഥയുമായി ബന്ധപ്പെട്ട കഥാപാത്രങ്ങളും രാമകഥകളും വ്യത്യസ്തതകളോടെ കാണുന്നു. അവയിൽ പലതിലും അവതാരകഥകളും സൂചിതമാകുന്നുമുണ്ട്. പുരാണങ്ങളുടെ കാര്യം വിട്ട് സാമ്പ്രദായിക രാമായണങ്ങളിലേക്കുപ്രവേശിക്കുമ്പോൾ കാണുന്നത് അതതു *രാമായണ*ങ്ങളിൽ അതതു രാമായണകർത്താക്കൾ കൈക്കൊണ്ടിട്ടുള്ള സ്വാതന്ത്ര്യം *വാല്മീകി രാമായണ*ത്തിൽ നിന്നുള്ള സ്വാതന്ത്ര്യപ്രഖ്യാപനം കൂടിയായി പരിണമിക്കുന്നു എന്നതാണ്.

ബി. രാമായണകാവ്യങ്ങൾ

അദ്ധ്യാത്മരാമായണം, അത്ഭുതരാമായണം, ആനന്ദരാമായണം, തത്ത്വസംഗ്രഹരാമായണം, അഗ്നിവേശരാമായണം, ഭൂശുണ്ഡീരാമായണം മന്ത്രരാമായണം, വേദാന്തരാമായണം തുടങ്ങി അനേകം രാമായണങ്ങൾ ഈ ശ്രേണിയിൽ ചേർക്കുവാനായുണ്ട്. ഇവയിൽ, കേരളീയരെ സംബന്ധിച്ചിടത്തോളം *അദ്ധ്യാത്മ രാമായണ*ത്തിന് സവിശേഷ പ്രാധാന്യമുണ്ട്. സംസ്കൃതഭാഷയിൽ രചിക്കപ്പെട്ട ഈ *രാമായണ*ത്തെ അവലംബിച്ചാണ് തുഞ്ചത്തു രാമാനുജൻ എഴുത്തച്ഛൻ തന്റെ *അദ്ധ്യാത്മരാമായണം* കിളിപ്പാട്ട് രചിച്ചത്. കാശീദേശവാസിയായ ഒരു രാമശർമ്മാവാണ് *അദ്ധ്യാത്മ രാമായണം* എഴുതിയതെന്നു കരുതുന്നവരുണ്ട്. ഇതിലെ ഭാഷാ പ്രയോഗങ്ങളെ വിലയിരുത്തി ഏറെ പ്രാചീനതയൊന്നും അതിനു നല്കപ്പെട്ടിട്ടില്ല. എ ഡി 14-16 നൂറ്റാണ്ടുകൾക്കിടയിൽ മഹാരാഷ്ട്രയിലാണ് ഈ *രാമായണ*ത്തിന്റെ ഉല്പത്തിയെന്ന് ഭണ്ഡാർക്കറും എ ഡി 16-ാം നൂറ്റാണ്ടിൽ ആന്ധ്രയിലാണ് രചിക്കപ്പെട്ടതെന്ന് ഡി വി രാഘവനും പറയുന്നതായി

*രാമകഥ*യിൽ കാണാം.

എന്തായാലും പില്ക്കാല സാമ്പ്രദായിക രാമായണ കർത്താക്കളിൽ പലരെയും സ്വാധീനിച്ചത് വാല്മീകിരാമായണത്തേക്കാൾ *അദ്ധ്യാത്മരാമായണ*മാണ്. ശങ്കരാചാര്യരുടെ വേദാന്ത ദർശന സ്വാധീനത്താൽ രാമഭക്തിയെ ഊട്ടിയുറപ്പിക്കുന്നതിനായി *വാല്മീകി രാമായണ*ത്തിൽ അതിനനുസൃതമായ മാറ്റങ്ങൾ വരുത്തിക്കൊണ്ട് രചിക്കപ്പെട്ടതാണ് *അദ്ധ്യാത്മരാമായണം.* വാല്മീകിയുടെ രാമൻ മനുഷ്യനായി പിറന്ന് ഈശ്വരപദവിയിലേക്ക് ഉയർത്തപ്പെട്ടവനോ, ഉയർന്നതോ ആയ ഈശ്വരാവതാരം തന്നെയാണ്. എന്നാൽ, ശില്പഭംഗിയിലും ആവിഷ്കാരചാരുതയിലും ഈ കൃതി *വാല്മീകി രാമായണ*ത്തിലും ഏറെ താഴെയാണെന്നാണ് പണ്ഡിതമതം. വേദാന്ത ദർശന പരിസരത്തുനിന്നുകൊണ്ടുള്ള ഇതിന്റെ രചനയിലൂടെ രാമകഥാവികാസം ലക്ഷ്യമാക്കുന്നില്ലെങ്കിലും രാമഭക്തിയെ ഉയർത്തിക്കാട്ടുന്നു എന്നും വിലയിരുത്തപ്പെടുന്നു.

പാർവ്വതീ-ശങ്കരസംവാദ രൂപത്തിലാണ് *അദ്ധ്യാത്മരാമായണ*രചന. ഈ സംവാദമാകട്ടെ, നാരദൻ ബ്രഹ്മാവിൽനിന്നും കേട്ടിരുന്നതായും പറയുന്നു. രാമൻ, പരബ്രഹ്മത്തിന്റെയും സീത, മൂലപ്രകൃതിയുടെയും (യോഗമായാ) ലക്ഷ്മണൻ, ശേഷന്റെയും അവതാരമാണെന്ന് ആവർത്തിക്കുന്നു. രാമാവതാര രഹസ്യത്തെക്കുറിച്ച് വിശ്വാമിത്രൻ, കൗസല്യ, ജനകൻ, രാവണൻ, കുംഭകർണ്ണൻ തുടങ്ങിയവർക്ക് അറിവുണ്ട്. കൗസല്യയ്ക്ക് രാമൻ തന്റെ വിഷ്ണുരൂപം കാട്ടുന്നതും രാമന്റെ ബാലലീലാവർണ്ണനകളും ഈ *രാമായണ*ത്തിന്റെ സവിശേഷതയാണ്. അഹല്യാമോക്ഷത്തിനുശേഷമുള്ള കേവലവൃത്താന്തപരാമർശം, അഭിഷേകത്തിനുമുമ്പുള്ള രാമ-നാരദസംവാദം, മന്ഥരയുടെ നാവിൽ സരസ്വതി പ്രവേശിക്കുന്നുവെന്ന പരാമർശം, ലക്ഷ്മണൻ പന്ത്രണ്ടുവർഷം ഉപവാസം അനുഷ്ഠിക്കുന്നത്, സേതുബന്ധനത്തിനു മുമ്പ് രാമൻ ശിവലിംഗപ്രതിഷ്ഠ നടത്തുന്നത്, രാവണന്റെ നാഭി പ്രദേശത്ത് അമരത്വത്തിനായി അമൃതമുണ്ടെന്ന പ്രസ്താവം, വൈകുണ്ഠത്തിലേക്കു പോകുന്നതിനു വേണ്ടിയാണ് രാവണൻ സീതാപഹരണം നടത്തുന്നതെന്ന പരാമർശം - ഇങ്ങനെ *വാല്മീകി രാമായണ*ത്തിൽ ഇല്ലാത്തതായ പല സന്ദർഭങ്ങളും *അദ്ധ്യാത്മരാമായണ*ത്തിലുണ്ട്. എന്തായാലും പില്ക്കാല രാമകഥാകാരന്മാരായ കവികളെ ഏറെ ആകർഷിച്ചിട്ടുള്ളതും സ്വാധീനിച്ചിട്ടുള്ളതും *വാല്മീകിരാമായണ*ത്തെക്കാളേറെ *അദ്ധ്യാത്മരാമായണ*മാണെന്നു കാണാം. ശൈവ-വൈഷ്ണവചിന്തകളുടെ സ്വാധീനവും പില്ക്കാലത്ത് ഹിന്ദുമതത്തിന്റെ ഭാഗമായി വ്യാഖ്യാനിക്കപ്പെട്ട വേദോപനിഷത്തുകളും ഒക്കെത്തന്നെ *അദ്ധ്യാത്മരാമായണ*കർത്താവിനെ സ്വാധീനിച്ചിരുന്നു എന്നു പറയാവുന്നതാണ്.

*അദ്ധ്യാത്മരാമായണ*ത്തിനുശേഷം രചിക്കപ്പെട്ടുവെന്നു കരുതപ്പെടുന്ന *അത്ഭുതരാമായണ*വും എല്ലാ അർത്ഥത്തിലും, വേറിട്ടു നില്ക്കുന്ന കൃതിയാണ്. *അത്ഭുതരാമായണ* പ്രകാരം നാരദനും പർവ്വതനും വിഷ്ണു

വിനു നല്കിയ ശാപഫലമാണ് അവതാരകാരണം. അംബരീഷന്റെ പുത്രിയായ ശ്രീമതി, ശാപഫലമായി ജാനകിയായി ജനിച്ച് രാക്ഷസനാൽ അപഹരിക്കപ്പെടുന്നു. സീതാവതാരത്തിനു മറ്റൊരുകഥയും ഇതിൽപറഞ്ഞിരിക്കുന്നു. സ്വർഗ്ഗത്തിൽവെച്ച് അപമാനിക്കപ്പെട്ട നാരദൻ ലക്ഷ്മിയെ ശപിക്കുകയും അതിൻ ഫലമായി ലക്ഷ്മി മണ്ഡോദരീപുത്രിയായി ജനിക്കുകയും ചെയ്തു. പരശുരാമന്റെ തേജോഭംഗത്തിനുശേഷം രാമനും കൂട്ടരും അയോദ്ധ്യയിൽ എത്തുന്നതുവരെയുള്ള കഥയ്ക്ക് *വാല്മീകിരാമായണ*ത്തിലേതിൽനിന്നും കാര്യമായ വ്യത്യാസങ്ങളില്ല. എന്നാൽ, പരശുരാമനെയും ഹനുമാനെയും രാമൻ തന്റെ വിഷ്ണുരൂപം കാണിക്കുന്നുണ്ട്. സേതുബന്ധനത്തിന്റെ സന്ദർഭത്തിൽ ലക്ഷ്മണൻ അദ്ദേഹത്തിന്റെ ശരീരത്തിൽ നിന്നും ഉദ്ഭവിച്ച ജ്വാലകളെ കൊണ്ട് സാഗര ജലം വറ്റിക്കുന്നു. ലക്ഷ്മണന്റെ നടപടിയിലെ ഔചിത്യം ചോദ്യംചെയ്ത രാമൻ, സീതാവിയോഗത്താൽ ഉല്പന്നമായ കണ്ണീരിനാൽ സാഗരത്തെ വീണ്ടും നിറയ്ക്കുകയാണ്. അതിനുശേഷം സേതുബന്ധനം ചെയ്ത് ലങ്കയിലെത്തി ഗണസഹിതം രാവണനെ വധിച്ച്, വിഭീഷണനെയും കൂട്ടി സീതയെ പുഷ്പകവിമാനത്തിലിരുത്തി അയോദ്ധ്യയിലെത്തുന്നു.

രാവണവധത്തിന്റെ പേരിൽ രാമനെ അഭിനന്ദിക്കുന്നതിനായി മുനിശ്രേഷ്ഠന്മാർ എത്തിച്ചേർന്നു. അവരുടെ അഭിനന്ദന സൂചകമായ വാക്കുകളിലൊന്നും സീത സംപ്രീതയോ, കൃതാർത്ഥയോ ആകുന്നില്ല. അതിനു കാരണം സീത പറയുന്നു- രാവണന്റെ സഹോദരനായി സഹസ്രസ്കന്ദരാവണൻ എന്നൊരു രാക്ഷസനുണ്ട്. അവനെ നിഗ്രഹിക്കണം. രാമൻ അപ്പോൾ തന്നെ സൈന്യസമേതം സഹസ്രസ്കന്ദരാവണവധത്തിനായി പുറപ്പെട്ടു. ആ യുദ്ധത്തിൽ രാമൻ പരാജയപ്പെട്ടു. ഇതറിഞ്ഞു കോപിഷ്ഠയായ സീത, കാളീരൂപം പൂണ്ടു ചെന്ന് സഹസ്രസ്കന്ധരാവണനെ വധിച്ച് രാമനെ മോചിപ്പിക്കുന്നു. രാമ-രാവണയുദ്ധം വർണ്ണിക്കാതെ വിട്ട കവി സീതാ-സഹസ്രസ്കന്ദ രാവണയുദ്ധത്തെ ഏറെ വർണ്ണിച്ചിരിക്കുന്നു. പരമേശ്വരന്റെ ആശ്രിതയായ പരമശക്തിയാണ് സീത എന്ന വിവരം സീതയിൽനിന്നുതന്നെ അറിയുന്ന രാമൻ 1008 നാമങ്ങളാൽ (പര്യായപദങ്ങളാൽ) പരമേശ്വരിയെ സ്തുതിക്കുവാൻ തുടങ്ങി എന്നാണ് *അത്ഭുത രാമായണ*കർത്താവ് പറയുന്നത്. എന്തായാലും ഈ സ്തുതി (25-ാം സർഗ്ഗം) *അത്ഭുതരാമായണ*ത്തിലെ ഒരത്ഭുതം തന്നെയാണ്! 27 സർഗ്ഗങ്ങളിലായി വാല്മീകിതന്നെയാണ് ഈ കാവ്യം രചിച്ചിരിക്കുന്നതെന്നാണ് ഇതിൽ പറഞ്ഞിരിക്കുന്നത്![6]

സീതയുടെ അത്ഭുത വീരത്വത്തെ വായനക്കാരുടെ മുന്നിൽ അവതരിപ്പിക്കണമെന്നായിരുന്നു ഈ കൃതി കൊണ്ട് കവി ഉദ്ദേശിച്ചത് എന്നാണ് പ്രൊഫ. ഇളംകുളം കുഞ്ഞൻപിള്ള പറഞ്ഞിരിക്കുന്നത്.[7] ആയിരിക്കാം. എന്റെ സംശയം അതല്ല. സ്ത്രീക്ക് തുല്യനീതിയും തുല്യപദവിയും ഒരിക്കലും അംഗീകരിച്ചു കൊടുക്കുവാൻ തയ്യാറാകാതിരുന്ന അക്കാലത്ത് സീതയ്ക്ക് രാമനേക്കാൾ പ്രാമുഖ്യം നല്കിക്കൊണ്ട് ഒരു

കൃതി എങ്ങനെ രൂപപ്പെട്ടു എന്നാണ്. അങ്ങനെ വരുമ്പോൾ, *അത്ഭുത രാമായണ*രചനാകാലം പലരും കരുതുന്നതുപോലെ എ ഡി 1300-1400 കാലഘട്ടം ആയിരിക്കുമോയെന്ന കാര്യവും സംശയാസ്പദമാണ്. മറ്റേത് രചനാകാലത്തേക്ക് ഇതിനെ മാറ്റി പ്രതിഷ്ഠിക്കണമെന്ന് പണ്ഡിതന്മാർ തീരുമാനിക്കട്ടെ.

*ആനന്ദരാമായണ*ത്തിലേക്കുവരുമ്പോൾ വായനക്കാരുടെ കൗതുകം വീണ്ടുമുണരുന്നു. *അദ്ധ്യാത്മരാമായണ*ത്തിൽനിന്നുള്ള പല ഉദ്ധരണികളും *ആനന്ദരാമായണ*ത്തിൽ പണ്ഡിതന്മാർ കണ്ടെത്തിയിട്ടുണ്ട്. അതേസമയം, *വാല്മീകി രാമായണ*ത്തിൽനിന്നും *അദ്ധ്യാത്മരാമായണ*ത്തിൽ നിന്നും വ്യത്യസ്തമായി ചില വിചിത്രകഥകളും ഇതിൽ വിപുലമായി തന്നെ കാണാവുന്നതാണ്. ദശരഥ-കൗസല്യാ വിവാഹവൃത്താന്തം വിപുലമായിത്തന്നെ ഇതിലുണ്ട്. രാവണൻ കൗസല്യയെ അപഹരിക്കുന്ന കഥ, ദേവാസുര യുദ്ധവേളയിലെ കൈകേയിയുടെ വരപ്രാപ്തി, ദശരഥയാഗവേളയിൽ ലഭിക്കുന്ന പായസത്തിൽ കൈകേയിക്കു ലഭിക്കുന്ന വിഹിതം ഒരു കാക്ക എടുത്തുകൊണ്ടുചെന്ന് അഞ്ജനീപർവ്വതത്തിൽ ഇടുന്ന കഥ തുടങ്ങിയവ ഇതിൽ പരാമർശിക്കുന്നു. തുടർന്ന്, രാമന്റെ ജനനം മുതൽ ഉത്തരകാണ്ഡത്തിലെ ആദ്യത്തെ 40 സർഗ്ഗങ്ങൾ വരെയുള്ള *വാല്മീകി രാമായണ*ത്തിലെ കഥ തന്നെയാണ് ഇതിലും ഉള്ളത്. അദ്ധ്യാത്മരാമായണത്തിലെ രാമന്റെ ബാലലീലാവർണ്ണനയും അഹല്യാ മോക്ഷത്തിനുശേഷമുള്ള തോണിക്കാരന്റെ വൃത്താന്തവും ഇതിലുണ്ട്. അഗ്നിയിൽ നിന്നു ജനിച്ച സീതയുടെ ജന്മകഥ, സീതാസ്വയംവരവേളയിലെ രാവണസാന്നിദ്ധ്യം, കല്ഗയും ധർമ്മദത്തനും യഥാക്രമം കൈകേയിയും ദശരഥനുമായി അവതരിക്കുന്ന വൃത്താന്തം എന്നിവയും *ആനന്ദരാമായണ*ത്തിൽ വർണ്ണിച്ചിരിക്കുന്നു. സീതാപഹരണത്തിനുശേഷം സീതയുടെ രൂപം പൂണ്ട് പാർവ്വതി, രാമനെ പരീക്ഷിക്കുന്ന കഥ, ഐരാവണനും മൈരാവണനും രാമലക്ഷ്മണന്മാരെ പാതാളത്തിൽ കൊണ്ടു പോകുന്നതും ഹനുമാൻ അവരെ മോചിപ്പിക്കുന്നതുമായ കഥ. മോക്ഷം തേടുന്നതിനുവേണ്ടിയാണ് താൻ സീതാപഹരണം നടത്തുന്നതെന്ന രാവണന്റെ പ്രസ്താവന, ശതകോടിശ്ലോകങ്ങളുള്ള *രാമായണം* വാല്മീകി രചിച്ചതായ വൃത്താന്തകഥനം, രാമൻ ഏകപത്നീവ്രതം അനുഷ്ഠിച്ചതിനാൽ അടുത്ത അവതാരത്തിൽ അനേകം പത്നിമാരെ ലഭിക്കുമെന്ന ആശ്വസിപ്പിക്കൽ, കൃഷ്ണാവതാരകാലത്ത് ഗോപികമാരായിത്തീരുമെന്ന് ദേവപത്നിമാരെ രാമൻ ആശ്വസിപ്പിക്കുന്നത്, കൃഷ്ണാവതാരകാലത്ത് സത്യഭാമയും കുബ്ജയും ആയിത്തീരുമെന്ന് ഗുണവതിയേയും പിംഗളയേയും രാമൻ ആശ്വസിപ്പിക്കുന്നത്, സീതാസമേതനായുള്ള രാമന്റെ കുരുക്ഷേത്രയാത്ര, കുശന്റെ ജനനം കഴിഞ്ഞ് വാല്മീകി ലവനെ സൃഷ്ടിക്കുന്നത്. തുടങ്ങിയവ ഇതര*രാമായണ*ങ്ങളിൽനിന്നു വ്യത്യസ്തമായ കഥകളാണ്. ശതസ്കന്ദരാവണൻ രാമനെ പരാജയപ്പെടുത്തുന്നതും സീത അയാളെ വധിക്കുന്നതുമായ കഥയും ചണ്ഡിയുടെ രൂപം ധരിച്ച് സീത

മൂലകാസുരനെ വധിക്കുന്നതുമായ വൃത്താന്തങ്ങൾ ഈ *രാമായണ*ത്തിലുണ്ട്. ഇത് ശാക്തസമ്പ്രദായത്തിന്റെ പ്രാഭവമായാണ് കാമിൽ ബുൽക്കെ നിരീക്ഷിച്ചിരിക്കുന്നത്.[8] *ആനന്ദരാമായണ*ത്തിന്റെ അവസാന കാണ്ഡത്തിൽ സോമവംശരാജാക്കന്മാരുടെ ആക്രമണവും യുദ്ധാനന്തരമുള്ള സന്ധിവർണ്ണനയും കുശന്റെ അഭിഷേകവും രാമാദികളുടെ വൈകുണ്ഠാരോഹണവും പരാമർശിക്കുന്നു. സംക്ഷിപ്തമായ ഈ വിവരണത്തിൽനിന്നു തന്നെ വാല്മീകി രാമായണത്തിൽനിന്നുള്ള ആഖ്യാനഭേദങ്ങൾ വ്യക്തമാകുന്നു.

എ ഡി 17-ാം നൂറ്റാണ്ടിലാകാം *തത്ത്വസംഗ്രഹരാമായണ* രചന നടന്നതെന്ന് അനുമാനിക്കപ്പെടുന്നു. രാമബ്രഹ്മാനന്ദൻ എന്നൊരാളാണ് ഇതിന്റെ രചയിതാവെന്നും വിശ്വസിക്കപ്പെടുന്നു. പരബ്രഹ്മതത്ത്വപ്രഖ്യാപനത്തിലൂടെ രാമൻ, വിഷ്ണുവിന്റെ അവതാരമെന്നുള്ളതുകൂടാതെ, ശിവൻ, ബ്രഹ്മാവ്, ത്രിമൂർത്തി, പരബ്രഹ്മം, ഹരിഹരൻ എന്നീ ദേവന്മാരുടെയും അവതാരമായി സങ്കല്പിക്കപ്പെട്ടിരിക്കുന്നു. വാരണസി, ഗോദാവരി, ഗയ, രംഗനാഥം, ധനുഷ്കോടി എന്നീ തീർത്ഥസ്ഥാനങ്ങളെ രാമനുമായി ബന്ധപ്പെടുത്തി പവിത്രീകരിക്കുന്നതിനുള്ള ശ്രമവും ഇതിലുണ്ട്. യഥാർത്ഥ സീത, രാമന്റെ വക്ഷസ്ഥലത്തു മറഞ്ഞിരിക്കുന്നതായ വൃത്താന്തം, സുഗ്രീവനെ രാമൻ തന്റെ വിശ്വരൂപം കാണിക്കുന്നത്, ശതമുഖരാവണനെ സീത വധിക്കുന്നത് തുടങ്ങിയവയും *തത്ത്വസംഗ്രഹരാമായണ*ത്തിൽ പരാമർശിക്കുന്നു. *ഭുശുണ്ഡീരാമായണം* (ഈ *രാമായണ*ത്തിന് *മൂലരാമായണം, ആദിരാമായണം* എന്നിങ്ങനെയുള്ള പേരുകൾകൂടിയുണ്ട്). *മന്ത്രരാമായണം, വേദാന്തരാമായണം* തുടങ്ങി ഇനിയും അവശേഷിക്കുന്നു ഏറെ രാമായണങ്ങൾ!

സംസ്കൃതകൈയെഴുത്തുകളുടെ കാറ്റലോഗിൽ വേറെയും ധാരാളം രാമായണഗ്രന്ഥങ്ങളെപ്പറ്റി പരാമർശിക്കുന്നതായി കാമിൽ ബുൽക്കെ പറയുന്നു.[9] ഇവയിലേറെയും 17-ാം നൂറ്റാണ്ടിലോ, അതിനുശേഷമോ രചിക്കപ്പെട്ടവയാണെന്നാണ് അനുമാനിക്കുന്നത്. ശ്രീരാമദാസ ഗൗഡൻ തന്റെ *ഹിന്ദുത്വം* എന്ന ഗ്രന്ഥത്തിൽ പണ്ഡിതരാജശാസ്ത്രി നല്കിയ ടിപ്പണിയുടെ അടിസ്ഥാനത്തിൽ 19 രാമായണങ്ങളുടെ കഥാസംക്ഷേപം കൊടുത്തിട്ടുള്ളതായും പറയപ്പെടുന്നു. ഇവയിൽ പലതും ബൃഹത് കാവ്യങ്ങളാണ്. *മഹാരാമായണം* (24000 ശ്ലോകങ്ങൾ), *സംവൃതരാമായണം* (32000 ശ്ലോകങ്ങൾ), *ലോമശ രാമായണം* (32000 ശ്ലോകങ്ങൾ), *അഗസ്ത്യരാമായണം* (16000 ശ്ലോകങ്ങൾ), *മഞ്ജുള രാമായണം* (1,20,000 ശ്ലോകങ്ങൾ), *സൗപത്മരാമായണം* (40000 ശ്ലോകങ്ങൾ), *രാമായണ മഹാമാല* (56000 ശ്ലോകങ്ങൾ), *സൗഹാർദ്ദ രാമായണം* (40,000 ശ്ലോകങ്ങൾ), *രാമായണ മണിരത്നം* (36000 ശ്ലോകങ്ങൾ), *സൗര്യരാമായണം* (62000 ശ്ലോകങ്ങൾ), *ചാന്ദ്ര രാമായണം* (75000 ശ്ലോകങ്ങൾ), *മൈന്ദ രാമായണം* (52000 ശ്ലോകങ്ങൾ), *സ്വായംഭുവരാമായണം* (18000 ശ്ലോകങ്ങൾ), *സുബ്രഹ്മരാമായണം* (32000 ശ്ലോകങ്ങൾ), *സുവർച്ചസരാമായണം* (15000 ശ്ലോക

ങ്ങൾ), *ദേവരാമായണം* (1,00,000 ശ്ലോകങ്ങൾ) *ശ്രവണ രാമായണം,* (1,25000 ശ്ലോകങ്ങൾ) *ദുരന്തരാമായണം* (61000 ശ്ലോകങ്ങൾ), *രാമായണചമ്പു* (15000 ശ്ലോകങ്ങൾ) ഇവയാണ് മുൻപറഞ്ഞ 19 രാമായണങ്ങൾ.

ഇവയിൽ പലതും മഹർഷിമാർ രചിച്ചതാണെന്നാണ് സങ്കല്പം. നാരദമഹർഷി (*സംവൃതരാമായണം*) ലോമശഋഷി (*ലോമശ രാമായണം*), അഗസ്ത്യമുനി (*അഗസ്ത്യരാമായണം*), സുതീഷ്ണമുനി (*മഞ്ജുള രാമായണം*), അത്രിമഹർഷി (*സൗപത്മ രാമായണം*), തുടങ്ങിയവരാണ് ഈ രാമായണങ്ങളുടെ രചയിതാക്കൾ. *വാല്മീകി രാമായണ*ത്തിൽ നിന്നും ഇവയുടെ ഘടനതന്നെ വ്യത്യസ്തമാണ്. മഹാരാമായണം ശങ്കര-പാർവ്വതീ സംവാദരൂപത്തിലും, *രാമായണമഹാമാല* ശിവ-പാർവ്വതീ സംവാദ രൂപത്തിലും *രാമായണമണിരത്നം* വസിഷ്ഠ- അരുന്ധതീ സംവാദരൂപത്തിലും *സൗര്യരാമായണം* ഹനുമാൻ-സൂര്യസംവാദരൂപത്തിലും *ചാന്ദ്രരാമായണം* ഹനുമാൻ-ചന്ദ്രസംവാദരൂപത്തിലും മൈന്ദ രാമായണം മൈരു- കൗരവസംവാദരൂപത്തിലും സ്വായംഭുവ രാമായണം ബ്രഹ്മാ-നാരദ സംവാദരൂപത്തിലും സുവർച്ചസാരാമായണം സുഗ്രീവ-താരാ സംവാദരൂപത്തിലും ദേവരാമായണം ഇന്ദ്ര-ജയന്ത സംവാദ രൂപത്തിലും *ശ്രാവണ രാമായണം* ഇന്ദ്ര-ജനക സംവാദരൂപത്തിലും ദുരന്ത രാമായണം വസിഷ്ഠ-ജനക സംവാദരൂപത്തിലും *രാമായണ ചമ്പു* ശിവ -നാരദസംവാദരൂപത്തിലുമാണ് രചിക്കപ്പെട്ടിരിക്കുന്നത്.

സി. സംസ്കൃതലളിതകാവ്യങ്ങൾ

സംസ്കൃത ലളിത സാഹിത്യത്തിലേയ്ക്കുവരുമ്പോൾ രാമകഥയ്ക്ക് ഏറെ വികാസവും പരിണാമവും സംഭവിക്കുന്നു. അതതു കൃതികളുടെ കർത്താക്കളുടെ ഭാവനാനുസൃതമായി രാമകഥ പുതിയ ഭാവ-രൂപങ്ങൾ അവയിൽ നേടുന്നു. ക്രിസ്തുവർഷാരംഭകാലം മുതലാണ് സംസ്കൃത കവികളിൽ പ്രമുഖരായവരെ രാമകഥ ആകർഷിച്ചു തുടങ്ങിയത്. എന്തായാലും സംസ്കൃത സാഹിത്യത്തിന് രാമകഥ നല്കിയിട്ടുള്ള സംഭാവന വളരെ വലുതാണ്. അഥവാ, രാമകഥയെ സമ്പുഷ്ടമാക്കുന്നതിൽ സംസ്കൃതസാഹിത്യകാരന്മാർ വഹിച്ച പങ്ക് ഗണനീയമാണ്. *വാല്മീകി രാമായണ*ത്തിൽ നിന്നും ഏറെ വ്യത്യസ്തതകൾ ഇവരുടെ കൃതികളിൽ കാണാമെന്നു മാത്രമല്ല, പ്രക്ഷിപ്തമെന്നു കരുതപ്പെടുന്ന ബാലകാണ്ഡവും ഉത്തരകാണ്ഡവുമാണ് ഇവരിലേറെപ്പേരെയും ആകർഷിച്ചിട്ടുള്ളതും. *രാമകഥ*യിൽ കാമിൽ ബുൽക്കെ ഇതു വിശദമായിത്തന്നെ അപഗ്രഥിച്ചിട്ടുണ്ട്.

എ ഡി 400 നോടടുത്ത് കാളിദാസൻ രചിച്ച *രഘുവംശം* ഇവയിൽ പ്രാധാന്യമർഹിക്കുന്നു. ഉത്തരകാണ്ഡത്തെയാണ് കാളിദാസൻ ആശ്രയിച്ചിരിക്കുന്നത്. *വാല്മീകി രാമായണ*ത്തിൽ, ബ്രഹ്മാവിനെ പ്രീതിപ്പെ

ടുത്താനായി രാവണൻ തന്റെ തലകൾ സമർപ്പിക്കുന്നത് ബ്രഹ്മാവിനാണ്. *രഘുവംശ*ത്തിൽ രാവണൻ തന്റെ തലകൾ സമർപ്പിക്കുന്നത് ശിവനെ പ്രീതിപ്പെടുത്താനായി ശിവനാണ്. എ ഡി 500-650 ൽ രചിക്കപ്പെട്ട *ഭട്ടീകാവ്യം* അഥവാ *രാവണവധ*ത്തിൽ ദശരഥൻ ശൈവനാണെന്ന പ്രസ്താവം ഉണ്ട്. പുത്രകാമേഷ്ടിയാഗവേളയിൽ ദേവന്മാർ പ്രത്യക്ഷ രാകുന്ന പരാമർശം *ഭട്ടീകാവ്യ*ത്തിലില്ല. ബല, അതിബല എന്നീവിദ്യ കൾക്കു പകരം ജയ, വിജയ എന്നീ വിദ്യകളെക്കുറിച്ചാണ് പറഞ്ഞിരി ക്കുന്നത്. രാമ-സീതാവിവാഹത്തെപ്പറ്റിമാത്രമെ പറയുന്നുള്ളൂ. രാമസ ഹോദരന്മാരുടെ വിവാഹത്തെക്കുറിച്ചു പറയുന്നില്ല. സീതാപഹരണത്തി നുശേഷം ജടായുവിനെയാണ് രാമൻ ആദ്യം സന്ധിക്കുന്നത്.

അഭിനന്ദകൃതമായ *രാമചരിതം* രചിക്കപ്പെടുന്നത് എ ഡി 9-ാം നൂറ്റാ ണ്ടിലാണെന്നു കരുതപ്പെടുന്നു. വർഷകാലത്തിനുശേഷം സുഗ്രീവൻ ഏക നായി രാമന്റെ അരികിൽ എത്തുന്നതായാണ് വർണ്ണന. അടയാള വസ്തു വായ മോതിരത്തിനു പുറമെ നൂപുരവും സ്തനോത്തരീയവും നല്ക പ്പെടുന്നുണ്ട്. മാത്രവുമല്ല, ദിലീപൻ, രഘു, അജൻ, ദശരഥൻ എന്നിവ രുടെ വംശാവലിയും ഹനുമാൻ പഠിപ്പിക്കുന്നുണ്ട്. കാശ്മീർ ദേശവാസി യായ ക്ഷേമേന്ദ്രൻ എ ഡി 1037 ൽ *വാല്മീകി രാമായണ*ത്തിന്റെ പശ്ചി മോത്തരീയ പാഠം 5386 ശ്ലോകങ്ങളിലായിച്ചുരുക്കി *രാമായണമഞ്ജരി* എന്ന പേരിൽ രചിക്കുകയുണ്ടായി. എ ഡി 1066 ൽ *ദശാവതാര ചരിതം* എന്ന പേരിലുള്ള മറ്റൊരു ഗ്രന്ഥത്തിൽ ക്ഷേമേന്ദ്രൻ 294 ഛന്ദസ്സുകളിൽ രാമകഥ പുതിയരൂപത്തിൽ *ദശാവതാര ചരിത*മായും രചിച്ചു. രാവണന്റെ കാഴ്ചപ്പാടിലൂടെയാണ് ഇതിന്റെ രചന. ലക്ഷ്മിയുടെ അവതാരവും പദ്മ ജയുമായ സീതയെ രാവണപുത്രിയാക്കിയിരിക്കുന്നു ഇതിൽ.

എ ഡി 14-ാം ശതകത്തിൽ സാകല്യമല്ലൻ രചിച്ച *ഉദാരരാഘവവും* ശ്രദ്ധേയമാണ്. മല്ലാചാര്യൻ, കവിമല്ലൻ, മല്ലയാചാര്യൻ എന്നീ പേരു കളും സാകല്യമല്ലന് ഉണ്ടായിരുന്നതായി കരുതപ്പെടുന്നു. രാമൻ, വിഷ്ണു വിന്റെയും ലക്ഷ്മണൻ, ശേഷന്റെയും ഭരതൻ, സുദർശന ചക്രത്തി ന്റെയും ശത്രുഘ്നൻ, ശംഖിന്റെയും അംശാവതാരങ്ങളായാണ് ഇതിൽ വർണ്ണിച്ചിരിക്കുന്നത്. വളരെയേറെ രാമായണങ്ങൾ താൻ കേട്ടിട്ടുണ്ടെന്നും അവയിലൊന്നും തന്നെ സീതയെ കൂടാതെ രാമൻ വനവാസത്തിനു പോകുന്നതായി പറയുന്നില്ലെന്നും സാകല്യമല്ലന്റെ *ഉദാരരാഘവ*ത്തിലെ സീത പറയുന്നു. വാരണസിവാസിയായിരുന്ന അദ്വൈതൻ എ ഡി 1608 ൽ രചിച്ചുവെന്നു കരുതപ്പെടുന്ന *രാമലിംഗാമൃതം* എന്ന കൃതി *വാല്മീകി രാമായണ*ത്തിൽനിന്നും ഏറെ വ്യത്യസ്തത പുലർത്തുന്നു. രാമൻ, തന്റെ മാതാവിനെ വിശ്വരൂപം കാണിക്കുന്നു. സീതാ സ്വയംവരവേളയിലെത്തിയ രാവണൻ വില്ലുകുലയ്ക്കുന്നതിൽ പരാജിതനാകുന്നു. രാമൻ വിജയി ക്കുന്നു. രാമാവതാര രഹസ്യം ലക്ഷ്മീദേവി സീതയോടു പറയുന്നു. ശൂർപ്പ ണഖയെ വിരൂപിയാക്കിയെന്ന പ്രസ്താവനയ്ക്കുശേഷം നാരദൻ രാവ ണന്റെ മുമ്പിൽ സീതാസൗന്ദര്യവർണ്ണന നടത്തുകയും അതുകേട്ട് മാരീ

ച സഹായത്തോടെ രാവണൻ സീതാപഹരണം നടത്തുകയും ചെയ്യുന്നു. ഹനുമാൻ, സീതയുടെ അടുത്തെത്തി അടയാള മോതിരത്തിനു പുറമെ ഒരു എഴുത്തും നല്കുന്നു! രാമരാവണയുദ്ധവേളയിൽ രാമനെ വിഷ്ണുവിന്റെ അവതാരമായി രാവണൻ കരുതുകയും വിഷ്ണുവിനാൽ വധിക്കപ്പെടുന്നതുമൂലം തനിക്കുണ്ടാകുന്ന ഭാഗ്യത്തിൽ ആഹ്ലാദിക്കുകയും ചെയ്യുന്നു. രാമനാമസ്മരണയിൽ തന്നെ വാനരസേനയ്ക്ക് സമുദ്രതരണം സാദ്ധ്യമാകുന്നു. സീതാപരിത്യാഗപരാമർശമില്ലെങ്കിലും വാല്മീക്യാശ്രമത്തിൽ സീത, ലവ-കുശന്മാർക്കു ജന്മം നല്കുന്നതായി പറയുന്നു. കുംഭഗർഭവധം എന്ന സർഗ്ഗത്തിൽ കുംഭകർണ്ണപുത്രനായ കുംഭഗർഭനെ സീത വധിക്കുന്നു.

മേല്പ്പറഞ്ഞ കൃതികൾക്കു പുറമെ സംസ്കൃതസാഹിത്യത്തിലുണ്ടായിട്ടുള്ള നാടകങ്ങൾ, കാവ്യങ്ങൾ എന്നിവയെക്കുറിച്ചും കാമിൽ ബുൽക്കെ, *രാമകഥ*യിൽ വിശദീകരിക്കുന്നു. ശ്രദ്ധേയങ്ങളായ പ്രമേയ വൈവിദ്ധ്യങ്ങളോ, *വാല്മീകി രാമായണ*ത്തിൽനിന്നുള്ള വ്യത്യസ്തകളോ അവയിലുള്ളതായി കാണുന്നില്ല. അതേസമയം, ആശ്ചര്യചൂഡാമണി എന്ന നാടകത്തിൽ (എ ഡി 9-ാം നൂറ്റാണ്ട്) രാമന്റെ രൂപംധരിച്ച് രാവണനും ലക്ഷ്മണന്റെ രൂപം ധരിച്ച് രാവണസാരഥിയും സീതാപഹരണം നടത്തുന്നതായി പറയപ്പെടുന്നത് ശ്രദ്ധേയമാണ്. അപഹരണത്തിനിടയിൽ സീതയുടെ രൂപം നേടിയ ശൂർപ്പണഖ, രാമനോടും രാമരൂപം നേടിയ മാരീചൻ, ലക്ഷ്മണനോടും സംസാരിക്കുന്നു എന്നതും കൗതുകകരമാണ്.

ഡി. ദ്രാവിഡഭാഷാരാമായണങ്ങൾ

ദ്രാവിഡ ഭാഷാ രാമായണങ്ങളിലേക്കു വരുമ്പോൾ, ഇക്കൂട്ടത്തിൽ ഏറ്റവും പ്രാചീനത അവകാശപ്പെടാവുന്നത് തമിഴ് ഭാഷയിലുണ്ടായ കമ്പരുടെ രാമായണത്തിനാണെന്ന് മുമ്പ് സൂചിപ്പിക്കുകയുണ്ടായി. താൻ ഗുരുസ്ഥാനീയനായിക്കണ്ട വൈഷ്ണവസന്യാസിമാരിൽ പ്രമുഖനായിരുന്ന നമ്മാൾവാർ (എ ഡി 9-ാം നൂറ്റാണ്ട്)ക്കുവേണ്ടിയാണ് കമ്പർ രാമായണകഥ പുനഃസൃഷ്ടിച്ചത്. വാല്മീകിയുടെ രാമൻ ദൈവമല്ലെങ്കിൽ, കമ്പരുടെ രാമൻ ദൈവാവതാരം മാത്രമായിരുന്നില്ല, ദൈവം തന്നെയായിരുന്നു! നമ്മാൾവാർക്കെന്നതുപോലെതന്നെ, രാമൻ പുൽക്കൊടിതൊട്ട് മനുഷ്യർ വരെയുള്ള സമസ്ത ജീവജാലങ്ങളുടെയും രക്ഷകനായിരുന്നു കമ്പർക്കും. വാല്മീകിയുടെ രാമനെ പിന്തുടരുക എന്നതിനു പകരം പ്രാദേശിക സംസ്കൃതിയുടെ അടരുകളേയും അദ്ദേഹം ആശ്രയിച്ചു. ആ നിലയ്ക്കു നോക്കുമ്പോൾ *കമ്പരാമായണം* എന്ന കൃതി കമ്പരുടേതുമാത്രമാകുന്നു! മതാധിഷ്ഠിത വൈകാരികതയും ബിംബങ്ങളും *കമ്പരാമായണ*ത്തിൽ സമൃദ്ധമാണ്. *വാല്മീകിരാമായണ*ത്തെ തമിഴ് ഭാഷയിലേക്ക് പുനരാഖ്യാനം ചെയ്യുകയാണ് കമ്പർ ചെയ്തതെന്ന് പറയപ്പെടുന്നത്

അതുകൊണ്ടാണ്. ഇരുപതോളം വ്യത്യസ്തമായ തമിഴ് വൃത്തങ്ങളിൽ രചിക്കപ്പെട്ട കമ്പരാമായണം വാല്മീകിരാമായണത്തേക്കാൾ ബൃഹത്തായതിനു കാരണവും അതാണ്.

വിശ്വാമിത്രനൊപ്പം മിഥിലയിൽ പ്രവേശിക്കുന്ന രാമലക്ഷ്മണൻമാരെക്കുറിച്ചുള്ള വർണ്ണന *കമ്പരാമായണ*ത്തിലുണ്ട്. രാമനും സീതയും സ്വയംവരത്തിനു മുമ്പു കണ്ടുമുട്ടുന്നതും അതിനുശേഷം രാത്രിയിലുള്ള അവരുടെ വിരഹദുഃഖവും കമ്പർ വർണ്ണിച്ചിരിക്കുന്നു. അതിനുശേഷമാണ് ജനകൻ അവരെ സ്വാഗതം ചെയ്യുന്നതും സീതാസ്വയംവരം നടക്കുന്നതും. ജനകന്റെ മിഥിലാ വർണ്ണനയ്ക്കായി അഞ്ചുകാണ്ഡങ്ങളാണ് കമ്പർ നീക്കിവച്ചിരിക്കുന്നത്! രാവണൻ, സീതയെ അപഹരിക്കുന്നവേളയിൽ സീതയെ സ്പർശിച്ചുപോകുമെന്ന ഭയം മൂലം സീത നില്ക്കുന്ന ഭൂമികുഴിച്ച് ആ ഭാഗത്തോടൊപ്പമാണ് രാവണൻ പോകുന്നത്. യുദ്ധകാണ്ഡത്തിൽ വിഭീഷണൻ, രാവണനോടു പറയുന്ന നരസിംഹാവതാരകഥ *കമ്പരാമായണ*ത്തിന്റെ മാത്രം സവിശേഷതയാണ്. മരുതൻ എന്ന രാക്ഷസൻ മഹോദരന്റെ ആജ്ഞപ്രകാരം ജനകരൂപം ധരിച്ച് രാവണനെ സ്വീകരിക്കുന്നതിനായി സീതയെ നിർബ്ബന്ധിക്കുന്നു. ഇങ്ങനെ, പ്രധാനവും അപ്രധാനവുമായ ഇതിവൃത്ത ഭേദങ്ങളാൽ *കമ്പരാമായണം വാല്മീകിരാമായണ*ത്തിൽ നിന്നും വ്യത്യസ്തമായിരിക്കുന്നു. നേരത്തെ സൂചിപ്പിച്ചതുപോലെ, കമ്പരാമായണം കമ്പരുടേതുമാത്രമാകുന്നു!

ഇ. തെലുങ്കിലും കന്നഡയിലും

14–ാം നൂറ്റാണ്ടിൽ രചിക്കപ്പെട്ട *ദ്വിപദരാമായണമാണ്* തെലുങ്കുഭാഷയിൽ ശ്രദ്ധേയമായിട്ടുള്ളത്. *രംഗനാഥരാമായണം* എന്ന പേരിൽക്കൂടി അറിയപ്പെടുന്ന ഇതിന്റെ കർത്താവിനെക്കുറിച്ച് വ്യത്യസ്താഭിപ്രായങ്ങളുണ്ട്. *വാല്മീകി രാമായണ*ത്തിലെ ആറു കാണ്ഡങ്ങളാണ് ഇതിലുള്ളതെന്നു പറയപ്പെടുന്നു. അതോടൊപ്പം *വാല്മീകി രാമായണ*ത്തിന്റെ ദാക്ഷിണാത്യപാഠത്തെയാണ് ഈ കൃതി ആശ്രയിച്ചിരിക്കുന്നത്. അതേസമയം തന്നെ *വാല്മീകി രാമായണ*ത്തിന്റെ എല്ലാ പാഠങ്ങളിലെയും ചില പരാമർശങ്ങൾ ഇതിലുള്ളതുകൊണ്ട് ഇതിന്റെ കർത്താവിന് അവയെല്ലാമായി പരിചയമുണ്ടായിരുന്നുവെന്നും അനുമാനിക്കാവുന്നതാണ്. അവയിലൊന്നുംതന്നെയില്ലാത്ത സന്ദർഭങ്ങളും *ദ്വിപദരാമായണ*കർത്താവിന്റെ ഭാവനാ വിലാസമായി ഇതിലുണ്ട്. എ ഡി 13–ാം നൂറ്റാണ്ടിൽ തിക്കണ്ണൻ രചിച്ച *നിർവ്വഹനോത്തര രാമായണ*വും തെലുങ്കുഭാഷയിലെ *ആദ്യരാമായണ* സാഹിത്യകൃതിയായി പരിഗണിക്കപ്പെടുന്നുണ്ട്. ഉത്തരകാണ്ഡമനുസരിച്ചുള്ളതാണ് ഇതിന്റെ രചനയെന്നും പറയപ്പെടുന്നു. എ ഡി 18–ാം നൂറ്റാണ്ടിൽ രചിക്കപ്പെട്ട *ഗോപീനാഥ രാമായണം, ഏകോജീരാമായണം, അച്ചതെലുങ്കു രാമായണം* തുടങ്ങിയവ വരെ നീളുന്നു ആ പരമ്പര. കന്നഡ ഭാഷയിൽ എ ഡി 11–ാം നൂറ്റാണ്ടു മുതൽ വിപുലമായിത്തന്നെ.

ജൈനരാമകഥാ സൃഷ്ടി ഉണ്ടായിട്ടുള്ളതായാണ് കാമിൽ ബുൽക്കെ പറയുന്നത്.[10] തോരവേ ദേശക്കാരനായ നരഹരി, എ ഡി 16-ാം നൂറ്റാണ്ടിൽ രചിച്ച *തോരവേ രാമായണ*ത്തിന് പ്രാധാന്യം കല്പിക്കപ്പെടുന്നു. ഇതോടൊപ്പം, നരഹരിതന്നെ *മൈരാവണകാലഗ* (മൈരാവണയുദ്ധം) എന്നൊരു കൃതിയും രചിച്ചിട്ടുള്ളതായി പറയപ്പെടുന്നു. എ ഡി 16-ാം നൂറ്റാണ്ടിൽ രചിക്കപ്പെട്ട *ജൈമിനീ ഭാരതം* ഏറെ ജനപ്രീതി നേടിയ കൃതിയാണ്. *വാല്മീകി രാമായണ*ത്തിന്റെ ദാക്ഷിണാതൃപാഠത്തോട് ഏറെ കടപ്പെട്ട് രചിക്കപ്പെട്ട *തോരവേ രാമായണ*ത്തിൽ ബാലകാണ്ഡം മുതൽ യുദ്ധകാണ്ഡം വരെയാണുള്ളത്. *വൈഷ്ണവ ഭക്തി ഭാവ*ത്തിൽ മുഴുകിയാണ് ഇതിന്റെ രചന. *ആനന്ദരാമായണ*ത്തിലെ ചില സന്ദർഭങ്ങളും ഇതിൽ കടംകൊണ്ടിട്ടുണ്ട്. അതേസമയം, *വാല്മീകി രാമായണ*ത്തിലും *ആനന്ദ രാമായണ*ത്തിലും ഇല്ലാത്ത കഥാസന്ദർഭങ്ങളും ഇതിലുണ്ട്.[11]

എഫ്. മലയാളത്തിലെ രാമായണങ്ങൾ

മലയാള സാഹിത്യ പരിസരത്തിലേക്കു വരുമ്പോൾ ഏതൊരു മലയാളിയേയും അഭിമാനം കൊള്ളിക്കുന്നതും അത്ഭുതപ്പെടുത്തുന്നതുമായ രാമകഥാസാഹിത്യശാഖതന്നെ നമുക്കുകാണാം. ആധുനിക കാലത്തും ആ ശാഖാ വളർച്ച ദൃശ്യവുമാണ്. അതേസമയം, മലയാള കവികൾ രാമകഥാ വർണ്ണനയിൽ യാതൊരു മൗലികതയും പ്രദർശിപ്പിച്ചിട്ടില്ലെന്ന പരിഭവവും കാമിൽ ബുൽക്കെയെപ്പോലുള്ളവർക്കുണ്ട്.[12] സൂക്ഷ്മവും വിശദവുമായ പഠനത്തിൽ ഈ പരിഭവം അസ്ഥാനത്തല്ലെന്ന് നമുക്കു ബോദ്ധ്യമാവുകയും ചെയ്യും.

മലയാളത്തിൽ കൊണ്ടാടപ്പെടുന്ന രാമായണകൃതികളെല്ലാം തന്നെ *വാല്മീകി രാമായണം, അദ്ധ്യാത്മരാമായണം, കമ്പരാമായണം* എന്നിവകളുടെ ചുവടുപടിച്ചുള്ളവയാണ്. അങ്ങനെയുണ്ടായ കൃതികളിൽ, പിൻപറ്റുന്ന കൃതികളിൽനിന്നും ഏറെയൊന്നും വഴിമാറി ചിന്തിക്കുന്നതിന് മലയാള രാമായണകർത്താക്കൾ ഏറെയൊന്നും ശ്രമിച്ചിട്ടുമില്ല (അത്ഭുത രാമായണത്തിലേതുപോലെയോ, ആനന്ദരാമായണത്തിലേതുപോലെയോ ഒരു വഴി മാറ്റം ഇവിടെ ദൃശ്യമല്ല). അതുകൊണ്ടാകാം മുൻപറഞ്ഞ വിധമുള്ള പരിഭവം കാമിൽ ബുൽക്കെ പ്രകടിപ്പിച്ചതെന്നു കരുതാവുന്നതാണ്. എന്നാൽ, അത്രയൊന്നും പ്രശസ്തമല്ലാത്ത മലയാള രാമായണകൃതികളിലും രാമകഥകൾ പ്രതിപാദിക്കുന്ന നാടോടി സാഹിത്യരൂപങ്ങളിലും രാമകഥകൾ വ്യത്യസ്തവഴികളിലൂടെ സഞ്ചരിച്ചിട്ടുള്ളതായും കാണാവുന്നതാണ്. കാർഷിക വൃത്തിയുമായി ബന്ധപ്പെട്ടവരുടെ രാമകഥാഖ്യാനങ്ങളും മാപ്പിള രാമായണങ്ങളും സ്വതന്ത്രമായ പുതുവഴികൾ തേടുന്നതായി കാണാം. അവിടെയൊക്കെ, കാമിൽ ബുൽക്കെയുടെ പരാതി അസ്ഥാനത്താകുന്നു!

3000 വർഷം മുമ്പ്, ഇന്നു തെക്കേയിന്ത്യയെന്നു വിവക്ഷിക്കുന്ന പ്രദേ

ശത്ത് ജീവിച്ചിരുന്ന ജനത ഒരേ ഭാഷയാണ് സംസാരിച്ചിരുന്നത് എന്നാണ് ഭാഷാ ഗവേഷകരുടെ അഭിപ്രായം. ഇതിനർത്ഥം, അവയ്ക്ക് പ്രാദേശിക ഭാഷാ ഭേദങ്ങൾ ഇല്ലായിരുന്നു എന്നല്ല. ആദിദ്രാവിഡ ഭാഷയെന്ന വിളിപ്പേർ നേടിയിട്ടുള്ള പ്രസ്തുത ഭാഷയിൽ അനേകം സാഹിത്യകൃതികൾ വാമൊഴിയായും വരമൊഴിയായും ഉണ്ടായിട്ടുണ്ട്. ബുദ്ധ-ജൈനമതങ്ങൾ തെക്കേയിന്ത്യയിൽ ചെലുത്തിയ സ്വാധീനം, ശൈവ-വൈഷ്ണവ മതങ്ങളുടെ ഉല്പത്തി വികാസങ്ങൾ, കേരളത്തിലേക്കുണ്ടായ ബ്രാഹ്മണ മതജനവിഭാഗങ്ങളുടെ പ്രവാഹവും ആധിപത്യവും, മിശ്രഭാഷയുടെയും മണിപ്രവാളഭാഷയുടെയും ഉല്പത്തി തുടങ്ങിയവയൊക്കെത്തന്നെ ദക്ഷിണേന്ത്യയുടെയും വിശിഷ്യ കേരളത്തിന്റെയും സാംസ്കാരിക-സാഹിത്യാവസ്ഥകളെ കരുപ്പിടിപ്പിച്ചതിൽ വഹിച്ച പങ്ക് ചെറുതല്ല. ലീലാതിലകകാരന്റെ (എ ഡി 14-ാം നൂറ്റാണ്ടിന്റെ അന്ത്യപാദത്തിൽ) മണിപ്രവാളം, അച്ചീചരിതങ്ങൾ, ചമ്പുക്കൾ തുടങ്ങിവയുടെ വിശദപഠനം മലയാള ഭാഷാ സാഹിത്യ പഠിതാക്കൾക്ക് അവശ്യം വേണ്ടതുതന്നെയാകുന്നു. "സാഹിത്യ ശൈലി എന്ന നിലയ്ക്കു മണിപ്രവാളത്തിന്റെ ഉപജ്ഞാതാവ് *ഷട്ഗണ്ഡാഗമം* എന്ന ദിഗംബര ജൈനഗ്രന്ഥത്തിന് എട്ടാം ശതകത്തിൽ വ്യാഖ്യാനമെഴുതിയ ജിനസേനനാണെന്നും താൻ പ്രാകൃതവും സംസ്കൃതവും ഇടകലർത്തി മണിപ്രവാള ന്യായേന വ്യാഖ്യാനഗ്രന്ഥമെഴുതിയതെന്ന് അദ്ദേഹം പറഞ്ഞിട്ടുള്ള സ്ഥിതിക്ക് അന്നുതന്നെ മണിപ്രവാള രീതി സുപ്രസിദ്ധമായിട്ടുണ്ടെന്നും അങ്ങനെ ആ പ്രസ്ഥാനത്തിന്റെ ഉല്പത്തി എട്ടാം നൂറ്റാണ്ടിനും മുമ്പിലായിരിക്കാമെന്നും പണ്ഡിതന്മാർ പറയുന്നു" എന്നാണ് എൻ കൃഷ്ണപിള്ള പറഞ്ഞിരിക്കുന്നത്.[13]

മദ്ധ്യകാല ചമ്പുക്കളുടെ കാലത്തേക്കു കടക്കുമ്പോഴാണ് ഇതര കൃതികളിൽനിന്നും വ്യത്യസ്തമായ *രാമായണം ചമ്പു* എന്ന കൃതി നമ്മുടെ ശ്രദ്ധയിൽപ്പെടുന്നത്. ഇതിവൃത്തപരമായി *വാല്മീകി രാമായണ*ത്തെ പിന്തുടരുകയാണ് ചമ്പുകാരൻ ചെയ്തിരിക്കുന്നത്. ആകെയുള്ള ഇരുപതു പ്രബന്ധങ്ങളിൽ ബാലകാണ്ഡത്തെയും യുദ്ധകാണ്ഡത്തെയും അനുവർത്തിച്ച് പതിനൊന്നു പ്രബന്ധങ്ങളുണ്ട്. ഉത്തരകാണ്ഡ സംബന്ധിയായി മൂന്നും കിഷ്കിന്ധാ കാണ്ഡം, സുന്ദരകാണ്ഡം എന്നിവകളെ ആധാരമാക്കി രണ്ടു വീതവും അയോദ്ധ്യാകാണ്ഡത്തെയും ആരണ്യകാണ്ഡത്തെയും ആസ്പദമാക്കി ഓരോന്നുവീതവും പ്രബന്ധങ്ങളുണ്ട്. *രാമായണം ചമ്പു*വിൽ സമൃദ്ധമായുള്ള ഉദ്ധരണികൾകണ്ട് ഭാഷാഗവേഷകരും വിദ്യാർത്ഥികളും തലകറങ്ങിയിരുന്നുപോകും! *അനർഘരാഘവം, ആശ്ചര്യ ചൂഡാമണി, ഉത്തരരാമചരിതം, ഭോജചമ്പു, ബാലരാമായണം, നൈഷധീയ ചരിതം, പ്രസന്നരാഘവം, കുന്ദമാല, രഘുവീരചരിതം, രഘുവംശം, ഹനുമന്നാടകം, രാമായണമഞ്ജരി, മല്ലികാമാരുതം, വാല്മീകി രാമായണം* തുടങ്ങിയ സംസ്കൃത കാവ്യങ്ങളിൽനിന്നുള്ള ഉദ്ധരണികൾ ചമ്പുകാരൻ ചിലപ്പോൾ ഔചിത്യലേശം പോലുമില്ലാതെ ഇതിൽ നിരത്തിയിരിക്കുന്നു! *വാല്മീകിരാമായണ*ത്തിന്റെ പൂർവ്വാപരക്രമം തെറ്റിച്ച്

സ്വമനോധർമ്മ പ്രകാരം ഇതിവൃത്തത്തെ ചുരുക്കാനും വികസിപ്പിക്കാനും ചമ്പുകാരന് മടിയേതുമില്ല. *രാമായണം ചമ്പു* മണി പ്രവാള ശൈലിയിലാണ് എഴുതപ്പെട്ടിരിക്കുന്നത് എന്നതുകൊണ്ടുതന്നെ ഭാഷാചരിത്ര പഠിതാക്കൾക്കും പ്രാചീന രാമകഥാ സാഹിത്യ ഗവേഷകർക്കും ഈ കൃതിയെ അവഗണിക്കുവാനും വയ്യ!

പുനം നമ്പൂതിരിയാണ് *രാമായണം ചമ്പു*വിന്റെ കർത്താവെന്നും അല്ലെന്നും പറയപ്പെടുന്നുണ്ട്. ഇതു സംബന്ധമായി എൻ. കൃഷ്ണപിള്ളയുടെ അഭിപ്രായം ഇങ്ങനെയാണ്: "*രാമായണം ചമ്പു*വിൽ ഒരിടത്ത് 'പിച്ചാങ്കത്തിയുമരയിൽ ത്തിരുകിച്ചാരു പറങ്കിത്തൊപ്പിയുമിട്ട്' എന്നു പറങ്കിത്തൊപ്പിയെപ്പറ്റി പറയുന്നു. പറങ്കികൾ പോർച്ചുഗീസുകാരാണെന്ന് നിരാക്ഷേപം പറയാം. അതിനും പുറമെ 'തപ്പാക്ക്' എന്ന പോർച്ചുഗീസ് ഭാഷാ പദം ചമ്പുവിൽ ഒന്നു രണ്ടിടത്ത് പ്രയോഗിച്ചിട്ടുണ്ട്. അതിനാൽ പോർച്ചുഗീസുകാർ ആദ്യം കേരളത്തിൽവന്ന ക്രി പി 1498-ാം ആണ്ടിനു ശേഷമേ *രാമായണം ചമ്പു* ഉണ്ടാകാനിടയുള്ളൂ എന്നു നിശ്ചയിക്കാം. പതിനാറാം ശതകത്തിന്റെ പൂർവ്വാർദ്ധത്തിനു മുമ്പാകാൻ വയ്യ അതിന്റെ രചനാകാലം. പുനം നമ്പൂതിരിയാണെങ്കിൽ, ചന്ദ്രോത്സവത്തെപ്പറ്റി പറഞ്ഞപ്പോൾ കാണിച്ചതുപോലെ ശ്രീകൃഷ്ണ വിജയകർത്താവായ ശങ്കരവാരിയരുടെ കാലത്താണു ജീവിച്ചിരുന്നത്. വാരിയർ ക്രി പി 1423 നും 1445 നും ഇടയ്ക്ക് കോലത്തുനാടുഭരിച്ചിരുന്ന കേരള വർമ്മയുടെ സദസ്സിലെ പ്രമുഖ കവിയായിരുന്നു എന്നു വ്യക്തമായറിയാം. 1435 നു മുമ്പ് പ്രശസ്തനായിത്തീർന്ന ശങ്കരവാരിയരുടെ ജനനം 1400 അടുപ്പിച്ചായിരിക്കണമല്ലോ. മാരലേഖയെപ്പറ്റി ഒരാൾക്കു പരാതി ബോധിപ്പിക്കാനും മറ്റേയാൾക്ക് അതിന്മേൽ നടപടിയെടുക്കാനും തോന്നണമെങ്കിൽ രണ്ടുപേരും ഏതാണ്ട് സമപ്രായക്കാരായിരുന്നേ പറ്റൂ. ആ സ്ഥിതിക്ക് പുനം നമ്പൂതിരിയുടെ ജീവിതകാലം എത്ര കൂടിയാലും 1480 നപ്പുറം നീളുകയില്ല... ഏതായാലും പുനം നമ്പൂതിരിയല്ല *രാമായണം ചമ്പു* എഴുതിയതെന്നും അതെഴുതിയതു പതിനാറാം ശതകത്തിലാണെന്നും തീർച്ചയാണ്. ആ ശതകത്തിന്റെ മദ്ധ്യത്തിൽ മറ്റു ചമ്പുക്കൾ ഉണ്ടാകുന്നതിനാൽ അവയെക്കാൾ ഭാഷാരീതികൊണ്ടും മറ്റും പഴക്കം കല്പിക്കേണ്ട *രാമായണം ചമ്പു* 1500 നും 1550 നും ഇടയ്ക്ക് നിർമ്മിച്ചു എന്നു കരുതുകയാവും യുക്തം.[14] നിഗമനങ്ങളും നിരീക്ഷണങ്ങളും ഇങ്ങനെയൊക്കെയായിരിക്കവെ തന്നെ *രാമായണം ചമ്പു*വിന്റെ ഭാഷാചരിത്രപരമായ പ്രാധാന്യം അവഗണിക്കുക വയ്യതാനും. എന്നാൽ, 'മലയാളഭാഷ'യിലെ ആദ്യ രാമായണകൃതിയായി *രാമായണം ചമ്പു*വിനെ പരിഗണിക്കുവാനും നിർവ്വാഹമില്ല.

പാട്ടുപ്രസ്ഥാനത്തിന് ലീലാതിലകകാരൻ നല്കിയിരിക്കുന്ന നിർവ്വചനവുമായി ഏറെ യോജിക്കുന്ന കാവ്യമാണ് *രാമചരിതം* എന്നാൽ, കാവ്യത്തിന്റെ പേര് *രാമചരിതം* എന്നാണെങ്കിലും ഇതിന്റെ ഉള്ളടക്കം യുദ്ധകാണ്ഡം മാത്രമാണ്. എങ്കിലും മലയാള ഭാഷയിലെ രാമകഥാസാഹിത്യ

പരിസരത്ത് *രാമചരിത*ത്തിനും സവിശേഷമായ ഇടമുണ്ട് എന്ന വസ്തുത വിസ്മരിക്കുക വയ്യ. 164 ഭാഗങ്ങളുള്ള പതിനൊന്നു പാട്ടുകളാണ് ഇതിലുള്ളത്. ഈ ക്രമം തെറ്റിച്ച് പന്ത്രണ്ടു പാട്ടുകളുള്ള പതിന്നാലും പത്തു വീതം പാട്ടുകളുള്ള നാലുഭാഗങ്ങളുമുണ്ട്. തന്റെ പേർ ചീരാമനെന്നാണ് ഈ കൃതിയുടെ കർത്താവുതന്നെ പ്രസ്താവിച്ചിരിക്കുന്നത്. ശ്രീരാമൻ എന്ന വാക്കിന്റെ തദ്ഭവമാണ് ചീരാമൻ. ശ്രീശബ്ദം ചേരുന്നത് രാജാവിനു മാത്രമാണു താനും.

ഗ്രന്ഥാരംഭത്തിലും അവസാനത്തിലും കവി 'പോകിപോകചയന'നെ അനുസ്മരിക്കുന്നു. ഇതാകട്ടെ, അനന്തശായിയായ ശ്രീപദ്മനാഭനാണ്. അതുകൊണ്ട്, ഒരു വേണാട്ടുരാജാവായിരുന്നിരിക്കണം കവി എന്നും അനുമാനിക്കപ്പെടുന്നു. 1195 നും 1208 നും ഇടയിൽ ശ്രീ വീരരാമവർമ്മരാജാവ് വേണാട് ഭരിച്ചിരുന്നു. കവിക്കു കടപ്പാടുണ്ടായിരുന്ന കമ്പരും 1200 വരെയാണ് ജീവിച്ചിരുന്നത്. അതുകൊണ്ട്, *ഇരാമചരിത*കാരനായ കവിയും ക്രി. വ. 1200 ൽ ജീവിച്ചിരുന്നതായി ഉള്ളൂർ എസ് പരമേശ്വരയ്യർ അനുമാനിക്കുന്നു. എന്നാൽ, ഉള്ളൂരിന്റെ ഈ അനുമാനത്തോടു വിയോജിച്ചുകൊണ്ട് *ഇരാമചരിതകാലം* 13-ാം നൂറ്റാണ്ടിന്റെ അന്ത്യത്തിലോ, 14-ാം നൂറ്റാണ്ടിന്റെ ആരംഭത്തിലോ, ആയിരിക്കാമെന്നു കരുതുന്നവരുമുണ്ട്. കമ്പരുടെ കാലം 1200 ലാകയാൽ 1200 നും 1500 നും ഇടയിൽ എന്നോ ആണ് രാമചരിതകാലം എന്നു തീർച്ചപ്പെടുത്തുന്നവരുമുണ്ട്.[15] അതെന്തായാലും രാമൻ, നാരായണാവതാരം തന്നെയെന്ന കാര്യത്തിൽ *ഇരാമചരിത*കർത്താവിന് സന്ദേഹമേതുമില്ലായിരുന്നു! കേരളത്തിലെ ഭക്തി പ്രസ്ഥാനത്തിന്റെ ഉത്ഭവം ആ കൃതിയിൽ കണ്ടെത്താവുന്നതാണ്. എന്നാൽ, ഭക്തിഭാവത്തിന്റെ കാര്യത്തിൽ *ഇരാമചരിത* കർത്താവ് *കണ്ണശ്ശരാമായണ*കർത്താവിനു മുന്നിലും *അദ്ധ്യാത്മരാമായണം* കിളിപ്പാട്ടു കർത്താവിനു പിന്നിലുമാണെന്നു പറയേണ്ടതായി വരും. അതെന്തുതന്നെയായാലും മലയാള കാവ്യ പരിസരത്ത് ഭക്തിപ്രസ്ഥാനത്തിന്റെ അഗ്രഗാമികളിലൊരാളായി ഈ കവിയെ പ്രതിഷ്ഠിക്കുന്നതിൽ അനൗചിത്യമില്ല.

ജി. കണ്ണശ്ശ രാമായണം

ഭക്തിപ്രസ്ഥാനത്തെ മുന്നോട്ടു നയിച്ചവരിൽ പ്രമുഖരാണ് നിരണം കവികൾ. കരുണേശൻ എന്ന കവിയുടെ രണ്ടുപുത്രന്മാരായ മാധവപ്പണിക്കരെയും ശങ്കരപ്പണിക്കരെയും അവരുടെ കനിഷ്ഠ സഹോദരീപുത്രനായ രാമപ്പണിക്കരെയും ചേർത്താണ് കണ്ണശ്ശകവികൾ എന്നു വിശേഷിപ്പിക്കുന്നത്. തിരുവല്ലയ്ക്കടുത്ത് നിരണം ദേശത്ത് ജനിച്ചതുകൊണ്ട് നിരണം കവികൾ എന്നും അറിയപ്പെടുന്നു. *വാല്മീകി രാമായണം, വ്യാസഭാരതം, ഭാഗവതപുരാണം* തുടങ്ങിയ സംസ്കൃത സാഹിത്യകൃതികൾ അവർ മലയാളത്തിലേക്കു പകർന്നുവച്ചു. അച്ചീചരിതങ്ങൾ അര

ങ്ങുവാണിരുന്ന മണിപ്രവാള കാലഘട്ടത്തിൽനിന്നും പുരാണ കഥാകൃതികളെ അരങ്ങിലെത്തിച്ച് സാഹിത്യനവോത്ഥാനം സൃഷ്ടിച്ച കവികളാണ് നിരണം കവികൾ. അവരിൽ പ്രമുഖനായ നിരണത്തു രാമപ്പണിക്കർ എ ഡി 15-ാം നൂറ്റാണ്ടിൽ രചിച്ച കൃതിയാണ് *കണ്ണശ്ശരാമായണം*. ഭാഷാരീതിയും ഇതര തെളിവുകളും വച്ച് എ ഡി 14-ാം നൂറ്റാണ്ടിന്റെ ഉത്തരാർദ്ധത്തിലും 15-ാം നൂറ്റാണ്ടിന്റെ പൂർവ്വാർദ്ധത്തിലുമായാണ് രാമപ്പണിക്കർ ജീവിച്ചിരുന്നതെന്നാണ് ഡോ. പുതുശ്ശേരി രാമചന്ദ്രൻ അഭിപ്രായപ്പെട്ടിരിക്കുന്നത്.[16]

*വാല്മീകി രാമായണ*ത്തിൽ കാര്യമായ മാറ്റങ്ങളൊന്നും വരുത്താതെ അതിനെ സംഗ്രഹിക്കുകയാണ് കണ്ണശ്ശൻ ചെയ്തിരിക്കുന്നത്. *വാല്മീകി രാമായണ*ത്തിന്റെ നേർതർജ്ജമയ്ക്കു പകരം അതിനെ ഉപജീവിച്ചെഴുതിയ കൃതിയാണ് *കണ്ണശ്ശരാമായണം* എന്നും പറയാവുന്നതാണ്. ഏഴ് കാണ്ഡങ്ങളും 648 സർഗ്ഗങ്ങളും 23400 ശ്ലോകങ്ങളുമുള്ള *വാല്മീകിരാമായണം*, ഏഴുകാണ്ഡങ്ങളും 646 സർഗ്ഗങ്ങളും 3059 പാട്ടുകളുമായി *കണ്ണശ്ശരാമായണ*ത്തിൽ ചുരുങ്ങി. അതേസമയം, *കമ്പരാമായണ*ത്തിൽ ആറു കാണ്ഡങ്ങളും (ഉത്തരകാണ്ഡം ഇല്ല) 116 പടലങ്ങളും 10571 പാട്ടുകളുമാണുള്ളതെന്നും ഓർമ്മിക്കേണ്ടതുണ്ട്. *വാല്മീകി രാമായണ*ത്തിന്റെ ആശയവിവർത്തനമാണ് *കണ്ണശ്ശരാമായണം* എന്ന് ഉള്ളൂർ എസ് പരമേശ്വരയ്യർ സാക്ഷ്യപ്പെടുത്തിയതും ഇതുകൊണ്ടാകാം.[17]

*വാല്മീകി രാമായണ*ത്തെ പിന്തുടർന്ന വേളയിൽ തന്നെ അതിലെ പില്ക്കാലക്കൂട്ടിച്ചേർക്കലുകളൊന്നും കണ്ണശനെ അലോസരപ്പെടുത്തിയില്ല. വാല്മീകിയുടെ രാമൻ പുരുഷോത്തമനായ നരൻ ആയിരുന്നുവെന്നതും കണ്ണശ്ശന് പ്രശ്നമല്ല. അതേസമയം *കണ്ണശ്ശരാമായണ*ത്തിലെ ഭക്തിഭാവം എഴുത്തച്ഛന്റെ *അദ്ധ്യാത്മരാമായണം കിളിപ്പാട്ടി*ലേതുപോലെ ഉറഞ്ഞുതുള്ളുന്നതോ, തുള്ളിക്കുന്നതോ അല്ല. അവതാരകഥ വളരെ ചുരുക്കിപ്പറയുന്നതേയുള്ളൂ കണ്ണശ്ശൻ. ചുരുക്കത്തിൽ, നിയന്ത്രിതവും തത്ത്വചിന്താനിർഭരവുമായ ഭക്തിയാണ് കണ്ണശ്ശന്റെ മുഖമുദ്ര. കണ്ണശ്ശ കവി അവതാരവാദത്തെ അംഗീകരിക്കുന്ന വേളയിൽപോലും അതുവർണ്ണിച്ചിരിക്കുന്നത് നിയന്ത്രിതഭാഷയിലാണെന്നതാണ് ശ്രദ്ധേയം. *ഇരാമചരിത* കർത്താവിൽനിന്നും എഴുത്തച്ഛനിൽനിന്നും ഈ കവിയെ വേറിട്ടു നിർത്തുന്നത് രചനാപരമായ ഇത്തരം സ്വയം നിയന്ത്രണങ്ങളാണ്. അവതാരകഥാപരാമർശംവരുന്ന ഒന്നു രണ്ടു ഭാഗങ്ങൾ ചുവടെ ചേർക്കുന്നു. ഇതിൽ നിന്നും അത്തരം പരാമർശവേളകളിൽ കവി എത്രയേറെ ശ്രദ്ധാപൂർവ്വമാണ് വാക്കുകൾ പ്രയോഗിച്ചിരിക്കുന്നത് എന്നു കാണാവുന്നതാണ്.

വന്നചതുർമ്മുഖനരുളിച്ചെയ്താൻ
    മതികോപം തവ മനുകുലതിലകാ!
നിന്നെയിനിച്ചിന്തിച്ചരുൾ നീയേ!
    നിഖില ജഗൽകാരണനല്ലോ നീ;
മെന്നടയാൾ വൈദേഹിയുമായ് നീ

മേലിലതീവ സുഖത്തൊടുവാഴാ;
അന്നവർ നിൻഭാര്യാ വേജന്മാ
ന്തരമതിലും നിശ്ചയമറിമുറ്റും

(*കണ്ണശ്ശരാമായണം*, ഉത്തരകാണ്ഡം, പുറം. 1136)

(ഭൂമീദേവി സീതയെ വാരിയെടുത്ത് മടിയിലിരുത്തി പാതാളത്തിലേക്കു അപ്രത്യക്ഷയായതു കണ്ട് കോപിഷ്ഠനാകുന്ന രാമനെ ആശ്വസിപ്പിക്കുന്ന ബ്രഹ്മാവിന്റെ വാക്കുകളാണിത്. മനുകുലത്തിനുതിലകമായിട്ടുള്ളവനേ കോപം മതി. അങ്ങ് സ്വയം ചിന്തിച്ചു കേൾക്കണം. സകലജഗത്തിനും കാരണഭൂതനല്ലേ അങ്ങ്. ജനകജയുമായി മേലിലും സുഖത്തോടു വാഴാൻ അങ്ങയ്ക്ക് കഴിയില്ല. ജന്മാന്തരങ്ങളിലും അത് ഉണ്ടാവില്ല.) മറ്റൊരു സന്ദർഭം, കാലൻ മുനിവേഷത്തിൽ വന്ന് രാമനോടു പറയുന്നതാണ്.

'നിർമ്മിച്ചതു സകലേശ്വരനെ നീ
നിഖിലവു,മെന്നാൽ നിശ്ചയമേതും,
ധർമ്മസ്ഥിതി പിഴയാതേവിശ്വം
താങ്ങുവതും നീതാനേല്ലോ.
നിർമ്മത്സരമോരോ നാളവനിയിൽ
നില്ലവതാരം ചെയ്തിദ്രാദികൾ
നമ്മെപ്പരിപാലിച്ചാ, ദശരഥ
തനയനുമായാ നീയതു കാലം.'

(ഉത്തരകാണ്ഡം, പുറം. 1147)

(ലോകമെല്ലാം സൃഷ്ടിച്ച അങ്ങ് ധർമ്മസ്ഥിതിക്കു ലോപം വരാതെ അതിനെ നിലനിർത്തുകയും ചെയ്യുന്നു. ഓരോകാലത്ത് ഓരോ അവതാരം സ്വീകരിച്ച് ഇന്ദ്രാദികളായ ദേവന്മാരെ പരിപാലിച്ച്, ഇന്നിപ്പോൾ ദശരഥപുത്രനായി വന്നതും അവിടുന്നു തന്നെയാണല്ലോ)

ഉത്തരകാണ്ഡത്തിന്റെ അവസാനത്തോടടുത്തും 'പുരുഷോത്തമനായ മഹാവിഷ്ണു'വിനെ കണ്ണശ്ശകവി വാഴ്ത്തുന്നു. ഇവിടെ, മറ്റൊരു സവിശേഷത കൂടിയുണ്ട്. കവിയുടെ വ്യക്തിത്വം ഇവിടെ വെളിവാകുന്നു എന്നതാണത്.

'തനയൻമാരിരുവർക്കു സഹോദരി
മാരാംമൂവർക്കും മകനായേ
അനുപമയായവൾ മൂവരിളയവ
ളാകിയ മാനിനി പെറ്റുളനായാൻ;
ഇനിയ മഹാദേവാജ്ഞയിനാലേയിതമൊടു-
വാലകനാകിയ 'രാമൻ'
പുനരവനും നിജപാപംകളയാൻ
പുരുഷോത്തമ കഥചൊല്ക തുനിഞ്ഞാൻ'

(പുറം. 1176)

(ഈ രണ്ടു സഹോദരന്മാർക്കും അവരുടെ മൂന്നു സഹോദരിമാർക്കും

കൂടി ഒരേയൊരു പിൻഗാമിയായി ഇളയ സഹോദരിയിൽ രാമൻ എന്ന ബാലൻ പിറന്നു. നിരണത്തു കപാലീശ്വരന്റെ ആജ്ഞയാലെന്നതു പോലെ സ്വന്തം പാപ ശാന്തിക്കായി അവൻ പുരുഷോത്തമനായ മഹാ വിഷ്ണുവിന്റെ കഥ ഗാനം ചെയ്യാൻ ഒരുമ്പെട്ടു)

ഒരുകാര്യം നിസ്തർക്കമാണ്. കണ്ണശ്ശകവിക്ക്, രാമൻ അവതാരമാണെന്നത് അത്രയ്ക്കങ്ങു ബോദ്ധ്യപ്പെട്ടിട്ടില്ലെന്നു തോന്നുന്നു! അദ്ദേഹത്തിനു ശേഷം എഴുത്തച്ഛനിലേക്കു വരുമ്പോഴാണ് ഇതു കൂടുതൽ ബോദ്ധ്യമാവുന്നത്. എഴുത്തച്ഛന് ശ്രീരാമചന്ദ്രൻ 'നിന്തിരുവടി' ആയിരുന്നു. കണ്ണശ്ശന് അതത്ര കണ്ടങ്ങ് ബോദ്ധ്യമായിട്ടില്ല. അതത്ര കണ്ടങ്ങ് അംഗീകരിച്ചിട്ടുമില്ല. *കണ്ണശ്ശ രാമായണ*ത്തിന്റെ സൂക്ഷ്മവായനയിലൂടെ ഇക്കാര്യം ബോദ്ധ്യമാകുന്നതാണ്.

എച്ച്. എഴുത്തച്ഛൻ എഴുതിയപ്പോൾ

മലയാളികളെ സംബന്ധിച്ചിടത്തോളം അവരുടെ *രാമായണം* തുഞ്ചത്തു രാമാനുജൻ എഴുത്തച്ഛൻ എഴുതിയിട്ടുള്ള *അദ്ധ്യാത്മരാമായണം കിളിപ്പാട്ടു* തന്നെയാണ്. അതുമാത്രമാണെന്നും അതിശയോക്തി കലരാതെ തന്നെ പറയാവുന്നതാണ്! ചീരാമകവിയുടെ *ഇരാമചരിതം* (എ ഡി 1150), അയ്യപ്പിള്ളി ആശാന്റെ *രാമകഥപ്പാട്ട്* (എ ഡി 1350), നിരണത്തുരാമപ്പണിക്കരുടെ *കണ്ണശ്ശരാമായണം* (എ ഡി 1425) തുടങ്ങിയുള്ള രാമകഥാഖ്യാനങ്ങളെയല്ല എഴുത്തച്ഛൻ ആശ്രയിച്ചത്. "മലബാർ ജില്ലയിൽ പൊന്നാനി താലൂക്ക്, തൃക്കണ്ടിയൂർ ശിവക്ഷേത്രത്തിന് അല്പം പടിഞ്ഞാറു മാറി, തിരൂർ തീവണ്ടി സ്റ്റേഷനിൽ നിന്നും ഏകദേശം ഒരു മൈൽ തെക്കുപടിഞ്ഞാറായി പൊന്നാനിപ്പുഴയുടെ തീരത്തിൽ തുഞ്ചൻ പറമ്പ് എന്ന പാവനനാമത്താൽ സുവിദിതമായ ഒരു സ്ഥലം ഇന്നും കാണാനുണ്ട്. ആ പറമ്പിലാണ് തുഞ്ചത്തു രാമാനുജൻ ജനിച്ചത്."[18]

അവതാര പരാമർശം ഇടയ്ക്കിടെ പ്രത്യക്ഷമാകുന്ന *വാല്മീകി രാമായണ*ത്തിന്റെ (പ്രക്ഷിപ്തങ്ങളുള്ള) പാഠങ്ങളൊന്നുമല്ല എഴുത്തച്ഛൻ തന്റെ രാമകഥാകാവ്യത്തിന് അവലംബമാക്കിയത്. *അദ്ധ്യാത്മരാമായണം* (സംസ്കൃതം), കാളിദാസന്റെ *രഘുവംശം, ഭോജചമ്പു, ഭാഷാരാമായണചമ്പു, കണ്ണശ്ശ രാമായണം* തുടങ്ങിയ കൃതികളെയാണ് എഴുത്തച്ഛൻ ആശ്രയിച്ചത്. അതേസമയം തന്നെ, എഴുത്തച്ഛന്റെ *അദ്ധ്യാത്മരാമായണം കിളിപ്പാട്ടി*നെ ഒരു സ്വതന്ത്രകൃതിയായിത്തന്നെ കാണുന്നവരുമുണ്ട്.[19] ഓരോരോ രാമായണങ്ങൾ തമ്മിൽ അനേകം ആഖ്യാനവ്യത്യസ്തതകൾ പുലർത്തുന്നു. *വാല്മീകി രാമായണവും അദ്ധ്യാത്മരാമായണവും* (സംസ്കൃതം) തമ്മിലുള്ള വ്യത്യസ്തതകൾ കുറഞ്ഞൊന്നു മുമ്പ് സൂചിപ്പിക്കുകയുണ്ടായി. അതിനനുബന്ധമായി ഡോ. കെ എൻ എഴുത്തച്ഛന്റെ നിരീക്ഷണവും കൂടി കാണുക.[20]

അയോദ്ധ്യ കാണ്ഡത്തിൽ നാരദൻ, രാമനെ സന്ദർശിച്ച് അദ്ദേഹ

ത്തിന്റെ ജനനകാരണം ഉദ്ബോധിപ്പിക്കുന്നതും അവതാരകഥയ്ക്കു ബലം കൂട്ടാൻ *അദ്ധ്യാത്മരാമായണ*കാരൻ കൂട്ടിച്ചേർത്തതാണ്. രാമനാമം വികടരീതിയിൽ ജപിച്ച് വാല്മീകി സിദ്ധനായിത്തീർന്നകഥയും അതുപോലെതന്നെ. വസിഷ്ഠൻ ഭരതനോട് രാമന്റെ അവതാരമഹത്വം പറയുന്നതും രാമനെ വിഷ്ണുവാണെന്നു മനസ്സിലാക്കുന്നതും മറ്റും വാല്മീകിയിലില്ല. വിരാധവധത്തിൽ *വാല്മീകി രാമായണ*ത്തിന്റെ പൗരസ്ത്യപാഠമാണ് കവി സ്വീകരിച്ചിരിക്കുന്നത്. സീതയെ ഒരു കൊല്ലത്തേക്ക് അഗ്നിയിൽ മറച്ചു നിർത്തുന്നതും മായാസീതയെക്കൊണ്ടു കഥ നടത്തിക്കുന്നതും നൂതന കല്പനയാണ്. നായികയ്ക്കു രാക്ഷസസ്പർശം കൂടാതെ കഴിക്കാനും രാവണവധാനന്തരം തീയിൽനിന്നും അവളെ വീണ്ടെടുക്കുന്ന കഥയ്ക്ക് കൂടുതൽ യുക്തിയുണ്ടാക്കാനും ചെയ്ത തന്ത്രമാണിത്. സ്വയംപ്രഭ, രാമനെ സന്ദർശിക്കുന്നത് ആദികവി പറയാത്തതാണ്. ഇതും രാമന്റെ അവതാരമഹത്വം വർദ്ധിപ്പിക്കാൻ ചെയ്തതാകണം. സ്വയംപ്രഭ, രാമാജ്ഞയനുസരിച്ചു ബദരീവനത്തിലേക്കു പോകുന്നതും പുതുമയാണ്. ഹനുമാൻ കുരുവിയെപ്പോലെ ചെറുതായി സീതയുടെ മുന്നിൽ പ്രത്യക്ഷപ്പെടുന്നതും വാല്മീകിയിലില്ല. കാലനേമിയുടെ കഥയും ഇതുപോലെതന്നെ. ഗന്ധമാദനത്തെയും ദ്രോണപർവ്വതത്തെയും സംബന്ധിച്ച പ്രസ്താവനയെല്ലാം പുത്തനാണ്. കൈലാസത്തിലാണ് ആദികവിയുടെ മൃതസഞ്ജീവിനി. അദ്ധ്യാത്മരാമായണത്തിലത് ക്ഷീരസമുദ്രത്തിലെ ദ്രോണപർവ്വതത്തിലും. രാവണൻ ഹോമം നടത്തുന്നതും കപികൾ മണ്ഡോദരിയേയും മറ്റും ഉപദ്രവിച്ച് അതു മുടക്കുന്നതും വാല്മീകിയിലില്ല. *അദ്ധ്യാത്മരാമായണ*ത്തിൽ മുൻപു ചൂണ്ടിക്കാണിച്ചതുപോലെ മായാസീതയാണ്, യഥാർത്ഥസീതയല്ല, അഗ്നിപ്രവേശം ചെയ്യുന്നത്. രാമാഭിഷേകാനന്തരം ഹനുമാൻ ഹിമാലയത്തിലേയ്ക്കു തപസ്സിനു പോകുന്നതും പുതിയ കല്പനയാണ്. ഉത്തരകാണ്ഡത്തിലെ ബാലിസുഗ്രീവന്മാരുടെ ഉല്പത്തി കഥ, രാവണനും സനൽകുമാരനുമായുള്ള സംഭാഷണം ഇത്യാദികൾ ആദികാവ്യത്തിൽ കാണുന്നില്ല.

എന്തായാലും രാമാനന്ദന്റെ ഭക്തിപ്രസ്ഥാനം പ്രചാരത്തിൽ വന്നതിനുശേഷം അതിന് കൂടുതൽ സ്ഥിരപ്രതിഷ്ഠ നേടുന്നതിനായി വാല്മീകിയുടെ മാതൃകാമനുഷ്യനായ രാമനെ അവതാരപുരുഷനായി ചിത്രീകരിച്ച് എ ഡി 1490 നും 1550 നും ഇടയ്ക്ക് ഭക്തിപ്രസ്ഥാനത്തിൽ പെട്ട ഭാവനാസമ്പന്നനായ ഏതോ ഒരു കവി രചിച്ച സംസ്കൃതകാവ്യമാണ് *അദ്ധ്യാത്മരാമായണം* എന്ന കാര്യത്തിൽ അഭിപ്രായഭേദമില്ല. രാമാനന്ദൻ എന്നൊരു കവിയിൽ *അദ്ധ്യാത്മരാമായണ* കർത്തൃത്വം ആരോപിച്ചിട്ടുള്ളതായി മുമ്പ് സൂചിപ്പിക്കുകയുണ്ടായി. ഈ കാവ്യത്തിനൊപ്പം എഴു

ത്തച്ഛൻ ഉപജീവിച്ച മറ്റു രചനകളെക്കുറിച്ചും സൂചിപ്പിക്കുകയുണ്ടായി. ഇവയിൽ, *അദ്ധ്യാത്മരാമായണം* കഴിഞ്ഞാൽ പിന്നെ എഴുത്തച്ഛൻ ഏറെ ആശ്രയിച്ചിരിക്കുന്നത് *കണ്ണശ്ശരാമായണ*ത്തെയാണെന്ന് കാണാം. ഇതിനർത്ഥം, വാല്മീകിയെ പൂർണ്ണമായും എഴുത്തച്ഛൻ ഉപേക്ഷിച്ചുവെന്നല്ല. അതിന്റെ ഏറ്റവും മികച്ച തെളിവാണ് *വാല്മീകി രാമായണം* അയോദ്ധ്യാകാണ്ഡത്തിലെ താഴെച്ചേർത്തിരിക്കുന്ന വിഖ്യാത ശ്ലോകത്തിന് എഴുത്തച്ഛൻ നല്കിയിരിക്കുന്ന തർജ്ജമ. വനവാസത്തിനായി പുത്രനായ ലക്ഷ്മണനെ രാമനൊപ്പം യാത്രയാക്കുമ്പോൾ ലക്ഷ്മണമാതാവായ സുമിത്ര, ലക്ഷ്മണന് നല്കുന്ന ഉപദേശമാണിത്.

രാമം ദശരഥം വിദ്ധി ജനകാത്മജാം
അയോദ്ധ്യാ മടവീം വിദ്ധി ഗച്ഛതാത യഥാസുഖം

(നീ രാമനെ ദശരഥനായി കരുതണം. സീതയെ ഞാനെന്നുമോർക്കണം. കാടിനെ അയോദ്ധ്യയായി കാണണം. ഉണ്ണീ, യഥാസുഖം പോവുക)

എഴുത്തച്ഛൻ ഈ ശ്ലോകത്തെ മൊഴിമാറ്റിയിരിക്കുന്നത് ഇങ്ങനെയാണ്:

രാമനേ നിത്യം ദശരഥനെന്നുള്ളി-
ലാമോദമോടു നിരൂപിച്ചു കൊള്ളണം
എന്നെജ്ജനകാത്മജയെന്നുറച്ചുകൊൾ
പിന്നെയയോദ്ധ്യയെന്നോർത്തീടടവിയെ
മായാവിഹീനമീവണ്ണമുറപ്പിച്ചു
പോയാലുമെങ്കിൽ സുഖമായ് വരിക തേ.

ഇതുപോലെതന്നെ കണ്ണശ്ശനിൽനിന്നും ചില സ്വീകരണങ്ങളും എഴുത്തച്ഛൻ നടത്തിയിട്ടുണ്ട്.

നരപാലകർ ചിലർ അതിനു വിറച്ചാർ
നലമുടെ ജാനകി സന്തോഷിച്ചാൾ
അരവാദികൾ ഭയമീടും ജടിധ്വനി-
യാൽ മയിലാനന്ദിപ്പതു പോലെ.

(*കണ്ണശ്ശരാമായണം*. പേജ് 109)

കണ്ണശന്റെ ഇതേവരികൾ എഴുത്തച്ഛനിലേക്കെത്തിയപ്പോൾ, ഭാവന കണ്ണശ്ശന്റേതുതന്നെയായിരിക്കുമ്പോഴും അതു കൂടുതൽ കാവ്യാത്മകമായിയെന്നു കാണാവുന്നതാണ്.

ഇടിവെട്ടീടുംവണ്ണം വിൽമുറിഞ്ഞൊച്ചകേട്ടു
നടുങ്ങീരാജാക്കന്മാരുരഗങ്ങളെപ്പോലെ
മൈഥിലിമയിൽപ്പേടപോലെ സന്തോഷം പൂണ്ടാൾ'

(*അദ്ധ്യാത്മരാമായണം* കിളിപ്പാട്ട്)

ഇങ്ങനെ, *അദ്ധ്യാത്മരാമായണ*ത്തോടുള്ള വിധേയത്വം മറ്റു പല കൃതികളോടും നിലനില്ക്കുമ്പോൾതന്നെ എഴുത്തച്ഛന്റെ കൃതി സ്വതന്ത്രതർജ്ജമയുടെ നിലവാരത്തിലേക്ക് ഉയർന്നു എന്നതാണ് യഥാർത്ഥ്യം.

പുരുഷോത്തമനായ/നരനായ വാല്മീകിയുടെ രാമനെ ഉപേക്ഷിച്ച് *അദ്ധ്യാത്മരാമായണ* (സംസ്കൃതം)ത്തിലെ അവതാരവും ദൈവവുമായ ശ്രീരാമചന്ദ്രനെ എന്തുകൊണ്ട് എഴുത്തച്ഛൻ സ്വീകരിച്ചു? *അദ്ധ്യാത്മരാമായണ*ത്തിലെ അവതാരമായ രാമന് കൂടുതൽ സുവർണ്ണശോഭ നല്കി രാമനെ ശരിക്കുമൊരു ദൈവമാക്കിമാറ്റുന്നതിന് എഴുത്തച്ഛനെ പ്രേരിപ്പിച്ചത് എന്തൊക്കെയാകാം? ഇതിനുള്ള ഉത്തരങ്ങൾ തേടുമ്പോൾ എഴുത്തച്ഛനു തൊട്ടുമുമ്പും അദ്ദേഹത്തിന്റെ കാലത്തും നിലനിന്നിരുന്ന സാമൂഹിക ജീവിതാവസ്ഥകളെക്കുറിച്ച് പ്രതിപാദിക്കേണ്ടതായി വരുന്നു. അതു പരാമർശിക്കാതെ അദ്ദേഹത്തിന്റെ കൃതികളെക്കുറിച്ചുള്ള പഠനം അപൂർണ്ണമായിരിക്കും. നിലവിലുള്ള സാമൂഹിക-സാമ്പത്തികാവസ്ഥകളുടെ പ്രതിഫലനമല്ല കാവ്യമെന്നും അതേതോ അലൗകികമായ പ്രേരണകളുടെ ഫലമായി കവി 'എഴുതിപ്പോകുന്ന'താണെന്നുമുള്ള ചിലരുടെയൊക്കെ വാചാടോപങ്ങൾ ഇക്കാലത്തും നമുക്കുചുറ്റുമുള്ള സാഹചര്യത്തിൽ വിശേഷിച്ചും ഇത്തരം പഠനം അനിവാര്യവുമാകുന്നു.

എ ഡി 1498 ലാണ് പോർച്ചുഗീസുകാർ കേരളത്തിലെത്തുന്നത്. എ ഡി 1663 ൽ അവർ വിട പറയുന്നതുവരെയുള്ള ഒന്നര നൂറ്റാണ്ടുകാലം കേരളീയ സാഹിത്യ ചരിത്രത്തിലും സുപ്രധാനമാണ്. പോർച്ചുഗീസുകാർ ഇവിടെ വരുമ്പോൾ ഇവിടത്തെ ഭരണത്തിന് ഒരു കേന്ദ്രീകൃതരൂപമോ, വ്യവസ്ഥയോ ഇല്ലായിരുന്നു. ചെറുകിട രാജാക്കന്മാരും ഇട പ്രഭുക്കളും അവരെ നിയന്ത്രിച്ചിരുന്ന നമ്പൂതിരി ജന്മിമാരും നായർമാടമ്പികളും ജനജീവിതം നിയന്ത്രിച്ചു പോന്നു. ഇവിടത്തെ ഹിന്ദുക്ഷേത്രഭരണം പൂർണ്ണമായും നമ്പൂതിരി സമുദായം കൈയടക്കിയിരുന്നു. അവരുടെ വിളിപ്പുറത്ത്, ഏത് ആജ്ഞയും ശിരസ്സാവഹിച്ച് നടക്കുന്നതിന് നായർ ഭടജനങ്ങളും. ഏതു രാജ്യത്തിലെ നമ്പൂതിരിയും രാജാവിന് വിധേയനായിരുന്നില്ലതാനും. അവരെന്തെങ്കിലും കുറ്റംചെയ്താൽ അതിൽ തീർപ്പുകല്പിക്കുന്നതിന് അധികാരം രാജാവിനില്ല, പകരം ആഴ്വാഞ്ചേരി തമ്പ്രാക്കൾക്കുമാത്രം! അങ്ങനെ, ഭോഗലാലസരും ഉത്തരവാദിത്വഹീനരുമായി ബ്രാഹ്മണമേധാവിത്വം അരങ്ങുവാണു. രണ്ടേ രണ്ടു രാജസ്ഥാനങ്ങൾ മാത്രമെ പ്രബലമായുണ്ടായിരുന്നുള്ളൂ. വേണാടും കോഴിക്കോടും മാത്രം. കൊച്ചിയും കോലത്തുനാടുമൊക്കെ കോഴിക്കോടിന്റെ മേധാവിത്വം ഗതികെട്ട് അംഗീകരിക്കേണ്ടിവന്നു.

ഇവിടേക്കായിരുന്നു പോർച്ചുഗീസുകാരുടെ വരവ്. അതാകട്ടെ, കാര്യങ്ങൾ കൂടുതൽ വഷളാക്കുകയാണുണ്ടായത്. ചെറുകിട രാജാക്കന്മാരെ പലവിധത്തിൽ സ്വാധീനിച്ച് കിടമത്സരങ്ങൾക്ക് അവർ വളംവച്ചു. പോപ്പിൽ നിന്നും 'അനുമതി പത്ര'വുമായി തോക്കും പീരങ്കിയുമായി വന്ന അവർ സാമ്രാജ്യസ്ഥാപനത്തിനു ശ്രമിച്ചത് സ്വാഭാവികം. കൊച്ചി, കോലത്തിരി, കൊല്ലം, പുറക്കാട് തുടങ്ങിയ 'രാജ്യങ്ങൾ' അവരുടെ ബന്ധുക്കളായി. പോർച്ചുഗീസുകാരുടെ സഹായത്തോടെ സാമൂതിരിയുമായി എതിരിട്ട കൊച്ചിയെ നേരിടാൻ സാമൂതിരിക്ക് അറബികൾ തുണ

യായി. ഇതൊക്കെത്തന്നെ ചരിത്രത്തിന്റെ ഭാഗമാണ്. എന്തായാലും വിദേശീയ ഇടപെടലുകളും യുദ്ധങ്ങളും സാധാരണ ജനജീവിതം ദുസ്സഹമാക്കി. വിദേശീയ കടന്നുകയറ്റത്തിൽ നമ്പൂതിരി സമുദായവും പൊറുതിമുട്ടി. മലബാറിൽ സാമൂതിരിയുടെ ഒത്താശയോടെ സാധാരണജനങ്ങൾ ഇസ്ലാം മതം സ്വീകരിച്ചു. മദ്ധ്യകേരളത്തിലാകട്ടെ, പോർച്ചുഗീസ് മിഷണറിമാരുടെ സ്വാധീനത്തിൽ ക്രിസ്തുമതത്തിലേക്കുള്ള പരിവർത്തനവും വ്യാപകമായി.

ഇതിന്റെയൊക്കെ ഫലമായി ബ്രാഹ്മണ്യം ചോദ്യം ചെയ്യപ്പെട്ടുതുടങ്ങി. ക്ഷേത്രങ്ങൾ അനാഥമായി. മിഷണറിമാരുടെ ശ്രമഫലമായി വിദ്യാഭ്യാസവും വ്യാപകമായിത്തുടങ്ങി. അക്ഷരം പഠിച്ചതുകൊണ്ട് ആകാശം ഇടിഞ്ഞുവീഴില്ലെന്ന് പലർക്കും ബോദ്ധ്യമായിത്തുടങ്ങി. നിർബ്ബന്ധിതമായും അല്ലാതെയുമുള്ള മതപരിവർത്തനം, വിദേശീയരുടെ ക്രൂരമായ നടപടികൾ തുടങ്ങിയവ പലരേയും ഇരുത്തിച്ചിന്തിപ്പിച്ചു. ശ്രേണീകൃതമായ ജാതിവ്യവസ്ഥയോട് വിടപറഞ്ഞ് തദ്ദേശീയരുടെ ഐക്യം അനിവാര്യമെന്നു വന്നു. വൈകാരികമായ ഉദ്ഗ്രഥനവും ഇതിനാവശ്യമായിരുന്നു.

ഈ പശ്ചാത്തലത്തിലാണ് *കണ്ണശ്ശരാമായണ*ത്തിലും *കൃഷ്ണഗാഥ*യിലുമൊക്കെ പ്രതിഫലിച്ചിരുന്ന ഭക്തിപ്രഭാവത്തിന് ഒരു പ്രസ്ഥാനത്തിന്റെ ശക്തി ലഭിക്കുന്നത്. തുഞ്ചത്തെഴുത്തച്ഛനും (എ ഡി 1500–1580) പൂന്താനവും (എ ഡി 1547–1640), മേൽപ്പുത്തൂർ നാരായണ ഭട്ടതിരിയും (എ ഡി 1560–1648) മറ്റും ഭക്തിപ്രസ്ഥാനകവികളായി പ്രത്യക്ഷരാകുന്നത് ഈ സാഹചര്യത്തിലാണ്. ഇവരിൽ എന്തുകൊണ്ടും മുമ്പനായ എഴുത്തച്ഛനെക്കുറിച്ച് ഒ എൻ വി കുറുപ്പ് ഇങ്ങനെ പറയുന്നു: "ഭക്തിയിലൂടെ ഒരു ജനതയെ ഏകീകരിക്കുവാനും കലാപമുഖരിതമായ ഒരു അന്തരീക്ഷത്തിൽ ശാന്തിനിലാവുദിപ്പിക്കുവാനും ശ്രമിച്ച മഹാനായ കവിയാണ് എഴുത്തച്ഛൻ. സൂർദാസും തുളസീദാസും നന്നയ്യഭട്ടനും ചൈതന്യനും നാമദേവനുമെല്ലാം ചേർന്നു ദീപ്തമാക്കിയ ഭാരതീയ സാഹിത്യത്തിലെ ഭക്തിപ്രസ്ഥാനത്തിന് കേരളം നല്കിയ ഏറ്റവും വലിയ സംഭാവനയാണ് എഴുത്തച്ഛന്റെ കൃതികൾ. മലയാളവും സംസ്കൃതവും തമ്മിലിണക്കി ഒരു പുതിയ കാവ്യഭാഷസൃഷ്ടിക്കുവാനുള്ള ശ്രമം - ബോധപൂർവ്വമായും അല്ലാതെയും രാമചരിതകാരൻ തൊട്ടിങ്ങോട്ടു പരിപൂർണ്ണ ശോഭനമാവുന്നത് എഴുത്തച്ഛന്റെ കൃതികളിലാണ്."[21]

*വാല്മീകിരാമായണ*ത്തെ മാത്രം സമ്പൂർണ്ണമായി ആശ്രയിക്കാതെ അത്രയൊന്നും കാവ്യസൗന്ദര്യം അവകാശപ്പെടാനില്ലാത്ത, ഭക്തി ജ്ഞാനയോഗപ്രബോധനം മാത്രം ലക്ഷ്യമാക്കി രചിക്കപ്പെട്ട *അദ്ധ്യാത്മരാമായണ* (സംസ്കൃതം)ത്തെ എഴുത്തച്ഛൻ ഉപജീവിച്ചതിന്റെ പൊരുളും സാഹചര്യവും മേൽവിവരിച്ചതാണ്. തന്റെ ചുറ്റും നടക്കുന്ന ആത്മീയവും ഭൗതികവുമായ അപചയങ്ങൾക്കെതിരെ ഒരു കവിനടത്തിയ കാവ്യകലാപത്തിന്റെ പ്രകാശനം കൂടിയായി വേണം എഴുത്തച്ഛന്റെ *അദ്ധ്യാത്മ*

രാമായണം കിളിപ്പാട്ടിനെ കാണേണ്ടത്. വിദേശ ശക്തികളുടെ നുഴഞ്ഞു കയറ്റവും ബ്രാഹ്മണ പുരോഹിതവർഗ്ഗങ്ങളുടെ അഴിഞ്ഞാട്ടങ്ങളും അരാജകത്വങ്ങളും മൂലം അമ്പേ തകർന്നടിയാൻ പോകുന്ന ഒരു സമൂഹത്തിനുള്ള ഊന്നുവേരുകളും കൂടിയായിരുന്നു എഴുത്തച്ഛന്റെ ഭക്തികാവ്യങ്ങൾ എന്നും പറയേണ്ടതുണ്ട്. എന്നാൽ, *രാമായണ*വും *മഹാഭാരത*വുമൊക്കെ ഹൈന്ദവ മതഗ്രന്ഥങ്ങളാണെന്ന മിഥ്യാധാരണ വച്ചുപുലർത്തുന്നവർ ഇതംഗീകരിക്കണമെന്നില്ല. ഹിന്ദുപുരാവൃത്തങ്ങളുടെയോ, അവയിലെ കഥാപാത്രങ്ങളുടെയോ, കഥപറയുന്നതുകൊണ്ട് അവയൊന്നും തന്നെ ഹിന്ദുമതഗ്രന്ഥങ്ങളാകില്ല. ഒരു മതത്തിലെ ആചാരങ്ങൾ, വിശ്വാസങ്ങൾ, അനുഷ്ഠാനങ്ങൾ, ജീവിതക്രമങ്ങൾ തുടങ്ങിയവയൊക്കെ അനുശാസിക്കുന്ന ഗ്രന്ഥം മാത്രമെ ഒരു മതഗ്രന്ഥമാകൂ. അങ്ങനെയൊരു ഗ്രന്ഥം ഹിന്ദുമതം എന്നു വിവക്ഷിക്കുന്ന മതത്തിന് ഇല്ല എന്നതാണ് യാഥാർത്ഥ്യം. ഇതു മനസ്സിലാക്കാതെയും മനസ്സിലായിട്ടും ആയില്ലെന്നു നടിച്ചും ഹിന്ദുമതത്തിന്റെ ചില്ലറയും മൊത്തവുമായ വ്യാപാരക്കുത്തക ഏറ്റെടുത്തിരിക്കുന്ന ചിലർ വേദോപനിഷത്തുകളെയും ഇതിഹാസ പുരാണാദികളെയും ഹിന്ദുമതഗ്രന്ഥങ്ങളായി കൊണ്ടാടി നടക്കുമ്പോൾ അവരുടെ അജ്ഞതകണ്ട് സഹതപിക്കുകയല്ലാതെ മറ്റു വഴിയില്ല!

ഇവിടെ മഹാകവി അക്കിത്തത്തിന്റെ വാക്കുകൾ കൂടുതൽ അന്വർത്ഥമാകുന്നതായി കാണാം. "ഭാരതം ഇതിഹാസമായിരുന്നു, കാവ്യമായിരുന്നില്ല. *രാമായണ*മാണ് ആദ്യം ഉണ്ടായ കാവ്യം; സാങ്കേതികമായ അർത്ഥത്തിൽ. ആദികാവ്യം വാല്മീകിരാമായണം എന്ന സങ്കല്പമാകട്ടേ, രാമായണത്തെ 'അഥാതോ ബ്രഹ്മ ജിജ്ഞാസാ' എന്ന ബ്രഹ്മസൂത്രത്തിലെ ആദ്യസൂത്രത്തിന്റെ ന്യായീകരണം ആയിട്ടുകൂടി കാണുന്നു ഒരർത്ഥത്തിൽ. ആ അർത്ഥത്തിൽ *രാമായണം* മതഗ്രന്ഥമേ അല്ല. മതങ്ങൾ 'കരഞ്ഞുപിറക്കും മുമ്പുള്ള' കാലഘട്ടത്തിന്റെ പ്രാതിനിദ്ധ്യമാണ് *ഭാരതരാമായണാദി* ആദിമ ഗ്രന്ഥങ്ങളിലൊക്കെ നാം കാണേണ്ടത്."[22]

അതു നില്ക്കട്ടെ. എഴുത്തച്ഛന്റെ രാമൻ ഏതു സാഹചര്യത്തിലാണ് അവതാരമായി ചിത്രീകരിക്കപ്പെട്ടതെന്ന് സൂചിപ്പിക്കുകയുണ്ടായി. രാമനെ അവതാരമായി വാഴ്ത്തിയപ്പോൾ മറ്റൊരു കവിക്കും എത്തിപ്പെടുവാനാവാത്ത ഉയരങ്ങളിൽ എഴുത്തച്ഛൻ എത്തിച്ചേരുകയുമുണ്ടായി. അതുകൊണ്ടുകൂടിയാണ് ആ കവി മലയാളഭാഷയുടെ തന്നെ പിതാവായി മാറിയതും, ഇന്നും ആ നിലയ്ക്ക് വാഴ്ത്തപ്പെടുന്നതും. ഭക്തിരസപ്രവാഹത്തിൽപെട്ട് സ്വയം വിസ്മരിച്ചുപോകുന്ന എഴുത്തച്ഛന്റെ കിളിപ്പാട്ടിൽ നിന്നും ഒരു വരിപോലും ഉദ്ധരിക്കുന്നതിന് നമ്മൾ അശക്തരാകുന്നതാണ്! എന്തെന്നാൽ ഏതു ശ്ലോകമാണ്, ഏതുവരിയാണ് ഉദ്ധരിക്കേണ്ടതെന്ന സന്ദേഹത്തിൽ നമ്മളറിയാതെ പെട്ടുപോകും. അത്തരം സന്ദേഹങ്ങൾ മാറ്റിവച്ച് അതിനു ശ്രമിച്ചാൽ *അദ്ധ്യാത്മരാമായണം കിളിപ്പാട്ട്* മുഴുവൻ ഉദ്ധരിക്കേണ്ടതായി വരും!

മലയാളത്തിൽ ഗദ്യരൂപത്തിലും പദ്യരൂപത്തിലും ഉണ്ടായിട്ടുള്ള രാമ

കഥാഖ്യാനങ്ങൾ ഏറെയുണ്ട്. കോട്ടയം കേരളവർമ്മയുടെ പാതാള രാമായണം, വാല്മീകി രാമായണ പരിഭാഷ, ഔവ്വാട്ടുതുറ അയ്യപ്പിള്ളി ആശാന്റെ *രാമകഥാപ്പാട്ട്,* അഴകത്ത് പത്മനാഭക്കുറുപ്പിന്റെ *ശ്രീരാമ ചന്ദ്ര വിലാസം* മഹാകാവ്യം തുടങ്ങി ഭാഷയിലുണ്ടായിട്ടുള്ള രാമകഥാഖ്യാനങ്ങളുടെ കണക്കെടുപ്പ് എളുപ്പമല്ല. 1653 നും 1694 നും ഇടയ്ക്ക് രൂപപ്പെട്ട രാമനാട്ടവും തുടർന്നു വന്ന കഥകളിയും രാമകഥാഖ്യാനങ്ങളിൽ നിന്നു മുക്തമല്ല. കുഞ്ചൻനമ്പ്യാരുടെ തുള്ളൽകൃതികളും ഇതിനവപാദമല്ല. ഇതിനും പുറമെയാണ് മാപ്പിള രാമായണങ്ങൾ. പ്രാദേശികമായും കാർഷികവൃത്തിയുമായും ബന്ധപ്പെട്ടും രാമകഥാപാട്ടുകൾ വേറെയുമുണ്ട്. ഇതര സാഹിത്യരൂപങ്ങളിലും ഉള്ളതായ രാമകഥാസ്വാധീനവും ചെറുതല്ല. കണ്ണശ്ശനും എഴുത്തച്ഛനും തെളിച്ചപാതയിലൂടെ കൗതുകത്തിനുവേണ്ടിയെങ്കിലും ഒന്നു നടന്നുനോക്കാത്ത കവികളോ, കഥാകൃത്തുക്കളോ, കലാകാരന്മാരോ മലയാളത്തിൽ ഉണ്ടോയെന്നു സംശയമാണ്!

ഇവയിൽ, അഴകത്തു പത്മനാഭക്കുറുപ്പിന്റെ (1869-1931) *ശ്രീരാമചന്ദ്രവിലാസം* മഹാകാവ്യത്തെക്കുറിച്ച് അല്പമെങ്കിലും പരാമർശിക്കേണ്ടതുണ്ട്. 1899 ൽ പ്രസിദ്ധപ്പെടുത്തിയ ഈ മഹാകാവ്യത്തിന് എ ആർ രാജരാജവർമ്മ എഴുതിയ അവതാരികയും കേരളവർമ്മ വലിയ കോയിത്തമ്പുരാൻ എഴുതിയ ആശംസാക്കുറിപ്പും മലയാളഭാഷാസാഹിത്യചരിത്രരേഖകൾകൂടിയാണ്. മലയാളത്തിലെ ആദ്യത്തെ ലക്ഷണയുക്തമായ മഹാകാവ്യം എന്ന സ്ഥാനവും ഈ കൃതിക്കുണ്ട്. "മാഘന്റെ 'ശിശുപാലവധ'ത്തോട് ഈ ഗ്രന്ഥത്തെ സമം ചേർക്കാം. അർത്ഥപുഷ്ടി, ശബ്ദഭംഗി, സന്ദർഭശുദ്ധി, കല്പനാവൈചിത്ര്യം, രസാദൗചിത്യം, ബന്ധചാതുര്യം മുതലായ വിഷയങ്ങളിൽ പ്രകൃതകാവ്യത്തിനു സമമായി ഭാഷയിൽ ഒരു മൂലഗ്രന്ഥവും കാണുന്നില്ല." എന്നാണ് അവതാരികയിൽ എ ആർ രേഖപ്പെടുത്തിയിരിക്കുന്നത്.[23] കാവ്യരചനയിൽ പ്രധാനമാതൃകയായി സ്വീകരിച്ചിരിക്കുന്നത് *രാമായണ* (ഭോജ) *ചമ്പു*വിനെയാണെങ്കിലും *വാല്മീകി രാമായണം, അദ്ധ്യാത്മരാമായണം, ഹനുമന്നാടകം, രഘുവംശം, നൈഷധം, ഭാരതംചമ്പു, ആഗ്നേയ പുരാണം* തുടങ്ങിയവയെക്കൂടി പ്രമാണീകരിച്ചിട്ടുള്ളതിനാൽ അവയുടെ ഛായാശകലങ്ങൾ അവിടവിടെ കാണാവുന്നതാണെന്ന് കവി തന്നെ പറഞ്ഞിരിക്കുന്നു. ഭാഷാചരിത്രത്തിൽ ഈ കാവ്യത്തിനുള്ള സ്ഥാനം സുവിദിതവും അനിഷേദ്ധ്യവുമാണ്.

ഐ. കൃത്തിവാസരാമായണം

ബംഗാളി സാഹിത്യവും രാമകഥയുടെ ആകർഷണവലയത്തിൽ നിന്നും സ്വാഭാവികമായും മുക്തമായിരുന്നില്ല. മലയാളികൾ എഴുത്തച്ഛനെ എങ്ങനെ ആദരിക്കുന്നുവോ അതുപോലെയോ, അതിലേറെയോ ബംഗാളി സാഹിത്യപ്രണയികൾ കൃത്തിവാസ ഓത്ധ എന്ന കവിയേയും അദ്ദേഹം രചിച്ച *രാമായണം* അഥവാ *ശ്രീരാമ പാഞ്ചാലി* (പാഞ്ചാലി എന്നതിന്

ആഖ്യാനകാവ്യം എന്നർത്ഥം) എന്ന കൃതിയേയും ആദരിക്കുന്നു. എ ഡി 15-ാം നൂറ്റാണ്ടിലാണ് കൃത്തിവാസൻ തന്റെ രാമായണകാവ്യം പയാർച്ഛന്ദസ്സിൽ രചിച്ചത്. ഇതരരാമായണ കൃതികൾ നേരിട്ടിട്ടുള്ള ദുര വസ്ഥകൾ ആ കൃതിയും നേരിട്ടിട്ടുണ്ട്. കൃത്തിവാസ *രാമായണ*ത്തിന്റേ തായി ഇന്നു ലഭിച്ചിട്ടുള്ള ഒരു കൈയെഴുത്തുപ്രതിക്കും 200 വർഷത്തി ലേറെ പഴക്കം അവകാശപ്പെടുവാനാവില്ല. അതുകൊണ്ട്, മൂലകൃതിയിൽ എന്തെല്ലാം കൂട്ടിച്ചേർക്കലുകളും വെട്ടിത്തിരുത്തലുകളും ഒഴിവാക്കലു കളും നടന്നിട്ടുണ്ടെന്ന കാര്യം ഊഹാതീതമാണ്. രാക്ഷസന്മാരുടെ രാമ ഭക്തിപരാമർശം 18-ാം നൂറ്റാണ്ടിൽ കവിചന്ദ്രൻ എന്ന കവി എഴുതി ച്ചേർത്തിട്ടുള്ളതാണെന്ന് കരുതപ്പെടുന്നു.[24] 1900 ത്തിൽ വംഗസാഹിത്യ പരിഷത്ത് അയോദ്ധ്യാകാണ്ഡവും 1903 ൽ ഉത്തരകാണ്ഡവും 1936 ൽ നളിനീകാന്തഭട്ടശാലി ആദികാണ്ഡവും പ്രസിദ്ധപ്പെടുത്തി. എന്തായാലും കൃത്തിവാസ *രാമായണ*ത്തിന്റെ ഒരു ആധികാരികപ്പതിപ്പ് ഇനിയും ഉണ്ടാ യിട്ടില്ല എന്നതാണ് വസ്തുത. (ഈ ഗ്രന്ഥകാരൻ ആശ്രയിച്ചിരിക്കുന്നത് ബംഗാളി മൂലത്തിൽനിന്നും പ്രൊഫ. എം കെ നാരായണൻ പോറ്റി പരി ഭാഷപ്പെടുത്തി 2011 ആഗസ്തിൽ കേരള ഭാഷാ ഇൻസ്റ്റിറ്റ്യൂട്ട് പ്രസിദ്ധ പ്പെടുത്തിയ കൃത്തിവാസ രാമായണം എന്ന കൃതിയെയാണ്. "ഭാരത ത്തിലെ പ്രാദേശികഭാഷകളിൽ ആദ്യമായുണ്ടായ സമ്പൂർണ്ണ പരിഭാഷ *കൃത്തിവാസരാമായണ*മാണ്." എന്ന അനുബന്ധപ്രസ്താവം പ്രസാധ കരുടെ ആമുഖത്തിൽ ഈ കൃതിയിൽ കാണുന്നു. ഭാരതീയ പ്രാദേശിക ഭാഷകളിൽ ആദ്യമായുണ്ടായ സമ്പൂർണ്ണ പരിഭാഷ (*വാല്മീകി രാമായ ണത്തിന്റേത്*) *കൃത്തിവാസരാമായണ*മാണ് എന്ന പ്രസ്താവന പുനഃപ രിശോധിക്കേണ്ടതായുണ്ട്. എന്തായാലും 12-ാം നൂറ്റാണ്ടിൽവന്ന കമ്പരാ മായണം നമ്മുടെ മുന്നിലുണ്ട്. ഇനി, *കൃത്തിവാസരാമായണ*ത്തിന്റെ പരി ഭാഷയെക്കുറിച്ചാണ് പ്രസാധകർ ഉദ്ദേശിച്ചതെങ്കിൽ, അതൊരുപക്ഷേ, ശരിയായിരിക്കാം).[25]

*വാല്മീകിരാമായണ*ത്തിന്റെ ഗൗഡീയ പാഠത്തെ ആശ്രയിച്ചാണ് കൃത്തിവാസൻ തന്റെ രാമായണകാവ്യം രചിച്ചതെന്നു കരുതപ്പെടുന്നു. ഗൗഡീയ പാഠത്തിലും ദാക്ഷിണാത്യപാഠത്തിലും ഉള്ള വ്യത്യസ്തത കൾ ഈ ഗ്രന്ഥത്തിന്റെ പ്രഥമാദ്ധ്യായത്തിൽത്തന്നെ പരാമർശിക്കുക യുണ്ടായി. ഗൗഡീയപാഠത്തിലും *കൃത്തിവാസ രാമായണ*ത്തിലും അനേകം സമാനതകളുണ്ട്. ദശരഥന്റെ പുത്രിയായ ശാന്തയെക്കുറിച്ചുള്ള പരാമർശം, സീതയുടെ ജനനകഥയിൽ ഒരു അപ്സരസ്സിനെക്കുറിച്ചുള്ള പരാമർശം, രാമനെ താര ശപിക്കുന്നത്, സമ്പാതിയുടെ പുത്രനായ സുപാർശ്വനെപ്പറ്റിയുള്ള പ്രസ്താവന, സഭയിൽവച്ച് രാവണൻ വിഭീഷ ണനുമേൽ നടത്തുന്ന പാദപ്രഹരണം, വിഭീഷണന്റെ കൈലാസയാത്ര, ഭരത-ഹനുമാൻസംവാദം തുടങ്ങിയവയാണ് ഈ സമാനതകൾ. രാമ ഭക്തി പ്രഭാവം കഥാവസ്തുവിൽ ഒട്ടേറെ വ്യതിയാനങ്ങൾ വരുത്തുന്ന തിന് കവിയെ പ്രേരിപ്പിച്ചതായും കാണാവുന്നതാണ്. കൃത്തിവാസന്റെ

കഥാവസ്തുവിൽ ശൈവ-ശാക്ത സമ്പ്രദായങ്ങളുടെ മുദ്രകൾ ഏറെപ്പതിഞ്ഞിട്ടുണ്ട്. ശിവന്റെ അവതാരമായാണ് ഹനുമാനെ ഇതിൽ അവതരിപ്പിച്ചിരിക്കുന്നത്. സേതുബന്ധനകഥയിൽ രാമൻ ശിവ പ്രതിഷ്ഠ നടത്തുന്നതായും പാർവ്വതി, രാവണനെ സഹായിക്കുന്നതിനായി ശിവനെ നിർബ്ബന്ധിക്കുന്നതും ഇതിന്റെ തെളിവായി വിലയിരുത്തപ്പെടുന്നു. അതേസമയം, *വാല്മീകിരാമായണ*ത്തിന്റെ ഒരു പാഠത്തിലും ഇല്ലാത്തതും മറ്റു ചില രാമകഥാഖ്യാനങ്ങളിൽ കാണുന്നതുമായ ചില കഥാസന്ദർഭങ്ങളും *കൃത്തിവാസരാമായണ*ത്തിലുണ്ട്.

ഭരത-ശത്രുഘ്നന്മാരെ രാമനുപകരം വിശ്വാമിത്രനൊപ്പം അയയ്ക്കുന്നതിനുള്ള ദശരഥന്റെ ഗൂഢപ്രയത്നം, വ്യത്യസ്തങ്ങളായ രണ്ട് അവസരങ്ങളിലായി കൈകേയിക്കു വരം ലഭിക്കുന്നത്, വനവാസത്തിന് മുമ്പ് രാമനും ഗുഹനുമായുള്ള സൗഹൃദം, മാനിനെ അമ്പെയ്തു പിടിക്കുന്നതിനായി പോയ രാമന്റെ വിലാപം കേട്ട് സീതയുടെ നിർബന്ധത്തിനു വഴങ്ങി രാമനെ സഹായിക്കുന്നതിനു പുറപ്പെടുന്നതിനു മുമ്പ് ലക്ഷ്മണൻ സീതയ്ക്കു ചുറ്റും വരയ്ക്കുന്ന വൃത്തം (ലക്ഷ്മണരേഖയെന്ന പേരിൽ പ്രസിദ്ധമായത്), രാമൻ ശ്രീകൃഷ്ണാവതാരമെടുക്കുമ്പോൾ കാട്ടാള രൂപമെടുത്ത് ബാലി, കൃഷ്ണനെ വധിക്കുമെന്ന താരയുടെ ശാപം, മണ്ഡോദരിയെ വിഭീഷണൻ വിവാഹം കഴിക്കുന്നത്, സീത വരയ്ക്കുന്ന രാവണ ചിത്രം കാരണം സംഭവിക്കുന്ന സീതാപരിത്യാഗം തുടങ്ങിയവ ഇവയിൽ ചിലതുമാത്രമാണ്. (ലക്ഷ്മണരേഖ ലംഘിച്ചതുകൊണ്ടാണ് സീതയ്ക്ക് ദുരിതങ്ങളേറെ അനുഭവിക്കേണ്ടിവന്നതെന്നും അതുകൊണ്ട് പുരുഷനിർമ്മിതരേഖകൾ സ്ത്രീകൾ ലംഘിക്കരുതെന്നും *വാല്മീകി രാമായണ*ത്തിൽ പറയുന്നുണ്ടെന്ന് പറഞ്ഞു നടക്കുന്ന ചില രാമായണ പണ്ഡിതമ്മന്യന്മാർ നമുക്കിടയിലുണ്ട്. അവരോട് ആദികവി പൊറുക്കട്ടെയെന്നു മാത്രമേ പറയാനുള്ളൂ!) അതുപോലെ, സീതാസ്വയംവരവേളയിലെ കൃത്തിവാസ രാമായണവർണ്ണന വായിച്ചാൽ അത് ബംഗാളി ആചാരവിധി പ്രകാരമുള്ള ഒരു വിവാഹമാണെന്ന് നമ്മൾ വിചാരിച്ചു പോകുന്നതാണ്! ഇങ്ങനെ, *വാല്മീകി രാമായണ*ത്തിൽനിന്നു വേറിട്ടു കൃത്തിവാസൻ രചിച്ച രാമായണകാവ്യമാണ് *കൃത്തിവാസരാമായണം* എന്നു പറയാവുന്നതാണ്.

നാരായണാവതാരമാണ് രാമനും രാമസഹോദരന്മാരുമെന്ന് കൃത്തിവാസകവിയും പറയുന്നു. ഭരതനെ രാജാവാക്കണമെന്ന വരം ദശരഥനിൽ നിന്നും കൈകേയി നേടുന്ന പശ്ചാത്തലം ഇതരരമായണങ്ങളിൽ നിന്നും ഇതിൽ വ്യത്യസ്തമാണ്. മന്ഥരയുടെ വാക്കുകളിലൂടെയാണ് ഇത് അവതരിപ്പിച്ചിരിക്കുന്നത്. രാമനെ അഭിഷേകം ചെയ്യണമെന്ന ദശരഥനിശ്ചയമറിഞ്ഞ് ഭരതനെ രാജാവാക്കുവാൻ ബുദ്ധിയുപദേശിച്ചുകൊണ്ടാണ് മന്ഥര വരുന്നത്. അതിനുള്ള മാർഗ്ഗമറിയാതെ വിഷമിക്കുന്ന കൈകേയിക്ക് മന്ഥര ബുദ്ധിയുപദേശിക്കുന്നു.

"ശബരാസുരനുമായുള്ള യുദ്ധത്തിൽ ദശരഥനു മുറിവേറ്റു. നീയാണ്

ശുശ്രൂഷിച്ചത്. സുഖമായപ്പോൾ രാജാവ് വരം തരാൻ ആഗ്രഹിച്ചു. വീണ്ടും ഇപ്രകാരം മുറിവേറ്റു ചുളുചുളെ കുത്തിനോവുന്ന രണ്ടു വ്രണങ്ങളുണ്ടായി. അതു ശുശ്രൂഷിച്ചപ്പോൾ നിന്റെ വായിൽ പറ്റിയ ചോരയും ചലവും കണ്ടുരാജാവിനു ദുഃഖംതോന്നി. അപ്പോഴും വരം തരാൻ ഭാവിച്ചു രാജാവ്. നീ പറഞ്ഞു, വരട്ടെ മഹാരാജൻ, മന്ഥര ആവശ്യപ്പെടാൻ പറയുന്ന സമയത്ത് തന്നാൽമതി. അങ്ങനെ രണ്ടുവട്ടമായി വാഗ്ദാനം ചെയ്ത വരം നിനക്കു കിട്ടാനുണ്ട്. നീ അതൊക്കെ മറന്നുകാണും. എനിക്ക് എല്ലാം ഓർമ്മയുണ്ട്. മന്ഥര പറയുമ്പോൾ വരം തരണം എന്നാണു നിശ്ചയിച്ചിട്ടുള്ളത്. അതു പറയുവാനാണ് ഞാൻ ഇവിടെ വന്നത്."[26] ഇതേത്തുടർന്നാണ് കൈകേയിയുടെ വരപ്രാപ്തിയും മറ്റും സംഭവിക്കുന്നത്.

വാല്മീകിയിൽ നിന്നു വ്യത്യസ്തമായി, കൃത്തിവാസന് രാമൻ നാരായണാവതാരം തന്നെയായിരുന്നു. അതിന്റെ സൂചനകൾ *കൃത്തിവാസ രാമായണ*ത്തിൽ അനേകം സ്ഥലങ്ങളിലുണ്ട്. ഇതിനു കാരണം കവിയുടെ കാലത്തെ രാമഭക്തി പ്രഭാവമാണെന്നത് സുവ്യക്തമാണ്. കൃത്തിവാസനുശേഷം ബംഗാളിലുണ്ടായ അനേകം രാമകഥാ കാവ്യങ്ങളിലും അവതാര സൂചനകളുണ്ട്. ഇതരഭാഷകളിലേതുപോലെതന്നെ ബംഗാളിലെ രാമകഥാസാഹിത്യവും അതിവിപുലമാണ്. 20-ാം ശതകത്തിലും ബംഗാളിൽ രാമകഥാഖ്യാനങ്ങൾ ഉണ്ടായിട്ടുണ്ട്. 21-ാം ശതകത്തിലും സ്ഥിതി വ്യത്യസ്തമല്ല. 20-ാം ശതകത്തിൽ രാജശേഖരബോസ് രചിച്ച *വാല്മീകി രാമായണം* ഗദ്യപരിഭാഷയും 21-ാംശതകത്തിൽ മൈക്കൽ മധുസൂദനൻ രചിച്ച *മേഘനാദവധ*വും രാമകഥാസാഹിത്യപഠിതാക്കളുടെയും ഗവേഷകരുടെയും സവിശേഷ ശ്രദ്ധ പതിഞ്ഞവയാണ്.

ജെ. രാമചരിതമാനസം

എ ഡി 1533 നും 1623 നും മദ്ധ്യേയാണ് ഗോസ്വാമി തുളസീദാസൻ ജീവിച്ചിരുന്നതായി കരുതപ്പെടുന്നത്. അദ്ദേഹം ഹിന്ദിപ്രദേശത്തെ ഹിന്ദിയുടെ ഉപഭാഷയായ അവധിയിൽ രചിച്ച *രാമചരിതമാനസ*ത്തിന്റെ രചനാപ്രാരംഭം 1574 ൽ രാമനവമി ദിനത്തിൽ അയോദ്ധ്യയിൽ വച്ചാണെന്നു വിശ്വസിക്കപ്പെടുന്നു. *രാമചരിത മാനസ*ത്തിന്റെ മലയാളപരിഭാഷയ്ക്ക് കവി ദേശമംഗലം രാമകൃഷ്ണൻ എഴുതിയ 'പരിഭാഷയെക്കുറിച്ച്' എന്ന കുറുപ്പിലെ ആദ്യവാക്യംതന്നെ ഈ കൃതിയിലേക്കുള്ള കവാടം തുറന്നു തരുന്നുണ്ട്. "വാല്മീകി ഗുണവാനും വീര്യവാനുമായ മനുഷ്യനെ തേടുന്നു, രാമായണത്തിലൂടെ. തുളസീദാസൻ ശ്രീരാമനെ ബ്രഹ്മമായി സങ്കല്പിക്കുന്നു."[27] *രാമചരിതമാനസ*മെന്ന തുളസീദാസകൃതിയുടെ ആത്യന്തികമായ പൊരുൾ ഇതിൽനിന്നും ലഭിക്കുന്നു.

വാല്മീകിയിൽനിന്നും വ്യത്യസ്തമായി തുളസീദാസൻ ഇങ്ങനെയൊരുകാവ്യം രചിച്ചതിന്റെ പശ്ചാത്തലവും ഇവിടെ ചുരുക്കിപ്പറയേണ്ട

തുണ്ട്. ഹിന്ദിയിൽ ഭക്തികാവ്യപ്രസ്ഥാനം ഉത്ഭവിച്ചത് എ ഡി 14-ാം ശതകത്തിന്റെ മദ്ധ്യത്തിലാണെന്ന് കരുതാവുന്നതാണ്. എ ഡി 17-ാം ശതകത്തിന്റെ പകുതിവരെ ആ പ്രസ്ഥാനം അഭിവൃദ്ധി പ്രാപിച്ചു. ഇവിടെ പ്രഭാകർമാച്‌വെയുടെ വാക്കുകൾ പ്രസക്തമാണ്: "ഈ കാലത്ത് ഹിന്ദി സംസാരിക്കുന്ന പ്രദേശങ്ങൾ ആദ്യം പത്താൻ വംശക്കാരുടെയും പിന്നീട് മുഗൾവംശക്കാരുടെയും ഭരണത്തിലായിരുന്നു. ബഹുജനങ്ങളുടെ സാമൂഹികവിശ്വാസങ്ങൾ വെല്ലുവിളിക്കപ്പെട്ടു. അവർക്ക് ഒരു മൂല്യസംഹിതയെ അഭിമുഖീകരിക്കേണ്ടിവന്നു. നഗരവാസികളും ഗ്രാമവാസികളുമായ ഹിന്ദുക്കൾ കൂടുതൽ അടുത്തു. മതമണ്ഡലത്തിൽ ആര്യന്മാർക്കുമുമ്പ് ഉണ്ടായിരുന്ന ആരാധനാസമ്പ്രദായങ്ങൾ ബ്രാഹ്മണപാരമ്പര്യത്തിൽ കൂട്ടിച്ചേർത്തു. ദേവഗണത്തിന്റെ അംഗസംഖ്യ വർദ്ധിപ്പിച്ചു. വിഗ്രഹഭഞ്ജകന്മാരും സൈനികസാഹസികന്മാരും പല ക്ഷേത്രങ്ങളും തകർക്കുകയും കൊള്ളയടിക്കുകയും ചെയ്തതുകൊണ്ട് വിഗ്രഹാരാധനയെപ്പറ്റി ഒരു പുനശ്ചിന്തനം ഉണ്ടായി. ഇതു രണ്ടുതരത്തിലുള്ള ആരാധനാക്രമങ്ങളുടെ വളർച്ചയ്ക്കു വഴിതെളിച്ചു. അതിൻപ്രകാരം ഈ കാലത്തെ ഹിന്ദി ഭക്തികാവ്യത്തിൽ നിർഗുണം, സഗുണം എന്നിങ്ങനെ രണ്ടു സ്രോതസ്സുകൾ ഉണ്ടായി. ആദ്യത്തേതു സരൂപദേവതകളിൽ ഒന്നിനെയും ആരാധിക്കാതെ രൂപരഹിതമായ അഥവാ അമൂർത്തമായ ഈശ്വരനിൽ വിശ്വസിച്ച കവികൾ നിർമ്മിച്ചതും രണ്ടാമത്തേത് ഗുണാന്വിതനായ ഈശ്വരനിൽ, രാമനെയോ, കൃഷ്ണനെയോ മനുഷ്യാവതാരം കൈക്കൊണ്ട ഈശ്വരന്റെ മൂർത്തിമദ് ഭാവത്തിൽ വിശ്വസിച്ച കവികൾ നിർമ്മിച്ചതും. രണ്ടു പ്രസ്ഥാനക്കാർക്കും ആദ്ധ്യാത്മികമായ ഒരു അടിസ്ഥാനം ഉണ്ടായിരുന്നു. ഓരോ കവിയും കേവലസ്വരൂപോന്മുഖമായ അഥവാ ഈശ്വരോന്മുഖമായ ആവിഷ്കാരോപാധിയായി കവിതയെ ഉപയോഗിച്ചു."[28]

ഇവരിൽ നിർഗുണകവികൾ ഉത്തേജനം കൊണ്ടത് ഉപനിഷത്തുകളിൽനിന്നും ശങ്കരാചാര്യരുടെ അദ്വൈതസിദ്ധാന്തത്തിൽനിന്നും ഇസ്ലാം മതത്തിലെ സൂഫിപണ്ഡിതന്മാരുടെ ചിന്തകളിൽ നിന്നുമാണ്. അതുകൊണ്ടുതന്നെ, ഈ നിർഗുണ കവിതാപാരമ്പര്യം ബ്രാഹ്മണ-പൗരോഹിത്യ ശക്തികൾക്കും ജാതിവ്യവസ്ഥയ്ക്കും ഉച്ചനീചത്വങ്ങൾക്കും എതിരുമായി ഭവിച്ചു. രാമാനന്ദൻ (1368-1468), കബീർ (1358-1518), ഗുരുനാനാക്ക് (1469-1538), രയിദാസ് (1398-1448), മുലുക് ദാസ് (1574-1682), സുന്ദർദാസ് (1596-1689) തുടങ്ങിയ കവികളാണ് ആ പാരമ്പര്യത്തിലെ പ്രമുഖർ.

സഗുണ പാരമ്പര്യം വൈഷ്ണവകവികളുമായി ബന്ധപ്പെട്ടതാണ്. വിഷ്ണുവിന്റെ അവതാരങ്ങളെന്നു വിശ്വസിക്കപ്പെടുന്ന രാമന്റെയും കൃഷ്ണന്റെയും ആരാധകരായിരുന്നു അവർ. ക്രി. മു. 5-ാം നൂറ്റാണ്ടുമുതൽ ഇന്ത്യയൊട്ടുക്കു ദുർബ്ബലമായി വ്യാപിച്ചിരുന്ന ഭാഗവതമതസ്വാധീനം ഇതിലുണ്ടായിരുന്നു എന്നതാണു വസ്തുത. മറ്റൊരു നിലയ്ക്കുനോക്കിയാൽ ഉപനിഷത്തുകളിലേയും ബുദ്ധ-ജൈനമതങ്ങളിലേയും നിരീശ്വരത്വത്തിന് എതിരായ പ്രവർത്തനം കൂടിയായിരുന്നു സഗുണക

വിതാവിഷ്കാരങ്ങൾ എന്നും പറയാവുന്നതാണ്. എ ഡി 2-ാം നൂറ്റാണ്ടിൽ രാമാനുജന്റെയും നിംബാർക്കന്റെയും മധ്വന്റെയും വല്ലഭന്റെയും മറ്റും ദർശനങ്ങളിലൂടെയാണ് ഈ ചിന്താപദ്ധതിക്ക് സൈദ്ധാന്തികാടിത്തറ ലഭിച്ചത്. വിഷ്ണുഭക്തരായിരിക്കുമ്പോൾ തന്നെ രാമനെയും കൃഷ്ണനെയും വേറിട്ട് ആരാധിച്ചിരുന്ന സഗുണകവികളെ രാമാനുജന്റെ ശ്രീസമ്പ്രദായവും വിശിഷ്ടാദ്വൈതവും വല്ലഭന്റെ പുഷ്ടിമാർഗ്ഗവും വിശുദ്ധാദ്വൈതവും പ്രചോദിപ്പിച്ചിരുന്നതായി പറയപ്പെടുന്നു.

എന്തായാലും കൃഷ്ണകഥാഖ്യാനങ്ങളും രാമകഥാഖ്യാനങ്ങളും ഹിന്ദികാവ്യപരിസരത്ത് സജീവമായിരുന്നു. (ഹിന്ദി കാവ്യങ്ങളെന്നു പറയുമ്പോൾ ഹിന്ദിഭാഷയ്ക്ക് അനേകം ദേശ്യഭേദങ്ങളും ദേശ്യഭാഷകളും ഉണ്ട് എന്നതു വിസ്മരിക്കരുത്. ഖഡിബോലി, രാജസ്ഥാനി, മൈഥിലി, ബ്രജ്ഭാഷ, അവധി എന്നിവയാണ് സാഹിത്യരചനയ്ക്ക് ഏറിയ കൂട്ടരും ഉപയോഗിക്കുന്നത്. ഹിന്ദിസാഹിത്യത്തിലെ പ്രമുഖരായി വാഴ്ത്തപ്പെടുന്ന കവികളെല്ലാവരും തന്നെ ഈ ദേശ്യഭാഷാഭേദങ്ങളെ അംഗീകരിച്ചിരുന്നവരുമാണ്. ഇന്നത്തെ മാനകഹിന്ദി, ഖഡിബോലിയുടെ സാഹിത്യരൂപമാണെന്ന് പറയപ്പെടുന്നു. അമിർഖുസ്രോയെപ്പോലെ, ചുരുക്കംപേരേ ഖഡിബോലിയിൽ സാഹിത്യ രചന നടത്തിയിരുന്നുള്ളൂ. കുറേപ്പേർ, ഖഡിബോലിയുടെ ഉപഭാഷയായ ദഖിനിയിലാണ് രചന നിർവ്വഹിച്ചത്. മീരാബായിയുടെ പദങ്ങളും മറ്റും ദിംഗലിലും (പഴയ രാജസ്ഥാനി ഭാഷ) വിദ്യാപതിയുടെ രചനകൾ മൈഥിലിയിലും സൂർദാസിന്റെ രചനകൾ ബ്രജ് ഭാഷയിലും തുളസീദാസന്റെ രചനകൾ അവധിയിലും ആണ് എഴുതപ്പെട്ടിരിക്കുന്നത്. കബീറിന്റെയും നാനക്ദേവിന്റെയും മറ്റും കവിതകൾ വിവിധ ദേശഭാഷകളുടെ സമ്മിശ്രണം ആയാണ് വിലയിരുത്തപ്പെടുന്നത്. (ഇന്ത്യയിലൊട്ടാകെ ഹിന്ദി എന്ന ഒറ്റഭാഷ നടപ്പാക്കണമെന്നു വാദിക്കുന്നവർ ഈ യാഥാർത്ഥ്യം എത്രത്തോളം ഉൾക്കൊണ്ടിട്ടുണ്ടാവുമോ ആവോ!) കൃഷ്ണകാവ്യപ്രസ്ഥാനത്തിൽ ഒട്ടനവധി പ്രമുഖകവികളുടെ പേരുകൾ ചേർത്തു പറയപ്പെടുന്നുണ്ട്. വിദ്യാപതി, സൂർദാസ്, നന്ദദാസ്, മീരാബായി തുടങ്ങിയവർ ഈ പ്രസ്ഥാന പരമ്പരയിലെ പ്രമുഖരാണ്. വിഷ്ണുവിന്റെ മറ്റൊരു അവതാരമെന്നു വിശ്വസിക്കപ്പെടുന്ന രാമന് പ്രാമുഖ്യം നല്കിക്കൊണ്ടുള്ള പ്രസ്ഥാനമാണ് രാമകഥാകാവ്യപ്രസ്ഥാനം. രാമകഥാകാവ്യങ്ങളെല്ലാംതന്നെ വാല്മീകിയെ ആധാരമാക്കിയപ്പോൾ അനേകം നവീകരണങ്ങളും പരിഷ്കരണങ്ങളും അവയിലുണ്ടായി. *രാമചരിത മാനസ്* കർത്താവായ തുളസീദാസന്റെ കാവ്യപാരമ്പര്യത്തെക്കുറിച്ച് സംക്ഷിപ്തമായി മാത്രമേ ഇവിടെ പറഞ്ഞിട്ടുള്ളൂ.

ശൈവ-വൈഷ്ണവ വിഭജനത്തെ മാറ്റിനിർത്തി രണ്ടും പരബ്രഹ്മത്തിന്റെ ഇരുവശങ്ങളെന്ന കാഴ്ചപ്പാടായിരുന്നു തുളസീദാസന്റേതെന്ന് നിസ്സംശയം പറയാവുന്നതാണ്. ഹിന്ദുക്കളുടെ മതപരമായ ഐക്യവും ഏകീകരണവുമാണ് അദ്ദേഹം ലക്ഷ്യമാക്കിയിരുന്നത്. സംസ്കൃത സാഹിത്യത്തിലെ പ്രബോധന കാവ്യപാരമ്പര്യത്തിന്റെ പിന്തുടർച്ചക്കാ

രനാണ് തുളസീദാസ് എന്നതുകൊണ്ടുതന്നെ ആപ്തവാക്യ പ്രയോഗങ്ങൾ തുളസീ ദാസന്റെ രാമായണത്തിൽ– *രാമചരിതമാനസ*ത്തിൽ- സമൃദ്ധമാണ്. *വാല്മീകി രാമായണ*ത്തേക്കാൾ സംസ്കൃതത്തിലുള്ള *ആദ്ധ്യാത്മരാമായണ*മാണ് അദ്ദേഹത്തെ ഏറെ സ്വാധീനിച്ചിട്ടുള്ളതും. *അദ്ധ്യാത്മ രാമായണ*ത്തിലെ അനേകം കഥാസന്ദർഭങ്ങൾ *രാമചരിതമാനസ*ത്തിലും കാണാവുന്നതാണ്. പ്രാദേശികഭാഷകളിൽ ഉണ്ടായിട്ടുള്ള എല്ലാ രാമകഥാഖ്യാനങ്ങളിലും കാണുന്ന ഒരു പ്രവണതയെന്തെന്നാൽ, വാല്മീകിയുടെ പേരു പറഞ്ഞു തുടങ്ങി, *അദ്ധ്യാത്മരാമായണ*ത്തിലൂടെയും അതതുദേശങ്ങളിലെ രാമകഥാഖ്യാനങ്ങളിലൂടെയും അവ നിർവ്വിശങ്കം കടന്നുപോകുന്നു എന്നതാണ്. അതോടൊപ്പം അത്തരം രചനകൾ നിർവ്വഹിച്ചിരിക്കുന്ന കവികളുടെ ഭാവനകൾകൂടി തുന്നിച്ചേർക്കപ്പെടുമ്പോൾ അവ സ്വതന്ത്രരാമായണ കാവ്യങ്ങളായി മാറിപ്പോവുകയും ചെയ്യുന്നു. അങ്ങനെ, അത്തരം കവികൾ വാല്മീകിയിൽ തുടങ്ങി, വഴിയിലെവിടെയോ വാല്മീകിയെ ഉപേക്ഷിച്ച് വാല്മീകിക്ക് സ്വതന്ത്രപാഠഭേദങ്ങൾ ചമയ്ക്കുകയും ചെയ്യുന്നു. *വാല്മീകി രാമായണ*ത്തിൽനിന്നും ആഖ്യാനപരമായ വ്യത്യസ്തതകൾ പുലർത്തി അനേകം രാമായണകാവ്യങ്ങൾ വിവിധ ദേശങ്ങളിൽ, വിവിധ കാലങ്ങളിൽ രൂപപ്പെട്ടത് അങ്ങനെയാണ്. മറ്റൊരു രീതിയിൽ പറഞ്ഞാൽ, വ്യത്യസ്തവും വിഭിന്നവുമായ അനേകം ശാഖോപശാഖകളായി പടർന്നുപന്തലിക്കുന്നതിനുള്ള ആദികാവ്യത്തിന്റെ സാദ്ധ്യതയെ അത്തരംകവികൾ തിരിച്ചറിഞ്ഞു എന്നതാണ്. തുളസീദാസകവിയും ഇതിന് അപവാദമായിരുന്നില്ല.

കെ. ആദിവാസി രാമായണങ്ങൾ

രാമകഥാസാഹിത്യപരിസരത്തിലൂടെ സഞ്ചരിക്കുന്ന ആരെയും അമ്പരപ്പിക്കുന്നതാണ് രാമകഥാഖ്യാനബാഹുല്യം എന്നു പറയേണ്ടതായി വരുന്നു. *വാല്മീകിരാമായണ* കഥാപാത്രങ്ങൾ വ്യത്യസ്തഭാവരൂപങ്ങളിലാണ് അവയിലൊക്കെ പ്രത്യക്ഷരാകുന്നത്. അങ്ങനെ *രാമായണ*ത്തിന് ഏകരൂപം ഇല്ല എന്നു വരുന്നു. ബഹുരൂപത്വവും ബഹുസ്വരതയുമാണ് അതിന്റെ മുഖമുദ്ര. ഏകരാമായണ സങ്കല്പനം എന്നതു തന്നെ ഒരസംബന്ധമായി അവിടെ മാറുന്നു.

എ കെ രാമാനുജൻ തന്റെ *300 രാമായണങ്ങൾ* എന്ന പ്രബന്ധത്തിൽ ഒരു നാടോടിക്കഥ ചേർത്തിട്ടുണ്ട്. വളരെയേറെ കൗതുകകരവും ആലോചനാമൃതവുമാണ് അക്കഥ. ശ്രീരാമന്റെ നഷ്ടപ്പെട്ട മോതിരം തേടി ഹനുമാൻ പാതാളത്തിലെത്തുന്നു. മുകളിൽനിന്നും താഴേക്കു പതിച്ച കുഞ്ഞിക്കുരങ്ങനായ ഹനുമാനെ അവിടെയുണ്ടായിരുന്ന സ്ത്രീകൾ, മൃഗങ്ങളെ തിന്നാൻ ഇഷ്ടപ്പെടുന്ന പരേതാത്മാക്കളുടെ രാജാവിന് ഭക്ഷിക്കാനായി മാറ്റിവയ്ക്കുന്നു. ഒടുവിൽ, ഭൂതരാജാവിന്റെ മുന്നിലേയ്ക്കു നയിക്കപ്പെട്ട കുഞ്ഞുഹനുമാൻ അപ്പോഴും രാമനാമം ജപിക്കുകയാണ്. അതു

കേട്ട ഭൂതരാജാവ് ഹനുമാനോട് കാര്യങ്ങൾ ചോദിച്ചറിയുന്നു. ഒടുവിൽ, ആയിരക്കണക്കിന് മോതിരങ്ങൾ നിറച്ച ഒരു തളിക ഭൂതരാജാവ് ഹനുമാനു മുന്നിൽ വച്ചു. "നിന്റെ രാമന്റെ മോതിരം തെരഞ്ഞെടുത്തോളൂ." ഹനുമാൻ കുഴങ്ങി. എല്ലാ മോതിരങ്ങളും ഒന്നുപോലെയും ഒന്നിനൊന്നു സമവും. ഒന്നും തിരിച്ചറിയാനാവുന്നില്ല. രാമമോതിരം ഏതെന്നു തിരിച്ചറിയാനാവാതെ പോവുന്ന ഹനുമാനോട് ഭൂതരാജാവ് പറഞ്ഞു: "ഈ തളികയിൽ എത്ര മോതിരങ്ങളുണ്ടോ, അത്രയും രാമൻമാരുമുണ്ട്. നീ ഭൂമിയിൽ തിരിച്ചെത്തുമ്പോൾ രാമനെ കാണില്ല. രാമന്റെ ഈ അവതാരം അവസാനിച്ചിരിക്കുന്നു. ഒരു രാമാവതാരം അവസാനിക്കാൻ കാലത്ത് അദ്ദേഹത്തിന്റെ മോതിരം താഴെ വീഴും. ഞാനതു ശേഖരിക്കുകയും സൂക്ഷിക്കുകയും ചെയ്യും." ഇത്രയും പറഞ്ഞ് ഹനുമാനെ ഭൂതരാജാവ് മടക്കിയയച്ചു.[29] അനേകം രാമന്മാർ ഉണ്ടാകുമെന്നും അവരെക്കുറിച്ച് യഥാകാലം ഓരോരോ ആഖ്യാനങ്ങൾ ഉണ്ടാകുമെന്നുംകൂടി ഇക്കഥ സൂചിപ്പിക്കുന്നു. രാമന്റെ അനേകം മോതിരങ്ങൾപോലെ അനേകം രാമകഥകളും ഉണ്ടാകുന്നു! ഭൂതരാജാവ് പറഞ്ഞതുപോലെ, അഥവാ ഹനുമാൻ കണ്ടതുപോലെ, അതെല്ലാം ഒന്നു പോലെയോ ഒന്നിനൊന്നു സമമോ അല്ലെന്നു മാത്രം!

ഇന്ത്യയിലെ പ്രാദേശികമായ ഭാഷകളിലെമ്പാടും വ്യത്യസ്തമായ രാമകഥകളും ആഖ്യാനങ്ങളും കലാരൂപങ്ങളും നിലനില്ക്കുന്നു എന്നു മാത്രമല്ല ഉണ്ടായിക്കൊണ്ടുമിരിക്കുന്നു. അതിലൂടെ രാമകഥകൾക്ക് പുതുവ്യാഖ്യാനങ്ങളും പുതുപാഠങ്ങളും ഉണ്ടാകുന്നു. ഇന്ത്യയിലെ ആദിവാസി - ഗോത്രജനവിഭാഗങ്ങൾക്കിടയിലെ വാമൊഴി സാഹിത്യത്തിൽ രൂപഭേദങ്ങളോടെ അനേകം രാമകഥകൾ നിലവിലുണ്ട്. അതോടൊപ്പം തന്നെ, കായികാദ്ധ്വാനം ചെയ്യുന്ന ജനതയുടെ അദ്ധ്വാനഭാരം ലഘൂകരിക്കുന്നതിനായി അവർ ചമച്ചു പാടിയ നാടോടിപ്പാട്ടുകൾ വേറെയുമുണ്ട്. അനുഷ്ഠാനങ്ങളുടെ ഭാഗമായുള്ള പാട്ടുകളിലും രാമകഥകൾ കടന്നുവരുന്നുണ്ട്. വരമൊഴിസാഹിത്യത്തിലെ രാമകഥാഖ്യാനങ്ങളിലെ വ്യത്യസ്തതകൾപോലെ ഇത്തരം ഫോക്ക് കലാരൂപ (Folk Arts)ങ്ങളിലും പാട്ടുകളിലും രാമകഥകൾ വ്യത്യസ്തത പുലർത്തുന്നു.[30] അത്തരം രാമകഥാഖ്യാനങ്ങളിലേക്കു കടക്കുമ്പോൾ അന്വേഷകരെ വിഷമിപ്പിക്കുന്ന ഒരു കാര്യം എന്തെന്നാൽ അവയൊന്നുംതന്നെ വരമൊഴി രൂപത്തിലായിട്ടില്ല എന്നതാണ്. ചിലരുടെയൊക്കെ ശ്രമഫലമായി കുറേയൊക്കെ വരമൊഴിയിലായിട്ടുണ്ടെങ്കിലും അത് പൂർണ്ണമല്ല. പുരാവൃത്തങ്ങളിലും കെട്ടുകഥകളിലും നാടോടിപ്പാട്ടുകളിലും ലയിച്ചുചേർന്നിരിക്കുന്ന രാമകഥകൾ എത്രയോയുണ്ട്! ഇന്ത്യയിലാകെ 450 ലധികം ആദിവാസി ജനവിഭാഗങ്ങളുണ്ടെന്നും അവർ ആകെ ജനസംഖ്യയുടെ എട്ടുശതമാനത്തോളം വരുമെന്നും പറയപ്പെടുന്നു. എന്നിട്ടും ആദിവാസി-ഗോത്രജനവിഭാഗങ്ങളുടെ ഉന്മൂലനം ലക്ഷ്യമാക്കിയിട്ടുള്ള പരിഷ്കൃതരെന്നഭിമാനിക്കുന്ന നമ്മൾ അവരുടെ ഇത്തരം ആഖ്യാനങ്ങളെയും സംസ്കാരത്തെയും ഉന്മൂ

ലനം ചെയ്തുകൊണ്ടിരിക്കുന്നു! നമുക്ക് ബ്രാഹ്മണ-പൗരോഹിത്യ സംസ്കൃതിയിൽ രൂപമെടുത്തിട്ടുള്ള ഇതിഹാസ-പുരാണാദികൾ മതി. അതിനിടയിൽ, ആദിവാസി-ഗോത്രജനവിഭാഗങ്ങളുടെ സംസ്കാരത്തിന് എവിടെയാണ് സ്ഥാനം? സ്വന്തം ദൈവങ്ങളും സംസ്കാരവും ഭാഷയും അനുഷ്ഠാനങ്ങളും ആചാരവിശ്വാസങ്ങളും ആഹാരനീഹാരാദിരീതികളും മൂല്യബോധവും തനതായുള്ള അവർക്കുമേൽ ബ്രാഹ്മണ-പൗരോഹിത്യ -ഹൈന്ദവ നുകം വച്ചുകെട്ടുകയാണ് നമ്മൾ ചെയ്യുന്നത്. അങ്ങേയറ്റം ഹീനമായ തന്ത്രമാണിതെന്നു മാത്രം ഇവിടെ പറഞ്ഞുവയ്ക്കട്ടെ.

വാല്മീകിയും വ്യാസനുമൊക്കെ ചാതുർവർണ്ണ്യവ്യവസ്ഥയുടെ പുറത്ത്, അങ്ങേയറ്റം ഹീനമായവിധം താഴെയുള്ള ഇടത്തിലാണ് സ്ഥാപിക്കപ്പെട്ടിരുന്നതെന്ന് പുരാവൃത്തങ്ങളും ഐതീഹ്യങ്ങളും പറയുന്നു. വാല്മീകി എന്നത് ഇന്നും ഉത്തരേന്ത്യയിലെ ചില പ്രദേശങ്ങളിലെ ഒരു ഹീനമായ ജാതിപ്പേർ കൂടിയാണെന്ന് ഓർമ്മിക്കണം. അവരുടെ പൂർവ്വികരിലൊരാൾ ആദികവി ആയിരുന്നിട്ടുകൂടി അവരിന്നും നമ്മുടെ കണ്ണിൽ ഹീന ജാതിക്കാർതന്നെയാണ്! ആദിവാസി ജനവിഭാഗങ്ങളിൽ ചിലകൂട്ടർ ശബരിയുടെ പിൻമുറക്കാരാണ് തങ്ങളെന്ന് സ്വയം അവകാശപ്പെടുന്നു. മദ്ധ്യഭാരതത്തിലെ കോലന്മാർ ശബരിയുടെ വംശജരാണെന്ന് അഭിമാനിക്കുന്നു. വണ്ണാന്മാർ കെട്ടിയാടുന്ന മണവാളൻതെയ്യത്തിന്റെ തോറ്റം രാമായണകഥാഭാഗങ്ങൾ ഉൾക്കൊണ്ടതാണ്. അട്ടപ്പാടിയിലെ വരഗംപാടി ഊരിലും ഊത്തുക്കുഴി ഊരിലും ഉള്ള ആദിവാസികൾ, വാല്മീകി മഹർഷി രാമായണമെഴുതി നേരിട്ടുവന്ന് ആദിവാസികളെ ഏല്പിച്ചുവെന്ന് വിശ്വസിക്കുന്നു.[31] അഞ്ചുതലമുറകൾക്കുമുമ്പ് വരഗമ്പാടിയിൽ സൊങ്കമൂപ്പൻ ഭരിച്ചിരുന്നകാലത്ത് 'ശ്രീരാമ കുശലവ നാടകം' എന്നൊരു കലാരൂപം ഇവർ ആരംഭിച്ചുവെന്നും അതിന്നും മുറതെറ്റാതെ അരങ്ങേറുന്നുവെന്നും ഡോ. അസീസ് തരുവണ സാക്ഷ്യപ്പെടുത്തുന്നു. *വാല്മീകി രാമായണ*കഥയിൽനിന്നും ഏറെ വ്യത്യാസങ്ങൾ ഇവരുടെ നാടകത്തിലെ *രാമായണ*കഥയ്ക്കുണ്ടുപോലും. കേരള സംസ്ഥാനത്തിലെ ആദിവാസി ജനസംഖ്യയുടെ 38 ശതമാനത്തോളം ജീവിക്കുന്നത് വയനാട് ജില്ലയിലാണ്. ആ ജില്ലയിലെ മൊത്തം ജനസംഖ്യയുടെ അഞ്ചിലൊന്നോളം വരും ആദിവാസി ജനവിഭാഗം. ഒരു ഡസനോളം ആദിവാസി വിഭാഗങ്ങളാണ് അവിടെയുള്ളത്. ഇവയിലോരോ വിഭാഗത്തിനും തനതായ സംസ്കാരവും ഭാഷയുമുണ്ട്. തൊട്ടുകൂടായ്മയും തീണ്ടിക്കൂടായ്മയും വരെ പുലർത്തുന്നവരാണ് ഇവരിൽ ചില ജനവിഭാഗങ്ങൾ! നിർഭാഗ്യവശാൽ, അവരുടെയൊന്നും ലിഖിതചരിത്രം എവിടെയുമില്ല. ഇവരുടെയിടയിൽ രാമകഥാഖ്യാനങ്ങൾ ഏറെയുണ്ട്. അതിന്റെയൊക്കെ പശ്ചാത്തലം വയനാടൻ പ്രദേശമാണെന്ന കൗതുകവുമുണ്ട്. ഇതേക്കുറിച്ച് ഡോ. അസീസ് തരുവണ ഇങ്ങനെ രേഖപ്പെടുത്തുന്നു: "അടിയരാമായണത്തിൽ (വയനാട്ടിലെ അടിയ ആദിവാസി വിഭാഗത്തിനിടയിൽ പ്രചാരത്തിലുള്ള രാമായണവാമൊഴിരൂപം) വള്ളിയൂർക്കാവ് ഭഗവതിയും

പുല്പ്പള്ളി ഭഗവതിയും പാക്കാത്തെയ്യവും തിരുനെല്ലിപ്പെരുമാളും സിദ്ധപ്പനും നെഞ്ചപ്പനും മാത്തപ്പദൈവവും കടന്നുവരുന്നതുപോലെ, വയനാടൻ ചെട്ടിരാമായണത്തിൽ (വയനാടൻ ചെട്ടി എന്ന സമുദായത്തിൽ പ്രചാരത്തിലുള്ള രാമായണ പാഠം) വനദേവതമാരായ അതിരുകാളൻ, അരുപുലി, കണ്ടൻപുലി, മമ്മദൻ, കൈക്കോളൻ, തമ്പുരാട്ടി തുടങ്ങിയവർ കഥാപാത്രങ്ങളാവുന്നതുപോലെ ബംഗാളിലെ പ്രാദേശിക ദേവതമാരായ മംഗൾചണ്ഡി, മാനസ, ബനദുർഗ്ഗ, സുലപനി, കിതല, ഷഷ്തി എന്നിവർ ചന്ദ്രബതി രാമായണത്തിൽ കഥാപാത്രങ്ങളാണ്."[32]

ഇത്തരം രാമകഥാഖ്യാനങ്ങൾ വാമൊഴിയായി നിലനില്ക്കുമ്പോൾതന്നെ അവയൊക്കെ നമ്മുടെയും സാംസ്കാരിക ചരിത്രം കൂടിയാകുന്നു എന്നതാണ് വസ്തുത. ഏതൊരു ആഖ്യാനവും സാഹിത്യപാഠം എന്നതിൽനിന്നും വേറിട്ട് സാംസ്കാരികപാഠം ആയി നിലനില്ക്കുന്നു എന്നതിനർത്ഥം അത് രൂപപ്പെട്ടത് സംഘസംസ്കൃതിയിൽനിന്നാകുന്നു എന്നാണ്. സാഹിത്യപാഠത്തിന്റെ കർത്താക്കൾ വ്യക്തികൾ ആയിരിക്കുമ്പോൾ സാംസ്കാരിക പാനത്തിന്റെ കർത്താക്കൾ സമൂഹമാകുന്നു. അങ്ങനെ നോക്കുമ്പോൾ, ആദിവാസി-ഗോത്രവർഗ്ഗരാമായണ കഥാഖ്യാനങ്ങൾ സംഘ നിർമ്മിതിയാകുന്നു എന്നു കാണാവുന്നതാണ്. വരമൊഴിയിലേക്കു മാറ്റുന്നതിനുള്ള മുഖ്യതടസ്സവും ഇതുതന്നെയാകുന്നു. എന്തെന്നാൽ, നിശ്ചിതവും കൃത്യവുമായൊരു വാമൊഴി രൂപം സംഘനിർമ്മിതമാകുന്ന സാഹിത്യത്തിന് ഉണ്ടാവുകയില്ല. ഓരോരുത്തർക്കും ഓരോരോ പാഠങ്ങൾ എന്ന അവസ്ഥ!

ദശരഥന്റെ മരണവൃത്താന്തമറിഞ്ഞ് രാമൻ, ലക്ഷ്മണഭരതാദികൾക്കൊപ്പം തിരുനെല്ലിയിലെ പാപനാശിനിയിൽ പിതൃക്രിയകൾ നടത്തിയതായും രാവണനിഗ്രഹാനന്തരം രാമൻ തിരുനെല്ലി ക്ഷേത്രദർശനം നടത്തിയതായും പിതാവ് കൊല്ലപ്പെട്ടപ്പോൾ പരശുരാമൻ തിരുനെല്ലിയിൽ വന്നതായും ഐതീഹ്യങ്ങളുണ്ട്. തെക്കൻ കാശി എന്നു വിശേഷിപ്പിക്കപ്പെടുന്ന തിരുനെല്ലിയിലെ പാപനാശിനിക്ക് ഗംഗയുടെ പവിത്രതയാണ് കല്പിക്കപ്പെട്ടിരിക്കുന്നത്. രാമായണകഥകൾ നാടോടിവഴക്കത്തിലേക്കുമാറ്റി പ്രതിഷ്ഠിക്കുന്നതിൽ ആദിവാസി ഗോത്രജനവിഭാഗം കാട്ടിയിട്ടുള്ള സാമർത്ഥ്യം അത്ഭുതാവഹമാണ്. ആരിൽനിന്നാണ് കേട്ടു പഠിച്ചതെന്നറിയാതെ ഇന്നും അവയൊക്കെ പാടി നടക്കുന്നവരുമുണ്ടെന്ന് പറയപ്പെടുന്നു. വട്ടക്കളി, കോൽക്കളി തുടങ്ങിയ കലാരൂപങ്ങൾക്ക് ആവശ്യമായ പാട്ടുകളെന്ന നിലയിലും രാമകഥ ചൊല്ലിയാടുന്നു. ഇത്തരം പാട്ടുകളിലൊന്നുംതന്നെ ആര്യസങ്കല്പത്തിലെ ദേവീദേവന്മാർ കഥാപാത്രങ്ങളായിട്ടില്ല എന്നതും ശ്രദ്ധേയമാണ്.

കേരളത്തിലെ ആദിവാസി - ഗോത്രജനവിഭാഗങ്ങൾക്കിടയിൽ രാമകഥാഖ്യാനങ്ങൾ നിലവിലുള്ളതുപോലെതന്നെ കേരളത്തിനു പുറത്തുള്ള ആദിവാസി- ഗോത്രജനവിഭാഗങ്ങൾക്കിടയിലും അവ നിലനില്ക്കുന്നുവെന്ന് രാമായണ പഠിതാക്കൾ കണ്ടെത്തിയിട്ടുണ്ട്.[33] ബംഗാളിലെയും

ബീഹാറിലെയും സന്ഥാലർ എന്നറിയപ്പെടുന്ന ആദിവാസി ജനതകൾക്കിടയിൽ രാമകഥാഖ്യാനങ്ങളുണ്ട്. ഇവരുടെ കഥാഖ്യാനത്തിൽ പുത്രലബ്ധിക്കായി ദശരഥൻ യാഗം നടത്തുന്ന പരാമർശമില്ല. ഏതോ മഹർഷിയിൽനിന്നും നാലുമാങ്ങകൾ നേടി തന്റെ പത്നിമാർക്ക് ദശരഥൻ തിന്നാൻ കൊടുത്തതിന്റെ ഫലമായി മൂന്നു പത്നിമാരും ഗർഭിണികളായിത്തീരുന്ന കഥയാണ് സന്ഥാലരുടേത്. മാത്രവുമല്ല, രാവണനിഗ്രഹത്തിനുശേഷം രാമൻ മടങ്ങിവന്ന് സന്ഥാലരുടെ ദേശത്ത് ഒരു ശിവക്ഷേത്രം സ്ഥാപിച്ച് അവിടെ സീതയോടൊപ്പം പൂജ ചെയ്തിരുന്നതായും പറയുന്നു.

ബീഹാറിലെ ആദിവാസി ജനവിഭാഗമായ ബിർഹോർ വംശജർക്കിടയിലെ രാമകഥയിൽ രാമന്റെ ജനനം മുതൽ രാവണവധംവരെയുള്ള കഥകൾ സംക്ഷേപിച്ചുവർണ്ണിച്ചിരിക്കുന്നു. ബിർഹോർകഥകളിലെ ദശരഥന് ഏഴു പത്നിമാരുണ്ട്. സീതാപഹരണത്തിനുമുമ്പ് സീതയെ ഏകയായി വിട്ടിട്ട് ലക്ഷ്മണൻ പോകുന്നതിനുമുമ്പ് കുറച്ചു കടുകു ജപിച്ച് സീതയെ ഏല്പിക്കുന്നു. ആരെങ്കിലും വരികയാണെങ്കിൽ അവർക്കുമേൽ ഒരു കടുക് എറിയണം. അതേല്ക്കുന്നവർ ഒരു മണിക്കൂർ ബോധശൂന്യരാകും. രണ്ടു കടുകുമണികളെങ്കിൽ രണ്ടു മണിക്കൂർ. അങ്ങനെ, രാവണൻ വരുമ്പോൾ അയാൾക്കു മേൽ സീത കടുകെറിയുകയും അയാൾ ബോധശൂന്യനാവുകയും നിശ്ചിതസമയം കഴിഞ്ഞപ്പോൾ അയാൾ സ്വബോധത്തിലേക്കു മടങ്ങിവരികയും ചെയ്തു. ഒടുവിൽ രാവണൻ പറയുന്നു. “എന്തിനിത്ര കഷ്ടപ്പെടുന്നു? അതൊന്നായി എറിയൂ” എന്ന്. അതുകേട്ട സീത കടുകൊന്നാകെ രാവണനു മേൽ എറിയുകയും അയാൾ ഭസ്മമായിത്തീരുകയും ചെയ്യുന്നു. പക്ഷേ, ഭസ്മത്തിൽ നിന്നും രാവണൻ ഉയർത്തെഴുന്നേല്ക്കുകയും സീതയുടെ തലമുടിക്കു പിടിച്ചുകൊണ്ടുപോവുകയും ചെയ്യുന്നു.[34]

അതുപോലെ, സമുദ്രലംഘനകഥയും വ്യത്യസ്തമാണ്. ഹനുമാൻ നീട്ടിക്കൊടുക്കുന്ന വാലിലൂടെ നടന്നാണ് രാമനും കൂട്ടരും സമുദ്രം തരണം ചെയ്യുന്നത്. വളരെ സുപ്രധാനമായ മറ്റൊരു വ്യത്യാസം രാവണവധം നടത്തുന്നത് രാമനല്ല, ലക്ഷ്മണനാണ് ഇവരുടെ കഥയിൽ എന്നതാണ്. ബിർഹോർജാതിക്കാരുടെ രാമകഥയിലേതുപോലെതന്നെ മുണ്ഡാജാതിക്കാരുടെ രാമകഥയിലും സവിശേഷതകൾ ഏറെയാണ്. സീതയെ അപഹരിച്ചുകൊണ്ട് രാവണൻ പോയ മാർഗ്ഗം പറഞ്ഞുകൊടുത്തതിന്റെ പേരിൽ സന്തുഷ്ടനായ രാമൻ അണ്ണാൻ കുഞ്ഞിനെ തലോടുന്നതും അതിന്റെ മുതുകിൽ മൂന്നുവരകൾ ഉണ്ടാകുന്നതും ആയകഥ മുണ്ഡാജാതിവംശജരുടെ രാമകഥയിലുണ്ട്.[35] ഛോട്ടോനാഗ്പൂരിലെ അസുരജാതി, നർമ്മദാഘാട്ടിലെ പർഥാൻ ജാതി, മദ്ധ്യപ്രദേശിലെ ബൈഗാ-ഭുമിയാ- ആഗാരിയാ ജാതികൾ തുടങ്ങി ഇന്ത്യയിലെ ഒട്ടുമിക്ക ഗോത്രവർഗ്ഗ ആദിമജനവിഭാഗങ്ങളുടെ അനുഷ്ഠാനങ്ങളുമായി ബന്ധപ്പെട്ടുള്ള പാട്ടുകളിലും മറ്റ് കലാരൂപങ്ങളിലും രാമകഥകൾ വ്യത്യസ്തതകളോടെ നിലനില്ക്കുന്നു.[36] അവയിലേറെയെണ്ണത്തിലും ദേവതാ സങ്കല്പങ്ങൾ

മാറിവരുന്നുണ്ടെങ്കിലും തങ്ങളുടെ പുരാവൃത്ത സങ്കല്പന പ്രകാരമുള്ള പ്രാകൃതരും അപരിഷ്കൃതരുമായ ദേവീദേവന്മാരെ രാമകഥയിലെ കഥാപാത്രങ്ങളിലേക്ക് അദ്ധ്യാരോപണം നടത്തുകയാണ് അവർ ചെയ്തതെന്ന് പറയാവുന്നതാണ്. ഇന്ത്യൻ പൗരാണിക സാഹിത്യകൃതികളെക്കുറിച്ചും ഇന്ത്യയുടെ വിവിധ ഭാഗങ്ങളിൽ വിവിധകാലഘട്ടങ്ങളിൽ ഉദയംകൊണ്ട ഭക്തിപ്രസ്ഥാനത്തെക്കുറിച്ചും വരേണ്യവർഗ്ഗ ദൈവസങ്കല്പങ്ങളെക്കുറിച്ചും ഉള്ള അജ്ഞത മൂലമാകാം ഇങ്ങനെ സംഭവിച്ചതെന്ന് അനുമാനിക്കാവുന്നതാണ്.

എൽ. മലയാള നാടൻ പാട്ടുകളിലെ രാമകഥകൾ

കേരളത്തിലെ ഗോത്രവർഗ്ഗ-ആദിവാസി ജനവിഭാഗങ്ങൾക്കിടയിൽ പ്രചാരത്തിലുള്ള രാമകഥാഖ്യാനങ്ങൾപോലെതന്നെ ഗോത്രമേഖലയ്ക്കു പുറത്ത് കായികാദ്ധ്വാനം ചെയ്തു ജീവിക്കുന്ന പട്ടിക ജാതി ജനവിഭാഗങ്ങൾക്കിടയിലും മറ്റ് അധഃസ്ഥിത ജനതകൾക്കിടയിലും ഉള്ളതായ നാടൻപാട്ടുകളിലും വിഭിന്നതകളോടെ രാമകഥാഖ്യാനങ്ങൾ കടന്നുവരുന്നുണ്ട്. അവരുടെ കായികാദ്ധ്വാനവേളകളിൽ മാത്രമല്ല, വിനോദവേളകളിലും ജാതീയമായ ആചാരാനുഷ്ഠാനങ്ങളോടനുബന്ധിച്ചും രൂപപ്പെട്ട ഒട്ടേറെ നാടൻ പാട്ടുകൾ ശേഖരിക്കപ്പെട്ടിട്ടുണ്ട്. ആധുനിക കാലത്ത് നാടൻ പാട്ടുകളുടേയും നാടൻകലാരൂപങ്ങളുടേയും പഠനങ്ങൾ കൂടുതൽ വ്യാപകമാവുന്നുമുണ്ട്.

അത്തരം പഴയ പാട്ടുകളിൽ രാമകഥാഖ്യാനങ്ങളും ഇടംപിടിച്ചിരുന്നു എന്നതാണ് കൗതുകകരമായ വസ്തുത. അയ്യപ്പിള്ളി ആശാന്റെ *രാമകഥാപ്പാട്ടുകൾ* മുഴുവൻ ശേഖരിച്ച്, വ്യാഖ്യാനസഹിതം ഡോ. പി കെ നാരായണപിള്ള പ്രസിദ്ധപ്പെടുത്തിയിട്ടുള്ളത് ഓർക്കുക. മഹാകവി ഉള്ളൂർ എസ് പരമേശ്വരയ്യരുടെ പഠനസഹിതം പ്രസ്തുത കൃതി മലയാള സാഹിത്യപരിസരത്ത് എത്തിയതും സ്മരണീയം. വരേണ്യഭാഷയിൽ നിന്നും വളരെ അകന്ന്, ജനജീവിതത്തിന്റെ ഹൃദയത്തുടിപ്പുകൾ അത്തരം നാടൻപാട്ടുകളിൽ ലയിച്ചുചേർന്നിരിക്കുന്നു. നാടോടി-നാടൻപാട്ടുമേഖലയിൽ പഠനങ്ങൾ നടത്തുകയും അവ ശേഖരിച്ച് ജനശ്രദ്ധയിൽ എത്തിക്കുകയും ചെയ്തിട്ടുള്ള അനേകം പണ്ഡിതന്മാരുണ്ട്. സി പി ഗോവിന്ദപ്പിള്ള, എൽ കെ അനന്തകൃഷ്ണയ്യർ, എൽ എ കൃഷ്ണയ്യർ (ഇദ്ദേഹം അന്താരാഷ്ട്ര പ്രശസ്തി നേടിയ നരവംശശാസ്ത്രജ്ഞൻ കൂടിയായിരുന്നു), പണ്ഡിറ്റ് കെ പി കറുപ്പൻ, ചേലനാട്ട് അച്യുതമേനോൻ, ചിറയ്ക്കൽ ടി ബാലകൃഷ്ണൻ നായർ, തലശ്ശേരി എം ഡി രാഘവൻ തുടങ്ങിയവർ ഇക്കൂട്ടത്തിലെ അഗ്രഗാമികളാണ്. വെട്ടിയാർ പ്രേംനാഥ്, കിളിമാനൂർ വിശ്വംഭരൻ, ജി ശങ്കരപ്പിള്ള, ജി ഭാർഗ്ഗവൻപിള്ള, എം സി അപ്പുണ്ണി നമ്പ്യാർ, ഡോ. ചുമ്മാർചൂണ്ടൽ, ഡോ. എം വി വിഷ്ണുനമ്പൂതിരി, ഡോ. രാഘവൻ പയ്യനാട്, ടി എച്ച് കുഞ്ഞിരാമൻ നമ്പ്യാർ, കെ വിശ്വം, ഹരി

പ്പാട് മോഹനകുമാർ, ഡോ. എ കെ നമ്പ്യാർ, മറിയാമ്മച്ചേടത്തി, സി ജെ കുട്ടപ്പൻ തുടങ്ങിയവർ പില്ക്കാലത്ത് ഈ മേഖലയിൽ വ്യക്തിമുദ്ര പതിപ്പിച്ചവരാണ്. 1918 ൽ ഉള്ളൂർ എസ് പരമേശ്വരയ്യരുടെ ആമുഖോപ ന്യാസത്തോടെ പ്രസിദ്ധപ്പെടുത്തിയ, സി പി ഗോവിന്ദപ്പിള്ള (ചിറ യിൻകീഴ് ഗോവിന്ദപ്പിള്ള)യുടെ *പഴയപാട്ടുകൾ* എന്ന ഗ്രന്ഥം ഇവിടെ എടുത്തു പറയേണ്ടതാണ്.[37]

ഔവ്വാട്ടുതുറ അയ്യപ്പിള്ളി ആശാന്റെ *രാമകഥാപ്പാട്ടി*ന്റെ ഏതാനും വരികൾ ഈ പുസ്തകത്തിൽ ചേർത്തു കാണുന്നു. പല ഘട്ടങ്ങളിലും ഈ കൃതി *വാല്മീകി രാമായണ*ത്തെ ദൂരെ നിർത്തുന്നുവെന്നും പഴയ കാലത്തു നടപ്പുണ്ടായിരുന്ന പ്രാകൃത പ്രയോഗങ്ങളും തമിഴ് ഭാഷാപദ ങ്ങളുംകൊണ്ട് ഏറെക്കുറെ പൂർണ്ണമായിരിക്കുന്ന *രാമകഥാപ്പാട്ട്* ഇപ്പോ ഴത്തെ മലയാളികൾക്കു രുചിച്ചില്ലെങ്കിലും ഇതു ഭാഷാസാഹിത്യത്തിൽ ഗണ്യസ്ഥാനത്തെ അർഹിക്കുന്ന ഒരു ഗ്രന്ഥമാണെന്നും ഗോവിന്ദപ്പിള്ള പറഞ്ഞിരിക്കുന്നു. ശ്രീ പദ്മനാഭക്ഷേത്രത്തിലെ ഉത്സവം പ്രമാണിച്ചുള്ള പടിത്തരക്കാരിൽ രാമകഥപ്പാട്ടുകാരും ഉൾപ്പെട്ടിട്ടുണ്ടെന്ന് പറയപ്പെടുന്നു. 'ഇന്ദ്രജിത്തും വിഭീഷണനും' എന്ന ഉപശീർഷകത്തിനു ചുവടെ ഇങ്ങനെ കാണുന്നു.

വിരുത്തം:
നീയവർവശമായ് കൂടി നിനക്കിറപടക്കോളെല്ലാം
ആയവർതമക്കുംചൊല്ലി അണ്ണനെ ചതിക്കലാമൊ
തൂയവാ അയിമാനം കെട്ടതിൻ പുയാ ചെറിയതാതാ
കാതലായി നത്തെച്ചത്തക്കരുതെടാ തശമില്ലാമൽ

(പുറം. 73)

ഇതാണ് ഇതിലെ പാട്ടു മാതൃക. ഇതേഗ്രന്ഥത്തിൽ, ലക്ഷ്മണോ പദേശം വഞ്ചിപ്പാട്ടുരൂപത്തിലും കൊടുത്തിരിക്കുന്നു.

ഇങ്ങനെ വാഴുന്ന കാല
മങ്ങൊരു നാൾ രാമദേവൻ
മംഗലാംഗിയോടും യോഗ-
നിദ്ര ചെയ്യുമ്പോൾ
കാൽക്ഷണവും കളയാതെ
രാമസ്മൃതി യോതി
കാല്ക്കൽ നില്ക്കും ലക്ഷ്മണനി-
വണ്ണം ചിന്തിച്ചു... (പുറം. 97)

'പുലപ്പാട്ട്' എന്ന ശീർഷകത്തിൽ കാണുന്ന പാട്ടിലും ഹനുമാനും സീതയും വരുന്നു.

അണയടച്ചതും അനുമാൻവന്തതും ചീതയെച്ചിറമീണ്ടതും
അരക്കരെകുലചെയ്ത വാരിയൻ അൻറു വാരിയൻ മുടിപ്പരാം

(പുറം. 138)

'വേറൊരു രാമായണ'ത്തിൽ ഇങ്ങനെ:

ചീരാമനും എച്ചണനനും പിന്നെറ്റണ്ടു കിണാഞ്ചന്മാരും
.....
ചീതാപിറന്തമൂലം ലങ്കെനാടു മുടിഞ്ചേപോയീ
അന്നേരം നിയ്പതൊണ്ടു തിരിരാമൻ പകവാനും
ലച്ചണനനിയനും വേടർകുലം ചമഞ്ഞു നിന്നു
തിരിരാമൻ പകവാനും ചീതയിരിക്കും മണിമവുടം
....
മാനങ്ങേറിക്കളിച്ചിണചീതകണ്ടുകൊയിമുയുത്തു
....
ഇമ്മാനീനെപ്പുട ച്ചെങ്കികളികണ്ടങ്ങരിക്കാല്ലോ
....
പുള്ളിമാനൊട്ടല്ല ചീതേമറുമാനൊട്ടാണു പെണ്ണേ
......
ചീതപ്പെണ്ണതു കേട്ടു പറഞ്ഞുവല്ലോ
പറുത്താവു പറയിണൊരു വറുമം നാനിങ്ങറിഞ്ഞു
കൊട്ടയിട്ടു മൂടിവച്ചു നാടുവാജും തമ്പിരാന്റെ
തിരുമുമ്പിക്കൊണ്ടുചെന്നു കാച്ചവയ്ക്കാതെ.
......
ഇലങ്കയിലൊരുവനിണ്ടിരുപതു കണ്ണൻ
അയ്യാക്കുണ്ടൊരനീശൻ കാച്ചിലുകയുവിയവെള്ളമ്പോലെ.

(പുറം. 140, 141)

ഉത്തരരാമായണകഥയുടെ നാടൻ പാട്ടുരൂപത്തിലുള്ള കുറച്ചു ഭാഗങ്ങളും ഈ ഗ്രന്ഥത്തിൽ കാണുന്നു. ഇതിലെ ഗദ്യഭാഗം ഇതു സമാഹരിച്ച വ്യക്തി എഴുതിയതാണെന്ന് ഊഹിക്കാവുന്നതാണ്.

"ശ്രീരാമൻ രാവണവധം കഴിഞ്ഞു സീതയുമായി അയോദ്ധ്യയിലെത്തി സുഖമായി പാർക്കുന്നു. സീതയുടെ സൗഭാഗ്യത്തിൽ അമ്മായി അമ്മമാർക്ക് അസൂയ മുഴുത്ത് ആ സാധ്വിയെ ഉപദ്രവിക്കാൻ അവർ പല മാർഗ്ഗങ്ങളും നോക്കുന്നു. ശ്രീരാമനോടു പതിവായി ഏഷണി പറഞ്ഞ് അദ്ദേഹത്തെ തെറ്റിദ്ധരിപ്പിക്കുന്നു. എങ്കിലും പ്രത്യക്ഷലക്ഷ്യം കൂടാതെയുള്ള അപരാധങ്ങളെ അദ്ദേഹം ക്ഷമിക്കുന്നു. അങ്ങനെയിരിക്കെ അദ്ദേഹം ഒരു നാൾ സപരിവാരനായി നായാട്ടിനു പോയതുകണ്ടു കൗസല്യാദികളായ അമ്മായിയമ്മമാർ കൂടിയാലോചിച്ചശേഷം സീതയെ വിളിച്ചു രാവണന്റെ രൂപം വരച്ചുകാണിക്കണമെന്ന് ആവശ്യപ്പെടുകയും സീത:

ആപത്തിന്നത്രേ നിങ്ങൾ തുടങ്ങുന്നമ്മമാരേ
എനിക്കു വരുന്നതു കാലക്കേടല്ലാതില്ലേ
രാവണൻ കട്ടുകൊണ്ടുപോയതു മൂലത്താലേ
ജാതിഭേദവും ചൊല്ലിയഗ്നിയിൽച്ചാടിച്ചെന്നെ
പ്പിന്നെയുമെനിക്കൊരു ദൂഷണത്തിനു നിങ്ങൾ

ഇന്നിവൻ രൂപം കാൺമാൻ ചൊല്ലുന്നതെന്നോടിപ്പോൾ
എനിക്കും ഭർത്താവിനും കീർത്തിവന്നതുമൊക്കെ
അനർത്ഥമല്ലാതില്ലെന്നാരും ധരിച്ചാലും
രാജവേഷത്തെക്കൊണ്ടു ഛേദിക്കുമുടവാളാൽ
ദ്വേഷിപ്പാനൊരു മൂലമില്ലാതിരിക്കുന്നു
ദ്വേഷിക്കുമുടവാളാൽ രൂപത്തെ കാൺകിലെന്നെ
......

(പുറം. 199)

തുടർന്ന് ഏതാനും വരികൾ കൂടി ഈ ഗ്രന്ഥത്തിലുണ്ട്.[38] ഇങ്ങനെ അനേകം നാടൻ പാട്ടുകളിൽ രാമകഥാഖ്യാനങ്ങൾ പ്രാദേശികവും ജാതീയവുമായ ഭേദങ്ങളാൽ വ്യത്യസ്തമായി ഉണ്ടായിട്ടുണ്ട്. സമൂഹത്തിന്റെ ഏറ്റവും അടിത്തട്ടിൽ ജീവിച്ചിരുന്ന ഒരു ജനസമൂഹത്തിന്റെ വാമൊഴിയിൽപോലും രാമകഥകൾ എങ്ങനെ എത്തിച്ചേർന്നുവെന്ന് നമ്മൾ അത്ഭുതപ്പെട്ടു പോകും. രാമകഥയുടെ സ്വീകാര്യത സവർണ്ണാവർണ്ണഭേദമില്ലാതെ എല്ലാ ജനവിഭാഗങ്ങളുടേയും സാഹിത്യാദികലാരൂപങ്ങളിൽ കാണുന്നുവെന്നു മാത്രമേ ഇവിടെ രേഖപ്പെടുത്തുന്നുള്ളൂ. അതിന്റെ കൃത്യമായ സ്രോതസ്സുകളും കാരണങ്ങളും സാഹചര്യങ്ങളും കണ്ടെത്തുന്നതിനുള്ള ബാദ്ധ്യതയും ഉത്തരവാദിത്വവും ഭാഷാ ഗവേഷകർക്കു വിടുന്നു.

എം. മാപ്പിള രാമായണം

സെമിറ്റിക് മത-പ്രവാചകമത-മെന്ന നിലയിൽ ഇസ്ലാം മതത്തിനുള്ള സ്ഥാനം അനിഷേദ്ധ്യമാണ്. ഇതര സെമിറ്റിക് മതങ്ങൾക്കുള്ളതുപോലെതന്നെ ഇസ്ലാംമതവിശ്വാസത്തിന്റെയും മതപരമായ ചട്ടക്കൂടുകൾ അനേകം നിയന്ത്രണങ്ങൾക്കും കർക്കശമായ ആചാരവിശ്വാസങ്ങൾക്കും വിധേയമാണ്. മാത്രവുമല്ല, ഇന്ത്യയെ സംബന്ധിച്ചിടത്തോളം അതൊരു 'വിദേശമത'വുമാണ്. ഏകദൈവവിശ്വാസാധിഷ്ഠിതമായ അനുശാസനങ്ങളെ പിന്തുടരുന്ന ഇസ്ലാം മതവിശ്വാസികൾക്കിടയിൽ രാമകഥയ്ക്കെങ്ങനെ സ്വാധീനം ലഭിച്ചുവെന്നത് കൂടുതൽ പഠനം ആവശ്യമുള്ളതായ ഒന്നാണ്. ഇന്ത്യയിലുള്ള ഇസ്ലാം മതവിശ്വാസികളും വിദേശമതങ്ങളെന്ന് വ്യവഹരിക്കപ്പെടുന്ന മറ്റു മതങ്ങളുടെ വിശ്വാസികളും ഏതെങ്കിലും വിദേശരാജ്യങ്ങളിൽ നിന്നും വന്നവരല്ലെന്നും അവരും അവരുടെ പൂർവ്വികരും ഇവിടെത്തന്നെ ജനിച്ചു വളർന്ന്, പലവിധ സാമൂഹ്യകാരണങ്ങളാൽ മതപരിവർത്തനം നടത്തിയവരാണെന്നും അവരുടെ ജന്മദേശം ഇന്ത്യതന്നെയാണെന്നും ഉള്ളതുകൊണ്ടാണ് ഇന്ത്യയുടെ പ്രാചീന സാഹിത്യ കൃതികളുടെ സ്വാധീനം അവരുടേയും സാഹിത്യ-കലാരൂപങ്ങളിൽ ഉണ്ടായതെന്നും തീർച്ചയാണ്. അതുകൊണ്ടുതന്നെ, വേദോപനിഷത്തുകളുടെയും അതിനുശേഷമുണ്ടായിട്ടുള്ള ഇന്ത്യൻ സാഹിത്യത്തിന്റെയും അഭി

മാനകരമായ പാരമ്പര്യം അവർക്കുകൂടി അവകാശപ്പെട്ടതുമാകുന്നു. അതംഗീകരിക്കാതെ അവരൊക്കെ പാക്കിസ്ഥാനിലേക്കോ ചന്ദ്രഗ്രഹത്തിലേക്കോ ഒക്കെ പോകണമെന്നുള്ള ജാതി ഹിന്ദുക്കളുടെ ജല്പനങ്ങൾ ഭ്രാന്തിന്റെ ലക്ഷണം മാത്രമല്ല, ഭ്രാന്തുതന്നെയാണെന്നു പറയേണ്ടതായി വരുന്നു. മാത്രവുമല്ല, വിദേശ രാജ്യങ്ങളിലെ, പ്രത്യേകിച്ച്, ലോകത്തേറ്റവും കൂടുതൽ ഇസ്ലാം മതവിശ്വാസികളായ ജനത വസിക്കുന്ന ഇന്തോനേഷ്യയിൽ വരെയുള്ള സാഹിത്യകലാരൂപങ്ങളിലെ രാമകഥാ സ്വാധീനത്തെക്കുറിച്ചും അവിടങ്ങളിലുള്ള രാമകഥാഖ്യാനങ്ങളെക്കുറിച്ചും മുമ്പ് സൂചിപ്പിക്കുകയുണ്ടായി. കേരളത്തിലെ ഇസ്ലാം മതവിശ്വാസികൾക്കിടയിലും രാമകഥാഖ്യാനങ്ങൾ വ്യത്യസ്തരീതികളിൽ ആവിർഭവിച്ചിട്ടുണ്ട്. ഇസ്ലാം മതവിശ്വാസികൾക്കിടയിലേയും ജാതിഹിന്ദുക്കളിലേയും ന്യൂനപക്ഷമായ മതതീവ്രവാദികൾ ഇതംഗീകരിച്ചില്ലെങ്കിലും യാഥാർത്ഥ്യം അതാണ്. ഇന്ത്യൻ സംസ്കാരത്തിന്റെ ഈടു വയ്പുകളെന്നു വിശേഷിപ്പിക്കപ്പെടുകയും വിശ്വസിക്കപ്പെടുകയും ചെയ്യുന്ന മഹത്തായ സാഹിത്യകൃതികളോട് അവർക്കുള്ള ആദരവും കൂടിയാണ് ഇത്തരം ആഖ്യാനങ്ങൾ വ്യക്തമാക്കുന്നതെന്നു ഞാൻ കരുതുന്നു.

ഉപനിഷത്തുകൾ ആദ്യമായി മറ്റൊരു ഭാഷയിലേക്ക്, സംസ്കൃതത്തിൽനിന്നും തർജ്ജമ ചെയ്യപ്പെട്ടത് എ ഡി 17-ാം നൂറ്റാണ്ടിന്റെ മദ്ധ്യത്തിലാണ്. ഷാജഹാൻ ചക്രവർത്തിയുടെ മൂത്തമകനും ഔറംഗസേബിന്റെ ജ്യേഷ്ഠനുമായ ദാരാഷിക്കോവിന്റെ നേതൃത്വത്തിലാണ് മഹത്തായ ആ വിവർത്തനകൃത്യം നടന്നത്. കുറച്ചുകൂടി കൃത്യമായിപ്പറഞ്ഞാൽ എ ഡി 1656 നും 1657 നും മദ്ധ്യേ. ദാരയുടെ നേതൃത്വത്തിൽ നടന്ന ഉപനിഷത് വിവർത്തനത്തിന്റെ പേര് *സിർ-ഉൽ-അസ്റാൻ* (മഹരഹസ്യം എന്ന് അർത്ഥം) എന്നായിരുന്നു. അമ്പത് ഉപനിഷത്തുകളാണ് ദാരയുടെ നേതൃത്വത്തിൽ പേർഷ്യൻ ഭാഷയിലേക്ക് വിവർത്തനം ചെയ്യപ്പെട്ടത്. (അതുവരെ, വേദംപഠിക്കുന്ന ശൂദ്രന്റെ കാതിൽ ഒഴിക്കുന്നതിനായി ഈയം ഉരുക്കുന്നതിരക്കിലായിരുന്നു ഇവിടത്തെ ബ്രാഹ്മണ-പൗരോഹിത്യവർഗ്ഗം!) അന്ന് ഇന്ത്യയിൽ സഞ്ചരിക്കുകയും പൗരസ്ത്യമതങ്ങളെക്കുറിച്ച് പഠനം നടത്തുകയും ചെയ്തിരുന്ന ആൻക്വറ്റിൻ ദുപെറോൺ (Anquetil Du Perron. 1731-1805) എന്ന ഫ്രഞ്ചുപണ്ഡിതന്റെ കൈയിൽ ദാരയുടെ ഉപനിഷത് വിവർത്തനങ്ങളുടെ കൈയെഴുത്തുപ്രതി എത്തിച്ചേർന്നു. 1775 ൽ ആൻക്വറ്റിന്റെ കൈയിലെത്തിച്ചേർന്ന ഉപനിഷത് വിവർത്തനങ്ങൾ അദ്ദേഹം ലാറ്റിൻഭാഷയിലേക്കു വിവർത്തനം ചെയ്തു പ്രസിദ്ധമാക്കി (1801-1802 ൽ). യൂറോപ്പിലെ പണ്ഡിതലോകത്തിന്റെ ശ്രദ്ധ ഉപനിഷത്തിലേക്കു തിരിയുന്നത് അങ്ങനെയാണ്. പിന്നീടാണ് മാക്സ് മുള്ളറും മറ്റും രംഗത്തെത്തുന്നത്. അതിനൊക്കെ നിമിത്തമായത് ഇസ്ലാം മതവിശ്വാസിയായിരുന്ന ദാരാഷിക്കോവും ഫ്രഞ്ചുകാരനും ക്രിസ്തുമതവിശ്വാസി (?)യുമായിരുന്ന ആൻക്വിറ്റിനും ആയിരുന്നുവെന്നു രേഖപ്പെടുത്തുമ്പോൾ ആരും നെറ്റിചുളിക്കേണ്ടതില്ല. അതാണ് യഥാർത്ഥ

ചരിത്രം. നിർമ്മിതചരിത്രമല്ല! ഇതു മനസ്സിൽ വച്ചാകാം, ഇസ്ലാംമത പണ്ഡിതന്മാരിൽ പ്രമുഖനും പ്രധാനിയുമായിരുന്ന മൗലാനാ അബ്ദുൾ കലാം ആസാദ്, ഉപനിഷത്തുകളിലെ ബ്രഹ്മദർശനവും സൂഫിദർശനത്തിലെ 'അഹ്ദിയത്' സങ്കല്പനവും സമാനമാണെന്നു പ്രഖ്യാപിച്ചത്.[39]

ഇങ്ങനെയുള്ള ചരിത്രംകൂടി ഇസ്ലം മത പശ്ചാത്തലത്തിലുള്ള രാമകഥാഖ്യാനങ്ങളുടെ പിന്നിലുണ്ടെന്ന് കരുതാവുന്നതാണ്. അതെന്തായാലും മതാന്ധതയുടെ കണ്ണടകൾ മാറ്റിവച്ച് ഈ വിഷയത്തിൽ ഇനിയും പഠനങ്ങൾ ഉണ്ടാകേണ്ടിയിരിക്കുന്നു. *കമ്പരാമായണ*ത്തെപ്പറ്റി ആഴത്തിൽ പഠനം നടത്തിയിട്ടുള്ള മുസ്ലീം പണ്ഡിതന്മാർ തമിഴ്നാട്ടിൽ ഏറെയുണ്ട്. അവരിൽ പ്രമുഖനും എ ഡി 17-ാം നൂറ്റാണ്ടിൽ ജീവിച്ചിരുന്ന കവിയുമായ ഉമർ പുലവർ രചിച്ച *സീറാരാമായണം* പ്രസിദ്ധമാണ്. കമ്പരാമായണത്തിന്റെ ചുവടുപിടിച്ച്, അതിലെ സന്ദർഭങ്ങൾ സ്വീകരിച്ച്, മുഹമ്മദു നബിയുടെ ജീവിതം ഇതിവൃത്തമാക്കിയാണ് ഈ കൃതിയെന്നു പറയപ്പെടുന്നു. *കമ്പരാമായണം, വാല്മീകി രാമായണം, രാമചരിതമാനസം* തുടങ്ങിയ കൃതികളിലൊക്കെ അവഗാഹം നേടിയിട്ടുള്ള, തമിഴ്നാട്ടിലെ മറ്റൊരു മുസ്ലീം പണ്ഡിതനാണ് മദ്രാസ് ഹൈക്കോടതി മുൻചീഫ് ജസ്റ്റിസ് ആയിരുന്ന എം എം ഇസ്മായിൽ. അതുപോലെ, ചിറ്റൂർ താലൂക്കിലെ കരിപ്പോട് കെ വി കരുമൻഗുരുക്കൾ എന്ന മുസ്ലീം പണ്ഡിതൻ ഏഴുദശകങ്ങൾക്കു മുമ്പ് കിളിപ്പാട്ടു രൂപത്തിൽ രാമായണം എഴുതിയിട്ടുണ്ട് എന്നതും ഓർമ്മിക്കുക. വിവിധ മതവിശ്വാസികളായ പണ്ഡിതന്മാർ രചിച്ചിട്ടുള്ള രാമകഥകൾ വേറെയുമുണ്ടാകാം. കേരളത്തിൽതന്നെ ഇസ്ലാം മതവിശ്വാസികളായ അനേകം പണ്ഡിതൻമാർ രാമായണ കാവ്യത്തെ ആഴത്തിൽ മനസ്സിലാക്കിയവരായുണ്ട്. എം എൻ കാരശ്ശേരി, ഡോ. അസീസ് തരുവണ, മൻസൂർ അലി തുടങ്ങിയവർ അവരിൽ ചിലർ മാത്രം. വടക്കേമലബാറിലെ മാപ്പിള മുസ്ലീങ്ങളുടെ ഭാഷയുമായി ഏറെ സാമ്യമുള്ള, ഗാനരൂപമായ മാപ്പിള രാമായണത്തെക്കുറിച്ച് ഇവർ പഠനങ്ങൾ നടത്തിയിട്ടുണ്ട്. 148 വരികൾ മാത്രമെ മാപ്പിള രാമായണത്തിന്റേതായി കണ്ടെത്തുവാനായിട്ടുള്ളുവെന്ന് ഡോ. അസീസ് തരുവണ പറയുന്നു.[40] *മാപ്പിള രാമായണം: പാഠവും പഠനവും* എന്ന ഗ്രന്ഥത്തിലൂടെ മൻസൂർ അലിയും ഈ വിഷയത്തിലേക്കു വെളിച്ചം വീശുന്നു. അസീസ് തരുവണയുടെ ഗ്രന്ഥത്തിൽ നിന്നെടുത്ത മാപ്പിള രാമായണത്തിലെ ചില വരികൾ ചുവടെ ചേർക്കുന്നു.

'ലാമ ലാമ ലാമ ലാമ ലാമ ലാമ ലാമ
ലാമ ലാമ ലാമ ലാമ ലാമ ലാമ ലാമ
പണ്ടുതാടിക്കാരനൗലി പാടിനടന്നൊരു പാട്ട്
കണ്ടതല്ലേഞമ്മളീ ലാമായണം കതപാട്ട്
കർക്കിടം കാത്തുകാത്തു കുത്തിരിക്കുംപാട്ട്
കാതുരണ്ടിലും കൈവിരലിലൊട്ടിരിക്കൂട്ടും പാട്ട്
മൂന്നു പെണ്ണിനെ ദശരതൻ നിക്കാഹ് ചെയ്തപാട്ട്

അമ്മിക്കുമ്മായം മറിഞ്ഞും മക്കളില്ലാ പാട്ട്
പായസം കുടിച്ചു മൂന്നും നാലുപെറ്റപാട്ട്
നാലിലും മൂത്തുള്ള ലാമന്റേലു കൂട്ടും പാട്ട്
....
ലാമനെ പതിന്നാലു കൊല്ലം കാട്ടിലാക്കിയ പാട്ട്
കൂടെയനുശൻ കൂട്ടിനോളും കൂടിപ്പോയ പാട്ട്
മക്കളെക്കാണാഞ്ഞു ബാപ്പ വീണുരുണ്ട പാട്ട്
വിക്കി വിക്കി ലാശാലാശാൻ മൗത്തിലായ പാട്ട്'

ശൂർപ്പണഖയുടെ പുറപ്പാട് (രാമനെക്കാണാനുള്ള ശൂർപ്പണഖയുടെ ഒരുക്കം. 56 വയസ്സായ ശൂർപ്പണഖ 16 കാരിയായി ചമയുന്ന രംഗം!), രാവണന്റെ അശോകവനപ്രവേശം, ഹനുമാന്റെ ലങ്കാപ്രവേശം എന്നിങ്ങനെ മൂന്നുരംഗങ്ങൾ മാത്രമേ ഇതിലുള്ളൂ. (ശേഷിച്ചവ കാലക്രമത്തിൽ നഷ്ടപ്പെട്ടുപോയതാകാം) ഡോ. അസീസ് തരുവണ, മാപ്പിള രാമായണത്തെക്കുറിച്ചു പറയുന്നത് അന്വർത്ഥമാണ്. "മാപ്പിള രാമായണത്തിന്റെ ഭാഷയിലും ശൈലിയിലും മാപ്പിള സാമുദായിക ജീവിതാംശങ്ങൾ എമ്പാടുമുണ്ട്. സാംസ്കാരികമായ കൊടുക്കൽ വാങ്ങലുകളുടെ മികച്ച ദൃഷ്ടാന്തമാണ് മാപ്പിളരാമായണം."[41]

രാമകഥ ഏതെങ്കിലുമൊരു മതവിഭാഗത്തിന്റെ മാത്രം സ്വന്തമല്ലെന്നും തലമുറകളിലൂടെ അതിന് ഒട്ടേറെ ആവിഷ്കാരങ്ങളും പാഠഭേദങ്ങളും ഉണ്ടായിട്ടുണ്ടെന്നും ഇതൊക്കെ തെളിയിക്കുന്നു. അതിലൂടെ *രാമായണം* ഒരു മതഗ്രന്ഥമല്ലെന്നും അതൊരു സാഹിത്യപാഠവും സാംസ്കാരിക ആവിഷ്കാരവുമാണെന്നും നമ്മളെ നിരന്തരം ബോദ്ധ്യപ്പെടുത്തിക്കൊണ്ടുമിരിക്കുന്നു.

എൻ. വിദേശഭാഷ രാമായണങ്ങൾ

രാമകഥാഖ്യാനവഴികൾ കൗതുകകരവും വിസ്മയജനകവുമാണെന്ന് കണ്ടുകഴിഞ്ഞു. ഒരു കാവ്യമോ, ആഖ്യാനമോ ഇങ്ങനെ, ഇത്രയേറെ പ്രചാരം നേടുമോയെന്നും നമ്മൾ അത്ഭുതപ്പെട്ടുപോകുന്നതുമാണ്. സന്തോഷ് ദേശായ് എന്ന പണ്ഡിതന്റെ ഒരു നിരീക്ഷണം എ കെ രാമാനുജൻ തന്റെ *മുന്നൂറുരാമായണ*ങ്ങളിൽ ഉദ്ധരിച്ചു ചേർത്തിട്ടുണ്ട്. "രാമകഥ മൂന്നു വ്യത്യസ്തപാതകളിലൂടെയാണ് സഞ്ചരിച്ചത്. കരയിലൂടെയുള്ള വടക്കൻ പാത ഈ കഥയെ പഞ്ചാബ്, കാശ്മീർ എന്നീ പ്രദേശങ്ങളിലൂടെ ചൈന, ടിബറ്റ്, കിഴക്കൻ തുർഗിസ്ഥാൻ വരെക്കൊണ്ടുപോയി. കടൽവഴിയുള്ള തെക്കൻ പാതയാകട്ടെ ഈ കഥയെ ഗുജറാത്തും തെക്കേ ഇന്ത്യയും മുതൽ ജാവയിലേക്കും സുമാത്രയിലേക്കും മലയായിലേക്കും കൊണ്ടുപോയി. വീണ്ടും കരയിലൂടെ നീണ്ട കിഴക്കൻ പാത ഈ കഥയെ ബംഗാളിൽനിന്ന് ബർമ്മയിലേക്കും തായ്‌ലന്റിലേക്കും ലാവോസിലേക്കും വിതരണം ചെയ്തു. വിയറ്റ്നാമും കമ്പോഡിയയും അവരുടെ കഥകളെ

പാതി ജാവയിൽനിന്നും പാതി കിഴക്കൻ പാതവഴി ഇന്ത്യയിൽ നിന്നുമായി ഉരുത്തിരിച്ചെടുത്തു."[42] ഏതുവഴി എങ്ങനെ ഇക്കഥ വിദേശരാജ്യങ്ങളിൽ എത്തിയെന്നത് അനുമാനങ്ങളും അഭ്യൂഹങ്ങളും മാത്രമാണ്. എന്തായാലും രണ്ടു ഡസനിലധികം രാമായണങ്ങൾ വിദേശഭാഷകളിലുണ്ട് എന്നതാണ് യാഥാർത്ഥ്യം. *സേരീരാമായണം, രാമായണകവീന, ഹികായത്ത്യഹാ രാജരാവണം, പതാനീരാമായണം, രാമായണകേലിംഗ, ഹികായത് സേരീരാമീനം* എന്നീ രാമായണങ്ങൾ ഇന്തോനേഷ്യയിൽ ഉണ്ട്. *രാമനാടകം* (ബർമ്മ), *ബ്രഹ്മചക്രം* (സയാംദേശം), *ഖോത്താനീ രാമായണം* (പഴയ ടർക്കിസ്ഥാൻ), രാമലഖന്നചരീയം (ടിബറ്റ്), സേരീ രാമനം (ശ്രീലങ്ക), *രാമകേർത്തി* (കമ്പോഡിയ), *രാമകേലിംഗ സേരത് കാണ്ഡം* (ശ്രീലങ്ക), *രാമായണ മസിഹി* (പാഴ്സി), *ഭീകാരാമായണം* (കമ്പോഡിയ), *ചീനരാമായണം* (ചൈന) *ജാവാരാമായണം* (ജാവ), *നേപ്പാളീ രാമായണം* (നേപ്പാൾ), *രാമകിയേന* (ഇന്തോനേഷ്യ), *ദശരഥ കഥാനം* (ടിബറ്റ്) *സുമനകാന്തിക കവിന* (ജാവ), *ഹരിശ്രയങ്കകവിന* (ജാവ) *മഹാരാദ്ധ്യലവണ* (ഫിലിപ്പൈൻസ്) തുടങ്ങിയ വിദേശഭാഷാ രാമായണങ്ങൾ അവയിൽ ചിലതുമാത്രമാണ്.[43]

ബൗദ്ധരാമകഥകൾ പ്രതിപാദിക്കുന്ന *അനാമകം ജാതകം* എ ഡി 3-ാം നൂറ്റാണ്ടിൽ ചൈനീസ് ഭാഷയിലേക്ക് കാങ്-സേങ്-സൂയി എന്നയാൾ വിവർത്തനം ചെയ്തിട്ടുള്ളതായി പറയപ്പെടുന്നു (*അനാമകം ജാതകത്തിന്റെ* മൂലരൂപം അപ്രാപ്യമാണ്). *ദശരഥകഥാനം* എ ഡി 472 ൽ ചൈനീസ് ഭാഷയിലേക്കു തർജ്ജമ ചെയ്യപ്പെട്ടിട്ടുണ്ട്. രാമനിൽ വിഷ്ണു ശക്തി ഉണ്ടായിരുന്നതായി ഇതിൽ പറയുന്നുവെന്നാണ് കാമിൽ ബുൽക്കെയുടെ സാക്ഷ്യപ്പെടുത്തൽ. *ഖോത്താനീരാമായണം, ബ്രഹ്മചക്രം, രാമജാതകം* എന്നിവകളിൽ ബുദ്ധൻ പൂർവ്വജന്മത്തിൽ രാമനായിരുന്നുവെന്നു പറയപ്പെടുന്നു.

ഇന്തോനേഷ്യയിൽ പ്രാചീനകാലം മുതൽ രാമകഥാഖ്യാനങ്ങൾ നിലനിന്നിരുന്നതായാണ് കണ്ടെത്തിയിട്ടുള്ളത്. *വാല്മീകിരാമായണ* കഥയോട് അടുത്തു നില്ക്കുന്ന പ്രാചീന രാമായണ കഥാരൂപവും അതിൽനിന്നും ഏറെ വ്യത്യസ്തത പുലർത്തുന്ന, താരതമ്യേന ആധുനികമെന്നു പറയാവുന്ന, രാമകഥാഖ്യാനങ്ങളും ജാവയിൽനിന്നും മലയയിൽനിന്നും കണ്ടെത്തിയിട്ടുണ്ട്. ജാവാരാമായണങ്ങളിൽ രാമഭക്തി ഭാവം ഇല്ലെന്നുള്ളതും കൗതുകകരമാണ്. അതിനാൽ അവിടത്തെ രാമായണ കർത്താക്കൾ ശൈവരായിരുന്നിരിക്കണം എന്നാണ് കാമിൽ ബുൽക്കെ അനുമാനിക്കുന്നത്.[44]

ഇന്ത്യ കഴിഞ്ഞാൽ രാമകഥയ്ക്ക് ഏറ്റവും പ്രചാരം സിദ്ധിച്ചിട്ടുള്ളത് ഇസ്ലാംമതവിശ്വാസികൾക്ക് ഭൂരിപക്ഷവും മേധാവിത്വവുമുള്ള ഇന്തോനേഷ്യയിലാണ്. *രാമായണകവിന* എന്ന കൃതിയാണ് ഏറ്റവും പ്രാചീനതയും പ്രചാരവും അവകാശപ്പെടാവുന്ന കൃതി. എ ഡി 10-ാം ശതകത്തിൽ രൂപപ്പെട്ട ഈ കൃതിയുടെ കർത്താവ് ആരെന്ന് ഇനിയും ഊഹാ

തീതമായി തെളിയിക്കപ്പെട്ടിട്ടില്ല. ഇതിന്റെ രചനയിൽ പ്രധാനമായും ആശ്രയിച്ചിരിക്കുന്നത് ഭട്ടികാവ്യത്തെയാണെന്ന് കാമിൽ ബുൽക്കെ *രാമകഥ*യിൽ പറയുന്നു. യുദ്ധകാണ്ഡംവരെ മാത്രം പരാമർശിച്ചിരിക്കുന്ന ഈ കൃതിയിൽ *അഭിഷേകനാടക*ത്തിലെയും *മഹാനാടക*ത്തിലെയും കഥാസന്ദർഭങ്ങളുണ്ട്. *രാമായണ കവിന*യിൽ സീത അടയാളരൂപത്തിൽ രാമനെ ഏല്പിക്കുന്നതിനായി ഹനുമാന്റെ കൈയിൽ ചൂഡാമണികൂടാതെ ഒരെഴുത്തും കൂടി കൊടുത്തയയ്ക്കുന്നതായി വർണ്ണിച്ചിരിക്കുന്നു. വ്യത്യാസങ്ങൾ ഏറെയുണ്ട് ഇനിയും.

ഇന്തോനേഷ്യയിലെ തന്നെ *ഹിക്കായത്ത് സെരിറാം* എന്ന രാമകഥാഖ്യാനത്തിൽ അല്ലാഹു, ആദംനബി, മുഹമ്മദ് നബി, അലി തുടങ്ങിയുള്ള ഇസ്ലാം നാമങ്ങളുള്ള കഥാപാത്രങ്ങളുണ്ട്. മഹാരാദ്ധ്യലാവണ എന്ന ഫിലിപ്പൈൻസ് രാമകൃതിയിൽ മഹാരാദ്ധ്യലാവണ എന്നാണ് രാവണന്റെ പേര്. സീതയുടെ പേര് ടുവാൻ പോട്രിമലാനോടിഹൈയ എന്നും. അഗാമാനിയോഗ് എന്നരാജവംശത്തിലെ ഒരു സുൽത്താന്റെ രണ്ടു പുത്രൻമാരാണ് രാമനും (റാഡിയോമൻഗാന്തിരി) ലക്ഷ്മണനും (റാഡിയാമൻഗാവർണ്ണ). പുലബന്ത്യാർ വംശത്തിലെ സുൽത്താന്റെ മകനാണ് രാവണൻ (ലാവണൻ). ഇക്കഥയിലെ രാവണന് എട്ടുതലകളേയുള്ളൂ.

അതേസമയം, മലേഷ്യയിൽ പ്രചാരത്തിലുള്ള രാമകഥയായ *പെൻഗ്ലീപ്പർ ലാറ*യിലെ രാവണന് 12 തലകളുണ്ട്. അവിടത്തെതന്നെ *സെരിട്രി മഹാരാജവാന* എന്ന കൃതിയിലെ സീതയുടെ പേര് സിതി എന്നും അയോദ്ധ്യയുടെ പേര് സെർത്താപുര എന്നുമാണ്. ചൈനയിലെ രാമകഥാസാഹിത്യം ബൗദ്ധരാമകഥാധിഷ്ഠിതമാണ്. ജപ്പാനിലേക്കു ചെന്നാൽ, അവിടത്തെ രാമകഥകൾക്കു സാമ്യം ചൈനയിലേയും തായ്ലാന്റിലേയും രാമകഥകളുമായാണ്. നൃത്തരൂപങ്ങളിലൂടെയാണ് ജപ്പാനിൽ രാമകഥകൾ നിലനില്ക്കുന്നത്. 'ദോരാഗാകൂ' എന്ന ജാപ്പനീസ് നൃത്തരൂപം വിഖ്യാതമാണ്.[45]

വിദേശരാമായണങ്ങളിലൂടെ കടന്നുപോകുമ്പോഴും അവ *വാല്മീകി രാമായണ*വുമായും ബൗദ്ധരാമകഥകളുമായും ബന്ധം പുലർത്തുന്നതായി കാണാവുന്നതാണ്. അതേസമയം, അതതു രാജ്യങ്ങളിലെ വിശ്വാസപ്രമാണങ്ങൾ, ആചാരങ്ങൾ, പുരാവൃത്തങ്ങൾ, മതവിശ്വാസങ്ങൾ തുടങ്ങിയവ അവയിലൊക്കെ സ്വാധീനം ചെലുത്തുന്നതായും കാണാം. ഉദാഹരണത്തിന്, ടർക്കിസ്ഥാനിലെ ഖോത്താൻ ദേശത്ത് പ്രചാരത്തിലുള്ള രാമകഥയിൽ രാമനും ലക്ഷ്മണനും ചേർന്നാണ് സീതയെ വിവാഹം ചെയ്യുന്നത്.[46] ഇങ്ങനെ, ഒട്ടേറെ സാജാത്യവൈജാത്യങ്ങൾ ഇന്ത്യയിൽ പ്രചാരത്തിലുള്ള രാമകഥകളുമായി അവയ്ക്കുണ്ട്. ഇത് സ്വാഭാവികം മാത്രമാണ്. ഇന്ത്യയിലെതന്നെ പ്രദേശികരാമായണങ്ങളിൽപോലും ഇത്തരം സാജാത്യ വൈജാത്യങ്ങൾ ഉണ്ടല്ലോ.

ബൗദ്ധരാമകഥകളിലൂടെയും *വാല്മീകി രാമായണ*ത്തിലൂടെയും

തുടർന്നു രൂപം കൊണ്ട മറ്റനേകം രാമകഥാഖ്യാനങ്ങളിലൂടെയും കടന്നുപോകുമ്പോൾ രാമായണകർത്തൃത്വം ഒരു വ്യക്തിയിൽ മാത്രം സ്ഥാപിക്കുന്നത് യുക്തിസഹമാണോയെന്ന് സംശയിക്കേണ്ടതായിവരുന്നു. രാമകഥാസാഹിത്യത്തിലൂടെ കടന്നുപോകുമ്പോൾ എത്രയെത്ര വിഭിന്നരായ രാമായണകഥാപാത്രങ്ങൾ എന്നതുപോലെതന്നെ, എത്രയെത്ര വിഭിന്നരായ രാമായണകർത്താക്കൾ എന്നും നമ്മൾ അത്ഭുതപ്പെട്ടുപോകും. രാമനെ പ്രസവിച്ച സ്ഥലംവരെ നിർണ്ണയിക്കുന്നവരും നിശ്ചയിക്കുന്നവരും ഈ യാഥാർത്ഥ്യം അംഗീകരിക്കുവാൻ തയ്യാറായാൽ അവർ രക്ഷപ്പെട്ടില്ലെങ്കിലും വിശ്വാസത്തിന്റെയും ആചാരത്തിന്റെയും ഭക്തിയുടെയും പേരിൽ വഴിതെറ്റിക്കപ്പെടുന്ന ഇന്ത്യൻ സാമാന്യജനത രക്ഷപ്പെട്ടേക്കാം!

സഹായകഗ്രന്ഥങ്ങൾ/കുറിപ്പുകൾ

1. *രാമകഥ: ഉത്ഭവവും വളർച്ചയും:* ഫാ. കാമിൽ ബുൽക്കെ, വിവ. അഭയദേവ്. പ്രസാ. കേരള സാഹിത്യ അക്കാദമി, തൃശൂർ, 1999 മാർച്ച് പതിപ്പ്.
2. അതേ ഗ്രന്ഥം
3. അതേ ഗ്രന്ഥം
4. രാമാനുജന്റെ *300 രാമായണങ്ങൾ* എന്ന കൃതി സംഘപരിവാറിന്റെ എതിർപ്പുമൂലം ദൽഹി സർവ്വകലാശാല പാഠപുസ്തകത്തിൽനിന്നും നീക്കംചെയ്യുമ്പോൾ കേന്ദ്രത്തിലും ദൽഹിയിലും ഭരണത്തിലിരുന്നത് ഇന്ത്യൻ നാഷണൽ കോൺഗ്രസിന്റെ നേതൃത്വത്തിലുള്ള മുന്നണിയായിരുന്നു. ബ്രാഹ്മണിക രാമായണത്തിന്റെ ടെലിവിഷൻ ആഖ്യാനം വന്നതും അക്കാലത്തുതന്നെയാണ്. 1987–88 കാലത്ത്.
5. *300 രാമായണങ്ങൾ: അഞ്ച് ഉദാഹരണങ്ങളും തർജ്ജമയെ സംബന്ധിച്ച മൂന്നു വിചാരങ്ങളും.* എ കെ രാമാനുജൻ, വിവ. പി എൻ ഗോപികൃഷ്ണൻ, പ്രസാ. ഇൻസൈറ്റ് പബ്ലിക്ക, കോഴിക്കോട്, രണ്ടാം പതിപ്പ് 2018 മാർച്ച്, പുറം. 78.
6 *അത്ഭുതരാമായണം.* വിവ. എൻ പീതാംബരൻ. ഡി സി ബുക്സ്. കോട്ടയം. 2012 ജൂൺ
7. *സാഹിത്യമാലിക:* പ്രൊഫ. ഇളംകുളം കുഞ്ഞൻ പിള്ള, വിതരണം, എൻ ബി എസ് കോട്ടയം, സെപ്തംബർ 1970. പുറം 76.
8. *രാമകഥ:* കാമിൽ ബുൽക്കെ
9. അതേപുസ്തകം. പുറം. 186
10. അതേ പുസ്തകം. പുറം. 229.
11. അതേ പുസ്തകം. പുറം. 230
12. അതേ പുസ്തകം. പുറം. 228
13. *കൈരളിയുടെ കഥ:* എൻ കൃഷ്ണപിള്ള. 2010 ജൂലൈ. 6-ാം പതിപ്പ്. പ്രസാ. ഡി സി ബുക്സ് കോട്ടയം. പുറം. 48

14. അതേപുസ്തകം പുറം 86, 87
15. അതേപുസ്തകം പുറം. 102.
16. *കണ്ണശ്ശരാമായണം:* നിരണത്തുരാമപ്പണിക്കർ. പഠനവും വ്യാഖ്യാനവും: ഡോ. പുതുശ്ശേരി രാമചന്ദ്രൻ, പ്രസാ. കേരള ഭാഷാ ഇൻസ്റ്റിറ്റ്യൂട്ട്, തിരുവനന്തപുരം. മേയ് 2013.
17. *കേരളസാഹിത്യചരിത്രം.* ഉള്ളൂർ എസ്. പരമേശ്വരയ്യർ. പുറം. 327. വാല്യം ഒന്ന്.
18. *അദ്ധ്യാത്മരാമായണം കിളിപ്പാട്ട്:* തുഞ്ചത്ത് എഴുത്തച്ഛൻ. പ്രസാ. സാഹിത്യപ്രവർത്തക സഹകരണ സംഘം. 1980 ലെ പതിപ്പിന് എ ഡി ഹരിശർമ്മ എഴുതിയ പഠനം. പുറം. 31.
19. *കേരള സാഹിത്യചരിത്രം:* വാല്യം 2, ഉള്ളൂർ എസ് പരമേശ്വരയ്യർ, പുറം. 507.
20. *അദ്ധ്യാത്മരാമായണം കിളിപ്പാട്ട്.* എസ് പി സി എസ് പതിപ്പ് 1980.
21. *ഭാരതീയസാഹിത്യചരിത്രം വാല്യം* 1. എഡി. ഡോ. കെ എം ജോർജ്ജ്, കേരള സാഹിത്യ അക്കാദമി പ്രസിദ്ധീകരണം. 1982. ഡിസംബർ പുറം. 268.
22. *അദ്ധ്യാത്മരാമായണം കിളിപ്പാട്ട്:* തുഞ്ചത്ത് എഴുത്തച്ഛൻ. പ്രസാ. മനോരമ പബ്ലിക്കേഷൻ ഡിവിഷൻ. സംശോധനം; കെ പി ശങ്കരൻ. 5-ാം പതിപ്പ്. 2010 ജൂൺ. പുറം. 12, 13
23. *ശ്രീരാമചന്ദ്ര വിലാസം മഹാകാവ്യം.* അഴകത്ത് ഈ പദ്മനാഭക്കുറുപ്പ്, പ്രസാ. കേരള ഭാഷാ ഇൻസ്റ്റിറ്റ്യൂട്ട്, ഫെബ്രുവരി, 2000.
24. *The Bengali Ramayanas:* Rai Sahib Dineshchandra Sen University of Culcutta 1920
25. *കൃത്തിവാസരാമായണം.* വിവ. പ്രൊഫ. എം കെ നാരായണൻ പോറ്റി. പ്രസാ. കേരള ഭാഷാ ഇൻസ്റ്റിറ്റ്യൂട്ട്, 2011 ആഗസ്ത്.
26. അതേഗ്രന്ഥം പുറം. 113
27. *രാമചരിതമാനസം:* തുളസീദാസൻ, മലയാള പദ്യപരിഭാഷ: വി കെ ഹരിഹരനുണ്ണിത്താൻ, പ്രസാ. കേരള സാഹിത്യ അക്കാദമി, 2014 ജൂലൈ, ആമുഖക്കുറിപ്പ്. ദേശമംഗലം രാമകൃഷ്ണൻ. പുറം. 9
28. *ഭാരതീയ സാഹിത്യചരിത്രം.* എഡി. ഡോ. കെ എം ജോർജ്. കേരള സാഹിത്യ അക്കാദമി, 1982 ഡിസംബർ, പുറം. 307.
29. *300 രാമായണങ്ങൾ:* എ കെ രാമാനുജൻ.
30. ഡോ. അസീസ് തരുവണയുടെ *വയനാടൻ രാമായണങ്ങൾ* (പ്രസാ. മാതൃഭൂമി ബുക്സ്), *എത്രയെത്ര രാമായണങ്ങൾ* (പ്രസാ. ചിന്ത പബ്ലിഷേഴ്സ്) അഡ്വ. കെ അനിൽകുമാറിന്റെ *രാവണായനം വിവിധ രാമായണങ്ങളിലൂടെ* (പ്രസാ. ചിന്ത പബ്ലിഷേഴ്സ്) എന്നീ ഗ്രന്ഥങ്ങൾ കാണുക.
31. *എത്രയെത്ര രാമായണങ്ങൾ,* ഡോ. അസീസ് തരുവണ.
32. അതേഗ്രന്ഥം. പുറം. 37

33. അതേഗ്രന്ഥം
34. *രാമകഥ:* കാമിൽ ബുൽക്കെ.
35. അതേ ഗ്രന്ഥം.
36. അതേ ഗ്രന്ഥം.
37. *പഴയപാട്ടുകൾ;* സി പി ഗോവിന്ദപ്പിള്ള പ്രസാ. കേരള സർക്കാർ സാംസ്കാരിക പ്രസിദ്ധീകരണ വകുപ്പ്. 2004. ആഗസ്ത് ജി ഭാർഗ്ഗവൻപിള്ളയുടെ ആമുഖ പഠനത്തോടു കൂടിയത്.
38. അതേ ഗ്രന്ഥം.
39. *തത്വമസി.* സുകുമാർ അഴീക്കോട്, പ്രസാ. ഡി സി ബുക്സ്, കോട്ടയം, പുറം. 314. 13–ാം പതിപ്പ്. 2010 ഒക്ടോബർ
40. ഡോ. അസീസ് തരുവണയുടെ *എത്രയെത്ര രാമായണങ്ങൾ* മൻസൂർ അലിയുടെ *മാപ്പിള രാമായണം: പാഠവും പഠനവും* എന്നീ ഗ്രന്ഥങ്ങൾ കാണുക.
41. *എത്രയെത്ര രാമായണങ്ങൾ:* ഡോ. അസീസ് തരുവണ. പുറം. 61.
42. *മുന്നൂറുരാമായണങ്ങൾ* എ കെ രാമാനുജൻ. പുറം. 50.
43. *രാമകഥ:* കാമിൽബുൽക്കെ.
44. അതേഗ്രന്ഥം.
45. *എത്രയെത്ര രാമായണങ്ങൾ:* ഡോ. അസീസ് തരുവണ.
46. *രാമകഥ:* കാമിൽ ബുൽക്കെ.

രാമായണങ്ങളിലെ സ്ത്രീകഥാപാത്രങ്ങൾ

ഒരു നേരിയ ചലനത്തിന്റ ഫലമായി മാറിമറിയുന്ന കാലിഡോസ്കോപ്പ് ചിത്രം പോലെ രാമായണകഥയും കഥാപാത്രങ്ങളും ഒട്ടേറെ കവികളുടെ ഭാവനാവിലാസത്തിലൂടെ മാറിമറിയുന്നതായി കാണാവുന്നതാണ്. *രാമായണം* എന്ന കാവ്യം രാമന്റെ അയനകഥ മാത്രമല്ലെന്നും അത് സീതയുടെയും രാവണന്റെയും അയനകഥകൾ- യാത്രാകഥകൾ- കൂടിയാണെന്നും വ്യാഖ്യാനിക്കാവുന്നതാണ്. ചിലർക്കത്, താടകയുടെയും മണ്ഡോദരിയുടെയും ഊർമ്മിളയുടെയും മറ്റും അയനകഥാകാവ്യം കൂടിയാകുന്നു. ജാബാലിയുടെയും ശംബൂകന്റെയും ഭാഗത്തേക്കു മാറി നിന്നു ചിന്തിച്ചാൽ ചിത്രം വീണ്ടും മാറുന്നു. അങ്ങനെ, രാമകഥ ആർക്കും കണ്ടു രസിക്കാവുന്ന വലിയൊരു കാലിഡോസ്കോപ്പ് ആയി മാറിയിരിക്കുന്നു. അതുകൊണ്ടുതന്നെ, ഒട്ടേറെ വ്യാഖ്യാനങ്ങളും പുനഃസൃഷ്ടികളും അപനിർമ്മാണങ്ങളും പഠനങ്ങളും രാമായണത്തിന് ഉണ്ടായിട്ടുണ്ട്, ഉണ്ടായിക്കൊണ്ടിരിക്കുന്നുമുണ്ട്. എല്ലാ കാലിഡോസ്കോപ്പ് ചിത്രങ്ങളും മനോഹരവും അത്ഭുതകരവും എന്നു മാത്രമേ പറയുവാനാകൂ.

അതേസമയം, 'രാമായണം' എന്ന വാക്കിന്റെ അർത്ഥം തന്നെ വ്യാഖ്യാനിച്ചു ദുഷിപ്പിച്ചവരുമുണ്ട്. ഒട്ടേറെപ്പേരുള്ളതുകൊണ്ട് ആരുടെയും പേരെടുത്തു പറയുന്നില്ല! രാമായണം എന്നതിന്റെ അർത്ഥം രാമന്റെ അയനം അഥവാ രാമന്റെ യാത്ര എന്നുതന്നെയാണ്. അഡ്വ. കെ. അനിൽകുമാർ പറയുന്നു: "രാമായണം എന്ന് മലയാളത്തിലെഴുതുകയും 'രാ' എന്നതിന് ഇരുട്ട് എന്ന അർത്ഥം നല്കി മനസ്സിലും ഇരുട്ട് മാറ്റണമെന്നാണ് രാമായണത്തിന്റെ അർത്ഥമെന്ന് വ്യാഖ്യാനിക്കുകയും ചെയ്യുന്നവരുണ്ട്. രാമായണം സംസ്കൃതപദമാണെന്ന് അറിയാത്തവർ ഇന്നുമുണ്ട്. സംസ്കൃതത്തിലുള്ള രാമായണം എന്ന വാക്കിനെ അതേനിലയിൽ

മലയാളത്തിലും ഉപയോഗിക്കുകയായിരുന്നുവെന്നു കാണാം. 'അം' എന്ന അനുസ്വാരം ചേർത്ത് വാക്കുകൾ ഉപയോഗിക്കുന്ന രീതി മലയാളഭാഷയുടെ വികാസത്തിൽ ചിരപരിചിതമാണ്. ആ വാക്കിന് സംസ്കൃതത്തിലെ അർത്ഥമെന്താണോ അതുതന്നെയാണ് മലയാളീകരിക്കുമ്പോഴും നല്കേണ്ടത്. അതുപോലും മറന്നുകൊണ്ടുള്ള രാമായണ വ്യാഖ്യാനങ്ങൾ കൊണ്ട് നമ്മുടെ ആത്മീയ ഇടങ്ങൾ മലിനീകരിക്കപ്പെടുകയാണ്. 'മനസ്സിനെ വിമലീകരിക്കുക' എന്ന മഹനീയ ദൗത്യം നിർവ്വഹിച്ച ആദികവിയുടെ കാഴ്ചപ്പാടിനെ നിരാകരിക്കുന്ന കാര്യങ്ങളാണ് ഇവിടെ നടക്കുന്നത്."[1]

സാമാന്യവിശകലന പ്രകാരം *രാമായണ*ത്തിലെ നായകൻ രാമനും നായിക സീതയും പ്രതിനായകൻ അഥവാ വില്ലൻ രാവണനുമാകുന്നു. ഇന്ത്യയിലെ പ്രാമാണികരായ സാഹിത്യമീമാംസകരുടെ സിദ്ധാന്തങ്ങൾ പ്രകാരം ഇതു ശരിയുമാണ്. പ്രസ്തുത ശരി നിലനില്ക്കുമ്പോൾതന്നെ രാമായണകൃതികളിലെ സ്ത്രീകഥാപാത്രങ്ങളെ തല്കർത്താക്കൾ എങ്ങനെയൊക്കെയാണ് കണ്ടതെന്നും വ്യാഖ്യാനിച്ചതെന്നും വർണ്ണിച്ചതെന്നും കൂടി അന്വേഷിക്കേണ്ടതുണ്ട്. അത്തരം പഠനങ്ങൾ, ഒരുപക്ഷേ, രാമകഥയെ പുതിയ വെളിച്ചത്തിൽ കാണുന്നതിന് നമ്മളെ സഹായിക്കുകയും ചെയ്തേക്കാം. രാമകഥകളിലെ സ്ത്രീകഥാപാത്രങ്ങളെ സൗന്ദര്യശാസ്ത്രാധിഷ്ഠിതമായി വിലയിരുത്തുന്നതിനല്ല ഇവിടെ ഉദ്യമിച്ചിരിക്കുന്നത്. സീത, സുമിത്ര, ഊർമ്മിള, താടക, ശൂർപ്പണഖ, അഹല്യ, ശബരി, താര, മണ്ഡോദരി എന്നീ സ്ത്രീകഥാപാത്രങ്ങൾക്ക് വിവിധ രാമായണങ്ങളിൽ ചിലതിൽ ലഭിച്ചിട്ടുള്ള വ്യത്യസ്ത ഭാവരൂപങ്ങൾ സംക്ഷിപ്തമായി വിവരിക്കുന്നതിനു മാത്രമെ ഇവിടെ ഉദ്യമിക്കുന്നുള്ളൂ. *വാല്മീകി രാമായണം, കണ്ണശ്ശരാമായമം, കൃത്തിവാസ രാമായണം, രാമചരിതമാനസം, അദ്ധ്യാത്മരാമായണം കിളിപ്പാട്ട്* എന്നീ കൃതികളിൽ മുൻചൊന്ന കഥാപാത്രങ്ങൾക്ക് ലഭിച്ചിട്ടുള്ള വ്യത്യസ്ത ഭാവങ്ങൾ പ്രതിപാദിക്കുക എന്നതു മാത്രമെ ഇവിടെ ലക്ഷ്യമാക്കുന്നുള്ളൂ. അതിലൂടെ ഒരു കഥാപാത്രത്തെത്തന്നെ വ്യത്യസ്തരായ കവികൾ, വ്യത്യസ്തമായ കാലഘട്ടങ്ങളിൽ ഏതേതെല്ലാം രീതികളിലാണ് സമീപിച്ചിരിക്കുന്നതെന്ന സാമാന്യമായബോധം നമുക്കു ലഭിക്കുന്നതുമാണ്.

എ. രാമായണം സീതായനം കൂടിയാകുന്നു

ഇത്രയേറെ ജന്മകഥകൾ അഥവാ ഉത്ഭവകഥകൾ സീതയെപ്പോലെ മറ്റേതെങ്കിലും ഒരു കഥാപാത്രത്തിന് ഉണ്ടായിട്ടുണ്ടോ എന്നത് സംശയകരമാണ്. (ഹനുമാനും ഇക്കാര്യത്തിൽ അത്രയൊന്നും പിന്നിലല്ല! പക്ഷേ, സീതയോളം വരില്ല ഹനുമാന്റെ ഉത്ഭവകഥകൾ എന്നു തോന്നുന്നു). സീതയെ ജനകാത്മജയായി വർണ്ണിച്ചിരിക്കുന്നു ചില കാവ്യങ്ങളിൽ, (ഉദാ: *മഹാഭാരതം, ഹരിവംശം, കൂർമ്മ പുരാണം, പഉമചരിയം, ആദി വാല്മീകി രാമായണം* തുടങ്ങിയവകളിൽ) ഭൂമിജയായാണ്, ഉഴവുചാ

ലിൽ നിന്നു ലഭിച്ചവളായാണ്, പ്രചാരത്തിലുള്ള *വാല്മീകി രാമായണ*ത്തിൽ വർണ്ണിച്ചിരിക്കുന്നത്. *വാല്മീകിരാമായണ*ത്തിന്റെ ഉദീച്യപാഠത്തിൽ ദശരഥന്റെയും മേനകയുടെയും മാനസപുത്രിയാണ് സീത. വേദവതി അഥവാ ലക്ഷ്മിയുടെ അവതാരമായും പറയപ്പെടുന്നുണ്ട്. ഗുണഭദ്രന്റെ *ഉത്തരപുരാണം, മഹാഭാഗവതപുരാണം, കാശ്മീരിരാമായണം, തിബത്ത് രാമായണം, ഖോത്താനീ രാമായണം, രാമജാതകം* തുടങ്ങിയവകളിൽ രാവണപുത്രിയാണ് സീത. *ദശാവതാരചരിതം, തോരവെരാമായണം* എന്നിവകളിൽ സീത പദ്മജയാണ്. അത്ഭുതരാമായണത്തിലും സിംഹള ദ്വീപിലെ (ശ്രീലങ്കയിലെ) രാമകഥകളിലും സീത രക്തജയാണ്. *ആനന്ദരാമായണം, ഭാവാർത്ഥരാമായണം* എന്നിവകളിൽ അഗ്നിജയാണ് സീത. ഫലത്തിൽനിന്നോ, വൃക്ഷത്തിൽനിന്നോ ജനിച്ചവളായാണ് *ബ്രഹ്മചക്ര*ത്തിൽ സീതയെ വാഴ്ത്തുന്നത്. ദശരഥ ജാതകത്തിലും ജാവയിലെ രാമ കേ ലിംഗയിലും മലയയിലെ സേരീരാമിലും ഹികായത് മഹാരാജ രാവണത്തിലും ദശരഥപുത്രിയാണ് സീത.[2] ഇവിടെ പറയാതെ പോയ സീതാജന്മവൃത്താന്തങ്ങൾ ഇനിയുമുണ്ട്. ഒരു കഥാപാത്രത്തിന്റെ ജന്മവൃത്താന്തംപോലും ഏതേതെല്ലാം രീതികളിലാണ് ഓരോരോ ദേശക്കാരും ഭാഷക്കാരുമായ കവികൾ പറഞ്ഞുവച്ചിരിക്കുന്നതെന്ന് അത്ഭുതാദരവുകളോടു കൂടിയല്ലാതെ കാണുവാൻ വയ്യ.

സൂക്ഷ്മവിശകലനത്തിൽ, രാമകഥ ചുറ്റിത്തിരിയുന്നത് സീതയ്ക്കു ചുറ്റുമാണെന്നു കാണാവുന്നതാണ്. സീതയെന്ന കേന്ദ്ര ബിന്ദുവിനുചുറ്റും ഭ്രമണംചെയ്യുന്ന കഥാപാത്രങ്ങളാണ് മറ്റുള്ളവർ. അങ്ങനെയാണെങ്കിൽകൂടി, സീതയെന്ന കഥാപാത്രത്തോടുള്ള രാമായണകവികളുടെ സമീപനം എന്തായിരുന്നു എന്നു പരിശോധിക്കേണ്ടതായിവരുന്നു. മേൽസൂചിപ്പിച്ചതുപോലെയൊക്കെ സീതയെന്ന കഥാപാത്രത്തെ രൂപപ്പെടുത്തപ്പെട്ടിട്ടുണ്ടെങ്കിലും രാമായണകാവ്യങ്ങളിൽ ആ കഥാപാത്രത്തെ എവിടെയാണ് പ്രതിഷ്ഠിച്ചിരിക്കുന്നത് എന്നു വിശകലനം ചെയ്യുന്നതു കൗതുകകരമാണ്. മാത്രവുമല്ല, അത്തരം രൂപപ്പെടുത്തലുകളിലൂടെ സീതയുൾപ്പെടെയുള്ള സ്ത്രീകഥാപാത്രങ്ങളോടുള്ള (വാല്മീകിയുൾപ്പെടെ ഉള്ളവരുടെ) കവികളുടെ സമീപനവും അവരെക്കുറിച്ചുള്ള കാഴ്ചപ്പാടുകളും വെളിവാകുകയും ചെയ്യുന്നതാണ്. രാമായണകാവ്യങ്ങളിലെ സ്ത്രീകഥാപാത്രങ്ങളെക്കുറിച്ചുള്ള പഠനവും മനനവും, നിശ്ചയമായും, നമ്മളെ രാമായണവായനയുടെ പുതിയ പരിസരത്തേക്ക് നയിക്കുന്നതുമായിരിക്കും. അതിലൂടെ പുതിയ ചില അയനകഥകൾ നമുക്കു മുന്നിൽ വെളിവാകുന്നതുമാണ്.

ബി. സീതയുടെ അയനങ്ങൾ

വൈദിക സാഹിത്യത്തിൽ പറയപ്പെടുന്ന സീതയ്ക്ക് ഏതെങ്കിലും തരത്തിലുള്ള വ്യക്തിത്വം ആരോപിക്കപ്പെട്ടിട്ടില്ലെന്ന് മുമ്പ് സൂചിപ്പിക്കുകയുണ്ടായി. അയോനിജയായ സീതാസങ്കല്പം ആദ്യമായി രൂപപ്പെടു

ന്നത് രാമകഥകളിലാണ്. അതിലാണ് സീത വ്യക്തിത്വഭാവം കൈക്കൊണ്ടിരിക്കുന്നത്. അങ്ങനെയുള്ള സീതയുടെ ജനന-തിരോധാന കഥകളിൽ, ഒരുപക്ഷേ, വൈദികസാഹിത്യത്തിലെ സീതയുടെ സ്വാധീനവും ഉണ്ടായിരുന്നിരിക്കണം. ദശരഥരാജാവിന്റെ പുത്രിയായാണ് ബൗദ്ധസാഹിത്യത്തിലെ അതീതകഥയിൽ സീതയെ വർണ്ണിച്ചിരിക്കുന്നത്.[3] *വാല്മീകി രാമായണ*ത്തിന്റെ ഉദീച്യപാഠത്തിൽ ജനകന്റെയും മേനകയുടെയും പുത്രിയായാണ് സീതയെ അവതരിപ്പിച്ചിരിക്കുന്നതെന്നു പറഞ്ഞു കഴിഞ്ഞു. നമുക്കിവിടെ, *വാല്മീകി രാമായണ*ത്തിന്റെ ദാക്ഷിണാത്യപാഠത്തെ ആശ്രയിക്കുന്നതിനേ വഴിയുള്ളൂ. അയോദ്ധ്യാകാണ്ഡത്തിൽ ദശരഥനിശ്ചയ പ്രകാരം രാമൻ വനവാസത്തിന് ഒരുങ്ങുമ്പോൾ സീതയും രാമനെ പിന്തുടരുന്നതിന് തയ്യാറാകുന്നു. അതിനുവേണ്ടി ഒട്ടേറെ ന്യായവാദങ്ങൾ അവർ നിരത്തുന്നുമുണ്ട്. രാമന്റെ എല്ലാവിധ അനുനയങ്ങളെയും എതിർപ്പുകളെയും വാദിച്ചു തന്നെ തോല്പിക്കുകയാണ് സീത!

അഥ ചാപി മഹാപ്രാജ്ഞ ബ്രാഹ്മണാനാം മയാശ്രുതം
പുരാ പിതൃഗൃഹേ സത്യം വംസ്തവ്യം കില വേ വനേ

(അതുമാത്രമല്ല മഹാപ്രാജ്ഞാ, എനിക്കു വനവാസം വേണ്ടിവരുമെന്ന് പണ്ട് പിതൃഭവനത്തിൽവച്ച് ബ്രാഹ്മണരിൽനിന്നു ഞാൻ കേട്ടിട്ടുണ്ട്)

ലക്ഷണിഭ്യോ ദ്വിജാദിഭ്യഃ ശ്രുതാഹം വചനം ഗൃഹേ
വനവാസകൃതോ ത്സാഹാ നിത്യമേവ മഹാബല.

(ലക്ഷണജ്ഞരായ വിപ്രൻമാർ ഗൃഹത്തിൽവച്ച് പറഞ്ഞതുകേട്ട് മഹാബലാ, ഞാൻ നാൾതോറും വനവാസത്തിന് ആശിച്ചിരിക്കയാണ്). ഇക്കാര്യം ഇതിനുമുമ്പ് ഒരിടത്തും രാമനോട് സീത പറയുന്നതേയില്ലെങ്കിലും സീതയുടെ അഭ്യർത്ഥനകൾക്കും ന്യായവാദങ്ങൾക്കും മുന്നിൽ രാമൻ വഴങ്ങുകയാണ്. മറ്റൊരർത്ഥത്തിൽ, രാമനും അതാഗ്രഹിച്ചിരുന്നുവെന്നും വരാം! തുടർന്ന്, വനവാസയാത്രയ്ക്ക് ലക്ഷ്മണനും അനുഗമിക്കുന്നതിന് നിശ്ചയിക്കപ്പെട്ടു. വസിഷ്ഠപുത്രനും പൂജ്യനും ബ്രാഹ്മണോത്തമനുമായ സുയജ്ഞനെ വരുത്തി തങ്കത്തോൾ വളകളും ചേലൊത്ത കുണ്ഡലങ്ങളും രത്നങ്ങൾ കോർത്ത പൊൻനൂലും കേയുരകടകങ്ങളും മറ്റും രാമൻ ദാനം നല്കി. സീതയുടെ അരഞ്ഞാണവും മുത്തുമാലയും തോൾവളകളും ഒക്കെത്തന്നെ സുയജ്ഞനു നല്കുന്നു. എന്തിനേറെ, നാനാരത്നങ്ങൾ പതിച്ച മേൽവിരിപ്പുകളും കട്ടിലുംവരെ ദാനം ചെയ്യുകയാണ്! തുടർന്ന്, വിധിപ്രകാരമുള്ള ദാനധർമ്മാദികൾക്കു ശേഷം അവർ വനവാസത്തിനു തയ്യാറെടുത്തു. അപ്പോൾ കൈകേയിതന്നെ മരവുരികൾ കൊണ്ടുവന്ന് ജനക്കൂട്ടത്തിൽ വച്ച് "നീ ചുറ്റിക്കോളൂ" എന്ന് നിർല്ലജ്ജം രാമനോടു പറഞ്ഞു. അപ്രകാരം രാമലക്ഷ്മണൻമാർ മരവുരി ധരിച്ചു. പിന്നെ, പട്ടുവസ്ത്രങ്ങൾ ധരിച്ചു ശീലിച്ച സീത തനിക്കുടുക്കുവാനുള്ള മരവുരികണ്ട് മാൻപേട കെണികണ്ടതുപോലെ പേടിച്ചു.[4]

സത്യത്തിൽ, മറ്റുപലയിടങ്ങളിലുമെന്നതുപോലെതന്നെ, ഇവിടെയും വാല്മീകിയെന്ന കവി നമ്മുടെയൊക്കെ കൈയടി അർഹിക്കുന്നു! മരവുരി കണ്ട സീത കെണികണ്ട മാൻപേടയെപ്പോലെ പേടിച്ചുവെന്നാണു പറഞ്ഞിരിക്കുന്നത്. വനവാസവേളയിൽ മാൻപേടയുടെ രൂപം ധരിച്ചു മാരീചനെന്ന രാക്ഷസനാണ് സീതയുടെ വിധിയെ മാറ്റി മറിച്ചതെന്നും ഓർമ്മിക്കണം. മരവുരികണ്ടപ്പോൾ കെണി കണ്ട മാൻപേടയെപ്പോലെ പേടിച്ചുപോയ സീത മാൻരൂപം ധരിച്ചെത്തിയ മാരീചനെന്ന രാക്ഷസനിൽ ആകൃഷ്ടനായിപ്പോവുകയാണുണ്ടായത്, പില്ക്കാലത്ത്. വനവാസത്തെത്തുടർന്ന്- അതിനുവേണ്ടിയാണു മരവുരിധാരണം - സീത അനുഭവിക്കേണ്ടിവന്നതായ തീവ്രാനുഭവങ്ങളുടെയും ദുരിത ജീവിതത്തിന്റെയും സൂചന വളരെ സമർത്ഥമായും മനോഹരമായും ആദികവി ഇവിടെ നല്കിയിരിക്കുന്നു എന്നു സൂചിപ്പിക്കാതെ വയ്യ.

എന്തായാലും ധാർമ്മികനായ രാമൻ വേഗംചെന്ന് സീതയുടെ പട്ടിനു മേലെയായി ആ മരവുരി ഉടുപ്പിച്ചു. സീതയുടെ വല്ക്കലധാരണം കണ്ട് കുപിതനായ വസിഷ്ഠൻ കൈകേയിയോടു കയർക്കുന്നു. ദശരഥനും കൈകേയിയോടു കയർക്കുന്നുണ്ട്.[5] (കള്ളച്ചൂതിനെത്തുടർന്ന്, സഭയിൽ കൊണ്ടുവരപ്പെട്ട രജസ്വലയായ ദ്രൗപതി അപമാനിക്കപ്പെട്ടപ്പോൾ ധർമ്മിഷ്ഠനും യശസ്വിയുമായ ഭീഷ്മപിതാമഹനോ, മറ്റു മുനിവരൻമാരോ മിണ്ടുന്നില്ല. ധൃതരാഷ്ട്രരും തഥൈവ. ഇവിടെയാകട്ടെ വസിഷ്ഠനും ദശരഥനും കോപിക്കുന്നു. ദ്രൗപദിയുടെ അനുഭവവുമായി താരതമ്യം ചെയ്യുമ്പോൾ സീതയുടെ അനുഭവം, യഥാർത്ഥത്തിൽ, ഒന്നുമല്ലെന്നു പറയേണ്ടതായി വരും! എന്നാൽ പോലും അവിടങ്ങളിലുണ്ടായ പ്രതികരണഭേദം ശ്രദ്ധേയമാണ്. വാല്മീകിയിൽ നിന്നും വ്യാസനിലേക്കുള്ള അകലം മാത്രമാണോ ഇതിനു കാരണം? അതോ, വ്യത്യസ്തമായ രണ്ടു കാലഘട്ടങ്ങളിലെ ധർമ്മ സങ്കല്പങ്ങളിൽ വന്ന മാറ്റമാണോ പ്രതികരണ ഭേദങ്ങൾക്കു കാരണമായത്?) ഒടുവിൽ, രാമവാക്യങ്ങൾക്കു മുന്നിൽ എല്ലാവരും കോപം തണുപ്പിക്കുന്നു. അമ്മമാരോട് ഉചിതമാംവിധം യാത്ര ചൊല്ലി രാമലക്ഷ്മണൻമാരും സീതയും വനവാസത്തിനു പുറപ്പെട്ടു.

രാമന്റെയും സീതയുടെയും ജീവിതഗതിയെത്തന്നെ മാറ്റിമറിച്ച ഒരു യാത്രയുടെ തുടക്കമാണ് വാല്മീകി പറഞ്ഞുവച്ചിരിക്കുന്നത്. മറ്റു പലയിടത്തുനിന്നും രാമകഥാഖ്യാനം തുടരാവുന്നതേയുള്ളൂ. അങ്ങനെതന്നെയാണു തുടങ്ങിയിരിക്കുന്നതും. പക്ഷേ, ഈ വനവാസയാത്രാരംഭത്തിന്റെ പ്രാധാന്യം അവയ്ക്കൊക്കെയുണ്ടോയെന്നു ചിന്തിക്കാവുന്നതാണ്. ഇവിടെ, സീത സ്വീകരിച്ച നിലപാടുകളുടെ പ്രാധാന്യം മനസ്സിലാക്കുമ്പോഴാണ് ആ യാത്രാരംഭത്തിന്റെ ഗാംഭീര്യം കൂടുതൽ വ്യക്തമാകുന്നത്. ന്യായവാദങ്ങൾ പലതും നിരത്തിയാണ് സീത യാത്രാനുമതി നേടിയെടുക്കുന്നത്. ഇതേ ന്യായവാദങ്ങൾ ലക്ഷ്മണനെ അനുഗമിക്കുന്നതിന് ഊർമ്മിളയ്ക്കും നിരത്താവുന്നതേയുള്ളൂ. പക്ഷേ, എന്തുകൊണ്ടോ, ഊർമ്മിളയെ രംഗത്തു നിന്നു തന്നെ വാല്മീകി അകറ്റിയിരിക്കുന്നു!

യാത്ര ചോദിക്കുന്ന ലക്ഷ്മണനോട് സുമിത്രാ മാതാവ് 'പൊയ്ക്കൊള്ളുക, പൊയ്ക്കൊള്ളുക' എന്നു വീണ്ടും വീണ്ടും പറയുന്നു. "നീ രാമനെ ദശരഥനായി കരുതണം. സീതയെ ഞാനെന്നുമോർക്കണം. കാടിനെ അയോദ്ധ്യയായി കാണണം. ഉണ്ണീ, യഥാസുഖം പോവുക." എന്നുകൂടി പറയുന്നു.[6] അവിടെയൊന്നും ഊർമ്മിളാ പരാമർശമില്ല എന്നതു മറ്റൊരു സവിശേഷത. (ഇതിനിയും ചർച്ച ചെയ്യുന്നുണ്ട്)

അയോദ്ധ്യാകാണ്ഡത്തിലെ വനവാസയാത്രാരംഭ സന്ദർഭം പരിശോധിച്ചാൽ അവിടെ ഏറ്റവുമധികം സംസാരിക്കുന്നത് സീതയാണെന്നു തോന്നിപ്പോകും! പത്നീധർമ്മം രാമനെ വീണ്ടും വീണ്ടും ഓർമ്മിപ്പിക്കുന്നതിൽ സീത കാട്ടുന്ന വ്യഗ്രത കണ്ടാൽ അക്കാര്യത്തിൽ രാമൻ തികച്ചും അജ്ഞനാണെന്നു തോന്നിപ്പോകും! ദശരഥനു മേൽ തന്റെ ഇച്ഛാപൂർത്തീകരണം കൈകേയി സാധിച്ചെടുക്കുന്നത് വരലബ്ധിയുടെ പിന്തുണയിലാണ്. രാമനുമേൽ സീത തന്റെ ഇച്ഛാപൂർത്തീകരണം സാധിച്ചെടുക്കുന്നത് അത്തരം വരലബ്ധിയുടെയൊന്നും പിന്തുണയില്ലാതെയാണ്. എതിർ ന്യായവാദങ്ങൾ നിരത്തുന്നതിന് രാമന് പഴുതുകൾ നല്കാതെയാണ് സീതയുടെ ന്യായവാദങ്ങൾ എന്നതും ശ്രദ്ധേയമാണ്. മറ്റൊരു കൗതുകകരമായ കാര്യം, സീതയുടെ വാദങ്ങളെ എതിർക്കുന്നതിനോ, പിന്തുണയ്ക്കുന്നതിനോ ആരുംതന്നെ മുന്നോട്ടുവരുന്നില്ല എന്നതുമാണ്. സ്വാഭാവികമായും കൈകേയി ഒഴികെ മറ്റാർക്കുംതന്നെ അതിന് ആകുമായിരുന്നുവെങ്കിലും ആരും അതിനു തയ്യാറാകുന്നില്ല! *വാല്മീകി രാമായണ*ത്തിലെ സീതയുടെ ഈ സന്ദർഭത്തിലെ വാക്കുകളാണ് പ്രസ്തുതകാവ്യത്തിലെ സീതയുടെ 'ഓപ്പണിങ് ഡയലോഗ്' എന്നു കൂടി കാണേണ്ടതുണ്ട്. എന്തായാലും അതിന് സീത ലക്ഷ്യമാക്കിയ ഫലം ലഭിച്ചു. വനവാസത്തിന് രാമലക്ഷ്മണന്മാർക്കൊപ്പം സീതയും പുറപ്പെട്ടു.

ആരണ്യകാണ്ഡത്തിലെ സീത നേരിട്ടതാകട്ടെ, ഒരുപക്ഷേ, മറ്റൊരു സ്ത്രീയും ജീവിതത്തിൽ നേരിട്ടിട്ടില്ലാത്ത ദുഃഖങ്ങളായിരിക്കും. അതുപോലെ തന്നെ സുഖങ്ങളും! എന്തായിരുന്നു സുഖങ്ങളെന്ന് പില്ക്കാലത്ത് വാല്മീക്യാശ്രമത്തിൽവച്ച് കുമാരനാശാന്റെ സീത അനുസ്മരിക്കുന്നുണ്ട്.[7]

ഒരു ദമ്പതിമാരുമൂഴിയിൽ
കരുതാത്തോരു വിവിക്തലീലയിൽ
മരുവീഗത ഗർവ്വണങ്ങള-
ങ്ങിരുമെയ്യാർന്നൊരു....

(ശ്ലോകം 118)

സംസ്കാരമുള്ള ഒരു സ്ത്രീക്ക് ഭർത്താവുമൊത്തുള്ള ജീവിതത്തെക്കുറിച്ച് ഇതിനപ്പുറം എങ്ങനെയാണു വിശദീകരിക്കാനാകുക! എന്നാൽ, അത്തരം ആഹ്ലാദനിമിഷങ്ങളെ തകർത്തെറിഞ്ഞുകൊണ്ടാണ് വിധിയുടെ ദുരന്തപ്രവാഹം സീതയുടെ ജീവിതത്തിന്റെ നിലതെറ്റിക്കുന്നത്. ദണ്ഡകവന പ്രവേശം മുതൽ ഇതു തുടങ്ങുകയായി. വിരാധവധത്തിനുശേഷം

ശരഭംഗാശ്രമത്തിൽ പ്രവേശിച്ച രാമൻ അവിടെവച്ചാണ് രാക്ഷസവധ പ്രതിജ്ഞ എടുക്കുന്നത്. അവിടെവച്ച് മുനിമാരുടെ സംഘം രാമനോടു പറയുന്നു;

യൽകരോതി പരം ധർമ്മം മുനിർമൂല ഫലാശനഃ
തത്രരാജ്ഞ ശ്ച തുർഭാഗഃ പ്രജാധർമ്മേണ രക്ഷതഃ

(കായും കിഴങ്ങും മാത്രം കഴിച്ച് ഒരു മുനി ചെയ്യുന്ന പരമമായ ധർമ്മത്തിന്റെ നാലിലൊരംശം, പ്രജകളെ ധർമ്മത്തോടെ രക്ഷിക്കുന്ന രാജാവ് നേടുന്നു.) യാഗരക്ഷയ്ക്കായി വിശ്വാമിത്രനൊപ്പം പോയിരുന്ന രാമനെ ഈ വനവാസകാലത്തും പുരോഹിത വർഗ്ഗം വിടുന്ന ലക്ഷണ മില്ല! യാഗരക്ഷയുടെ പേരിൽ അക്രമം കാട്ടണമെന്ന മുനിമാരുടെ വാക്കു കൾക്കു പിന്നിലെ ചതിയും അപകടവും രാമലക്ഷ്മണന്മാർ തിരിച്ചറി യുന്നില്ലെങ്കിലും സീത തിരിച്ചറിയുന്നുണ്ട്. അതിന്റെ തെളിവാണ് സുതീ ഷ്ണാശ്രമത്തിൽ നിന്നും പോന്നതിനുശേഷം സീത, രാമനോടു പറയുന്ന സാമാന്യം ദീർഘമായ വാക്കുകൾ. വൈരമില്ലാതെ പ്രാണിഹിംസ ചെയ്യ രുതെന്നും അഗ്നിസമ്പർക്കംപോലെ ആയുധസമ്പർക്കവും നാശകരമാ ണെന്നും മറ്റുമാണ് സീത പറയുന്നത്.[8] ഇതിനുള്ള രാമന്റെ മറുപടി എത്ര യേറെ ദുർബ്ബലമാണെന്നത് ശ്രദ്ധേയമാണ്. തന്റെ ജീവനെയോ, സീത യെയോ, ലക്ഷ്മണനെയോ വെടിയേണ്ടിവന്നാലും ബ്രാഹ്മണർക്കു നല്കിയ വാക്കു മാറ്റില്ലെന്നാണ് രാമൻ പറയുന്നത്. സീത പറയുന്ന തെന്ത്, രാമൻ പറയുന്നതെന്ത്? എന്തൊരു പൊരുത്തമില്ലായ്മ! ഗോദാ വരീതീരത്തുള്ള പർണ്ണശാലയിൽ രാമലക്ഷ്മണന്മാരും സീതയും ഇരി ക്കുമ്പോഴാണ് ശൂർപ്പണഖ വരുന്നതും രാവണവധത്തിലേക്കു വരെയെത്തിയ സംഭവങ്ങൾക്കു തുടക്കം കുറിക്കുന്നതും. ഇവിടെ, സാക്ഷിയായിരുന്ന സീത പഴയ 'അഹിംസാസിദ്ധാന്തം' സൗകര്യപൂർവ്വം വിസ്മരിക്കുകയാണ്. ശൂർപ്പണഖ വന്നത് യുദ്ധത്തിനായിട്ടല്ല. കാമാതു രയായിട്ടാണ്. ശൂർപ്പണഖയുടെ വിവാഹാഭ്യർത്ഥനയ്ക്കു രാമൻ വശഗ നായാൽ തന്റെ പത്നീസ്ഥാനത്തിന് ഇളക്കംതട്ടുമെന്നു സീത ഭയപ്പെട്ട തുമൂലമാണോ ശൂർപ്പണഖയെ അംഗഭംഗം വരുത്തുന്നതിൽനിന്നും സീത, ലക്ഷ്മണനെ പിന്തിരിപ്പിക്കാതിരുന്നത്? *വാല്മീകി രാമായണം* മുഴുവൻ പരിശോധിച്ചാൽ രാമന്റെ യുദ്ധോദ്യമങ്ങൾക്കും യുദ്ധങ്ങൾക്കും പ്രത്യക്ഷമായോ, പരോക്ഷമായോ സീത നിമിത്തമാകുന്നുവെന്നും കാണാവുന്നതാണ്. സീതാപഹരണത്തിനുശേഷം ലങ്കയിൽ നടന്ന യുദ്ധ ത്തിന് നിമിത്തം സീതയായിരുന്നെങ്കിലും യുദ്ധത്തിന് അവർ ദൃക്സാ ക്ഷിയായിരുന്നില്ല എന്നതു ശരിയാണ്. പക്ഷേ, യുദ്ധവിവരങ്ങളും വിജയ പരാജയങ്ങളും സീത അറിഞ്ഞുകൊണ്ടിരുന്നു. അതിൽ വ്യാജവാർത്ത കളും ഉണ്ടായിരുന്നു എന്നതു മറ്റൊരു കാര്യം. *വാല്മീകി രാമായണ* ത്തിൽ മായാസീതാ പരാമർശമില്ല എന്നതുകൂടി ഇതോടുചേർത്തുവാ യിക്കുക.

അതേസമയം, സുരാസുര യുദ്ധത്തിൽ ദശരഥനൊപ്പം പത്നിയായ

കൈകേയിയും തുണയ്ക്കുണ്ടായിരുന്നു. അതാണ് കൈകേയിയുടെ വര ലബ്ധിക്കും രാമന്റെ വനവാസത്തിനും രാവണ നിഗ്രഹത്തിനും ഒക്കെ കാരണമായിത്തീരുന്നത്. (എന്നാൽ മറ്റൊരു ഇതിഹാസകാവ്യമായ *മഹാഭാരത*ത്തിലെ യുദ്ധവേളയിൽ സ്ത്രീ സാന്നിദ്ധ്യമില്ല എന്നതും കൗതുകകരമാണ്. എന്തിന്, രാമരാവണയുദ്ധവേളയിൽ മായാവികളായ രാക്ഷസികൾപോലും യുദ്ധത്തിൽ പങ്കാളികളാകുന്നില്ല. *രാമായണ*ത്തിൽ പരാമർശിക്കപ്പെടുന്ന ഒരു യുദ്ധത്തിൽ പങ്കാളിയാവുന്നത് കൈകേയി മാത്രമാണ്. മറ്റൊരു കൗതുകം, സീതയുടെ പാതിവ്രത്യവും രാമന്റെ ഏകപത്നീവ്രതവും രാമായണത്തിൽ വാഴ്ത്തപ്പെടുമ്പോൾ ദ്രൗപതിയുടെ ബഹുഭർതൃത്വവും നായകകഥാപാത്രങ്ങളുടെ ബഹുഭാര്യത്വവും *മഹാഭാരത*ത്തിൽ വാഴ്ത്തപ്പെടുന്നു എന്നതാണ്. മാത്രവുമല്ല, രാമന്റെ പിതാവായ ദശരഥന് പത്നിമാർ മൂന്നായിരുന്നു. സാമൂഹ്യശാസ്ത്രജ്ഞന്മാർ പറയുന്നത് ബഹുഭർതൃത്വവും ബഹുഭാര്യത്വവും മറ്റും ആണ് പാതിവ്രത്യ-ഏകപത്നീ വ്രതാശയങ്ങളെക്കാൾ പ്രാചീനമെന്നാണ്. അതു ശരിയെങ്കിൽ രാമായണകാലത്തിനു മുമ്പായിരുന്നു മഹാഭാരതകാലം എന്നു പറയേണ്ടതായി വരുന്നു! കൈകേയി ദശരഥനിൽനിന്നും വരങ്ങൾ ആവശ്യപ്പെട്ടോ, അഭ്യർത്ഥിച്ചോ നേടുകയല്ല ചെയ്യുന്നത്. ദശരഥൻ ഉള്ളം കുളിർത്ത് അവ നല്കുകയാണ് ചെയ്യുന്നത്. കൈകേയിക്കു മുമ്പേ തന്നെ ദശരഥന്റെ പത്നിമാരായിരുന്ന കൗസല്യയും സുമിത്രയും എന്തുകൊണ്ട് ദേവാസുര യുദ്ധത്തിൽ ദശരഥനെ പിന്തുടർന്നില്ല എന്നതിന് യുക്തിഭദ്രമായ ഒരുത്തരം ഇല്ലതന്നെ.

രാമായണ കാവ്യത്തിലെ നായികയെന്നുതന്നെ വിശേഷിപ്പിക്കാവുന്ന സീതയ്ക്ക് ലഭിക്കേണ്ടിയിരുന്ന പ്രാധാന്യം വനവാസയാത്രാരംഭവേളയിൽ മാത്രമെ ലഭിച്ചിട്ടുള്ളൂ എന്നും പറയാവുന്നതാണ്. മറ്റുള്ളയിടങ്ങളിലെല്ലാം സീത നിസ്സഹായയായ സാക്ഷിമാത്രമായി വർത്തിക്കുന്നു. ഈ നിസ്സഹായത, സീത, സ്വയം മനസ്സിലാക്കിയിരുന്നതായി ഒരു രാമായണ കൃതിയിലും തെളിവുകളില്ല എന്നതാണ് മറ്റൊരു വസ്തുത. കുമാരനാശാന്റെ സീത ഇതു മനസ്സിലാക്കിയിരുന്നു എന്നും കാണാം.[9]

'ഒരു നിശ്ചയമില്ലയൊന്നിനും
വരുമോരോ ദശവന്ന പോലെ പോം
വിരയുന്നു മനുഷ്യനേതിനോ
തിരിയാലോകരഹസ്യമാർക്കുമേ' (ശ്ലോകം 12)

തീർന്നില്ല,

'നെടുനാൾ വിപിനത്തിൽ വാഴുവാ-
നിടയായ് ഞങ്ങളതെന്റെ കുറ്റമോ!
പടുരാക്ഷസചക്രവർത്തിയെ-
ന്നുടൽ മോഹിച്ചതു ഞാൻ പിഴച്ചതോ?' (ശ്ലോകം. 91)

എന്നുകൂടി ആശാന്റെ സീത ചിന്തിക്കുന്നു. ഇവിടെ, സ്വന്തം നിസ്സഹായത ഓർത്ത് വിലപിക്കുന്ന സീതയെ മാത്രമല്ല, അതിനുത്തരവാദി

കളായ മറ്റുള്ളവർക്കെതിരെയുള്ള അമർഷം വെളിവാക്കുന്ന സീതയേയും കാണാവുന്നതാണ്.

രാമന്റെ വനവാസനിശ്ചയവാർത്ത അറിയുമ്പോൾ ആദ്യം മോഹാലസ്യപ്പെടുകയും പിന്നീട് താനും കൂടെ വരുമെന്നു പറഞ്ഞ് രാമന്റെയൊപ്പം യാത്രതിരിക്കുന്ന സീതയെയാണ് വാല്മീകി രാമായണത്തിൽ കാണുന്നത്. ഇത്, *വാല്മീകി രാമായണ*ത്തിലെ കഥയെങ്കിൽ *അദ്ധ്യാത്മരാമായണ*ത്തിലെ സീതയും ഈ സീതയെത്തന്നെയാണ് ഓർമ്മിപ്പിക്കുന്നത്. മാത്രവുമല്ല, താൻ കേട്ടിട്ടുള്ള രാമായണങ്ങളിൽ ഒന്നിൽപോലും സീതയെകൂടാതെ രാമൻ വനവാസത്തിനു പോകുന്നതായിപ്പറയുന്നില്ല എന്നുകൂടി *അദ്ധ്യാത്മരാമായണ*ത്തിലെ സീത പറയുന്നു, ഇവിടെ യഥാർത്ഥ വ്യക്തിയും കഥാപാത്രവും ഒന്നാകുന്നുവെന്നു മാത്രമല്ല, *വാല്മീകിരാമായണ*ത്തിനു മുമ്പുതന്നെ രാമായണങ്ങൾ ഉണ്ടായിരുന്നു എന്നു കൂടി വരുന്നു. ഈ പ്രസ്താവം *അദ്ധ്യാത്മരാമായണം കിളിപ്പാട്ടിൽ* എഴുത്തച്ഛൻ ആവർത്തിക്കുന്നുമുണ്ട്.

വനവാസയാത്രാ നിശ്ചയം അറിയുമ്പോൾ, രാമനൊപ്പം യാത്രയാകുവാൻ തയ്യാറാകുന്ന സീത, *വാല്മീകി രാമായണ*ത്തിൽ ഉന്നയിച്ച ന്യായവാദങ്ങൾ തന്നെയാണ് *കണ്ണശ രാമായണ*ത്തിലും ഉന്നയിച്ചു കാണുന്നത്.[10]

"എല്ല ജാതിയുമിവൾ വനവാസ-
മിയറ്റുക നിശ്ചയമെന്നു പിതാവോ-
ടെല്ലാമറിവോർ പണ്ടുര ചെയ്താ-
രെൻമെയ്കണ്ടറിവുറ്റതു കാലം;
നല്ലായ് നിന്നൊടുകൂടതു ചെയ്കിൽ
നമുക്കൊരു ഭാഗ്യമതിൽക്കാളുണ്ടോ
ചൊല്ലാ"യെന്നതു ജാനകി ചൊല്ല-
ച്ചൊന്നാ നവളോടരചകുമാരൻ

(അയോദ്ധ്യാകാണ്ഡം. പുറം. 194)

സീതയ്ക്കു ധരിക്കുവാനുള്ള മരവുരിയുമായെത്തുന്ന കൈകേയിയിൽ നിന്നും അതുവാങ്ങി, താപസപത്നികൾ എങ്ങനെയാണ് മരവുരി ധരിക്കുന്നതെന്നു രാമനോടു ചോദിച്ചു വിയർത്ത കൈകളാൽ സീത നിന്നു. അപ്പോൾ സീതയിൽനിന്നും അതുവാങ്ങി രാമൻ അവളെ ധരിപ്പിച്ചു. അതുകണ്ട വസിഷ്ഠമുനി, സീത വല്ക്കലം ധരിക്കണ്ട എന്നു വിലക്കി. അങ്ങനെ, കണ്ണശ്ശന്റെ സീത വല്ക്കലം ധരിക്കാതെതന്നെ രാമനൊപ്പം വനവാസത്തിനു പോകുന്നു.

വാല്മീകി രാമായണത്തിലെ ആരണ്യകാണ്ഡത്തിൽ സീത, രാമനോടു നടത്തുന്ന ധർമ്മോപദേശം തെല്ലും വിട്ടുകളയാതെ കണ്ണശ്ശൻ ആവർത്തിക്കുന്നുണ്ട്. ശൂർപ്പണഖയുടെ കഥയിലും ഖരവധവർണ്ണനയിലും കണ്ണശ്ശൻ കാര്യമായ മാറ്റങ്ങൾ വരുത്തിയിട്ടുമില്ല. അതേസമയം, സുതീഷ്ണാശ്രമത്തിൽനിന്നും മടങ്ങുമ്പോൾ, സീത നടത്തുന്ന *വാല്മീകി*

*രാമായണ*ത്തിലെ 'അഹിംസാ വാദം', എന്തുകൊണ്ടോ, കണ്ണശ്ശൻ വിട്ടുകളഞ്ഞിരിക്കുന്നു. *കൃത്തിവാസരാമായണ*ത്തിലും കാര്യമായ വ്യത്യാസങ്ങൾ കൃത്തിവാസ് വരുത്തിയതായി കാണുന്നില്ല. ചുരുക്കം ചില വിഭിന്ന പരാമർശങ്ങൾ ഉള്ളത് ചൂണ്ടിക്കാട്ടാതെയും വയ്യ. വനവാസത്തിനായി പിന്തുടരുവാൻ ശ്രമിക്കുന്ന സീതയെ വിലക്കുന്ന രാമനോട് സീത വല്ലാതെ ക്ഷോഭിക്കുകയാണ്. സ്വന്തം ഭാര്യയെ കൂടെക്കൊണ്ടു നടക്കാൻ ധൈര്യമില്ലാത്ത അങ്ങയെ ആരെങ്കിലും വീരനായി അംഗീകരിക്കുമോ എന്ന ചോദ്യമാണ് കൃത്തിവാസന്റെ സീത ഉന്നയിക്കുന്നത്. പിതൃഗൃഹത്തിൽ വസിക്കുമ്പോൾ തന്നെ ഭർത്താവിനൊത്തു വനവാസം ചെയ്യുമെന്ന് മുനിമാർ പറഞ്ഞിട്ടുണ്ടെന്നും സീത പറയുന്നു. *കൃത്തിവാസ രാമായണ*ത്തിലും മൂന്നു മരവുരികൾ കൈകേയികൊണ്ടുവരികയും സീത തന്റെ മരവുരി സ്വയം ധരിക്കുകയും ചെയ്യുന്നു.

ആരണ്യകാണ്ഡത്തിന്റെ തുടക്കത്തിൽ അത്രിമഹർഷിയുടെ ആശ്രമത്തിൽവെച്ച് സീത മഹർഷി പത്നിയോട് തന്റെ ജനനകഥ പറയുന്നു. ഒരിക്കൽ മേനക സഞ്ചരിക്കുമ്പോൾ അവളുടെ പൂഞ്ചേല പറന്നുയർന്നു. അതുകണ്ട്, ജനകമഹാരാജാവിന്റെ വീര്യം പുറപ്പെട്ട് ഭൂമിയിൽ വീണു. ആ വീര്യത്തിൽനിന്നുമാണ് താൻ ജന്മം കൊണ്ടത്. കലപ്പ കൊണ്ടുഴുതപ്പോൾ താൻ ഉയർന്നുവന്നുവെന്നും ഭൂതലത്തിൽ അയോനി സംഭവയാണെന്നും കലപ്പ താഴെയിട്ട് രാജാവ് തന്നെ മടിയിലിരുത്തി മകളായി സ്വീകരിച്ചുവെന്നുമാണ് സീത അത്രി പത്നിയോടു പറയുന്നത്. കലപ്പയുടെ ഉഴവുചാലിൽ ജനിച്ച, അയോനിജയായ തനിക്ക് സീതയെന്ന പേർ ലഭിച്ചത് ദേവന്മാരുടെ നിർദ്ദേശപ്രകാരമാണെന്നും അവൾ പറയുന്നു.

അത്ര്യാശ്രമം വിട്ടതിനുശേഷമാണ് മുനിമാരുടെ ആജ്ഞപ്രകാരം വിരാധവധം നടക്കുന്നത്. മറ്റൊരു ദിവസം, അനാവശ്യമായി ആയുധം ധരിക്കുകപോലും ചെയ്യരുതെന്ന് സീത, രാമനെ ഉപദേശിക്കുന്നു. അകാരണമായി പ്രാണികളെ വധിക്കുന്നത് ആപത്തിനു കാരണമാകുമെന്നാണ് സീത പറയുന്നത്. ആകസ്മികമായി രാമനെ കാണുന്ന ശൂർപ്പണഖ വേഷം മാറി പ്രണയപരവശയായി രാമന്റെ മുന്നിലെത്തുന്നു. രാമലക്ഷ്മണന്മാർ ശൂർപ്പണഖയെ കളിയാക്കി കബളിപ്പിക്കുന്നത് സീതാസാന്നിദ്ധ്യത്തിലാണ്. സീതയാണ് തന്റെ പ്രണയസാഫല്യത്തിനു തടസ്സമെന്നു കരുതി ശൂർപ്പണഖ അവളെ വിഴുങ്ങുവാൻ വന്നപ്പോൾ രാമനിർദ്ദേശപ്രകാരം ലക്ഷ്മണൻ അവളുടെ ചെവിയും മൂക്കും ഛേദിച്ചു. തുടർന്നാണ് ശൂർപ്പണഖ, രാവണസന്നിധിയിലേക്കു പോവുന്നതും രാമായണകഥാഗതി മാറുന്നതും. *രാമചരിത മാനസ*ത്തിലെ സീത വനവാസത്തിനു തയ്യാറാകുന്ന രാമനോട് പറയുന്നത്.

എന്നെയയോദ്ധ്യയിൽ വിട്ടു നീ പോകുകിൽ
വന്നുചേരുന്നേരമെന്നുയിർ കാണില്ല
നിൻപാദതാരിൽ മിഴിയൂന്നി നീങ്ങവേ
നിർണ്ണയം യാത്രാക്ലമമെനിക്കേശിടാ

(അയോദ്ധ്യാ കാണ്ഡം. പുറം 307)

എന്നാണ്. യാത്രയ്ക്കുമുമ്പ് 'കൈകേയിയോ മാമുനിയോഗ്യമാം വേഷവിഭൂഷകമണ്ഡലം മുന്നിൽവച്ച്'തായും തുളസീദാസൻ പറഞ്ഞിരിക്കുന്നു.

ആരണ്യകാണ്ഡത്തിൽ, അത്ര്യാശ്രമത്തിൽ രാമലക്ഷ്മണൻമാർക്കൊപ്പമെത്തുന്ന സീതയോട് അനസൂയ പാതിവ്രത്യമാഹാത്മ്യം വർണ്ണിക്കുന്നു. *കൃത്തിവാസ രാമായണ*ത്തിൽ പറഞ്ഞിരിക്കുന്ന സീതാജനനകഥയെക്കുറിച്ച് തുളസീദാസന്റെ രാമായണത്തിൽ പരാമർശമില്ല. മാത്രവുമല്ല, ചാപബാണങ്ങൾ കൈയിലുള്ളതുകൊണ്ട് നിരപരാധികളെപ്പോലും വധിക്കേണ്ടതായി വരുമെന്നും അതുകൊണ്ടവ ഉപേക്ഷിക്കണമെന്നുമുള്ള *വാല്മീകിരാമായണ*ത്തിലെ സീതാവാക്യങ്ങളും തുളസീദാസൻ ഉപേക്ഷിച്ചിരിക്കുന്നു. പഞ്ചവടിയിലെത്തുന്ന ശൂർപ്പണഖയെ രാമനിർദ്ദേശപ്രകാരം തന്നെയാണ് ലക്ഷ്മണൻ അംഗഭംഗം വരുത്തുന്നത്.

'സീതയെ ഭീതയായ് കണ്ടു രഘുപതി
സൂചന നല്കവേ ചേഷ്ടയാൽ, ലക്ഷ്മണൻ
മുറ്റിയ ലാഘവത്തോടെയവളുടെ
മൂക്കും ചെവിയുമരിഞ്ഞു വീഴ്ത്തിക്ഷണാൽ
രാവണന്നീവിധം വെല്ലുവിളിയവൾ-
തൻവശമൊന്നു കൊടുത്തയയ്ക്കും പടി'

(ആരണ്യകാണ്ഡം. പുറം. 479)

ഈ സംഭവം, രാവണ നിഗ്രഹത്തിലേക്കു വളർന്നു പരിണമിക്കുമെന്നു രാമൻ കരുതിയിരുന്നുവെന്ന് തുളസീദാസൻ അനുമാനിക്കുന്നതാകാം ഇങ്ങനെയൊരു പരാമർശത്തിനു കാരണമായത്. 'രാവണന്നീവിധം വെല്ലുവിളിയവൾ/തൻവശമൊന്നുകൊടുത്തയയ്ക്കുംപടി' എന്ന വരികൾ ഇങ്ങനെ കരുതുന്നതിനാണ് നമ്മളെ പ്രേരിപ്പിക്കുന്നത്. അതേസമയം, രാമന് അങ്ങനെ അനുമാനിക്കുന്നതിനുള്ള സാഹചര്യമോ, അവസരമോ തുളസീദാസൻ ഇവിടെ ഒരുക്കിയിട്ടുമില്ല എന്നത് *രാമചരിതമാനസ*വായനയിലൂടെ വ്യക്തമാകുന്നതാണ്.[11]

എഴുത്തച്ഛന്റെ *രാമായണം കിളിപ്പാട്ടിലും* ഈ സന്ദർഭത്തിലെ വർണ്ണനകൾക്ക് ചെറിയ ഭേദങ്ങൾ മാത്രമേയുള്ളൂ. ഇതര രാമായണകർത്താക്കളിൽനിന്നു വ്യത്യസ്തനായി ഈ സന്ദർഭത്തെയും തന്റെ ഭക്തിഭാവപ്രകാശനത്തിനായി എഴുത്തച്ഛൻ ഉപയോഗിച്ചിരിക്കുന്നുവെന്നും കാണാവുന്നതാണ്.[12] വനവാസതീരുമാനം ഉറപ്പായിക്കഴിഞ്ഞപ്പോൾ യാത്രികർക്കുള്ള മരവുരി കൊണ്ടുവരുന്നത് ഇവിടെയും കൈകേയിയാണ്.

ഇഷ്ടവാക്യം കേട്ടു കൈകേയി സാദരം
പെട്ടെന്നെഴുന്നേറ്റിരുന്നു സസംഭ്രമം
ശ്രീരാമനും മൈഥിലിക്കു മരന്ദനും
ചീരങ്ങൾ വെവ്വേറെ നല്കിയാളമ്മയും

(അയോദ്ധ്യാ കാണ്ഡം. പുറം. 111)

രാമലക്ഷ്മണന്മാർ ചീരങ്ങൾ ധരിച്ചതിനുശേഷം അതുമായി ലജ്ജയോടെ നിന്ന സീതയെ രാമൻ തന്നെയാണ് അതു ധരിപ്പിക്കുന്നത്.

ലക്ഷ്മീഭഗവതിയായ ജാനകി
വല്ക്കലം കൈയിൽ പിടിച്ചുകൊണ്ടാകുലാൽ
പക്ഷമെന്തുള്ളിലെന്നുള്ളതറിവാനായ്
തൽക്ഷണേ ലജ്ജയാഭർതൃമുഖാംബുജം
ഗൂഢമായ് നോക്കിനാ'ളെങ്ങനെ ഞാനിതു
ഗാഢമുടുക്കുന്ന'തെന്നുള്ള ചിന്തയാ.
മംഗലദേവതാ വല്ലഭൻ രാഘവ-
നിംഗിതജ്ഞൻ തദാവാങ്ങിപ്പരുഷമാം
വല്ക്കലം ദിവ്യാംബരോപരിവേഷ്ടിച്ചു.

(അയോദ്ധ്യാ കാണ്ഡം. പുറം. 111)

വല്ക്കലംധരിച്ച സീത, 'സർവ്വാഭരണവിഭൂഷിതയായാണ്' രാമനെ അനുഗമിക്കുന്നതും. ആരണ്യകാണ്ഡത്തിൽ മൂവരുടേയും പഞ്ചവടിപ്രവേശം കഴിഞ്ഞ് രാമൻ ലക്ഷ്മണനു നല്കുന്ന ദീർഘമായ ഉപദേശവും എഴുത്തച്ഛൻ നല്കുന്നു! ജന്മനിയോഗങ്ങളെക്കുറിച്ചും പരമാത്മാതത്ത്വങ്ങളെക്കുറിച്ചും മായയെക്കുറിച്ചുമൊക്കെ ലക്ഷ്മണനുള്ള ഉപദേശം നീളുകയാണ്! ഏതു കഥാപാത്രത്തിന്റെ നാവിലൂടെയും തന്റെ ഭക്തിഭാവം പ്രകടിപ്പിക്കുന്നതിനുള്ള ഒരവസരവും എഴുത്തച്ഛൻ കളയില്ലല്ലോ! ശൂർപ്പണഖാഗമനവുമായി ബന്ധപ്പെടുത്തി കിളിപ്പാട്ടുകാരൻ ഇതരരാമായണങ്ങളിലില്ലാത്ത ഒരു കഥകൂടി പറയുന്നുണ്ട്. ഗൗതമീതീരത്തുനിന്നും പഞ്ചവടിയിലേക്കുസഞ്ചരിച്ചതായ ഭംഗിയുള്ള പാദമുദ്രകൾ കണ്ടുമോഹിച്ചാണ് താൻ രാമസവിധത്തിലെത്തിയത് എന്നാണ് ശൂർപ്പണഖ പറയുന്നത്. ഇവിടെ രാമനിർദ്ദേശ പരാമർശമില്ലെങ്കിലും സീതയോട് ശൂർപ്പണഖ രാക്ഷസസ്ത്രീരൂപംപൂണ്ട് അടുത്തപ്പോൾ തന്നെയാണ് ലക്ഷ്മണൻ അവളുടെ 'മുലയും മൂക്കും' ഛേദിക്കുന്നത് (ശൂർപ്പണഖയുടെ ഏതേതെല്ലാം ശരീരഭാഗങ്ങളാണ് ഓരോരോ രാമായണത്തിലും ഛേദിക്കപ്പെടുന്നത് എന്നതും ശ്രദ്ധേയമാണ്). തുടർന്നാണ്, ഖരവധവും മറ്റു സംഭവങ്ങളും നടക്കുന്നത്.

ഈ സന്ദർഭത്തിലൂടെ കടന്നുപോകുമ്പോൾ നമ്മുടെ സവിശേഷശ്രദ്ധയെയാകർഷിക്കുന്ന ഒരു പരാമർശമാണ് *വാല്മീകി രാമായണ*ത്തിലെ സീതയുടെ അഹിംസാപക്ഷത്തുനിന്നുള്ള വാക്യങ്ങൾ. മറ്റൊന്ന്, ശൂർപ്പണഖയുമായുള്ള സമാഗമവേളയിൽ എല്ലാവരുംതന്നെ ലക്ഷ്മണപത്നിയായ ഊർമ്മിളയെക്കുറിച്ച് വിസ്മൃതരാകുന്നു എന്നതുമാണ് (കവികളും കഥാപാത്രങ്ങളും കൂടി എന്നും പറയേണ്ടതുണ്ട്). സുതീഷ്ണാശ്രമത്തിൽനിന്നു മടങ്ങവെ, സീത രാമനോടു പറയുന്ന വാക്കുകളിൽ നിഴലിച്ചിരിക്കുന്ന ഹിംസാവിമുഖത സീതയിൽ പിന്നെയൊരിടത്തും കാണുന്നുമില്ല. സീത രാമനോടു പറയുന്ന വാക്കുകളിൽ രാമനെ ഹിംസയിൽ നിന്നും പിന്തിരിപ്പിക്കുന്നതിനുള്ള അവളുടെ വ്യഗ്രതയും നിഴലി

ക്കുന്നുണ്ട്. *വാല്മീകിരാമായണം* സൂക്ഷ്മമായി പരിശോധിക്കുമ്പോൾ, സീതയുടെ പില്ക്കാല ജീവിതത്തിലെ പ്രവർത്തനവും വാക്കുകളുമായി താരതമ്യപ്പെടുത്തുമ്പോൾ, സുതീഷ്ണാശ്രമത്തിൽനിന്നു മടങ്ങുമ്പോൾ സീത പറയുന്ന വാക്യങ്ങൾ മുഴച്ചു നില്ക്കുന്നു എന്നതാണ് വാസ്തവം. പഞ്ചവടിയിൽ, തുള്ളിക്കളിച്ചെത്തുന്ന മാനിന്റെ സൗന്ദര്യത്തിൽ ആകൃഷ്ടയാകുന്ന സീത അതിനെ പിടിച്ചുകൊടുക്കണമെന്നുമാത്രമല്ല രാമനോട് അഭ്യർത്ഥിക്കുന്നതും ആവശ്യപ്പെടുന്നതും. ജീവനോടെ പിടിക്കാൻ കഴിഞ്ഞില്ലെങ്കിൽ കൊന്നു പിടിക്കാനാണ് പറയുന്നത് എന്നതു കൂടി ഓർക്കേണ്ടതുണ്ട്. സുതീഷ്ണാശ്രമത്തിൽനിന്നും മടങ്ങുമ്പോഴുള്ള സീത ഈ സന്ദർഭങ്ങളിലൊക്കെ എത്രയേറെ മാറിപ്പോയിയെന്ന് നമ്മൾ അത്ഭുതപ്പെട്ടുപോകും!

*വാല്മീകി രാമായണ*ത്തിന്റെ ഉത്ഭവകാലമായി കണക്കാക്കപ്പെടുന്നത് എന്തായാലും ബുദ്ധന്റെ കാലശേഷമാണെന്ന് മുമ്പ് സൂചിപ്പിക്കുകയുണ്ടായി. വാല്മീകിയുടെ കാലത്ത് ബുദ്ധ-ജൈന ദർശനസ്വാധീനം ശക്തവുമായിരുന്നു. ഈ ചിന്തകളുടെ പ്രതിഫലനവും സ്വാധീനവും *വാല്മീകി രാമായണ*ത്തിൽ പ്രകടവുമാണ്. അഹിംസാവാദത്തിലടിയുറച്ച ബൗദ്ധ-ജൈനചിന്തകളെ ഹിംസാമാർഗ്ഗത്തിലൂടെത്തന്നെയാണ് ബ്രാഹ്മണ പുരോഹിത വർഗ്ഗം ഏറ്റുമുട്ടി പരാജയപ്പെടുത്തിയത് എന്നതു ചരിത്രം. ഇവിടെ, സീതയുടെ വാക്കുകളിൽ നിഴലിച്ചിരിക്കുന്നത് ബ്രാഹ്മണ-പുരോഹിതവർഗ്ഗത്തിന്റെ ചിന്താധാരകൾക്കെതിരായ ബൗദ്ധ -ജൈന ചിന്തകളാണെന്നു കാണാവുന്നതാണ്. ബ്രാഹ്മണ-പുരോഹിത വർഗ്ഗതാല്പര്യം സംരക്ഷിക്കുവാൻ നിയുക്തനും ബാദ്ധ്യസ്ഥനുമായ രാമന് സീതാചിന്തകളെ പ്രതിരോധിക്കേണ്ടതുമുണ്ട്. അതയാൾ ആവുംവിധം നിർവ്വഹിക്കുന്നുമുണ്ട്! സീതയിൽ പ്രകടമായിരുന്ന ഇത്തരം ബൗദ്ധ-ജൈന ചിന്തകളിൻമേൽ രാമൻ പ്രതിനിധാനം ചെയ്യുന്ന ബ്രാഹ്മണ-പൗരോഹിത്യവർഗ്ഗം പതുക്കെപ്പതുക്കെ മേൽക്കൈ നേടുകയാണ്. അത്, സീതയുടെ പെരുമാറ്റ രീതികളുടെ മാറ്റങ്ങളിലൂടെയും വാക്കുകളിലൂടെയും വ്യക്തമാവുന്നുമുണ്ട്. ചുരുക്കത്തിൽ ബൗദ്ധ-ജൈന ചിന്തകളുടെ മേൽ ബ്രാഹ്മണ-പൗരോഹിത്യചിന്തകൾ നേടിയെടുത്ത വിജയത്തിന്റെ ഇതിഹാസമായിക്കൂടി *വാല്മീകി രാമായണം* മാറുന്നു. ഇതു കൂടുതൽ പഠനമർഹിക്കുന്ന ഒരു വസ്തുതയാണെന്നുമാത്രം ഇവിടെ സൂചിപ്പിക്കട്ടെ.

പഞ്ചവടിയിൽ നിന്നാണ് രാവണൻ സീതാപഹരണം നടത്തുന്നത്. തുടർന്നുള്ള സംഭവങ്ങൾക്കെല്ലാം സീതയാണു നിമിത്തമെങ്കിലും അവിടെയൊന്നും അവൾ ദൃക്സാക്ഷിയാകുന്നില്ല. രാമ-സുഗ്രീവസഖ്യം, ബാലിവധം, ഹനുമാന്റെ സമുദ്രതരണം, സേതുബന്ധനം, രാമ-രാവണയുദ്ധം- ഇത്തരം പ്രധാന സംഭവങ്ങളുടെയൊന്നും നേർസാക്ഷിയാകുന്നില്ല സീത. എന്നാൽ, ഇതിനൊക്കെയും കാരണക്കാരി സീതയുമാണ്! പിന്നീട്, കാലമേറെക്കഴിഞ്ഞ് വാല്മീക്യാശ്രമത്തിൽ കുശ-ലവൻമാർക്കു

ജന്മം നല്കിയ സീതയുടെ ചിന്താസരണി നമുക്ക് ഊഹിക്കുവാൻ പോലും കഴിയില്ല! വാല്മീകിക്കുശേഷമുള്ള ചില രാമായണകർത്താക്കളും രാമകഥാഖ്യാനകർത്താക്കളും മാത്രമാണ് അതേക്കുറിച്ച് കുറേയെങ്കിലും പറഞ്ഞിട്ടുള്ളത്. ഇതിനർത്ഥം സർവ്വംസഹയായ ഒരു സീതയെ സങ്കല്പിക്കുന്നതിനായിരുന്നു വാല്മീകിക്കു താല്പര്യം എന്നു തന്നെയാണ്. സീതയുടെ ജന്മ-തിരോധാനകഥകൾക്കും സീതാനാമത്തിനും വരെ ഭൂമിയുമായി - പ്രകൃതിയുമായി- ഉള്ള ബന്ധത്തെക്കുറിച്ച് വാല്മീകി ബോധവാനായിരുന്നു. എല്ലാ പരിണാമങ്ങൾക്കും നിമിത്തമാകുമ്പോഴും അതിന്റെ കൈകാര്യകർത്തൃത്വത്തിന് അവകാശമില്ലാതെ, നിയോഗിക്കപ്പെടാതെ, നേർസാക്ഷിപോലുമാകാതെ, കെടുതികൾ ഏറ്റുവാങ്ങുവാൻ മാത്രം വിധിക്കപ്പെട്ട ഭൂമിയുടെ പ്രതീകം തന്നെയാണ് ആദികവിയുടെ സീത എന്നുകൂടി പറയാവുന്നതാണ്. ഭൂമിയുടേയും സീതയുടെയും ഉത്ഭവനിയോഗങ്ങൾ അഥവാ ജന്മനിയോഗങ്ങൾ ഇവിടെ സമീകരിക്കപ്പെടുന്നതായും കാണാം. അങ്ങനെ, അപമാനഭീതിയാൽ ഭൂമിയുടെ അധോഭാഗത്തേക്ക് അന്തർദ്ധാനം ചെയ്യേണ്ടിവന്ന സീതയെപ്പോലെ തന്നെ അപമാനിക്കപ്പെടുന്ന പ്രകൃതിക്കും ഏതോ അജ്ഞാതമായ ലോകത്തേക്ക് നിഷ്ക്രമിക്കേണ്ടി വരുമെന്ന മുന്നറിയിപ്പു കൂടിയായി രാമയണകഥ വാല്മീകിയുടെ ഭാവനയിൽ പരിണമിച്ചിരിക്കുന്നു. അതിനൊക്കെ നിമിത്തമാകുന്നവരെയും കാത്തുനില്ക്കുന്നത് സരയൂവിലൂടെയുള്ള സ്വർഗ്ഗപ്രാപ്തിയെന്നൊക്കെ വെറുതെ പറയാമെന്നു മാത്രം! ഭൗതികമായ ആർത്തിപൂണ്ട ആധുനിക മനുഷ്യനുള്ള ജാഗ്രതാ നിർദ്ദേശം കൂടിയാണ് സീതാകഥ എന്നുകൂടി പറയാവുന്നതാണ്. ആ തലത്തിലാണ് *രാമായണം* രാമന്റെ അയനം മാത്രമല്ലെന്നും അത് സീതയുടെ-പ്രകൃതി-യുടെ അയനം കൂടിയാണെന്നും പറയേണ്ടിവരുന്നത്.

ദശരഥനു മേൽ വരലബ്ധിയുടെ ബലത്തിലാണ് കൈകേയി ആധിപത്യം സ്ഥാപിക്കുന്നത്. കൗസല്യയും സുമിത്രയും മാത്രമല്ല മറ്റു കഥാപാത്രങ്ങളും ദശരഥാജ്ഞയ്ക്കു മുന്നിലെന്നതുപോലെതന്നെ ആ വരപ്രാപ്തിക്കു മുന്നിലും അനുസരണകാട്ടുകയാണു ചെയ്യുന്നത്. വേറൊരർത്ഥത്തിൽ, നിശ്ശബ്ദരാകുന്നതും എന്നു കൂടി പറയാവുന്നതാണ്. രാജാവ് ഒരു ദുർബ്ബലനിമിഷത്തിൽ നല്കിയ വരത്തിനുമുന്നിൽ-അതായത് രാജാവിന്റെ വാക്കിനു മുന്നിൽ- മറ്റുള്ളവർ നിശ്ശബ്ദരാകുന്നു. കൗസല്യക്കും സുമിത്രയ്ക്കും അത് രാജാവിന്റെ വാക്കുകൾ എന്നതുപോലെതന്നെ ഭർത്താവിന്റെ വാക്കുകൾ കൂടിയാണ്. അങ്ങനെയവർ അനുസരണ കാട്ടുന്നു! അതേസമയംതന്നെ, രാമലക്ഷ്മണന്മാർക്ക് അവ രാജാവിന്റെ വാക്കുകൾ എന്നതുപോലെ തന്നെ പിതാവിന്റെ വാക്കുകളുമാകുന്നു. സീതയ്ക്കാകട്ടെ, അത് രാജാവിന്റെയും ഭർത്തൃപിതാവിന്റെയും വാക്കുകൾക്കെന്നതിലുപരി ഭർത്തൃനിശ്ചയം-കൂടിയാകുന്നു. ഇങ്ങനെ ഒരേ വാക്കുകൾ- വരങ്ങളും വനവാസനിശ്ചയവും - പലരിൽ സൃഷ്ടിക്കുന്നത് വിഭിന്നമായ അനുരണനങ്ങളാണ്. എല്ലാവരും ആവർത്തിച്ചുപറയുന്ന ഒരു

കാര്യം കൂടിയുണ്ടെന്നു ശ്രദ്ധിക്കേണ്ടതുണ്ട്. അത്, ബ്രാഹ്മണ-പുരോഹിതവർഗ്ഗത്തിന്റെ വാക്കുകളെയും ഹിതത്തെയും അനുസരിക്കുവാനുള്ള ബാദ്ധ്യതയെക്കുറിച്ചാണ്! ഇത്തരം ഹിതങ്ങളെ-അനുശാസനകളെ -ഉല്ലംഘിക്കുന്നതിനുള്ള ശ്രമം സീതയുടെ ഭാഗത്തുനിന്നും ഉണ്ടാകുന്നുമുണ്ട്. ഒരുപക്ഷേ, സീതയിൽ നിന്നുമാത്രമാണ് അതുണ്ടാകുന്നത്! വനവാസത്തിനു തിരിക്കുന്ന രാമനെ പിന്തുടരുന്നതിന് അവൾ കാട്ടുന്ന ശാഠ്യം ഭർത്തൃഹിതത്തിന്, യഥാർത്ഥത്തിൽ, എതിരാണ്. വനവാസം വിധിച്ചിരിക്കുന്നത് രാമനു മാത്രമാണെന്നും രാമപത്നിയായ സീത കൊട്ടാരത്തിൽ, വനവാസം കഴിഞ്ഞുവരുന്ന രാമനെ കാത്തിരിക്കുന്നതാണ് ഉചിതമെന്ന ബ്രാഹ്മണ-പുരോഹിത ഇംഗിതങ്ങളെയും സീത ലംഘിക്കുന്നു. പഞ്ചവടിയിൽവച്ച് പൊൻമാനിന്റെ രൂപം ധരിച്ചെത്തിയത് മാരീചനെന്ന രാക്ഷസനാണെന്ന് ലക്ഷ്മണൻ, രാമനോടു പറയുന്നത് സീതയുടെ സാന്നിദ്ധ്യത്തിലാണ്. എന്നിട്ടും പൊൻമാനിനെ പിടിച്ചുകിട്ടുന്നതിന് ദുഃശാഠ്യം കാട്ടി സീത രാമനെ പറഞ്ഞയക്കുന്നു. അവിടെ ഭർത്തൃവാക്യങ്ങളും ഭർത്തൃസഹോദരവാക്യങ്ങളും സീത ലംഘിക്കുന്നു. തുടർന്ന്, തനിക്കു കാവൽനിന്ന ലക്ഷ്മണനുമേൽ ശകാരങ്ങൾ ചൊരിഞ്ഞ് രാമാന്വേഷണത്തിനായി ലക്ഷ്മണനെ സീത അകറ്റുന്നു. (ഇങ്ങനെയൊക്കെ സംഭവിച്ചില്ലെങ്കിൽ പിന്നെ രാവണവധം എങ്ങനെ നടക്കുമെന്നാണ് നമ്മുടെയൊക്കെ ലളിതയുക്തി!) ഇവിടെയൊക്കെ ദുരന്തങ്ങളെ സീത സ്വയം വരിക്കുകയായിരുന്നുവോ എന്ന് തോന്നിപ്പോകുന്നു. പക്ഷേ, മുനിവേഷം കെട്ടിവന്ന രാവണൻ സീതയെ അപഹരിക്കുന്നതോടുകൂടി തന്റെ നിശ്ചയങ്ങളിലെ അപകടങ്ങൾ സീതയ്ക്കുതന്നെ ബോദ്ധ്യമാകുന്നു. സീതയിൽ അത്തരം ചില ചിന്തകളുടെ പൊടിപ്പുകൾ കണ്ടെത്തുവാനാകുന്നതാണ്.[13] പ്രവചനാതീതമായ ഭൂമിയുടെ പ്രതികരണസവിശേഷതകൾ സീതയിലും ഉണ്ടായിരുന്നു എന്നുതന്നെയാണ് ഇതൊക്കെ കാണിക്കുന്നത്.

ബ്രാഹ്മണ-പൗരോഹിത്യവിധികൾക്കും പുരുഷമേധാവിത്വചിന്തകൾക്കും എതിരെ പ്രതിരോധിക്കുവാൻ ശ്രമിച്ചു പരാജയപ്പെട്ട സ്ത്രീത്വത്തിന്റെ പ്രതീകമായും സീതമാറുന്നു. എല്ലാം കാലം തെറ്റിയ പ്രതിരോധങ്ങൾ![14] ഒടുവിൽ, വാല്മീക്യാശ്രമത്തിലേക്ക് തള്ളപ്പെട്ട, ഉപേക്ഷിക്കപ്പെട്ട സീത സ്വന്തം പുത്രന്മാരിലൂടെ അതിനൊക്കെ മറുപടി പറയുന്നുണ്ട്. (അവിടെയും പുത്രിമാരിലൂടെയല്ല പുത്രന്മാരിലൂടെയാണ് എന്ന സവിശേഷതയുമുണ്ട്) അതിനു പക്ഷേ, വാല്മീകി എന്ന കവിയുടെ സഹായം സീതയ്ക്ക് ആവശ്യമായിവരുന്നു. അതേസമയം, തന്റെ പുത്രന്മാർ രാമകഥാകാവ്യം രാമസവിധത്തിൽ ആലപിക്കേണ്ടതില്ലെന്ന ശാഠ്യം സീത പ്രകടിപ്പിച്ചിരുന്നുവെങ്കിൽ വാല്മീകിക്ക് അതിനെ ലംഘിക്കുവാൻ കഴിയുമായിരുന്നുവോ എന്നറിയില്ല! എന്തായാലും അവിടെ സീത നിശ്ശബ്ദയാവുകയും കുശലവന്മാർ രാമായണകാവ്യവുമായി രാജസദസ്സിൽ എത്തുകയുമാണ്. തനിക്കു പൂർത്തിയാക്കുവാനാകാതെ പോയ ചോദ്യം

ചെയ്യലുകൾ, അനുസരണക്കേടുകൾ (?) സീത, തന്റെ പുത്രന്മാരിലൂടെ പൂർത്തീകരിക്കുന്നു. അങ്ങനെയാണ് തന്റെ വിധി സീത സ്വയം നിർണ്ണയിക്കുന്നത്. ഭൂമിജയായ സീത ഭൂമിയിലേക്കുതന്നെ മറയുമ്പോൾ അവിടെ പരാജയപ്പെടുന്നത് രാമനുൾപ്പെടെയുള്ള പുരുഷന്മാരും വസിഷ്ഠനും വാല്മീകിയുമുൾപ്പെടെയുള്ള ബ്രാഹ്മണ-പൗരോഹിത്യ വർഗ്ഗപ്രതിനിധികളുമാണ്. അവിടെയാണ് സീതയുടെ കലാപം പൂർത്തിയാകുന്നത് എന്നുകൂടി പറയാവുന്നതാണ്. അതേസമയം ഒരു *രാമായണ*ത്തിലും സീത ഒരു കലാപകാരിയായി വാഴ്ത്തപ്പെട്ടിട്ടില്ല എന്നത് ചെറിയ കാര്യമല്ല. (*അദ്ഭുതരാമായണ*ത്തിൽ സഹസ്രസ്കന്ദ രാവണനെ കൊല്ലുന്നത് സീതയാണെന്നത് ഇവിടെ വിസ്മരിക്കുന്നില്ല. അതുപക്ഷേ, ഒരു വ്യവസ്ഥാവ്യതിയാനത്തിന് നിമിത്തമാകുന്നില്ല. ഇവിടെ കലാപം എന്നതുകൊണ്ടുദ്ദേശിച്ചത് വ്യവസ്ഥാമാറ്റം എന്നാണ്) എല്ലാ രാമായണകർത്താക്കളും ബ്രാഹ്മണ-പൗരോഹിത്യ-പുരുഷമേധാവിത്വത്തിന്റെ വക്താക്കളും പ്രയോക്താക്കളും കൂടി ആയതുകൊണ്ടാകാം ഇങ്ങനെ സംഭവിച്ചത്. അതുകൊണ്ടവർ അത്തരം മേധാവിത്വസംരക്ഷകനായ രാമനെ വാഴ്ത്തി! അപ്പോഴും *രാമായണം* സീതായനം കൂടിയാകുന്നു. സീതയെന്ന സ്ത്രീ, ഒരു പരിധിവരെ, സ്വയം നിശ്ചയിക്കുകയായിരുന്നു തന്റെ യാത്രാപഥങ്ങൾ. രാമനാകട്ടെ ജനഹിതത്തിനൊപ്പം ചലിച്ചു. ജനഹിതം എന്നതിന് രാമൻ കൊടുക്കുന്ന അർത്ഥം ബ്രാഹ്മണ-പൗരോഹിത്യവർഗ്ഗഹിതം എന്നേയുള്ളൂ താനും! ആ നിലയ്ക്കു നോക്കുമ്പോൾ രാമായണമാണോ, സീതായനമാണോ ഇന്നു നമ്മൾ പിന്തുടരേണ്ടത് എന്ന ചോദ്യം വളരെയേറെ പ്രസക്തവുമാണ്. അതോടൊപ്പം ഈ ചോദ്യം നമ്മളെ വല്ലാതെ പ്രതിസന്ധിയിലാക്കുന്നതുമാണ്.

സി. സുമിത്രയും ഊർമ്മിളയും

കൗസല്യയിലും സുമിത്രയിലും പുത്രന്മാർ ഉണ്ടാകാത്തതിനാലാണ് (പുത്രിമാരല്ല കേട്ടോ!) ദശരഥൻ കൈകേയിയെ വിവാഹം ചെയ്യുന്നത്. കൈകേയിയിലും പുത്രഭാഗ്യം ഉണ്ടാകാത്തതിനാൽ അദ്ദേഹം പുത്രകാമേഷ്ടിയാഗം (അവിടെയും പുത്രികാമേഷ്ടിയാഗമല്ല, പുത്രകാമേഷ്ടിയാഗമാണെന്ന് ഓർമ്മിക്കുക) നടത്തി. യാഗാന്ത്യത്തിൽ രാജ്ഞിമാർക്കു കഴിക്കുവാനായി അഗ്നിയിൽനിന്നും വന്ന ഭൂതം സ്വർണ്ണപ്പാത്രത്തിൽ പ്രസാദമായി പായസം ദശരഥനു കൈമാറി.

കൗസല്യായൈ നരപതി: പായസാർദ്ധം ദ ദൗ തദാ
അർദ്ധാദർദ്ധം ദ ദൗചാപി സുമിത്രായൈ നരാധിപഃ

(നരപതിയായ ദശരഥൻ പായസത്തിൽ പകുതി കൗസല്യക്കു കൊടുത്തു. പകുതിയുടെ പകുതി നൃപൻ സുമിത്രയ്ക്കു നല്കി)

കൈകേയ്യൈ ചാവ ശിഷ്ടാർദ്ധം പായസസ്യാമൃതോപമം
അനുചിന്ത്യ സുമിത്രായൈ പുനരേവ മഹാമതി:
ഏവംതാസാം ദ ദൗ രാജാഭാര്യാണാം പായസംപൃഥക്.

(ബാക്കിയുള്ളതിൽ പകുതി പുത്രാർത്ഥമായി കൈകേയിക്കും കൊടുത്തു. അമൃതോപമമായ ആ പായസത്തിൽ നിന്നും അവശേഷിക്കുന്ന ഭാഗം അല്പമൊന്നാലോചിച്ച് സുമിത്രയ്ക്കുതന്നെ നൃപൻ നല്കി. ഇപ്രകാരം നൃപൻ ആ പത്നിമാർക്ക് പായസം പങ്കിട്ടുകൊടുത്തു).

പായസം കഴിച്ച പത്നിമാർ ആറുഋതുക്കൾ കഴിഞ്ഞപ്പോൾ മഹാവിഷ്ണുവിന്റെ അർദ്ധാംശമായ രാമനെ കൗസല്യയും വിഷ്ണുവിന്റെ തന്നെ ചതുർദ്ധാംശമായ ഭരതനെ കൈകേയിയും വിഷ്ണുവിന്റെ അർദ്ധവീര്യമുൾക്കൊള്ളുന്ന ലക്ഷ്മണ-ശത്രുഘ്നൻമാരെ സുമിത്രയും പ്രസവിച്ചു. *വാല്മീകി രാമായണം* ബാലകാണ്ഡത്തിൽ ദശരഥപുത്രന്മാരുടെ ജനനം ഇങ്ങനെയാണ് പറഞ്ഞിരിക്കുന്നത്.

ഇവിടെ, ദശരഥന്റെ പായസവിഭജനം അഥവാ അതിന്റെ വീതം വയ്പിൽ എന്തൊക്കെയോ ചില ദുരൂഹതകളില്ലേ? കൈയിൽ കിട്ടിയ പായസത്തിന്റെ നേർപകുതി ആദ്യം തന്നെ കൗസല്യക്കു കൊടുക്കുക. പിന്നെയവശേഷിക്കുന്നതിന്റെ നേർപകുതി സുമിത്രയ്ക്കു കൊടുക്കുക, പിന്നെയവശേഷിക്കുന്നതിന്റെ നേർ പകുതി കൈകേയിക്കു കൊടുക്കുക, പിന്നെയും മിച്ചംവന്നത് മുഴുവനായും സുമിത്രയ്ക്കുതന്നെ രണ്ടാമതും കൊടുക്കുക! ഈ വീതം വയ്പിൽതന്നെ എന്തോ ഒരു ശരികേടില്ലേയെന്ന് ചിന്തിച്ചുപോയാൽ കുറ്റം പറയാനാകുമോ? 'അനുചിന്ത്യ സുമിത്രായൈ പുനരേവ' എന്നൊക്കെ ആലങ്കാരികമായിപ്പറഞ്ഞാലും (ഇവിടെ അലങ്കാരമൊന്നുമില്ലെന്നത് മറ്റൊരു കാര്യം) പായസ വീതം വയ്പിലെ അനൗചിത്യം മാറുന്നില്ല. കിട്ടിയ പായസം കൃത്യമായി മൂന്നായി വിഭജിച്ച് മൂന്നു ഭാര്യമാർക്കും തുല്യമായി നല്കുന്നതാണ് ശരിയായ രീതി. അതല്ല ഇവിടെ സംഭവിച്ചത്. എന്തായാലും രണ്ടുതവണ പായസം കിട്ടിയതുകൊണ്ടും അതുകഴിച്ചതുകൊണ്ടുമാകാം സുമിത്ര രണ്ടു പുത്രന്മാരെ പ്രസവിച്ചു- ലക്ഷ്മണനെയും ശത്രുഘ്നനെയും.

സാധാരണ മനുഷ്യർപോലും വിശിഷ്ടമായൊരു പദാർത്ഥം- അതും പുത്രലബ്ധിക്കുവേണ്ടിയുള്ള പായസം- ഇങ്ങനെയാവുമോ വീതം വയ്ക്കുന്നത്? വീതം വയ്പിലെ ശ്രേണീ നിർണ്ണയം ശരിയാണ്. ആദ്യം കിട്ടേണ്ടത് ആദ്യഭാര്യയെന്ന നിലയിൽ കൗസല്യക്കു തന്നെയാണ്. രണ്ടാമതു സുമിത്രയ്ക്ക്. മൂന്നാമതു മാത്രമേ കൈകേയിക്ക് അർഹതയുള്ളൂ. അതിലൊന്നും പിശകില്ല. പക്ഷേ, വീതവിഹിതം നിശ്ചയിച്ചതിൽ പിഴവു പറ്റിയോ? സുമിത്രയ്ക്കു രണ്ടു പ്രാവശ്യം, അളവിൽ കുറവെങ്കിലും പായസം കിട്ടി! ഒരു പ്രത്യേക ആഹാരപദാർത്ഥത്തോട് കൂടുതൽ പ്രിയം കാട്ടുന്ന പ്രിയജനങ്ങൾക്ക് നമ്മളൊക്കെ രണ്ടാമതും നല്കിയേക്കാം. ഇവിടെ, പായസത്തോട് അത്തരമൊരു പ്രിയം സുമിത്രയ്ക്കുള്ളതായി പറയുന്നില്ല! സുമിത്ര മധുരപ്രിയയാണെന്ന് എങ്ങും സൂചനയുമില്ല! മാത്രവുമല്ല, ഇത്രയും വലിയൊരു യാഗമൊക്കെ നടത്തി ലഭിക്കുന്ന വിശിഷ്ടമായൊരു പദാർത്ഥം ഇങ്ങനെയാണോ വീതിക്കേണ്ടത്? ബാലകാണ്ഡകർത്താവ് വിശ്വസനീയമായൊരു വിശദീകരണം ഇക്കാര്യത്തിൽ എവി

ടെയും നല്കിക്കാണുന്നില്ല. രാമഭക്തരായ രാമായണ പണ്ഡിതന്മാർ എങ്ങനെയൊക്കെ കിണഞ്ഞു ശ്രമിച്ചാലും ഇതിന് യുക്തിഭദ്രമായൊരു വിശദീകരണം നല്കുവാനാകുമെന്നു കരുതുകവയ്യ. പിന്നെ, എന്തെങ്കിലുമൊക്കെ കുനുഷ്ഠു വിശദീകരണങ്ങൾ നിരത്തിയേക്കാം! നമുക്കതല്ലല്ലോ ആവശ്യം. എന്തായാലും കഥയിൽ ചോദ്യമില്ലെന്ന ന്യായപ്രകാരം നമുക്കിതുവിടാം!

ദശരഥപുത്രന്മാർ വളർന്നു. യാഗരക്ഷയ്ക്കായി വിശ്വാമിത്രനൊപ്പം രാമ-ലക്ഷ്മണൻമാരെ ദശരഥൻ അയച്ചു. ന്യായപ്രകാരം രാമനൊപ്പം അയയ്ക്കേണ്ടിയിരുന്നത് ലക്ഷ്മണനുപകരം രാമന്റെ നേരെ ഇളയവനായ ഭരതനെയാണ്. അതിനുപകരം, ബാലകാണ്ഡകർത്താവ് ലക്ഷ്മണനെയാണ് രാമനൊപ്പം അയയ്ക്കുന്നത്. സീതാസ്വയംവരവേളയിലും ഈ അനൗചിത്യംകാണാം. ധനുർഭംഗം നിർവ്വഹിച്ച രാമന് ജനകമഹാരാജാവ് മന്ത്രോദകത്തോടെ സീതയെ ദാനം ചെയ്തു. രണ്ടാമതായി, ജനകപുത്രിയായ ഊർമ്മിളയെ ലക്ഷ്മണനു നല്കി. അതുകഴിഞ്ഞ്, ജനകന്റെ അനുജനായ കുശദ്ധ്വജന്റെ പുത്രിമാരായ മാണ്ഡവിയെ ഭരതനും ശ്രുതകീർത്തിയെ ശത്രുഘ്നനും പാണീഗ്രഹണം ചെയ്തു. ഇവിടെയും ക്രമം തെറ്റുന്നില്ലേ? ജനകപുത്രിയായ ഊർമ്മിളയെ യഥാർത്ഥത്തിൽ അർഹിക്കുന്നത് ഭരതനല്ലേ? കഥയിൽ ചോദ്യമില്ലെന്ന ന്യായപ്രകാരം ഇവിടെയും നമുക്കു നിശ്ശബ്ദരാകാം! ലക്ഷ്മണന് രാമനോടും ശത്രുഘ്നന് ഭരതനോടും സവിശേഷമായ ആഭിമുഖ്യമുണ്ടായിരുന്നു എന്ന പരാമർശത്തെ നമുക്കു മുഖവിലയ്ക്കെടുക്കാം. അതിന് കാര്യകാരണ ബന്ധമില്ലെങ്കിൽക്കൂടി!

കൈകേയിയുടെ പ്രേരണയിൽ രാമന്റെ അഭിഷേകം മുടങ്ങി. വനവാസത്തിനും തീരുമാനമായി. വനവാസത്തിനു പോകുന്ന രാമനെ പിന്തുടരുന്നതിനുള്ള അവകാശവും ന്യായവും സീതയ്ക്കുണ്ട്. പക്ഷേ, ലക്ഷ്മണനോ? മുൻപറഞ്ഞ രാമാഭിമുഖ്യം പിന്തുടരലിന് കാരണമാകുന്നില്ല. ഭരതനും ശത്രുഘ്നനും സ്ഥലത്തില്ലാതിരുന്നതുമൂലം അവർക്ക് രാമനെ പിന്തുടരുവാൻ കഴിയുന്നില്ലെന്ന ന്യായം പറയാം. അവരവിടെ ഉണ്ടായിരുന്നെങ്കിൽ കഥ മറ്റൊന്നാകുമായിരുന്നു എന്നതും വിസ്മരിക്കരുത്. രാമനു മാത്രമാണ് കൈകേയി വനവാസം അർത്ഥിക്കുന്നത്. രാമപത്നിയെന്ന നിലയിൽ, മുൻപറഞ്ഞതുപോലെ, സീതയ്ക്കു രാമനെ പിന്തുടരാം. ലക്ഷ്മണനോ? അയാളുടെ യുക്തിഭദ്രതയില്ലാത്ത ആ തീരുമാനത്തിനെതിരെ മാതാവായ സുമിത്രയോ, ഭാര്യയായ ഊർമ്മിളയോ ശബ്ദിക്കുന്നില്ല. യഥാർത്ഥത്തിൽ, ഇവിടെയാണ് ഈ രണ്ടു കഥാപാത്രങ്ങളുടേയും മാഹാത്മ്യം വ്യക്തമാകുന്നതെന്ന് ചിലരൊക്കെ വ്യാഖ്യാനിച്ചുറപ്പിച്ചിട്ടുണ്ടെങ്കിലും വസ്തുത അതല്ല. ഈ രണ്ടു കഥാപാത്രങ്ങളെയും - സുമിത്രയേയും ഊർമ്മിളയേയും- വാല്മീകി ഉൾപ്പെടെയുള്ള രാമായണ കർത്താക്കൾ നിശ്ശബ്ദരാക്കി എന്നു തന്നെ പറയേണ്ടതായിവരുന്നു.

വനവാസയാത്രയ്ക്കു മുമ്പ് സുമിത്രയെക്കണ്ട് യാത്ര ചോദിക്കുന്ന

തിനായി എത്തുന്ന ലക്ഷ്മണനോട് ആ മാതാവ് പറയുന്ന വാക്കുകൾ രാമായണ കാവ്യത്തിൽ എക്കാലവും യശോധാവള്യം പരത്തുന്നതായി മാറിയത് സുമിത്രയുടെ ആർക്കും പിടികിട്ടാത്ത മനസ്സിന്റെ നന്മ കൊണ്ടു കൂടിയാണ്. "ബന്ധുവത്സലനായ നീ വനവാസത്തിനു സൃഷ്ടിക്കപ്പെട്ടവ നാണ്. ഉണ്ണീ, ജ്യേഷ്ഠനായ രാമൻ ഗമിക്കുമ്പോൾ നിനക്കു പ്രമാദം വര രുത്. നീ രാമനെ ദശരഥനായി കരുതണം. സീതയെ ഞാനെന്നു മോർക്കണം. കാടിനെ അയോദ്ധ്യയായി കാണണം. ഉണ്ണീ, യഥാസുഖം പോവുക." ഇതാണ് സുമിത്രാവചനമെന്നോർക്കണം. അഥവാ, ഇതാണ് സുമിത്രാവചനം! മാത്രവുമല്ല, രാമന്റെ വിയോഗത്തിൽ വിലപിക്കുന്ന കൗസാല്യാമാതാവിനെ ആശ്വസിപ്പിക്കുന്നതിനും സുമിത്രയേ ഉണ്ടായി രുന്നുള്ളൂ. എത്രയേറെ ദുഃഖം ഹൃദയത്തിലൊളിപ്പിച്ചാകാം സുമിത്ര അങ്ങനെ ചെയ്തതെന്ന് ഊഹിക്കാവുന്നതേയുള്ളൂ. 'ലക്ഷ്മണമാതാ വിന്റെ വാക്കുകൾ കേട്ട് രാമമാതാവായ രാജപത്നിക്ക് നീരൊഴിഞ്ഞ ശര ത്ക്കാല മേഘം പോലെ ശരീരശോകം വേഗം നശിച്ചു' എന്നാണ് ബാല കാണ്ഡത്തിൽ പറയുന്നത്. അതിൽ നിന്നുതന്നെയറിയാം സുമിത്രയുടെ ആശ്വാസവചനങ്ങളുടെ പൊരുളും നിറവും.

പിന്നീട്, യുദ്ധകാണ്ഡത്തിന്റെ ഒടുവിൽ, രാവണവധാനന്തരം അയോ ദ്ധ്യയിൽ രാമൻ അനുചരർക്കൊപ്പം മടങ്ങിവന്നു. അവിടെയൊരിടത്ത് സുമിത്രയുടെ പേര് പറയപ്പെടുന്നുവെന്നുമാത്രം! അവിടെയും ഊർമ്മിള യില്ല! ഇവിടെയൊക്കെ, രാമകഥ വിവരിക്കുന്ന വ്യഗ്രതയിലും തിരക്കിലും വാല്മീകി അവരെയൊക്കെ മറന്നുപോയതാണോ? അതോ, ബോധ പൂർവ്വം അവഗണിച്ചതാണോ? അറിയില്ല. *കണ്ണശ്ശ രാമായണ*ത്തിലും പായ സവിഭജനം പരാമർശിച്ചിരിക്കുന്നത് *വാല്മീകി രാമായണ*ത്തിലേതുപോ ലെതന്നെയാണ്.

ഭൂതലപതി കൗസല്യയ്ക്കെന്നേ
    പൊലിവൊടു പാതികൊടുത്താൻ പായസം
ആദരവോടെ; ശേഷിച്ചതിൽ നാ-
    ലൊന്റു സുമിത്രയ്ക്കെന്റു കൊടുത്താൻ;
നീതിയൊടുള്ളതിൽ മൂവിരുകൂറും
    നിരുപമ കൈകേയിക്കു കൊടുത്താൻ;
ചേതതെളിഞ്ഞു സുമിത്രയ്ക്കരുളീ
    ശേഷമിരുന്നതു പിന്നെയുമരചൻ

(ബാലകാണ്ഡം. ശ്ലോകം 40)

ഇവിടെയും സുമിത്രയ്ക്കു രണ്ടു തവണ പായസം ലഭിക്കുന്നു! ദശ രഥപുത്രന്മാരുടെ ജനനവും *വാല്മീകി രാമായണ*ത്തിലേതുപോലെ തന്നെയാണ് കണ്ണശ്ശനും വർണ്ണിച്ചിരിക്കുന്നത്. സീതാസ്വയംവരം, വന വാസത്തിനായുള്ള രാമാദികളുടെ പുറപ്പാട് എന്നിവ പരാമർശിക്കുമ്പോഴും *വാല്മീകി രാമായണ*ത്തെ കണ്ണശ്ശനും പിൻപറ്റുന്നു.[15]

*കൃത്തിവാസ രാമായണ*ത്തിലെത്തുമ്പോൾ പായസ വിതരണകഥ

മാറുന്നു. പായസം വിഭജിച്ച് ആദ്യപങ്ക് കൗസല്യയ്ക്കും രണ്ടാമത്തെ പങ്ക് കൈകേയിക്കും ദശരഥൻ നല്കി. അതിനുശേഷം ദശരഥൻ തന്ത്രശാലയിലേക്കു പോയി. അപ്പോൾ സുമിത്ര വിലപിച്ചുകൊണ്ടു പറഞ്ഞു: "രാജാവ് ഒന്നും തന്ന് എന്നെ ആശ്വസിപ്പിച്ചില്ലല്ലോ! ഞാൻ ദൗർഭാഗ്യവതി, എന്റെ ജീവിതം വ്യർത്ഥം. എന്നെ വഞ്ചിച്ചിട്ട് എന്താണു നേടാനുള്ളത്." കൗസല്യാറാണിക്ക് സുമിത്രയുടെ ഈ വിലാപം കേട്ട് ദയതോന്നി. "നിനക്ക് ഇതുകൊണ്ടു പുത്രൻ ജനിക്കുമെങ്കിൽ എന്റെ പങ്കിന്റെ പകുതി ഞാൻ തരാം. ആ പുത്രൻ എന്റെ പുത്രനു തുണയായിരിക്കട്ടെ." ഇതു കേട്ടു സുമിത്ര പറഞ്ഞു: "എനിക്കങ്ങനെ ഒരു വരം തരികയാണെങ്കിൽ എന്റെ മകൻ ദേവിയുടെ പുത്രന്റെ തോഴനായിരിക്കും." തനിക്കു കിട്ടിയത് രണ്ടാക്കി ആദ്യഭാഗം കൗസല്യ സേവിച്ചു. രണ്ടാം പകുതി സുമിത്രയ്ക്കു കൊടുത്തു. ക്രൂരമതിയായ കൈകേയി അതുകണ്ടു കൊണ്ടിരിക്കയായിരുന്നു. സൂത്രത്തിൽ സുമിത്രയെ വിളിച്ച് കൈകേയി പറഞ്ഞു: "സുമിത്രേ, എന്റെ പായസ പ്രസാദത്തിൽ പകുതി ഞാൻ തരാം. അതിൽ നിന്നുണ്ടാകുന്ന പുത്രൻ എന്റെ പുത്രനു തുണയായിരിക്കണം." സുമിത്ര പറഞ്ഞു: "എങ്കിൽ അങ്ങനെതന്നെ. എനിക്കുണ്ടാകുന്ന ആ പുത്രൻ ദേവിയുടെ പുത്രന്റെ ദാസനായിരിക്കും. കൈകേയിയും തന്റെ ചരുവിൽ പകുതി സുമിത്രയ്ക്കു നല്കി. മൂന്നുപേരും ഒരുമിച്ചു ഒരേസമയത്തുതന്നെ ചരു ഭക്ഷിച്ചു. ആ ശുഭമുഹൂർത്തത്തിൽ തന്നെ നാരായണൻ നാലംശങ്ങളായി മൂന്നു ഗർഭത്തിലേക്കു പ്രവേശിച്ചു.[16] ഇവിടെ, *കൃത്തിവാസരാമായണ*ത്തിൽ കഥയെങ്ങനെ മാറിയെന്നു നോക്കുക. പക്ഷേ, ഇവിടെ കൃത്യമായും രാമ-ലക്ഷ്മണ, ഭരത-ശത്രുഘ്ന സൗഹൃദ കാരണം കൃത്തിവാസ് നല്കിയിരിക്കുന്നു!

വനവാസത്തിന് രാമനൊപ്പം യാത്രയാകുന്ന ലക്ഷ്മണന്, സുമിത്ര *വാല്മീകി രാമായണ*ത്തിലേതുപോലെയുള്ള ദീർഘമായ ഉപദേശങ്ങളൊന്നും നല്കുന്നില്ല *കൃത്തിവാസരാമായണ*ത്തിൽ. എല്ലാ ശാസ്ത്രത്തിലും ജ്യേഷ്ഠഭ്രാതാവ് പിതൃതുല്യനാണെന്നും ശ്രീരാമൻ ദേവനാണെന്നറിയാമെന്നും തന്നെക്കാൾ സീതയാണ് നിനക്ക് അമ്മ റാണി എന്നു മാത്രമെ സുമിത്ര, ലക്ഷ്മണനോടു പറയുന്നുള്ളൂ. ഇവിടെയും പക്ഷേ, ഊർമ്മിള രംഗത്തില്ല! തുളസീദാസന്റെ *രാമചരിതമാനസ*ത്തിലും *വാല്മീകി രാമായണ*ത്തിലെ ബാലകാണ്ഡത്തിൽനിന്നും ഏറെയൊന്നും വ്യത്യസ്തതകൾ ഇല്ല. അവിടെയും ഊർമ്മിളയ്ക്ക് ലഭിക്കേണ്ടിയിരുന്ന സ്ഥാനം നല്കിക്കാണുന്നില്ല.[17]

പ്രീതിയേറും ജായമാരെ വരുത്തിച്ചു
പാതിഹവിസ്സു കൗസല്യയ്ക്കരുളിനാൻ.
പിന്നെപ്പകുത്താ മറുപാതി, കോസല-
മന്നവൻ നല്കിനാൻ കേകയ പുത്രിക്കു
ശേഷിച്ചഭാഗവും രണ്ടാക്കി ഭൂധവൻ
കോസലകേകയ കന്യമാർക്കൈകളിൽ

ഓരോന്നുവയ്ക്കെ പ്രസന്നഹൃത്തായവർ
പാരാതവ യസ്സുമിത്രയ്ക്കു നല്കിനാൻ

(ബാലകാണ്ഡം പുറം. 158, 159)

രാമന്റെ വനഗമനവേളയും വാല്മീകിരാമായണത്തിലേതുപോലെ തന്നെയാണ് തുളസീദാസനും വർണ്ണിച്ചിരിക്കുന്നത്. ഇവിടെയും കൈകേയി തന്നെയാണ് 'മാമുനിയോഗ്യമാം വേഷവിഭൂഷകമണ്ഡലം മുന്നിൽ വയ്ക്കുന്നത്.' പൗരജനങ്ങളോടും ഗുരുജനങ്ങളോടും ചങ്ങാതിമാരോടും യാചകൻമാരോടും ഒക്കെ വനഗമനവേളയിൽ യാത്ര ചോദിക്കുന്നുവെങ്കിലും ലക്ഷ്മണൻ തന്റെ പത്നിയായ ഊർമ്മിളയെ *രാമചരിതമാനസ*ത്തിലും മറക്കുകയാണ്.

എഴുത്തച്ഛന്റെ *അദ്ധ്യാത്മരാമായണം കിളിപ്പാട്ടി*ലും പായസവിതരണവർണ്ണന, കുറെയൊക്കെ *കൃത്തിവാസരാമായണ*ത്തിലേതുപോലെയാണ്.[18]

ദക്ഷനാം ദശരഥൻ തൽക്ഷണം പ്രീതിയോടെ
കൗസല്യാ ദേവിക്കർദ്ധം കൊടുത്തു നൃപവരൻ
ശൈഥില്യാത്മനാ പാതി നല്കിനാൻ കൈകേയിക്കും
അന്നേരം സുമിത്രയ്ക്കു കൗസല്യാ ദേവിതാനും
തന്നുടെ പാതികൊടുത്തീടിനാൻ മടിയാതെ
എന്നതുകണ്ടു പാതികൊടുത്തു കൈകേയിയും
മന്നവനതുകണ്ടു സന്തോഷം പുണ്ടാനേറ്റം.

(ബാലകാണ്ഡം പുറം. 36)

വനയാത്രാരംഭത്തിൽ, മൂവർക്കും മരവുരി നല്കുന്നത് കൈകേയി തന്നെയാണ് കിളിപ്പാട്ടിലും. മരവുരി കൈയിൽ വാങ്ങിയ സീത 'ലജ്ജയാ ഭർതൃമുഖാംബുജം ഗൂഢമായ് നോക്കി' താനിതെങ്ങനെയാണ് ധരിക്കേണ്ടതെന്നു സന്ദേഹിക്കുന്നു.

മംഗളാ ദേവതാ വല്ലഭൻ രാഘവ-
നിംഗിതജ്ഞൻ തദാവാങ്ങിപ്പരുഷമാം
വല്ക്കലം ദിവ്യാംബരോപരിവേഷ്ടിച്ചു
സല്ക്കാരമാനം കലർന്നു നീന്തിടിനാൻ

(അയോദ്ധ്യാകാണ്ഡം. പുറം. 111)

എഴുത്തച്ഛനും സുമിത്രയെക്കൊണ്ട് പ്രശസ്തമായ ആ ഉപദേശം ലക്ഷ്മണനു നല്കുന്നുണ്ട്.[19] പക്ഷേ, ഊർമ്മിളയ്ക്ക് എഴുത്തച്ഛനും സ്ഥാനം നല്കുന്നില്ല! യുദ്ധകാണ്ഡാവസാനമുള്ള രാമാഭിഷേക വർണ്ണനയിലും ഊർമ്മിളയില്ല!

മറ്റു രാമായണകൃതികളിലേക്കൊന്നും ഇവിടെ പോകുന്നില്ല. ദശരഥ പത്നിമാരുടെ മൂപ്പിളമ ക്രമമനുസരിച്ചാണെങ്കിൽ (ദശരഥൻ അവരെ പാണിഗ്രഹണം ചെയ്ത ക്രമമാണിവിടെ വിവക്ഷ) കൗസല്യ, സുമിത്ര, കൈകേയി എന്നിങ്ങനെ വരും. കൗസല്യാതനയനായ രാമനെ അഭിഷേകത്തിനു നിശ്ചയിക്കുന്നത് ന്യായം. അതുകഴിഞ്ഞാൽ അർഹത സുമി

ത്രാതനയനായ ലക്ഷ്മണനാണ്. പക്ഷേ, വരലബ്ധിയുടെ ബലത്തിലാണ് കൈകേയി ആ ക്രമത്തെ അട്ടിമറിക്കുന്നതും ഭരതന്റെ അഭിഷേകത്തിന് ആവശ്യപ്പെടുന്നതും. ഈ ആവശ്യത്തിനുമുന്നിൽ എല്ലാവരും നിസ്സഹായരും ദുഃഖിതരും കൈകേയിയോട് കോപം പ്രകടിപ്പിക്കുന്നവരായും മാറുന്നു. അപ്പോഴൊന്നും സുമിത്ര എന്തെങ്കിലുമൊരു വികാരപ്രകടനം നടത്തുന്നതായി കാണുന്നില്ല. മാത്രവുമല്ല, തികഞ്ഞ സംയമനത്തോടെ ലക്ഷ്മണകുമാരന് ഏറ്റവും അനുയോജ്യമായ ഉപദേശം നല്കി യാത്രയാക്കുന്നു. പുത്രവിയോഗത്തിൽ ദുഃഖിതയായി വിലപിക്കുന്ന കൗസല്യയെ ആശ്വസിപ്പിക്കുന്നതിനും സുമിത്രയേയുള്ളൂ! ഇവിടെ, എൻ ജയകൃഷ്ണന്റെ നിരീക്ഷണം പ്രസക്തമാകുന്നു. "ഇച്ഛയും ക്രിയയും സുമിത്രയെ അലട്ടിയില്ല. അറിവിന്റെയും അനുഭവത്തിന്റെയും വലിയൊരു ലോകമായിരുന്നു സുമിത്രയുടേത്. ലക്ഷ്മണനോട് ഏറ്റവും നിർണ്ണായകമായ വേളയിൽ അത്തരത്തിൽ സംസാരിക്കാൻ അവർക്കു കഴിഞ്ഞത് ജ്ഞാനശക്തിയുടെ പൊരുളാലാണ്. സുമിത്ര നല്ല മിത്രത്തോടു കൂടിയവളാണ്. ആരായിരുന്നു സുമിത്രയുടെ മിത്രം? സുമിത്രയുടെ മിത്രം ജ്ഞാനമായിരുന്നു. തന്റെയുള്ളിലെ ജ്ഞാനശക്തിയോടാണ് സുമിത്ര ചങ്ങാത്തം പ്രാപിച്ചത്. ഇച്ഛയും ക്രിയയുംകൂടി നല്കിയ ഫലമാണ് ജ്ഞാനം ഭക്ഷിച്ചത്. അപ്പോൾ സുമിത്രയിൽ ഉരുവംകൊണ്ടത് ഇച്ഛാശക്തികളുടെ സമന്വയമാണ്. ആ ശക്തികൾ ജ്ഞാനമാകുന്ന സുമിത്രയിൽ അടക്കപ്പെടുകയായിരുന്നു."[20]

മറ്റുള്ള കഥാപാത്രങ്ങൾ യാതൊരു മറയും നിയന്ത്രണവുമില്ലാതെ പെരുമാറുമ്പോഴും സുമിത്ര തന്റെ പ്രതികരണം എത്ര സമചിത്തതയോടെയാണ് പ്രകടിപ്പിക്കുന്നതെന്ന് നമ്മൾ അത്ഭുതപ്പെട്ടു പോകും. അങ്ങനെയുള്ള സുമിത്രയെന്ന കഥാപാത്രത്തെ രാമായണകർത്താക്കളാരും തന്നെ ഔചിത്യദീക്ഷയോടെ വളർത്തി വികസിപ്പിച്ചില്ല എന്ന ഖേദം ഓരോ രാമായണ പാരായണവേളയിലും നമ്മളെ അലട്ടിക്കൊണ്ടിരിക്കുകയും ചെയ്യും.

ഇതേ അവസ്ഥ തന്നെയാണ് ഊർമ്മിളയ്ക്കും രാമായണകർത്താക്കൾ വിധിച്ചത്. (ഇതേവിധിതന്നെയാണ് ഭരതന്റെ പത്നിയായ മാണ്ഡവിക്കും ശത്രുഘ്നന്റെ പത്നിയായ ശ്രുതകീർത്തിക്കും രാമായണകർത്താക്കൾ നല്കിയത് എന്നതും ശ്രദ്ധേയമാണ്) അരങ്ങിൽ ഒരു തോക്കു കാട്ടിയാൽ കർട്ടൻ വീഴുന്നതിനു മുമ്പ് അതുപൊട്ടിയിരിക്കണമെന്ന് ഒരു നാടകാചാര്യൻ (എൻ എൻ പിള്ള?) പറഞ്ഞിട്ടുള്ളതായി ഓർമ്മിച്ചുപോവുന്നു. അതുപോലെ, ഒരു കാവ്യത്തിൽ ഒരു കഥാപാത്രത്തെ അവതരിപ്പിക്കുമ്പോൾ ആ കഥാപാത്രത്തിന് കഥാഗതിയിൽ പങ്കാളിത്തമുണ്ടായിരിക്കണം. അതല്ലാതെ വെറുതെ കുറേ കഥാപാത്രങ്ങളെ അണിനിരത്തുകയെന്നത് ഒരു മഹാകവിക്കും ഭൂഷണമല്ല. അതു ചെയ്യുന്നത് ആദികവി വാല്മീകിയാണെങ്കിൽപോലും! *രാമായണ*കാവ്യത്തിൽ ഊർമ്മിള എന്ന കഥാപാത്രത്തിന്റെ സാദ്ധ്യതകളെക്കുറിച്ചു ചിന്തി

ക്കുമ്പോൾ എന്തുകൊണ്ട് ആ സാദ്ധ്യതകളെ രാമായണ കവികളാരും തന്നെ കാണാതെ പോയിയെന്നും നമ്മൾ അത്ഭുതപ്പെട്ടുപോകുന്നതാണ്.

സ്വന്തം ഭാര്യയിൽ നിന്നകന്ന്, ജ്യേഷ്ഠപക്ഷത്തോടു ചേർന്നു നില്ക്കുന്നതിന് ലക്ഷ്മണൻ കാട്ടുന്ന വ്യഗ്രത രാമായണ കാവ്യങ്ങളിൽ സുവ്യക്തമാണ്. വനവാസയാത്രാസമയത്തോ, അവസാനം ഉത്തരകാണ്ഡത്തിൽ പരാമർശിക്കപ്പെടുന്ന രാമന്റെ ലക്ഷ്മണ പരിത്യാഗവേളയിലോ, ഊർമ്മിളയോട് ഒരു വാക്കുപോലും ഉരിയാടുന്നതിന് ലക്ഷ്മണൻ എന്ന കഥാപാത്രത്തെ നിയോഗിക്കാത്തതിന്റെ ന്യായീകരണം ഒരു രാമായണകർത്താക്കൾക്കും ഉണ്ടാകുമെന്നു കരുതുക വയ്യ. ബാലകാണ്ഡവും ഉത്തരകാണ്ഡവും പ്രക്ഷിപ്തമാണെന്ന കണ്ടെത്തലുകൾ വിസ്മരിച്ചുകൊണ്ടല്ല ഇതു പറയുന്നത്. രാമന്റെ ഏകപത്നീവ്രതത്തെയും സീതയോടുള്ള രാമന്റെ സ്നേഹനിർഭരമായ (?) മനോഭാവത്തെയും വാഴ്ത്തപ്പെട്ടപ്പോൾ തന്നെയാണ് ലക്ഷ്മണന്റെ കാര്യത്തിൽ ഇങ്ങനെ സംഭവിച്ചത് എന്നതുകൂടി ഓർമ്മിക്കേണ്ടതുണ്ട്. അവതാരകഥയും അവതാരമാഹാത്മ്യവുമൊന്നും ആദികവിയെ അലട്ടിയിരുന്നില്ല എന്നുകൂടി വരുമ്പോൾ രാമകഥയിലെ ഒരു വലിയ അനൗചിത്യമായി ഇതു മാറുന്നു. രാമകഥാവികാസ പശ്ചാത്തലത്തിലാണെങ്കിലും കാവ്യ ശാസ്ത്ര സിദ്ധാന്തങ്ങൾ പ്രകാരമാണെങ്കിലും ഇത് ന്യായീകരിക്കാവുന്നതുമല്ല.

വിചിത്രമായ മറ്റു ചില വസ്തുതകളിലേക്കും ഇതു വെളിച്ചം പരത്തുന്നുണ്ട്. കൗസല്യയിലും സുമിത്രയിലും പുത്രൻമാരുണ്ടാകാതെവന്നതുമൂലം ദശരഥൻ മൂന്നാമതായി പരിണയിച്ചതാണ് കൈകേയിയെ. അങ്ങനെ, ഒരു പരിധിയിലേറെ കൈകേയിക്കു വിധേയനും ആയിരുന്നിരിക്കണം ദശരഥൻ. സുരാസുരയുദ്ധത്തിൽ കൈകേയി ദശരഥനൊപ്പം ഇടംപിടിച്ചത് ആ വിധേയത്വം കൊണ്ടുകൂടിയാകാം. മറ്റു രണ്ടു പത്നിമാരോടും ഒരുതരം നിർമ്മമസ്നേഹം വച്ചുപുലർത്തിയിരുന്ന ദശരഥൻ, കൈകേയിക്കു വിനീതവിധേയനായിരുന്നു. സുരാസുരയുദ്ധത്തിൽ ദശരഥനൊപ്പം പങ്കെടുത്ത കൈകേയിക്ക് മറ്റു രണ്ടു പത്നിമാർക്കുമില്ലാത്തയുദ്ധനിപുണത ഉള്ളതായി എവിടെയും പറയുന്നില്ല. രാമനും ലക്ഷ്മണനും പൗരജനങ്ങളും ദശരഥന്റെ ഈ ദൗർബല്യത്തെ അവസരങ്ങൾ കിട്ടിയപ്പോൾ തുറന്നു പറയുന്നുമുണ്ട്, *വാല്മീകി രാമായണ*ത്തിൽ. അതേസമയം തന്നെ, പുത്രന്മാരെ ഉല്പാദിപ്പിക്കുന്നതിനുള്ള ഉപകരണങ്ങൾ മാത്രമായിരുന്നു കോസല രാജ്യത്തിലെ സ്ത്രീകളെന്നുകൂടി കാണേണ്ടതുണ്ട്. ഈ ചിന്തയ്ക്കെതിരെയുള്ള പ്രതിഷേധം കൂടിയായിരുന്നു സീതയുടേത് എന്നുകൂടി പറയാവുന്നതാണ്. അവിടെ, പക്ഷേ, ഊർമ്മിള അമ്പേ പരാജയപ്പെടുന്നു! വനവാസത്തിനുപോയ ലക്ഷ്മണൻ മടങ്ങിവന്നതിനുശേഷം രണ്ടുപുത്രന്മാരുടെ മാതാവാകുന്നതിനുള്ള യോഗം മാത്രമേ കോസലത്തിലെ ഊർമ്മിളയ്ക്കുള്ളൂ. വനവാസത്തിനു പോകുന്ന രാമനെ പിന്തുടരുന്ന ലക്ഷ്മണനെ അനുഗമിക്കുന്നതിനു സീത പറഞ്ഞ അതേ ന്യായവാദങ്ങൾ എന്തുകൊണ്ട് ഊർമ്മിളയെക്കൊണ്ട് ഒരു രാമാ

യണകർത്താക്കളും പറയിച്ചില്ല എന്നു കൂടി ചിന്തിക്കുക. അവിടെ യൊക്കെ കോസലത്തിലെ സ്ത്രീകളുടെ സ്ഥാനം വെളിവാകുകയാണ്. ഇതു മറ്റാരേക്കാളും നന്നായിട്ടുതന്നെ മനസ്സിലാക്കിയിരുന്നതുകൊണ്ടാകാം വനവാസത്തിനു രാമനെ പിന്തുടരുമ്പോഴും ഒടുവിൽ ദേഹത്യാഗത്തിനായി സരയൂവിലേക്കു പോകുമ്പോഴും ലക്ഷ്മണൻ ഊർമ്മിളയോട് ഒന്നും ഉരിയാടാതെ പോയത്. ഊർമ്മിളയും ഇതേക്കുറിച്ച് സീതയെക്കാൾ ബോധവതിയായിരുന്നു. അതുകൊണ്ടവൾ അവിടെയൊക്കെ നിശ്ശബ്ദയായി!

സീതയ്ക്ക് ഊർമ്മിളയോടുണ്ടായിരുന്ന സമീപനവും എന്തായിരുന്നുവെന്ന് ആലോചിക്കേണ്ടതുണ്ട്. മിഥിലയിൽ സീതയുടെ സന്തതസഹചാരിയായിരുന്ന ഊർമ്മിളയെക്കുറിച്ച് വനവാസയാത്രാരംഭവേളയിലോ, വനവാസവേളയിലോ സീത ചിന്തിക്കുന്നുപോലുമില്ല! വനവാസയാത്രയ്ക്കുമുമ്പു സുമിത്രയ്ക്കു മുന്നിൽ യാത്രാനുമതി തേടിയെത്തുന്ന ലക്ഷ്മണന് നല്കുന്ന സുമിത്രയുടെ പ്രസിദ്ധമായ ഉപദേശവാക്കുകളിലും ഊർമ്മിളയുടെ പേർ പരാമർശിക്കപ്പെടുന്നില്ല. വനവാസത്തിനിടയിൽ ലക്ഷ്മണൻ ഊർമ്മിളയെ സ്മരിച്ചതായും കാണുന്നില്ല. ശരി, വനവാസവേളയിൽ ലക്ഷ്മണൻ ബ്രഹ്മചര്യനിഷ്ഠയിലായിരുന്നുവെന്നു വാദിച്ചേക്കാം. പക്ഷേ, വിവാഹിതനായ ഒരാൾ ബ്രഹ്മചര്യാനുഷ്ഠാനകാലത്ത് ഭാര്യയെ സ്മരിക്കരുതെന്ന് ഏതുവിധിയാണുള്ളത്? ബ്രഹ്മചാരി എന്നതിന് ബ്രഹ്മത്തിലേക്കു ചരിക്കുന്നവൻ അഥവാ ബ്രഹ്മമാർഗ്ഗത്തിൽ ചരിക്കുന്നവൻ എന്നേ അർത്ഥമുള്ളൂ. അല്ലാതെ, അയാൾക്ക് സ്ത്രീസ്മരണപോലും പാടില്ല എന്ന് എവിടെയും പറയുന്നില്ല. ബ്രഹ്മചാരികളായിരുന്ന പല ഋഷികൾക്കും സന്താനങ്ങൾ ഉണ്ടായിട്ടില്ലേ? അപ്പോൾ ലക്ഷ്മണനെ ഇക്കാര്യത്തിൽ രക്ഷിക്കുവാൻ വിധികളൊന്നും ഇല്ല എന്നു വരുന്നു. അതെന്തു തന്നെയായാലും ആരും ഊർമ്മിളയെ ഓർമ്മിക്കുന്നില്ല എന്നതാണ് മുഖ്യമായ കാര്യം. ആദ്യം ഓർമ്മിക്കേണ്ടതായ ഭർത്താവ്, തുടർന്ന് മാതാവ്, ഭർത്തൃപിതാവ്, ഭർതൃസഹോദരൻ, സ്വന്തം സഹോദരി, വേദവേദാംഗപാരംഗതരും ധർമ്മശാസ്ത്രങ്ങളെ ഇഴകീറി പരിശോധിച്ചിരുന്ന യശസ്വികളായ മുനിമാർ, പൗരജനങ്ങൾ– ആരും തന്നെ വേണ്ടപ്പോൾ വേണ്ടതായ രീതിയിൽ ഊർമ്മിളയെ ഓർമ്മിക്കുന്നില്ല. ആരാലും ഓർമ്മിക്കപ്പെടുവാൻ വിധിക്കപ്പെടാത്ത ഒരു ദുരന്ത സ്ത്രീകഥാപാത്രമായി, രാമായണകാവ്യങ്ങളിൽ ഒരുദുഃഖബിന്ദുവായി ഊർമ്മിള ജീവിക്കുന്നു. അങ്ങനെ *രാമായണം* ഊർമ്മിളായനം കൂടിയാകുന്നു.

ഡി. താടകയും ശൂർപ്പണഖയും

യാഗരക്ഷയ്ക്കായി വിശ്വാമിത്രനൊപ്പം യാത്ര തിരിച്ച ബാലന്മാരായിരുന്ന രാമലക്ഷ്മണൻമാരോട് താടകാവന ദർശനവേളയിലാണ് താടകയുടെ കഥ വിശ്വാമിത്രമഹർഷി പറയുന്നത്. ഗംഗയെ തരണംചെയ്യുമ്പോഴാണ് കഥാകഥനം. വൃത്രനെ വധിച്ചപ്പോൾ ബാധിച്ച ബ്രഹ്മഹത്യാ

പാപം കഴുകിക്കളഞ്ഞ ഇന്ദ്രന്റെ ദേഹമാലിന്യങ്ങൾ വീണ പ്രദേശങ്ങളാണ് കരൂഷവും മലദവും. തന്റെ ദേഹമാലിന്യങ്ങൾ വീണ ഇരുദേശങ്ങളും സമ്പദ് സമൃദ്ധങ്ങളായി കീർത്തിനേടുമെന്ന് ഇന്ദ്രൻ അനുഗ്രഹിച്ചു. അങ്ങനെ അവിടം ധനധാന്യങ്ങളാൽ സമൃദ്ധമായി.

കാലം കുറെ ചെന്നപ്പോൾ അവിടെ ആയിരം ആനകളുടെ കരുത്തുള്ളവളും കാമരൂപിണിയുമായ താടക എന്ന യക്ഷിണി ജനിച്ചു. (കാമരൂപിണി എന്നാണു പറഞ്ഞിരിക്കുന്നത്. ഇഷ്ടംപോലെ രൂപം മാറുവാൻ കഴിവുള്ളവൾ എന്നേ കാമരൂപിണി എന്ന വാക്കിന് അർത്ഥമുള്ളൂ) താടക, ധീമാനായ സുന്ദന്റെ പത്നിയായി. മാരീചനെന്ന രാക്ഷസനാണ് അവളുടെ പുത്രൻ. ദുഷ്ടചാരിണിയായ താടക മലൂഷം, കുരുദം എന്നീ നാടുകളെ നിത്യവും നശിപ്പിച്ചിരുന്നു. ശാപഫലമായി മാരീചൻ രാക്ഷസനായിത്തീർന്നു. സുന്ദൻ വധിക്കപ്പെട്ടപ്പോൾ മാരീചനൊപ്പം ചെന്ന് താടക അഗസ്ത്യമുനിയെ ആക്രമിക്കുവാൻ തുനിഞ്ഞു. രോഷം പൂണ്ട അഗസ്ത്യൻ ശാപത്തിലൂടെ താടകയെ വിരൂപയും വികൃതവദനയും മനുഷ്യരെ തിന്നുന്ന മഹായക്ഷിണിയായും തീർത്തു. ശാപഗ്രസ്തയായ താടക, കോപം പൂണ്ട് അഗസ്ത്യൻ വസിച്ചിരുന്ന ശുഭദേശത്തെ നശിപ്പിച്ചു പോന്നു. രാമനോട് വിശ്വാമിത്രമുനി പറഞ്ഞ താടകോത്ഭവകഥയുടെ ചുരുക്കം ഇതാണ്.[21]

ഈ താടകയെയാണ് ഗോക്കളുടേയും ബ്രാഹ്മണരുടേയും രക്ഷയ്ക്കായി നിഗ്രഹിക്കുവാൻ രാമനോട് വിശ്വാമിത്രൻ ആവശ്യപ്പെടുന്നത്. സത്യത്തിൽ, അതിനുമുമ്പ് താടകയെക്കുറിച്ച് രാമൻ കേട്ടിട്ടുപോലുമില്ല. അതുകൊണ്ടുതന്നെ, അവൾ രാമന് അഹിതമായി ഒന്നും പ്രവർത്തിച്ചിട്ടില്ല. സ്ത്രീഹത്യയിൽ അഹിതം തോന്നേണ്ടതില്ലെന്നും ചാതുർവർണ്ണ്യഹിതത്തിനായി കർത്തവ്യം നിറവേറ്റണമെന്നുമാണ് വിശ്വാമിത്രൻ ഉപദേശിക്കുന്നത്. രാമന്റെ കർത്തവ്യമാണ് താടകാനിഗ്രഹമെന്ന് മുനി വരുത്തിത്തീർക്കുകയാണ്. അതിനു മറുപടിയായി മുനിയെ വന്ദിച്ച് രാമൻ പറയുന്നു:

ഗോബ്രാഹ്മണ ഹിതാർത്ഥായ ദേശസ്യ ച ഹിതായ ച
തവചൈവാ പ്രമേയസ്യ വചനം കർത്തുമുദ്യത:

(ഗോബ്രാഹ്മണഹിതത്തിനായും ഈ നാടിന്റെ കുശലത്തിനായും അമേയനായ അവിടുന്ന് അരുൾ ചെയ്തത് അനുസരിക്കാൻ ഞാൻ ഒരുങ്ങിക്കഴിഞ്ഞു.[22]) തുടർന്നു നടന്ന ഘോരയുദ്ധത്തിൽ താടകയെ രാമൻ വധിച്ചു. അതുകണ്ട് ദേവേന്ദ്രനുൾപ്പെടെയുള്ള സുരന്മാരും മുനിമാരും രാമനെ വാഴ്ത്തി എന്നാണ് *വാല്മീകി രാമായണ*ത്തിൽ പറയുന്നത്.

ഈ കഥയ്ക്ക് കാര്യമായ മാറ്റങ്ങളൊന്നും തന്നെ കണ്ണശ്ശൻ തന്റെ രാമായണത്തിൽ വരുത്തിയിട്ടില്ല.[23] *കൃത്തിവാസ രാമായണ*ത്തിലും പറയത്തക്ക വ്യത്യാസങ്ങൾ ഇക്കഥയിലില്ല.[24] *രാമചരിതമാനസ*ത്തിൽ താടകാവധം വളരെ സംക്ഷിപ്തമായാണ് പറഞ്ഞിരിക്കുന്നത്. എഴുത്തച്ഛൻ തന്റെ *അദ്ധ്യാത്മരാമായണം കിളിപ്പാട്ടിൽ* താടകാവധം സാമാന്യം

വിസ്തരിച്ചു തന്നെ പ്രതിപാദിക്കുന്നു.

രാഘവ! സത്യപരാക്രമ വാരിധേ! രാമ!
പോകുമാറില്ലീ വഴിയാരുമേയിതുകാലം.
കാടിതു കണ്ടായോ നീ? കാമരൂപിണിയായ
താടകഭയങ്കരി വാണിടും ദേശമല്ലോ
അവളെപ്പേടിച്ചാരും നേർവഴിനടപ്പീല
ഭുവനവാസിജനാം ഭുവനേശ്വര! പോറ്റി!

ഇങ്ങനെ, താടകയെ പരിചയപ്പെടുത്തിയിട്ടാണ് അവളെ കൊല്ലണമെന്ന് വിശ്വാമിത്രൻ, രാമനോട് അഭ്യർത്ഥിക്കുന്നത്. അതുപ്രകാരമാണ് രാമൻ താടകയെ വധിക്കുന്നതും താടകവനം രാക്ഷസൻമാരിൽനിന്നു മോചിപ്പിച്ച് മുനിമാരുടെ യാഗ-തപസ്സുകൾക്ക് അനുയോജ്യമാക്കി മാറ്റുന്നതും.[25]

താടകയുടെ കഥ പരിശോധിക്കുമ്പോൾ ഒരു കാര്യം വ്യക്തമാകുന്നു. രാമായണകർത്താക്കളിൽ ആരുംതന്നെ അവളെ കൊല്ലുന്നതിൽ അനൗചിത്യം കാണുന്നില്ല എന്നതാണത്! സ്ത്രീയായ താടകയെ കൊല്ലണമോയെന്ന് വാല്മീകിയുടെ രാമൻ ആദ്യം സംശയിക്കുന്നുവെങ്കിലും വിശ്വാമിത്രന്റെ നിർബ്ബന്ധത്താലും ന്യായവാദങ്ങളാലും അതു മാറുകയാണ്. സ്ത്രീവധം പാപമാണെങ്കിലും താടകയുടെ കാര്യത്തിൽ അതു ബാധകമല്ലെന്നാണ് ഒട്ടുമിക്ക രാമായണത്തിലേയും വിശ്വാമിത്രന്മാർ പറയുന്നത്. *വാല്മീകി രാമായണ*ത്തിലെ വിശ്വാമിത്രനും ഇതുതന്നെയാണ് പറയുന്നത്. 'അവളെപ്പേടിച്ചാരും നേർവഴി നടപ്പീല' എന്നു മുനി പറഞ്ഞപ്പോൾ കിളിപ്പാട്ടിലെ രാമന്റെ സന്ദേഹങ്ങളും അകന്നു!

യഥാർത്ഥത്തിൽ, താടകയുടെ പേരിലുള്ള കുറ്റാരോപണങ്ങൾ എന്തൊക്കെയാണ്? അവൾ രാക്ഷസിയാണ്. മുനിമാരെ ദ്രോഹിക്കുന്നു. മറ്റുള്ളവരുടെ നേർവഴിക്ക് അവൾ തടസ്സമാകുന്നു. ഇങ്ങനെയൊക്കെ ആരോപണവിധേയയായ താടക വസിക്കുന്നത് താടകവനത്തിലാണെന്ന് ശ്രദ്ധിക്കണം. അവളുടെ പേരിൽ തന്നെയുള്ള ഒരു വനത്തിൽ! എന്നു പറയുമ്പോൾ അവിടെ അവൾക്കുള്ള ആധിപത്യം എത്രത്തോളമുണ്ടെന്ന് വ്യക്തമാണ്. അങ്ങനെ, തനിക്ക് ആധിപത്യമുള്ള വനപ്രദേശത്തിലൂടെ മറ്റുള്ളവരെ നടക്കുവാൻ താടക അനുവദിക്കുന്നില്ല! മാത്രവുമല്ല, താടകവനത്തിൽ അവൾക്കുമുമ്പ് എന്നെങ്കിലും മറ്റാരെങ്കിലും ആധിപത്യം സ്ഥാപിച്ചിരുന്നതായി പറഞ്ഞിട്ടുമില്ല.

എന്താണീ 'നേർവഴിനടപ്പ്'? താടകവനത്തിലൂടെ മറ്റേതെങ്കിലും പ്രദേശത്തേക്ക് പോകേണ്ടതുള്ളവർക്ക് അതിലൂടെ സഞ്ചരിക്കുന്നതിന് അനുവാദമില്ലായിരുന്നു എന്നുചുരുക്കം. താടകയെന്ന രാക്ഷസിയായ സ്ത്രീയുടെ അധീനതയിലുള്ള പ്രദേശത്തുകൂടി മറ്റുള്ളവരെ സഞ്ചരിക്കുവാൻ അവൾ അനുവദിക്കുന്നില്ല. മാത്രവുമല്ല, ആ പ്രദേശത്ത് മുനിമാരുടെ യാഗാദികർമ്മങ്ങൾക്കൊന്നും അവൾ അനുവദിക്കുന്നുമില്ല. എന്തുകൊണ്ടെന്നാൽ, അത്തരം യാഗാദി കർമ്മങ്ങളിലൊന്നുംതന്നെ അവൾ

വിശ്വസിച്ചിരുന്നില്ല. അതിനപ്പുറം എന്തെങ്കിലും ഹീനകൃത്യങ്ങൾ താടക ചെയ്തതായി തെളിവില്ല. ആകെ പറയപ്പെടുന്നത് അഗസ്ത്യനെ ആക്രമിച്ച സംഭവമാണ്. അതിന്റെ വിശദാംശങ്ങൾ ഒരു രാമായണകർത്താക്കളും വെളിവാക്കിയിട്ടുമില്ല. ഏതു സാഹചര്യത്തിലാണ് അങ്ങനെ സംഭവിച്ചതെന്ന് വ്യക്തമല്ല. സ്വേച്ഛാചാരിണിയും കാമരൂപിണിയുമായ താടക, സ്വന്തം അധീനതയിലുള്ള ഭൂപ്രദേശത്തിന്റെ വികസനത്തിനും വിപുലീകരണത്തിനും കൊതിക്കുന്ന രാജാക്കന്മാർക്കും അവരെ സംരക്ഷിക്കുന്നുവെന്നവകാശപ്പെടുന്ന പുരോഹിതന്മാർക്കും ഭീഷണി തന്നെയായിരുന്നു. യഥാർത്ഥത്തിൽ, അവരൊക്കെയാണ് താടകവനത്തിലൂടെ 'നേർവഴി നടക്കുവാൻ' ഭയപ്പെട്ടവർ.

താടകയെ വധിക്കുന്നതിലൂടെ താടകവനപ്രദേശത്തിന്റെ ആധിപത്യമാണ് അവരിലേക്കെത്തുന്നത്. അതാണ്, വിശ്വാമിത്രന്റെ പ്രേരണയാൽ ഗോ-ബ്രാഹ്മണ ഹിതത്തിന്റെ പേരിൽ, രാമൻ സാധിച്ചെടുക്കുന്നത് അഥവാ, സാധിച്ചു കൊടുക്കുന്നത്. ഇക്കാലത്ത് രാമൻ ഒരു ബാലകൻ മാത്രമായിരുന്നു എന്നുകൂടി ഓർമ്മിക്കണം. ബാലനായ രാമനെ വളരെ ചെറുപ്പത്തിൽതന്നെ, ബ്രാഹ്മണ-പുരോഹിതവർഗ്ഗ താല്പര്യം എങ്ങനെയാണ് സംരക്ഷിക്കപ്പെടേണ്ടതെന്ന പാഠം കൂടി വിശ്വാമിത്രൻ ഇവിടെ പഠിപ്പിച്ചെടുക്കുകയാണ്! അതിന്റെ പ്രായോഗിക പരിശീലനമാണ് താടകവധം. ഈ പ്രായോഗിക പരിശീലനത്തിൽനിന്നു ലഭിച്ച പാഠം - തനിക്കു ശത്രുവല്ലെങ്കിൽ പോലും മറ്റുള്ളവരെ കൊല്ലണമെന്ന പാഠം - രാമൻ തന്റെ തുടർജീവിതത്തിൽ കൃത്യമായിത്തന്നെ അനുഷ്ഠിച്ചുപോരുകയും ചെയ്തു എന്നു കൂടി കാണാവുന്നതാണ്.

ശൂർപ്പണഖയുമായി ബന്ധപ്പെട്ട സംഭവങ്ങളിലേക്കു വരുമ്പോൾ പശ്ചാത്തലവും സാഹചര്യവും തികച്ചും വ്യത്യസ്തമാകുന്നു. താടകയെ വധിക്കാതെ കരചരണാദികളരിഞ്ഞ് അവളെ മറ്റെവിടേക്കെങ്കിലും അയച്ച് അവിടെനിന്നും വന്നേക്കാവുന്ന മറ്റൊരു പ്രബല ശത്രുവിനെ നേരിടേണ്ടതായ പ്രായവും പക്വതവും വീരത്വവും രാമനില്ലായിരുന്നു. അവിടെ സാഹചര്യം മറ്റൊന്നായിരുന്നു എന്നു കാണാം. അതുകൊണ്ടാണ്, വിശ്വാമിത്രമുനിയുടെ ആജ്ഞയാൽ താടകാവധം കൃത്യമായി നിർവ്വഹിച്ച് ആ അദ്ധ്യായം രാമൻ അടച്ചത്. (വാല്മീകിക്ക് നമസ്കാരം!) ശൂർപ്പണഖയുടെ കാര്യത്തിൽ സ്ഥിതി വ്യത്യസ്തമാണ്. ശൂർപ്പണഖയിലൂടെ അതിപ്രബലനായൊരു ശത്രുവിലേക്ക്- രാക്ഷസനായ രാവണനിലേക്ക്- എത്തുവാൻ കഴിയുമെന്ന് രാമൻ ചിന്തിച്ചിരുന്നുവോ? അതുകൊണ്ടാണോ ശൂർപ്പണഖയെക്കൊല്ലാതെ മൂക്കും മൂലയും ഛേദിച്ച് അവളെ വിട്ടയച്ചത്? സർവ്വലോകഭയങ്കരിയായ താൻ ഏകയായി ആരണ്യത്തിൽ സഞ്ചരിക്കുന്നുവെന്നും രാവണനെന്നു പേരുള്ള അതിശക്തനായ രാക്ഷസേശ്വരൻ തന്റെ സഹോദരനാണെന്നും ശൂർപ്പണഖ രാമനോടു പറയുന്നുണ്ട്.[26] അത്രയും പ്രബലമായൊരു ബന്ധുബലം പറയുവാൻ താടകയ്ക്ക് ഇല്ലായിരുന്നുതാനും.

സീതയോടൊത്ത് പർണ്ണശാലയിലിരിക്കുന്ന രാമന്റെ മുന്നിൽ ശൂർപ്പ

ണഖ യാദൃച്ഛികമായി വന്നുചേർന്നുവെന്നാണ് വാല്മീകി പറയുന്നത്. അവിടെവച്ചാണ് രാമനോട് അവൾ പ്രണയാഭ്യർത്ഥന നടത്തുന്നതും. അതു നിരസിക്കപ്പെടുന്നതും. അവളുടെ പ്രണയാഭ്യർത്ഥന നിരസിക്കുന്നതിനായി സീതയെ ചൂണ്ടി താൻ വിവാഹിതനാണെന്നാണ് രാമൻ പറയുന്നത്. അക്കാലത്ത് ബഹുഭാര്യത്വം നിഷിദ്ധമായിരുന്നില്ല. ദശരഥനു തന്നെ പത്നിമാർ മൂന്നായിരുന്നെന്ന് നമുക്കറിയാം. അപ്പോൾ, ശൂർപ്പണഖയുടെ പ്രണയാഭ്യർത്ഥന ഒരു മഹാപാതകമാവുന്നില്ല. അതെന്തായാലും അവളെ ലക്ഷ്മണനരികിലേക്കു പറഞ്ഞുവിടുകയാണ് രാമൻ. ഇവൻ തന്റെ സഹോദരനും അനുജനും സുശീലനും പ്രിയദർശനനും ശ്രീമാനും വീര്യവാനും ലക്ഷ്മണനെന്നു പേരുള്ളവനും ഭാര്യയില്ലാത്തവനുമാണ് എന്നാണ് രാമൻ പറയുന്നത്.[27] 'ശ്രീമാനകൃതദാരശ്ച' എന്നാണ് ലക്ഷ്മണനെ വാല്മീകിയുടെ രാമൻ വിശേഷിപ്പിച്ചിരിക്കുന്നത്. അകൃതദാരൻ എന്നതിന് ഭാര്യ ഒരുമിച്ചില്ലാത്തവൻ, കൂടെയില്ലാത്തവൻ എന്നും അർത്ഥം പറയാവുന്നതാണ്. എന്നാൽ വിവാഹം ചെയ്യാത്തവൻ എന്നു തന്നെയാണ് വാല്മീകിയുടെ രാമൻ അർത്ഥമാക്കിയതെന്ന് തൊട്ടടുത്ത ശ്ലോകത്തിൽനിന്നു വ്യക്തമാകുന്നു.

അപൂർവീ ഭാര്യയാചാർത്ഥീതരുണഃ പ്രിയദർശനഃ
അനുരൂപ ശ്ചതേ ഭർത്താ പസ്യാസ്യഭവിഷ്യതി

(തരുണനും സുന്ദരനും അസാധാരണനുമായ അവൻ ഭാര്യയെ അന്വേഷിക്കുന്നവനാണ്. നിന്റെ ഈ രൂപത്തിന് അവൻ അനുരൂപനായ ഭർത്താവായിരിക്കും) എന്നാണ് പറയുന്നത്. ലക്ഷ്മണൻ വനവാസക്കാലത്ത്, താല്ക്കാലികമായി ഒരു ഭാര്യയെ തേടുകയായിരുന്നുവെന്നാണ് രാമൻ ഇതുകൊണ്ട് അർത്ഥമാക്കുന്നതെന്നു പറയുവാൻ കഴിയില്ല. തൊട്ടടുത്ത ശ്ലോകത്തിൽ അങ്ങനെ പറയുന്നതിനുള്ള പഴുതും അടയുന്നതു കാണാം.

ഏനം ഭജ വിശാലാക്ഷി ഭർത്താരം ഭ്രാതരംമമ
അസപത്നാ വരാരോഹേ മേരുമർക്കപ്രഭായഥാ.

(വിശാലാക്ഷീ, വരാരോഹേ, എന്റെയീ അനുജനെ സൂര്യപ്രഭ മേരുവിനെ എന്നതുപോലെ നീ സപത്നിയില്ലാതെ ഭർത്താവായി വരിച്ചാലും) എന്നാണ്. സപത്നിയില്ലാതെ വരിച്ചാലും എന്നതിന്റെയർത്ഥം ലക്ഷ്മണൻ അവിവാഹിതൻ എന്നു തന്നെയാണ്. ഇവിടെ, ഊർമ്മിളയുടെ കാര്യം രാമൻ മറന്നുപോയതാകാം അല്ലേ? അങ്ങനെയെങ്കിൽ ആ മറവി അക്ഷന്തവ്യവും രാമനു ചേർന്നതുമല്ല എന്നേ പറയുവാനാകൂ. എന്തായാലും അതേത്തുടർന്നാണ് കളിവാക്കുകൾ പറഞ്ഞ് ശൂർപ്പണഖയെ രാമലക്ഷ്മണന്മാർ അങ്ങോട്ടുമിങ്ങോട്ടും ഓടിക്കുന്നതും കലികൊണ്ട ശൂർപ്പണഖ, സീതയെ തിന്നുന്നതിനായി സമീപിക്കുന്നതും അതു കണ്ട് രാമാജ്ഞയാൽ ലക്ഷ്മണൻ അവളുടെ കാതും മൂക്കും ('ചിച്ഛേദ കർണ്ണനാസം' എന്ന് വാല്മീകി) ഛേദിച്ചുകളയുന്നതും രാമകഥ അതിന്റെ തീവ്രപരിസരത്തിലേക്കു പരിണമിക്കുന്നതും.

*കണ്ണശ്ശ രാമായണ*ത്തിലും *വാല്മീകി രാമായണ*ത്തിലേതുപോലെ തന്നെ ശൂർപ്പണഖ യദൃച്ഛയാ ആണ് രാമനു മുന്നിലെത്തുന്നത്.[28] താൻ രാവണഭഗിനി മാത്രമല്ല, വിഭീഷണന്റെയും ഖരദൂഷണാദികളുടെയും ഇളയ സഹോദരിയാണെന്നും അവൾ പറയുന്നു. താൻ ഭർത്താവിനെ തേടി നടക്കുകയാണെന്നും നീയെനിക്കു ഭർത്താവായി വരികയെന്നു മാണ് *കണ്ണശ്ശരാമായണ*ത്തിലെ ശൂർപ്പണഖ രാമനോടു പറയുന്നത്. എന്റെ അനുജൻ ലക്ഷ്മണനാണ് നിനക്കു പറ്റിയത് എന്നു മാത്രമെ രാമൻ ഇവിടെ പറയുന്നുള്ളൂ. *വാല്മീകി രാമായണ*ത്തിലേതുപോലെ ലക്ഷ്മണനെക്കുറിച്ചുള്ള മറ്റു പരാമർശങ്ങളൊന്നും ഇതിലില്ല. പക്ഷേ, ഇവിടെയും ഒരു പ്രശ്നം ഉണ്ട്. 'എനിക്ക് ഭാര്യയുണ്ട്, ലക്ഷ്മണനാണ് നിനക്കു പറ്റിയത് എന്നാണ് രാമൻ പറയുന്നത്.' അതിനർത്ഥം ലക്ഷ്മണനു ഭാര്യയില്ല എന്നു തന്നെയല്ലേ?

*കൃത്തിവാസരാമായണ*ത്തിൽ, പഞ്ചവടിയിൽ വസിക്കുകയായിരുന്ന രാമന്റെയും ലക്ഷ്മണന്റെയും സീതയുടെയും മുന്നിലേക്ക് ശൂർപ്പണഖ ആകസ്മികമായി കടന്നുവരുന്നു.[29] രാമനെക്കണ്ടപ്പോൾ അവൾ കാമാ തുരയായി മനുഷ്യരൂപം ധരിച്ചു. രാമനെ വിവാഹം ചെയ്യുന്നതിനുള്ള ആഗ്രഹം അവൾ പ്രകടിപ്പിച്ചു. ലങ്കയാണ് തന്റെ വസതിയെന്നും ദശാ നനനായ രാവണനും ഉറക്കക്കാരനായ കുംഭകർണ്ണനും അതിധാർമ്മിക നായ വിഭീഷണനും സഹോദരന്മാരാണെന്നും ഖരൻ, ദൂഷണൻ എന്നീ സഹോദരൻമാർ കൂടെത്തന്നെയുണ്ടെന്നും അവരുടെയൊക്കെ ഇളയ സഹോദരിയാണ് താനെന്നും ശൂർപ്പണഖ രാമനോടു പറഞ്ഞു. സീത യോ, ലക്ഷ്മണനോ എതിർക്കുകയാണെങ്കിൽ കൊന്നു തിന്നേക്കാമെന്ന മുന്നറിയിപ്പും നല്കുന്നുണ്ട്. അപ്പോൾ ഒരു തമാശയുണ്ടാക്കാമെന്നു സീതയോടു പറഞ്ഞിട്ട് രാമൻ അവളെ ലക്ഷ്മണനരികിലേക്കു പറഞ്ഞ യച്ചു. ലക്ഷ്മണനു പത്നിയില്ല, നീ ഭർത്താവാക്കിക്കൊള്ളുക എന്നാണ് രാമൻ പറയുന്നത്. അങ്ങോട്ടുമിങ്ങോട്ടും തട്ടിക്കളിക്കപ്പെട്ട ശൂർപ്പണഖ, സീതയെ വിഴുങ്ങുവാൻ തുനിഞ്ഞപ്പോൾ രാമാജ്ഞയാൽ ലക്ഷ്മണൻ ഒരമ്പുകൊണ്ട് അവളുടെ ചെവിയും മറ്റൊരമ്പുകൊണ്ട് മൂക്കും മുറിച്ചു. കോപാകുലയും അപമാനിതയുമായ ശൂർപ്പണഖ, ഖരന്റെയും ദൂഷണ ന്റെയും അടുത്തേക്കുപോയി.

*രാമചരിതമാനസ*ത്തിൽ വളരെ സംക്ഷിപ്തമായാണ് ഈ കഥ കാണുന്നത്.[30] കഥയുടെ അന്തരീക്ഷത്തിനോ, സന്ദർഭത്തിനോ, ഭാവത്തിനോ വ്യത്യാസമില്ലെങ്കിലും ശൂർപ്പണഖയെ അങ്ങോട്ടുമിങ്ങോട്ടും ഓടിക്കുന്ന രാമലക്ഷ്മണന്മാരുടെ വിനോദം ഇവിടെയില്ല. രാമൻ സൂചന നല്കവെ യാണ് ലക്ഷ്മണൻ, ശൂർപ്പണഖയുടെ മൂക്കും ചെവിയും അരിയുന്നത്.

അദ്ധ്യാത്മരാമായണം കിളിപ്പാട്ടിൽ ശൂർപ്പണഖ രാമനരികിലെത്തു ന്നത് മേൽപ്പറഞ്ഞ ഒരു രാമായണത്തിലുമില്ലാത്ത പശ്ചാത്തലത്തി ലാണ്.[31] അതാകട്ടെ മറ്റേതെങ്കിലും സ്വദേശി-വിദേശി രാമായണങ്ങളിൽ പരാമർശിക്കാത്തതുമാണ് എന്നു ധരിക്കണ്ട. എഴുത്തച്ഛൻ മറ്റു പലയിട

ത്തുമെന്നതുപോലെ, ഇവിടെയും സ്വാതന്ത്ര്യം കാട്ടി എന്നു ധരിക്കണ്ട. *അദ്ധ്യാത്മരാമായണ* (സംസ്കൃതം)ത്തിൽ നിന്നാണ് എഴുത്തച്ഛൻ ഈ പരാമർശം കടമെടുത്തത്.

'ഗൗതമീതീരെ മഹാകാനനേ പഞ്ചവടീ-
ഭൂതലേ മനോഹരേ സഞ്ചരിച്ചീടുന്നൊരു
യാമിനീചരി ജനസ്ഥാനവാസിനിയായ
കാമരൂപിണി കണ്ടാൾ കാമിനി വിമോഹിനി,
പങ്കജധ്വജകുലിശാങ്കുശാങ്കിതങ്ങളായ്
ഭംഗി തേടീടും പദപാതങ്ങളതുനേരം
പാദസൗന്ദര്യം കണ്ടു മോഹിതയാകയാലേ
കൗതുകമുൾക്കൊണ്ടു രാമാശ്രമമകം പുക്കാൾ

(ആരണ്യകാണ്ഡം. പുറം. 176)

പാദമുദ്രകളുടെ സൗന്ദര്യം കണ്ട് മോഹിതയായാണ്, ശൂർപ്പണഖ അതിനെ പിന്തുടർന്ന് രാമസവിധത്തിലെത്തുന്നത്. അപ്പോഴും ആ പാദങ്ങൾ രാമന്റേതാണെന്ന് അവൾക്കറിയില്ല! രാമസവിധത്തിലെത്തി, അവൾ കണ്ട പാദമുദ്രകൾ രാമന്റേതാണെന്നു തിരിച്ചറിയുമ്പോൾ അവൾ രാമനെ പ്രണയിച്ചു പോവുകയാണ്. 'നിന്നെയും പിരിഞ്ഞു പോവാൻ മമ ശക്തി പോര.' എന്നാണ് കിളിപ്പാട്ടുകാരന്റെ ശൂർപ്പണഖ പറയുന്നത്. തുടർന്നുള്ള സംഭവവർണ്ണന മറ്റുരാമായണങ്ങളിലേതുപോലെ തന്നെയാണ്.

ഇവിടെ പരാമർശിക്കപ്പെട്ട രാമായണങ്ങളിലെ ശൂർപ്പണഖയെ രാമൻ നേരിട്ട രീതികളിലെ അസ്വാഭാവികതകൾ കണ്ടില്ലെന്ന് ആർക്കും തന്നെ നടിക്കുവാനാവില്ല. മുൻപ് താടകയെ രാമൻ വധിക്കുകയുണ്ടായി. അതാകട്ടെ വിശ്വാമിത്രന്റെ ആജ്ഞപ്രകാരമോ, ഇംഗിതപ്രകാരമോ ആണ്. അവിടെ താടക ആദ്യം തന്നെ രാമനിഗ്രഹത്തിനു തയ്യാറെടുത്തു വരികയായിരുന്നു, അതിക്രമിച്ചു കടന്നുവരുന്നവരെ കൊല്ലുക എന്ന ന്യായത്തിനുമേൽ! ഇവിടെ, ശൂർപ്പണഖ വന്നത് അങ്ങനെയല്ല. അവൾ കാമാതുരയായാണ് രാമനെ സമീപിക്കുന്നത്. അവളെ സ്വീകരിക്കുന്നതിനുള്ള തടസ്സം രാമന് സീതയാണ്. അതയാൾ പറയുന്നുമുണ്ട്. അതിനുശേഷം ഊർമ്മിളയുടെ ഭർത്താവായ ലക്ഷ്മണനരികിലേക്ക് അവളെ രാമൻ അയയ്ക്കുന്നത് കള്ളം പറഞ്ഞാണ്. ലക്ഷ്മണൻ വിഭാര്യനാണെന്ന്! സപത്നിയില്ലാത്ത അവനെ നീ വരിച്ചാലും എന്നാണ് രാമൻ പറയുന്നത്. ഇതൊരു കള്ള പ്രസ്താവമാണെന്ന് രാമനെപ്പോലെ തന്നെ നമുക്കും അറിയാവുന്നതാണ്. തനിക്കു തട്ടിക്കളിക്കാനുള്ള, തന്റെ തമാശ പ്രകടനത്തിനുള്ള ഒരുപകരണം മാത്രമായാണ് ശൂർപ്പണഖ എന്ന സ്ത്രീയെ രാമൻ കണ്ടത്. അവൾ രാക്ഷസീരൂപം ധരിക്കുന്നത് തന്റെ ആഗ്രഹം നടക്കില്ലയെന്ന് ബോദ്ധ്യം വന്നപ്പോൾ മാത്രമാണ് എന്നതുകൂടി ഓർമ്മിക്കണം. രാമനെപ്പോലെ ഗൗരവപ്രകൃതിയുള്ള ഒരു പുരുഷനിൽനിന്നും ഇത്തരമൊരു പെരുമാറ്റം ആരെങ്കിലും പ്രതീക്ഷിക്കുമോ?

രാമനു വേണമെങ്കിൽ, പണ്ടു യജ്ഞരക്ഷാർത്ഥം വിശ്വാമിത്രനൊപ്പം

വന്നപ്പോൾ രാമൻ വെറും ബാലകനെന്നുകരുതി വിശ്വാമിത്രന്റെ യാഗവേദിയിലേക്കു പാഞ്ഞുചെന്ന മാരീചനെ ഒരേയൊരു കൂരമ്പുകൊണ്ട് നൂറുയോജന അകലെ സമുദ്രത്തിൽപതിപ്പിച്ചതുപോലെ ശൂർപ്പണഖയെയും അകറ്റാമായിരുന്നു. ആ സംഭവത്തിനുശേഷം രാമനെന്ന പേരു കേട്ടാൽ തന്നെ തനിക്കു ഭയമാണെന്ന് മാരീചൻ രാവണനോടു പറയുന്നുമുണ്ട് (ആരണ്യകാണ്ഡത്തിൽ). അങ്ങനെയൊന്നും ചെയ്യാതെ ഒരു സ്ത്രീയുടെ – അവൾ രാക്ഷസിയോ മനുഷ്യസ്ത്രീയോ എന്നതു രണ്ടാമത്തെ കാര്യം – മൂക്കും ചെവിയും ലക്ഷ്മണനെക്കൊണ്ട് ച്ഛേദിപ്പിക്കുകയാണ് രാമൻ ചെയ്തത്. സീതയുടെ നിലപാടും ഇവിടെ വിചിത്രമായിരിക്കുന്നു. രാക്ഷസീരൂപം പൂണ്ട് വിഴുങ്ങുവാൻ വന്ന ശൂർപ്പണഖയെ ക്കണ്ട് അവൾ ഭയന്നുപോയി എന്നത് സ്വാഭാവികം മാത്രമാണ്. അതിനുള്ള പ്രതിവിധി രാമൻ നിശ്ചയിച്ചപ്പോൾ അതിൽ യാതൊരു അനൗചിത്യവും സ്ത്രീയായ സീത കണ്ടില്ല എന്നതാണു പ്രശ്നം. ഇതേ സീത തന്നെയാണ് സുതീഷ്ണാശ്രമത്തിൽനിന്നു മടങ്ങുന്നവേളയിൽ ആയുധം കൊണ്ടു നടക്കുന്നതിനെതിരെ രാമനെ ഉദ്ബോധിപ്പിച്ചതെന്നും ഓർമ്മിക്കുക. എന്തുകൊണ്ടാകാം ഇങ്ങനെ സംഭവിച്ചത്? അവതാരകഥാമാഹാത്മ്യവും രാവണവധമെന്ന ലക്ഷ്യവും ഇതിനു ന്യായീകരണമാവുന്നില്ല. എന്തെന്നാൽ, അത്തരം കാര്യങ്ങളെക്കുറിച്ച് സീത അജ്ഞയായിരുന്നു. ഒരു കാരണം മാത്രമേ ഇവിടെ കാണുന്നുള്ളൂ. തന്റെ ഭർത്താവിനെ മറ്റൊരു സ്ത്രീ അപഹരിക്കുന്നതിനായി വന്നപ്പോൾ സീതയുടെ രാമനു മേലുള്ള ഉടമസ്ഥതാബോധമാണോ അവളെ ഇങ്ങനെയൊരു നിലപാടെടുക്കുന്നതിന് പ്രേരിപ്പിച്ചത്? ഈ ഉടമസ്ഥതാബോധവും ശൂർപ്പണഖയുടെ ഭയപ്പെടുത്തലും കൂടിയായപ്പോൾ രാമനു നല്കിയ പഴയ ഉപദേശം സീത വിസ്മരിച്ചുപോയി എന്നതാണ് യാഥാർത്ഥ്യം.

അപ്പോഴും രാമന്റെ പ്രവൃത്തി സാധൂകരിക്കപ്പെടുന്നില്ല എന്നത് മറ്റൊരു കാര്യം. താടകയെ വധിക്കുന്നതിനുള്ള ഉപദേശം നല്കുന്നതിന് വിശ്വാമിത്രമുനിയുണ്ടായിരുന്നു. ശൂർപ്പണഖയെ അംഗവൈകല്യം വരുത്തിയത് രാമനിശ്ചയപ്രകാരം മാത്രമാണ്. ശൂർപ്പണഖയിലൂടെ, ഖരനിലൂടെ ദണ്ഡകാരണ്യം അധീനതയിലാക്കുകയാണ് രാമൻ ചെയ്തത്. താടകയെ/മാരീചനെ പണ്ട് നേരിട്ടതുപോലെ ഇന്ന് ശൂർപ്പണഖയെ നേരിട്ടാൽ, അതൊരുപക്ഷേ, ഖരൻ അറിയാതെ പോയേക്കാം. അങ്ങനെ വന്നാൽ ഖരവധവും ദണ്ഡകാരണ്യാധിനിവേശവും വൈകുകയോ, നടക്കാതെ വരികയോ ചെയ്തേക്കാം. രാമനെ സംബന്ധിച്ച് അത് ഉടൻ നടക്കേണ്ടതാണ്. അതുകൊണ്ടാണ്, ശൂർപ്പണഖയുടെ മൂക്കും ചെവിയും മുറിച്ചു മാറ്റി അവളെ രാമൻ മടക്കി അയയ്ക്കുന്നത്. ഖരദൂഷണന്മാർ തനിക്കു സമീപസ്ഥരാണെന്ന് ശൂർപ്പണഖ പറയുന്നുമുണ്ട്. അങ്ങനെ വരുമ്പോൾ ഖരദൂഷണൻമാർക്കെതിരെ രാമൻ നടത്തിയ ഒരു യുദ്ധപ്രഖ്യാപനം കൂടിയായി മാറുന്നു ഈ സംഭവം. എല്ലാംകൂട്ടി വായിക്കുമ്പോൾ ശൂർപ്പണഖയിലൂടെ, ഖരദൂഷണൻമാരിലൂടെ ദണ്ഡകാരണ്യാധി

പത്യം തന്നെയാണ് രാമൻ ലക്ഷ്യമാക്കിയതെന്ന് പറയാവുന്നതാണ്. രാമന്റെ ലക്ഷ്യപ്രാപ്തിക്കായി, അറിയാതെ തന്നെ, സീതയും സാക്ഷിയാകേണ്ടിവന്നു. (ഇവിടെ, ശൂർപ്പണഖയിലൂടെ രാവണനിലെത്തുകയായിരുന്നു രാമന്റെ ലക്ഷ്യം എന്ന് രാമാവതാര മാഹാത്മ്യവാഴ്ത്തുകാർക്ക് പറയാം. പക്ഷേ, നിർഭാഗ്യവശാൽ അതിന്റെ സൂചനകളൊന്നും *വാല്മീകി രാമായണ*ത്തിലില്ല. ഈ ഘട്ടത്തിൽ രാവണനെക്കുറിച്ചുള്ള ബോധം- അതായത് രാവണവധത്തിലേക്ക് കാര്യങ്ങളെത്തുമെന്ന ബോധം- രാമനില്ല എന്നതും ശ്രദ്ധിക്കുക).

ദണ്ഡകാരണ്യപ്രവേശനവേളയിൽ രാമലക്ഷ്മണന്മാരെയും സീതയേയും സ്വീകരിക്കുന്ന മുനിമാർ രാമനോടു പറയുന്നത് ജഗദേശ്വരനായ അങ്ങ് തങ്ങളുടെ രാജാവാണെന്നും തങ്ങൾ ദണ്ഡനകർമ്മം വെടിഞ്ഞവരും ജിതക്രോധൻമാരും ജിതേന്ദ്രിയന്മാരും തപോധനൻമാരും ആണെന്നും തങ്ങളെ പൂർണ്ണഗർഭത്തെയെന്നപോലെ സംരക്ഷിക്കണമെന്നുമാണ്. അഭിഷേക വിഘ്നം നേരിട്ട് അവിടെയെത്തിയ രാമൻ എങ്ങനെ അവരുടെ ദൃഷ്ടിയിൽ രാജാവായി എന്നതു വ്യക്തമല്ല. രാജാവിന്റെ പുത്രനെന്നോ, രാജപ്രതിനിധിയെന്നോ പറഞ്ഞിരുന്നെങ്കിൽ ശരിയാകുമായിരുന്നു. ഇവിടെ അങ്ങനെയല്ല പറയുന്നത്. രാമന്റെ മുന്നിൽ ഇത്തരം അഭ്യർത്ഥന നടത്തുന്ന മുനിമാർ തീർച്ചയായും വനത്തിൽ ജനിച്ചവരല്ല. അവർ തദ്ദേശീയ വാസികളുടെ - വനവാസികളുടെ - ഭൂമിയിൽ അതിക്രമിച്ചുകയറി അവിടെ ജീവിക്കുകയും യജ്ഞവും ധ്യാനവും പൂജാദികർമ്മങ്ങളും അനുഷ്ഠിക്കുന്നവർ മാത്രമാണ്. അവരുടെ കർമ്മങ്ങൾ തദ്ദേശീയജനതയുടെ (അവരുടെ ഭാഷയിൽ 'രാക്ഷസ'രുടെ) ജീവിതക്രമം തന്നെ തകർക്കുകയാണ്. അതിനെതിരെയുള്ള പോരാട്ടങ്ങളാണ് രാക്ഷസസമൂഹം മുനിമാർക്കെതിരെ നടത്തുന്നത്. അത്തരം മുനിമാർക്ക് സംരക്ഷണം നല്കണമെന്നാണ് അവർ രാമനോട് അഭ്യർത്ഥിക്കുന്നത്. ബ്രാഹ്മണപൗരോഹിത്യ സംരക്ഷണം ജീവിതവ്രതം തന്നെയാക്കി മാറ്റിയ രാമനെന്ന ക്ഷത്രിയൻ അതിനു തയ്യാറാകുകയും ചെയ്യുന്നു. അങ്ങനെ, ചാതുർവർണ്ണ്യ സങ്കല്പങ്ങളുടെ സംരക്ഷകനായി ക്ഷത്രിയനായ രാമൻ മാറുകയും തദ്ദേശീയ ജനതയെ നിഗ്രഹിച്ച് ദണ്ഡകാരണ്യം അവരിൽ നിന്നു പിടിച്ചെടുത്ത് ബ്രാഹ്മണർക്കു നല്കുവാൻ തയ്യാറാവുകയും ചെയ്യുന്നു. ശൂർപ്പണഖാസംഭവം അതിന്റെ മറ്റൊരദ്ധ്യായമാണ്. തുടക്കം എന്നു വേണമെങ്കിലും പറയാം. ഇത്തരം പ്രവർത്തനങ്ങൾ വനവാസകാലത്തും അതിനുശേഷവും രാമൻ ആവർത്തിക്കുന്നുമുണ്ട്.

ഇ. അഹല്യയും ശബരിയും

അഹല്യയുടെ ശാപകഥയും മോക്ഷവും പ്രതിപാദിക്കുന്നത് *വാല്മീകിരാമായണം* ബാലകാണ്ഡത്തിലാണ്. പ്രസ്തുത കാണ്ഡം പ്രക്ഷിപ്തമെന്നു കരുതപ്പെടുന്നതുകൊണ്ടുതന്നെ ഇക്കഥയും അങ്ങനെതന്നെയാ

കുന്നു. പക്ഷേ, നിലവിലുള്ള രാമായണപാഠത്തിന്റെ ഭാഗമെന്ന നിലയിൽ നമുക്കിത് പരിഗണിക്കാതെ വയ്യ. അഹല്യയുടെയും ഇന്ദ്രന്റെയും കഥ ഒരു വൈദിക രൂപകം മാത്രമായാണ് കരുതപ്പെടുന്നത്. അഹല്യ എന്നാൽ ഉഴാത്തഭൂമി എന്നാണ് അർത്ഥം (ഹല്യ = ഹലം അഥവാ കലപ്പ പ്രയോഗിക്കപ്പെട്ട ഭൂമി). ഈ രൂപകത്തിന്റെ പൊരുൾ ആചാര്യനരേന്ദ്രഭൂഷൺ ഇങ്ങനെ വ്യാഖ്യാനിക്കുന്നു: "മഴയുടെ ദേവൻ വജ്രായുധം കൊണ്ടു വൃത്രനെ ഹനിക്കുമ്പോൾ മഴ അഹല്യയിൽ വീഴുന്നു. ഗോമേധം (ഭൂസംരക്ഷണം) നടത്താത്ത രാജാവിന്റെ രാജ്യത്ത് ഭൂമി അഹല്യയായിരിക്കും. സൂര്യപ്രകാശം വീണാലും മഴ പെയ്താലും അതിൽ ഉല്പാദനം നടക്കുകയില്ല. നിപുണനായ രാജാവിനു മാത്രമേ അഹല്യക്കു മുക്തി നല്കാൻ കഴിയൂ എന്നാണ് ഈ രൂപകത്തിന്റെ അർത്ഥം. അതിനെ പുരാണകഥയായി മാറ്റിയാണ് ബാലകാണ്ഡത്തിൽ വർണ്ണിച്ചിരിക്കുന്നത്."[32]

ആചാര്യനരേന്ദ്രഭൂഷണിന്റെ ഈ വാക്കുകൾ മനസ്സിൽ വച്ചുകൊണ്ടുതന്നെ നമുക്ക് അഹല്യാമോക്ഷകഥയിലേക്കു കടക്കാം. ഗൗതമമുനിയുടെ രൂപം ധരിച്ചെത്തിയ ഇന്ദ്രനുമായി, മുനിവേഷധാരിയായ സഹസ്രാക്ഷനാണ് അയാളെന്നറിഞ്ഞിട്ടും ("മുനിവേഷം സഹസ്രാക്ഷം വിജ്ഞായ" എന്ന് *വാല്മീകി രാമായണം*) കുതൂഹലയും ദുർബുദ്ധിയുമായ അഹല്യ സംഗമിക്കുന്നു. അതുകഴിഞ്ഞ് പുറത്തിറങ്ങിയ ഇന്ദ്രൻ കാണുന്നത് ഗൗതമ മഹർഷിയെയാണ്. കാര്യങ്ങൾ ജ്ഞാന ദൃഷ്ടിയിലൂടെ മനസ്സിലാക്കിയ മഹർഷി, ഇന്ദ്രൻ വൃഷണഹീനനായിത്തീരട്ടെയെന്നും അഹല്യ അനേകായിരം കൊല്ലം ആഹാരമില്ലാതെ വായുഭക്ഷിച്ച് തപിച്ച് വെണ്ണീറിൽ കിടക്കട്ടെയെന്നും ശപിച്ചു. രാമൻ വന്നു ചേരുമ്പോൾ വിശുദ്ധയായിത്തീരുമെന്ന ശാപമോക്ഷവും മഹർഷി, അഹല്യക്ക് നല്കുന്നു. ഇന്ദ്രൻ പിന്നീട് ആടിന്റെ വൃഷണം സ്വീകരിച്ച് മേഷവൃഷണനാകുന്നതും മറ്റും തുടർന്നുള്ള കഥ. ഇക്കഥയൊക്കെ രാമലക്ഷ്മണന്മാരോട് പറയുന്നത് വിശ്വാമിത്രമഹർഷിയാണ്.

എന്തായാലും, രാമസാന്നിദ്ധ്യത്തിൽതന്നെ ശാപമോചിതയായി അഹല്യ പ്രത്യക്ഷപ്പെട്ടു. രാമനെ വിധിപ്രകാരം അവൾ സൽക്കരിച്ചു ദേവ ഗന്ധർവ്വന്മാരുടെ അനുഗ്രഹവും വാങ്ങി ഗൗതമ മഹർഷി അഹല്യാസമേതനായി രാമനെ വഴിപോലെ പൂജിച്ചു. അതിനുശേഷമാണ് രാമലക്ഷ്മണന്മാരെ വിശ്വാമിത്രൻ മിഥിലയിലേക്കു നയിക്കുന്നത്.

*കൃത്തിവാസരാമായണ*ത്തിൽ ഇക്കഥയ്ക്ക് അല്പം ചില മാറ്റങ്ങളുണ്ട്. ഗൗതമരൂപം ധരിച്ചെത്തുന്ന ഇന്ദ്രനെ അഹല്യ തിരിച്ചറിയുന്നില്ല. താനുമായി രമിക്കുന്നത് ഗൗതമമുനിതന്നെയാണെന്നാണ് അവൾ ധരിക്കുന്നത്. കാര്യങ്ങളുടെ നിജസ്ഥിതി അറിഞ്ഞ മഹർഷി, ദേഹം നിറയെ ലിംഗങ്ങളുണ്ടാകട്ടെയെന്ന് ഇന്ദ്രനെയും ശിലയായിത്തീരട്ടെയെന്ന് അഹല്യയേയും ശപിച്ചു. രാമപാദം നിന്റെമേൽ പതിക്കുമ്പോൾ ശാപമോക്ഷം കിട്ടുമെന്ന വരവും അഹല്യയ്ക്ക് മഹർഷി നല്കി. ബ്രാഹ്മണിയായ അഹല്യയെ പാദങ്ങൾകൊണ്ടെങ്ങനെ സ്പർശിക്കുമെന്ന സന്ദേഹം *കൃത്തി*

*വാസ രാമായണ*ത്തിൽ ലക്ഷ്മണൻ ഉന്നയിക്കുന്നുണ്ട്. ഇപ്പോഴവൾ ബ്രാഹ്മണിയല്ല, ശിലമാത്രമാണെന്നാണ് വിശ്വാമിത്രന്റെ മറുപടി. രാമൻ ശിലമേൽ പാദങ്ങൾവച്ച് അഹല്യക്ക് ശാപമോക്ഷം നല്കി. ഗൗതമമഹർഷിയേയും അഹല്യയേയും സന്തോഷിപ്പിച്ചു.[33]

*രാമചരിതമാനസ*ത്തിലും *കണ്ണശ്ശരാമായണ*ത്തിലും അഹല്യാമോക്ഷകഥ *വാല്മീകിരാമായണ*ത്തിലേതുപോലെതന്നെയാണ്. എഴുത്തച്ഛന്റെ കിളിപ്പാട്ടിൽ അഹല്യയുടെ കഥ ദീർഘമായിത്തന്നെ കാണുന്നു. മറ്റൊരു കൗതുകകരമായ കാര്യമുള്ളത്, അഹല്യയെക്കാണുമ്പോൾ ഇന്ദ്രന്റെ മനസ്സിൽ അവളെക്കുറിച്ചുണ്ടാകുന്ന ചിന്തകൾ എഴുത്തച്ഛൻ വർണ്ണിച്ചിരിക്കുന്നത് അദ്ദേഹത്തിന്റെ തന്നെ ശൈലിക്കു യോജിക്കുന്ന മട്ടിലല്ല എന്നതാണ്.

'ചെന്തൊണ്ടി വായ്മലരും പന്തൊക്കുംമുലകളും
ചന്തമേറീടും തുടക്കാമ്പുമാസ്വദിപ്പതി-
നെന്തൊരു കഴിവെന്നു ചിന്തിച്ചു ശതമുഖൻ
ചെന്താർബാണാർത്തികൊണ്ടു സന്താപം മുഴുക്കയാൽ
സന്തതം മനക്കാമ്പിൽ സുന്ദരഗാത്രീരൂപം
ചിന്തിച്ചുചിന്തിച്ച നംഗാന്ധനായ് വന്നാനല്ലോ.

ഇവിടെ, എഴുത്തച്ഛന്റെ ഇന്ദ്രൻ അഹല്യയെ കാണുന്നത് മണിപ്രവാളഭോഗാധിഷ്ഠിതമായ സ്ത്രീശരീരം മാത്രമായാണ് (അതെന്തായാലും സന്ധ്യാനേരത്ത്, നിലവിളക്കിന്റെ വെളിച്ചത്തിൽ, കർക്കിടക മാസത്തണുപ്പിൽ കുടുംബസമേതം ഇരുന്നു വായിക്കാൻ പറ്റിയവരികൾതന്നെ!) ഇന്ദ്രന്റെ ലക്ഷ്യം അഹല്യയുടെ ശരീരം മാത്രമായിരുന്നു എന്നതും കാണുക. *വാല്മീകി രാമായണ*ത്തിൽനിന്നും എഴുത്തച്ഛൻ ഏറെയൊന്നും വ്യതിചലിച്ചിട്ടില്ലെങ്കിലും അഹല്യാസ്തുതി അദ്ദേഹത്തിന്റേതുമാത്രമാണ്! ശാപമോക്ഷം ലഭിച്ച അഹല്യ അതിനു കാരണഭൂതനായ രാമനെ സ്തുതിക്കുന്നത് ഉചിതം തന്നെയാണ്. പക്ഷേ, അഹല്യാസ്തുതിയിൽ എഴുത്തച്ഛൻ തന്റെ രാമഭക്തിയുടെ ഭാണ്ഡം അഹല്യയെ ഏല്പിച്ച് അവളെക്കൊണ്ടതു ചൊരിച്ചിട്ടിരിക്കയാണ്![34] രാമൻ അവതാരമാണെന്ന ധാരണ അഥവാ അറിവ് ഗൗതമമുനിക്കുണ്ടായിരുന്നപ്പോൾ തന്നെ ശാപമോക്ഷത്തിനുള്ള വരം അഹല്യക്കു നല്കിയ രീതിയിൽ അനൗചിത്യമില്ലേയെന്നും ചിന്തിക്കണം. ഇന്ദ്രൻ, ദേവനായിരിക്കുമ്പോൾ തന്നെ ഒരു പുരുഷനാണ്. ആ പുരുഷനിലെ കാമ വികാരമാണ് അഹല്യയിലേക്ക് അയാളെ അടുപ്പിക്കുന്നത്. രാമൻ അവതാരമാണെന്നുവന്നാലും അയാളും ഒരു പുരുഷനാണ്. രാമന് അഹല്യയോട് കാമവികാരം തോന്നിയില്ല എന്നതു മറ്റൊരു കാര്യം. അയാൾ കാണുന്ന അഹല്യ ആദ്യം ഒരു ശിലമാത്രമാണ്. ഒരു പുരുഷന്റെ പ്രവൃത്തി ദോഷംകൊണ്ട് ശാപഗ്രസ്തയായ അഹല്യ മറ്റൊരു പുരുഷന്റെ സ്പർശനം കൊണ്ട് ശാപമോചനം നേടുന്നു എന്ന കൗതുകവും ഇവിടെയുണ്ട്. എന്തായാലും *ശതപഥ ബ്രാഹ്മണം* മുതൽ വൈദിക സാഹിത്യത്തിലുള്ള അനേകം

ഗ്രന്ഥങ്ങളിൽ ഇന്ദ്രന്റെയും അഹല്യയുടെയും കഥാബീജം ഉണ്ടെന്നാണ് ഫാ. കാമിൽ ബുൽക്കെ പറയുന്നത്.[35] ആചാര്യനരേന്ദ്ര ഭൂഷൺ നിരീക്ഷിച്ചിട്ടുള്ളതുപോലെ അഹല്യയുടെ കഥ ആദ്യകാലത്ത് ഒരു രൂപകമായിമാത്രം കരുതുകയും പിന്നീട് അതിനെ പല രൂപങ്ങളിൽ വ്യാഖ്യാനിക്കപ്പെടുകയും ചെയ്തിട്ടുണ്ട്. നിലവിലുള്ള അനേകം രാമായണകൃതികളിൽ അഹല്യയുടെ കഥ വ്യത്യസ്തതകളോടെ ആവിഷ്കരിക്കപ്പെട്ടിട്ടുമുണ്ട്. മഴയുടെ അധിഷ്ഠാന ദേവതയായി കരുതപ്പെട്ടിരുന്ന ഇന്ദ്രനെ അഹല്യ (ഉഴാത്ത നിലം) യുമായി ആദ്യകാലത്ത് ബന്ധപ്പെടുത്തുകയും രാമകഥ വികാസം പ്രാപിച്ചു വന്ന ഘട്ടത്തിൽ ആ കഥയെ രാമകഥയുമായി ബന്ധപ്പെടുത്തുകയുമായിരുന്നു എന്നു കരുതാവുന്നതാണ്. അതുകൊണ്ടാണ്, അഹല്യാകഥയുടെ വ്യത്യസ്താഖ്യാനങ്ങൾ വ്യത്യസ്ത രാമായണങ്ങളിൽ ഇടം നേടിയത്.

ഇനി നമുക്ക് ശബരിയിലേക്കു വരാം. *വാല്മീകിരാമായണ*ത്തിൽ ശബരിക്കുവേണ്ടി ഏറെ ശ്ലോകങ്ങൾ ഇല്ലെങ്കിൽ പോലും ശബരി ശ്രദ്ധേയയായൊരു കഥാപാത്രമായി മാറുന്നത് മറ്റുചില തലങ്ങളിലാണ്. കബന്ധൻ കാണിച്ചുകൊടുത്ത, പമ്പയിലേക്കുള്ള വഴിയിലൂടെ പടിഞ്ഞാറു ദിക്കു നോക്കി നടക്കുമ്പോഴാണ് രാമലക്ഷ്മണന്മാർ സുഗ്രീവനെ കാണുവാനുള്ള ശ്രമത്തിനിടയിൽ ശബര്യാശ്രമത്തിൽ എത്തുന്നത്.[36] രാമലക്ഷ്മണൻമാരെ കണ്ടയുടനെ ശബരി കൈക്കൂപ്പിക്കൊണ്ടെഴുന്നേറ്റ് അവരുടെ പാദങ്ങളിൽ പിടിച്ചു. തുടർന്ന്, രാമൻ അവരോടു കുറെ ചോദ്യങ്ങൾ ചോദിക്കുന്നു. 'തപോധനേ, നിന്റെ തടസ്സങ്ങളെല്ലാം നീങ്ങിയില്ലേ? നിന്റെ തപശ്ശക്തി വർദ്ധിക്കുന്നില്ലേ? നിന്റെ കോപവും ആഹാരവും നിയന്ത്രിച്ചിട്ടില്ലേ?' തുടർന്നും ചോദ്യങ്ങളുണ്ട്. 'നീ വ്രതങ്ങൾ നേടിയില്ലേ? നിനക്കു മനഃസുഖമില്ലേ? നിന്റെ ഗുരു ശുശ്രൂഷ സഫലമായില്ലേ?' എന്നിങ്ങനെ പല ചോദ്യങ്ങൾ! ഇതുവായിക്കുമ്പോൾ, സ്വാഭാവികമായും, വായനക്കാർ എത്തുന്ന നിഗമനം എന്തായിരിക്കും? ശബരിക്കു മുന്നിൽ എന്തൊക്കെയോ തടസ്സങ്ങളുണ്ടായിരുന്നെന്നും അവൾ കോപവും ആഹാരവും നിയന്ത്രിച്ചിരുന്നില്ലയെന്നും അവൾക്ക് മനക്ലേശങ്ങളുളവാക്കുന്ന എന്തൊക്കെയോ കാര്യങ്ങൾ ഉണ്ടായിരുന്നുവെന്നും അല്ലേ? ഇവിടെ, രാമനാകട്ടെ ശബരിയെ ആദ്യമായിക്കാണുകയുമാണ്! മുമ്പു കണ്ടിട്ടുള്ളതായി എങ്ങും പറയുന്നില്ല. ശബര്യാശ്രമത്തിലേക്കുള്ള വഴിപോലും പറഞ്ഞുകൊടുക്കുന്നത് കബന്ധനാണ്. അതിനുമുമ്പ് രാമൻ ആ വഴി സഞ്ചരിച്ചിട്ടുമില്ല. ചുരുക്കത്തിൽ, ഈ സന്ധിവേളയിലെ രാമന്റെ ചോദ്യങ്ങൾ നമ്മളെ ഏതൊക്കെയോ ദുരൂഹപരിസരത്തിലെത്തിക്കുന്നു. അവതാര ജന്മം ആയതുകൊണ്ട് രാമന് അതൊക്കെ ഹൃദിസ്ഥമായിരുന്നു എന്ന് രാമാവതാരഭക്തന്മാർ പറഞ്ഞേക്കാം. അങ്ങനെയെങ്കിൽ ശബര്യാശ്രമത്തിലേക്കുള്ള വഴി കബന്ധനിൽനിന്നും എന്തിനു തേടേണ്ടി വന്നു എന്ന ചോദ്യം വരില്ലേ? മാത്രവുമല്ല, രാവണൻ സീതയെ ഒളിപ്പിച്ചിരിക്കുന്ന സ്ഥലം അവതാരത്തിന് എങ്ങനെ അറിയാതെ പോയി എന്ന ചോദ്യവും ഉയരും! ബാല

കാണ്ഡം പ്രക്ഷിപ്തമെന്നു പറയുന്നതിനുള്ള ഒരുകാരണം ഇതുകൂടിയാണ് എന്നും കാണേണ്ടതുണ്ട്.

ശബരൻ എന്നതിന് കാട്ടാളൻ എന്നൊരർത്ഥം സംസ്കൃതത്തിലുണ്ട്. അങ്ങനെ വരുമ്പോൾ ശബരി ഒരു കാട്ടാള സ്ത്രീയാകാനേ തരമുള്ളൂ. അപ്പോൾ മറ്റൊരു പ്രശ്നം, കാട്ടാള സ്ത്രീക്ക് ഒരു ആശ്രമം സ്ഥാപിക്കുന്നതിനും മോക്ഷപ്രാപ്തിക്കായി തപസ്സനുഷ്ഠിക്കുന്നതിനും അക്കാലവിധികൾ അനുവദിച്ചിരുന്നുവോ? ശൂദ്രർക്കുപോലും അതിനനുവാദമില്ലാതിരിക്കെ കാട്ടാള സ്ത്രീക്ക് അതിനെങ്ങനെ കഴിഞ്ഞു? കോപവും താപവും ആഹാര രീതികളും നിയന്ത്രിച്ചിരുന്നില്ലേയെന്ന രാമന്റെ ചോദ്യത്തിൽനിന്നും അസാധാരണമായ കോപവും ആഹാരരീതികളും അവർക്കുണ്ടായിരുന്നുവെന്നു വ്യക്തമാണ്. (ഭാര്യയെ തല്ലുന്നതു നിർത്തിയോ എന്നു ചോദിച്ചാൽ മുമ്പു തല്ലിയിരുന്നു എന്നു തന്നെയല്ലേ വ്യംഗ്യാർത്ഥം?) മാത്രവുമല്ല, *രാമായണ*ത്തിൽ അനേകം മുനി പത്നിമാരുണ്ട്. പക്ഷേ, അവരാരും തന്നെ സ്വതന്ത്രമായി ഒരാശ്രമം സ്ഥാപിച്ചിരുന്നതായോ, സന്യാസദീക്ഷ സ്വീകരിക്കുന്നതായോ പറയപ്പെടുന്നില്ല. ബ്രഹ്മചര്യം പോലും മുനി പത്നിമാർ അനുഷ്ഠിച്ചിരുന്നതായി അപൂർവ്വമായേ പറയപ്പെടുന്നുള്ളൂ. സൗന്ദര്യമുള്ള ഒരു മൃഗത്തെകണ്ടാൽ പോലും ശുക്ളസ്ഖലനം നടക്കുന്ന മുനിവര്യൻമാരുടെ പത്നിമാർക്ക് ബ്രഹ്മചര്യവും സന്യാസവുമൊക്കെ എത്രത്തോളം സാധിക്കുമായിരുന്നു എന്നു ചിന്തിക്കുന്നത് രസകരമായിരിക്കും. അങ്ങനെയിരിക്കെ, ശബരിയെങ്ങനെ സന്ന്യാസിനിയായി?

രാമലക്ഷ്മണന്മാരുടെ ശബര്യാശ്രമ സന്ദർശനവേളയിലെ വർണ്ണനയിൽ രണ്ടു തവണ ശബരിയെ 'ശ്രമണി' എന്നു വിശേഷിപ്പിക്കുന്നുണ്ട്. 'സദ്വ്രതയായ ശ്രമണിയോട്' രാമൻ ചോദിക്കുന്ന ചോദ്യങ്ങളാണ് മേൽ സൂചിപ്പിച്ചത്. രാമന്റെ ചോദ്യങ്ങൾക്ക് ഉത്തരമായി 'സിദ്ധസമ്മതയും സിദ്ധയും വൃദ്ധയും താപസിയുമായ ശബരി'യാണ് രാമനുമായി വിശേഷങ്ങൾ പങ്കുവയ്ക്കുന്നത്. രാമനെ പൂജിച്ചതിലൂടെ തന്റെ ജന്മം സഫലമായിയെന്നും തനിക്കു സ്വർഗ്ഗംലഭിക്കുമെന്നും ശബരി പറയുന്നുണ്ട്. കൃതാത്മാക്കളായ അവരുടെ (നേരത്തെ അവിടെയുണ്ടായിരുന്നവരും പിന്നീട് വിണ്ണിലേക്കെഴുന്നള്ളിയവരുമായ മറ്റു മഹർഷിമാർ) അടുത്തേക്കുപോകുവാൻ 'പരിചാരിണി'യായ താൻ ആഗ്രഹിക്കുന്നുവെന്നും ശബരി പറയുന്നു. പരിചാരിണി എന്ന പ്രയോഗത്തിൽനിന്നും അവൾ ശൂദ്രജാതിയിൽപെട്ടവളോ, കാട്ടാളത്തിയോ ആണെന്ന് അനുമാനിക്കാം. പക്ഷേ, 'ശ്രമണി' എന്ന പ്രയോഗം വീണ്ടും നമ്മളെ സന്ദേഹപരിസരത്തെത്തിക്കുന്നു. പിന്നീട്, ആത്മാവിനെ ഹവനംചെയ്ത്, കത്തുന്ന തീപോലെ തിളങ്ങിക്കൊണ്ട് ശബരി സ്വർഗ്ഗത്തിലേക്കും പോയി എന്നാണ് വാല്മീകി പറയുന്നത്. ഈ സ്വർഗ്ഗപ്രാപ്തി, എന്തായാലും പരിചാരിണികൾക്ക് വിധിച്ചിട്ടുള്ളതുമല്ല.

ശ്രമണപദം ബുദ്ധമതവുമായി ബന്ധപ്പെട്ടുവരുന്ന ഒരു പദമാണെന്ന്

നമുക്കറിയാം. ശ്രമണൻ എന്നാൽ ബുദ്ധഭിക്ഷുവെന്നും ശ്രമണി എന്നാൽ ബുദ്ധഭിക്ഷുണി എന്നുമാണ് അർത്ഥം. കുമാരനാശാന്റെ *ചണ്ഡാലഭിക്ഷുകി*യിൽ,[36]

'ഭിക്ഷുണീ മന്ദിരം തന്നിൽ ബുദ്ധ-
ശിക്ഷിതവാണു മാതംഗി.
ഭൂഷണമൊക്കെ വെടിഞ്ഞു ബാല
തോഷിച്ചു കൂന്തലരിഞ്ഞു
ശേഷം 'ശ്രമണി'മാരേലും ശുദ്ധ-
വേഷം ശരിയായണിഞ്ഞു.'

എന്നുപറയുന്നു. ഇവിടെ ശ്രമണി എന്ന പദം ബുദ്ധഭിക്ഷുണി എന്ന അർത്ഥത്തിൽ തന്നെയാണ് ഉപയോഗിച്ചിരിക്കുന്നത്. (ശബര്യാശ്രമം സ്ഥിതിചെയ്യുന്നത് മാതംഗവനത്തിലെന്ന് വാല്മീകി. ആശാന്റെ *ചണ്ഡാലഭിക്ഷുകി*യിലെ നായികയുടെ പേര് മാതംഗി. ഈ പൊരുത്തം എത്ര കാവ്യാത്മകം, അല്ലേ?) അങ്ങനെ വരുമ്പോൾ, പരിചാരിണി (ശൂദ്രസ്ത്രീ)യായ/ കാട്ടാളത്തിയായ/ ബുദ്ധഭിക്ഷുണിയായ ഒരുവളായിരുന്നു ശബരി എന്നുവരുന്നു. ഇപ്പറഞ്ഞ ഒരു വിഭാഗത്തിനോടും ആഭിമുഖ്യം ഉണ്ടായിരുന്ന ആളായിരുന്നില്ല രാമൻ എന്നു നമുക്കറിയാം. ആരണ്യകാണ്ഡത്തിൽ ജാബാലി വാക്യങ്ങളെ ഖണ്ഡിക്കുന്ന വേളയിൽ രാമൻ കാട്ടുന്ന വീറും വാശിയും കാണേണ്ടതുതന്നെയാണ്! ബുദ്ധൻ കള്ളനാണെന്നും നാസ്തികനും തഥാഗതനും അതുപോലെ തന്നെയാണെന്നുമാണ് രാമൻ അപ്പോൾ പറഞ്ഞത്. അങ്ങനെയുള്ള രാമൻ 'ശ്രമണി'യായ ശബരിയുടെ മുന്നിൽ എങ്ങനെ സംയമനം പാലിച്ചു? ഇനി, ശബരി പരിചാരിക (ശൂദ്രസ്ത്രീ)യാണെങ്കിൽ കാര്യങ്ങൾ കുറേക്കൂടി ഗുരുതരമാകും! ഉത്തരകാണ്ഡത്തിൽ, തപസ്സനുഷ്ഠിക്കുന്ന ജംബൂകനെ (ശംബൂകനെ) രാജാവായ രാമൻ കൈകാര്യം ചെയ്യുന്ന രീതി നമുക്കറിയാം. *വാല്മീകി രാമായണം* ഉത്തരകാണ്ഡത്തിൽ, വസിഷ്ഠൻ ഉൾപ്പെടെയുള്ള ബ്രാഹ്മണപുരോഹിതർ ബ്രാഹ്മണർ പുത്രന്റെ മരണകാരണം രാമനോടു വെളിവാക്കുന്നുണ്ട്. അവരിൽ നാരദമഹർഷി പറയുന്നത്,

പുരാകൃതയുഗേ രാജൻ ബ്രാഹ്മണാ വൈ തപസ്വിനഃ
അബ്രാഹ്മണസ്തദാരാജൻ ന തപസ്വീ കഥഞ്ചന.[37]

(നൃപ, പണ്ടുകൃതയുഗത്തിൽ ബ്രാഹ്മണന്മാർ മാത്രമേ തപസ്വികളായിരുന്നുള്ളൂ. രാജാവേ, അബ്രാഹ്മണർ അന്ന് ഒരുതരത്തിലും തപസ്വിയാകാറില്ല) എന്നാണ്. ദ്വാപരയുഗത്തിൽ വൈശ്യൻമാർ തപസ്സു ചെയ്തു തുടങ്ങിയെന്നും മൂന്നുയുഗംകൊണ്ട്, ക്രമത്തിൽ, മൂന്നുജാതികളിലും തപസ്സ് പ്രവേശിച്ചുവെന്നും മേലിൽ കലിയുഗത്തിൽ ശൂദ്രന്മാർ തപസ്സുചെയ്തുതുടങ്ങുമെന്നും നാരദൻ പറയുന്നുണ്ട്. നാരദവാക്യം കേട്ടതിനുശേഷമാണ് 'ദുഷ്കൃതം' കണ്ടെത്താനായി രാമൻ തിരിക്കുന്നതും തലകീഴായി തൂങ്ങിനിന്ന് തപസ്സനുഷ്ഠിക്കുന്ന ശംബൂകനെ കണ്ടെത്തുന്നതും. തപസ്വിയെ കണ്ടെത്തിയ രാമന്റെ ആദ്യചോദ്യംതന്നെ, ഏതു

ജാതിയിലാണ് അങ്ങയുടെ ജനനം എന്നാണ്. താൻ ശൂദ്രയോനിയിൽ ജനിച്ചവനാണെന്നും ശരീരത്തോടു കൂടിത്തന്നെ ദേവത്വം നേടാനാണു തപസ്സെന്നുമാണ് ശംബൂകന്റെ മറുപടി.

ന മിഥ്യാഽഹം വദേ രാമദേവലോകജി ഗീഷയാ

ശൂദ്രം മാം വിദ്ധി കാകുത്സ്ഥ ശംബൂകോ നാമ നാമതഃ[38]

(രാമ, ദേവലോകം നേടാൻ വാഞ്ഛയുള്ള ഞാൻ നുണ പറയുകയില്ല. കാകുത്സ്ഥ, ഞാനൊരു ശൂദ്രനാണെന്ന് അറിയൂ. ശംബൂകൻ എന്നാണെന്റെ പേര്) തുടർന്ന്, രാമൻ ശംബൂകവധം നടപ്പാക്കുകയും മരിച്ച ബ്രാഹ്മണബാലൻ ഉയിര് നേടുകയും ചെയ്യുന്നു! രാജാവായ രാമന്റെ നിലപാടാണിവിടെ വ്യക്തമാകുന്നത്. അതിനു പ്രേരണയായത് ബ്രാഹ്മണ പുരോഹിതരുടെ വാക്കുകളും കർക്കശമായ ചാതുർവർണ്ണ്യനിയമങ്ങളുമാണ്.

സാമൂഹികാവസ്ഥ അങ്ങനെയിരിക്കവെ ശബരിയോട് രാമൻ എന്തുകൊണ്ടിങ്ങനെ സൗഹൃദ ഭാവം കാട്ടിയെന്നു ചിന്തിക്കേണ്ടതുണ്ട്. ഒന്നിലധികം കാരണങ്ങൾ ഇവിടെ കണ്ടെത്താവുന്നതാണ്. അഥവാ, അനുമാനിക്കാവുന്നതാണ്. ബ്രാഹ്മണ-പുരോഹിത പക്ഷപാതിയായ രാമൻ ശ്രമണിയായ ശബരിക്കു മോക്ഷം നല്കുമ്പോൾ ശബരിയേയും അവർ പ്രതിനിധാനം ചെയ്യുന്ന ബുദ്ധമതാനുയായികളെയും ബ്രാഹ്മണ-പുരോഹിത പക്ഷത്തേക്ക്, അതായത്, ചാതുർവർണ്ണ്യവ്യവസ്ഥയിലേക്ക്, കൊണ്ടുവരുവാൻ കഴിയുമെന്ന് കരുതിയിരുന്നുവോ? വാല്മീകിയുടെ കാലത്ത് ബുദ്ധമത സ്വാധീനം ശക്തമായിരുന്നു എന്നു നമുക്കറിയാം. സുതേഷ്ണാശ്രമത്തിൽനിന്നു മടങ്ങുമ്പോൾ സീത, രാമനോടു നടത്തുന്ന സംവാദവും ഇതിന്റെ കാവ്യപരമായ തെളിവുകളാണ്. ശബരിക്ക് രാമൻ മോക്ഷം നല്കിയ സംഭവത്തെ ബ്രാഹ്മണ-പുരോഹിതമതം ബുദ്ധമതത്തിനുമേൽ നേടിയതോ, നേടുവാൻ ശ്രമിച്ചതോ ആയതിന്റെ വിജയമായി കാണാവുന്നതാണ്.

ശബര്യാശ്രമത്തിൽ രാമനെത്തുന്നത് സുഗ്രീവനെ കണ്ടെത്തുന്നതിനുള്ള മാർഗ്ഗമദ്ധ്യേയാണ്. സുഗ്രീവനെ കണ്ടെത്തിയെങ്കിൽ മാത്രമേ സീതാന്വേഷണം സഫലമാവുകയുള്ളൂ. സുഗ്രീവനിലേക്കുള്ള വഴികാട്ടുവാൻ ശബരിക്കു കഴിയും. അഥവാ ശബരിക്കുമാത്രമേ കഴിയൂ എന്നതുകൊണ്ടാകുമോ താടകയോടോ, ശൂർപ്പണഖയോടോ പെരുമാറിയതുപോലെ ശബരിയോട് രാമൻ പെരുമാറാതിരുന്നത്? ഈ ചിന്തയാകട്ടെ, രാമന്റെ സ്വാർത്ഥതയുമായി ബന്ധപ്പെട്ടതാണ്!

അഹല്യയെ രാമൻ തന്റെ പാദസ്പർശത്തിലൂടെ ഹല്യയാക്കി മാറ്റുന്നു. ശബരിയോടുള്ള രാമന്റെ സമീപനം കൂടുതൽ കരുതലോടെയും തന്ത്രപരവും ആയി മാറുന്നു. അയോദ്ധ്യാധിപതിയായി (വനവാസത്തിനു ശേഷം) സമ്പൂർണ്ണാധികാരത്തിലേക്കെത്തുന്ന മാർഗ്ഗമദ്ധ്യേയാണ് രാമൻ ശബരിയെ കാണുന്നത്. അധികാരത്തിലേക്കുള്ള പ്രവേശനമാർഗ്ഗം ഇന്നത്തേതുപോലെ അന്നും നേരിന്റേതുമാത്രമല്ല എന്നും അത് കുടിലതയു

ടേയും വഞ്ചനയുടേയും തന്ത്രങ്ങളുടേയും മാർഗ്ഗം കൂടിയാണെന്നും ഇവിടെ നമുക്കു ബോദ്ധ്യമാവുന്നു. ബ്രാഹ്മണ- പുരോഹിതവർഗ്ഗത്തിന്റെ കൈയിലെ ഒരുപകരണം മാത്രമായിരുന്ന രാമന് അതിനുള്ള മാർഗ്ഗവും നിശ്ചയമുണ്ടായിരുന്നു. അതുകൊണ്ടാണ്, അഹല്യക്കു ശാപമോക്ഷവും ശബരിക്കു സ്വർഗ്ഗയാത്രയും രാമൻ നല്കിയത്.

*കണ്ണശ്ശ രാമായണ*ത്തിൽ വളരെ സംക്ഷിപ്തമായി, പന്ത്രണ്ടു വരികളിൽ രാമന്റെ ശബര്യാശ്രമപ്രവേശം ഒതുക്കിയിരിക്കുന്നു. രാമലക്ഷ്ണന്മാരെ ഉപചരിച്ചതിനുശേഷം അവരുടെ ആജ്ഞപ്രകാരം ശബരി അഗ്നിയിൽ പ്രവേശിച്ച് ദിവ്യശരീരം പൂണ്ട് സ്വർഗ്ഗത്തിലേക്കുപോയി. എന്നു മാത്രമേ പറയുന്നുള്ളൂ. രാമചരിത മാനസത്തിൽ തുളസീദാസൻ ഈ സന്ദർഭം സാമാന്യം വിശദമായിത്തന്നെ വർണ്ണിച്ചിരിക്കുന്നു.[39]

'നീച ഞാൻ ജാതിയിൽ, മന്ദതീയേറ്റവും,
നിന്നെ, പ്രഭോ! സ്തുതിച്ചീടുന്നതെങ്ങനെ!
നീചരിൽ നീചർതൻ കൂട്ടത്തിലേറ്റവും
നീചയബല; ഞാനോ ജഡബുദ്ധിയും'

എന്നാണ് തുളസീദാസന്റെ രാമലക്ഷ്ണൻമാരോട് ശബരി പറയുന്നത്. നാലുവരിയിൽ നാലിടത്താണ്. 'നീച' എന്ന പ്രയോഗം! മന്ദബുദ്ധി, ജഡബുദ്ധി എന്നിങ്ങനെ വേറെയും സ്വയംവിശേഷണങ്ങൾ! ഇതിനുള്ള രാമന്റെ മറുപടിയാണ് ശ്രദ്ധേയം.

'കാകുൽസ്ഥനേ:"ശബരീ! നീ കേൾക്കുക;
കേവല ഭക്തിയേ മാനിപ്പതുള്ളൂഞാൻ
ജാതികുല ധർമ്മ മാഹാത്മ്യ ചാതുര്യ-
ബന്ധു ജനബലസമ്പൽ സമന്വിതർ
മാനുഷർ ഭക്തി വിഹീനർ ജലഹീന-
മേഘാവലീ സമരെന്നറിഞ്ഞീടണം.'

തുടർന്ന്, ശബരിക്ക് ദീർഘമായിത്തന്നെ രാമൻ ഉപദേശം നല്കുന്നുണ്ട്. അവസാനം,

'സീതയെപ്പറ്റി നിനക്കറിവുണ്ടെങ്കി-
ലോതുക സർവ്വവുമെന്നോടു ഭാമിനി!

എന്നു രാമൻ പറഞ്ഞു നിർത്തുമ്പോൾ അതുവരെനടത്തിയ തത്വോപദേശങ്ങൾക്കു പിന്നിലെ ഗൂഢലക്ഷ്യം മറനീക്കി പുറത്തുവരുന്നു. ശബരിയാണ് പമ്പാസരസിലേക്കും സുഗ്രീവനിലേക്കും ഉള്ള മാർഗ്ഗം രാമന് ഉപദേശിക്കുന്നതും. ആരണ്യകാണ്ഡത്തിന്റെ അവസാന ഭാഗം വളരെച്ചുരുക്കിയാണ് *കൃത്തിവാസ രാമായണ*ത്തിൽ കാണുന്നത്. അതിൽ രാമനെ ഉപചരിക്കുന്ന ശബരിയേയോ, ശബരിക്ക് ദീർഘമായ ഉപദേശം നല്കുന്ന രാമനെയോ കാണില്ല! *അദ്ധ്യാത്മരാമായണം കിളിപ്പാട്ടിൽ* സാമാന്യം ദീർഘമായിത്തന്നെയാണ് എഴുത്തച്ഛൻ ഈ സന്ദർഭം വർണ്ണിച്ചിരിക്കുന്നത്. ഇവിടെ ശബരി പറയുന്നത്:[40]

'ജ്ഞാനമില്ലാതെ ഹീനജാതിയിലുള്ള മൂഢ

ഞാനിതിനൊട്ടുമധികാരിണിയല്ലല്ലോ.'

എന്നാണ്. 'ഹീനജാതിയിലുള്ള മൂഢ' എന്നാണ് ഇവിടെ ശബരി സ്വയം വിശേഷിപ്പിച്ചിരിക്കുന്നത്. കിളിപ്പാട്ടിലെ രാമൻ, ശബരിക്കു നല്കുന്ന ഉപദേശം *രാമചരിതമാനസ*ത്തിലേതുപോലെ തന്നെയാണ്.

'പുരുഷസ്ത്രീജാതി നാമാശ്രമാദികളല്ല
കാരണം മമ ഭജനത്തിനു ജഗത്രയേ
ഭക്തിയൊന്നൊഴിഞ്ഞു മറ്റില്ല കാരണമേതും
മുക്തി വന്നീടുവാനുമില്ല മറ്റേതുമൊന്നും.
തീർത്ഥസ്നാനാദി തപോദാന വേദാദ്ധ്യയന-
ക്ഷേത്രോപവാസ യാഗാദ്യഖില കർമ്മങ്ങളാൽ
ഒന്നിനാലൊരുത്തനും കണ്ടുകിട്ടുകയില്ല-
യെന്നെ മത്ഭക്തിയൊഴിഞ്ഞൊന്നു കൊണ്ടൊരുനാളും.'

*കിളിപ്പാട്ടി*ലെ രാമന്റെ വാക്കുകളിൽ തിങ്ങിവിങ്ങി നിറഞ്ഞു നില്ക്കുന്ന സമത്വ സുന്ദരവീക്ഷണം എത്രയേറെ മഹത്തരം! ഉപദേശങ്ങൾക്കുശേഷം രാമൻ ചോദിക്കുന്നത്:

'ജാനകീമാർഗ്ഗമറിഞ്ഞീടിൽ നീ പറയണം.
കേന വാ നീതാ സീതാ മൽപ്രിയാ മനോഹരീ.'

എന്നാണ്. രാമന്റെ ലക്ഷ്യം 'ജാനകീമാർഗ്ഗം' അറിയുക എന്നതു മാത്രമാണ്. അതിനുള്ള മാർഗ്ഗം മാത്രമാണ് തത്ത്വോപദേശങ്ങൾ! ഇതേ രാമൻ അയോദ്ധ്യാധിപതിയായപ്പോൾ ജംബൂക (ശംബൂക) വധവേളയിൽ എങ്ങനെ മാറിയെന്നും എഴുത്തച്ഛൻ വർണ്ണിച്ചിട്ടുണ്ട്. തപസ്വിയായ ശംബൂകൻ ശൂദ്രനാണെന്നറിയുന്ന മുഹൂർത്തത്തിൽ തന്നെ,[41]

'അന്നേരം വാളാൽ വെട്ടിനിഗ്രഹിച്ചിതു-
വന്നിതു ജംബൂകനുതന്നുടെ മനോരഥം'

എന്നാണ് എഴുത്തച്ഛൻ പറഞ്ഞിരിക്കുന്നത്. ശബരിക്കു കൊടുത്ത ഉപദേശത്തിൽനിന്നും ജംബൂകനിലേക്ക് എത്രദൂരം എന്നു ചിന്തിച്ചു നമ്മൾ അത്ഭുതപ്പെട്ടുപോകുന്നതാണ്. ഇതാണ്, 'ജാനകീമാർഗ്ഗം' തേടിയരാമനിൽനിന്നും ബ്രാഹ്മണ-പുരോഹിതവർഗ്ഗത്തിന്റെ കൈകളിലെ കളിപ്പാവ മാത്രമായ, ക്ഷത്രിയവീരനായ അയോദ്ധ്യാധിപതിയിലേക്കുള്ള ദൂരം! യഥാർത്ഥത്തിൽ, നാം വിചാരിക്കുന്നതുപോലെ ഇവിടെ ഏറെ ദൂരമൊന്നുമില്ല. ശബര്യാശ്രമത്തിൽ കാര്യസാദ്ധ്യത്തിനുവേണ്ടി രാമന്റെ യഥാർത്ഥമുഖവും സ്വത്വവും മറച്ചുവച്ചു. ജംബൂകനുമുന്നിൽ അതുസ്വാഭാവികമായി പുറത്തുവന്നു. അത്രയേയുള്ളൂ രാമൻ! അഥവാ, അതാണു രാമൻ!

എഫ്. താരയും മണ്ഡോദരിയും

അവതാരമാഹാത്മ്യകഥയുടെ ഭാരം ചുമക്കേണ്ടിവന്ന രാമനെന്ന കഥാപാത്രത്തിന്റെ ഇരട്ടത്താപ്പും ഇരട്ടമുഖങ്ങളും വ്യക്തമാക്കുന്ന മറ്റൊരു സ്ത്രീ കഥാപാത്രമാണ് രാമകൃതിയിലെ താരയെന്ന ബാലീപത്നിയും

പിന്നീട് സുഗ്രീവപത്നിയുമാകേണ്ടിവന്ന സുന്ദരിയായ, വാനരസ്ത്രീയായ കഥാപാത്രം. *വാല്മീകി രാമായണ*ത്തിലെ കിഷ്കിന്ധാകാണ്ഡത്തിലും യുദ്ധകാണ്ഡത്തിലും മാത്രമാണ് താരയുടെ സാന്നിദ്ധ്യം.

ബാലിയുമായുള്ള സുഗ്രീവന്റെ ആദ്യ ഏറ്റുമുട്ടലിൽ താരയുടെ സാന്നിദ്ധ്യം ഇല്ല. ഇരുവരുടേയും ഏറ്റുമുട്ടലിൽ സുഗ്രീവൻ പരാജയപ്പെടുകയും വാഗ്ദാന പ്രകാരം രാമൻ ഒളിയമ്പെയ്ത് ബാലിയെ വധിക്കാൻ കഴിയാതെ പോവുകയും ചെയ്തു. ബാലി-സുഗ്രീവൻമാരുടെ രൂപസാദൃശ്യം മൂലം ബാലിയെ വേറിട്ടറിയുവാൻ തനിക്കു കഴിഞ്ഞില്ലെന്നാണ് രാമൻ പറയുന്നത്. അതിനുശേഷം, രാമനിർദ്ദേശപ്രകാരം ലക്ഷ്മണൻ ഗജപുഷ്പങ്ങൾ പറിച്ചെടുത്ത് സുഗ്രീവന്റെ കഴുത്തിലണിയിച്ച് ബാലിയെ വീണ്ടും പോരിനു വിളിക്കുന്നതിനായി പറഞ്ഞയയ്ക്കുന്നു. അപ്രകാരം സുഗ്രീവൻ ചെയ്യുന്ന വേളയിലാണ് താരയുടെ ആദ്യ സാന്നിദ്ധ്യം. ഒരിക്കൽ തോറ്റുമടങ്ങിയ സുഗ്രീവൻ വീണ്ടും ബാലിയെ പോരിനു വിളിക്കുന്നതിനായി മടങ്ങിച്ചെന്നു.

കരാള ദംഷ്ട്രനായ ബാലി, സുഗ്രീവനെ നേരിടുന്നതിനായി വീണ്ടും പുറപ്പെട്ടപ്പോൾ താര, ഭർത്താവായ ബാലിയെ അതിൽനിന്നും പിന്തിരിപ്പിക്കുവാൻ ശ്രമിച്ചു. ഒരിക്കൽ തോറ്റുമടങ്ങിയവൻ വീണ്ടും പോരിനു വരണമെങ്കിൽ അവന് ശക്തമായ തുണയുണ്ടാകുമെന്നാണ് താര പറയുന്നത്. അയോദ്ധ്യാധിപതിയുടെ പുത്രന്മാർ വനവാസത്തിനെത്തിയ കാര്യവും അവൾ സൂചിപ്പിക്കുന്നു. രണകർക്കശനും വിഖ്യാതനുമായ രാമനാണ് സുഗ്രീവനെ തുണയ്ക്കുന്നതെന്ന സംശയവും താര പ്രകടമാക്കുന്നു. ദുർജ്ജയനും പോരിൽ അപ്രമേയനുമായ രാമന്റെ സഹായമുള്ള സുഗ്രീവനെ യുവരാജാവായി വാഴിച്ച് രാമനോടു സൗഹൃദത്തിലാവുന്നതാണ് നല്ലതെന്നും അവൾ പറയുന്നു. അവളുടെ വാക്കുകളൊന്നും ബാലി അനുസരിക്കുന്നില്ല. ധർമ്മജ്ഞനും കൃതജ്ഞനുമായ രാമൻ പാപകർമ്മം ചെയ്യില്ലെന്നാണ് ബാലി പറയുന്നത്. മാത്രവുമല്ല, താൻ സുഗ്രീവന്റെ അഹങ്കാരത്തെ അകറ്റുകയേയുള്ളൂവെന്നും അയാൾക്ക് ജീവഹാനി വരുത്തുകയില്ലെന്നും ബാലി പറയുന്നു.[42]

പ്രതിയോത് സ്യാമ്യഹം ഗത്വാ സുഗ്രീവം ജഹിസംഭ്രമം
ദർപ്പമാത്രം വിനേഷ്യാതി ന ച പ്രാണൈർ വിമോക്ഷ്യതേ

(ഞാൻ പോയി സുഗ്രീവനോടു പോരാടട്ടെ. നീ പരിഭ്രമിക്കരുത്. ഞാനവന്റെ അഹങ്കാരത്തെ അകറ്റുകയേ ചെയ്യൂ. ജീവഹാനി വരുത്തുകയില്ല) എന്നാണ് വാല്മീകിയുടെ ബാലി പറയുന്നത്. അങ്ങനെ, സഹോദരന്റെ അഹങ്കാരമകറ്റി, അവനെ പോരിൽ തോല്പിച്ച് (വധിച്ചല്ല) തിരിച്ചുവരാമെന്നു പറഞ്ഞാണ് ബാലി പോകുന്നത്. ബാലി-സുഗ്രീവന്മാർ തമ്മിലുള്ള മുഷ്ടിയുദ്ധത്തിൽ സുഗ്രീവൻ പരാജയപ്പെട്ടു തുടങ്ങിയപ്പോൾ രാമൻ ഒളിയമ്പെയ്ത് ബാലിയെ വധിച്ചു.

ഒളിയമ്പേറ്റു പിടഞ്ഞുവീണ ബാലി, അതെയ്തത് രാമനാണെന്നറിഞ്ഞപ്പോൾ രാമനോടു ചോദിക്കുന്ന ചോദ്യങ്ങൾക്കുള്ള മൂർച്ചയും

ശക്തിയും *വാല്മീകി രാമായണം* വായിച്ചു തന്നെ ബോദ്ധ്യപ്പെടേണ്ടതാണ്. 'നിന്നോടു നേരിടാത്തവനെ കൊന്നിട്ട് നിനക്കെന്തു ഗുണം കിട്ടി? നിന്റെ ആഭിജാത്യമോർത്താണ് താര തടഞ്ഞിട്ടും ഞാൻ സുഗ്രീവനോട് എതിരിട്ടത്. നീ ബുദ്ധി നശിച്ചവനും ധർമ്മനാട്യക്കാരനും അധാർമ്മികനും തൃണാവൃതമായ കിണറുപോലെയുള്ളവനുമാണെന്ന് ഞാനറിഞ്ഞില്ല. കുറ്റക്കാരനല്ലാത്ത എന്നെ എന്തിനു കൊന്നു? നിനക്കു ധർമ്മത്തിൽ ശ്രദ്ധയില്ല. നീ ഇന്ദ്രിയങ്ങൾക്ക് അടിമപ്പെട്ടവനും കാമവൃത്തനുമാണ്. എന്റെ മാംസം നിനക്കു തിന്നാവുന്നതല്ല. എന്നിട്ടും ഞാൻ കൊല്ലപ്പെട്ടു. പാപിയായ നീയെങ്ങനെ മഹാത്മാവായ ദശരഥന്റെ പുത്രനായി പിറന്നു? നീയൊരു വാക്കു പറഞ്ഞിരുന്നെങ്കിൽ ഒറ്റനാൾ കൊണ്ട് നിന്റെ സീതയെ ഞാൻ കൊണ്ടുവന്നേനെ.'[43]

ഇങ്ങനെ, ബാലിയുടെ ഭർത്സനങ്ങൾ രാമനുമേൽ ചൊരിയപ്പെടുകയാണ്. ഇതിനുള്ള രാമന്റെ മറുപടി വിചിത്രവും ബാലിയുടെ വാക്കുകൾക്കുള്ള വിശദീകരണവും ആകുന്നില്ല. രാമൻ പറയുന്നു:

> ഭൂമി മുഴുവൻ ഇക്ഷ്വാകുക്കളുടേതാണ്. മൃഗപക്ഷി മനുഷ്യരുടെയെല്ലാം നിഗ്രഹാനുഗ്രഹങ്ങളും അവരുടെ കൃത്യമാണ്. പിതാവ്, പൂർവ്വജൻ, വിദ്യ പ്രദാനം ചെയ്യുന്നവൻ എന്നീ മൂവരും പിതാക്കളാണെന്ന് ധർമ്മചാരിയായ നരൻ അറിയണം. (ബാലി, വാനരനോ, നരനോ എന്ന സംശയം ഇവിടെ ഉയരുന്നു) ഞാൻ നിന്നെ വധിക്കാനുള്ള കാരണം നീയറിയണം. സനാതനധർമ്മം ത്യജിച്ച് (വാനരന്മാർക്ക് സനാതന ധർമ്മമോ?) ഭ്രാതൃഭാര്യയിൽ നീ വർത്തിച്ചു. സോദരന്റെ ഭാര്യയെ സ്പർശിച്ചതിന് ഈ ദണ്ഡനം ഞാൻ നല്കി. മനുഷ്യൻ മാംസത്തിനുവേണ്ടി മൃഗങ്ങളെ ഓടിച്ചോ, പേടിപ്പിച്ചോ, വിശ്വസിപ്പിച്ചോ, വിരോധിച്ചോ, ബോധംകെടുത്തിയോ ബോധം കെടുത്താതെയോ, കൊല്ലാറുണ്ട് (ബാലിയെ രാമൻ വധിച്ചത് മാംസത്തിനു വേണ്ടിയല്ല. എങ്കിലും ഇതും രാമന്റെ ന്യായം!) രാജർഷിമാർപോലും നായാട്ടു നടത്താറുണ്ട്. (ബാലിവധം നായാട്ടിന്റെ ഭാഗമാണോ?)

ഇങ്ങനെ ഒരു മന്ദബുദ്ധിക്കുപോലും ബോദ്ധ്യമാകാത്ത, ദുർബ്ബലമായ ന്യായവാദങ്ങളാണ് രാമന്റേത്.[44]

തന്റെ മകൻ അംഗദനെയും സുഗ്രീവനെയും ഒരുപോലെ കാണണമെന്ന് അഭ്യർത്ഥിച്ചുകൊണ്ട് ബാലി ഇഹലോകവാസം വെടിഞ്ഞു. ഭർത്തൃവധമറിഞ്ഞ് താര, പുത്രനോടൊത്ത്, അലമുറയിട്ടു കൊണ്ട് 'ഗിരിഗഹ്വരത്തിൽ' നിന്നും വന്നു. തുടർന്നവൾ അലമുറയിട്ടുകൊണ്ട് ബാലിയെ വാഴ്ത്തുകയും സ്മരിക്കുകയുമാണ് ചെയ്യുന്നത്. തുടർന്ന്, സുഗ്രീവന്റെ പട്ടാഭിഷേകം നടന്നു. കാർത്തികമാസം വന്നാൽ രാവണവധത്തിനായി പ്രയത്നിക്കണം എന്ന രാമന്റെ വാക്കുകൾകേട്ട് ബാലി വാണിരുന്ന കിഷ്കിന്ധയിൽ സുഗ്രീവൻ പ്രവേശിച്ചു. അങ്ങനെ, സുഗ്രീ

വൻ ഭാര്യയായ രുമയെ തിരികെ നേടി. പിന്നീട് താരയും സുഗ്രീവന്റെ പത്നിയായി മാറി! (അതിലൊരു അനൗചിത്യവും രാമൻ കണ്ടില്ല എന്നതും ഓർക്കണം).

വർഷകാലം കഴിഞ്ഞിട്ടും സീതാന്വേഷണത്തിനു തുനിയാതിരുന്ന സുഗ്രീവനുമേൽ രാമൻ കോപം വർഷിച്ചു. ഹനുമാൻ ഉൾപ്പെടെയുള്ളവരുടെ വാക്കുകൾ താരയുമൊത്ത് രഹസ്സിൽ വാണിരുന്ന സുഗ്രീവൻ ചെവിക്കൊണ്ടിരുന്നില്ല. രാമശാസനമനുസരിച്ച്, കോപിഷ്ടനായ ലക്ഷ്മണൻ കിഷ്കിന്ധയിലെത്തി. ലക്ഷ്മണന്റെ കോപം ശമിപ്പിക്കുന്നതിനും അവനോട് ഹിതകരമായ വാക്കുകൾ പറയുന്നതിനുമായി സുഗ്രീവൻ നിയോഗിക്കുന്നത് താരയെയാണ്! 'മദകുലനേത്രയായ' അവൾ കാൽ വയ്പുകൾ ഉറയ്ക്കാതെ, അഴിഞ്ഞപൊന്നരഞ്ഞാണവുമായി, തെല്ലുകുനിഞ്ഞ ശിരസ്സോടെ ലക്ഷ്മണ സന്നിധിയിലേക്കു ചെന്നു. കപീന്ദ്രപത്നിയെ കണ്ടയുടൻ ലക്ഷ്മണൻ ഉദാസീന ഭാവം പൂണ്ടു. സ്ത്രീസാമീപ്യം നിമിത്തം മനുജേന്ദ്രപുത്രനായ അദ്ദേഹം കോപമടക്കി നിന്നു എന്നാണ് വാല്മീകി പറയുന്നത്.[45] സുഗ്രീവന്റെ നയതന്ത്രജ്ഞതയുടെ നിദർശനമായി ഈ രംഗത്തെ വാഴ്ത്താവുന്നതാണ്! ഇന്നും സുന്ദരികളെ ഉപയോഗിച്ചുള്ള ഇത്തരം നയതന്ത്രപ്രകടനങ്ങൾ സുലഭം! എന്തായാലും താര, ലക്ഷ്മണനെ ആശ്വസിപ്പിച്ച് സുഗ്രീവനരികിലേക്കു നയിച്ചു.

പിന്നീട്, താര പ്രത്യക്ഷപ്പെടുന്നത് യുദ്ധകാണ്ഡത്തിന്റെ അവസാന ഭാഗത്താണ്. യുദ്ധം കഴിഞ്ഞ്, സീതയ്ക്കൊപ്പം രാമലക്ഷ്മണൻമാരും സംഘവും അയോദ്ധ്യയിലേക്കു മടങ്ങുന്ന വേളയിൽ സീതയുടെ ആഗ്രഹപ്രകാരം താര മുതലായ സുഗ്രീവപത്നിമാർ അവർക്കൊപ്പം ചേരുന്നു.[46] ഇങ്ങനെ, മൂന്നു സന്ദർഭങ്ങളിലാണ് *വാല്മീകി രാമായണ*ത്തിൽ താരയെക്കുറിച്ചുള്ള പരാമർശങ്ങൾ ഉള്ളത്. എന്നാൽ, *വാല്മീകി രാമായണ*ത്തിന്റെ ദാക്ഷിണാത്യപാഠത്തിലുള്ള യുദ്ധകാണ്ഡാന്ത്യത്തിലെ താരാപരാമർശം *വാല്മീകി രാമായണ*ത്തിന്റെ മറ്റുപാഠങ്ങളിൽ ഇല്ലെന്നാണ് കാമിൽ ബുൽക്കെ പറയുന്നത്.[47] ബാലി വധത്തിനുശേഷം ഉള്ള സുഗ്രീവന്റെ പശ്ചാത്താപവും താരയെ ആശ്വസിപ്പിക്കുന്നതും ക്രുദ്ധനായി വരുന്ന ലക്ഷ്മണനെ ശാന്തനാക്കുന്നതിനുവേണ്ടി സുഗ്രീവൻ താരയെ നിയോഗിക്കുന്നതും ദാക്ഷിണാത്യപാഠത്തിൽ മാത്രമേയുള്ളൂവെന്നും കാമിൽബുൽക്കെ പറയുന്നു. അതുപോലെ, താര, രാമനെ ശപിച്ചുകൊണ്ട് സീത കുറച്ചുകാലം നിങ്ങളോടൊത്തുതാമസിച്ചിട്ട് ഭൂമിയിൽ പ്രവേശിക്കുമെന്ന പരാമർശം മറ്റു രാമായണ പാഠങ്ങളിലുണ്ട്. ഇതാകട്ടെ, ദാക്ഷിണാത്യ പാഠത്തിൽ ഇല്ലതാനും. *വാല്മീകി രാമായണ*ത്തിന്റെ ഗൗഡീയ-പശ്ചിമോത്തരീയ പാഠങ്ങളിലാണ് ഇത്തരം പരാമർശമുള്ളത്.

താരയുടെ ഈ ശാപവൃത്താന്തം *കൃത്തിവാസ രാമായണ*ത്തിലുണ്ട്. "ഞാൻ ഭാരതവർഷത്തിലെ ഒരു സതിയാണെങ്കിൽ സീതയെക്കുറിച്ചോർത്തു നിങ്ങൾക്കു ചിരകാലം കരയേണ്ടിവരും. ഞാൻ ഈ ശാപം തരുന്നു. ഇതിന് ഒരു മാറ്റവും വരുകയില്ല. സീതയെ ഓർത്തു ദുഃഖിച്ചു

തന്നെ കാലം കഴിക്കും... ഒരു തെറ്റും ചെയ്യാതെ കപീശ്വരൻ മരിച്ചതു പോലെ മറ്റൊരു ജന്മത്തിൽ ഒരു തെറ്റും ചെയ്യാതെ നീയും മരിക്കും."[48] ഇങ്ങനെയാണ് *കൃത്തിവാസ രാമായണ*ത്തിലുള്ളത്. ഈ ശാപഫലമായാണ് കൃഷ്ണ ജന്മത്തിൽ വേടന്റെ അമ്പേറ്റ് മരിക്കേണ്ടി വന്നത് എന്നത് മറ്റൊരു കഥ! അതുപോലെ, സീതാന്വേഷണത്തിനു വൈകിയതിൽ കോപിച്ചെത്തുന്ന ലക്ഷ്മണനെ ആശ്വസിപ്പിക്കുന്നതും താര തന്നെയാണ്, ഈ രാമായണത്തിലും. *രാമചരിതമാനസ*ത്തിലും ഈ സന്ദർഭങ്ങൾക്ക് കാര്യമായ മാറ്റങ്ങളില്ല.[49] എന്നാൽ, താരാവിലാപം വിസ്തരിച്ചു കാണുന്നുമില്ല. കോപിച്ചു വരുന്ന ലക്ഷ്മണനെ ആശ്വസിപ്പിക്കുന്നത് ഇവിടെയും താരതന്നെയാണ്. അതും സുഗ്രീവാജ്ഞയാൽ.

'ക്രുദ്ധനണഞ്ഞു സുമിത്രജനെന്നുകേ-
ട്ടാർത്തനായ് ഭീതിയിലാണ്ടു കപീശ്വരൻ
ചൊല്ലിനാൻ വായുസുതനൊടു: 'താരാസമം
ചെന്നുകുമാരനെ ശാന്തനാക്കീടു നീ'
(*രാമചരിത മാനസം*. കിഷ്കിന്ധാകാണ്ഡം പുറം. 521)

എന്നാണു പറഞ്ഞിരിക്കുന്നത്. രാവണവധത്തിനുശേഷം അയോദ്ധ്യയിലേക്കു മടങ്ങുന്ന രാമലക്ഷ്മണൻമാർക്കും സീതയ്ക്കുമൊപ്പം വാനരസമൂഹം ചേരുന്നതായി ഇതിൽ പറയുന്നില്ല. *കണ്ണശ്ശ രാമായണ*ത്തിലെ താരയും സുഗ്രീവനുമായി യുദ്ധത്തിനു പുറപ്പെടുന്ന ബാലിക്ക് മുന്നറിയിപ്പു നല്കുന്നുണ്ട്. രാമനുമായി സുഗ്രീവൻ സഖ്യം ചെയ്തിട്ടുള്ളതായി അറിയുന്നുവെന്നും താര സൂചിപ്പിക്കുന്നുണ്ട്.[50] ബാലിവധത്തിനുശേഷം രാമനെ, താര ഏറെയൊന്നും ഭർത്സിക്കുന്നതായി കണ്ണശ്ശൻ പറയുന്നില്ല. യുദ്ധകാണ്ഡാന്ത്യത്തിൽ അയോദ്ധ്യയിലേയ്ക്കുള്ള യാത്രയ്ക്കിടെ, താര മുതലായ വാനരനാരിമാരെ കൂട്ടി അയോദ്ധ്യയിൽ പോയാൽ കൊള്ളാമെന്നു സീത പറയുന്നു. അങ്ങനെ അവരെയും കൂട്ടുന്നുമുണ്ട്. (യുദ്ധകാണ്ഡം. പുറം. 883, 884)

എഴുത്തച്ഛനിലേക്കു വരുമ്പോൾ ചിത്രമാകെ മാറുന്നു! ഭക്തിപ്രകടനത്തിനു കിട്ടുന്ന ഒരവസരവും അദ്ദേഹം ഉപയോഗിക്കാതെ വിടില്ലല്ലോ! ഇവിടെയും അതുതന്നെയാണ് സംഭവിക്കുന്നത്.[51] അതോടൊപ്പം തന്നെ,

'ചാടിപ്പതിക്കയും കൂടെക്കുതിക്കയും
മാടിത്തടുക്കയും കൂടെക്കൊടുക്കയും
ഓടിക്കഴിക്കയും വാടിവിയർക്കയും
മാടിവിളിക്കയും കോപിച്ചടുക്കയും'

(പുറം. 228)

എന്നൊക്കെ, ഏതൊരു കവിയേയും അസൂയപ്പെടുത്തുന്നവിധം ബാലി-സുഗ്രീവ യുദ്ധവർണ്ണനയും അദ്ദേഹം നിർവ്വഹിച്ചിരിക്കുന്നു. എഴുത്തച്ഛന്റെ ഇതരഭാവനാ വിലാസങ്ങളെ മാറ്റിനിർത്തിയാൽ *വാല്മീകി രാമായണ*ത്തിലെ ഈ സന്ദർഭത്തിന് ഏറെയൊന്നും മാറ്റങ്ങൾ അദ്ദേഹം വരുത്തിയിട്ടുമില്ല. എന്നാൽ രാമൻ നടത്തുന്ന താരോപദേശം കവിയുടെ തന്നെ വാക്കുകളായി പരിഗണിക്കുന്നതാണ് ഉചിതം.

'എന്തിനു ശോകം വൃഥാ തവകേൾക്ക നീ
ബന്ധമില്ലേതുമിതിന്നു മനോഹരേ!
നിന്നുടെ ഭർത്താവു ദേഹമോ ജീവനോ?
ധന്യേ! പാരമാർത്ഥമെന്നോടു ചൊല്ലു നീ'

(പുറം 233)

എന്നൊക്കെയാണ്, എഴുത്തച്ഛന്റെ രാമൻ താരയോടു ചോദിക്കുന്നത്. ഈ തത്ത്വോപദേശങ്ങൾ ശരിയാംവിധം ഉൾക്കൊണ്ട് സീതയുടെ കാര്യത്തിൽ രാമനും നടപ്പാക്കിയിരുന്നെങ്കിൽ രാമായണകാവ്യം തന്നെ ഉണ്ടാവാതെ പോവുമായിരുന്നു!

ലക്ഷ്മണന്റെ കോപമടക്കാൻ താരയെത്തന്നെയാണ് സുഗ്രീവൻ ഇവിടെയും നിയോഗിക്കുന്നത്. യുദ്ധകാണ്ഡാന്ത്യത്തിൽ അയോദ്ധ്യയിലേക്കുള്ള യാത്രയ്ക്കിടെ കിഷ്കിന്ധയുടെ പേരു പരാമർശിക്കുന്ന രാമനോട്, 'താരാദിയായുള്ള വാനരസുന്ദരി/മാരെയും കണ്ടങ്ങു പോയീടണം' (പുറം. 447) എന്നു മാത്രമേ സീത പറയുന്നുള്ളൂ താനും.

രാമനാൽ വിധവയാക്കപ്പെട്ട മറ്റൊരു കഥാപാത്രമാണ് രാവണപത്നിയായ മണ്ഡോദരി. മയന്റെ പുത്രിയായ മണ്ഡോദരിയെ രാവണൻ പത്നിയായി സ്വീകരിക്കുന്നത് ഒട്ടേറെ സ്ത്രീകളെ ഭാര്യമാരാക്കിയതിനുശേഷവും സ്ത്രീ-പുരുഷഭേദമെന്യേ അനേകം പേരുടെ ശാപങ്ങൾ ഏറ്റുവാങ്ങിയതിനുശേഷവുമാണ്. ഇതൊക്കെയും അറിഞ്ഞിരുന്ന അവൾ രാവണാന്ത്യംവരെ അയാൾക്കു നന്മമാത്രം ഉപദേശിച്ചിരുന്നു എന്നതും ശ്രദ്ധേയമാണ്. യുദ്ധം എന്നുമൊരു ഉത്സവമാക്കി മാറ്റുവാൻ വ്യഗ്രത കാട്ടിയിരുന്ന രാവണവീരന്റെ പത്നിയായ മണ്ഡോദരിയുടെ ഹൃദയവ്യഥകളെ രാമായണകർത്താക്കളാരും തന്നെ അർഹമാംവിധം പരിഗണിച്ചില്ല എന്നതാണ് വാസ്തവം. രാവണന് പത്തുതലകളുണ്ടെന്ന് (നൂറുതലകളും നൂറ്റെട്ടുതലകളും ആയിരംതലകളും വരെ രാവണനുണ്ടായിരുന്നുവെന്നു കല്പിച്ച കവികളെ ഇവിടെ വിസ്മരിക്കുന്നില്ല) കവികൾ സങ്കല്പിച്ചെങ്കിൽ അതയാളുടെ പത്തു വ്യക്തിത്വങ്ങളോ, ഭാവങ്ങളോ മാത്രമായിരുന്നു എന്നതാണു സത്യം. ചക്രവർത്തി, യോദ്ധാവ്, കലാകാരൻ, പണ്ഡിതൻ, ഭക്തൻ, അച്ഛൻ, ഭർത്താവ്, സഹോദരൻ, മകൻ, കാമുകൻ എന്നിവയാണ് അവയെന്ന് എൻ ജയകൃഷ്ണൻ നിരീക്ഷിക്കുന്നുണ്ട്.[52] രാവണന്റെ പത്തുതലകളെന്ന് കവികൾ വിവക്ഷിച്ചത് വിഭിന്നമായ പത്തു സ്വഭാവസവിശേഷതകളെയാണ്. അല്ലാതെ, ചില ബാലെ നർത്തകരും മറ്റും രംഗപ്പൊലിമയ്ക്കുവേണ്ടി കാട്ടിയിട്ടുള്ളതുപോലെ രാവണന്, യഥാർത്ഥത്തിൽ, പത്തുതലകളുണ്ടായിരുന്നില്ല! അതെന്തായാലും രാവണന്റെ ബഹിർമുഖവും ബഹുമുഖവുമായ വ്യക്തിത്വത്തെ മണ്ഡോദരിയെപ്പോലെ മറ്റാരും തന്നെ മനസ്സിലാക്കിയിരുന്നില്ല. അതുകൊണ്ടാണ്, വേണ്ടതായ സമയത്ത്, വേണ്ടതായ രീതിയിൽ അവൾ രാവണന് ഹിതോപദേശം നല്കിയത്. രാവണൻ അത് ഉൾക്കൊണ്ടിരുന്നില്ല എന്നത് മറ്റൊരു കാര്യമാണ്.

*വാല്മീകി രാമായണ*ത്തിലെ മണ്ഡോദരി, വധിക്കപ്പെട്ടുകിടക്കുന്ന രാവണന്റെ മുന്നിൽ വിലപിക്കുന്നതു ശ്രദ്ധിക്കുക.[53] അങ്ങ് വെറും മനുഷ്യനായ രാമനോട് പോരിലെങ്ങനെ പരാജയപ്പെട്ടുവെന്ന് അവൾ ചോദിക്കുന്നു. ആർക്കും എതിർക്കാനാവാത്ത രാവണനെ വനവാസിയായ രാമൻ എങ്ങനെ വധിച്ചുവെന്ന് അവൾ അത്ഭുതം കൂറുന്നു. രാമൻ അമാനുഷനാണെന്നും മഹാദ്യുതിമാനായ വിഷ്ണുവാണെന്നും മണ്ഡോദരി സംശയഗ്രസ്തയായി പറയുന്നു. രാഘവനോടുള്ള വിരോധം വെടിഞ്ഞ്, മൈഥിലിയെ ആക്രമിക്കുകയെന്ന അകൃത്യത്തിനു പരിഹാരമായി അവളെ രാഘവനുതന്നെ മടക്കി നല്കി ക്ഷമാപണം നടത്തണമെന്നു താൻ പറഞ്ഞിട്ടും അങ്ങതു കേട്ടില്ലല്ലോയെന്ന് രാവണന്റെ മൃതശരീരത്തിനു മുന്നിൽ അവൾ വിലപിക്കുന്നു.

ശുഭകൃച്ഛുഭമാപ്നോതി പാപകൃൽ പാപമശ്നുതേ
വിഭീഷണഃ സുഖം പ്രാപ്തസ്ത്വം പ്രാപ്തഃ പാപമീദൃശം.

(നന്മ ചെയ്തവൻ നന്മ നേടുന്നു. പാപം ചെയ്തവൻ പാപം അനുഭവിക്കും. വിഭീഷണൻ സുഖംതേടി. അങ്ങ് ഈ വിധം പാപഫലവും അനുഭവിക്കുന്നു) എന്നാണ്, *വാല്മീകി രാമായണ*ത്തിലെ മണ്ഡോദരി ആശ്വസിക്കുന്നത് (*യുദ്ധകാണ്ഡം*). അങ്ങനെ ആശ്വസിക്കുമ്പോഴും രാവണൻ ചെയ്തുകൂട്ടിയിട്ടുള്ള പാപകർമ്മങ്ങളെ അവൾ വിസ്മരിക്കുന്നില്ല താനും. മാത്രവുമല്ല, അവൾ നീതിയുടെയും ശരിയുടെയും പക്ഷത്തു നില്ക്കുകയും ചെയ്യുന്നു. യുദ്ധകാണ്ഡത്തിൽ, ഈ സന്ദർഭത്തിൽ, രാമനും പതിവിനു വിപരീതമായി ഉദാത്തമായ മറ്റൊരു നിലയിലേക്ക് ഉയരുന്നതായും സൂക്ഷ്മവായനയിൽ വ്യക്തമാകുന്നതാണ്.

മരണാന്താനി വൈരാണി നിർവൃത്തം നഃപ്രയോജനം
ക്രിയതാമസ്യ സംസ്കാരോ മ മാപ്യേഷ യഥാതവ.

(വൈരങ്ങളെല്ലാം മരണംവരെ മാത്രം. നമ്മുടെ കാര്യവും നേടിക്കഴിഞ്ഞു. ഇവന്റെ സംസ്കാരം നടത്തുക. ഇവൻ നിനക്കെങ്ങനെയോ അങ്ങനെതന്നെയാണെനിക്കും) എന്നാണ് രാമന്റെ ഉചിതമായ വാക്കുകൾ. ഇതു പറയുന്നതിന് രാമനെ പ്രേരിപ്പിച്ചത്, അഥവാ, ഈ ഔന്നത്യത്തിലേക്ക് രാമനെ എത്തിച്ചത് മണ്ഡോദരിയുടെ വാക്കുകളാണെന്നും കാണാം. അങ്ങനെയാണ്, ഒരുപക്ഷേ, ഒരു രാക്ഷസൻ അർഹിക്കാത്ത മരണാനന്തരക്രിയാരീതികൾ രാമനിർദ്ദേശത്താൽ രാവണന് ലഭിച്ചതും. രാവണൻ ശത്രുവായിരുന്നെങ്കിലും ആ ശത്രുവിന്റെ വലിപ്പത്തെക്കുറിച്ച് രാമനും ബോധവാനായിരുന്നു. ഇതേ മരണാനന്തരക്രിയകൾ തന്നെയാണ് ബാലിയുടെ കാര്യത്തിലും ഉണ്ടായത് എന്നതുകൂടി ഓർമ്മിക്കുക. ബാലിയും വീരനായിരുന്നു. പക്ഷേ, അയാൾ രാമന്റെ ശത്രുവായിരുന്നില്ല! ഇവിടെ രാവണൻ - വീരനായ രാവണൻ - രാമന്റെ ശത്രുവായിരുന്നു! ഇരുവരുടെയും വീരത്വത്തെ രാമൻ അംഗീകരിക്കുകയായിരുന്നു എന്നുകൂടി പറയാവുന്നതാണ്. ബാലിയുടെ കാര്യത്തിൽ ആ അംഗീകാരം, ഒരുപക്ഷേ, കുറ്റബോധം കൊണ്ടുകൂടിയായിരുന്നിരിക്കണം. രാവണന്റെ കാര്യ

ത്തിൽ അത്തരമൊരു കുറ്റബോധത്തിന് പ്രസക്തിയില്ല. എന്തെന്നാൽ, സീതാപഹരണം നടത്തിയ രാവണൻ രാമന്റെ ദൃഷ്ടിയിൽ വധാർഹൻ തന്നെയാണ്!

*കണ്ണശ്ശരാമായണ*ത്തിലും ഈ സന്ദർഭത്തിന് ഏറെ മാറ്റങ്ങളില്ല. മണ്ഡോദരിയുടെ വിലാപവും *വാല്മീകി രാമായണ*ത്തിലേതുപോലെ തന്നെയാണ്. മഹാവിഷ്ണു മനുഷ്യരൂപമെടുത്തതാണ് രാമൻ എന്ന് മണ്ഡോദരി പറയുന്നു.

'ആദിപിരാനജൻ, കരുണാകരൻ, പരൻ, മായവൻ, പാ-
ലാഴിയിൽ മേവുമാടരവിന്നു മീതമരിന്റെ ദേവെൻ,
നീതിയിൽ മാനുഷാകൃതി കൊണ്ടുവന്നവനേ, യിവൻതാൻ
നേരലർകാലനാകിയ രാമനെന്റിതു നിശ്ചയിച്ചേൻ;
മേദൂരരായ വാനരർ താമും വാനരരല്ല, പാർത്താൽ
വേഷമതായ ദേവകളേ മുതിർന്നവർ താമു; മല്ലാൽ,
വാധവരുത്തുവാൻ പണിയുണ്ടു മറ്റൊരുവർക്കുമുറ്റും
വാഹുവെലേന നിന്റമർചെയ്തു നിന്നൊടി വണ്ണമെല്ലാം.'

(സാരം: ജന്മമില്ലാത്ത ആദി പുരുഷൻ കരുണാകരൻ, പരൻ, മായ വൻ പാലാഴിയിൽ അനന്തനുമേൽ പള്ളികൊള്ളുന്ന മഹാവിഷ്ണു മനു ഷ്യരൂപമെടുത്തുവന്ന രാമനെന്നുറപ്പായില്ലേ? വേഷപ്രച്ഛന്നരായ ദേവക ളാണ് ഈ വാനരർ. അല്ലാതുള്ളവർക്കാർക്കും കൈക്കരുത്തുകൊണ്ടു നിന്നെ തോല്പ്പിക്കുവനാവില്ലല്ലോ.[54]) മരിച്ചു കഴിഞ്ഞാൽ പിന്നെ വൈര മെല്ലാം തീരുമെന്ന് *കണ്ണശ്ശരാമായണ*ത്തിലെ രാമനും പറയുന്നുണ്ട്.

*കൃത്തിവാസരാമായണ*ത്തിൽ ഈ സന്ദർഭം സംക്ഷിപ്തമായും കാര്യമാത്രപ്രസക്തമായും മാത്രമേ വർണ്ണിച്ചു കാണുന്നുള്ളൂ.[55] *രാമച രിതമാനസ*ത്തിലെ മണ്ഡോദരിയും രാവണന് ഏറെ സദുപദേശങ്ങൾ നല്കുന്നുണ്ട്. വാല്മീകിയെ ആണ് കൃത്തിവാസൻ പിന്തുടർന്നതെന്നും കരുതാവുന്നതാണ്. രാമനോട് വൈരം വളർത്തരുതെന്നും ജാനകിയെ രഘുനാഥന് തിരികെ നല്കി യുദ്ധം ഒഴിവാക്കണമെന്നും *രാമചരിതമാന സ*ത്തിലെ മണ്ഡോദരി രാവണനെ ഉപദേശിക്കുന്നു. യുദ്ധത്തിനു തിരി ക്കുന്ന രാവണനോട് രാമൻ വിഷ്ണുവിന്റെ അവതാരമാണെന്ന് മണ്ഡോ ദരി പറയുന്നുണ്ട്. രാവണവധാനന്തരം മണ്ഡോദരി നടത്തുന്ന വിലാപ വേളയിലും ഈ പരാമർശം ആവർത്തിക്കുന്നു.

'ദാനവ കാനനത്തിനു ദഹനനാം
ശ്രീനാഥനാണവൻ, സാക്ഷാൽഹരിതന്നെ
ഗൗരീശ പത്മജാദ്യർ സുരർകൂപ്പുന്ന
കാരുണ്യധാമത്തെ സേവിച്ചതില്ല നീ'[56] (പുറം. 652)

എന്നാണ് രാവണന്റെ മൃതദേഹത്തിനു മുന്നിൽ മണ്ഡോദരി വില പിക്കുന്നത്. എഴുത്തച്ഛന്റെ കിളിപ്പാട്ടിൽ രാവണന്റെ ഹോമവിഘ്നത്തി നായി പോകുന്ന വാനരസേനാംഗങ്ങൾ മണ്ഡോദരിയെ ശാരീരിക മായിത്തന്നെ പീഡിപ്പിക്കുന്നതായി വർണ്ണിക്കുന്നു.

'ദന്തങ്ങൾകൊണ്ടും നഖങ്ങൾ കൊണ്ടും ദശ-
കന്ധരവിഗ്രഹം കീറിനാനേറ്റവും
ധ്യാനത്തിനേതുമിളക്കമുണ്ടായീല
മാനസേ രാവണനനും ജയകാംക്ഷയാ.
മണ്ഡോദരിയെപ്പിടിച്ചുവലിച്ചുത-
ൻ മണ്ഡനമെല്ലാം നുറുക്കിയിട്ടീടിനാൻ
വിത്രസ്തനീവിയായ് കഞ്ചുകഹീനയായ്
വിത്രസ്തയായ് വിലാപം തുടങ്ങിനാൾ'[57]

രാവണന്റെ ഹോമം തടസ്സപ്പെടുത്തുന്നതിനാണെങ്കിൽപോലും രാവണ പത്നിയോട് ഇത്രയും ഹീനമായി വാനരർ പെരുമാറിയെന്ന് സങ്കല്പിച്ചത് എഴുത്തച്ഛൻ ആണെന്നു വരുമ്പോൾ ആ കവിക്കുതന്നെ ഇവിടെയെന്തോ തകരാറു സംഭവിച്ചതായി നമുക്കു തോന്നും! ഇനിയൊരുപക്ഷേ, രാമഭക്തിയുടെ തീവ്രത പ്രകടിപ്പിക്കുന്നതിനായി വാനരൻമാരെക്കൊണ്ട് ഇത്തരം ഹീനകൃത്യങ്ങൾ കവി ചെയ്യിപ്പിച്ചതാണെന്നു വരുമോ? എന്തായാലും, ഇവിടെയും, മണ്ഡോദരി ഏറെപ്പഴിക്കുന്നുണ്ട് രാവണനെ. അവളുടെ വിലാപത്തിൽ പൊറുതിമുട്ടിയാണ് രാവണൻ അംഗദനുമായി ഏറ്റുമുട്ടുവാൻ തുനിയുന്നത്. പ്രസ്തുതവേളയിൽ, രാമൻ അവതാരമാണെന്ന സൂചന അവൾ രാവണനു നല്കുന്നു. മാത്രമല്ല, നാരായണന്റെ മുൻ അവതാരങ്ങൾ ഒന്നൊന്നായി മണ്ഡോദരി പറയുന്നുമുണ്ട്.[58] രാവണവധാനന്തരം രാവണന്റെ മൃതദേഹത്തിനരികിലെത്തിയ മണ്ഡോദരി മുമ്പ് നല്കിയ ഉപദേശങ്ങൾ ഓർമ്മിക്കുന്നുമുണ്ട്.[59]

താര, മണ്ഡോദരി എന്നീ സ്ത്രീകഥാപാത്രങ്ങൾക്കുള്ള ചില സാദൃശ്യങ്ങൾ ഇവിടെ സൂചിപ്പിക്കേണ്ടതുണ്ട്. താരയുടെ ഭർത്താവ് ബാലി, രാമന്റെ ഒളിയമ്പിനാലും മണ്ഡോദരിയുടെ ഭർത്താവ് രാവണൻ രാമനുമായുള്ള നേർയുദ്ധത്തിലുമാണ് വധിക്കപ്പെടുന്നത്. ഒളിയമ്പിനാൽ ബാലിയെ വധിച്ച് സുഗ്രീവനുമായി സഖ്യം ചെയ്തിരുന്നില്ലെങ്കിൽ രാമന് രാവണനിഗ്രഹത്തിന് കഴിയുമായിരുന്നുവോ എന്നതു സംശയകരമാണ്. രാമൻ അവതാരമാണെങ്കിലും അല്ലെങ്കിലും സുഗ്രീവനുമായുള്ള സഖ്യം രാമന് അനിവാര്യമായിരുന്നു. ആ സഖ്യത്തിലേക്കുള്ള വഴിയായിരുന്നു, അതുമാത്രമായിരുന്നു, ബാലിവധം. സീതയെ വീണ്ടെടുക്കുക എന്ന ലക്ഷ്യത്തിലെത്താൻ രാമന് രാവണവധവും അനിവാര്യമായിരുന്നു. ചുരുക്കത്തിൽ രാവണവധത്തിലേക്കുള്ള മാർഗ്ഗം മാത്രമായിരുന്നു രാമന് ബാലിവധവും സുഗ്രീവസഖ്യവും. ലക്ഷ്യം മാർഗ്ഗത്തെ സാധൂകരിക്കുന്നുവെന്നാണല്ലോ പുതുമൊഴി! അതുപ്രകാരം പോലും ബാലിവധം സാധൂകരിക്കപ്പെടുമോ എന്നത് സംശയകരമാണ്. രാമനെന്ന അതുല്യപ്രഭാവനായ പോരാളിക്ക് ബാലിയെ നേർയുദ്ധത്തിൽ (അതിനുള്ള കാരണം ഇല്ലായിരുന്നെങ്കിൽപ്പോലും!) വധിക്കുക എന്നത് ദുഷ്കരമല്ല. അങ്ങനെയിരിക്കെ, പില്ക്കാല മനുഷ്യരാൽ എങ്ങനെ വ്യാഖ്യാനിക്കപ്പെടുമെന്നു ചിന്തിക്കാതെ ഒളിയമ്പുപ്രയോഗമെന്ന അധർമ്മം രാമൻ നിർവ്വ

ഹിച്ചതിന്റെ പൊരുൾ എങ്ങനെയൊക്കെ വ്യാഖ്യാനിച്ചാലും ന്യായീകരിക്കാവതല്ല. ബാലിവധത്തിനുശേഷം എഴുത്തച്ഛന്റെ രാമൻ താരയോടു നടത്തുന്ന ഉപദേശമാകട്ടെ അങ്ങേയറ്റം അനുചിതവും അസ്ഥാനത്തുള്ളതുമാകുന്നു. രാജാവോ രാജപ്രതിനിധിയോ ആയാണ് രാമൻ സ്വയം കല്പിക്കുന്നത്. അങ്ങനെയുള്ള വ്യക്തിയുടെ പ്രജകളിൽ ഒരാൾ മാത്രമാണ് ബാലി. (വാനരനാണെങ്കിൽ പോലും) സഹോദരന്മാരായ പ്രജകൾ തമ്മിൽ തെറ്റിദ്ധാരണ മൂലം ഉടലെടുക്കുന്ന വൈരം പറഞ്ഞുതീർക്കുന്നതാണ് യഥാർത്ഥ രാജധർമ്മം. അതിനുപകരം, അതിനുള്ള ചെറിയ ശ്രമം പോലും നടത്താതെ, സുഗ്രീവന്റെ പക്ഷം മാത്രം കേട്ട് സുഗ്രീവ സഹോദരനായ ബാലിയെ ഒളിയമ്പെയ്തു കൊന്നത് ഏതു ധർമ്മശാസ്ത്രപ്രകാശമാണെന്ന് ഒരു രാമായണകർത്താക്കളും പറയുന്നുമില്ല!

അതേസമയം, രാവണവധത്തിന്റെ കാര്യത്തിൽ ഇങ്ങനെയൊരു ആക്ഷേപം രാമന്റെ മേൽ ഉന്നയിക്കുവാനാവില്ല. രാവണൻ വധാർഹനാണെന്ന് *രാമായണ*ത്തിലൂടെ ഒരാവർത്തിയെങ്കിലും കടന്നുപോകുന്ന ആരും സമ്മതിക്കുന്നതാണ്. അങ്ങനെ വധാർഹനായ രാവണനെപ്പോലും ഉപദേശിച്ച് യുദ്ധത്തിൽ നിന്നും പിന്തിരിപ്പിക്കുവാൻ മണ്ഡോദരി ആവുന്നത്ര ശ്രമിച്ചു എന്നിടത്താണ് അവളുടെ മാനസിക നിലയുടെ ഔന്നത്യം വ്യക്തമാകുന്നത്. ഇതാകട്ടെ, തന്റെയും രാവണന്റെയും രാവണകുലത്തിന്റെയും ലങ്കയുടെയും രക്ഷയ്ക്കുവേണ്ടിയാണ് എന്നു വന്നാൽപോലും അവളുടെ മാനസികൗന്നത്യത്തിന്റെ മഹിമ തെല്ലും കുറയ്ക്കുന്നുമില്ല. രാവണൻ ചെയ്തിരുന്ന അതിക്രമങ്ങളിൽ പലതും അവൾ അറിഞ്ഞിരുന്നില്ല എന്നതാണു സത്യം. അറിയുന്ന അതിക്രമങ്ങളെ അവൾ യഥാസമയം അപലപിക്കുന്നുമുണ്ട്. എന്നിട്ടും ഭർത്താവിന്റെ ദുഷ്കൃത്യങ്ങളാൽ മണ്ഡോദരി വിധവയാക്കപ്പെട്ടു!

താരയും മണ്ഡോദരിയും അവരുടെ ഭർത്താക്കന്മാരെ സാഹസകൃത്യങ്ങളിൽനിന്നും പിന്തിരിപ്പിക്കുവാൻ ശ്രമിച്ചിരുന്നു. ബാലിക്ക് രാമനുമായി പൂർവ്വവൈരാഗ്യങ്ങളൊന്നുമില്ല. രാമനിൽനിന്നും ഒളിഞ്ഞോ, തെളിഞ്ഞോ ഒരാക്രമണം ബാലി പ്രതീക്ഷിക്കുന്നുമില്ല. അതുകൊണ്ടാണ്, രാമന്റെ പേരു പറഞ്ഞ് താര നല്കിയ ഉപദേശം ബാലി അവഗണിച്ചത്. രാവണന്റെ കാര്യം അതല്ല. എല്ലാം പൂർവ്വനിശ്ചിതമെന്നു പറയാവുന്ന വിധം അയാളുടെതന്നെ ദുഷ്കൃത്യങ്ങളുടെ ഫലമായി രൂപമെടുത്ത ദുരന്തമുഖത്താണ് രാവണൻ എത്തിപ്പെടുന്നത്. അവിടെനിന്നും ഒരു പിൻമടക്കം അയാൾക്കു സാദ്ധ്യമല്ല. അത്തരം അവസ്ഥയിൽ പ്രിയ രാജ്ഞി മണ്ഡോദരിയുടെ ഉപദേശം അനുസരിക്കുന്നതിന് അയാൾക്കു കഴിയില്ല. അങ്ങനെ സ്വാഭാവികമായ ഒരു പര്യവസാനം മാത്രമാണ് രാവണവധം എന്നു പറയാം. എന്തായാലും *രാമായണകാവ്യ*ങ്ങളിൽ താരയ്ക്കും മണ്ഡോദരിക്കും ഏറെയൊന്നും ഇടം ലഭിച്ചിരുന്നില്ലെങ്കിലും ആസ്വാദകമനസ്സുകളിൽ അവർ ഏറെ ഇടം അപഹരിക്കുന്നു എന്നതാണ് യാഥാർത്ഥ്യം. കഥാപാത്രസൃഷ്ടിയിലുള്ള ആദികവിയുടെ സാമർത്ഥ്യം

കൂടിയാണോ ഇതിനു കാരണമായതെന്ന് സാഹിത്യമീമാംസകർ കണ്ടെത്തട്ടെ.

ജി. രാമായണത്തിനുള്ള സൃഷ്ടികൾ

കാവ്യശാസ്ത്രത്തിന്റെ ഏത് അളവുകോൽ വച്ചാണെങ്കിലും സാമൂഹിക ശാസ്ത്രപ്രകാരമാണെങ്കിലും വിലയിരുത്തുമ്പോൾ വാല്മീകിയുടെ സ്ത്രീ കഥാപാത്രങ്ങൾ രാമന്റെ അയനങ്ങളെ സുഗമമാക്കുന്നതിനുവേണ്ടി സൃഷ്ടിക്കപ്പെട്ടവരാണെന്നു കാണാവുന്നതാണ്. *രാമായണ*കൃതിയിലെ നായികയെന്നു വിശേഷിപ്പിക്കാവുന്ന സീതപോലും ഇതിനപവാദമല്ല. അപ്പോൾപ്പിന്നെ, മേൽ പരാമർശിച്ചതും പരാമർശിക്കാതെ പോയതുമായ മറ്റു സ്ത്രീകഥാപാത്രങ്ങളുടെ കാര്യം പ്രത്യേകം പറയേണ്ടതില്ലല്ലോ! വാല്മീകി, രാമന്റെ അയനം സുഗമമാക്കി. പില്ക്കാല രാമായണകർത്താക്കളിൽ ഏറിയ കൂട്ടരും അതേ പാത പിന്തുടരുകയോ ആ നിലപാടിനെ ഊട്ടിയുറപ്പിക്കുകയോ ചെയ്തു.

ബ്രാഹ്മണ-പൗരോഹിത്യ ശക്തികളുടെ ശാസനകൾക്കു വിധേയമായി അതിനനുസരിച്ചു ചാഞ്ചാടിക്കളിച്ച ദുർബ്ബലനായ ഒരു രാജാവായിരുന്നു രാമനെന്ന് *രാമായണ*ത്തിലെ സ്ത്രീകഥാപാത്രപഠനത്തിലൂടെ വ്യക്തമാകുന്നതാണ്. ബ്രാഹ്മണഹിതാർത്ഥം സീതയേയും ലക്ഷ്മണനെയും മാത്രമല്ല, രാജ്യത്തെപ്പോലും ഉപേക്ഷിക്കുന്നതിന് തനിക്കു മടിയില്ലെന്ന് (പ്രജകൾ രാമനൊരു പ്രശ്നമേയാകുന്നില്ല!) രാമൻ തന്നെ ഒന്നിലധികംതവണ പറയുന്നുണ്ട്.[60]

അപ്യഹം ജീവിതം ജഹ്യാം ത്വാം വാ സീതേ സലക്ഷ്മണാം
നതുപ്രതിജ്ഞാം സംശ്രുത്യ ബ്രാഹ്മണേഭ്യോ വിശേഷതഃ

(ഞാനെന്റെ ജീവനെയോ, നിന്നെയോ, ലക്ഷ്മണനെയോ വെടിഞ്ഞേക്കാം. സീതേ, സത്യം ചെയ്തിട്ട് അതു തെറ്റിക്കില്ല. പ്രത്യേകിച്ച് ബ്രാഹ്മണരോട്) എന്നാണ്, *വാല്മീകി രാമായണം* ആരണ്യകാണ്ഡത്തിൽ രാമൻ സീതയോട് പറയുന്നത്. 'സത്യം ചെയ്തിട്ട് അതു തെറ്റിക്കില്ല. പ്രത്യേകിച്ച് ബ്രാഹ്മണരോട്' എന്നതിലെ ബ്രാഹ്മണരോടുള്ള സത്യം എന്നതിനാണ് രാമൻ ഊന്നൽ നല്കുന്നതെന്നു കാണണം. ഇതേ ആശയം മറ്റുപലയിടത്തും രാമൻ പ്രകടിപ്പിക്കുന്നുമുണ്ട് എന്നതും വിസ്മരിക്കരുത്.

അങ്ങനെ, ബ്രാഹ്മണഹിതാർത്ഥം ചരിച്ച രാമൻ സ്ത്രീകളുടെ മനസ്സു കണ്ടില്ല. ഇത് രാമനെതിരെ മാത്രം ഉന്നയിക്കാവുന്ന ഒരു പരാതിയല്ല. *രാമായണ* കാവ്യത്തിലെ മുഴുവൻ പുരുഷകഥാപാത്രങ്ങളും അങ്ങനെയാണെന്നതാണ് യാഥാർത്ഥ്യം. അക്കാര്യത്തിൽ എല്ലാ പുരുഷന്മാരും രാമമാർഗ്ഗത്തിൽതന്നെയാണ്! ചാതുർവർണ്ണ്യാശ്രമധർമ്മ പരിപാലനത്തിനായി മാത്രം ജനിച്ച മുനിവര്യന്മാർ *രാമായണ*കാവ്യത്തിൽ ഏറെയുണ്ട്. അവരുടെയൊക്കെ ഇംഗിതപ്രകാരം മാത്രം ചരിക്കുവാനും ചലിക്കുവാനും മാത്രം തല്പരനായ ദശരഥരാമന്റെ കഥപറയുന്ന *രാമായണ* കാവ്യ

ത്തിലെ സ്ത്രീ കഥാപാത്രങ്ങൾ വ്യക്തിത്വമാർജ്ജിക്കുമെന്നോ, സ്ത്രീത്വം നിലനിർത്തുമെന്നോ കരുതുന്ന നമ്മളല്ലേ യഥാർത്ഥ വിഡ്ഢികൾ? *രാമായണ* (രാമന്റെ അയനത്തിന്)ത്തിനുവേണ്ടി മാത്രം സൃഷ്ടിക്കപ്പെട്ട എത്രയെത്ര സ്ത്രീകൾ, അല്ലേ?

സഹായകഗ്രന്ഥങ്ങൾ/കുറിപ്പുകൾ

1. *രാമായണായനം,* അധ്വ. കെ അനിൽകുമാർ, പ്രസാ. ചിന്ത പബ്ലിഷേഴ്സ്, പുറം. 10
2. *രാമകഥ: ഉദ്ഭവവും വളർച്ചയും.* ഫാ. കാമിൽ ബുൽക്കെ. വിവ. അഭയദേവ്. കേരള സാഹിത്യ അക്കാദമി പ്രസിദ്ധീകരണം. 1999 മാർച്ച് പുറം. 352, 353.
3. അതേ പുസ്തകം
4. *വാല്മീകി രാമായണം*
5. അതേ പുസ്തകം
6. അതേ പുസ്തകം
7. *ആശാന്റെ പദ്യകൃതികൾ.* എൻ കുമാരനാശാൻ. പ്രസാ. ഡി സി ബുക്സ്. കോട്ടയം 2010 സെപ്തംബർ. *ചിന്താവിഷ്ടയായ സീത.* ശ്ലോകം. 118.
8. *വാല്മീകിരാമായണം.*
9. *ആശാന്റെ പദ്യകൃതികൾ. ചിന്താവിഷ്ടയായ സീത.* ശ്ലോകം 12, 91.
10. *കണ്ണശ്ശരാമായണം:* നിരണത്തു രാമപ്പണിക്കർ. പഠനവും വ്യാഖ്യാനവും. ഡോ. പുതുശ്ശേരി രാമചന്ദ്രൻ. പ്രസാ. കേരള ഭാഷാ ഇൻസ്റ്റിറ്റ്യൂട്ട്, 2013. മെയ്. അയോദ്ധ്യാകാണ്ഡം. പുറം. 194.
11. *രാമചരിതമാനസം:* തുളസീദാസൻ. മലയാള പദ്യപരിഭാഷ: വി കെ ഹരിഹരനുണ്ണിത്താൻ. പ്രസാ. കേരള സാഹിത്യ അക്കാദമി തൃശ്ശൂർ. 2014 ജൂലൈ, ആരണ്യകാണ്ഡം. പുറം. 479
12. *അദ്ധ്യാത്മരാമായണം.* തുഞ്ചത്ത് എഴുത്തച്ഛൻ: പ്രസാ. മനോരമ പബ്ലിക്കേഷൻ, ഡിവിഷൻ 5-ാം പതിപ്പ്, 2010 ജൂൺ, പുറം.111
13. കുമാരനാശാന്റെ *ചിന്താവിഷ്ടയായ സീത* കാണുക.
14. അതേപുസ്തകം.
15. *കണ്ണശ്ശരാമായണം:* നിരണത്തുരാമപ്പണിക്കർ.
16. *കൃത്തിവാസരാമായണം:* പരിഭാഷ എം കെ നാരായണൻ പോറ്റി. പ്രസാ. കേരളഭാഷാ ഇൻസ്റ്റിറ്റ്യൂട്ട്, 2011. ആഗസ്ത് പുറം. 65.
17. *രാമചരിതമാനസം:* മലയാളപദ്യ പരിഭാഷ: വി കെ ഹരിഹരനുണ്ണിത്താൻ.
18. *അദ്ധ്യാത്മരാമായണം:* തുഞ്ചത്ത് എഴുത്തച്ഛൻ
19. അതേപുസ്തകം. പുറം. 36. 111
20. *രാഘവീയം:* എൻ ജയകൃഷ്ണൻ. പ്രസാ. കേരള ഭാഷാ ഇൻസ്റ്റിറ്റ്യൂട്ട്. 2012. പുറം. 67
21. *വാല്മീകി രാമായണം.* ബാലകാണ്ഡം

22. അതേ പുസ്തകം
23. *കണ്ണശ്ശരാമായണം.* പുറം. 36 മുതൽ 40 വരെ
24. *കൃത്തിവാസരാമായണം.* പുറം 83 മുതൽ 85 വരെ.
25. *അദ്ധ്യാത്മരാമായണം.* ബാലകാണ്ഡം. പുറം. 46, 47.
26. *വാല്മീകി രാമായണം* - ആരണ്യകാണ്ഡം.
27. അതേ പുസ്തകം.
28. *കണ്ണശ്ശരാമായണം.*
29. *കൃത്തിവാസരാമായണം*
30. *രാമചരിതമാനസം.*
31. *അദ്ധ്യാത്മരാമായണം.*
32. *വാല്മീകി രാമായണം.* വാല്യം 1. 'രാമകഥ: ഒരു പഠനം' ആചാര്യ നരേന്ദ്ര ഭൂഷൺ. പുറം. 39
33. *കൃത്തിവാസരാമായണം.* ആദികാണ്ഡം. പുറം. 85, 86.
34. *അദ്ധ്യാത്മ രാമായണം.*
35. *രാമകഥ: ഉത്ഭവവും വളർച്ചയും.* ഫാ. കാമിൽ ബുൽക്കെ.
36. *ആശാന്റെ പദ്യകൃതികൾ. ചണ്ഡാലഭിക്ഷുകി*
37. *വാല്മീകി രാമായണം.*
38. അതേ പുസ്തകം.
39. *തുളസീദാസ രാമായണം.*
40. *അദ്ധ്യാത്മരാമായണം.*
41. അതേ പുസ്തകം.
42. *വാല്മീകി രാമായണം.*
43. അതേ പുസ്തകം.
44. അതേ പുസ്തകം.
45. അതേ പുസ്തകം.
46. അതേ പുസ്തകം.
47. *രാമകഥ: ഉദ്ഭവവും വളർച്ചയും* ഫാ. കാമിൽ ബുൽക്കെ
48. *കൃത്തിവാസരാമായണം;* പുറം. 222, 223
49. *രാമചരിതമാനസം.*
50. *കണ്ണശ്ശരാമായണം. കിഷ്കിന്ധാകാണ്ഡം.* പുറം. 405
51. *അദ്ധ്യാത്മരാമായണം:* തുഞ്ചത്ത് എഴുത്തച്ഛൻ
52. *രാഘവീയം:* എൻ ജയകൃഷ്ണൻ. പുറം. 101
53. *വാല്മീകിരാമായണം* - യുദ്ധകാണ്ഡം.
54. *കണ്ണശ്ശരാമായണം* - യുദ്ധകാണ്ഡം. പുറം. 854
55. *കൃത്തിവാസരാമായണം.*
56. *രാമചരിതമാനസം.* പുറം. 652
57. *അദ്ധ്യാത്മരാമായണം:* തുഞ്ചത്ത് എഴുത്തച്ഛൻ. പുറം. 409.
58. അതേ പുസ്തകം. പുറം. 411.
59. അതേ പുസ്തകം പുറം. 426.
60. *വാല്മീകി രാമായണം.*

വാല്മീകിയുടെ രാമൻ ഏതു ദർശനപക്ഷത്ത്?

മുന്നൂറോ അതിലധികമോ രാമായണകൃതികൾ കണ്ടെത്തിയിട്ടുണ്ടെന്ന് മുമ്പ് സൂചിപ്പിക്കുകയുണ്ടായി. അതിലുമെത്രയോ അധികം രാമകഥാഖ്യാനങ്ങൾ വേറെയുമുണ്ട്. ഇവയിലൊക്കെയുള്ള ആഖ്യാനങ്ങളും കഥാസങ്കല്പനങ്ങളും വ്യത്യസ്തങ്ങളും വിഭിന്നങ്ങളുമാണെന്നു മാത്രമല്ല, അവ പരസ്പര വൈരുദ്ധ്യങ്ങളും പുലർത്തുന്നവയുമാണ്. ഓരോരോ കാലഘട്ടങ്ങളിലും ഏതേതെല്ലാം നിലകളിൽ രാമകഥ ദുർവ്യാഖ്യാനം ചെയ്യപ്പെട്ടിട്ടുണ്ടെന്നു കണ്ട് നമ്മൾ അത്ഭുതസ്തബ്ധരായിപ്പോകുന്നതാണ്. ഈ ദുരവസ്ഥ മറ്റെന്നത്തെക്കാളധികം ശക്തമായി ആധുനിക ഇന്ത്യയിൽ നിലനില്ക്കുന്നു എന്നതാണ് യാഥാർത്ഥ്യം. രാമായണകഥകളും രാമൻമാരും അതിപ്രഹരശേഷിയുള്ള രാഷ്ട്രീയായുധങ്ങളായി ചിലരുടെ ചിന്തകളിലും പ്രവർത്തനങ്ങളിലും പരിണമിച്ചിരിക്കുന്നു എന്നതാണ് ഇക്കാലം നേരിടുന്ന ഏറ്റവും വലിയ വെല്ലുവിളി. മാരകമായ പ്രഹരശേഷി വർദ്ധിപ്പിക്കുന്നതിനായി ചിലർ മതതീവ്രവാദത്തെയും കൂട്ടുപിടിക്കുന്നു.

'റിലിജ്യൺ' എന്ന ഇംഗ്ലീഷ് വാക്കിനു പകരമായാണ് മതം എന്ന വാക്ക് നമ്മൾ ഉപയോഗിച്ചുവരുന്നത്. റിലിജ്യൺ എന്ന അർത്ഥത്തിൽ ഹിന്ദുവിനെ വിവക്ഷിക്കുവാനാവില്ല. റിലിജ്യൺ എന്നതു കൊണ്ടു വിവക്ഷിക്കുന്ന ഏകീകൃതമായ ജീവിതക്രമം, വിഭിന്നതകളില്ലാത്ത ചിന്താപദ്ധതികൾ, ദൈനംദിന ജീവിതത്തിൽ പുലർത്തേണ്ടതായ കർമ്മാനുഷ്ഠാനങ്ങളുടെ ഏകീകൃതസ്വഭാവം, ഒരേ മതത്തിൽപെട്ടവർ പരസ്പരം പുലർത്തേണ്ടതായ സാഹോദര്യഭാവം തുടങ്ങിയവയൊന്നും തന്നെ 'ഹിന്ദുമത'വിശ്വാസികൾക്കിടയിൽ കാണുവാൻ കഴിയില്ല, മാത്രവുമല്ല, മറ്റു സെമിറ്റിക് മതവിഭാഗങ്ങൾക്കുള്ളതുപോലെ കൃത്യവും വ്യക്തവു

മായ ഒരു മതഗ്രന്ഥം ഹിന്ദുമതത്തിനില്ല. ഒരു മതത്തിലെ ആചാരങ്ങൾ, വിശ്വാസങ്ങൾ, ജീവിതക്രമങ്ങൾ, വ്യക്തിബന്ധങ്ങൾ, സാമൂഹികജീവിതക്രമം തുടങ്ങിയവ വിവരിക്കുന്നതും അനുശാസിക്കുന്നതുമായ ഗ്രന്ഥങ്ങളാണ് മതഗ്രന്ഥങ്ങൾ, അഥവാ, അതങ്ങനെ ആയിരിക്കേണ്ടതുണ്ട്. അങ്ങനെയൊരു മതഗ്രന്ഥം 'ഹിന്ദു'-വിന് ഉയർത്തിക്കാട്ടുവാനില്ല എന്നതാണ് യാഥാർത്ഥ്യം. വേദങ്ങൾ, ബ്രാഹ്മണങ്ങൾ, ആരണ്യകങ്ങൾ, ഉപനിഷത്തുകൾ, ഇതിഹാസങ്ങൾ, പുരാണങ്ങൾ തുടങ്ങിയ ഗ്രന്ഥങ്ങളൊന്നും തന്നെ ആ നിലയിലേക്ക് പരിണമിക്കുന്നില്ല. വ്യത്യസ്തകാലങ്ങളിലെ വ്യത്യസ്ത മനുഷ്യരുടെ മാനസിക വ്യാപാരങ്ങളെയും ജീവിതതത്ത്വചിന്താപദ്ധതികളെയും ചർച്ചചെയ്യുന്ന ഗ്രന്ഥങ്ങൾ മാത്രമാണവ. അവയിൽ പലതിനെയും ആദ്ധ്യാത്മികഗ്രന്ഥങ്ങൾ എന്ന നിലയിൽ മാത്രം കാണുവാനും വയ്യ. അതുകൊണ്ടുതന്നെ, ഈ പൗരാണികഗ്രന്ഥങ്ങളെ ആദ്ധ്യാത്മികമെന്നോ, ഭൗതികമെന്നോ മാത്രം വിശേഷിപ്പിക്കുകയും വയ്യ. അങ്ങനെ വരുമ്പോൾ നമ്മുടെ പൂർവ്വസൂരികളുടെ ചിന്താപദ്ധതികളിലെ ബഹുസ്വരതയിലേക്കാണ് അതു വഴിതുറക്കുന്നത്. അതുകാണാതെ, പ്രാചീനേന്ത്യയിൽ രൂപപ്പെട്ടിട്ടുള്ള തത്ത്വചിന്താപദ്ധതികളെല്ലാം തന്നെ ഏകമുഖമായിരുന്നുവെന്ന മട്ടിലുള്ള നവഹിന്ദുത്വവാദികളുടെ ചിന്താപദ്ധതികൾ ചരിത്രത്തോടു നീതിപുലർത്തുന്നതല്ല. അതുകൊണ്ടുതന്നെ, ആദികാവ്യമെന്നു വിശേഷിപ്പിക്കപ്പെടുന്ന/കരുതപ്പെടുന്ന രാമായണത്തെയും ആധാരമാക്കി ഏകമുഖമായ പഠനം സാദ്ധ്യമല്ല. ഒറ്റക്കല്ലിൽ നിർമ്മിക്കപ്പെട്ട ബൃഹദാകാരം പൂണ്ട ഒരു ശില്പത്തിന്റെ ഘടനാരൂപമല്ല രാമായണമെന്ന ഇതിഹാസകാവ്യത്തിനുള്ളത്. ഒരു ചെറിയ വിത്തിൽ നിന്നും പൊടിച്ചുയർന്ന്, കാലക്രമേണ മുകളിലേക്കും വശങ്ങളിലേക്കും പടർന്നു വളർന്ന് പന്തലിച്ചു നില്ക്കുന്ന ഒരു വലിയ ആൽവൃക്ഷത്തിന്റെ രൂപഭാവങ്ങളാണ് ആ കൃതിക്കുള്ളത്. അതിപ്പോഴും വളർന്നുകൊണ്ടുമിരിക്കുന്നു! അങ്ങനെ, വളർന്നു പന്തലിച്ചുകൊണ്ടിരിക്കുന്ന രാമായണകാവ്യത്തിന്റെ സാമൂഹികമായ പ്രസക്തിയെക്കുറിച്ച് ബോദ്ധ്യപ്പെടുന്നതിന് കുറച്ചുകൂടി പഴയകാലത്തേക്ക് മടങ്ങേണ്ടതുണ്ട്. എങ്കിൽമാത്രമേ രാമായണകാവ്യത്തിന്റെ ദുർവ്യാഖ്യാനപരിസരത്തേക്ക് നമുക്ക് എത്തിച്ചേരുവാനാകൂ. ആധുനിക ഇന്ത്യയിൽ പ്രാചീനസാഹിത്യകൃതികൾക്ക് എങ്ങനെ മതത്തിന്റെ മേലങ്കി ലഭിച്ചുവെന്നും അവ എങ്ങനെ പുനഃപ്രതിഷ്ഠിക്കപ്പെടുന്നുവെന്നും ആദികാവ്യമെന്നു കരുതപ്പെടുന്ന രാമായണം എങ്ങനെ ഒരു മതബിംബമായി മാറുന്നുവെന്നും ബോദ്ധ്യമാകുന്നതിന് അത്തരം പഠനം സാമാന്യമായെങ്കിലും നടത്തേണ്ടതുണ്ട്.

എ. വേദകാലവും ഉള്ളടക്കവും

1922–23 കാലത്ത് സിന്ധുനദീതടപ്രദേശങ്ങളിലും മോഹൻജദാരോ, ഹാരപ്പ, ലോതൽ തുടങ്ങിയ സ്ഥലങ്ങളിലും നടത്തിയ പുരാവസ്തുഖനനങ്ങളും പഠനങ്ങളും ആര്യസംസ്കാരമാണ് ഇന്ത്യയിലെ ആദ്യത്തെ

സംസ്കാരമെന്നും ആര്യാഗമനത്തിന്/ആര്യാധിനിവേശത്തിനു മുമ്പ് ഇന്ത്യ സമ്പൂർണ്ണമായ അന്ധകാരത്തിലായിരുന്നുവെന്നുമുള്ള വാദമുഖങ്ങളെ അപ്രസക്തമാക്കി. പ്രസ്തുത ഗവേഷണ പഠനങ്ങൾ പുറത്തുവരുന്നതിനു മുമ്പ് ആര്യസംസ്കാരം അഥവാ വൈദികസംസ്കാരമാണ് ഇന്ത്യയിലെ ഏറ്റവും പ്രാചീനമായ സംസ്കാരമെന്ന് ഇന്ത്യക്കാരും വിദേശികളുമായ ചരിത്രകാരന്മാർ കരുതിപ്പോന്നിരുന്നു. ആര്യന്മാരുടെ വരവോടുകൂടിയാണ് ഇന്ത്യയിൽ സംസ്കാരം രൂപപ്പെട്ടത് എന്നുവരെ അവർ പറഞ്ഞുവച്ചു. എന്നാൽ, ആര്യൻമാരുടെ വരവിനു മുമ്പു തന്നെ ലോകത്തിലെ തന്നെ മറ്റേതൊരു പ്രദേശത്തെയും സംസ്കാരത്തോടു കിടപിടിക്കുന്ന സംസ്കാരം ഇവിടെ നിലനിന്നിരുന്നുവെന്നും അത് ബി.സി.3500 -നോടടുത്ത് സമ്പുഷ്ടമാവുകയും ബി.സി.1500-നോടടുത്ത് ക്ഷയിക്കുകയും ചെയ്തു എന്നുമാണ് ഇന്നു പരക്കെ കരുതപ്പെടുന്നത്.

സർ ജോൺഹ്യൂബർട്ട്മാർഷൽ ആയിരുന്നു 1922-23 കാലത്ത് മുൻപറഞ്ഞ ഉത്ഖനന പഠനഗവേഷണങ്ങൾക്ക് നേതൃത്വം നല്കിയത്. ഇപ്പോഴും മറ്റനവധി ഗവേഷകരുടെ നേതൃത്വത്തിൽ അതു തുടരുകയും ചെയ്യുന്നു. അനാര്യനാഗരികത എന്നു വിശേഷിപ്പിക്കാവുന്ന സൈന്ധവ നാഗരികതയുടെ സ്രഷ്ടാക്കൾ തദ്ദേശീയരായിരുന്ന ജനതയായിരുന്നുവെന്നാണ് ഭൂരിപക്ഷം ചരിത്രപണ്ഡിതന്മാരും അഭിപ്രായപ്പെടുന്നത്. ഇത്തരം നാഗരികതയുടെ അവശിഷ്ടങ്ങൾ ഗുജറാത്തിലെ കത്തിയവാറിൽനിന്നും പഞ്ചാബിലെ അംബാലയിൽ നിന്നും വരെ കണ്ടെത്തിയിട്ടുണ്ട്. അതുകൊണ്ടുതന്നെ, ഗംഗാനദീതടംവരെ ആ നാഗരികത വ്യാപരിച്ചിരുന്നു എന്നും അനുമാനിക്കപ്പെടുന്നു. 1921 ൽ ഹാരപ്പയിലും 1922 ൽ മോഹൻജദാരോയിലും 1927 ൽ സുത്കാഗൻഡോറിലും 1929 ൽ അമ്റിയിലും 1931 ൽ ചാൻ ഹു ദാരൊയിലും 1935 ൽ കോട്ട്സിജിയിലും 1953 ൽ രംഗ്പൂറിലും 1955 ൽ റോപ്പാറിലും 1957 ൽ ലോതലിലും മറ്റും നടന്ന ഗവേഷണപഠനങ്ങളാണ് സൈന്ധവനാഗരികതയിലേക്ക് വെളിച്ചം വീശിയത്.

മോഹൻജദാരോ, നിലവിൽ പാകിസ്ഥാനിലെ സിന്ധ് പ്രവിശ്യയിലും ഹാരപ്പ, സാഹിവാൾ ജില്ലയിലുമാണ്. സിന്ധു നാഗരികതയിലെ പ്രധാന കണ്ടെത്തലുകളായി ഒട്ടേറെ വസ്തുക്കളും സ്ഥലങ്ങളും വിശേഷിപ്പിക്കപ്പെടുന്നുണ്ട്. കാളിബംഗാനിൽ നിന്നു കണ്ടെത്തിയ ഉഴവുചാൽ പാടങ്ങൾ, ഹാരപ്പയിൽ നിന്നു കണ്ടെത്തിയ ഒ മാതൃകയിലുള്ള സെമിത്തേരികൾ, മോഹൻജദാരോയിൽ നിന്നു കണ്ടെത്തിയ ക്ഷേത്രാവശിഷ്ടങ്ങൾ, ലോതലിൽ നിന്നു കണ്ടെത്തിയ തുറമുഖങ്ങളുടെയും കപ്പലുകളുടെയും ബോട്ടുകളുടെയും അവശിഷ്ടങ്ങൾ തുടങ്ങി അനേകം തെളിവുകൾ ഉത്ഖനനത്തിലൂടെ കണ്ടെത്തുകയുണ്ടായി. ഇതിനുംപുറമെ, സിന്ധുതടത്തിലെ മൺമറഞ്ഞുപോയ നഗരാവശിഷ്ടങ്ങളിൽനിന്നും വിവിധതരം കളിപ്പാട്ടങ്ങളും മൺപാത്രങ്ങളും ആഭരണങ്ങളും കൽത്തൂണുകളും കണ്ടെത്തിയിട്ടുണ്ട്. ആസൂത്രണത്തോടുകൂടി ശ്രദ്ധാപൂർവ്വം പണികഴിപ്പിച്ചിട്ടുള്ള

തെരുവുകളുടെയും ഓവുചാലുകളുടെയും അവശിഷ്ടങ്ങളും കണ്ടെത്തുകയുണ്ടായി. ചുറ്റുമതിലോടുകൂടിയ വലിയ ഭവനങ്ങളിലാണ് സിന്ധുനദീതടവാസികൾ താമസിച്ചിരുന്നതെന്ന് തെളിയിക്കപ്പെട്ടിട്ടുണ്ട്. വിശാലമായ മുറ്റങ്ങളോടുകൂടിയ വീടുകൾക്ക് കല്ലുപാകിയ കുളിമുറികളും ധാന്യപ്പുരകളും ഉണ്ടായിരുന്നു. ബാർലി, ഗോതമ്പ് തുടങ്ങിയ ധാന്യങ്ങൾ കൃഷി ചെയ്തിരുന്നുവെന്നു മാത്രമല്ല വസ്ത്രങ്ങളുണ്ടാക്കാനുള്ള പരുത്തിയും അവർ കൃഷി ചെയ്തിരുന്നു. പശു, ആട്, എരുമ എന്നീ മൃഗങ്ങളുടെ പാൽ ഉപയോഗിച്ചിരുന്ന അവരുടെ മുഖ്യമായ ആഹാരം ഗോതമ്പ് ആയിരുന്നുവെന്നാണ് അനുമാനിക്കപ്പെടുന്നത്. പട്ടിയേയും പൂച്ചയേയും മറ്റും അവർ വളർത്തിയിരുന്നു. മാതൃദേവതയേയും പശുപതിമഹാദേവൻ എന്ന പിതൃദേവനെയും അവർ ആരാധിച്ചിരുന്നു. സിന്ധൂതടത്തിൽനിന്നും പദ്മാസനത്തിലിരിക്കുന്ന, മൂന്നുതലകളുള്ള ഒരു പുരുഷദൈവത്തിന്റെ ബിംബം കണ്ടെത്തിയിട്ടുണ്ട്. ഇത് ശിവന്റേതാണെന്ന് അനുമാനിക്കപ്പെടുന്നു.

1991-വരെ ഏതാണ്ട് 260-ഓളം സൈന്ധവസംസ്കാര കേന്ദ്രങ്ങൾ ഉത്ഖനനത്തിലൂടെ കണ്ടെത്തിയിട്ടുണ്ട്. വിശദമായ പഠനത്തിലൂടെയും അപഗ്രഥനത്തിലൂടെയും വെളിവാകുന്നത് അവിടെയെല്ലാം സമാനമായ സംസ്കാരം പുലർന്നുപോന്നിരുന്നു എന്നാണ്. ഈജിപ്ത്, മെസപ്പൊട്ടോമിയ, ചൈന, ഗ്രീസ് തുടങ്ങിയ സംസ്കാര കേന്ദ്രങ്ങളെപ്പോലെ തന്നെ പ്രാചീനേന്ത്യയിലും ആദിമവും മികവുറ്റതുമായ ഒരു സംസ്കാരം നിലനിന്നിരുന്നുവെന്നാണ് ഇതൊക്കെ തെളിയിക്കുന്നത്. അതേസമയം അവരുടെ കലാ-സാഹിത്യരൂപങ്ങളെക്കുറിച്ച് വ്യക്തമായ സ്വഭാവനിർണ്ണയം നടത്തുന്നതിന് കഴിഞ്ഞിട്ടുമില്ല. 5000 കൊല്ലങ്ങൾക്കുമുമ്പ് പ്രാചീനേന്ത്യയിൽ നിലനിന്നിരുന്ന സംസ്കാരത്തിന്റെ ഭൗതികമായ തെളിവുകൾ ലഭിച്ചിട്ടുണ്ടുതാനും. സിന്ധൂനദീതടസംസ്കാരം എന്നു വിവക്ഷിക്കുന്നത് അതിനെയാണ്. അവിടെനിന്നും ലഭിച്ചിട്ടുള്ള ചിത്രലിപികൾ പൂർണ്ണമായി ഇനിയും വായിച്ചെടുക്കുവാൻ കഴിഞ്ഞിട്ടില്ല. അതുകൊണ്ടുതന്നെ, ആ സംസ്കാരത്തിന്റെ അന്തഃസത്ത പൂർണ്ണമായും വെളിവായിട്ടില്ല. അതെന്തുതന്നെയായാലും, പില്ക്കാലത്ത് ഇന്ത്യയിലേക്ക് കടന്നുവന്ന ആര്യജനതയുടെ സംസ്കാരത്തെക്കാൾ മികച്ചതായിരുന്നു ഇവിടെ നിലനിന്നിരുന്ന സംസ്കാരം എന്ന കാര്യത്തിൽ ചരിത്രകാരന്മാർക്കിടയിൽ അഭിപ്രായഭേദമില്ല.

ആര്യന്മാരുടെ ഗാനസഞ്ചയം എന്ന നിലയ്ക്കാണ് വേദങ്ങൾ വിലയിരുത്തപ്പെടുന്നതെങ്കിലും വേദകാലഘട്ടം എന്നു വിശേഷിപ്പിക്കപ്പെടുന്നത് ബി സി 1500-നും ബി സി 1000-നും മദ്ധ്യേയുള്ള കാലഘട്ടത്തെയാണ്. അതിനും എത്രയോ മുമ്പുതന്നെ ആര്യന്മാരുടെ ആഗമനം ഇന്ത്യയിലേക്ക് ഉണ്ടായിത്തുടങ്ങിയിരുന്നു എന്നുതന്നെയാണ് കരുതപ്പെടുന്നത്. മദ്ധ്യേഷ്യയിൽനിന്നോ, തെക്കൻ റഷ്യയിൽനിന്നോ ആണ് ഇവർ വന്നതെന്നും കരുതപ്പെടുന്നു. ഇക്കാര്യത്തിലുള്ള പഠനങ്ങൾ ഇപ്പോഴും തുടരുന്നു. ആര്യന്മാരുടെ കുടിയേറ്റത്തിനു മുമ്പുതന്നെ നാമാവശേഷ

മായി തുടങ്ങിയിരുന്ന സിന്ധുനദീതടസംസ്കാരം ആര്യന്മാരുടെ ആയുധമികവിനുമുന്നിൽ സമ്പൂർണ്ണപരാജയം ഏറ്റുവാങ്ങി. അവരുടെ ആയുധമികവിനുമുന്നിൽ തോല്‌വി സമ്മതിക്കേണ്ടിവന്ന തദ്ദേശീയ ജനതയ്ക്ക് ദക്ഷിണേന്ത്യയിലേക്കും മറ്റും കുടിയേറേണ്ടി വന്നു. അതേസമയം, ഉത്തരേന്ത്യൻ പ്രദേശങ്ങളിൽ ആര്യന്മാരുടെ ആധിപത്യം ശക്തമായിരുന്നുവെങ്കിലും തദ്ദേശീയജനത പൂർണ്ണമായും അവിടം വിട്ടൊഴിഞ്ഞുവെന്ന് അനുമാനിക്കുക വയ്യ. ആര്യൻമാരും തദ്ദേശീയജനതയും തമ്മിൽ സമ്പർക്കങ്ങളും നീക്കുപോക്കുകളും ഉണ്ടായിരുന്നിരിക്കണം. ഏറെ പരിഷ്കൃതമായിരുന്ന സിന്ധൂനദീതടപ്രദേശത്തേക്ക് കടന്നുകയറിയ ആര്യജനതയുടെ സംസ്കാരം തദ്ദേശീയ ജനതയുടെ ഭൗതികവും ആത്മീയവുമായ ജീവിതത്തിനുമേൽ ആധിപത്യം സ്ഥാപിക്കുകയാണുണ്ടായത്. അനാര്യജനതയുടെ സംസ്കൃതിയെക്കാൾ പിന്നിൽ നിന്നിരുന്ന ആര്യജനതയ്ക്ക് അനാര്യജനതയുടെ മേൽ എങ്ങനെ ആധിപത്യം സ്ഥാപിക്കുവാൻ കഴിഞ്ഞുവെന്ന് ഉത്ഖനന ഗവേഷണ പഠനങ്ങൾക്ക് നേതൃത്വം നല്കിയ സർ ജോൺ മാർഷൽ പറയുന്നു:

> അയ്യായിരം കൊല്ലങ്ങൾക്കുമുമ്പ്, ആര്യൻമാരെപ്പറ്റി കേട്ടറിവുപോലുമില്ലാതിരുന്ന ഒരു കാലത്ത്, പഞ്ചാബിലും സിൻഡിലും അന്നത്തെ മെസപ്പൊട്ടോമിയ, ഈജിപ്റ്റ് എന്നീ രാജ്യങ്ങളിലേതിനോട് കിടപിടിക്കുന്നതിനും ചില കാര്യങ്ങളിൽ അവയെക്കാൾ മികവുറ്റതുമായ ഒരുയർന്ന സംസ്കാരം നിലനിന്നിരുന്നു. ഹാരപ്പയിലേയും മോഹൻജദാരോവിലേയും കണ്ടുപിടുത്തങ്ങൾ സംശയലേശമെന്യേ തെളിയിക്കുന്നത് അതാണ്.[1]

ആര്യന്മാരെക്കാൾ മികച്ച സംസ്കാരം പുലർത്തിയിരുന്ന തദ്ദേശീയ ജനതയെ ആര്യന്മാർ എങ്ങനെ കീഴടക്കി എന്ന് ഗോർഡൻ ചൈൽഡ് പറയുന്നു:

> ഇരുമ്പുകൊണ്ടുള്ള ആയുധങ്ങൾ കൈവശമുണ്ടെങ്കിൽ വെറുമൊരു സാധാരണക്കാരന് പിത്തള യുഗത്തിലെ പ്രഭുവിനെ സമനിലയിൽ നേരിടാൻ കഴിയും. പിത്തളകൊണ്ടുള്ള ആയുധങ്ങളുടെ കുത്തകയുണ്ടെന്നതിനാൽ തങ്ങൾ അജയ്യരാണെന്നു കരുതുന്ന പരിഷ്കൃതരാജ്യങ്ങളിലെ പട്ടാളക്കാരെപ്പോലും അപരിഷ്കൃതരും ദരിദ്രരുമായ ഒരു ജനതയ്ക്ക്, ഇരുമ്പുകൊണ്ടുള്ള ആയുധങ്ങൾ കൈവശമുണ്ടെങ്കിൽ വെല്ലുവിളിക്കുവാൻ കഴിയും.[2]

ആര്യന്മാർ അപരിഷ്കൃതരായിരുന്നുവെങ്കിലും ആയുധങ്ങളുടെ കാര്യത്തിൽ അവർ സിന്ധുനദീതടവാസികളെക്കാൾ മുന്നിലായിരുന്നു. ഇരുമ്പു കവചങ്ങളും ഉരുക്കു ചട്ടകളും കുതിരകളും തേരുകളും മറ്റുമുണ്ടായിരുന്ന ആര്യന്മാരെ ഫലപ്രദമായി പ്രതിരോധിക്കുന്നതിന് തദ്ദേശീ

യജനതയ്ക്ക് കഴിയാതെ വന്നു. ഇതൊന്നും സംഭവിച്ചത് ഒരു സുപ്രഭാതത്തിലല്ല. കുറെയേറെ ആര്യന്മാർ ഒരു സുപ്രഭാതത്തിൽ സംഘമായി വന്ന് ആധിപത്യം ഉറപ്പിക്കുകയായിരുന്നില്ല. അവരുടെ അനേകം സംഘങ്ങൾ പല കാലഘട്ടങ്ങളിലായി വന്ന് ആധിപത്യം ഉറപ്പിച്ചുവെന്നാണ് അനുമാനിക്കപ്പെടുന്നത്. (ഈ വസ്തുത മനസ്സിലാക്കാൻ ഏറെ ദൂരമൊന്നും പോകേണ്ടതില്ല. കേരളത്തിലെ തന്നെ വനമേഖലകളിൽ, പ്രത്യേകിച്ച് വയനാട്, കണ്ണൂർ, കാസർഗോട് ജില്ലകളിൽ നടന്ന 'നാട്ടിലെ ചേട്ടൻ'മാരുടെ കുടിയേറ്റ ചരിത്രം പരിശോധിച്ചാൽ മതി).

ശത്രുക്കളോട് - തദ്ദേശീയ ജനതയോട് - ഏറ്റുമുട്ടിക്കൊണ്ടുതന്നെയാണ് ആര്യജനത ആധിപത്യമുറപ്പിച്ചതെന്നതിന് എത്രയോ തെളിവുകൾ ആര്യന്മാരുടെ ഗാനസഞ്ചയമായ *ഋഗ്വേദ*ത്തിൽ തന്നെയുണ്ട്. ഋഗ്വേദകാലത്തെ ആര്യ-വേദകാലഘട്ടമെന്നും യജുർ, സാമം, അഥർവ്വം എന്നീ വേദങ്ങളുടെയും ആരണ്യകങ്ങളുടെയും ബ്രാഹ്മണങ്ങളുടേയും ഉപനിഷത്തുകളുടെയും കാലഘട്ടത്തെ പില്ക്കാല വേദകാലഘട്ടമെന്നും വിശേഷിപ്പിക്കപ്പെടുന്നുണ്ട്. മന്ത്രങ്ങളും സ്തോത്രങ്ങളുംകൊണ്ട് ഋഗ്വേദം സമ്പന്നമാണെങ്കിൽ യജുർവേദത്തിൽ യാഗങ്ങളുടെ നടത്തിപ്പിനാവശ്യമായ സ്തോത്രങ്ങളും അഥർവ്വവേദത്തിൽ ആപത്തുകളെയും പ്രേതബാധകളെയും അകറ്റിനിർത്തുന്നതിനുള്ള മന്ത്രങ്ങളും സാമവേദത്തിൽ സംഗീതപ്രയോഗത്തിനായി ഋഗ്വേദത്തിൽനിന്നും തെരഞ്ഞെടുത്ത സ്തോത്രങ്ങളുമാണുള്ളത്. ഏറ്റവും വലിപ്പം കൂടിയ വേദം അഥർവ്വമാണ്. വേദങ്ങളിൽ ചില പ്രത്യേക ഭാഗങ്ങൾ പഠിക്കുവാൻ സഹായിക്കുന്ന ഗ്രന്ഥങ്ങളെ വേദാംഗങ്ങൾ എന്നുപറയുന്നു. ശിക്ഷ, നിരുക്തം, വ്യാകരണം, കല്പം, ഛന്ദസ്സ്, ജ്യോതിഷം എന്നിങ്ങനെ വേദാംഗങ്ങൾ ആറ്. ഏറ്റുമുട്ടലിന്റെ പരാമർശങ്ങൾ ഋഗ്വേദത്തിൽ എമ്പാടുമുണ്ട്. യഥാർത്ഥത്തിൽ, ആര്യന്മാർ എന്ന വിശേഷണം അവർ സ്വയം സ്വീകരിക്കുകയാണുണ്ടായത്. അനാര്യജനതയെ ദസ്യുക്കൾ, കാട്ടാളർ, അസുരർ തുടങ്ങിയ പദങ്ങൾകൊണ്ടാണ് അവർ വിശേഷിപ്പിച്ചത്. അസുരന്മാരെയും ദസ്യുക്കളെയും കാട്ടാളന്മാരെയും നശിപ്പിക്കുവാൻവേണ്ടി തങ്ങൾ നടത്തുന്ന പരിശ്രമങ്ങളെ വിജയിപ്പിക്കുവാൻ ദേവന്മാരോടു നടത്തുന്ന പ്രാർത്ഥനാ മന്ത്രങ്ങളാണ് *ഋഗ്വേദ*ത്തിലുള്ളത്. അസുരഘ്നനെന്നും പുരന്ദരനെന്നും വിശേഷിപ്പിക്കപ്പെട്ട ഇന്ദ്രൻ ആയിരുന്നു ആര്യജനതയുടെ മുഖ്യദൈവം. അശ്വങ്ങളും വജ്രായുധങ്ങളുംകൊണ്ട് ഇന്ദ്രൻ ശത്രുക്കളുടെ മേൽ ആധിപത്യം സ്ഥാപിക്കുകയും അവരുടെ കോട്ടകൾ ഇടിച്ചു നിരത്തുകയും ചെയ്യുന്നു! ദസ്യുക്കൾ, അസുരർ, കാട്ടാളർ തുടങ്ങിയ പദങ്ങൾക്ക് ആര്യന്മാർ നല്കിയിരുന്ന അർത്ഥം ശത്രുക്കൾ എന്നു തന്നെയായിരുന്നു. എന്നാൽ, ആര്യമേധാവിത്വം ഏതാണ്ട് പൂർണ്ണമായിക്കഴിഞ്ഞപ്പോൾ ആ വാക്കുകളുടെ അർത്ഥം ഭൃത്യൻ, ദാസൻ, അടിമ എന്നൊക്കെയായി പരിണമിച്ചു.

അതേസമയം, സിന്ധു-ഗംഗാനദികളുടെ പോഷകനദികളുടെ തീരങ്ങളിലും അതിനു പുറത്തും വസിച്ചിരുന്ന അനാര്യജനതയുടെ

സംസ്കാരത്തെ പൂർണ്ണമായും നശിപ്പിക്കുന്നതിന് ആര്യന്മാർക്ക് കഴിഞ്ഞിരുന്നില്ല. ആര്യമേധാവിത്വത്തിനും അക്രമങ്ങൾക്കുമിടയിൽത്തന്നെ തങ്ങളുടെ സംസ്കാരത്തെയും ആചാരവിശ്വാസങ്ങളെയും അനാര്യജനത, ഒരു പരിധിവരെ, കാത്തുപോന്നു. ഋഗ്വേദമുൾപ്പെടെയുള്ള കൃതികളിൽ മാത്രമല്ല ഇതിന്റെ തെളിവുകളുള്ളത്. പുരാവസ്തുഗവേഷകരും മറ്റും ഇതിനെ സാധൂകരിക്കുന്ന തെളിവുകൾ കണ്ടെത്തിയിട്ടുണ്ട്. സാംസ്കാരികമായ ആദാനപ്രദാനങ്ങളും ഉണ്ടായിട്ടുണ്ട്. ഡോ. എസ് രാധാകൃഷ്ണൻ പറയുന്നു:

> വേദമതം പഴയ ആചാര സമ്പ്രദായങ്ങളുടെയും ഉപാസനാവിധികളുടെയും മാതൃകകളെ ഏറ്റെടുക്കുകയും ഉൾക്കൊള്ളുകയും നിലനിറുത്തുകയും ചെയ്തു. അവയെ നശിപ്പിച്ചു കളയുന്നതിനു പകരം പുതിയ അവകാശങ്ങൾക്കു പറ്റിയ വിധത്തിൽ അവയെ രൂപപ്പെടുത്തിയെടുത്തു. ദ്രാവിഡരുടെയും മറ്റ് ആദിവാസികളുടെയും സാമൂഹ്യ ജീവിതത്തിൽനിന്ന് അത്രയധികം ഉൾക്കൊണ്ടതിന്റെ ഫലമായി പ്രാരംഭകാലത്തെ ആര്യഘടകങ്ങളെ മറ്റുള്ളവയിൽനിന്ന് വേർതിരിച്ചു കാണുക പ്രയാസമാണ്.[3]

ആര്യ-അനാര്യ സംസ്കാരങ്ങളുടെ കൂടിച്ചേരലിലൂടെ ഒരു സങ്കരസംസ്കാരം രൂപപ്പെട്ടുവെന്ന് ഗോർഡൻചൈൽഡും നിരീക്ഷിക്കുന്നു: "സവിശേഷമായ ചുറ്റുപാടിനോട് മനുഷ്യജീവിതം പൂർണ്ണമായി ഇണങ്ങിച്ചേർന്നു നില്ക്കുന്നതിന്റെ പ്രാതിനിധ്യമാണ് സിന്ധു നദീതട സംസ്കാരം വഹിക്കുന്നത്. ക്ഷമയോടുകൂടിയ വളരെക്കാലത്തെ പ്രയത്നത്തിന്റെ ഫലമായിട്ടു മാത്രമേ അങ്ങനെയൊരു ഇണക്കം സാധിക്കുകയുള്ളൂ.'[4] ഇതൊന്നും തന്നെ പൊടുന്നനെ സംഭവിച്ചതല്ല എന്ന് ആവർത്തിച്ചു വ്യക്തമാക്കേണ്ടതുണ്ട്. എന്തായാലും ആര്യ-അനാര്യസങ്കരവും സഹകരണവും സാഹചര്യങ്ങളുടെ സമ്മർദ്ദംമൂലം രൂപപ്പെട്ടിരുന്നുവെന്നു തന്നെയാണ് ചരിത്രകാരന്മാരുടെ നിഗമനം.

അനേകം കവികൾ/ഋഷികൾ വിവിധ കാലങ്ങളിലായി രൂപപ്പെടുത്തിയെടുത്ത കൃതിയാണ് *ഋഗ്വേദം* എന്നു പറയാവുന്നതാണ്. അതിന്റെ സമാഹരണം നടക്കുന്നത് വടക്കു കിഴക്കൻ പഞ്ചാബിൽ വച്ചാണെന്നും അമ്പാലയിൽ വച്ചാണെന്നുമൊക്കെ കരുതപ്പെടുന്നു. ചാതുർവർണ്ണ്യസൂചനകളടങ്ങിയ പുരുഷസൂക്തം വരുന്ന പത്താം മണ്ഡലവും ഗംഗാപരാമർശവും മറ്റും വൈകി മാത്രം *ഋഗ്വേദ*ത്തോടു കൂട്ടിച്ചേർക്കപ്പെട്ടതാണെന്നും അനുമാനിക്കപ്പെടുന്നു. നാലു വേദങ്ങളിലായി 20218 മന്ത്രങ്ങളാണുള്ളത്. പ്രാമാണ്യം *ഋഗ്വേദ*ത്തിനു തന്നെ. ഇതിൽ പത്തു മണ്ഡലങ്ങളും 1028 സൂക്തങ്ങളും കാണാം. സൂക്തങ്ങളിൽ 10552 മന്ത്രങ്ങളാണുള്ളത്. 8 അഷ്ടകം, 64 അദ്ധ്യായം, 2024 വർഗ്ഗം, 10552 മന്ത്രം എന്നിങ്ങനെ യജുർവേദത്തിൽ 40 അദ്ധ്യായവും 1975 മന്ത്രങ്ങളുമുണ്ട്. സാമവേദത്തിൽ 1875 മന്ത്രങ്ങൾ. അഥർവ്വത്തിൽ 20 കാണ്ഡവും 5977 മന്ത്ര

ങ്ങളും. ബ്രാഹ്മണങ്ങളും ആരണ്യകങ്ങളും വേദവ്യാഖ്യാനങ്ങൾ മാത്ര മാണ്. വ്യാസനാണ് വേദത്തെ നാലായി പകുത്തതെന്ന ഐതീഹ്യം *മഹാഭാരത*ത്തിലും *വിഷ്ണുപുരാണ*ത്തിലും കാണാം, 'വിദ്, വിദ്ല എന്നീ ധാതുക്കളിൽ നിന്നാണ് വേദസംജ്ഞ സിദ്ധിക്കുന്നത്. ആദ്യത്തേതിന് ജ്ഞാനം, സത്ത, വിചാരണം എന്നീ അർത്ഥങ്ങളും രണ്ടാമത്തേതിന് നേട്ടം എന്നർത്ഥവും കരണം, അധികരണം എന്നീ കാരകങ്ങളിൽ പ്രത്യയംവന്നു സിദ്ധിക്കുന്നു. ചില ആചാര്യന്മാർ ഭാവവാച്യ പ്രത്യയം കൊണ്ടും സിദ്ധിപ്പിക്കുന്നു. ഏതായാലും ശരി അറിവിനാൽ, അറിവിൽ, അറിവിൻസ്വരൂപം തുടങ്ങിയ ജ്ഞാനസംബന്ധിയായ അർത്ഥമേ വരൂ."[5] വേദങ്ങൾ അപൗരുഷേയമാണെന്നാണ് സങ്കല്പം. 'സൃഷ്ടിയിലെ ഒരു വസ്തുവും മൗലികമായി സൃഷ്ടിച്ചതല്ല. സൃഷ്ടിയിൽ കാണുന്നതും ലഭിക്കുന്നതും പ്രയോജനപ്പെടുത്തി നാം പലതും ഉണ്ടാക്കാറുണ്ട്. അവ യെല്ലാം പൗരുഷേയമാണ്. "സൂര്യനും കാറ്റും ജലവും അപൗരുഷേയ മാണ്. അവയെ പ്രയോജനപ്പെടുത്തി ഉണ്ടാക്കുന്ന വൈദ്യുതി പൗരുഷേ യവും. ശരിക്കും ഇതുപോലെ മൗലികജ്ഞാനമെല്ലാം അപൗരുഷേയവും അതിനെ ആസ്പദമാക്കി നാം കണ്ടെത്തുന്നതെല്ലാം പൗരുഷേയവുമാ ണ്. സൂര്യന്റെയും ഗ്രഹനക്ഷത്രാദികളുടെയും ഭ്രമണം നമ്മുടെ സൃഷ്ടി യല്ല. എന്നാൽ, അവയെ നിരീക്ഷിച്ചുണ്ടാക്കിയ ജ്യോതിശാസ്ത്രത്തിന്റെ മൂലം അപൗരുഷേയമാണെന്നർത്ഥം. അത് ഋഗ്വേദത്തിലെ അസ്യവാമീ യസൂക്തത്തിൽ ഓതിയിരിക്കുന്നു."[6]

ആചാര്യന്മാർ എങ്ങനെയൊക്കെ ബൗദ്ധീക കസർത്തു നടത്തി യാലും സംഗതി ലളിതമാണ്. പ്രപഞ്ചത്തിൽ നിലനില്ക്കുന്ന ഒരു വസ്തു വിനെ കണ്ടെത്തുന്നത് അപൗരുഷേയവും നിലനില്ക്കുന്ന വസ്തുക്കളെ കൂട്ടിയോജിപ്പിച്ച് ഒരു പുതിയ വസ്തു നിർമ്മിക്കുന്നത് പൗരുഷേയവും- സംഗതി അത്രയേയുള്ളൂ. സായിപ്പിന്റെ ഭാഷയിൽ പറഞ്ഞാൽ ആദ്യ ത്തേത് Discovery-യും രണ്ടാമത്തേത് Invention- ഉം. പക്ഷേ, പ്രശ്നം അവിടെത്തീരുന്നില്ല. വേദങ്ങൾ ഋഷിമാർ കണ്ടെത്തി എന്നു പറഞ്ഞാൽ അതെത്രത്തോളും ശരിയാകും? അങ്ങനെ പറയുമ്പോൾ വേദമന്ത്രങ്ങൾ ഋഷിമാർക്കു മുമ്പേ അവിടെയുണ്ടായിരുന്നുവെന്നും അവ ഒരു ഭൗതിക വസ്തുവെന്നതുപോലെയുള്ള ഒന്നാണെന്നു കരുതേണ്ടതായും വരുന്നു. യഥാർത്ഥത്തിൽ അതാണോ ശരി? സൂര്യനും കാറ്റും ജലവും പോലെ സ്ഥിതമായിരുന്ന ഒന്നായിരുന്നോ വേദം? വേദകൃതികളിലൂടെ ഒരാവർത്തി യെങ്കിലും കടന്നുപോകുന്ന ആർക്കും തന്നെ അതങ്ങനെയായിരുന്നില്ല എന്നു ബോദ്ധ്യമാകുന്നതാണ്. വേദം സങ്കല്പനം ചെയ്ത മനുഷ്യർ അവരുടെ ഭൗതികവും ബുദ്ധിപരവുമായ ജീവിതക്രമത്തെ മെച്ചപ്പെടു ത്തുന്നതിനായി രൂപപ്പെടുത്തിയതാണ് അവ. അതുകൊണ്ടുതന്നെ അത്തരം ജീവിതത്തിന്റെ പ്രതിസ്ഫുരണം വേദങ്ങളിൽ കണ്ടെത്താവു ന്നതാണ്. ഭൗതികമായ ജീവിതക്രമത്തെ മെച്ചപ്പെടുത്തുക എന്നതി നർത്ഥം 'ഡിസ്കവേഡ്' ആയ ഭൗതികവസ്തുക്കളുടെ 'ഇൻവൻഷൻ'

നടത്തുന്നു എന്നു മാത്രമാണ്. അത്തരം പുനഃസൃഷ്ടിയുടെ ആവിഷ്കാരമാണ് വേദം. അതുകൊണ്ടുതന്നെ, അവയെ സംബന്ധിച്ച അപൗരുഷേയതാ സങ്കല്പനങ്ങൾ നിലനില്ക്കുന്നതല്ല. മാത്രവുമല്ല, ഈ സങ്കല്പനപ്രകാരം എല്ലാ സാഹിത്യരചനകളും അപൗരുഷേയം ആണെന്നും വരില്ലേ?

വേദമന്ത്രങ്ങളെ സംബന്ധിച്ച വ്യാഖ്യാനഭേദങ്ങളിലുമുണ്ട് പൊരുത്തമില്ലായ്മകൾ. ഓരോ ഋക്കിനും ആദ്ധ്യാത്മികമായ നിഗൂഢാർത്ഥങ്ങളുണ്ടെന്നാണ് ഒരു വിഭാഗം വ്യാഖ്യാതാക്കളുടെ പക്ഷം. അരവിന്ദനെപ്പോലുള്ളവർ ഈ പക്ഷക്കാരായിരുന്നു.[7] എന്നാൽ, വിഖ്യാതവ്യാഖ്യാതാവായിരുന്ന സായണൻ വേദമന്ത്രങ്ങളുടെ വാച്യാർത്ഥം മാത്രം പറഞ്ഞു പോവുകയാണു ചെയ്തത്. അതെന്തുകൊണ്ടെന്ന് നരേന്ദ്രഭൂഷൺ പറയുന്നു:

> ശ്രീസായണാചാര്യരുടെ കാലത്ത് വേദത്തിന് യാജ്ഞികാർത്ഥമാണ് നടപ്പിലായിരുന്നത്. യജ്ഞങ്ങളിലെ മന്ത്രവിനിയോഗങ്ങൾ കൂടി കണക്കിലെടുത്താണദ്ദേഹം വ്യാഖ്യാനിച്ചിട്ടുള്ളത്. ചിലയിടങ്ങളിൽ നിഗൂഢാർത്ഥം ഭാഷ്യകാരൻ സൂചിപ്പിച്ചിട്ടുമുണ്ട്. യഥാശ്രുതാർത്ഥം പറഞ്ഞ് ബാക്കി ബുദ്ധിമാന്മാരായ ജ്ഞാനാർത്ഥികൾക്കു വിട്ടു കൊടുത്തിരിക്കുകയാണ്. നിഗൂഢാർത്ഥം പറയാൻ പുറപ്പെട്ടാൽ ബുദ്ധിയും യുക്തിയുമനുസരിച്ച് ഓരോരുത്തർ പറയുന്നത് ഓരോ വിധമാകാനിടയുണ്ട്. അത് അർത്ഥപരമായ 'അനർത്ഥം' വരുത്തി വച്ചേക്കാം. അതുകൊണ്ടാവണം സായണാചാര്യൻ വാച്യാർത്ഥത്തിൽ നിർത്തിയത്."[8]

സായണൻ വളരെ ദീർഘവീക്ഷണത്തോടെ കരുതലെടുത്തുവെങ്കിലും 'അർത്ഥപരമായ അനർത്ഥം' വരുത്തി വയ്ക്കുന്നതിൽ പില്ക്കാലവേദ പണ്ഡിതന്മാരിൽ പലരും മത്സരിക്കുകയുണ്ടായി എന്നും കാണേണ്ടതുണ്ട്.

ആര്യജനതയുടെ അധിനിവേശത്തോടുകൂടിയാണ് വേദങ്ങളുടെ ഉത്ഭവം എന്നത് പൊതുവെ അംഗീകരിക്കപ്പെട്ട വസ്തുതയാണ്. എന്നാൽ കാലനിർണ്ണയത്തെ സംബന്ധിച്ച് ഏകാഭിപ്രായം ഇല്ല തന്നെ. വിവിധ കാലങ്ങളിലായി, വിവിധ സംഘങ്ങളായി ആര്യജനത ഇന്ത്യയിലെത്തിച്ചേർന്നതുകൊണ്ടാണ് കൃത്യമായൊരു കാലനിർണ്ണയം അസാദ്ധ്യമാകുന്നത്. എന്തായാലും ബി സി 1500-ന് ഇപ്പുറം ആരും തന്നെ ഋഗ്വേദരചനാകാലമായി പരിഗണിക്കുന്നില്ല. ദീർഘിച്ച രാപകലുകളുള്ള ധ്രുവപ്രദേശത്തുള്ളവരായിരുന്നു പുരാതനാര്യന്മാരെന്നും വേദത്തിന് സഹസ്രാബ്ദങ്ങളുടെ പഴക്കം ഉണ്ടെന്നുമായിരുന്നു ലോകമാന്യതിലകന്റെ പക്ഷം. അദ്ദേഹത്തിന്റെ അഭിപ്രായപ്രകാരം വേദകാലം ബി സി 4500-ഉം ബ്രാഹ്മണങ്ങളുടെ കാലം ബി സി 2500-ഉം ഉപനിഷത്കാലം ബി സി 1600-ഉം ആകുന്നു. മാക്സ്മുള്ളറുടെ പക്ഷപ്രകാരം വേദകാലം

ബി സി 1200-ഉം വിന്റർനിറ്റ്സിന്റെ പക്ഷപ്രകാരം ബി സി 2500-നും 2000 -നും ഇടയിലുമാണ്. അതെന്തുതന്നെയായാലും ഇന്ത്യയിലെ ഏറ്റവും പ്രാചീനത അവകാശപ്പെടാവുന്ന സാഹിത്യസമ്പുടമാണ് വേദങ്ങൾ എന്നത് തർക്കരഹിതമായ വസ്തുതയാണ്. കാർഷികസംസ്കാരത്തിന്റെ വികസിതരൂപം *ഋഗ്വേദ*ത്തിൽ പരാമർശിക്കപ്പെടുന്നു എന്നതുപോലെ തന്നെ പ്രധാനമാണ് അക്കാലത്തെ സാമൂഹ്യ വ്യവസ്ഥിതിയേയും ജീവിതരീതികളേയും അതിൽ പ്രതിപാദിക്കുന്നു എന്നതും. അതുപോലെ, ആര്യജനതയുടെ ശത്രുക്കളായ അനാര്യജനത എത്രയേറെ പ്രബലരായിരുന്നുവെന്നും അവരുടെ കോട്ടകൊത്തളങ്ങൾ എത്രയേറെ ശക്തിമത്തായിരുന്നുവെന്നും ചിലയിടങ്ങളിൽ പരാമർശിക്കുന്നു.[9]

ഋഗ്വേദം 5-ാം മണ്ഡലത്തിൽ ബ്രാഹ്മണ-ക്ഷത്രിയ-വൈശ്യ-ശൂദ്ര വർണ്ണങ്ങളെക്കുറിച്ചുള്ള പരാമർശം വരുന്നതിനാൽ അക്കാലത്തുതന്നെ വർണ്ണസങ്കല്പത്തിലേക്ക് ആര്യജനത മാറിക്കഴിഞ്ഞിരുന്നുവെന്ന് അനുമാനിക്കാവുന്നതേയുള്ളൂ. എന്നാൽ, 10-ാം മണ്ഡലത്തിലെ പുരുഷസൂക്തത്തിലെത്തുമ്പോൾ (മണ്ഡലം-10, അഷ്ടകം-8, വർഗ്ഗം-19, മന്ത്രം-12) വർണ്ണമെന്നത് കർമ്മമനുസരിച്ചുള്ള വിഭജനമായി പരിണമിക്കുന്നു. അത്തരം വിഭജനത്തിന്റെ ഭാഗമായിത്തന്നെയാണ് ചാതുർവർണ്യ സങ്കല്പം രൂപമെടുക്കുന്നതും.

ബ്രാഹ്മണോസ്യ മുഖമാസീ
ദ് ബാഹൂരാജന്യ:കൃത:
ഊരൂ തദസ്യ യ ദ്വൈശ്യ
പദ്ഭ്യാം ശൂദ്രോ അജായത.

(ആ പ്രജാപതിക്ക് ബ്രാഹ്മണൻ മുഖമായി. മുഖത്തിൽ നിന്നുൽപന്നനായി. ക്ഷത്രിയൻ ബാഹുക്കളിൽ നിന്നുളവായി. ഊരുക്കളിൽനിന്നു വൈശ്യനുണ്ടായി. അതുപോലെ അവിടുത്തെ പാദങ്ങളിൽനിന്നും ശൂദ്രൻ ജനിച്ചു).[10] 'ഒരു ശരീരത്തിലെ വിവിധാവയവങ്ങളെപ്പോലെ മനുഷ്യൻ വിവിധകർമ്മസേവകൊണ്ട് സമൂഹത്തിൽ സാമരസ്യം വളർത്തണമെന്നാണ് അതിന്റെ ഹൃദയം' എന്ന് സുകുമാർ അഴീക്കോട് ഇതിനെ ന്യായീകരിച്ച് വാദിക്കുന്നുണ്ട്.[11] ഈ വാദം നിലനില്ക്കുന്നതല്ലെന്ന് ഒന്നാം മണ്ഡലത്തിലെ, അഞ്ചാം വർഗ്ഗത്തിലെ, അഞ്ചാം സൂക്തം തെളിയിക്കുന്നു. അവിടെ, യജ്ഞവിരോധികളെ മുഴുവൻ അകറ്റുന്നതിനായി ആഹ്വാനം ചെയ്യുന്നു! യജ്ഞാധികാരം ബ്രാഹ്മണനു മാത്രമാണെന്നും ശൂദ്രന് യജ്ഞവേദിയുടെ അരികിലൊന്നും പ്രവേശനമില്ലെന്നും മറ്റുമുള്ള ഋഗ്വേദപരാമർശങ്ങൾ ഈ പണ്ഡിതന്മാർ കണ്ടില്ലെന്നു നടിക്കുന്നു.

വേദോത്തരകാലത്ത് ഋതസങ്കല്പങ്ങൾ ധർമ്മസങ്കല്പങ്ങളായി മാറുന്നതും കാണാവുന്നതാണ്. ആ ധർമ്മസങ്കല്പനിർമ്മിതിയാകട്ടെ ചാതുർവർണ്യത്തിന്റെ മുകൾത്തട്ടിൽ - അതായത് ബ്രാഹ്മണർക്ക് - ജീവിക്കുന്നവർക്ക് സുരക്ഷിതത്വം നല്കുന്നതിനു വേണ്ടിയുമായിരുന്നു. സഞ്ചാരികളായിരുന്ന ആര്യജനത കാർഷികവൃത്തിയിൽ ഏർപ്പെട്ടതോടു

കൂടി അവർക്ക് ഒരിടത്ത് പാർപ്പിടം ഉറപ്പിക്കേണ്ടതായി വന്നു. ജനപദ സ്ഥാപനം അങ്ങനെയാണുണ്ടാവുന്നത്. ജനപദസ്ഥാപനത്തോടു കൂടി ഭൂമിശാസ്ത്രപരമായ ബോധം അവരിൽ രൂപപ്പെടുകയും അതോടുകൂടി യജ്ഞസംസ്കാരം ശക്തമാവുകയും അതുവരെയുണ്ടായിരുന്ന ആര്യ-അനാര്യ വൈരുദ്ധ്യങ്ങളുടെ സ്ഥാനത്ത് ബ്രാഹ്മണ-ശൂദ്ര വൈരുദ്ധ്യങ്ങൾ ഇടംപിടിക്കുകയും ചെയ്തു. ഇതിന്റെ തുടർച്ചയെന്നോണമാണ് യജ്ഞ സംസ്കാരത്തിന്റെയും അതിലൂടെ രൂപപ്പെട്ട ധർമ്മസങ്കല്പനങ്ങളുടെയും വക്താക്കളും പ്രയോക്താക്കളുമായ ബ്രാഹ്മണർക്ക്- പുരോഹിതന്മാർക്ക് -മേധാവിത്വമുള്ള ഭരണസ്ഥാപനങ്ങൾ രൂപപ്പെട്ടതും. അതോടുകൂടി ഇതര വർണ്ണങ്ങളിൽപെട്ടവർ ബ്രാഹ്മണരെ അനുസരിക്കേണ്ടതായും വന്നു. മഗ ധ, കോസലം, അവന്തി, കാശി തുടങ്ങിയ ജനപദങ്ങളുടെ ഉത്ഭവം ആര്യ ജനതയിൽ ഭൂമിശാസ്ത്രപരമായ അവബോധം രൂപപ്പെട്ടതിന്റെ ഫലമായി രൂപം കൊണ്ടവയാണ്.

നവതീവ്രഹിന്ദുത്വവാദികൾ കൊട്ടിഗ്ഘോഷിക്കുന്നതുപോലെ ഋഗ്വേ ദമുൾപ്പെടെയുള്ള വൈദികകൃതികൾ മതഗ്രന്ഥങ്ങളല്ല എന്നതാണു യാഥാർത്ഥ്യം. അതൊരു തത്ത്വചിന്താ പ്രതിപാദനകൃതിയുമല്ല. രവീന്ദ്ര നാഥടാഗോറിന്റെ ഭാഷയിൽ പറഞ്ഞാൽ, 'Vedas are the poetic testament of a peoples collective reaction to the wonder and owe of existence.' അങ്ങനെ, അവ ആര്യ-അനാര്യജനതയുടെ ജീവിതത്തിന്റെ പ്രതിഫലനം കൂടിയാകുന്നു. അതുകൊണ്ടുതന്നെ അവയിൽ വിശ്വാസത്തിന്റെയും അതിന്റെ തുടർച്ചകളുടെയും ആവിഷ്കാരവും ദൃശ്യമാണ്.[12]

വേദവ്യാഖ്യാനങ്ങളെന്ന നിലയിൽ പരിഗണിക്കപ്പെടുന്ന ബ്രാഹ്മണ ങ്ങളും എണ്ണത്തിൽ കുറവല്ല! ഋഗ്വേദത്തിന് 21-ഉം യജുസ്സിന് 101-ഉം സാമ ത്തിന് 1000-ഉം അഥർവ്വത്തിന് 9-ഉം ഭിന്നശാഖകൾ ഉണ്ടെന്നാണ് പത ഞ്ജലിയുടെ മഹാഭാഷ്യത്തിൽ പറയുന്നത്. അങ്ങനെ 1131 ഭിന്നശാഖ കൾ! ഇതിൽ ഓരോ ശാഖയ്ക്കും സംഹിത, ബ്രാഹ്മണം, ആരണ്യകം, ഉപനിഷത്ത് എന്നീ വിഭാഗങ്ങൾക്കു പുറമെ ശ്രൗതസൂത്രം, ഗൃഹ്യസൂ ത്രം, ധർമ്മസൂത്രം, പ്രാതിശാഖ്യം, നിരുക്തം തുടങ്ങി 13 ഗ്രന്ഥങ്ങൾ വീതം ഉണ്ടാകും. എല്ലാം കൂടി കണക്കാക്കിയാൽ 15000-ൽ അധികം വൈദികഗ്രന്ഥങ്ങൾ വരും![13] ഇവയിലേറെയും നശിച്ചു കഴിഞ്ഞിരിക്കു ന്നു.

ഇവയിൽ ഉപനിഷത്തുകളിൽ നമ്മുടെ സവിശേഷ ശ്രദ്ധ പതിയേ ണ്ടതുണ്ട്. ഋഗ്വേദത്തിന് 21-ഉം യജുർവേദത്തിന് 109-ഉം സാമത്തിന് 1000 -ഉം അഥർവ്വത്തിന് 50-ഉം ചേർത്ത് 1180 ഉപനിഷത്തുകൾ ഉണ്ടാകണമെ ന്നാണ് വൈദികപണ്ഡിതന്മാരുടെ പക്ഷം.[14] അതെന്തുതന്നെയായാലും ബ്രാഹ്മണങ്ങൾക്കും ആരണ്യകങ്ങൾക്കും മുമ്പു തന്നെ സമൂഹത്തിൽ നേതൃപദവിയിലെത്തിയ പൗരോഹിത്യശക്തികൾ വേദങ്ങളെ ഭൗതിക താല്പര്യത്തിനും സുഖത്തിനുംവേണ്ടി ഉപയോഗിച്ചുവെന്നും അതിനെ തിരെയുള്ള തത്ത്വചിന്താപരമായ കലാപമായിരുന്നു ഉപനിഷത്തുകൾ

എന്നും വിലയിരുത്തപ്പെടുന്നു. മറ്റൊരു സുപ്രധാനമായ വസ്തുത, ഉപനിഷത്ത് കാലമെത്തിയപ്പോൾ ബ്രാഹ്മണരെപ്പോലെ തന്നെ ക്ഷത്രിയർക്കും വൈശ്യർക്കും പ്രാധാന്യം ലഭിച്ചുതുടങ്ങി എന്നതാണ്. കാശി രാജാവായിരുന്ന അജാതശത്രു ബ്രാഹ്മണനായ ബലാകിയെ തത്ത്വചിന്താ ചർച്ചകളിൽ പരാജയപ്പെടുത്തുന്ന പരാമർശം ഉപനിഷത്തിലുണ്ട്. വിദേഹത്തിലെ രാജാവായിരുന്ന ജനകൻ യാജ്ഞവൽക്യനെന്ന മഹാഗുരുവിന്റെ സുഹൃത്തു മാത്രമായിരുന്നില്ലെന്നും യാജ്ഞവൽക്യൻ കൂടി പങ്കെടുത്തിരുന്ന ചർച്ചാവേദികളിൽ ആദ്ധ്യക്ഷം വഹിച്ചിരുന്നുവെന്നും ബൃഹദാരണ്യകോപനിഷത്ത് പറയുന്നു. കേകയത്തിലെ അശ്വപതിരാജാവിന്റെ ശിഷ്യത്വം പണ്ഡിതന്മാരായ ബ്രാഹ്മണർ സ്വീകരിച്ചിരുന്നതായി ഛാന്ദോഗ്യം പറയുന്നു. എന്നാൽ, ഉപനിഷത്തുകളുടെ ഉത്ഭവത്തിനു ശേഷവും യജ്ഞാദിക്രിയകൾക്കുള്ള പ്രാധാന്യം അസ്തമിച്ചിരുന്നില്ല എന്ന് മുണ്ഡകോപനിഷത്ത് സാക്ഷ്യപ്പെടുത്തുന്നു. അതോടൊപ്പം പരസ്പരവിരുദ്ധമായ പരാമർശങ്ങളും ഉപനിഷത്തുകളിൽ കാണാവുന്നതുമാണ്.[15]

ബി. പുരാണങ്ങളും മറ്റു ദർശനങ്ങളും

ഇതിഹാസകൃതികളായ *രാമായണ*ത്തിനും *മഹാഭാരത*ത്തിനും കല്പിക്കപ്പെട്ടിരിക്കുന്ന സ്ഥാനമാണ് പുരാണങ്ങൾക്കുള്ളത്. ഇവയുടെ രചനാകാലം നിർണ്ണയിക്കുക ദുഷ്കരമാണ്. മഹാപുരാണങ്ങൾ 18 എന്നാണ് വയ്പ്. ഉപപുരാണങ്ങൾ 18 എണ്ണം വേറെയുമുണ്ട്. ബ്രഹ്മം, പദ്മം, വിഷ്ണു, വായു, ഭാഗവതം, നാരദീയം, മാർക്കണ്ഡേയം, അഗ്നി, ഭവിഷ്യം, ബ്രഹ്മവൈവർത്തം, ലിംഗം, വരാഹം, സ്കന്ദം, വാമനം, കൂർമം, മത്സ്യം, ഗരുഡം, ബ്രഹ്മാണ്ഡം എന്നിവയാണ് മഹാപുരാണങ്ങൾ. ഇവയുടെ പ്രാണേതാവും വ്യാസനെന്നാണ് സങ്കല്പം. പ്രഥമപുരാണമെന്നു കരുതപ്പെടുന്ന ബ്രഹ്മമഹാപുരാണത്തിന്റെ രചന ബി സി യിൽ തുടങ്ങി എ ഡി 13-ാം നൂറ്റാണ്ടുവരെ നീളുന്നു. എ ഡി 13-ാം നൂറ്റാണ്ടിൽ നരസിംഹദേവൻ നിർമ്മിച്ച കൊണാർക്കിലെ സൂര്യക്ഷേത്രത്തെക്കുറിച്ചുവരെ ഇതിൽ പരാമർശിക്കുന്നു. ബി സി 5-ാം നൂറ്റാണ്ടിനപ്പുറം തന്നെ ഈ പുരാണത്തിന്റെ മൂലസംഹിതാരചന നടന്നിരിക്കാമെന്നാണ് അനുമാനിക്കപ്പെടുന്നത്. പുരാണങ്ങളിൽ ഒന്നിനെപ്പോലും ഒറ്റകൃതിയായി-സ്വതന്ത്രകൃതിയായി-പരിഗണിക്കുവാൻ നിർവ്വാഹമില്ല. ആഖ്യാനങ്ങളുടെ തുടർച്ചയായി മാത്രമേ അവയെ വിലയിരുത്തുവാനാകൂ. വേദം പകുത്ത വ്യാസൻ പുരാണസംഹിത ഉണ്ടാക്കിയെന്നാണ് വിഷ്ണുപുരാണം പറയുന്നത്. എന്നാൽ, വേദനിർമ്മിതിക്കു മുമ്പുതന്നെ ബ്രഹ്മാവ് പുരാണനിർമ്മിതി നടത്തിയെന്ന് വായുപുരാണം പറയുന്നു. ക്രിസ്തു വർഷത്തിന്റെ തുടക്കത്തിലാകാം പുരാണങ്ങളുടെ ഉത്ഭവമെന്നാണ് ഡോ. പുലാസ്കറുടെ നിഗമനം.[16]. ഗുപ്തകാലഘട്ടത്തിനപ്പുറമുള്ള പ്രാചീനത എ എൽ ബഷാമും പുരാണങ്ങൾക്ക് നല്കുന്നില്ല.[17]

ബി സി 326–185 കാലഘട്ടത്തിലെ മൗര്യവംശത്തെക്കുറിച്ചുള്ള പരാ

മർശം വിഷ്ണുപുരാണത്തിലുണ്ട്. സ്കന്ദപുരാണത്തിൽ സൂര്യക്ഷേത്ര പരാമർശം കാണുന്നു. ചുരുക്കത്തിൽ, മുമ്പു സൂചിപ്പിച്ചതുപോലെ, ബി സി യിൽ തുടങ്ങി എ ഡി വരെ നീളുന്ന ദീർഘമായ കാലഘട്ടത്തിലാണ് പുരാണങ്ങൾ പലരാൽ രചിക്കപ്പെട്ടതെന്നു കരുതാവുന്നതാണ്. പുരാണകർത്താവ്/കർത്താക്കൾ, ആര്/ആരെല്ലാം എന്ന അഭ്യൂഹങ്ങളെയും അനുമാനങ്ങളെയും മാറ്റി നിർത്തിയാൽത്തന്നെ ഒരു വസ്തുത വ്യക്തമാണ്. വേദങ്ങൾക്കും ബ്രാഹ്മണങ്ങൾക്കും ആരണ്യകങ്ങൾക്കും ഉപനിഷത്തുകൾക്കുംശേഷമുണ്ടായ പുരാണങ്ങളിലാണ് അവതാരസങ്കല്പം രൂപമെടുക്കുന്നത്. ബ്രാഹ്മണങ്ങളുടെ കാലത്തു തന്നെ ആരണ്യകങ്ങൾ ഉണ്ടായിട്ടില്ലെന്നോ അക്കാലത്തുതന്നെ ഉപനിഷത്തുകൾ ഉണ്ടായിട്ടില്ലെന്നോ അല്ല ഇവിടെ അർത്ഥമാക്കുന്നത്. കാലാതിർത്തികൾ കയറിയിറങ്ങി അങ്ങനെ സംഭവിച്ചിരുന്നിരിക്കണം. വേദത്തിലെ പ്രജാപതിയെ വിഷ്ണുവാക്കിയതും വിഷ്ണുവിന് അവതാരങ്ങൾ സൃഷ്ടിച്ചതും പുരാണങ്ങളാണ്. അതേസമയം, അവതാരങ്ങളുടെ ബീജം ബ്രാഹ്മണങ്ങളിലും ആരണ്യകങ്ങളിലും വരെ ഉള്ളതായും പറയപ്പെടുന്നു. ശുക്ലയജുർവേദത്തിന്റെ (യജുർവേദത്തിന് കൃഷ്ണ-ശുക്ലഭേദം കല്പിച്ചു കാണുന്നു. മന്ത്രഭാഗങ്ങളുടെ ശുദ്ധിയെ ആധാരമാക്കിയാകാം ഈ വിഭജനമെന്നു കരുതപ്പെടുന്നു). ബ്രാഹ്മണങ്ങളിൽ പ്രമുഖമായ ശതപഥബ്രാഹ്മണം, സാമവേദത്തിന്റെ ബ്രാഹ്മണങ്ങളിൽ പ്രമുഖമായ താണ്ഡ്യം അഥവാ മഹാബ്രാഹ്മണം, ഋഗ്വേദത്തോടു ബന്ധപ്പെട്ട ഐതരേയാരണ്യകം, കൃഷ്ണയജുർവേദം എന്നറിയപ്പെടുന്ന തൈത്തിരീയസംഹിതയുടെ ആരണ്യകമായ തൈത്തിരീയാരണ്യകം തുടങ്ങിയവകളിലൊക്കെത്തന്നെ അവതാരകഥകളുടെ ബീജം കണ്ടെത്തുവാനാകുന്നതാണ്. എന്നാൽ, ഉപനിഷത്കർത്താക്കൾ ഈ അവതാരസൂചനകളെ അവഗണിച്ചുകളഞ്ഞു. അവരന്വേഷിച്ചത് ജീവിതത്തിന്റെ ആത്യന്തികപ്പൊരുളാണ്. അതുതേടിയവർക്ക് അവതാരകല്പനകൾക്കു പിറകെ പോകുവാനാവില്ല.

എന്നാൽ, ഉപനിഷത്തുകൾക്കുശേഷം രൂപമെടുത്ത പുരാണങ്ങളുടെ കർത്താക്കൾ യജ്ഞക്രിയാപക്ഷത്തേക്കു മടങ്ങിയതായിക്കാണാവുന്നതാണ്. ഉപനിഷത്കർത്താക്കൾ എന്താണോ തേടിയത് അതിനുകടകവിരുദ്ധമായി ഭൗതികപക്ഷത്ത് പുരാണകർത്താക്കൾ നിലയുറപ്പിച്ചു. അതുകൊണ്ടാണ്, ആധിദൈവികാർത്ഥത്തിൽ വേദത്തിൽ സൂര്യനെന്നു വിശേഷിപ്പിക്കപ്പെട്ട വിഷ്ണുവിനെ പുരാണകർത്താക്കൾ ത്രിമൂർത്തികളിൽ ഒരാളാക്കിയത്! ഭക്തിമാർഗ്ഗപ്രസ്ഥാനം ശക്തമായ എ.ഡി.8-ാം ശതകത്തിന് മുമ്പുതന്നെ അവതാരകഥകൾ ദുർബലമായി രൂപപ്പെട്ടിരുന്നുവെങ്കിലും അതു ശക്തമായതും രാമകഥകളും മറ്റും പ്രചാരമാർജ്ജിച്ചതും എ.ഡി.8-ാം ശതകത്തിനുശേഷം മാത്രമാണ്. വാല്മീകിയുടെ രാമൻ അവതാരമാകാത്തതിനും അയാൾ 'പുരുഷോത്തമൻ' ആയതിനും കാരണം മറ്റെങ്ങും തേടേണ്ടതില്ല. (ബി സി 2-ാം നൂറ്റാണ്ടാണല്ലോ ആദികവിയുടെ ജീവിതകാലമായി കണക്കാക്കപ്പെടുന്നത്). വേദങ്ങളിലെ ആശയങ്ങ

ളെയും കല്പനകളെയും പുരാണങ്ങൾ മാനവീകരിച്ചതിന്റെ ഭാഗമായാണ് അവതാരസങ്കല്പങ്ങൾ രൂപമെടുക്കുന്നത്. അതോടുകൂടി സാമാന്യ ജനതയ്ക്ക് മനസ്സിലാകുന്ന മട്ടിൽ വേദകല്പനകൾ പരിവർത്തനം ചെയ്യപ്പെടുകയുണ്ടായി.

അതേസമയം, വേദങ്ങളുടെ സ്വാധീനത്തെക്കാളേറെ പുരാണങ്ങളുടെ സ്വാധീനം ഇതിഹാസകൃതികളിൽ കാണാവുന്നതാണ്. ഇതിഹാസകൃതികൾ എന്നു പറയുമ്പോൾ അവയുടെ മൂലപാഠത്തെയല്ല ഇവിടെ വിവക്ഷിക്കുന്നത്. വിവിധകാലങ്ങളിൽ കൂട്ടിച്ചേർക്കലുകൾ നടത്തിയതിനുശേഷം ഇന്നു നമ്മുടെ മുന്നിലുള്ള ഇതിഹാസകൃതികളുടെ പാഠങ്ങളിൽ പുരാണങ്ങളുടെ സ്വാധീനം വ്യക്തമാണ്. വിഷ്ണുപുരാണത്തിൽ ചാതുർവർണ്ണ്യവ്യവസ്ഥിതിയിൽ ഓരോ വർണ്ണവും അനുഷ്ഠിക്കേണ്ടതായ കടമകളെക്കുറിച്ചും കർത്തവ്യങ്ങളെക്കുറിച്ചും വ്യക്തമായി പ്രതിപാദിക്കുന്നുണ്ട്. മൗര്യവംശത്തിന്റെ പ്രഭാവകാലത്തോട് തൊട്ടടുത്ത്, അതായത് ബി.സി.3-ാം നൂറ്റാണ്ടിലോ 2-ാം നൂറ്റാണ്ടിലോ ആയിരുന്നിരിക്കണം ഈ പുരാണത്തിന്റെ രചന എന്നു കരുതപ്പെടുന്നു. പ്രപഞ്ചസൃഷ്ടിക്കായി ഒരുങ്ങിയ ബ്രഹ്മാവിന്റെ മുഖത്തുനിന്നും സത്വഗുണം നിറഞ്ഞവരും മാറിടത്തിൽ നിന്ന് രജോഗുണപ്രധാനരും തുടയിൽനിന്ന് രജസ്തമസ്സുകൾ ഒരുപോലെ വർദ്ധിച്ചവരും പാദങ്ങളിൽ നിന്ന് തമോഗുണയുക്തരുമായ പ്രജകൾ ഉളവായി. മുഖം, മാറിടം, തുടകൾ, പാദങ്ങൾ എന്നിവയിൽനിന്നും ഉത്ഭവിച്ച അവർ യഥാക്രമം ബ്രാഹ്മണരും ക്ഷത്രിയരും വൈശ്യരും ശൂദ്രരുമാകുന്നു. ഇതാണ് പ്രസിദ്ധമായ ചാതുർവർണ്യം. യജ്ഞം നിർവ്വഹിക്കുന്നതിനായിട്ടത്രേ യജ്ഞസാധനമായ ചാതുർവർണ്ണ്യത്തെ ബ്രഹ്മാവു സൃഷ്ടിച്ചത്. ബ്രഹ്മാവ്, പ്രജകളെ സൃഷ്ടിച്ചശേഷം, അവരുടെ (കൃഷിരൂപമായ) പ്രവൃത്തി ഫലവത്തായതു കണ്ടപ്പോൾ ധർമ്മാധർമ്മങ്ങൾ പേറുന്ന (ബ്രാഹ്മണാദി) വർണ്ണങ്ങൾക്കും (ബ്രഹ്മചര്യാദി) ആശ്രമങ്ങൾക്കും സ്ഥാനവും ഗുണവും അനുസരിച്ച് യഥാക്രമം ലോകവ്യവസ്ഥയും ധർമ്മവ്യവസ്ഥയും കല്പിച്ചു. യാഗാദികളനുഷ്ഠിക്കുന്ന ബ്രാഹ്മണർക്ക് 'പ്രാജാപത്യം' എന്ന സ്ഥാനം സ്ഥാപിച്ചു. യുദ്ധത്തിൽ പിന്തിരിയാത്ത ക്ഷത്രിയർക്ക് 'ഐന്ദ്രം' എന്ന സ്ഥാനവും സ്വധർമ്മം അനുഷ്ഠിക്കുന്ന വൈശ്യർക്ക് 'മാരുതം' എന്ന സ്ഥാനവും നിശ്ചയിച്ചു. പരിചര്യാവൃത്തിയോടുകൂടിയ ശൂദ്രർക്ക് ഗാന്ധർവ്വ സ്ഥാനവും കൽപ്പിച്ചു.'[18]

വർണ്ണധർമ്മങ്ങളെക്കുറിച്ചും ഈ പുരാണം പറയുന്നു. 'ദാനം നല്കുക, യാഗം ചെയ്യുക, വേദം പഠിക്കുക, സ്നാനം, തർപ്പണം തുടങ്ങിയവ ചെയ്യുക ഇവ ബ്രാഹ്മണധർമ്മമാകുന്നു. ബ്രാഹ്മണൻ ഔപസനാഗ്നിയും അഗ്നിത്രയവും പരിഗ്രഹിക്കണം. ജിവിതവൃത്തിക്കായി മറ്റുള്ളവരെക്കൊണ്ടു യാഗം ചെയ്യിക്കണം. വേദം പഠിപ്പിക്കണം, ന്യായമായി ആർജ്ജിച്ച ശുക്ലധനത്തിൽനിന്നും ദക്ഷിണ യഥാവിധി സ്വീകരിക്കുക, സർവ്വപ്രാണികൾക്കും ഹിതം ചെയ്യുക, ആർക്കും അഹിതമായതു ചെയ്യാ

തിരിക്കുക എന്നിവയും ബ്രാഹ്മണന്റെ ധർമ്മം തന്നെ. സമസ്ത ജീവികളിലുമുള്ള മൈത്രി ബ്രാഹ്മണന്റെ ഉത്തമധനമാകുന്നു. ദ്വിജൻ കല്ലിലും പരകീയമായ രത്നത്തിലും സമത്വബുദ്ധി ഉള്ളവനായിരിക്കണം. നാലു മുതൽ പതിനാറു വരെയുള്ള ഋതുക്കളിൽ ഭാര്യാഭിഗമനം ബ്രാഹ്മണന് ആശാസ്യമാകുന്നു. അല്ലയോ രാജാവേ, ക്ഷത്രിയൻ ഇച്ഛയനുസരിച്ച് ബ്രാഹ്മണർക്കു ദാനം ചെയ്യണം. വിവിധ യാഗങ്ങൾ ചെയ്യുക, വേദം പഠിക്കുക എന്നതും ക്ഷത്രിയധർമ്മമാകുന്നു. ശാസ്ത്രം കൊണ്ട് ഉപജീവനം കഴിക്കുന്ന ക്ഷത്രിയന്റെ മുഖ്യമായ ജീവിക ഭൂമി പരിപാലനമാകുന്നു ധരിത്രീപാലനത്താലത്രേ രാജാക്കന്മാർ കൃതകൃത്യരായിത്തീരുന്നത്. അതിനാൽ യജ്ഞാദികർമ്മങ്ങളുടെ അംശം രാജാക്കന്മാർക്കും ലഭിക്കുന്നു. ദുഷ്ടരെ ശാസിച്ചും ശിഷ്ടരെ പരിപാലിച്ചും വർണ്ണധർമ്മം ആചരിക്കുന്ന രാജാവ് അഭീഷ്ടലോകങ്ങൾ നേടുന്നു. അല്ലയോ രാജാവേ, പശുപാലനവും വാണിജ്യവും കൃഷിയുമാണ് ലോകപിതാമഹനായ ബ്രഹ്മാവ് വൈശ്യന് ജീവിതമാർഗ്ഗമായി കല്പിച്ചു നല്കിയത്. വേദാദ്ധ്യയനം, യജ്ഞം, ദാനം എന്നിവ വൈശ്യന് വിധിച്ചിട്ടുണ്ട്. നിത്യനൈമിത്തിക കർമ്മങ്ങളുടെ അനുഷ്ഠാനവും വൈശ്യൻ ചെയ്യേണ്ടതുണ്ട്. ബ്രാഹ്മണാദികളെ ശുശ്രൂഷിച്ചും അവർക്കുവേണ്ടി പ്രയത്നിച്ചും നേടുന്ന ധനംകൊണ്ടോ, ക്രയവിക്രയം ചെയ്തോ, ശില്പവേലയാലോ, ലോഹവിദ്യയാലോ സമ്പാദിക്കുന്ന ധനം കൊണ്ടോ കുടുംബഭരണം നടത്തുക ശൂദ്രന്റെ ധർമ്മമാകുന്നു. താഴ്മ, ശുചിത്വം, കാപട്യം കൂടാതെയുള്ള സേവ, മന്ത്രം കൂടാതെയുള്ള യജ്ഞം, മോഷ്ടിക്കാതിരിക്കൽ, ബ്രാഹ്മണസംരക്ഷണം എന്നിവയും ശൂദ്രധർമ്മമാകുന്നു.[19] വേദത്തിലെ വിരാട്പുരുഷ-പ്രജാപതി സങ്കല്പങ്ങൾ വിഷ്ണുപുരാണത്തിലെത്തിയപ്പോൾ ബ്രഹ്മാവ് ആയി മാറിയത് ശ്രദ്ധിക്കുക. വേദത്തിലെ വിരാട്പുരുഷനെയൊക്കെ സങ്കല്പിച്ചെടുക്കുവാനുള്ള കഴിവും കരുത്തും സാമാന്യജനതയ്ക്ക് ഇല്ലായെന്ന ബോദ്ധ്യത്തിൽനിന്നാകാം വിഷ്ണുപുരാണത്തിൽ കാര്യങ്ങൾ വെട്ടിത്തുറന്നു പറഞ്ഞിരിക്കുന്നത്!

വേദചിന്തകളും വേദാനുകൂല ചിന്തകളും മാത്രമേ പ്രാചീനേന്ത്യയിൽ രൂപപ്പെട്ടിരുന്നുള്ളൂ എന്ന മട്ടിൽ എന്നും പ്രചരിപ്പിക്കപ്പെട്ടിട്ടുണ്ട്. അങ്ങനെ ഇന്ത്യാക്കാരന്റെ ജീനുകളിൽത്തന്നെ ആത്മീയചിന്തയുടെ മേധാവിത്വമാണുള്ളതെന്നും പ്രചരിപ്പിക്കപ്പെടുന്നു. ഇത് യാഥാർത്ഥ്യവുമായി നിരക്കുന്നതല്ല. വേദചിന്തകൾക്കും വേദാനുകൂല ചിന്തകൾക്കും പ്രാമുഖ്യമുണ്ടായിരുന്ന കാലത്തുതന്നെ അതിനെതിരെയുള്ള ഭൗതികവാദാധിഷ്ഠിത ചിന്തകളും ഇവിടെ വളർന്നുവികസിച്ചിരുന്നു. നിർഭാഗ്യവശാൽ, അവയെയൊക്കെ ബ്രാഹ്മണ-പൗരോഹിത്യശക്തികൾ ആശയംകൊണ്ടും ആയുധംകൊണ്ടും എതിർത്തു തോല്പിക്കുകയാണുണ്ടായത്. ഓരോരോ കാലങ്ങളിൽ രൂപപ്പെട്ട തത്ത്വചിന്താപദ്ധതികളുടെ കണക്കെടുപ്പോ, വിശദാപഗ്രഥനമോ ഇവിടെ നടത്തുന്നില്ല. സാമാന്യമായ ഒരു അവലോകനത്തിലൂടെ അവയുടെ ബഹുസ്വരത വ്യക്തമാക്കു

ന്നതിനു മാത്രമേ ഇവിടെ തുനിയുന്നുള്ളൂ. വേദങ്ങളും ഉപനിഷത്തുകളും ഉൾപ്പെട്ട വൈദികസാഹിത്യകൃതികളെ മുഴുവൻ തത്ത്വചിന്തയുമായി കൂട്ടിയിണക്കുന്നതിന് ചിലർ ശ്രമിച്ചുകാണാറുണ്ട്. യഥാർത്ഥത്തിൽ, ദർശനങ്ങളെന്ന നിലയിൽ അവ രൂപപ്പെട്ടത് വർണ്ണവ്യവസ്ഥാ കാലത്തെ വർഗ്ഗ വൈരുദ്ധ്യങ്ങൾ മൂർച്ഛിക്കാൻ തുടങ്ങിയപ്പോഴാണ്. അതായത് ബി സി 7-ാം നൂറ്റാണ്ടിനുശേഷം. സത്യാന്വേഷികളും നിത്യാന്വേഷികളുമായ തത്ത്വചിന്തകർ പ്രകൃതി, പ്രപഞ്ചം, മനുഷ്യൻ, ജ്ഞാനം, ചിന്ത, ഇന്ദ്രിയാനുഭൂതി, ജീവിതം, മരണം, മരണാനന്തരജീവിതം തുടങ്ങിയവയെക്കുറിച്ചൊക്കെ ഉൽക്കണ്ഠാകുലരായിരുന്നു. അത്തരം അന്വേഷണങ്ങളിൽ നിന്നും ഉൽക്കണ്ഠകളിൽനിന്നും രൂപപ്പെട്ട ദർശനങ്ങളെയാണ്, സാമാന്യാർത്ഥത്തിൽ, തത്ത്വചിന്ത എന്നു വിവക്ഷിക്കുന്നത്. ഇതാകട്ടെ വ്യത്യസ്തവും വിഭിന്നവുമായ ധാരകളിലൂടെ വികസ്വരമാവുകയാണുണ്ടായത്.

പ്രാചീനദർശനങ്ങളിൽ പ്രാധാന്യമർഹിക്കുന്നവയെ കെ ദാമോദരൻ പരാമർശിക്കുന്നു:

> വെള്ളം, വായു, അഗ്നി, ഭൂമി എന്നിവയാണ് പ്രപഞ്ചത്തിന്റെ മൂലഘടകങ്ങൾ എന്നു വാദിച്ച ചാർവാകദർശനം അഥവാ ലോകായതം, അവ്യക്തമായ മൂലപ്രകൃതിയിൽ നിന്നാണ് പ്രപഞ്ചം ഉത്ഭവിച്ചതെന്ന് ഉദ്ഘോഷിച്ച സാംഖ്യദർശനം, ചിത്തവൃത്തി നിരോധനത്തിലൂടെ മാത്രമേ സത്യം കണ്ടെത്താൻ സാധിക്കൂ എന്നു വിശ്വസിച്ച യോഗദർശനം, സാമാന്യവും വിശേഷവും തമ്മിലുള്ള ബന്ധത്തിന്റെ വിശകലനമാണ് സത്യാന്വേഷണം എന്നും പരമാണുവാണ് പ്രപഞ്ചത്തിന്റെ ആദിമൂലം എന്നും വാദിച്ച വൈശേഷികദർശനം, പ്രപഞ്ചത്തിന്റെ മൂലഘടകമായ പരമാണുവിനെ ശരിയായ ജ്ഞാനംകൊണ്ട് മനസ്സിലാക്കാൻ കഴിയും എന്ന് ഉറപ്പിച്ചു പറഞ്ഞ ന്യായദർശനം, മന്ത്രങ്ങളുടെയും യജ്ഞാദി കർമ്മങ്ങളുടെയും ശക്തികൊണ്ട് ലോകത്തെ മാറ്റിമറിക്കാൻ കഴിയുമെന്നു വിശ്വസിച്ച പൂർവ്വമീമാംസാദർശനം, ബ്രഹ്മമാണ് പരമസത്ത എന്നു പ്രഖ്യാപിച്ച വേദാന്ത ദർശനം, പ്രപഞ്ചത്തിൽ നിലനില്ക്കുന്നതെല്ലാം അസ്ഥിരവും അനവരതം മാറിക്കൊണ്ടിരിക്കുന്നവയും ആണെന്നും അതുകൊണ്ട് അനശ്വരമായ ആത്മാവിനോ, ദൈവത്തിനോ സ്ഥാനമില്ലെന്നും ഉദ്ഘോഷിച്ച ബൗദ്ധദർശനം, അനാദികാലം മുതൽക്കേ നിലനിന്നു പോന്ന പ്രപഞ്ചം ആരാലും സൃഷ്ടിക്കപ്പെട്ടതല്ലെന്നും ഭൗതികപദാർത്ഥമെന്ന പോലെ തന്നെ ആത്മാവും യഥാർത്ഥമാണെന്നു വാദിച്ച ജൈനദർശനം-ഇവയാണ് പ്രാചീനദർശനങ്ങളിൽ പ്രാധാന്യമർഹിക്കുന്നവ[20].

യഥാക്രമം ബൃഹസ്പതി, കപിലൻ, ഗൗതമൻ, കണാദൻ, പതഞ്ജലി, ജൈമിനി, ബാദരായണൻ, ബുദ്ധൻ, വർദ്ധമാനൻ എന്നിവരാണ് ഈ ദർശനങ്ങളുടെ പ്രയോക്താക്കൾ. ഇന്ത്യൻ തത്ത്വചിന്തയാകെ ആത്മീ

യവാദമാണെന്നോ, അനാത്മീയ വാദമാണെന്നോ ഇവരുടെ ദർശനങ്ങളെ സാക്ഷി നിർത്തി ആർക്കുംതന്നെ പറയുവാനാകില്ല. ചില ദർശനങ്ങൾക്ക് ചിലകാലങ്ങളിൽ സ്വാധീനമുണ്ടായിരുന്നുവെന്നതും ചില ദർശനങ്ങൾ മറ്റുചില ദർശനങ്ങളെ സ്വാധീനിച്ചിരുന്നുവെന്നതും ശരിയാണ്. ഈ ദർശനങ്ങൾക്കെല്ലാം തന്നെ ഇന്ത്യൻ തത്ത്വചിന്താപരിസരത്ത് സവിശേഷമായ സ്ഥാനമുണ്ടെന്നതാണ് യാഥാർത്ഥ്യം. മാത്രവുമല്ല, ദർശനങ്ങൾ തമ്മിൽ നടന്ന ആശയസംഘട്ടനങ്ങളിലൂടെയാണ് അവയുടെ വളർച്ചയെന്നും കാണാവുന്നതാണ്. മറ്റൊരു സുപ്രധാനമായ കാര്യവുമുണ്ട്. ഈ ദർശനങ്ങളെ ആസ്തികമെന്നും നാസ്തികമെന്നും വിഭജിക്കുന്ന രീതിയും സാമാന്യമായി കണ്ടുവരുന്നുണ്ട്. 'അതുണ്ട്' എന്നു വിശ്വസിക്കുന്നവൻ ആസ്തികനും 'അതില്ല' എന്നു വിശ്വസിക്കുന്നവൻ നാസ്തികനും ആണെന്നാണ് പതഞ്ജലിയുടെ (ബി.സി.150) ഭാഷ്യം. അത് എന്നു വിവക്ഷിക്കുന്നത് പലതിനേയുമാണ് എന്നതും കൗതുകകരമാണ്. ദൈവം, പരലോകം, ആത്മാവ്, പുനർജ്ജന്മം തുടങ്ങി പലതുമാകാം 'അത്'. അതുപ്രകാരം സാംഖ്യം, ന്യായം, യോഗം, വൈശേഷികം, പൂർവ്വമീമാംസ, വേദം എന്നിവ ആസ്തികദർശനങ്ങളും ലോകായതം, മാധ്യമികം, സൗത്രാന്തികം, വൈഭാഷികം, ജൈനം എന്നിവ നാസ്തികദർശനങ്ങളുമാണ്. ഇതൊരു സാമാന്യവിഭജനം മാത്രമേ ആകുന്നുള്ളൂ. ഓരോ ദർശനപക്ഷപാതികളും ഇതര ദർശനപക്ഷപാതികളെ ധർമ്മവിരുദ്ധരായും കണ്ടിട്ടുമുണ്ട്!

ഈ വിഭജനത്തോടുള്ള വിയോജിപ്പ് കെ ദാമോദരൻ രേഖപ്പെടുത്തുന്നു: 'ആസ്തികന്മാർ എന്നു വച്ചാൽ ഈശ്വരവിശ്വാസികളും നാസ്തികന്മാർ എന്നു വച്ചാൽ നിരീശ്വരവാദികളുമാണ് എന്ന ഒരു പൊതുധാരണയുണ്ട്. അത് ശരിയല്ല. ശരിയാണെങ്കിൽ ഇന്ത്യയിലെ എല്ലാ പ്രാചീനദർശനങ്ങളും നാസ്തികങ്ങളാണ് എന്നു പറയേണ്ടി വരും. എന്തെന്നാൽ ഒരൊറ്റദർശനവും-വേദാന്തം പോലും- ഈശ്വരനു സ്ഥാനം നല്കുന്നില്ല. സാംഖ്യവും ന്യായവും വൈശേഷികവും ഈശ്വരനെ പ്രത്യേകമായിത്തന്നെ നിഷേധിക്കുന്നു. എന്നിട്ടും അവ ആസ്തികദർശനങ്ങളായിട്ടാണ് കരുതപ്പെടുന്നത്. യോഗം പേരിന് ദൈവത്തെപ്പറ്റി പറയുന്നുണ്ടെങ്കിലും സൃഷ്ടികർത്താവെന്ന നിലയ്ക്കോ, മറ്റു തരത്തിലോ എടുത്തു പറയത്തക്ക യാതൊരു സ്ഥാനവും ദൈവത്തിനു നല്കുന്നില്ല. ബ്രഹ്മത്തിൽ നിന്നാണ് എല്ലാം ഉണ്ടായതെന്നും എല്ലാം ബ്രഹ്മമയമാണ് എന്നും വേദാന്തം ഉദ്ഘോഷിക്കുന്നു. പക്ഷേ, ബ്രഹ്മം ഈശ്വരനല്ല. ഈശ്വരനിൽ വിശ്വസിക്കുന്നു എന്നതുകൊണ്ടല്ല, വേദപ്രമാണങ്ങളെ അംഗീകരിക്കുന്നു എന്നതുകൊണ്ടാണ് ഈ ദർശനങ്ങൾ ആസ്തികങ്ങളായി പരിഗണിക്കപ്പെടുന്നത്. അതുപോലെ തന്നെ, ലോകായതത്തെ നാസ്തികമെന്നു വിശേഷിപ്പിക്കുന്നത് അതിന്റെ ഭൗതികവാദപരമായ അടിസ്ഥാനത്തെ മുൻനിർത്തിയല്ല. പിന്നെയോ, അത് വേദപ്രമാണങ്ങളെ തിരസ്കരിക്കുന്നു എന്നതുകൊണ്ടാണ്. വേദങ്ങളോടുള്ള സമീപനത്തിന്റെ അടി

സ്ഥാനത്തിലാണ് ദർശനങ്ങളെ ആസ്തികമെന്നും നാസ്തികമെന്നും രണ്ടു വിഭാഗങ്ങളായി തരംതിരിച്ചിട്ടുള്ളത്. പക്ഷേ, ഈ വിഭജനവും അത്ര ആശാസ്യമാണെന്നു തോന്നുന്നില്ല. എന്തെന്നാൽ, വേദങ്ങളെ വാക്കാൽ അംഗീകരിക്കുകയോ, വേദങ്ങളിൽനിന്നും ഉപനിഷത്തുകളിൽ നിന്നും ചില ഉദ്ധരണികൾ സ്വീകരിക്കുകയോ ചെയ്യുന്നു എന്നതുകൊണ്ടു മാത്രം ഏതെങ്കിലും ഒരു ദർശനത്തിന്റെ ഉള്ളടക്കം വൈദികമായിക്കൊള്ളണമെന്നില്ല. ഉദാഹരണത്തിന്, സാംഖ്യവും വൈശേഷികവും ധർമ്മാനുസാരിയായ ആസ്തിക ദർശനങ്ങളാണെന്നാണ് വച്ചിട്ടുള്ളത്. അവ ഔപചാരികമായിട്ടാണെങ്കിലും വേദങ്ങളോടു കൂറു കാണിക്കുന്നു. അതേസമയത്തുതന്നെ വേദങ്ങളിലും ഉപനിഷത്തുകളിലുമടങ്ങിയിട്ടുള്ള ആത്മീയ വീക്ഷണഗതികളെ അവ പൂർണ്ണമായും നിഷേധിക്കുന്നു. ഈ വൈരുദ്ധ്യത്തിന്റെ കാരണമാരായേണ്ടത് സാമൂഹ്യസാഹചര്യങ്ങളിലാണ് എന്നു തോന്നുന്നു.[21]

ഇന്ത്യൻ ഭൗതികവാദത്തിന്റെ ഉപജ്ഞാതാവ് എന്നു വിശേഷിപ്പിക്കപ്പെടുന്ന ബൃഹസ്പതി ജീവിച്ചിരുന്നത് ഋഗ്വേദകാലത്താണെന്ന് കരുതപ്പെടുന്നു. ഋഗ്വേദസൂക്തങ്ങളിൽ ഭൗതികവാദത്തിന്റെ ബീജാങ്കുരങ്ങൾ കാണാമെന്നാണ് ഡോ. എസ് രാധാകൃഷ്ണന്റെ നിരീക്ഷണം.[22] ഉപനിഷത്കാലമെത്തിയപ്പോൾ അതു കൂടുതൽ ശക്തമായി. സാമവേദികളുടെ ഉപനിഷത്ത് എന്നു വിശേഷിപ്പിക്കപ്പെടുന്ന ഛാന്ദോഗ്യത്തിൽ ഇതിന്റെ പ്രതിഫലനം കാണാവുന്നതാണ്. ഛന്ദോഗ്യന്മാരുടെ ഉപനിഷത്ത് - സാമവേദം പഠിച്ചവരുടെ ഉപനിഷത്ത് - എന്നു തന്നെ ഈ ഉപനിഷത്തിനെ വിശേഷിപ്പിക്കപ്പെടുന്നുമുണ്ട്. സാമവേദം പഠിച്ചവൻ എന്നാണ് ഛന്ദോഗൻ എന്നതിനർത്ഥം. ബ്രഹ്മസൂത്രകാരനായ ബാദരായണനും ഭാഷ്യകാരനായ ശങ്കരനും ഈ ഉപനിഷത്തിനെ ഏറെ ആദരിച്ചിട്ടുണ്ട് എന്നതും ഓർമ്മിക്കുക.

ഛാന്ദോഗ്യത്തിലെ ആറാം അദ്ധ്യായത്തിലാണ് പ്രശസ്തമായ 'തത്ത്വമസി' എന്ന വാക്യം പ്രത്യക്ഷപ്പെട്ടത്. യജ്ഞസംസ്കാരത്തിന് എതിരെ ഉയർന്ന എക്കാലത്തെയും ശക്തവും തീവ്രവുമായ ശബ്ദം 'ശൗവളദ്ഗീഥം' ഈ ഉപനിഷത്തിലേതാണ്. ("-ശ്വാക്കളാൽ ഉപജ്ഞാതമായ ഉദ്ഗീഥം. ഉച്ചത്തിൽ ഗാനം ചെയ്യപ്പെടുകയാൽ ഓം എന്ന പ്രണവമന്ത്രത്തിന് ഉദ്ഗീഥം എന്ന പേരുണ്ടായി എന്ന് ഉപനിഷത്തിൽത്തന്നെ വ്യുത്പത്തി കാണിച്ചിരിക്കുന്നു.'[23]) അന്നമാണു ദേവതയെന്നു തിരിച്ചറിഞ്ഞ ഉഷസ്തി അതിനെ പ്രസാദിപ്പിക്കാൻ ഉദ്ഗീഥത്തെ ഉപയോഗിക്കുന്നു. അടുത്ത രംഗത്തിൽ, കുറെ നായ്ക്കൾ തലവനായ വെളുത്ത നായയുടെ മുന്നിൽ ചെന്ന് കൂട്ടമായി അപേക്ഷിക്കുന്നു: 'ഞങ്ങൾക്ക് വിശക്കുന്നു, പാട്ടുപാടി ഞങ്ങൾക്കു ഭക്ഷണം നേടിത്തരുക' എന്ന്. പിറ്റേന്ന്, രണ്ടു ബ്രാഹ്മണർ കണ്ടു നിൽക്കെ, വെള്ള നായയും കൂട്ടുകാരും, മുമ്പിലുള്ള നായയുടെ വാലു കടിച്ചു പിടിച്ച് എല്ലാം കൂടി വട്ടത്തിൽ ചുറ്റി മോങ്ങി: 'ഓം, ഞങ്ങൾ അന്നം തിന്നുമാറാകട്ടെ! ഓം,

വെള്ളം കുടിക്കുമാറാകട്ടെ! വരുണനും പ്രജാപതിയും സവിതാവും ഞങ്ങൾക്ക് അന്നം തരട്ടെ! അന്നങ്ങൾക്കെല്ലാം നാഥനായിട്ടുള്ളവനേ, ഞങ്ങൾക്ക് അന്നം തന്നാലും! അന്നം തന്നാലും![24] യജ്ഞസംസ്കാരത്തിനെതിരെ ഉപനിഷത്തിൽ പലയിടങ്ങളിലും പ്രതിഷേധസ്വരങ്ങൾ ഉയരുന്നുവെങ്കിലും ഈ സന്ദർഭത്തോട് അവയൊന്നുംതന്നെ കിടപിടിക്കുന്നില്ല എന്നതാണ് യാഥാർത്ഥ്യം.

യജ്ഞാദിക്രിയകൾക്കെതിരെ മുണ്ഡകോപനിഷത്തും താക്കീതു നല്കുന്നു. 'യജ്ഞങ്ങൾ ഒരുറപ്പുമില്ലാത്ത അനിത്യ കാര്യങ്ങളാണ്. ഈ യജ്ഞങ്ങളിൽ പതിനാറ് ഋത്വിക്കുകൾ, യജമാനൻ, യജമാന ഭാര്യ എന്നീ പതിനെട്ടു പേർ ചേർന്ന് നിറവേറ്റുന്ന കർമ്മം അസുഖപ്രദം. മന്ദബുദ്ധികളായ ആരൊക്കെയാണോ ഇതു ശ്രേയസ്സായി പരിഗണിക്കുന്നത് അവർ വീണ്ടും വീണ്ടും ജനനമരണചക്രത്തിൽ കറങ്ങാനിടവരുന്നു'[25] മറ്റുപനിഷത്തുകളിലും ഇത്തരം യജ്ഞവിരുദ്ധപരാമർശങ്ങൾ കാണാവുന്നതാണ്. അതേസമയം തന്നെ, ഇതിനു വിരുദ്ധമായ പരാമർശങ്ങളും അവയിലുണ്ട് എന്ന വസ്തുതയും അവശേഷിക്കുന്നു. ആത്മീയവാദത്തിനും ഭൗതികവാദത്തിനും ഇന്ത്യയുടെ പ്രാചീനദർശനങ്ങളിൽ സ്ഥാനമുണ്ടായിരുന്നു എന്നാണ് ഇതൊക്കെ ക്കാണിക്കുന്നത്.

യജ്ഞസംസ്കാരത്തിനും ബ്രാഹ്മണ്യത്തിനും എതിരെയുള്ള ചിന്താപദ്ധതികൾ തുടക്കം മുതൽ തന്നെ പ്രാചീനേന്ത്യയിൽ രൂപപ്പെട്ടിരുന്നു എന്നതാണ് യാഥാർത്ഥ്യം. ആസൂത്രിതവും സംഘടിതവുമായ പദ്ധതികളിലൂടെ എതിർശബ്ദങ്ങളെ അപ്രസക്തമാക്കുന്നതിന് വേദപക്ഷപാതികളായ ബ്രാഹ്മണ-പൗരോഹിത്യശക്തികൾക്കു കഴിഞ്ഞു എന്നത് മറ്റൊരു കാര്യം. എന്നാൽ, അത്രയെളുപ്പത്തിൽ അവർക്കു തകർക്കുവാൻ കഴിയാതെ പോയ ദർശനമായിരുന്നു ബുദ്ധന്റേത്. ആത്യന്തികമായി അതിനെയും വിരുദ്ധശക്തികൾ തകർത്തു എന്നതു മറ്റൊരു കാര്യം. പക്ഷേ, അതിനു വേണ്ടി ബ്രാഹ്മണ-പൗരോഹിത്യശക്തികൾക്ക് ഏറെ വിയർപ്പ് ഒഴുക്കേണ്ടി വന്നു!

ബുദ്ധൻ ഒരു കൃതിയും രചിച്ചിട്ടില്ല. ബുദ്ധ പ്രഭാഷണങ്ങളും ഉപദേശങ്ങളും പിടകങ്ങൾ അഥവാ കുട്ടകൾ എന്ന പേരിൽ അദ്ദേഹത്തിന്റെ അനുയായികളും ശിഷ്യൻമാരും ശേഖരിച്ച് സമാഹരിക്കുകയാണുണ്ടായത്. സുത്തപിടകം, വിനയപിടകം, അഭിധർമ്മപിടകം എന്നിവയാണ് പ്രമുഖമായ പിടകങ്ങൾ. ബുദ്ധന്റെയും അദ്ദേഹത്തിന്റെ ശിഷ്യന്മാരുടെയും ധർമ്മോപദേശങ്ങളും ദർശനങ്ങളുമാണ് സുത്തപിടകത്തിലുള്ളത്. നികായങ്ങൾ എന്ന പേരിൽ അഞ്ചു സമാഹാരങ്ങളായി ഇതു വിഭജിച്ചിരിക്കുന്നു. ബുദ്ധഭിക്ഷുക്കളുടെ ജീവിതചര്യയുടെ നിബന്ധനകളാണ് വിനയപിടകത്തിൽ ഉള്ളത്. സുത്തപിടകത്തിന്റെ വ്യാഖ്യാനമാണ് അഭിധർമ്മപിടകം. ഇവയാണ് ബുദ്ധദർശനത്തിന്റെ അടിസ്ഥാനഗ്രന്ഥങ്ങൾ എന്നു വിലയിരുത്തപ്പെടുന്നു. ആത്മീയവാദത്തിനും ദൈവവിശ്വാസത്തിനും യാഗാദികർമ്മങ്ങൾക്കും എതിരെ ബുദ്ധനെപ്പോലെ ആശയക

ലാപം ഉയർത്തിയ ദാർശനികർ ഇല്ലെന്നുതന്നെ പറയാം. ബ്രാഹ്മണ മത ത്തിന്റെ ഭാഷയായിരുന്ന സംസ്കൃതത്തിനു പകരം സാധാരണ ജനങ്ങ ളുടെ ഭാഷയായിരുന്ന പാലിയിലാണ് അദ്ദേഹം സംസാരിച്ചത്. സാധാ രണ ജനങ്ങൾ മുതൽ രാജാക്കന്മാർ വരെ ബുദ്ധന്റെ അനുയായികളായി മാറി. സാധാരണ ജനങ്ങളുടെ ഭാഷയിലൂടെ തന്നെ ബ്രാഹ്മണ്യത്തിന്റെ അതിരുകളെ ബുദ്ധൻ ഭേദിച്ചു.

ബുദ്ധന്റെ കാലം മുതൽ തന്നെ ബുദ്ധാശ്രമങ്ങളിൽ ബ്രാഹ്മണർ ചേർന്നിരുന്നതായി ഫാഹിയാൻ എന്ന ചീനസഞ്ചാരി സാക്ഷ്യപ്പെടുത്തി യിട്ടുണ്ട്. സ്വന്തം പാണ്ഡിത്യപ്രകടനം കൊണ്ടും സാമർത്ഥ്യം കൊണ്ടും അവർ ബുദ്ധാശ്രമങ്ങളുടെ നേതൃപദവി വരെയെത്തിയിരുന്നു. അന്നു വരെ മാംസഭക്ഷണശീലമുണ്ടായിരുന്ന ബ്രാഹ്മണർ ബുദ്ധമത സ്വാധീനം മൂലം അതുപേക്ഷിക്കുവാൻ തയ്യാറായി. (സത്യത്തിൽ ഇതൊരു അതി ബുദ്ധിയായിരുന്നു. അഹിംസാപക്ഷപാതിയായിരുന്നെങ്കിലും ബുദ്ധൻ ഏതെങ്കിലും ഭക്ഷണശീലങ്ങൾക്ക് എതിരായിരുന്നില്ല. പക്ഷേ, എതിരാ ളിയെ തോല്പിക്കുവാൻ എതിരാളിയുടെ തന്ത്രം കൂടുതൽ വിപുലമാക്കി സ്വീകരിക്കുന്ന തന്ത്രമായിരുന്നു മാംസഭക്ഷണശീലം ഉപേക്ഷിച്ചതിലൂടെ ബ്രാഹ്മണർ സ്വീകരിച്ചത്). അപ്പോഴും ബുദ്ധമതത്തിന് അന്യമായിരുന്ന ജാത്യാചാരക്രമങ്ങളും ജാതിബോധവും ബ്രാഹ്മണർ തുടർന്നു പോന്നു. വിഗ്രഹാരാധനയ്ക്ക് എതിരായിരുന്ന ബുദ്ധമതാനുയായികളെക്കൊണ്ട് ബുദ്ധവിഗ്രഹങ്ങളെ ആരാധിപ്പിക്കുന്നതിന് അവർക്കു കഴിഞ്ഞു. വിഗ്ര ഹാരാധന ബുദ്ധമതത്തിന്റെ ഭാഗമായി മാറിയതോടു കൂടി പുരോഹി തൻമാരുടെ ആവശ്യവും വന്നു! ബുദ്ധമതത്തിൽ അങ്ങനെ പുരോഹി തൻമാർ പ്രത്യക്ഷപ്പെടുകയും ആരാധനാക്രമങ്ങളും ദാനധർമ്മാദികളും മറ്റും രൂപപ്പെടുകയും ചെയ്തു. ഇതൊക്കെയും സംഭവിച്ചത് സാവധാ നവും ബുദ്ധന്റെ നിർവ്വാണശേഷവുമായിരുന്നു. ഇന്ത്യയിൽ ബുദ്ധമത ത്തിന്റെ തകർച്ച തുടങ്ങുന്നത് ഈ പശ്ചാത്തലത്തിലാണ്.

നളന്ദ സർവ്വകലാശാലയിലെ മഹാപുരോഹിതനായിരുന്ന നാഗാർ ജ്ജുനന്റെ ബുദ്ധമതപ്രവേശനത്തോടുകൂടിയാണ് ബുദ്ധമതത്തിൽ പിളർപ്പു സംഭവിക്കുന്നതും ഹീനയാന-മഹായാന ബുദ്ധമതവിഭജനം സംഭവിക്കുന്നതും. ബ്രാഹ്മണനായിരുന്ന അദ്ദേഹം വന്നതോടുകൂടി ബുദ്ധനെ വിഷ്ണുവിന്റെ അവതാരമായും കാളീദേവിയായും വാഴ്ത്ത പ്പെടുകയും മന്ത്രതന്ത്രാനുഷ്ഠാനങ്ങൾക്ക് ഇടം ലഭിക്കുകയും ചെയ്തു. ബുദ്ധമതവിശ്വാസികളായ രാജാക്കന്മാരും സമ്പന്നരും വളരെ വലിയ ആരാധനാലയങ്ങളും സ്തൂപങ്ങളും സ്തംഭങ്ങളും ആശ്രമങ്ങളും മറ്റും നിർമ്മിച്ചിരുന്നു. അവയൊക്കെ ജനലക്ഷങ്ങളെ ആകർഷിക്കുകയും ചെയ്തിരുന്നു. അവിടെ ചെല്ലുന്ന ജനമനസ്സുകളിൽ ഭയവും ഭക്തിയും ഉണ്ടാക്കുന്നതിനായി പരിശുദ്ധ തീർത്ഥങ്ങളും ആരാധനയ്ക്കായുള്ള രഹ സ്യസ്ഥലങ്ങളും ബുദ്ധനുശേഷം ബുദ്ധമതാനുയായികൾ നിർമ്മിച്ചു. 'പ്രൗഢങ്ങളായ ബുദ്ധമതസ്ഥാപനങ്ങൾ കണ്ടിട്ടാണ് രാമൻ, കൃഷ്ണൻ

മുതലായ പുരാണപുരുഷന്മാരെ ആരാധിക്കുന്നതിന് അവയെക്കാൾ പ്രൗഢവും ആകർഷണീയങ്ങളുമായ ക്ഷേത്രനിർമ്മിതിക്കായി ബ്രാഹ്മണർ നിശ്ചയിച്ചത്.'[26] ചുരുക്കത്തിൽ, ബ്രാഹ്ണമതത്തിനെതിരെ ഉത്ഭവിച്ച ബുദ്ധമതത്തെ വളരെപ്പതുക്കെ, ആസൂത്രിതമായി നശിപ്പിക്കുന്നതിന് ഇന്ത്യയിൽ ബ്രാഹ്മണമതത്തിനു കഴിഞ്ഞു. തന്റെ സിദ്ധാന്തങ്ങളെ ഒരു ദർശനമാക്കി വളർത്തുന്നതിന് ബുദ്ധൻ ശ്രമിച്ചിരുന്നില്ലായെന്നും അദ്ദേഹത്തിന്റെ ശിഷ്യൻമാരും അനുയായികളും അദ്ദേഹത്തിന്റേതെന്നു പറഞ്ഞു പ്രചരിപ്പിച്ച ആശയങ്ങളാണ് ബുദ്ധമതദർശനമെന്ന പേരിൽ നമ്മളറിയുന്നതെന്നും മുമ്പ് പറയുകയുണ്ടായി. ബുദ്ധനെ ദുർവ്യാഖ്യാനം ചെയ്യുന്നതിന് ഈ സാഹചര്യം പ്രതിയോഗികൾ വളരെ സമർത്ഥമായിത്തന്നെ ഉപയോഗിച്ചു. അങ്ങനെ, ബുദ്ധന്റെ നിർവ്വാണശേഷം അദ്ദേഹത്തിന്റെ പേരിൽ രൂപപ്പെട്ട അനേകം സംഘങ്ങൾ ഇന്ത്യയിലെ ബുദ്ധമതപ്രഭാവത്തെ തളർത്തി എന്നു തന്നെ പറയാവുന്നതാണ്. അതിൽ ബ്രാഹ്മണ മതത്തിന് ഉള്ള പങ്ക് ചെറുതല്ലതാനും.

ഗൗതമബുദ്ധന്റെ സമകാലീനനായിരുന്ന മഹാവീരൻ സ്ഥാപിച്ച ജൈനമതത്തിന്റെ വിധിയും നിശ്ചയിച്ചത് ബ്രാഹ്മണമതം തന്നെയായിരുന്നു. ജിനന്മാരായ (കീഴടക്കിയവൻ അഥവാ വിജയിച്ചവൻ എന്ന് അർത്ഥം) തീർത്ഥങ്കരന്മാരുടെ പരമ്പരയിലെ അവസാനത്തെ പ്രവാചകനായാണ് മഹാവീരനെ കണക്കാക്കുന്നത്. ഈശ്വരസങ്കല്പത്തിന്റെ സഹായം കൂടാതെ ഏതു വ്യക്തിക്കും സ്വപ്രയത്നംകൊണ്ട് ജ്ഞാനവും ആനന്ദവും നേടി പരിപൂർണ്ണത കൈവരിക്കാമെന്ന് ജൈനമതം ഉദ്ഘോഷിച്ചു. ഒന്നാമത്തെ തീർത്ഥങ്കരൻ ഋഷഭദേവനും ഇരുപത്തിമൂന്നാമത്തെ തീർത്ഥങ്കരൻ -മഹാവീരനു തൊട്ടുമുമ്പുള്ളയാൾ-പാർശ്വനാഥനുമായിരുന്നു എന്നാണ് ജൈനമതവിശ്വാസം. പാർശ്വനാഥൻ ബി സി 8-9 നൂറ്റാണ്ടുകളിലെന്നോ ജീവിച്ചിരുന്നുവെന്നാണ് ചരിത്രകാരന്മാരുടെ പക്ഷം. ബി.സി.6-ാം നൂറ്റാണ്ടിൽ വൈശാലി-ഇന്നത്തെ ബീഹാറിൽ -നഗരത്തിലാണ് മഹാവീരൻ ജനിച്ചതെന്നു കരുതപ്പെടുന്നു.

സമ്യക്ദർശനം, സമ്യക്ജ്ഞാനം, സമ്യക്ചരിതം-ഇതു മൂന്നുമാണ് ജൈനമത്തിന്റെ അടിസ്ഥാന പ്രമാണങ്ങൾ. ഇവയാണ് പരിപൂർണ്ണത അഥവാ മോക്ഷമാർഗ്ഗം. പ്രാർത്ഥനകൾകൊണ്ടോ, യാഗാദികൾ കൊണ്ടോ ആത്മസാക്ഷാൽക്കാരം നേടാനാവില്ല എന്ന് അത് ഉദ്ഘോഷിക്കുന്നു. ഇന്ദ്രിയനിഗ്രഹമാണ് യഥാർത്ഥയജ്ഞം എന്നും പറയുന്നു. പഞ്ചമഹാവ്രതങ്ങൾക്കാണ് ഇതിൽ പ്രാധാന്യം. അഹിംസ, സത്യം, അസ്തേയം, അപരിഗ്രഹം, ബ്രഹ്മചര്യം എന്നിവയാണ് പഞ്ചമഹാവ്രതങ്ങൾ. ആദ്യത്തെ നാലു വ്രതങ്ങൾ മഹാവീരന്റെ മുൻഗാമിയായിരുന്ന പാർശ്വനാഥനും അവസാനത്തേതായ ബ്രഹ്മചര്യം മഹാവീരനുമാണ് അനുശാസിച്ചത്. ബുദ്ധനെപ്പോലെ അനാത്മീയ വാദിയായിരുന്നില്ല മഹാവീരൻ. ആത്മാവിന്റെ അനശ്വരതയിൽ അദ്ദേഹം വിശ്വസിച്ചിരുന്നു. എന്നാലിത് വേദാന്തികളുടെ ആത്മാവ് സങ്കല്പനത്തോട് തുലനം ചെയ്യാവുന്നതല്ല.

ജീവൻ തന്നെയാണ് ഇവിടെ ആത്മാവ് എന്നു വിവക്ഷിക്കുന്നത്. എല്ലാ ജീവികൾക്കും വെവ്വേറെ ആത്മാവുണ്ടെന്നും അത് ജീവികളുടെ ആകാരവലിപ്പമനുസരിച്ചിരിക്കുമെന്നും മഹാവീരൻ പറഞ്ഞു. ബൗദ്ധൻമാർ ആത്മാവിനെ നിഷേധിച്ചപ്പോൾ ജൈനന്മാർ ആത്മാവിന്റെ നിത്യതയിൽ വിശ്വസിച്ചു. ഈശ്വരനിശ്ചയത്തിന്റെ സ്ഥാനത്ത് സ്വതന്ത്രമായ കർമ്മശക്തിയെയാണ് അവർ പ്രതിഷ്ഠിച്ചത്. അതേസമയം, തികഞ്ഞ ആത്മീയവാദികളോ, ഭൗതികവാദികളോ ആണ് ജിനന്മാർ എന്നു പറയുകയും വയ്യ. ബുദ്ധദർശനത്തിന്റെ കാര്യത്തിലെന്നതുപോലെ തന്നെ മഹാവീരദർശനവും വിപുലമായ പഠനം അർഹിക്കുന്നു എന്നു മാത്രമെ ഇവിടെ സൂചിപ്പിക്കുന്നുള്ളൂ. ബുദ്ധമതത്തിനു സംഭവിച്ചതുപോലെ തന്നെ, മഹാവീരനുശേഷം ജൈനമതത്തിലും അനേകം ഉൾപ്പിരിവുകളുണ്ടായി. ജൈനമതദർശനവും ഇന്ത്യൻ തത്ത്വചിന്തയ്ക്കു നൽകിയ സംഭാവന ചെറുതല്ല തന്നെ.

ഇങ്ങനെ, ഇവിടെ സൂചിപ്പിച്ചിട്ടുള്ളതും സൂചിപ്പിക്കാതെ പോയതുമായ പ്രാചീനേന്ത്യൻ ദർശനധാരകളിലൂടെ കടന്നുപോകുമ്പോൾ നമുക്കു ബോദ്ധ്യമാകുന്ന ഒരു കാര്യമുണ്ട്. വേദകാലം മുതൽ ഇന്ത്യയിൽ രൂപപ്പെട്ടിരുന്ന ബ്രാഹ്മണ-പൗരോഹിത്യമതദർശനത്തെ വെല്ലുന്ന, വേദവിരുദ്ധവും (യജ്ഞവിരുദ്ധവും) ഭൗതികദർശന പരിസരത്ത് നിലയുറപ്പിച്ചതുമായ അനേകം ദർശനങ്ങൾ ഇവിടെ ഉണ്ടായിരുന്നു എന്നതാണത്. നിർഭാഗ്യവശാൽ, അവയെയൊക്കെത്തന്നെ ബ്രാഹ്മണ്യദർശനം യഥാകാലം, യഥോചിതം തകർത്തുകളഞ്ഞു! ചാർവാകന്റെ കാര്യത്തിൽ സംഭവിച്ചതുപോലെ, ചിലപ്പോഴത്, കായികമായിത്തന്നെയായിരുന്നു. മറ്റുചിലപ്പോൾ കായികമായും ആശയപരമായും നേരിട്ടു. എന്തു തന്നെയായാലും തങ്ങൾക്കിണങ്ങാത്ത ദർശനങ്ങളെ നശിപ്പിക്കുന്നതിൽ ബ്രാഹ്മണ്യം വിജയിച്ചു. ചില ഘട്ടങ്ങളിൽ ബുദ്ധനെപ്പോലും വിഷ്ണുവിന്റെ അവതാരമാക്കി വാഴ്ത്തുന്നതിനും അവർ തയ്യാറായി. ഇന്നും അതിനു മാറ്റംവന്നിട്ടില്ല എന്ന് ജാഗ്രതയോടെ നമ്മൾ കരുതിയിരിക്കേണ്ടതുണ്ട്. മതവും ജാതിയും ഉപേക്ഷിച്ച ശ്രീനാരായണഗുരുവിനെയും ഹിന്ദുമതത്തോടു വിടപറഞ്ഞ അംബേദ്കറെയും ഹിന്ദുമത നവോത്ഥാനനായകരായി വാഴ്ത്തുന്ന ചാതുർവർണ്യപക്ഷപാതികളായ നവഹിന്ദുത്വഭീകരതയ്ക്കെതിരെ നമ്മൾ ജാഗ്രത പാലിക്കേണ്ടതുണ്ട്.

പ്രാചീനേന്ത്യൻ ദർശനങ്ങളിലൂടെ കടന്നുപോകുമ്പോൾ അവയുടെ ബഹുസ്വരതയാണ് നമ്മളെ ഹഠാദാകർഷിക്കുന്നത്. അതിനെ അട്ടിമറിച്ചുകൊണ്ട് പുരാണ നിർമ്മിതികളിലൂടെ, ഇതിഹാസരചനകളിലൂടെ ഏകസ്വരതയുടെ പുകപടലം പരത്തുന്നതിനാണ് ബ്രാഹ്മണ-പൗരോഹിത്യ ശക്തികൾ ശ്രമിച്ചത്. അത്തരം കൃതികളിലെ ദർശനത്തെ പുതുകാലത്തേക്കു മാറ്റി പുനഃപ്രതിഷ്ഠിക്കുന്നതിനാണ്/പുനരാനയിക്കുന്നതിനാണ് നവഹിന്ദുത്വ തീവ്രവാദശക്തികൾ പരിശ്രമിച്ചുകൊണ്ടിരിക്കുന്നത്. അതുകൊണ്ടുതന്നെ അത്തരം കൃതികളുടെ ആഴത്തിലുള്ള വിമർശനപഠന

ങ്ങൾ ഉണ്ടാവേണ്ടിയിരിക്കുന്നു. അത് അത്തരം കൃതികളിലെ ദർശനത്തെ പുനഃപ്രതിഷ്ഠിക്കുന്നതിനോ, പുനരാനയിക്കുന്നതിനോ അല്ല തന്നെ. മറിച്ച്, അവയിലെ ചതിക്കുഴികൾ മനസ്സിലാക്കുന്നതിനുവേണ്ടി മാത്രമാണ്.

സി. രാമൻ ഏതു ദർശനപക്ഷത്ത്?

വാല്മീകിയുടെ രാമൻ ഏതു ദർശനപക്ഷത്താണ് നിലയുറപ്പിച്ചിരിക്കുന്നത്? അതിനുള്ള അന്വേഷണം ആദികാവ്യത്തിൽ നിന്നു തന്നെ തുടങ്ങേണ്ടതുണ്ട്. വാല്മീകിയുടെ രാമൻ 'പുരുഷോത്തമൻ' മാത്രമായിരുന്നു. അവതാരഭാരങ്ങളൊന്നും വാല്മീകിയുടെ രാമനിലില്ല. അതൊക്കെ പില്ക്കാല കവികൾ കൂട്ടിച്ചേർത്തതാണെന്ന് നമ്മൾ കണ്ടുകഴിഞ്ഞു. അവതാരകഥകളൊക്കെവിട്ട്, ദശരഥപുത്രനും കൗസല്യാതനയനും സീതാപതിയും രാവണഘാതകനും ആയിരുന്ന രാമനെന്ന രാജകുമാരൻ/രാജാവ് പ്രതിഷ്ഠിതമായിരിക്കുന്നത് ഏതു ദർശനപക്ഷത്താണെന്ന് അന്വേഷിക്കുന്നത് ഏറെ കൗതുകകരമായ കാര്യമാണ്.

അയോദ്ധ്യാകാണ്ഡം ഒന്നാം സർഗ്ഗം 15-ാം ശ്ലോകത്തിൽ രാമന്റെ ഗുണഗണങ്ങൾ വർണ്ണിക്കുന്ന കൂട്ടത്തിൽ, 'ദയാശീലൻ, ക്രോധജിതൻ, ബ്രാഹ്ണരെ ബഹുമാനിക്കുന്നവൻ, ദീനാനുകമ്പി, ധർമ്മജ്ഞൻ, നിയതചിത്തൻ, ശുദ്ധൻ' എന്നിങ്ങനെ കാണാവുന്നതാണ്. യഥാർത്ഥത്തിൽ, ഇവിടെ, ബ്രാഹ്മണരെ ബഹുമാനിക്കുന്നവനാണ് (ബ്രാഹ്മണപ്രതിപൂജക:) എന്നതിനാണ് പ്രാധാന്യം. രാമന്റെ തുടർന്നുള്ള ജീവിതകഥ അതിന്റെ സാധൂകരണവുമാണ്. ഇതേ കാണ്ഡത്തിൽ, നൂറാം സർഗ്ഗത്തിൽ, വനവാസത്തിനെത്തിയ രാമനെത്തേടിയെത്തുന്ന ഭരതനോട് രാമൻ നടത്തുന്ന കുശലപ്രശ്നം കൗതുകകരമാണ്. മറ്റ് അന്വേഷണങ്ങൾക്കുശേഷം രാമൻ, ഭരതനോടു പറയുന്നു:

കച്ചിന്ന ലോകായതികാൻ ബ്രാഹ്മണാംസ്താതസേവസേ
അനർത്ഥകുശലാഹ്യേതേ ബാലാ: പണ്ഡിതമാനിന:

(ഉണ്ണീ, ലോകായതികന്മാരായ വിപ്രൻമാരെ സേവിക്കുന്നില്ലല്ലോ? പണ്ഡിതമാനികളായ അവർ അജ്ഞൻമാരും ആപത്തുണ്ടാക്കുന്നവരുമാണ്.)

ധർമ്മശാസ്ത്രേഷു മുഖ്യേഷു വിദ്യമാനേഷുദുർബ്ബുധാ:
ബുദ്ധിമാന്വീക്ഷികീം പ്രാപ്യ നിരർത്ഥം പ്രവദന്തി തേ.

(മികച്ച ധർമ്മശാസ്ത്രങ്ങൾ ഉണ്ടായിട്ടും തർക്കബുദ്ധിയാൽ നിരർത്ഥകമായി പുലമ്പുന്ന ദുഷ്ടപണ്ഡിതന്മാരാണവർ). ഇവിടെ, ലോകായതികൻമാരായ ചിന്തകൻമാരെക്കുറിച്ച് രാമൻ എത്രയേറെ അസഹിഷ്ണുത കാട്ടുന്നുവെന്നു ശ്രദ്ധിക്കുക. ബ്രാഹ്മണ്യചിന്തകൾക്കെതിരെ എത്രയേറെ ശക്തമായ പ്രതിരോധം ലോകായതദർശനം തീർത്തിരുന്നുവെന്നും ഈ വാക്കുകളിൽ സൂചിതമാണ്. ഇതേത്തുടർന്ന് മറ്റൊരു പരാമർശവും രാമന്റെ ഭാഗത്തുനിന്നും ഉണ്ടാകുന്നുണ്ട് 'സ്ത്രീകളെ സാന്ത്വനം ചെയ്യുന്നില്ലേ? അവർ സുരക്ഷിതരാണോ? അവരെ വിശ്വസിക്കാറില്ലല്ലോ?

രഹസ്യങ്ങൾ പറയാറില്ലല്ലോ?' (ശ്ലോകം 49) എന്നതാണത്. സ്ത്രീകളെക്കുറിച്ചുള്ള പൗരോഹിത്യമതത്തിന്റെ കല്പനകളാണ് രാമനെക്കൊണ്ട് ഇങ്ങനെ പറയിച്ചതെന്ന് വ്യക്തം (ഇതിന്റെ വിപുലീകരണം, പില്ക്കാലത്ത്, മനുസ്മൃതിയിലും ശാങ്കരസ്മൃതിയിലും കാണാവുന്നതുമാണ്) തുടർന്ന്, അതേ കാണ്ഡത്തിലെ തന്നെ 108-ാം സർഗ്ഗത്തിലെ പരാമർശങ്ങളും രാമപക്ഷത്തെ വെളിവാക്കുന്നതാണ്. ജാബാലിയെ അഭിസംബോധന ചെയ്തുകൊണ്ട് രാമൻ നടത്തുന്ന പ്രഭാഷണമാണിവിടെ ഉദ്ദേശിക്കുന്നത് (മുമ്പ് അതെക്കുറിച്ചു പരാമർശിച്ചിട്ടുണ്ട്).

ആരണ്യകാണ്ഡത്തിലെ ദണ്ഡകവന പ്രവേശനത്തോടുകൂടി ബ്രാഹ്മണ-പൗരോഹിത്യത്തിന്റെ നിഗൂഢതാല്പര്യങ്ങളും രാമനിലെ ക്ഷത്രിയത്വവും മറനീക്കി പുറത്തുവരുന്നതായിക്കാണാം.

തേവയം ഭവതാ രക്ഷ്യാ ഭവദ്വിഷയവാസിന:
നഗരസ്ഥോ വനസ്ഥോ വാ ത്വം നോ രാജാ ജനേശ്വര:

(അങ്ങയുടെ നാട്ടിൽ വാഴുന്ന ഞങ്ങളെ അങ്ങ് രക്ഷിക്കണം. നഗരത്തിലിരുന്നാലും വനത്തിലിരുന്നാലും ജനേശ്വരനായ അങ്ങ് ഞങ്ങളുടെ രാജാവാണ്) എന്നാണ്, 'നിയതാഹാരന്മാരും പുണ്യവാന്മാരുമായ മുനീശ്വരൻമാർ' രാമനോടു പറയുന്നത്. അതോടുകൂടി രാമനിലെ ക്ഷത്രിയത്വം ഉണരുകയും അദ്ദേഹം പുരോഹിതന്മാരുടെ രക്ഷ സ്വയം ഏറ്റെടുക്കുകയും ചെയ്യുന്നു. 'ദണ്ഡനകർമ്മം വെടിഞ്ഞവരും ജിതേന്ദ്രിയന്മാരും തപോധനന്മാരുമായ ഞങ്ങളെ അങ്ങ് പൂർണ്ണഗർഭത്തെയെന്നപോലെ രക്ഷിക്കണം' എന്നാണ് അവർ പറയുന്നത്. (ശ്ലോകം.21). തുടർന്നങ്ങോട്ട് വിരാധവധത്തിൽ തുടങ്ങി രാവണവധം വരെ നിർവ്വഹിച്ച് രാമൻ തന്റെ ക്ഷത്രിയകുലധർമ്മം അണുവിട തെറ്റാതെ അനുഷ്ഠിക്കുകയാണ് ചെയ്യുന്നത്. അതിനിടയിൽ, ഇടയ്ക്കിടെ, ക്ഷത്രിയധർമ്മത്തെക്കുറിച്ച് രാമനെ തപോധനന്മാർ ഓർമ്മിപ്പിക്കുന്നുമുണ്ട്!

അപ്യഹം ജീവിതം ജഹ്യാം ത്വാം വാ സീതേ സലക്ഷ്മണാം
നതുപ്രതിജ്ഞാം സംശ്രുത്യ ബ്രാഹ്മണേഭ്യോ വിശേഷത:

(ഞാനെന്റെ ജീവനെയോ, നിന്നെയോ സൗമിത്രിയെയോ വെടിഞ്ഞേക്കാം. സീതേ, സത്യം ചെയ്തിട്ട് അത് തെറ്റിക്കില്ല. പ്രത്യേകിച്ച് ബ്രാഹ്മണന്മാരോട്: ആരണ്യകാണ്ഡം: 10-ാം സർഗ്ഗം. 18-ാം ശ്ലോകം). യഥാർത്ഥത്തിൽ, രാമന്റെ ഈ പ്രസ്താവനയിൽത്തന്നെ അദ്ദേഹത്തിന്റെ ലക്ഷ്യവും മാർഗ്ഗവും താല്പര്യവും ഒക്കെത്തന്നെ വെളിവാകുന്നുണ്ട്. മറ്റുപലയിടങ്ങളിലും ഇതിന്റെ അനുബന്ധവും കാണാവുന്നതാണ്. (ഇതേ കാണ്ഡത്തിൽ 11-ാം സർഗ്ഗത്തിലെ ഇല്വലന്റെ കഥാപരാമർശത്തിൽ ബ്രാഹ്മണർ മാംസം കഴിച്ചിരുന്നുവെന്നു കാണാം. ബുദ്ധമതപ്രഭാവത്തോടുകൂടിയാണ് ബ്രാഹ്മണർ മാംസാഹാരശീലം ഉപേക്ഷിക്കുന്നത്). 14-ാം സർഗ്ഗത്തിൽ ജടായു തന്റെ ഉല്പത്തിക്കഥ രാമനോടു പറയുന്നു. 'മാനുഷോത്തമനായ രാമാ ബ്രാഹ്മണർ, ക്ഷത്രിയർ, വൈശ്യർ, ശൂദ്രന്മാർ എന്നിങ്ങനെ സൽക്കീർത്തി സമ്പന്നരായ നാലുവിധം മനുഷ്യരെ മനു

സൃഷ്ടിച്ചു' (ശ്ലോകം.29) എന്ന് തന്റെ ഉല്പത്തി കഥാപരാമർശത്തിനിട യിൽ ജടായു പറയുന്നു. ഇവിടെ കൗതുകമുള്ളൊരു കാര്യമുണ്ട്. *ഋഗ്വേദ*ത്തിൽ നാലു വിധം മനുഷ്യർ ഉത്ഭവിക്കുന്നത് പ്രജാപതിയിൽനിന്നാ ണ്. പുരാണത്തിലേക്കു വരുമ്പോൾ നാലു വിധം മനുഷ്യരുടെ സൃഷ്ടി നടത്തുന്നത് ബ്രഹ്മാവ് ആണ്. *വാല്മീകിരാമായണ*ത്തിൽ വരുമ്പോൾ അത് മനു ആകുന്നു. ഒരു ആശയത്തിന് കാലാനുസൃതം ഉണ്ടാകുന്ന മാറ്റമായി മാത്രം ഇതിനെ കാണുവാനാവില്ല. ഋഗ്വേദപരാമർശം ഒരു ആശയം മാത്രമായിരുന്നുവെങ്കിൽ വാല്മീകി *രാമായണ*ത്തിൽ അത് ഭൗതീകമായ അർത്ഥതലങ്ങളിലേക്കെത്തുന്നു. എന്തുതന്നെയായാലും ചാതുർവർണ്യത്തിന് ആധികാരികത നല്കുക എന്ന ലക്ഷ്യം മാത്രമേ ഓരോരോ കാലത്തും ഓരോരോ കവികൾക്കും ഉണ്ടായിരുന്നുള്ളൂ. വാല്മീകിരാമായണ കാലമെത്തുമ്പോൾ ബ്രാഹ്മണർക്കു തുല്യമായ സ്ഥാനം ക്ഷത്രിയർക്കും ലഭിച്ചുതുടങ്ങിയതായും കാണാം. അപ്പോഴും ക്ഷത്രിയരുടെയും ഇതരവർണ്ണങ്ങളിൽപ്പെട്ട ജനതയുടെയും മുഖ്യധർമ്മം ബ്രാഹ്മണ-പുരോഹിതവർഗ്ഗത്തെ സംരക്ഷിച്ച് പരിപാലിക്കുക എന്നതു തന്നെയായിരുന്നു.

വാല്മീകിരാമായണം അപ്പാടെ പരിശോധിക്കുമ്പോൾ ബ്രാഹ്മണ്യ ത്തോടും പൗരോഹിത്യത്തോടും മാത്രം കൂറു പുലർത്തുന്ന രാമനെ യാണ് നമുക്ക് കാണുവാനാകുന്നത്. അവരുടെ സംരക്ഷണാർത്ഥം ചാതുർവർണ്യത്തിനു പുറത്ത് നിലയുറപ്പിച്ചിരിക്കുന്ന ജനതയെ അകാ രണമായിപ്പോലും കൊന്നുതള്ളുന്നതിന് രാമൻ മടിക്കുന്നില്ല. അതൊക്കെ, ഋഷിമാരുടെ കല്പന പ്രകാരം ക്ഷത്രിയർ അനുഷ്ഠിക്കേണ്ടതായ ധർമ്മ ങ്ങൾ മാത്രമായിരുന്നു; രാമനെ സംബന്ധിച്ചിടത്തോളം! അങ്ങനെ, ചാതുർവർണ്ണ്യ സംരക്ഷണാർത്ഥം നിലയുറപ്പിക്കുന്ന രാമനെയാണ് *വാല്മീകി രാമായണ*ത്തിൽ നമ്മൾ കാണുന്നത്. ഇത് *വാല്മീകി രാമാ യണ*ത്തിന്റെ മഹത്വത്തെ തെല്ലും കുറയ്ക്കുന്നില്ല എന്നതു മറ്റൊരു കാര്യം. കാരണം, ചാതുർവർണ്യാധിഷ്ഠിതമായ ഒരു സമൂഹത്തിലാണ് രാമകഥ നടക്കുന്നത്. അങ്ങനെ വരുമ്പോൾ ആ സമൂഹത്തിലെ നിയമ ങ്ങൾ അക്കാലത്തു രചിക്കപ്പെട്ട കൃതിയിൽ പ്രതിഫലിക്കുന്നത് വലിയ പാതകമൊന്നുമല്ല. ആ നിലയ്ക്ക് വാല്മീകിയുടെ രാമൻ ബ്രാഹ്മണ പക്ഷത്തു നിലയുറപ്പിക്കുന്നു എന്നത് അക്ഷന്തവ്യമായ അപരാധമാണെ ന്നപക്ഷം കാവ്യ രചനാ സമ്പ്രദായങ്ങളെക്കുറിച്ചുള്ള അജ്ഞതയിൽ നിന്നും ഉത്ഭവിക്കുന്നതാണ്.

ബുദ്ധ-ജൈനമതസിദ്ധാന്തങ്ങൾക്കും ഇതര യജ്ഞവിരുദ്ധദർശന ങ്ങൾക്കുമെതിരെ ബ്രാഹ്മണസിദ്ധാന്തപക്ഷത്തുനിന്നും രൂപപ്പെടുത്തിയ കാവ്യമാണ് വാല്മീകി *രാമായണം* എന്നു നമ്മൾ ഇതിനോടകം കണ്ടു കഴിഞ്ഞു. അതിന്റെ കഥയാകട്ടെ വാല്മീകിക്കു മുമ്പു തന്നെ സമൂഹ ത്തിൽ വിവിധ രീതികളിലും ആവിഷ്കാര സമ്പ്രദായങ്ങളിലും നിലനി ന്നതുമായിരുന്നു. *വാല്മീകി രാമായണ*ത്തിന് ഇന്നുള്ള പ്രശസ്തി കൈവ

രിക്കുവാനായത് അതിൽ മാതൃകാ കുടുംബസങ്കല്പം പ്രതിപാദിക്കപ്പെടുന്നതു കൊണ്ടാണ് എന്ന മട്ടിലുള്ള വ്യാഖ്യാനങ്ങളും ഉണ്ടായിട്ടുണ്ട്. ഈ വ്യാഖ്യാനങ്ങൾ വസ്തുതകൾക്ക് നിരക്കുന്നതല്ല. ദശരഥപത്നിമാർക്കിടയിലെ അഭിപ്രായഭിന്നതകളും രാമന്റെ സീതാപരിത്യാഗവും ഒരു മാതൃകാ കുടുംബസങ്കല്പനത്തിന് ഇണങ്ങുന്നതാണെന്ന് കരുതുക വയ്യ. യഥാർത്ഥത്തിൽ, വാല്മീകി രാമായണത്തിന് അതിന്റെ പ്രശസ്തി കൈവന്നത് രാമൻ, വിഷ്ണുവിന്റെ അവതാരമായി കൊണ്ടാടപ്പെട്ടു തുടങ്ങിയതിനു ശേഷം മാത്രമാണ്. വാല്മീകിയുടെ കാലത്തോ, അതിനു മുമ്പോ അങ്ങനെയൊരു അവതാരവാദം ഉണ്ടായിരുന്നില്ല. ഗുപ്തഭരണ കാലത്താണ് രാമാവതാരകഥ രൂപപ്പെട്ടതെന്നും പ്രചരിപ്പിക്കപ്പെട്ടതെന്നും കരുതപ്പെടുന്നു. പ്രമുഖമായ പല പുരാണങ്ങളും രൂപപ്പെടുന്നത് ഈ കാലഘട്ടത്തിലാണ്. പുരാണങ്ങളാണ് അവതാരകഥകളെ വാഴ്ത്തി ജനമനസ്സുകളിൽ ഉറപ്പിച്ചത്. *വാല്മീകി രാമായണ*മാണ് രാമന്റെ സമഗ്രമായ ജീവിതചിത്രം ആസ്വാദകർക്കു മുന്നിൽ അവതരിപ്പിച്ചത്. ബ്രാഹ്മണ ധാർമ്മിക മൂല്യങ്ങളുടെ പ്രതീകമായാണ് രാമനെ വാല്മീകി ഉയർത്തിക്കാട്ടിയത്. ബ്രാഹ്മണമതത്തിന്റെ വക്താക്കൾ, അതുകൊണ്ടാണ്, *വാല്മീകി രാമായണ*ത്തെ ഉയർത്തിക്കാട്ടിയത്. രാമന്റെ പ്രശസ്തിക്കുള്ള കാരണവും ഇതു തന്നെയാണ്. വാല്മീകിയുടെ മനുഷ്യനായ രാമകഥാപാത്രത്തെ ഗുപ്തസാമ്രാജ്യ ഭരണകാലത്ത് അവതാരപുരുഷനാക്കി ഉയർത്തപ്പെട്ടതോടുകൂടി രാമനെ ഹിന്ദുമതത്തിന്റെയും ഭാഗമാക്കി പിന്നീട് മാറ്റിത്തീർത്തു. (ഈ വിഷയം അടുത്ത അദ്ധ്യായത്തിൽ ചർച്ച ചെയ്യുന്നുണ്ട്). മനുഷ്യസഹജമായ ശക്തി-ദൗർബല്യങ്ങൾ ഉണ്ടായിരുന്ന വാല്മീകിയുടെ രാമനെ അവതാരമാക്കി മാറ്റിയതിന്റെ പശ്ചാത്തലം സാമാന്യമായി ഇതാണ്.

ഇതേക്കുറിച്ച്, ആധുനിക തീവ്രഹിന്ദുമതസൈദ്ധാന്തികരിൽ പ്രമുഖനായ ആർ ഹരി പറയുന്നു:

> സ്വാഭാവികമായും അക്കാലത്തെ സാമൂഹിക സങ്കല്പങ്ങളും ധാരണകളും ആയിരിക്കും ആദികവിയുടെ കൃതിയിൽ പ്രതിഫലിച്ചിട്ടുണ്ടാവുക. അക്കാലത്തു രാമനെ അത്യുത്തമനായ ഒരു മനുഷ്യനും മാതൃകാനരപാലകനുമായിട്ടാണ് ജനം കരുതിയിരുന്നത്. അലക്സാണ്ടർ രാജകുമാരനിൽ ഗ്രീസിലെ ജനത ചില ദിവ്യഗുണങ്ങൾ കണ്ടെത്തിയിരുന്നതുപോലെ ദാശരഥി രാമനിലും അന്നത്തെ ജനം ചില ദിവ്യഗുണങ്ങൾ കണ്ടിരുന്നു എന്നതിനു സംശയമില്ല. ആ ഭാവം വാല്മീകിയിലും കാണാം. എങ്കിലും മൊത്തത്തിൽ ഒരവതാരമായി ജനം കരുതിയിരുന്നില്ല. വാല്മീകിയുടെ *രാമായണം* ആകെ പരതിയാൽ കാണുന്ന സത്യമെന്തെന്നാൽ അക്കാലത്ത് ആർഷജനതയുടെ ചിന്താമണ്ഡലത്തിൽ അവതാരസങ്കല്പചിന്ത പില്ക്കാലത്തോളം സ്ഥാനം പിടിച്ചിരുന്നില്ല എന്നാണ്. യജ്ഞാനുഷ്ഠാനം ജീവിതക്രമമായിരുന്ന അക്കാലത്ത്

> അഗ്നി, സൂര്യൻ, വരുണൻ, ഇന്ദ്രൻ, യമൻ, മരുത്തുകൾ മുതലായ ദേവകൾക്കായിരുന്നു കൂടുതൽ പ്രാധാന്യം. രുദ്രൻ ശിവനായി മാറിക്കൊണ്ടിരിക്കുകയായിരുന്നു. വിഷ്ണുവും മുൻനിരയിലേക്കു നീങ്ങിക്കൊണ്ടിരിക്കുകയായിരുന്നു. മഹാഭാരതകാലത്തു കണ്ണിൽപ്പെടുന്ന സ്ഥിതിയിൽനിന്നു തീർത്തും വ്യത്യസ്തമായ ഒരു സ്ഥിതിയായിരുന്നു രാമായണകാലത്തിൽ. ആദികവിയായ വാല്മീകിയുടെ കവിഭാവനയുടെ പശ്ചാത്തലം അന്നത്തെ സമൂഹമാണ്. അതുകൊണ്ട് വാല്മീകിക്കു രാമൻ മഹാമനുഷ്യനാണ്, അപ്രതിഗുണസമ്പന്നൻ. എങ്കിൽപ്പോലും അദ്ദേഹം മനുഷ്യസഹജമായ പരിമിതികൾക്കുള്ളിൽ ബന്ധപ്പെട്ടവൻ തന്നെ.[27]

ഹിന്ദുത്വതീവ്രവാദപക്ഷത്തു നിലയുറപ്പിച്ചിരിക്കുന്ന ആർ.ഹരിയെപ്പോലുള്ള സൈദ്ധാന്തികരുടെ നിരീക്ഷണങ്ങളെയെങ്കിലും രാമക്ഷേത്രം പണിയാൻ ഓടി നടക്കുന്നവർ ശ്രദ്ധിച്ചാൽ നന്നായിരിക്കും!

സഹായകഗ്രന്ഥങ്ങൾ/കുറിപ്പുകൾ

1. *മോഹൻജദാരോ:* സർ ജോൺ മാർഷൽ
2. *What happened in History:* Gordenchild; Penguin Edition
3. *Eastern Religions and Western thoughts:* S Radhakrishnan
4. അതേ ഗ്രന്ഥം
5. *ഋഗ്വേദം* ഭാഷാഭാഷ്യം, വ്യാഖ്യാ: ഒ എം സി നാരായണൻ നമ്പൂതിരിപ്പാട് അവതാരിക: നരേന്ദ്രഭൂഷൺ. ഡി സി ബുക്ക്സ് 2021
6. അതേ ഗ്രന്ഥം
7. *തത്ത്വമസി:* സുകുമാർ അഴീക്കോട്
8. *ഋഗ്വേദം* ഭാഷാഭാഷ്യം
9. *ഋഗ്വേദം* ഭാഷാഭാഷ്യം. അഷ്ടകം 1, വർഗ്ഗം 13, സൂക്തം 4.
10. അതേ ഗ്രന്ഥം. വാല്യം 8, പുറം 311.
11. *തത്ത്വമസി:* സുകുമാർ അഴീക്കോട്. പുറം 156, 157
12. *ഋഗ്വേദം* ഭാഷാഭാഷ്യം. 10-ാം മണ്ഡലം, 6-ാം വർഗ്ഗം
13. *തത്ത്വമസി:* സുകുമാർ അഴീക്കോട്
14. അതേ ഗ്രന്ഥം
15. *ഉപനിഷത് സാദ്ധ്യായം:* വ്യാഖ്യാ: പ്രൊഫ.ജി.ബാലകൃഷ്ണൻ നായർ പ്രസാ: കേരളഭാഷാ ഇൻസ്റ്റിറ്റ്യൂട്ട്, 3 വാല്യങ്ങൾ
16. *Studies In Epics and Puranas of India:* Dr.Pulaskar, Bharathiya Vidya Bhavan, Bombay 1955
17. *The Wonder that was India:* A L Basham, Grove Press, Newyork 1959
18. *വിഷ്ണുമഹാപുരാണം.* പരിഭാഷ: പ്രൊഫ: എം വി ഗോപാലകൃഷ്ണൻ. ഡി സി ബുക്ക്സ് 2014

19. അതേ ഗ്രന്ഥം. പുറം.159, 160
20. *ഭാരതീയചിന്ത:* കെ ദാമോദരൻ, കേരളഭാഷാ ഇൻസ്റ്റിറ്റ്യൂട്ട്, 1998, പുറം 105
21. അതേ ഗ്രന്ഥം, പുറം 110, 111
22. *Indian Philosophy:* S Radhakrishnan Vol.1, Page 277
23. *തത്ത്വമസി:* സുകുമാർ അഴീക്കോട്, പുറം 271
24. *ഉപനിഷത് സാദ്ധ്യായം:* വാല്യം 3, പുറം 84, 85, വ്യാഖ്യാ: പ്രൊഫ. ജി ബാലകൃഷ്ണൻ നായർ
25. അതേ ഗ്രന്ഥം, വാല്യം 1, പുറം 460
26. Vissisitudes of Aryan Civilization: M M Kunte. Page 170
27. *വാല്മീകി രാമായണം: അരുളും പൊരുളും:* ആർ ഹരി പ്രസാ: ബുദ്ധ ബുക്ക്സ്, അങ്കമാലി. 2016 പുറം 12, 13.

രാമായണത്തിന്റെ രാഷ്ട്രീയവല്ക്കരണം

'ഹിന്ദു' എന്ന പദത്തെ ചരിത്രപരമായി വിശകലനം ചെയ്താൽ അതൊരു ഇന്ത്യൻ നിർമ്മിതപദമല്ലെന്നു കാണാം. പുരാതന പേർഷ്യൻ ഭാഷയിൽ എഴുതപ്പെട്ട ആൽക്കേമിനിഡ് ലിഖിതത്തിലാണ് പ്രാചീനേന്ത്യൻ ഭൂപ്രദേശത്തെ 'അൽഹിന്ത്' എന്ന് ആദ്യമായി വിശേഷിപ്പിച്ചു കാണുന്നത്. തുടർന്ന്, അറബികളും ഇതേ പേരുതന്നെ ഈ നാടിനെ സൂചിപ്പിക്കുന്നതിനായി ഉപയോഗിച്ചിരുന്നു. ഗ്രീക്ക് ചരിത്രകാരനായ ഹെറഡോട്ടസ് 'ഇന്ദു' എന്നു വിളിച്ചതും ഡാറിയസ് എന്ന പേർഷ്യക്കാരൻ 'ഇന്ത്' എന്നു വിളിച്ചതും ഇന്ത്യയെ ആണെന്നു കരുതപ്പെടുന്നു. എന്തായാലും വിദേശികളാണ് 'ഹിന്ദ്' എന്ന പേർ നമ്മുടെ നാടിനു നല്കിയത്. പാശ്ചാത്യരാണ് ആ പേരിനെ ഇന്ത്യയെന്നാക്കി മാറ്റുന്നത്. പ്രാചീനേന്ത്യയിൽ ഉണ്ടായിരുന്ന നാട്ടുരാജ്യങ്ങളെ എല്ലാം കൂട്ടിച്ചേർത്ത് ഇന്ത്യയെന്നു പറയുന്നതും ശരിയല്ല. ബുദ്ധമതഗ്രന്ഥങ്ങളിലോ, പഴയ ഇന്ത്യയിലെമ്പാടും ലിഖിത ശാസനങ്ങൾ സ്ഥാപിച്ച അശോകന്റെ ലിഖിതങ്ങളിലോ ഇന്ത്യയെന്നോ, ഭാരതമെന്നോ ഈ ദേശത്തെ വിശേഷിപ്പിക്കുന്നില്ല.

'ഹിന്ദു' എന്ന വാക്ക് ആദ്യമായി പ്രയോഗിക്കുന്നത് വിദേശികളാണ്. എന്നാൽ, പ്രാചീന ബ്രാഹ്മണമതത്തെയും പുത്തൻ ഹിന്ദുമതത്തെയും കൂട്ടിക്കുഴച്ച് രണ്ടും ഒന്നു തന്നെയെന്നു വരുത്തിത്തീർക്കുന്നതിനുള്ള ശ്രമവും ഇവിടെ നടന്നു. സമൂഹത്തിന്റെ വികാസ പരിണാമങ്ങൾക്ക് അനുസരിച്ച് വിപുലമാകുവാൻ ചാതുർവർണ്ണ്യത്തിനു കഴിയാതെ വന്നപ്പോൾ അതിനു പകരമായോ, അതിന്റെ സ്ഥാനത്തോ പ്രതിഷ്ഠിക്കപ്പെട്ട പുതിയ മതമാണ് ഹിന്ദുമതം. ഗുപ്തഭരണകാലം തുടങ്ങുന്ന എഡി 314 മുതലുള്ള കാലപ്പഴക്കമേ ഹിന്ദുമതത്തിനുള്ളൂവെന്ന് സ്ഥാപിക്ക

പ്പെട്ടിട്ടുണ്ട്. അതാകട്ടെ, ബ്രാഹ്മണമതത്തിൽനിന്നും ഘടനയിൽ വ്യത്യസ്തമാണെങ്കിലും അതിന്റെയും ആശയാടിത്തറ ചാതുർവർണ്ണ്യനിയമങ്ങളിലും അനുശാസനങ്ങളിലും തന്നെയാണ് സ്ഥാപിക്കപ്പെട്ടത്. ചാതുർവർണ്ണ്യവ്യവസ്ഥ വിപുലീകൃതമാവുകയും ആ സ്ഥാനത്ത് ജാതിവ്യവസ്ഥ ഹിന്ദുമതത്തിൽ ഇടം പിടിക്കുകയും ചെയ്തു. പ്രാചീന ബ്രാഹ്മണമതത്തോളം കാലപ്പഴക്കം ആധുനിക ഹിന്ദുമതത്തിനും ഉണ്ടെന്നു വരുത്തിതീർക്കുന്നതിനുള്ള പരിശ്രമത്തിന്റെ ഭാഗമായാണ് രണ്ടും ഒന്നെന്ന വ്യാഖ്യാനം. വേദങ്ങളിലോ, ബ്രാഹ്മണങ്ങളിലോ, ആരണ്യകങ്ങളിലോ, ഉപനിഷത്തുകളിലോ, ഇതിഹാസങ്ങളിലോ, പുരാണങ്ങളിലോ 'ഹിന്ദു' എന്ന പരാമർശം ഇല്ലെന്നതാണ് യാഥാർത്ഥ്യം. എന്തിന്, എ ഡി 8-ാം നൂറ്റാണ്ടിൽ ജീവിച്ചിരുന്ന ശങ്കരാചാര്യരോ, എ ഡി 10-ാം നൂറ്റാണ്ടിൽ ജീവിച്ചിരുന്ന രാമാനുജനോ ഹിന്ദുമതത്തെക്കുറിച്ച് എവിടെയും പറയുന്നില്ല. ബി സി 600 മുതൽ എ ഡി 1100 വരെ ബ്രാഹ്മണചിന്തയും ശ്രമണചിന്തയും തമ്മിൽ നടന്നിട്ടുള്ള പരാമർശങ്ങളിലൊന്നും ഹിന്ദുമതം വരുന്നില്ല. വൈദികരും അവൈദികരും തമ്മിലും വേദാന്തികളും സാംഖ്യചിന്തകരും തമ്മിലും വേദാന്തികളും ബുദ്ധചിന്തകരും തമ്മിലും ഉണ്ടായിട്ടുള്ള തർക്കങ്ങൾ മാത്രമായാണ് അവയെ പരാമർശിച്ചിരിക്കുന്നത്. ചിലയിടങ്ങളിൽ അത് ആസ്തികരും നാസ്തികരും തമ്മിലുള്ള തർക്കങ്ങളായും പരിണമിച്ചിട്ടുണ്ട്. സംസ്കൃത-പാലി ഭാഷകളിൽ നമുക്ക് ലഭിച്ചിട്ടുള്ള സാഹിത്യകൃതികളിലും ഹിന്ദു പരാമർശം ഇല്ല. പാണിനിയുടെയോ, പതഞ്ജലിയുടേയോ വ്യാകരണഗ്രന്ഥങ്ങളിലോ, വ്യാസന്റെയോ, വാല്മീകിയുടെയോ ഇതിഹാസഗ്രന്ഥങ്ങളിലോ, ഭാസൻ, കാളിദാസൻ, ഭവഭൂതി, മാഘൻ, നാഗാർജ്ജുനൻ തുടങ്ങിയ മഹാകവികളുടെ ഗ്രന്ഥങ്ങളിലോ ഹിന്ദു പരാമർശമില്ല. ഇന്ത്യൻതത്ത്വചിന്താ പരിസരത്തെ വിസ്മയങ്ങളായ കപിലൻ, ഗൗതമൻ, വസുബന്ധു, ധർമ്മകീർത്തി, ശങ്കരാചാര്യർ, രാമാനുജൻ തുടങ്ങിയവരുടെ ഗ്രന്ഥങ്ങളിലൊന്നുംതന്നെ അത്തരം പരാമർശങ്ങളില്ല. വിജയനഗരസാമ്രാജ്യത്തിലെ മന്ത്രിയും വേദോപനിഷത്തുകളുടെ വ്യാഖ്യാതാവും ആയിരുന്ന സായണനും ഹിന്ദുമതത്തെക്കുറിച്ചോ, ഹൈന്ദവധർമ്മത്തെക്കുറിച്ചോ മിണ്ടുന്നില്ല. സായണാചാര്യന്റെ കാലത്ത് അന്നത്തെ ഇന്ത്യയുടെ ചില ഭാഗങ്ങളിൽ മുസ്ലീം ഭരണാധികാര വാഴ്ച ഉണ്ടായിരുന്നു എന്നു കൂടി ഓർക്കണം. യഥാർത്ഥത്തിൽ, എ ഡി 13-ാം നൂറ്റാണ്ടുവരെ ഇന്ത്യയിൽ ആരെങ്കിലും ബ്രാഹ്മണമതത്തിന്റെ ശേഷിപ്പായി ഹിന്ദുമതത്തെ കണ്ടിരുന്നില്ല എന്നതാണ് യാഥാർത്ഥ്യം.

'ഭാരതം' എന്ന പേരിന്റെ അവസ്ഥയും ഏതാണ്ടിതിനു സമാനമാണ്. ആര്യൻമാർ അധിവസിച്ചിരുന്ന ദേശത്തിന് അവർ നല്കിയിരുന്ന പേർ 'സപ്തസിന്ധു' എന്നാണ്. അതാകട്ടെ, പഞ്ചാബ് മാത്രമാണുതാനും. ക്രിസ്തു വർഷാരംഭത്തിന് മുമ്പും പിമ്പുമുള്ള നാലു ശതാബ്ദങ്ങൾക്കുള്ളിൽ രചിക്കപ്പെട്ടിരിക്കാമെന്നു കരുതപ്പെടുന്ന *മനുസ്മൃതിയിൽ*

രണ്ടു ഭൂപ്രദേശങ്ങളെപ്പറ്റി മാത്രമാണ് പറഞ്ഞിരിക്കുന്നത്.[1] സരസ്വതീ നദിയുടെയും ദ്രഷ്ടാനദിയുടെയും മദ്ധ്യേ കിടക്കുന്ന ദേശം വേദപഠനങ്ങൾക്ക് അനുയോജ്യമാണെന്നും ആ ദേശത്തിന്റെ പേര് ബ്രഹ്മാവർത്തമെന്നുമാണ് മനു പറഞ്ഞിരിക്കുന്നത്. ഇന്നത്തെ പഞ്ചാബിന്റെയും ഉത്തർപ്രദേശിന്റെയും പകുതിയോളം വരും ഇപ്പറയുന്ന പ്രദേശം. ഹിമാലയ പർവ്വതത്തിന്റെയും വിന്ധ്യാ പർവ്വതത്തിന്റെയും ഇടയിലുള്ള ഭൂപ്രദേശത്തെക്കുറിച്ചും മനു പറയുന്നു. ആര്യാവർത്തമെന്നാണ് ആ ദേശത്തെ വിശേഷിപ്പിച്ചത്. ഗംഗയുടെയും യമുനയുടെയും മദ്ധ്യേ കിടക്കുന്ന പ്രദേശത്തെ ബ്രഹ്മർഷി ദേശമെന്നും മനു വിളിച്ചു. മനുസ്മൃതിയുടെ രണ്ടാമദ്ധ്യായത്തിലാണ് ഈ ഭൂപ്രദേശ സൂചനകൾ. ഇതുപോലെ സുപ്രധാനമാണ് വേദങ്ങളിലൊരിടത്തും ഭാരതം എന്ന ആശയം ഇല്ല എന്നതും. ബുദ്ധമതഗ്രന്ഥങ്ങളിലോ, അശോകന്റെ ലിഖിതങ്ങളിലോ ഭാരതപരാമർശമില്ല. ഭാരതം എന്ന ഭൂമിശാസ്ത്രസങ്കല്പം രൂപപ്പെട്ടത് ഗുപ്ത സാമ്രാജ്യ കാലഘട്ടത്തോടു കൂടി മാത്രമാണെന്നാണ് കരുതപ്പെടുന്നത്. ദക്ഷിണേന്ത്യയെക്കുറിച്ചോ, പൂർവ്വേന്ത്യയെക്കുറിച്ചോ മനുസ്മൃതികാരന് എന്തെങ്കിലും ധാരണ ഉണ്ടായിരുന്നതായി *മനുസ്മൃതി*യിൽ തെളിവില്ല. സംസ്കൃതമറിയാത്ത ആദിമജനതയെ മ്ലേച്ഛന്മാരെന്നാണ് വേദപണ്ഡിതന്മാർ വിളിച്ചിരുന്നത്. അവർ മാത്രമായിരുന്നില്ല മ്ലേച്ഛന്മാർ. ചാതുർവർണ്ണ്യം അംഗീകരിക്കാത്തവരെല്ലാം വേദപണ്ഡിതന്മാരുടെ ദൃഷ്ടിയിൽ മ്ലേച്ഛന്മാരായിരുന്നു. മനുഷ്യരെ മാത്രമല്ല ദേശങ്ങളെപ്പോലും മ്ലേച്ഛദേശമായി വിലയിരുത്തിയിരുന്നു മനു.

കൃഷ്ണസാരസ്തു ചരതി മൃഗോ യത്ര സ്വഭാവത:
സ ജ്ഞേയോ യജ്ഞിയോ ദേശോ മ്ലേച്ഛദേശസ്ത്വത: പര:
(മനുസ്മൃതി. 223)

(കൃഷ്ണസാരം എന്ന മാൻ പ്രകൃത്യാ സഞ്ചരിക്കുന്ന ദേശമാണ് യജ്ഞം ചെയ്യാൻ യോഗ്യമായ സ്ഥാനം. മറ്റു മ്ലേച്ഛദേശം യജ്ഞയോഗ്യമല്ല. ഇതാണ് ശ്ലോകാർത്ഥം. സിദ്ധിനാഥാനന്ദസ്വാമി ഇതിനെ വിശദീകരിക്കുന്നു. കരിമാനിനെ പിടിച്ചുകൊണ്ടു വന്നു വളർത്തിയതുകൊണ്ട് ഒരു ദേശം യജ്ഞാർഹമാകയില്ല. പ്രതിലോമജാതീയരും വൈദികധർമ്മത്തിന് അനർഹരും ആയവർ മ്ലേച്ഛന്മാർ. അവർ വസിക്കുന്ന ദേശം യജ്ഞയോഗ്യമല്ല. 'ഗോമാംസഖാദകോ യസ്തു വിരുദ്ധം ബഹുഭാഷതേ, സർവാചാരവിഹീനശ്ച മ്ലേച്ഛ ഇത്യഭിധീയതേ'. ഗോമാംസം തിന്നുന്നവനും വേദത്തിനു വിപരീതമായി പലതും പറയുന്നവനും സജ്ജനാചാരങ്ങളും ഒന്നും ആചരിക്കാത്തവനുമത്രേ മ്ലേച്ഛൻ എന്ന് ബൗധായനൻ)[2]. ആന്ധ്രാദേശത്ത് വസിച്ചിരുന്ന ചിലരാജാക്കന്മാർ, ഗ്രീക്കുകാർ, ശാകൻമാർ, വിന്ധ്യാ പർവ്വതത്തിൽ ജീവിച്ചിരുന്ന കിരാതൻമാർ, ശബരൻമാർ, ഹിമാലയത്തിനു താഴ്വാരത്തു ജീവിച്ചിരുന്ന മംഗോളിയൻ ഗോത്രവർഗ്ഗക്കാർ – ഇവരൊക്കെയും മ്ലേച്ഛന്മാരായിരുന്നു! അതുപോലെ തന്നെ, തെക്കേയിന്ത്യ, ബംഗാൾ, ആസ്സാം എന്നിവ മ്ലേച്ഛദേശങ്ങളുമായിരുന്നു! വെളിയിൽ

നിന്നു വന്ന യവനർ, അറബികൾ, കാംഭോജർ, തുർക്കികൾ തുടങ്ങിയവരും വേദപണ്ഡിതന്മാരുടെ ദൃഷ്ടിയിൽ മ്ലേച്ഛന്മാരായിരുന്നു. ചുരുക്കത്തിൽ, ബ്രാഹ്മണരെയും അവരുടെ യജ്ഞസംസ്കാരത്തെയും ചാതുർവർണ്ണ്യത്തെയും അംഗീകരിക്കാത്തവരെല്ലാം മ്ലേച്ഛൻമാരായി! 'ആർഷഭാരത'മെന്നും 'ഹിന്ദു'വെന്നും കൊട്ടിഗ്ഘോഷിച്ച് മേനി നടിക്കുന്നതിനു മുമ്പ് ഈ ചരിത്രം കൂടി അറിയുന്നത് നന്ന്. അതേസമയം, പ്രാചീനകാലത്തുണ്ടായിരുന്ന നാട്ടുരാജ്യങ്ങളിൽ അധികാരത്തിലിരുന്ന രാജാക്കന്മാരുടെയും അവിടത്തെ പണ്ഡിതന്മാരുടെയും ശ്രമഫലമായി ലോകത്തെ മറ്റേതൊരു സംസ്കാരവുമായി കിടപിടിക്കാവുന്ന തരത്തിലുള്ള സംസ്കാരം അവിടങ്ങളിലൊക്കെ രൂപപ്പെട്ടിരുന്നു എന്നത് ശരിയാണ്. ശാസ്ത്ര സാങ്കേതിക രംഗങ്ങളിൽ മാത്രമല്ല സാഹിത്യാദികലാരൂപങ്ങളിലും തത്ത്വചിന്താദർശനങ്ങളിലും അത്തരം നാട്ടുരാജ്യങ്ങൾ എറെ മികവു പുലർത്തിയിരുന്നു. ഇതിനു കാരണമായത് ബ്രാഹ്മണമതമോ, അതിന്റെ ദർശനമായ യജ്ഞസംസ്കാരമോ അല്ല. ബ്രാഹ്മണമതത്തിനും പൗരോഹിത്യത്തിനുമെതിരെയുണ്ടായ ചിന്താസ്ഫോടനങ്ങളാണ് അത്തരം ഉദ്ഗ്രഥനങ്ങൾക്ക് കാരണമായത്. വേദസംസ്കാരത്തിനും ആരണ്യക-ബ്രാഹ്മണങ്ങളുടെ യജ്ഞാഭിമുഖ്യത്തിനും എതിരെ കലാപക്കൊടി ഉയർത്തിയ ഉപനിഷത്തുകൾ ഇന്നും ലോകതത്ത്വചിന്താപരിസരത്തു തന്നെ വിസ്മയമായി നിലനില്ക്കുന്നു. (അതിലെ മനുഷ്യവിരുദ്ധത സവിശേഷമായി വിലയിരുത്തേണ്ടതുണ്ടെന്നത് മറ്റൊരു കാര്യം). അതുകൊണ്ടൊക്കെത്തന്നെ, ബ്രാഹ്മണമതത്തിന്റെ കാലപ്പഴമ ആധുനിക ഹിന്ദുമതത്തിനു നല്കുന്നതിനുള്ള ശ്രമം വ്യഥാവിലാണെന്ന് ആവർത്തിച്ചു പറയേണ്ടിയിരിക്കുന്നു. ബ്രാഹ്മണമതം→ചാതുർവർണ്ണ്യം ജാതി ഹിന്ദുമതം .ഏതാണ്ട് ഇങ്ങനെയാണതിന്റെ പരിണാമദശകൾ. ഈ യാഥാർത്ഥ്യം മറച്ചുവെച്ചുകൊണ്ട്, ചാതുർവർണ്ണ്യത്തിന്റെ അനുശാസനപർവ്വം രചിച്ച മനുവിനെ ആധുനികഹിന്ദുമതത്തിന്റെയും ആചാര്യനായി പ്രതിഷ്ഠിക്കുന്നതിന് തീവ്രഹിന്ദുത്വപക്ഷപാതികൾ നടത്തുന്ന ശ്രമം സമൂഹത്തെ ചാതുർവർണ്ണ്യത്തിലേക്കും ബ്രാഹ്മണ-പൗരോഹിത്യത്തിലേക്കും മടക്കിക്കൊണ്ടു പോകുന്നതിനുള്ള ഗൂഢലക്ഷ്യത്തോടു കൂടിയുള്ളതാണ്.

ഇന്നു നമ്മൾ കാണുന്ന ഹിന്ദുമതം അനേകം ജാതികളെയും ഉപജാതികളെയും ഒരു കൂടയ്ക്കുള്ളിൽ അടയ്ക്കുവാൻ നടത്തിയ വിഫല ശ്രമത്തിന്റെ ഫലമാണ്. ഹിന്ദുമതത്തിൽ ഇന്നെത്ര ജാതികളും ഉപജാതികളും ഉണ്ടെന്ന് സർക്കാരിന്റെ കൈയിൽപ്പോലും കണക്കുണ്ടെന്നു തോന്നുന്നില്ല! ഇവരെല്ലാം തന്നെ വ്യത്യസ്തവും വിഭിന്നവുമായ ആചാരക്രമങ്ങൾ ജനനംമുതൽ മരണംവരെ പുലർത്തുന്നവരുമാണ്. ഒരേ ജാതിയിൽപെട്ട ഉപജാതി വിഭാഗങ്ങൾ പരസ്പരം തൊട്ടുകൂടായ്മയും തീണ്ടിക്കൂടായ്മയും പുലർത്തുന്നു! അങ്ങനെ വരുമ്പോൾ ഒരു മതത്തിന് ഉണ്ടായിരിക്കേണ്ടതായ ഏകദർശനം ഹിന്ദുമതത്തിന് ഇല്ല എന്നു കാണാം.

ഇതേക്കുറിച്ച് ഡോ: അംബേദ്കർ നടത്തിയിട്ടുള്ള നിരീക്ഷണം വളരെ പ്രസക്തമാണ്. '...ശ്രദ്ധാർഹമായ വസ്തുത ജാതികളുടെ എണ്ണപ്പെരുപ്പമാണ്. അവയുടെ കൃത്യമായ എണ്ണം ആരും കണക്കാക്കിയിട്ടില്ല. എങ്കിലും മൊത്തം എണ്ണം രണ്ടായിരത്തിൽ കുറവല്ലെന്നാണ് മതിപ്പ്. അതു മൂവായിരം ആയെന്നും വരാം. ഈ വസ്തുതയുടെ വേദനാജനകമായ വശം ഇതു മാത്രമല്ല; മറ്റു വശങ്ങളുമുണ്ട്. ജാതികൾ ഉപജാതികളായി വിഭജിച്ചിരിക്കുന്നു. അവയുടെ എണ്ണം കാക്കത്തൊള്ളായിരത്തിലെത്തും. ബ്രാഹ്മണജാതിയുടെ ആകെ ജനസംഖ്യ ഒന്നരക്കോടിയാണ്. (ഈ കണക്ക് 1945 ലേതാണ് - ഗ്രന്ഥകർത്താവ്) എന്നാൽ, ആ ജാതിയിൽ 1886 ഉപജാതികളുണ്ട്. പഞ്ചാബ് പ്രവിശ്യയിൽ മാത്രം സാരസ്വത ബ്രാഹ്മണർ 469 ഉപജാതികളായി വിഭജിക്കപ്പെട്ടിരിക്കുന്നു. പഞ്ചാബിലെ കായസ്ഥരെ 590 ഉപജാതികളായി വേർതിരിച്ചിട്ടുണ്ട്. സാമൂഹ്യജീവിതത്തെ കൊച്ചു കൊച്ചു തുണ്ടുകളായി മുറിക്കുന്ന അനന്തമായ ഈ പ്രക്രിയയ്ക്ക് ഉദാഹരണമായി എത്ര കണക്കുകൾ വേണമെങ്കിലും എടുത്തുകാട്ടാം'.[3] ഇതാണ് ഹിന്ദുമതം എന്നു വിശേഷിപ്പിക്കപ്പെടുന്ന മതത്തിന്റെ അവസ്ഥ! ഹിന്ദുക്കൾ എന്നു വിശേഷിപ്പിക്കപ്പെടുന്നവർക്കിടയിൽ സാഹോദര്യവും ഐക്യവും ഊട്ടിയുറപ്പിക്കുന്നതിനായി അനേകം പേർ ശ്രമിച്ചു പരാജയപ്പെട്ടത്തിന്റെ കാരണം ജാതിവ്യവസ്ഥയാണെന്നു കണ്ടെത്തുന്നതിന് ഏറെയൊന്നും പണിപ്പെടേണ്ടതില്ല. ഹിന്ദുമതം എന്നൊരു മതമേയില്ലായെന്നും പരസ്പരം പോരടിക്കുന്നതും പരിഹാരമില്ലാത്തതായ അഭിപ്രായഭേദങ്ങളുള്ളതുമായ അനേകം ജാതികളുടെ ആൾക്കൂട്ടം മാത്രമാണ് അതെന്നും ആർക്കാണറിയാത്തത്?[4].

കേരളത്തിലെ ചില ക്ഷേത്രങ്ങളിൽ പ്രവേശിക്കുന്നതിനായിപ്പോലും അവർണ്ണജനവിഭാഗം നടത്തിയിട്ടുള്ള പ്രക്ഷോഭസമരങ്ങൾ ചരിത്രത്തിന്റെ ഭാഗമാണ്. (ഈ അവർണ്ണജനവിഭാഗവും 'ഹിന്ദു'ക്കൾ തന്നെയായിരുന്നു പോലും!) സ്ത്രീകൾക്കു മാറുമറയ്ക്കുന്നതിനും ആഭരണങ്ങൾ അണിയുന്നതിനും അധ:സ്ഥിതജനതയ്ക്ക് പൊതുവഴിയെ നടക്കുന്നതിനും എന്തെല്ലാം പ്രക്ഷോഭങ്ങൾ വേണ്ടി വന്നു? ഇന്നും ഹിന്ദുമതത്തിന്റെ ഭാഗമെന്നു പറയപ്പെടുന്ന ആദിവാസി ജനതയ്ക്ക് ഗ്ലാസിനു പകരം ചിരട്ടയിൽ ചായകൊടുക്കുന്ന സമ്പ്രദായം ഈയടുത്തകാലം വരെ നിലവിലുണ്ടായിരുന്നില്ലേ? നീതി തേടുന്നവരും നീതി നിഷേധിക്കുന്നവരും ഒരേ മതത്തിൽപെട്ടവരാണെന്ന് ശബരിമലയിലെ സ്ത്രീപ്രവേശവുമായി ബന്ധപ്പെട്ട് നമ്മൾ കണ്ടു. ഇങ്ങനെ, ജാതികളും ഉപജാതികളും ലിംഗവിവേചനവുമായി വിഘടിച്ചു നില്ക്കുന്ന ജാതിസമൂഹത്തിന് എങ്ങനെ ഒരു മതത്തിന്റെ കീഴിൽ അണിനിരക്കുവാനാകും? ഒരു മതമെന്ന പേരിൽ ഹിന്ദുമതം വിശേഷിപ്പിക്കപ്പെടണമെങ്കിൽ അതിലെ ജാതി-ഉപജാതി വിഭജനം അവസാനിക്കണം. അംബേദ്കർ നിരീക്ഷിച്ചിട്ടുള്ളതു പോലെ, ജാതിനിർമ്മൂലനത്തിലൂടെയല്ലാതെ ഹിന്ദുമതം രക്ഷപ്പെടുകയില്ല, ഇന്ത്യൻ ജനതയും രക്ഷപ്പെടുകയില്ല. യാഥാർത്ഥ്യം ഇതാണെന്നിരിക്കെ എന്താണി

തിനു തടസ്സം? അവിടെയാണ് ബ്രാഹ്മണ്യം എന്ന വില്ലന്റെ രംഗപ്രവേശം! ബ്രാഹ്മണ്യവും അതിന്റെ തത്ത്വശാസ്ത്രമായ ചാതുർവർണ്ണ്യവും ആധുനിക ഹിന്ദുമതത്തിലേക്ക് സംക്രമിപ്പിക്കുകയും വൈദികസാഹിത്യകൃതികൾ മുതൽ ഇതിഹാസകൃതികൾ വരെയുള്ള ബ്രാഹ്മണ്യപക്ഷപാത കൃതികൾ ഹൈന്ദവഗ്രന്ഥങ്ങൾ കൂടിയായി പരിവർത്തിപ്പിക്കുകയും ചെയ്തതോടുകൂടി ആധുനിക ഹിന്ദുമതവും അനീതിയുടെ കൂടാരമായിത്തീർന്നു. ബ്രാഹ്മണമതത്തിലെ ചാതുർവർണ്ണ്യം അപ്പടി ഹിന്ദുമതത്തിലേക്ക് കടന്നുകൂടിയില്ലെങ്കിലും ആ വ്യവസ്ഥയിലുണ്ടായിരുന്ന ബ്രാഹ്മണമേധാവിത്വം ഹിന്ദുമതത്തിലേക്കും പറിച്ചു നടപ്പെട്ടു എന്നത് അത്ഭുതകരമായ ഒരു സാമൂഹ്യപ്രക്രിയയാണ്. നൂറ്റാണ്ടുകളായോ, സഹസ്രാബ്ദങ്ങളായോ സമൂഹത്തിൽ നിലനിന്നിരുന്ന ബ്രാഹ്മണമേധാവിത്വം ഹിന്ദുമതത്തിന്റെ ഉത്ഭവകാലം മുതൽ ഇപ്പോഴും തുടർന്നുകൊണ്ടുമിരിക്കുന്നു!

എ. ബ്രിട്ടീഷുകാരുടെ വരവും ജാതിയും

സാധാരണജനങ്ങൾക്ക് അപ്രാപ്യമായിരുന്ന പ്രാചീന സംസ്കൃത ഭാഷയിൽ രചിക്കപ്പെട്ട (പറയപ്പെട്ടതും) സ്മൃതികളും ശ്രുതികളും മറ്റും തങ്ങൾക്കനുകൂലമായി വ്യാഖ്യാനിച്ചുറപ്പിച്ചാണ് ബ്രാഹ്മണ-പൗരോഹിത്യമേധാവിത്ത്വം മേൽത്തട്ടിലെത്തിയത്. ശൂദ്രജനവിഭാഗങ്ങളെയും അതിനുതാഴെയുള്ളവരെയും സാമൂഹ്യജീവിതത്തിൽ നിന്നും അകറ്റി നിർത്തിയതും അങ്ങനെ തന്നെയാണ്. ആ സാമൂഹ്യാവസ്ഥയിലേക്കാണ് സാധാരണജനങ്ങളുടെ ഭാഷയായ പാലിയിൽ തന്റെ ഉപദേശങ്ങളും ഉൽബോധനങ്ങളുമായി ബുദ്ധൻ കടന്നു വന്നത്. അതിനു സമാന്തരമായിത്തന്നെ ജൈനമതചിന്തകളും നിർണ്ണായകശക്തിയായി. തങ്ങളുടെ ഭാഷയിൽ സംസാരിക്കുന്ന ഒരാചാര്യനെയോ, ആചാര്യന്മാരെയോ സാധാരണജനങ്ങൾ പിന്തുടർന്നതിൽ അത്ഭുതപ്പെടുവാനില്ല. യാഗാദിക്രിയകൾക്കും യജ്ഞാദികർമ്മങ്ങൾക്കും ബ്രാഹ്മണമതത്തിനും എതിരായിരുന്നു എന്നതുകൊണ്ടു മാത്രമല്ല ബുദ്ധ-ജൈനമതങ്ങൾ സാമാന്യ ജനതയെ ആകർഷിച്ചത്. ഭാഷയും അവിടെ മുഖ്യഘടകമായിരുന്നു. തങ്ങൾക്കു നഷ്ടപ്പെട്ട മേധാവിത്ത്വം തിരിച്ചു പിടിക്കുന്നതിനായി ബുദ്ധമതാനുയായികളുടെ വേഷം കെട്ടുന്നതിനുപോലും ബ്രാഹ്മണപുരോഹിതവർഗ്ഗം മടിച്ചിരുന്നില്ല എന്ന് നാഗാർജ്ജുനൻ മുതലുള്ള ബ്രാഹ്മണപുരോഹിതന്മാരുടെ ചരിത്രം തെളിയിക്കുന്നു. ബുദ്ധന്റെയും മഹാവീരന്റെയും കാലശേഷം ബ്രാഹ്മണ-പൗരോഹിത്യവർഗ്ഗസ്വാധീനത്തിലേക്ക് ബുദ്ധ-ജൈനമതങ്ങൾ അധ:പതിക്കുകയും ചെയ്തു. അതോടൊപ്പം തന്നെ, ബുദ്ധഭിക്ഷുക്കളെയും അനുയായികളെയും കായികമായും അവർ നേരിട്ടു. ഇങ്ങനെ ബഹുമുഖമായ ആക്രമണങ്ങളിലൂടെ ഇന്ത്യയിൽ ബുദ്ധ-ജൈനമതങ്ങളുടെ പ്രഭാവം നഷ്ടപ്പെടുത്തി. അപ്പോഴും ഏതെങ്കിലും ഒരു മതവിശ്വാസത്തിന്റെ ഭൂമിക സാമാന്യജനതയ്ക്ക് ആവശ്യമായിരുന്നു.

ബുദ്ധമതത്തിന്റെ നാശത്തോടുകൂടി അതിന്റെ ജനകീയാടിത്തറ ബോദ്ധ്യപ്പെട്ടു കഴിഞ്ഞിരുന്ന ജനതയെ പഴയ ബ്രാഹ്മണമതത്തിന്റെ ചിട്ടകളിലേക്ക് മടക്കിക്കൊണ്ടു പോവുക എന്നത് ദു:സാദ്ധ്യമായിരുന്നു. ആ വിടവിലേക്കാണ്, ചാതുർവർണ്ണ്യത്തിന്റെ സ്ഥാനത്ത് ജാതിവ്യവസ്ഥയുമായി ഹിന്ദുമതം എന്ന പുതിയ മതം ബ്രാഹ്മണ-പൗരോഹിത്യകാർമ്മികത്ത്വത്തിൽ തന്നെ കടന്നുകയറിയതെന്ന് ചുരുക്കിപ്പറയാവുന്നതാണ്. അങ്ങനെയാണ്, ബുദ്ധ-ജൈനമതങ്ങളിലോ, ചിലനാട്ടുരാജാക്കന്മാരുടെ നാടോടി മതങ്ങളിലോ ഇല്ലാതിരുന്ന ജാതിസമ്പ്രദായം ഹിന്ദുമതമെന്ന പേരിൽ ഉണ്ടായ പുതിയമതത്തിൽ സ്ഥാനമുറപ്പിച്ചത്. ബ്രാഹ്മണ-പുരോഹിതവർഗ്ഗതാല്പര്യസംരക്ഷണാർത്ഥം മനുസ്മൃതിപോലെയുള്ള സ്മൃതികൾ ഹിന്ദുമതത്തിന്റെ ആധാരഗ്രന്ഥമായി സ്ഥാപിച്ചെടുക്കപ്പെട്ടതും ഈ പശ്ചാത്തലത്തിലാണ്.

ഈ അവസ്ഥയെ ദൃഢീകരിക്കുന്നതിന് മറ്റു ചില സാമൂഹ്യമാറ്റങ്ങളും സംഭവങ്ങളും ഉണ്ടായിട്ടുണ്ട് എന്നതും കാണാതെവയ്യ. എ.ഡി.8-ാം നൂറ്റാണ്ടോടുകൂടിത്തന്നെ ഇസ്ലാം മതസ്വാധീനത്തിന്റെ ഘട്ടം ആരംഭിച്ചിരുന്നു. ബലൂചിസ്ഥാനിൽ നിന്നു വന്ന അറബികൾ മുഹമ്മദ്കാസിമിന്റെ നേതൃത്വത്തിൽ സിൻഡും ദക്ഷിണപഞ്ചാബും ആക്രമിച്ചു കീഴടക്കി. അതിനുശേഷം എ ഡി 1000 ത്തിനും 1030 നും ഇടയ്ക്ക് മുഹമ്മദ്ഗസ്നി തുടരെത്തുടരെ 17 പ്രാവശ്യം ആക്രമണം നടത്തി കൊള്ള ചെയ്തു. ഗസ്നിക്ക് മതപ്രചാരണം ലക്ഷ്യമായിരുന്നില്ല. മറിച്ച് ധനാപഹരണം മാത്രമായിരുന്നു ലക്ഷ്യം. ഗസ്നിയെ ഫലപ്രദമായി നേരിടുന്നതിൽ പരസ്പരം പോരടിച്ചിരുന്ന നാട്ടുരാജാക്ക ാർക്ക് കഴിഞ്ഞില്ല. ബ്രാഹ്മണ-പൗരോഹിത്യവർഗ്ഗചൂഷണത്തിൽ പൊറുതിമുട്ടിയ സാധാരണജനതയാകട്ടെ കർമ്മസിദ്ധാന്തത്തിലും വിധിയിലും മറ്റും വിശ്വസിച്ച് നിസ്സംഗതപൂണ്ടു വർത്തിച്ചു. ഇത്തരം യുദ്ധങ്ങളും കൊള്ളകളും ഇസ്ലാം മതവിശ്വാസികളുടെ കീഴിൽ നാട്ടുരാജ്യങ്ങൾ സ്ഥാപിക്കപ്പെടുന്ന നിലയിലേക്കും പിന്നീടവ വികസിപ്പിക്കുന്ന നിലയിലേക്കും വളർന്നു.

എ ഡി 12-ാം നൂറ്റാണ്ടിലാണ് മുഹമ്മദ്ഗോറിയുടെ ആക്രമണം. തുർക്കിയുടെ പടിഞ്ഞാറു നിന്നു വന്ന് ഡൽഹിയും പരിസരപ്രദേശങ്ങളും ഗോറി കീഴടക്കി. എ ഡി 1206 ൽ ഗോറി മരിച്ചപ്പോൾ അദ്ദേഹത്തിന്റെ സേനാനായകൻ കുത്തബ്-ദിൻ-ഐബക് അധികാരമേറ്റ് സുൽത്താനായി സ്വയം പ്രഖ്യാപിച്ചു. അദ്ദേഹമാണ് അടിമരാജവംശം സ്ഥാപിച്ചത്. നൂറ്റാണ്ടുകളോളം നീണ്ട സുൽത്താൻ വാഴ്ചയ്ക്കു ശേഷം ഖിൽജി, തുഗ്ലക്ക്, സയ്യിദ്, ലോദി തുടങ്ങിയ രാജവംശങ്ങൾ ഒന്നിനു പിറകെ ഒന്നായി അധികാരമുറപ്പിച്ചു. ഒടുവിൽ, 1526 ൽ ഇബ്രാഹിംലോദിയെ തോല്പിച്ച് ബാബർ മുഗൾ സാമ്രാജ്യം സ്ഥാപിച്ചു. വടക്കേയിന്ത്യയിലെ ഒട്ടേറെ ഹിന്ദുനാട്ടുരാജ്യങ്ങളും തെക്കേയിന്ത്യയിലെ തന്നെ ചില നാട്ടുരാജ്യങ്ങളും ദില്ലിയിലെ മുഗൾ സാമ്രാജ്യമേധാവിത്ത്വം അംഗീകരിക്കുവാൻ നിർബ്ബന്ധിതരായി. ബാബർ (1526-1530), ഹുമയൂൺ (1530-1540),

ഷേർഖാൻ (1540-1545), അക്ബർ (1556-1605), ജഹാംഗീർ (1605-1627), ഷാജഹാൻ (1627-1658), ഔറംഗസേബ് (1658-1707) എന്നിവരാണ് മുഗൾരാജവംശത്തിലെ പ്രമുഖ ചക്രവർത്തിമാർ. 176 ൽ ബക്സാറിൽ വച്ചു നടന്ന യുദ്ധത്തിൽ ഇംഗ്ലീഷുകാർ മുഗൾ ചക്രവർത്തിയായിരുന്ന ഷാ അലമിനെ തോല്പിച്ചു. 1857 ലെ ഒന്നാം സ്വാതന്ത്ര്യസമരം വരെ മുഗൾ ഭരണം നാമമാത്രമായി നിലകൊണ്ടു. ഒന്നാം സ്വാതന്ത്ര്യസമരത്തിലെ വിപ്ലവകാരികൾ ഡൽഹി പിടിച്ചടക്കി ബഹദൂർഷാ രണ്ടാമനെ ഇന്ത്യയുടെ ചക്രവർത്തിയായി പ്രഖ്യാപിച്ചു. അധികംവൈകാതെ, ബഹദൂർഷായെ തോല്പിച്ച് ബ്രിട്ടീഷുകാർ അദ്ദേഹത്തെ യംഗൂണിലേക്കു നാടുകടത്തി. 1862-ൽ അവിടെവച്ച് അദ്ദേഹം അന്തരിച്ചതോടുകൂടി മുഗൾരാജവംശവും അവസാനിച്ചു. 1757 ജൂൺ 23 ന് നടന്ന പ്ലാസി യുദ്ധത്തിലൂടെയാണ് ഇംഗ്ലീഷ് ഈസ്റ്റ് ഇന്ത്യാ കമ്പനി ബംഗാളിൽ ആധിപത്യമുറപ്പിച്ചത്. നവാബ് സിറാജ് ദൗളയാണ് ആ യുദ്ധത്തിൽ കൊല്ലപ്പെട്ടത്. തുടർന്നുള്ള നൂറുവർഷങ്ങൾ കൊണ്ട് ഈസ്റ്റ് ഇന്ത്യാ കമ്പനി ഇന്ത്യയിലെ ഒട്ടേറെ പ്രദേശങ്ങൾ കീഴടക്കി. 1763 മുതൽ 1856 വരെ ഇന്ത്യയിൽ 40 ലേറെ യുദ്ധങ്ങളാണ് ഈസ്റ്റ് ഇന്ത്യാ കമ്പനി പട്ടാളം നടത്തിയത്!

മുഗൾ സ്ഥാപനത്തിന് തൊട്ടുമുമ്പ്, 1498 ൽ വാസ്കോഡിഗാമ മലബാറിലെത്തുകയും വിദേശവ്യാപാരത്തിന് പുതിയ വഴികൾ തുറക്കപ്പെടുകയും ചെയ്തിരുന്നു എന്നതും വിസ്മരിക്കരുത്. പോർച്ചുഗീസുകാരും ഡച്ചുകാരും ബ്രിട്ടീഷുകാരുമായ കച്ചവടക്കാർ വിവിധ കാലങ്ങളിൽ കച്ചവടത്തിനായി ഇന്ത്യയിലെത്തി. ജഹാംഗീറിന്റെ കാലത്താണ് യൂറോപ്യൻ വാണിജ്യ സംഘങ്ങൾക്ക് ഉത്തരേന്ത്യയിൽ പാണ്ടികശാലകളും മറ്റും സ്ഥാപിക്കുന്നതിന് അനുവാദം ലഭിക്കുന്നത്. പരസ്പരം കലഹിച്ചിരുന്ന ഹിന്ദു നാട്ടുരാജ്യങ്ങൾ വിദേശശക്തികളെ സ്വീകരിച്ച് ആനയിക്കുന്നതിലും പരസ്പരം മത്സരിച്ചിരുന്നു എന്നതാണ് ചരിത്രം. അതോടൊപ്പംതന്നെ, വിദേശശക്തികളുടെ ചൂഷണവും ശക്തമായി വന്നു.

മുസ്ലീം രാജാക്കന്മാർ ഇന്ത്യയ്ക്ക് അപരിചിതമായ ഒരു മതവുമായാണ് വന്നതെങ്കിലും നിലവിലുണ്ടായിരുന്ന ഉല്പാദനരീതികളെയോ, സമ്പ്രദായങ്ങളെയോ മാറ്റുന്നതിനുള്ള സംവിധാനമൊന്നും അവർക്കില്ലായിരുന്നു. അതേസമയം, നിലവിലുണ്ടായിരുന്ന നാട്ടുരാജ്യങ്ങൾ നടപ്പാക്കിയിരുന്ന നാടുവാഴിത്ത രീതിയിലുള്ള ഉടമാവകാശബന്ധങ്ങളെ പുതുക്കിപ്പണിത് അതിനൊരു കേന്ദ്രഭരണസംവിധാനം സൃഷ്ടിക്കുന്നതിന് അവർക്കുകഴിഞ്ഞു. ഇസ്ലാം മതത്തിലെ ഏകദൈവവിശ്വാസം, സാമൂഹ്യനീതി തുടങ്ങിയവ ജാതിഭേദങ്ങളാൽ കൊടുംദുരിതങ്ങൾ അനുഭവിച്ചിരുന്ന ഇവിടത്തെ ജനതയെ ആകർഷിച്ചതിൽ അത്ഭുതമില്ല. അതുകൊണ്ടാണ് ഹിന്ദുജനതയിൽ കുറേപ്പേരെങ്കിലും സ്വമനസ്സാലെ ഇസ്ലാം - ക്രിസ്ത്യൻ മതങ്ങളിലേക്ക് പരിവർത്തനത്തിനു തുനിഞ്ഞത്. ഇതിനർത്ഥം, മതം മാറ്റത്തിനായി ബലപ്രയോഗം നടന്നിട്ടേയില്ല എന്നല്ല. മതം

മാറ്റത്തിനുള്ള മുഖ്യകാരണം ഹിന്ദുമതത്തിലെ ജാതിസമ്പ്രദായവും തൊട്ടുകൂടായ്മയും തീണ്ടിക്കൂടായ്മയും മറ്റനേകം ദുരാചാരങ്ങളും തന്നെയായിരുന്നു എന്നാണ് പറഞ്ഞു വരുന്നത്.

ഇസ്ലാം മതവിശ്വാസികളല്ലാത്ത ഇന്നാട്ടിലെ ജനവിഭാഗങ്ങളെ മുഴുവൻ ഹിന്ദുക്കൾ എന്നു വിളിച്ചു തുടങ്ങിയത് ഇവിടെ വന്ന മുസ്ലീം ഭരണാധികാരികളാണ്. അതുകൊണ്ടാണ്, മുസ്ലീം ആധിപത്യത്തിനു മുമ്പ് ഇവിടെയുണ്ടായ ഒരു പ്രാചീനസംസ്കൃതഗ്രന്ഥത്തിലും ഹിന്ദു എന്ന പദം പ്രയോഗിക്കപ്പെടാതെ പോയത്. ഈ പദപ്രയോഗത്തിലൂടെ അതുവരെയില്ലാതിരുന്ന ഐക്യബോധം ജനങ്ങൾക്കിടയിൽ ഉണ്ടാക്കുന്നതിന് കഴിഞ്ഞു എന്നത് യാഥാർത്ഥ്യമാണ്. എന്നാൽ, ഇതിന് അപകടകരമായ ഒരു മറുവശവുമുണ്ടായിരുന്നു. ചാതുർവർണ്ണ്യത്തിനു പുറത്തു തള്ളപ്പെട്ടിരുന്ന അനേകലക്ഷം ജനതയെ ഒരു മതത്തിന്റെ നുകത്തിൻ കീഴിലേക്ക് തളയ്ക്കപ്പെട്ടപ്പോൾ ആ നുകത്തിന്റെ നിയന്ത്രണവും ബ്രാഹ്മണവർഗ്ഗം കൈയടക്കി എന്നതാണത്. ഇന്ത്യക്കാരെല്ലാം ഹിന്ദുക്കളും അവരുടെ യജമാനൻമാർ ബ്രാഹ്മണരും ആയിത്തീർന്നു. ഇതിലൂടെ പുത്തൻമതത്തിന് ഒരു നീതിശാസ്ത്രവും ആവശ്യമായി വന്നു. പൂർവ്വികരായ ഋഷിമാരുടെ പേരിൽ പുതിയ ഗ്രന്ഥങ്ങൾ നിർമ്മിക്കുക, നിലവിലുള്ള ഗ്രന്ഥങ്ങളിൽ തങ്ങൾക്കനുകൂലമായ കൂട്ടിച്ചേർക്കലുകൾ നടത്തുക തുടങ്ങിയ മാർഗ്ഗങ്ങളാണ് ബ്രാഹ്മണവർഗ്ഗം സ്വീകരിച്ചത്. (അങ്ങനെയാണ് ബ്രഹ്മാവും വ്യാസനുമൊക്കെ വീണ്ടും വീണ്ടും അവതരിച്ചു കൊണ്ടേയിരുന്നത്!) അതുകൊണ്ടാണ്, വിദഗ്ദ്ധനായ ഒരു സംസ്കൃതപണ്ഡിതനു പോലും സംസ്കൃതഭാഷയിൽ ഇവിടെയുണ്ടായിട്ടുള്ള കൃതികളിലെ പ്രക്ഷിപ്തങ്ങൾ തിരിച്ചറിയുവാൻ കഴിയാതെ പോവുന്നത്. വേദങ്ങളും പുരാണങ്ങളും ഇതിഹാസ കൃതികളും വരെ ഇതിനപവാദമല്ല! (സാധാരണജനതയ്ക്ക് താടിയുള്ള അപ്പനെത്തന്നെ പേടിയാണ്. ആ അപ്പൻ സംസ്കൃതം കൂടിപ്പറഞ്ഞാൽ പിന്നെ സാഷ്ടാംഗം നമസ്കരിച്ചു പോകും! ഇന്നും സ്ഥിതി അതു തന്നെയാണ്)

1784 ൽ കല്ക്കത്തയിലെ സുപ്രീംകോടതി ജഡ്ജിയായി നിയമിതനായ സർ വില്യം ജോൺസ് ഏഷ്യാറ്റിക് സൊസൈറ്റിയുടെ സ്ഥാപകനും പൗരസ്ത്യസംസ്കാര പ്രേമിയുമായിരുന്നു. സംസ്കൃത പണ്ഡിതന്മാരെ ക്ഷണിച്ചു വരുത്തി പഴയ സംസ്കൃത കൃതികളുടെ സാരം ഗ്രഹിക്കുക എന്നത് അദ്ദേഹത്തിന്റെ വിനോദമായിരുന്നു. സർ വില്യം ജോൺസ് ആണ് *മനുസ്മൃതി* ആദ്യമായി ഇംഗ്ലീഷിലേക്ക് തർജ്ജമ ചെയ്തത്. സായിപ്പിന്റെ ഉദ്ദേശശുദ്ധിയെ നമ്മൾ കുറ്റപ്പെടുത്തരുത്! ഈ രാജ്യത്തെ ജനങ്ങൾക്ക് നീതിന്യായം ഉറപ്പാക്കുന്നതിനുള്ള ഒരു ഗ്രന്ഥമായാണ് അദ്ദേഹം *മനുസ്മൃതി*യെ കണ്ടത്. ബ്രിട്ടീഷ് നിയമസംഹിത അപ്പടി ഇവിടെ നടപ്പാക്കുക അപ്രായോഗികവും ആയിരുന്നു. അങ്ങനെ ഇവിടത്തെ പഴയനിയമങ്ങൾ പുറത്തെടുത്ത് അവയെ ഹിന്ദുനിയമങ്ങളായി അദ്ദേഹം ബലപ്പെടുത്തി. അതിനെ വ്യാഖ്യാനിക്കുവാനുള്ള അവ

കാശം സ്വാഭാവികമായും സംസ്കൃതമറിയുന്ന ബ്രാഹ്മണരിൽ എത്തി ച്ചേർന്നു. ദുർബ്ബലങ്ങളായ പ്രമാണങ്ങൾക്ക് ശാസ്ത്രത്തിന്റെയും നിയമ ത്തിന്റെയും മേലങ്കി അണിയിച്ച് ഹിന്ദുസമൂഹത്തിനുമേൽ പ്രതിഷ്ഠിക്കു വാൻ വേണ്ടി ദൈവം അയച്ച ക്ഷത്രിയരാണ് ഇംഗ്ലീഷുകാർ എന്ന് ബ്രാഹ്മ ണർക്കും അവരുടെ ശിങ്കിടികൾക്കും തോന്നിയില്ലെങ്കിലല്ലേ അത്ഭുത പ്പെടേണ്ടതുള്ളൂ! അതിനുശേഷം എത്രയോ വർഷങ്ങൾക്കുശേഷമാണ് ഈസ്റ്റ് ഇന്ത്യാ കമ്പനി ഇന്ത്യയിൽ ഘട്ടം ഘട്ടമായി ഒരു നിയമസംഹിത കൊണ്ടു വരുന്നത്.

1863 ലാണ് ബ്രിട്ടീഷ് ഭരണാധികാരികൾ ഇന്ത്യയിലെ നാട്ടുരാജ്യ ങ്ങളിലെ ചിലക്ഷേത്രങ്ങളുടെ ഭരണാധികാരം ചില വ്യവസ്ഥകൾക്കു വിധേയമായി ട്രസ്റ്റികൾക്കു വിട്ടു കൊടുത്തത്. ട്രസ്റ്റികൾ എന്നു പറയു ന്നത് ബ്രാഹ്മണ പുരോഹിതർ ആണെന്ന് പ്രത്യേകം പറയേണ്ടതില്ല ല്ലോ. അതോടുകൂടി ജാതികൾക്കും ഉപജാതികൾക്കും വെവ്വേറെ ഉണ്ടാ യിരുന്ന ആചാര വിശ്വാസങ്ങൾ കൂടുതൽ ദൃഢമായി. അതോടൊപ്പം പുതിയ ആചാരവിശ്വാസക്രമങ്ങളും രൂപപ്പെട്ടു. ഉത്തരേന്ത്യയിലെ ആര്യ സമുദായത്തെ - ബ്രാഹ്മണമതത്തെ - മാത്രം ബാധിച്ചിരുന്ന പല ആചാര വിധികളും ഇന്ത്യയിലെമ്പാടും ബ്രിട്ടീഷുകാർ ബാധകമാക്കി. മുസ്ലിങ്ങളും ക്രിസ്ത്യാനികളും ഒഴികെയുള്ള എല്ലാവരും ബ്രാഹ്മണ-പുരോഹിതവർഗ്ഗ നുകത്തിൻ കീഴിൽ അമർന്നുപോയതിന്റെ പശ്ചാത്തലം ഇതാണ്.

ചുരുക്കത്തിൽ, വേദകാലം മുതൽ ഉന്നതശ്രേണിയും ഉന്നതപീഠവും സ്വയം അലങ്കരിച്ചിരുന്ന, അഥവാ കൈയടക്കിയിരുന്ന, ബ്രാഹ്മണവർഗ്ഗ ത്തിന് ചുരുങ്ങിയകാലം മാത്രമേ മേധാവിത്വം നഷ്ടമായിട്ടുള്ളൂ. അതാ കട്ടെ, ബുദ്ധ-ജൈനകാലഘട്ടത്തിൽ മാത്രം. പ്രസ്തുത മതങ്ങളെ ആസൂ ത്രിതമായും നിഗൂഢതന്ത്രങ്ങളിലൂടെയും ബ്രാഹ്മണമതം തകർത്തു. നൂറ്റാണ്ടുകൾക്കു ശേഷം വന്ന വിദേശാധിപത്യത്തിലും ഈ വർഗ്ഗം ഭൂരി പക്ഷ ജനവിഭാഗത്തിന്റെ ആത്മീയനേതൃത്വം പിടിച്ചെടുത്ത് ചൂഷണം തുടർന്നു. ഇരുപത്തിയൊന്നാം നൂറ്റാണ്ടിലും അതു തുടരുകയും ചെയ്യുന്നു എന്നത് മറ്റൊരു യാഥാർത്ഥ്യം!

സി. മതനിരപേക്ഷപ്രസ്ഥാനങ്ങളും മതതീവ്രവാദവും

ഇന്ത്യയിൽ ശക്തമായിത്തന്നെ ഇന്നു വേരോടിക്കഴിഞ്ഞിരിക്കുന്ന മതമൗലികവാദത്തിന്റെ ഉത്ഭവ-വികാസ-പരിണാമങ്ങളെക്കുറിച്ച് സംക്ഷി പ്തമായെങ്കിലും ഉപന്യസിക്കാതെ പോവുന്നത് ശരിയല്ല. അത്തരം അന്വേഷണം, വിദേശശക്തികൾക്കെതിരെ ഇന്ത്യയിൽ രൂപപ്പെട്ടിരുന്ന ദേശീയപ്രസ്ഥാനചരിത്രത്തിലേക്കും ആ പ്രസ്ഥാനത്തിൽ മതത്തിന് എത്രത്തോളം സ്വാധീനമുണ്ടായിരുന്നു എന്ന അന്വേഷണത്തിലേക്കും നമ്മളെ നയിക്കുന്നതാണ്. ഭൂരിപക്ഷ-ന്യൂനപക്ഷമതമൗലികവാദം ഒരു സുപ്രഭാതത്തിൽ യാദൃച്ഛികമായി പൊട്ടിക്കിളിർത്ത് വളർന്നു പന്തലിച്ച് വിഷവൃക്ഷമായി പരിണമിച്ചതല്ല. നിശ്ചയമായും അതിനൊരു ചരിത്രമു

ണ്ട്. ഇന്ത്യയുടെ നിലനില്പിനെത്തന്നെ അപകടത്തിലാക്കുന്നവിധം ജാതി-മത-വർഗ്ഗീയശക്തികൾ അവരവരുടേതായ നിഗൂഢപദ്ധതികൾ ഒളിഞ്ഞും തെളിഞ്ഞും ആസൂത്രണം ചെയ്തു കൊണ്ടിരിക്കുന്നു. അത്തരം ആസൂത്രണങ്ങളുടെ തുടർച്ചയായി മാത്രമെ രാമഭക്തിയേയും 'ജയ്ശ്രീറാം' വിളികളേയും ഇസ്ലാംമത വിശ്വാസികളിൽ ചിലരുടെ തീവ്ര വാദപ്രസ്ഥാനങ്ങളെയും ക്രിസ്തുമതവിശ്വാസികളിൽ ചിലരുടെ ജിഹാദ് പരാമർശങ്ങളെയും കാണുവാനാകൂ. ഇതൊന്നുംതന്നെ യഥാർത്ഥമത മൂല്യങ്ങളുമായി ബന്ധപ്പെട്ട് രൂപപ്പെടുന്നവയുമല്ല. ഇന്നിപ്പോൾ എല്ലാ മത വിശ്വാസികളിലെയും ന്യൂനപക്ഷം മതസൗഹാർദ്ദം തകർക്കുന്നതിനും മതവൈരം വളർത്തുന്നതിനും കളം നിറഞ്ഞാടുന്നു!

19-ാം നൂറ്റാണ്ടിന്റെ തുടക്കത്തിൽ രാജാറാം മോഹൻറോയിയുടെ നേതൃത്വത്തിലാണ് ഹിന്ദുമതനവോത്ഥാനപ്രസ്ഥാനം ഇവിടെ രൂപപ്പെട്ട തെന്ന് പറയാവുന്നതാണ്. 1772 ൽ ജനിച്ച റാംമോഹൻറായ് ഇസ്ലാംമത ത്തിന്റെയും ക്രിസ്തുമതത്തിന്റെയും തത്ത്വങ്ങൾ നന്നായി ഉൾക്കൊണ്ടി രുന്നു. അതേസമയം തന്നെ ഹിന്ദുമതത്തിൽനിന്നുള്ള മതപരിവർത്ത നത്തെ അദ്ദേഹം എതിർക്കുകയും ചെയ്തിരുന്നു. തന്റെ ആശയപ്രചാര ണത്തിനായി 1821 ൽ അദ്ദേഹം ബംഗാളി ഭാഷയിൽ *സംബാദ്കൗമുദി* എന്ന പത്രവും 1822 ൽ പേർഷ്യൻ ഭാഷയിൽ *ഉൽ അക്ബർ*' എന്ന പത്രവും ആരംഭിച്ചു. അദ്ദേഹത്തിന്റെ പ്രസിദ്ധീകരണങ്ങളെ ആശങ്കയോ ടുകൂടിയാണ് ബ്രിട്ടീഷ് സർക്കാർ കണ്ടിരുന്നത്. ദേശീയ നവോത്ഥാനവും സാർവ്വലൗകികസാഹോദര്യവും ലക്ഷ്യമാക്കിയ അദ്ദേഹം ജാതിവ്യവസ്ഥ, വിഗ്രഹാരാധന, മൃഗബലി, സതി, ശൈശവവിവാഹം തുടങ്ങിയ അനാ ചാരങ്ങൾക്കെതിരെ ശബ്ദമുയർത്തി. ഏകദൈവവിശ്വാസത്തിലധിഷ്ഠി തമായിരുന്ന ഏകതത്ത്വവാദമായിരുന്നു അദ്ദേഹം ഉയർത്തിയത്. നിർഗ്ഗു ണവും രൂപരഹിതവുമായ ബ്രഹ്മത്തെ അദ്ദേഹം ഉയർത്തിക്കാട്ടി. എല്ലാ മതവിശ്വാസികളിലും ബ്രഹ്മചൈതന്യമാണ് കുടികൊള്ളുന്നതെന്ന് അദ്ദേഹം വിശ്വസിക്കുകയും ചെയ്തു. കബീർ, ചൈതന്യൻ തുടങ്ങിയ വരുടെ നേതൃത്വത്തിൽ ഉണ്ടായിരുന്ന ഭക്തിപ്രസ്ഥാനത്തിന്റെ വികസി തരൂപം മാത്രമായിരുന്നു അതെന്നത് മറ്റൊരു യാഥാർത്ഥ്യം. രാമനെയും കൃഷ്ണനെയും തള്ളിപ്പറയുകയും ഉപനിഷത്തുകളിലെ അമൂർത്തവും നിർഗുണവുമായ ബ്രഹ്മത്തെ ഉയർത്തിക്കാട്ടുകയുമാണ് അദ്ദേഹം ചെയ്ത ത്. ഇതെല്ലാംതന്നെ, ബ്രാഹ്മണരുടെയും ക്രിസ്ത്യൻമിഷണറിമാരുടെയും എതിർപ്പുകളെ ക്ഷണിച്ചു വരുത്തി.

ഹിന്ദുവിധവകൾ അനുഷ്ഠിക്കേണ്ടി വന്ന 'സതി' എന്ന അനാചാര ത്തിനെതിരെ അദ്ദേഹം നടത്തിയ ആശയസമരം അതിശക്തമായിരുന്നു. അതിന്റെ ഫലമായി 1829 ൽ വില്യം ബന്റിക് പ്രഭുവിന്റെ ഭരണകാലത്ത് 'സതി' നിയമവിരുദ്ധമായി പ്രഖ്യാപിക്കപ്പെട്ടു. സ്വത്തവകാശത്തിൽ സ്ത്രീക്കും പുരുഷനും തുല്യാവകാശം ഉണ്ടാവുക, സാർവ്വത്രികമായി ത്തന്നെ ആധുനികവിദ്യാഭ്യാസം പ്രചരിപ്പിക്കുക തുടങ്ങിവയും അദ്ദേഹ

ത്തിന്റെ ലക്ഷ്യമായിരുന്നു. 1815 ൽ അദ്ദേഹം സ്ഥാപിച്ച ആത്മീയസഭ (സുഹൃത്സംഘം) കൂടുതൽ സുശക്തമായും വിപുലമായും പ്രവർത്തിച്ചു. 1828 ൽ അദ്ദേഹം സ്ഥാപിച്ച ബ്രഹ്മസമാജവും ഹിന്ദുയാഥാസ്ഥിതികരുടെ എതിർപ്പുകളെ നേരിട്ടു. അതേസമയം, ഹിന്ദുമതത്തിൽ നവോത്ഥാനവും പരിഷ്കരണവും വേണമെന്ന ആശയഗതികൾ വച്ചു പുലർത്തിയിരുന്ന ഒട്ടേറെ ബുദ്ധിജീവികളും സാധാരണജനങ്ങളും റാംമോഹൻറായിയുടെ പരിശ്രമങ്ങളെ പിന്തുണച്ചു.

യഥാർത്ഥത്തിൽ, അദ്ദേഹത്തിന്റെ ഇത്തരം പരിശ്രമങ്ങൾ കോളനിഭരണത്തിനും നാടുവാഴിത്തത്തിനും എതിരുമായിരുന്നു. അതുകൊണ്ടു തന്നെ, കോളനിഭരണത്തിനെതിരെ പ്രവർത്തിച്ചു തുടങ്ങിയിരുന്ന ദേശീയപ്രസ്ഥാനത്തിന് ഈ ചിന്താഗതികൾ ഉത്തേജനം നല്കി. 1833 ൽ രാജാറാം മോഹൻ റായ് അന്തരിച്ചതിനുശേഷം ഇത്തരം പ്രവർത്തനങ്ങളെ മുന്നോട്ടു നയിച്ചത് ദേവേന്ദ്രനാഥ ടാഗോർ (1838-1884) ഉൾപ്പെടെയുള്ളവരായിരുന്നു. അതോടുകൂടി ബ്രഹ്മസമാജത്തിന്റെ പ്രവർത്തനങ്ങളും വ്യാപകമായി. ഒപ്പം തന്നെ യാഥാസ്ഥിതികരുടെ എതിർപ്പുകളും ശക്തമായി. ദേവേന്ദ്രനാഥ ടാഗോർ പ്രസിദ്ധപ്പെടുത്തിയ ഒരു പ്രമാണപത്രത്തിൽ, ഉൽകൃഷ്ടമായ ഗുണങ്ങളോടു കൂടിയ വ്യക്തിസത്തയാണ് ദൈവമെന്നും ദൈവത്തിന് ഒരിക്കലും അവതാരങ്ങൾ ഉണ്ടായിട്ടില്ലെന്നും ക്ഷേത്രങ്ങളും ആചാരങ്ങളും മറ്റും അനാവശ്യമാണെന്നും ഒരൊറ്റ ഗ്രന്ഥവും ആധികാരികമല്ലെന്നും മറ്റും പ്രസ്താവിക്കുകയുണ്ടായി. ചുരുക്കത്തിൽ, യാഥാസ്ഥിതിക ഹിന്ദുമതവും ബ്രഹ്മസമാജവും തമ്മിലുള്ള ആശയസമരം മൂർച്ഛിക്കുവാൻ ഇതൊക്കെ കാരണമായി. എന്നാൽ, 19-ാം നൂറ്റാണ്ടിന്റെ അന്ത്യത്തോടു കൂടി ബ്രഹ്മസമാജത്തിൽ പിളർപ്പുകളും ഭിന്നതകളും ദൃശ്യമായി. പക്ഷേ, അതിനു മുമ്പു തന്നെ റാം മോഹൻ റായ് ഉയർത്തിയ ചിന്താതരംഗം ബംഗാളിൽ മാത്രമല്ല ഇന്ത്യയുടെ മറ്റു ഭാഗങ്ങളിലും ചലനങ്ങൾ സൃഷ്ടിച്ചു കഴിഞ്ഞിരുന്നു. ബ്രഹ്മസമാജത്തിന്റെ നേതൃപദവി അലങ്കരിച്ചിരുന്ന കേശവ് ചന്ദ്രസെന്നിന്റെ ക്രിസ്തുമതാഭിമുഖ്യവും 1884 ലെ അദ്ദേഹത്തിന്റെ നിര്യാണവും സമാജത്തിന്റെ ശിഥിലീകരണത്തിന് ആക്കം കൂട്ടി.

19-ാം നൂറ്റാണ്ടിൽ ഇവിടെ രൂപപ്പെട്ടുവന്ന മതസമീപനങ്ങളെ വിലയിരുത്തുമ്പോൾ അവയിൽ വ്യത്യസ്തവും വിഭിന്നവുമായ ചിന്താധാരകൾ ഉണ്ടായിരുന്നതായി കാണാവുന്നതാണ്. മതത്തെ അപ്പടി നിലനിർത്തുവാൻ ശ്രമിച്ചിരുന്ന യാഥാസ്ഥിതികരായിരുന്നു ഒരു കൂട്ടർ. മറ്റു മതങ്ങളെ എതിർക്കുക, ഹിന്ദുമതത്തിലെ ഉച്ചനീചത്വങ്ങളും ദുരാചാരങ്ങളും അപ്പടി നിലനിർത്തുക എന്നതായിരുന്നു അവരുടെ ലക്ഷ്യം. ഇതിനുവേണ്ടി അവർ വേദങ്ങളെയും സ്മൃതികളെയും പ്രമാണങ്ങളാക്കി. തങ്ങളുടെ യാഥാസ്ഥിതികനിലപാടുകളെ ശക്തിപ്പെടുത്തുന്നതിനായി ബ്രിട്ടീഷ് ഭരണാധികാരികളെയും അവരുടെ നയങ്ങളെയും പിന്തുണയ്ക്കുന്നതിനും അവർ തയ്യാറായി. മതപുനരുദ്ധാരണവാദവുമായി നില

യുറപ്പിച്ചവരായിരുന്നു മറ്റൊരു കൂട്ടർ. പാശ്ചാത്യഭൗതികസംസ്കാരത്തെ പിന്തുണച്ചുകൊണ്ട് തങ്ങളുടെ മതത്തിന്റെ പരിപാവനത എങ്ങനെ കാത്തു സൂക്ഷിക്കാമെന്നായിരുന്നു അവരുടെ ചിന്ത. അനാചാരങ്ങൾ മതത്തിന്റെ അവിഭാജ്യഘടകമല്ലെന്നും അവയെ ഒഴിവാക്കി മതത്തെ ശുദ്ധി ചെയ്തെടുക്കാമെന്നും ആയിരുന്നു അവരുടെ ചിന്ത. മതത്തെ പുനരുദ്ധരിക്കുകയോ, പുനരുജ്ജീവിപ്പിക്കുകയോ അല്ല വേണ്ടതെന്നും അവയെ പരിഷ്കരിച്ച് അനാചാരങ്ങൾ ഒഴിവാക്കി, കാലാനുസൃതമായ മാറ്റങ്ങൾ മതത്തിൽ വരുത്തുകയാണ് വേണ്ടതെന്ന് മൂന്നാമതൊരു കൂട്ടരും വാദിച്ചു. ഇങ്ങനെ, മൂന്നു ചിന്താധാരകൾ ഹിന്ദുമതനവോത്ഥാനവുമായി ബന്ധപ്പെട്ട് 19-ാം നൂറ്റാണ്ടിൽ ഇവിടെ നിലനിന്നിരുന്നു.

1870 ൽ മഹാരാഷ്ട്രയിൽ മഹാദേവ ഗോവിന്ദ റാനഡെ സ്ഥാപിച്ച പ്രാർത്ഥനാ സമാജം ഇതിന്റെയൊക്കെ പ്രചോദനഫലമായിരുന്നു. പ്രപഞ്ചത്തിന്റെ സ്രഷ്ടാവാണ് ദൈവമെന്ന് അവർ വാദിച്ചപ്പോൾത്തന്നെ ബിംബാരാധന, അവതാരവാദം, വേദങ്ങളുടെ അപ്രമാദിത്വം തുടങ്ങിയവയെ അവർ തള്ളിപ്പറഞ്ഞു.[5] ജാതിവ്യവസ്ഥ, ശൈശവ വിവാഹം തുടങ്ങിയ അനാചാരങ്ങൾക്കെതിരെയും റാനഡെയുടെ പ്രസ്ഥാനം അണിനിരന്നു. മതപരമായ ആശയങ്ങൾ ഹീനമാണെങ്കിൽ സാമൂഹിക-സാമ്പത്തികരംഗങ്ങളിൽ അവയ്ക്ക് ഗുണപരമായ മാറ്റങ്ങൾ ഉണ്ടാക്കുവാൻ കഴിയില്ലെന്നും അദ്ദേഹം വാദിച്ചു. 1895 ൽ ലഖ്നൗവിൽ ചേർന്ന സോഷ്യൽ കോൺഫറൻസിനെ അഭിസംബോധന ചെയ്തുകൊണ്ട് മുസ്ലീങ്ങളും ഹിന്ദുക്കളും ഒത്തൊരുമിച്ചു പ്രവർത്തിക്കേണ്ടതിന്റെ ആവശ്യം അദ്ദേഹം ഊന്നിപ്പറയുകയുണ്ടായി. രാജ്യത്തെമ്പാടും ഉയർന്നു തുടങ്ങിയിരുന്ന സാമൂഹ്യപരിഷ്കരണപ്രസ്ഥാനങ്ങളെ ഏകോപിപ്പിക്കുന്നതിനായാണ് റാനഡെ, സോഷ്യൽ കോൺഫറൻസ് രൂപീകരിച്ചതുതന്നെ. 1885 ൽ സ്ഥാപിതമായ ഇന്ത്യൻ നാഷണൽ കോൺഗ്രസ് ഈ സാമൂഹ്യപരിഷ്കരണ പ്രസ്ഥാനവുമായി ബന്ധപ്പെടുകയുണ്ടായി. എന്നാൽ, ദാദാബായ് നവറോജിയെപ്പോലുള്ള കോൺഗ്രസ് സ്ഥാപകനേതാക്കളിൽ ചിലർ ഈ അഭിപ്രായത്തെ തള്ളിക്കളഞ്ഞു. രാഷ്ട്രം പൊതുവിൽ നേരിടുന്ന പ്രശ്നങ്ങൾ മാത്രം കോൺഗ്രസ് കൈകാര്യം ചെയ്യണമെന്നും സാമൂഹിക-വർഗ്ഗീയ പ്രശ്നങ്ങളും മറ്റും വർഗ്ഗീയ സംഘടനകൾ കൈകാര്യം ചെയ്യണമെന്നുമായിരുന്നു നവറോജിയുടെയും കൂട്ടരുടെയും വാദം. കോൺഗ്രസ് സമ്മേളനം നടക്കുന്ന വേദിയിൽതന്നെ സോഷ്യൽ കോൺഫറൻസിന്റെ സമ്മേളനങ്ങൾ നടത്തുന്നതിന് ആദ്യകാലത്ത് അനുവദിക്കപ്പെട്ടിരുന്നുവെങ്കിലും 1895 ൽ ബാലഗംഗാധരതിലകന്റെയും മറ്റും സമ്മർദ്ദം കാരണം ആ അനുവാദം പിൻവലിക്കപ്പെട്ടു.

അതെന്തുതന്നെയായാലും അക്കാലപരിതസ്ഥിതിയുടെ പരിമിതികൾക്കുള്ളിൽ നിന്നു ചിന്തിക്കുമ്പോൾ പോലും ബംഗാളിൽ തുടങ്ങി മഹാരാഷ്ട്രയിലൂടെ ഇന്ത്യയെമ്പാടും വ്യാപിച്ച നവോത്ഥാനപ്രസ്ഥാനങ്ങളെ

വിലകുറച്ചു കാണുക എന്നത് ചരിത്രനിഷേധമായിരിക്കും. തങ്ങൾ ഇരുട്ടിലാണ് ജീവിക്കുന്നതെന്ന് ഇന്ത്യയിലെ ഭൂരിപക്ഷം ജനതയെ ബോദ്ധ്യപ്പെടുത്തുന്നതിൽ ഈ പ്രസ്ഥാനങ്ങൾ വഹിച്ച പങ്ക് ചെറുതല്ല. ഇന്ത്യൻ ജനതയെ ചിന്തിക്കുന്ന മനുഷ്യരാക്കി മാറ്റുന്നതിൽ ഇപ്പറഞ്ഞ നവീകരണപ്രസ്ഥാനങ്ങളും ശ്രീരാമകൃഷ്ണന്റെയും വിവേകാനന്ദന്റെയും മറ്റും പ്രവർത്തനങ്ങളും കേരളത്തിലെ ശ്രീനാരായണപ്രസ്ഥാനവും മറ്റും വഹിച്ച പങ്ക് വിസ്മരിക്കാവതല്ല. അതോടൊപ്പം തന്നെ ഈ പ്രസ്ഥാനങ്ങളുടെ ആശയപരിമിതികളെയും കാണാതിരുന്നുകൂടാ.

കേരളത്തെ സംബന്ധിച്ചിടത്തോളം ചാവറയച്ചൻ (1805-1871), ആറാട്ടുപുഴ വേലായുധപ്പണിക്കർ (1825-1872), തൈക്കാട് അയ്യാഗുരു (1814-1909), ചട്ടമ്പിസ്വാമികൾ (1854-1924), ശ്രീനാരായണഗുരു (1856-1928), ബ്രഹ്മാനന്ദ ശിവയോഗി (1852-1929), അയ്യങ്കാളി (1863-1941), ഡോ.പൽപ്പു (1863-1950), മിതവാദി സി.കൃഷ്ണൻ (1867-1938), ചങ്ങനാശ്ശേരി പരമേശ്വരൻപിള്ള (1877-1940), വക്കം അബ്ദുൾ ഖാദർ മൗലവി (1873-1931), പണ്ഡിറ്റ് കെ പി കറുപ്പൻ (1885-1938), വാഗ്ഭടാനന്ദൻ (1885-1939), സഹോദരൻ അയ്യപ്പൻ (1889-1968), കെ കേളപ്പൻ (1880-1971), ഡോ. പി വി വേലുക്കുട്ടിഅരയൻ (1894-1969), വി ടി ഭട്ടതിരിപ്പാട് (1896-1982) തുടങ്ങി അനേകം മഹാത്മാക്കൾ സാമൂഹിക പരിവർത്തനത്തിനും നവോത്ഥാനത്തിനും നേതൃത്വം വഹിച്ചവരാണ്.

ഇവരിൽ എന്തുകൊണ്ടും പ്രഥമഗണനീയൻ ശ്രീനാരായണ ഗുരു തന്നെയാണ്. ഇവരിൽ കുറേപ്പേരെങ്കിലും ഗുരുവിന്റെ ദർശനത്തിൽ ആകൃഷ്ടരുമായിരുന്നു. വേദാന്തം എന്നതിന്റെ അർത്ഥം തന്നെ അദ്ദേഹം അട്ടിമറിച്ചു. വേദാന്തം എന്നതിന് ആത്മാവിനുള്ളിൽ അഭയം തേടുക എന്ന് ചിലർ നല്കിയ അർത്ഥത്തെ നിരസിച്ച് എല്ലാ മനുഷ്യരും ഒന്നാണെന്ന സന്ദേശം അദ്ദേഹം പ്രചരിപ്പിക്കുകയുണ്ടായി. ഒരേ സമയം സന്ന്യാസിയും അദ്വൈതിയും സാമൂഹ്യപരിഷ്കർത്താവും കവിയും എല്ലാമായിരുന്നു ഗുരു. കവിതകളിലൂടെയാണ് നിത്യവിസ്മയങ്ങളും തീവ്രപ്രഹരശേഷിയുള്ളതുമായ ആശയങ്ങൾ അദ്ദേഹം പ്രചരിപ്പിച്ചത്. ഡോ. സുകുമാർ അഴീക്കോട് പറയുന്നു: 'ശ്രീനാരായണന്റെ കൃതികളിൽനിന്ന് വർദ്ധിതശക്തിയോടെ പൊന്തിപ്പരക്കുന്ന മഹാസന്ദേശം ഇതാണ് - ഒരു മതം. ഒരു മതം മാത്രം. അത് സ്വാഭാവികമായും യുക്തിസഹമായും സാമ്പ്രദായികമായും ചരിത്രപരമായും അദ്വൈതമല്ലാതെ മറ്റൊന്നല്ല. മതം ഒന്നാകുമ്പോൾ ദൈവം രണ്ടാകാൻ വഴിയില്ല. ദൈവവും ഒന്ന്. അപ്പോൾ ദൈവസൃഷ്ടിയായ മനുഷ്യർ പല ജാതിയാകാൻ തരമില്ല. ജാതിയും ഒന്ന്. ഗുരുദേവൻ 'ആത്മോപദേശശതക'ത്തിൽ ആറു പദ്യത്തിൽ (44-49) ഏകമതസിദ്ധാന്തത്തെ യുക്തിശക്തിയോടെയും അതിലളിതമായും അവതരിപ്പിച്ചിരിക്കുന്നു'.[6]

വിഗ്രഹാരാധനയെ നേരിട്ടെതിർക്കുകയായിരുന്നില്ല ഗുരു ചെയ്തത്. അതിനു പകരം കീഴാള ജനതയ്ക്ക് ആരാധന നടത്തുവാൻ കഴി

യുന്ന ക്ഷേത്രങ്ങൾ സ്ഥാപിക്കുകയാണു ചെയ്തത്. ക്ഷേത്രസ്ഥാപനത്തിലൂടെ ബ്രാഹ്മണ പൗരോഹിത്യത്തിനെതിരെയുള്ള നിശ്ശബ്ദകലാപമാണ് അദ്ദേഹം നടത്തിയത്. ബ്രാഹ്മണപുരോഹിതർക്കു മാത്രമുള്ള ക്ഷേത്ര പ്രതിഷ്ഠാപനാധികാരത്തെ അട്ടിമറിക്കുകയാണ് ക്ഷേത്രസ്ഥാപനത്തിലൂടെ അദ്ദേഹം ചെയ്തത്. അതിന്റെ പ്രാധാന്യം മനസ്സിലാകണമെങ്കിൽ അക്കാലത്തെ (ഇക്കാലത്തെയും!) അധ:കൃതജനവിഭാഗങ്ങളുടെ സാമൂഹികാവസ്ഥ കൂടി മനസ്സിലാക്കേണ്ടതുണ്ട്. അതു കൃത്യമായും വ്യക്തമായും ഗുരുവിന് ബോദ്ധ്യമുണ്ടായിരുന്നു. ജാതി–മതഭേദങ്ങളെ എതിർത്തതിനോടൊപ്പം ആധുനിക വിദ്യാഭ്യാസ സമ്പ്രദായങ്ങളെയും സംസ്കാരധാരകളെയും അദ്ദേഹം പ്രോത്സാഹിപ്പിച്ചു. കേരളത്തിലെ ആദ്യത്തെ വ്യവസായ പ്രദർശനവും ഏഷ്യയിലെ ആദ്യത്തെ സർവ്വമതസമ്മേളനവും അദ്ദേഹത്തിന്റെ അനുഗ്രഹാശിസ്സുകളോടെയാണ് നടന്നത്. കേരളജനതയുടെ ഫ്യൂഡൽ വിരുദ്ധമായ ഒട്ടേറെ പ്രക്ഷോഭങ്ങൾക്ക് അദ്ദേഹത്തിന്റെ ചിന്തകൾ പ്രേരകമായിത്തീർന്നു. മുമ്പ് പേരെടുത്തു പറഞ്ഞ എല്ലാ മഹാത്മാക്കളും ഏറിയോ, കുറഞ്ഞോ കേരളത്തിന്റെ സാംസ്കാരിക നവോത്ഥാനത്തിൽ പങ്കാളികളായി എന്നതാണ് വസ്തുത.

1875 ൽ ദയാനന്ദസരസ്വതി സ്ഥാപിച്ച ആര്യസമാജത്തെക്കുറിച്ചും ഇവിടെ സൂചിപ്പിക്കേണ്ടതുണ്ട്. 'വേദങ്ങളിലേക്കു മടങ്ങുക' എന്നതായിരുന്നു ആര്യസമാജത്തിന്റെ മുദ്രാവാക്യം. ദേശീയൈക്യം ഉണ്ടാകണമെങ്കിൽ ഇന്ത്യയിൽ ജീവിക്കുന്ന എല്ലാവരും തന്നെ ഹിന്ദുമതത്തെയും വേദങ്ങളുടെ അപ്രമാദിത്വത്തെയും അംഗീകരിക്കണമെന്നായിരുന്നു ദയാനന്ദന്റെ ദയാരഹിതമായ പക്ഷം! 'സത്യാർത്ഥപ്രകാശം' (The Light of Truth) എന്ന അദ്ദേഹത്തിന്റെ ഗ്രന്ഥം ക്രിസ്തുമതത്തിനും ഇസ്ലാം മതത്തിനും എതിരെ മാത്രമായിരുന്നില്ല ശബ്ദിച്ചത്. കബീർ, നാനാക്ക്, ചൈതന്യൻ തുടങ്ങിയ ഭക്തിപ്രസ്ഥാന നായകരും റാനഡെയും റാം മോഹൻറായിയും വരെയുള്ള നേതാക്കളും ദയാനന്ദസരസ്വതിയുടെ വിമർശനങ്ങൾക്ക് വിധേയരായി. എല്ലാ പ്രശ്നങ്ങൾക്കും പരിഹാരം വേദങ്ങളാണെന്നായിരുന്നു അദ്ദേഹത്തിന്റെ പക്ഷം. തെറ്റായതൊന്നും വേദങ്ങളിലില്ലെന്നും അവയുടെ ആധികാരികത പ്രത്യേകം തെളിയിക്കേണ്ടതായ ആവശ്യം ഇല്ലെന്നും അദ്ദേഹം ശഠിച്ചു. എന്തൊരു ദുർശ്ശാഠ്യം എന്നു നോക്കുക! പഴയ ചാതുർവർണ്ണ്യത്തെയും പുതിയ ജാതിവ്യവസ്ഥയേയും അതുമായി ബന്ധപ്പെട്ട യജ്ഞകർമ്മങ്ങളെയും പുനരാനയിക്കുക എന്നതായിരുന്നു അദ്ദേഹത്തിന്റെ ലക്ഷ്യം. എല്ലാ വർണ്ണങ്ങളിൽപെട്ടവരും കലർപ്പുകൂടാതെ ജീവിക്കണമെന്നും വർണ്ണസങ്കലനം പാടില്ലയെന്നും ആയിരുന്നു അദ്ദേഹത്തിന്റെ ഉപദേശം. ആർ എസ് എസ് രൂപമെടുത്ത കാലം മുതൽ ദയാനന്ദസരസ്വതിയെ അവർക്കു പ്രിയപ്പെട്ടവനായി ആരാധിച്ചു പോരുന്നതിന്റെ പൊരുൾ ഇതിൽ നിന്നൊക്കെ മനസ്സിലാക്കാവുന്നതേയുള്ളൂ. ഇങ്ങനെയൊക്കെ ശാഠ്യംപിടിച്ചപ്പോഴും വിഗ്രഹാരാധനയെ അദ്ദേഹം എതിർത്തിരുന്നു എന്നത് വല്ലാത്തൊരു വൈരുദ്ധ്യമായി നില

നില്ക്കുന്നു. ഏകദൈവത്തിൽ വിശ്വസിക്കണമെന്നും ദൈവം നിരാകാര നാണെന്നും കൂടി അദ്ദേഹം പറയുകയുണ്ടായി. ഹിന്ദുദേശീയത്വത്തിന്റെ തലപൊക്കലായിരുന്നു ദയാനന്ദസരസ്വതിയുടെ പ്രസ്ഥാനവും അദ്ദേഹ ത്തിന്റെ സിദ്ധാന്തവും എന്നാണ് ജവാഹർലാൽ നെഹ്റു അഭിപ്രായ പ്പെട്ടിരിക്കുന്നത്.[7]

1882 ൽ മദിരാശിയിൽ സ്ഥാപിക്കപ്പെട്ട മറ്റൊരു മതപുനരുദ്ധാന പ്രസ്ഥാനമായിരുന്നു ബ്രഹ്മവിദ്യാസംഘം അഥവാ തിയോസഫിക്കൽ സൊസൈറ്റി. മദാം ബ്ലവാത്സ്കി എന്ന റഷ്യൻ വനിതയും അവരുടെ അമേരിക്കൻ സ്നേഹിതൻ കേണൽ ഓൽക്കോട്ടും ആണ് സൊസൈറ്റി യുടെ സ്ഥാപകർ. യഥാർത്ഥത്തിൽ, 1875 ൽ ന്യൂയോർക്കിൽ ആ സംഘം സ്ഥാപിക്കപ്പെടുകയും 1882 ൽ അതിന്റെ ആസ്ഥാനം തമിഴ്നാട്ടിലേക്കു മാറ്റുകയുമാണുണ്ടായത്. ബ്ലവാത്സ്കിയുടെ ശിഷ്യയായി ഇന്ത്യയിലെ ത്തിയ ആനിബസന്റ് എന്ന ഐറിഷ് വനിത ഇതിന്റെ നേതൃത്വത്തിലെ ത്തിയതോടുകൂടി സംഘത്തിന് പുതിയ ഉണർവ്വു കിട്ടി. ഹിന്ദുമതത്തെ തിയോസഫിക്കൽ സൊസൈറ്റി അംഗീകരിച്ചിരുന്നുവെന്നു മാത്രമല്ല അതിലെ ആചാരാനുഷ്ഠാനങ്ങളും കർമ്മസിദ്ധാന്തവും പുനർജ്ജന്മവാ ദവുമൊക്കെ അവരും അംഗീകരിച്ചു. വർണ്ണാശ്രമവ്യവസ്ഥയെ അംഗീക രിച്ചപ്പോൾ തന്നെ പ്രധാനജാതികൾക്കുള്ളിലെ ഉപജാതികളെ അവർ അംഗീകരിച്ചിരുന്നുമില്ല. എന്നാൽ , ജാതിവ്യവസ്ഥയ്ക്ക് തുടരുവാൻ കഴി യില്ലെന്ന് 1913 ൽ ആനിബസന്റ് വ്യസനത്തോടെ സമ്മതിക്കുകയുണ്ടാ യി. അവരുടെ പ്രസ്താവന യാഥാസ്ഥിതികരായ ഹിന്ദുക്കളെ സംഘ ത്തിൽ നിന്നും വിട്ടുപോകുന്നതിന് പ്രേരിപ്പിക്കുകയും ആനിബസന്റ് ഒറ്റ പ്പെടുകയും ചെയ്തു. തുടർന്ന്, അവർ ഹോംറൂൾ പ്രസ്ഥാനത്തിൽ ആകൃ ഷ്ടയായി പ്രവർത്തിച്ചു.

1902 ൽ ഭാരതധർമ്മമഹാമണ്ഡലം ഡൽഹിയിൽ ചേരുകയുണ്ടായി. ഇന്ത്യയിലെ വിവിധ സ്ഥലങ്ങളിലെ യാഥാസ്ഥിതിക ഹിന്ദു സംഘടന കളുടെ ഏകീകരണമായിരുന്നു ഇതിന്റെ ലക്ഷ്യം. നാട്ടുരാജാക്കൻമാർ ഉൾപ്പെടെയുള്ള പ്രമാണിമാരുടെ പിന്തുണ ഈ സംഘടനയ്ക്കുണ്ടായി രുന്നു. എന്നാൽ, അതിനോടകം ശക്തിപ്രാപിച്ചു വന്ന ശ്രീരാമകൃഷ്ണ പരമഹംസരുടെ ചിന്താസ്ഫുലിംഗങ്ങൾക്കു മുമ്പിൽ മഹാമണ്ഡലമൊക്കെ നിഷ്പ്രഭമാവുകയാണുണ്ടായത്. ശ്രീനാരായണഗുരുവിനെപ്പോലെ തന്നെ വേറിട്ടൊരു ചിന്തകനും സന്ന്യാസിവര്യനുമായിരുന്ന അദ്ദേഹത്തിന് സംസ്കൃതം, ഇംഗ്ലീഷ് തുടങ്ങിയ ഭാഷകളിലോ, വേദോപനിഷത്തുകളി ലോ പാണ്ഡിത്യമുണ്ടായിരുന്നില്ല. വേദതത്ത്വങ്ങളെപ്പറ്റി ‘ഏതോ ഒരു ഗുരു’ വിൽനിന്നും കിട്ടിയിരുന്ന അറിവു മാത്രമായിരുന്നു അദ്ദേഹത്തിനുണ്ടാ യിരുന്നത്. പക്ഷേ, അതിനൊക്കെയുപരി സാമാന്യബുദ്ധിക്ക് വ്യാഖ്യാ നിക്കാനാത്തതായ ഏതോ 'അന്തർജ്ഞാന'ത്താൽ അദ്ദേഹം കല്ക്ക ത്തയിലെ ഒരു കാളിക്ഷേത്രത്തിലെ പുരോഹിതനെന്നതിലുപരി ബംഗാ ളിലും ഇന്ത്യയിലും വിഖ്യാതനായി. ദൈവത്തിലേക്കുള്ള മാർഗ്ഗം മാത്ര

മാണു മതമെന്നും മാർഗ്ഗത്തെ ലക്ഷ്യമായിക്കാണുന്നതുകൊണ്ടാണ് വ്യത്യസ്ത മതങ്ങളും മതവൈരങ്ങളും ഉണ്ടാകുന്നതെന്നും അദ്ദേഹം പറഞ്ഞു. എല്ലാ ജീവജാലങ്ങളിലും ദൈവത്തെ കാണാമെന്നും അദ്ദേഹം ഉദ്ബോധിപ്പിച്ചു.

ശ്രീരാമകൃഷ്ണശിഷ്യനായിരുന്ന സ്വാമി വിവേകാനന്ദനിലൂടെയാണ് നാമിന്ന് അദ്ദേഹത്തെ ശരിയായ വിധം അറിയുന്നത്. 1863 ൽ കല്ക്കത്തയിലെ ഒരിടത്തരം കുടുംബത്തിൽ ജനിച്ച നരേന്ദ്രൻ, ശ്രീരാമകൃഷ്ണപരമഹംസരെ സന്ധിച്ചതോടു കൂടി, അക്ഷരാർത്ഥത്തിൽ തന്നെ, ഒരു പുതിയ മനുഷ്യനാവുകയായിരുന്നു. 1886 ൽ ശ്രീരാമകൃഷ്ണൻ സമാധിയായതോടുകൂടി നരേന്ദ്രൻ, വിവേകാനന്ദനായി മാറി എന്നു മാത്രമല്ല അതുവരെയുണ്ടായിരുന്ന അനേകം ഹൈന്ദവസംഘടനകളുടെ ചിന്താഗതിയെത്തന്നെ തിരുത്തിക്കുറിക്കുകയും ചെയ്തു. 1897 ൽ അദ്ദേഹം രാമകൃഷ്ണമിഷൻ സ്ഥാപിച്ചു. വിവേകാനന്ദദർശനത്തെ സ്പർശിക്കുന്നതിനുപോലും ഇവിടെ സ്ഥലപരിമിതി അനുവദിക്കുന്നില്ല! അത്രയും ബൃഹത്തും സാരവത്തുമാണത്. 1893-ൽ ലോകമതസമ്മേളനത്തിൽ പങ്കെടുത്തതോടുകൂടി അദ്ദേഹത്തിന് ഇന്ത്യയിലും വിദേശത്തും അനേകം ശിഷ്യന്മാരുണ്ടായി. 1902 ൽ 39-ാം വയസ്സിൽ അന്തരിക്കുമ്പോഴേക്കും അദ്ദേഹം ഇന്ത്യൻ തത്ത്വചിന്തയ്ക്കും നവോത്ഥാനപ്രസ്ഥാനങ്ങൾക്കും അതിരും എതിരുമറ്റ സംഭാവനകൾ നല്കിക്കഴിഞ്ഞിരുന്നു.

'ഞാനൊരു സോഷ്യലിസ്റ്റാശയക്കാരനാണ്. അതിന്റെയർത്ഥം ആ സമ്പ്രദായം സമ്പൂർണ്ണമായ ഒന്നാണെന്ന് ഞാൻ കരുതുന്നുവെന്നല്ല. ഒന്നുമില്ലാത്തതിലും ഭേദം കുറച്ചെന്തെങ്കിലുമുള്ള ഒന്നു സ്വീകരിക്കുന്നതാണ്'. ഇത് അദ്ദേഹത്തിന്റെ പ്രശസ്തമായ വാക്കുകളാണ്. 'രോഗികളിലും ദരിദ്രരിലും പാവപ്പെട്ടവരിലും ദൈവത്തെക്കാണുന്നവരാണ് യഥാർത്ഥ ആരാധകന്മാർ. ജാതിയോ, വിശ്വാസമോ, വംശമോ നോക്കാതെ ഒരു പാവപ്പെട്ടവനെ അവനിൽ ഈശ്വരനുണ്ടെന്നു കണ്ടു സ്നേഹിക്കുകയോ, സേവിക്കുകയോ ചെയ്താൽ ഈശ്വരപ്രീതിക്ക് അതാണാശ്രയം. അമ്പലങ്ങളിൽ പോയതിലും അധികം പ്രീതി പാവപ്പെട്ടവനെ ശുശ്രൂഷിക്കുന്നതിലാണ്'. അതുപോലെ, ദരിദ്രനോട് ആത്മീയസുഖത്തെക്കുറിച്ചു പറയുന്നതിൽ എന്താണർത്ഥമെന്നും അദ്ദേഹം ചോദിച്ചു. 'മാധവസേവയ്ക്കു പകരം മാനവസേവ നടത്തു'വാൻ അദ്ദേഹം ആഹ്വാനം ചെയ്തു. 1892 ഡിസംബറിൽ ഭാരതപര്യടനം കഴിഞ്ഞ് അദ്ദേഹം കന്യാകുമാരിയിലെത്തി. കടൽ നീന്തിക്കടന്ന്, കടൽത്തീരത്തു നിന്നു നോക്കിയാൽ കാണാവുന്ന പാറക്കെട്ടിൽ എത്തിച്ചേർന്ന് അവിടെ ധ്യാനനിരതനാവുകയും ചെയ്തു. തന്റെ ധ്യാനത്തിന്റെ ഉദ്ദേശം അദ്ദേഹം വിശദീകരിച്ചു: 'ഇന്ത്യയുടെ അങ്ങേയറ്റത്തെ പാറക്കെട്ടിൽ, കന്യാകുമാരി മാതാവിന്റെ ക്ഷേത്രത്തിൽ ഇരുന്നപ്പോൾ എന്റെ മനസ്സിൽ ഒരു പദ്ധതി ഉദയം ചെയ്തു. സന്ന്യാസിമാരായ നമ്മൾ ധാരാളം പേരുണ്ട്. ചുറ്റി നടന്ന് നാം ജനങ്ങളെ ആദ്ധ്യാത്മികവിദ്യ പഠിപ്പിക്കുന്നു. ഇതെല്ലാം വെറും ഭ്രാന്താണ്. വിശന്ന

വയറ് മതത്തിനു നന്നല്ല. ഒരു രാഷ്ട്രം എന്ന നിലയ്ക്കുള്ള നമ്മുടെ സവിശേഷസത്ത (Individualtiy) നമുക്കു നഷ്ടപ്പെട്ടിരിക്കുന്നു. ഇന്ത്യയിലെ എല്ലാ കുചേഷ്ടിതങ്ങൾക്കുമുള്ള കാരണമതാണ്. നമ്മുടെ ജനങ്ങളെ ഉദ്ധരിക്കുകയാണ് നമ്മൾ ചെയ്യേണ്ടത്.'[8] ഇവയ്ക്കൊന്നും പ്രത്യേക വ്യാഖ്യാനം ആവശ്യമില്ല. ഇങ്ങനെ ഒട്ടേറെ വ്യത്യസ്തതകളുള്ള സന്ന്യാസിവര്യനായിരുന്നു സ്വാമി വിവേകാനന്ദൻ.

ബ്രിട്ടീഷ്ഭരണം അവസാനിക്കണമെന്ന് ശഠിച്ചപ്പോഴും ഇന്ത്യയിലെ സാധാരണജനങ്ങളുടെ ജീവിതത്തിനുമേൽ അദ്ദേഹത്തിന്റെ ദൃഷ്ടി പതിഞ്ഞിരുന്നു. അതേസമയം തന്നെ, ബ്രാഹ്മണ്യത്തിനെതിരെയും അദ്ദേഹം ശബ്ദമുയർത്തി. ഇന്ത്യൻ തത്ത്വചിന്തയിലെ പ്രമാണിയായ ശ്രീശങ്കരനെപ്പോലും അദ്ദേഹം നിഷ്കരുണം വിമർശിച്ചു. 'ഏതെങ്കിലും ശൂദ്രനു ബ്രഹ്മജ്ഞാനം ലഭിച്ചാൽ ശങ്കരമതപ്രകാരം അയാൾ പൂർവ്വജന്മത്തിൽ ബ്രാഹ്മണനാണെന്നു പറയേണ്ടി വരും. ബ്രാഹ്മണത്വത്തിനായി ഇത്രയും പിടിയും വലിയും എന്തിനാണ്? ത്രൈവർണ്ണികർക്കു വേദപഠനത്തിനും ബ്രഹ്മജ്ഞാനത്തിനും അധികാരം വേദം നല്കിയിട്ടുണ്ട്. അതിനാൽ ഈ വിഷയത്തിൽ ശങ്കരൻ അത്ഭുതകരമായ പാണ്ഡിത്യപ്രകടനം ഒന്നും നടത്തേണ്ടതില്ലായിരുന്നു തർക്കത്തിൽ തോറ്റ എത്ര ശ്രമണരെ (ബുദ്ധസന്ന്യാസിമാർ എന്നർത്ഥം-ഗ്രന്ഥകാരൻ) യാണ് തീയിലിട്ടു ചുട്ടുകൊന്നത്?.... ശങ്കരന്റെ ഈ വിധമുള്ള പ്രവൃത്തിക്ക് മതഭ്രാന്ത് എന്നല്ലാതെ വേറെയെന്താണു പറയേണ്ടത്?'[9] ഇങ്ങനെ, ബ്രാഹ്മണ്യത്തെ വിറളി പിടിപ്പിച്ച ഒരു സന്ന്യാസിവര്യനായിരുന്നു അദ്ദേഹം. ജീവിച്ചിരുന്നപ്പോൾ അദ്ദേഹത്തിനെതിരെ യുക്തിഭദ്രമായ വാദമുഖങ്ങൾ ഉന്നയിക്കുന്നതിന് ഒരു വേദപണ്ഡിതനും ധൈര്യപ്പെട്ടിരുന്നില്ല! പക്ഷേ, ഇന്ന് സ്വാമിവിവേകാനന്ദനെയും തങ്ങളുടെ സ്വന്തമാക്കുന്നതിനാണ് ബ്രാഹ്മണമേധാവിത്വമുള്ള വലതുപക്ഷ ഹിന്ദുത്വശക്തികൾ ശ്രമിച്ചുകൊണ്ടിരിക്കുന്നത്.[10]

ഇവിടെ പരാമർശിക്കപ്പെടാതെപോയ ഹിന്ദുമത നവോത്ഥാനപ്രസ്ഥാനങ്ങളും ഹിന്ദുമതപുനരുദ്ധാന/പുനരുജ്ജീവനപ്രസ്ഥാനങ്ങളും വേറെയുമുണ്ടായിട്ടുണ്ട്. പഞ്ചാബിൽ ബാബാ ദയാൽ ദാസ് (1783-1855) ആരംഭിച്ച നിരങ്കരി പ്രസ്ഥാനം സിഖുകാർക്കിടയിലെ നവീകരണം ലക്ഷ്യമാക്കിയായിരുന്നു. രൂപമില്ലാത്ത ഈശ്വരനെ ആരാധിക്കുക എന്നതായിരുന്നു ഇവരുടെ ആഹ്വാനം. നിരങ്കരി എന്നതിനർത്ഥം തന്നെ അരൂപനായ എന്നാണല്ലോ. സഹജാനന്ദസ്വാമി എന്നൊരാൾ (1781-1830) ഗുജറാത്തിൽ ഹിന്ദു നവീകരണം ലക്ഷ്യമാക്കി സ്വാമിനാരായൺ പ്രസ്ഥാനം ആരംഭിച്ചിരുന്നു. രാജാറാം മോഹൻറായിയുടെ പ്രസ്ഥാന ലക്ഷ്യങ്ങളുമായി ആ പ്രസ്ഥാനത്തിന് ചില സാമ്യങ്ങളുണ്ട്. വിധവകളുടെ പുനർവിവാഹം, സതി നിരോധനം തുടങ്ങിയവയൊക്കെയായിരുന്നു സ്വാമിനാരായൺ പ്രസ്ഥാനത്തിന്റെയും ലക്ഷ്യം. പഞ്ചാബിൽ നാംധാരി പ്രസ്ഥാനവും രൂപപ്പെട്ടിരുന്നു. സദ്ഗുരു രാംസിങ് (1816-1885) ആയിരുന്നു ഈ പ്രസ്ഥാന

ത്തിന്റെ ഉപജ്ഞാതാവ്. വിഗ്രഹാരാധനയേയും പൗരോഹിത്യത്തെയും സ്ത്രീധനരീതിയേയും ശിശുവിവാഹത്തെയും ഈ പ്രസ്ഥാനം എതിർത്തു. 1939 ൽ ദേവേന്ദ്രനാഥടാഗോറിന്റെ നേതൃത്വത്തിൽ ബംഗാളിൽ രൂപം കൊണ്ട തത്ത്വബോധിനി സഭയും വിധവാ വിവാഹം, ബഹുഭാര്യത്വനിരോധനം, മദ്യനിരോധനം തുടങ്ങിയവ ലക്ഷ്യമാക്കിയിരുന്നു. 1925 ൽ ഇ വി രാമസ്വാമി നായ്ക്കരുടെ നേതൃത്വത്തിൽ തമിഴ്നാട്ടിൽ ആരംഭിച്ച ബ്രാഹ്മണവിരുദ്ധപ്രസ്ഥാനം ദ്രാവിഡ ശക്തിയുടെ ഉയർത്തെഴുന്നേല്പും ബ്രാഹ്മണശക്തിയുടെ തകർച്ചയും ലക്ഷ്യമാക്കി. 1844 ൽ ഗുജറാത്തിൽ മേത്താജി ദുർഗ്ഗാറാം മഞ്ജുറാം ആരംഭിച്ച മാനവധർമ്മ സഭ, 1820 കളിൽ ഖാസിദാസിന്റെ നേതൃത്വത്തിൽ ഛത്തീസ്ഗഡിൽ ആരംഭിച്ച സത്നാമി പ്രസ്ഥാനം, ഒഡീഷയിൽ രൂപപ്പെട്ട സത്യമഹിമാ പ്രസ്ഥാനം, 1859 ൽ ബംഗാളിൽ കേശവ ചന്ദ്രസെൻ രൂപം നല്കിയ സംഗതസഭ, മഹാരാഷ്ട്രയിൽ ആത്മാറാം പാണ്ഡുരംഗ് ആരംഭിച്ച പ്രാർത്ഥനാസമാജ്, 1873 ൽ മഹാരാഷ്ട്രയിൽ ജ്യോതിബഫൂലെ ആരംഭിച്ച സത്യശോധക് സമാജ് പ്രസ്ഥാനം തുടങ്ങിയവയൊക്കെത്തന്നെ ഹിന്ദുമതത്തിലെ അനാചാരങ്ങൾക്കും ബ്രാഹ്മണ്യത്തിനുമെതിരെ ശബ്ദമുയർത്തിയ പ്രസ്ഥാനങ്ങളാണ്. ഇ വി രാമസ്വാമിനായ്ക്കർ തമിഴ്നാട്ടിലും ജ്യോതിബഫൂലെ മഹാരാഷ്ട്രയിലും സ്ഥാപിച്ച പ്രസ്ഥാനങ്ങൾ ഉയർത്തിക്കാട്ടിയ ലക്ഷ്യങ്ങളിൽ ഉത്തേജിതരായി അവിടങ്ങളിൽ ഇന്നും ചില പ്രസ്ഥാനങ്ങൾ പ്രവർത്തിക്കുന്നുണ്ട്. ഇന്ന്, ബ്രാഹ്മണ്യത്തിനെതിരെ ഉത്തരേന്ത്യയിൽ നടക്കുന്ന പ്രക്ഷോഭങ്ങളിൽ ജ്യോതിബഫൂലെ ഏറെ പ്രചോദനം നല്കുന്ന ഒരു ബിംബപ്രതീകം പോലുമായും മാറിയിരിക്കുന്നു.

ഹിന്ദുമതത്തിൽ നടന്ന നവീകരണ-പുനരുജ്ജീവന-പുനരുദ്ധാന പ്രസ്ഥാനങ്ങൾക്കു സമാന്തരമായി ഇസ്ലാം മതത്തിലും അത്തരം പരിശ്രമങ്ങൾ വിവിധ കാലങ്ങളിൽ നടക്കുകയുണ്ടായി. സെമിറ്റിക് മതമായ ഇസ്ലാമിൽ അത്തരം പരിശ്രമങ്ങൾക്ക് പ്രേരകമായത് ഹിന്ദുമതത്തിലെ അത്തരം പ്രസ്ഥാനങ്ങളും വിദേശഭരണം മൂലമുണ്ടായ സ്വതന്ത്രചിന്താഗതികളും ആണെന്നു പറയാം. മുഗൾ ഭരണകാലത്ത്, അതിന്റെ പുഷ്കലകാലമെന്നു വിശേഷിപ്പിക്കാവുന്ന അക്ബറിന്റെ ഭരണകാലത്തു തന്നെ അത്തരം പരാജയപ്പെട്ട ശ്രമങ്ങൾ ഇസ്ലാം മതത്തിലുണ്ടായി എന്നതാണ് ചരിത്രവസ്തുത. യാഥാസ്ഥിതിക ഇസ്ലാം മതം അക്കാലത്തു തന്നെ ശക്തമായിരുന്നു. ശരിഅത്തിലേക്കു മടങ്ങാനും ഇസ്ലാം രാഷ്ട്രം സ്ഥാപിക്കുന്നതിനുമുള്ള മൗലാനാഷെയ്ക്ക് സിർഹിന്ദിന്റെ (1564-1624) ആഹ്വാനങ്ങൾ ഈ യാഥാസ്ഥിതികതയുടെ പ്രകടനങ്ങളായിരുന്നു. അക്ബർ സ്ഥാപിച്ച 'ദിൻ ഇലാഹി'യുടെ പതനകാരണം മറ്റെങ്ങും അന്വേഷിക്കേണ്ടതില്ല. എല്ലാം ദൈവമാണെന്ന തത്ത്വചിന്തയ്ക്കു പകരം ഞാനാണ് ദൈവം എന്നല്ല, ഞാൻ ദൈവത്തിന്റെ സൃഷ്ടി മാത്രമാണ് എന്ന ആശയമാണ് സിർഹിന്ദി മുന്നോട്ടു വച്ചത്. ഇതാകട്ടെ, യാഥാസ്ഥിതിക ഹിന്ദു

മതത്തിന്റെ മറുപുറവുമായിരുന്നു. ഹിന്ദുമതവിശ്വാസികളുമായുള്ള സമ്പർക്കം മൂലം ഇസ്ലാം മതം തന്നെ മലിനമായിപ്പോയിയെന്നും സിർഹിന്ദി വിശ്വസിച്ചു! അക്ബറിനെ തുടർന്നുവന്ന മുഗൾ രാജാക്കന്മാരുടെ കാലത്തും അനേകം യാഥാസ്ഥിതിക ഇസ്ലാംമത വിശ്വാസികൾ രംഗത്തു വരികയുണ്ടായി. ഇസ്ലാമിന്റെ വിശുദ്ധി നിലനിർത്തുക എന്ന വാദവുമായി ഉത്ഭവിച്ച വഹാബി പ്രസ്ഥാനവും മറ്റും ഇതിന്റെ ബാക്കിപത്രമാണ്.

1857 ലെ ഒന്നാം സ്വാതന്ത്ര്യസമരത്തെ തുടർന്ന് വഹാബി പ്രസ്ഥാനം നാമാവശേഷമായി എന്നുതന്നെ പറയാം. അതേസമയം, എല്ലാ പുരോഗമനപ്രസ്ഥാനങ്ങൾക്കുമെതിരെ ഇസ്ലാംമത പുരോഹിതന്മാരിൽ ചിലർ ഒളിഞ്ഞും തെളിഞ്ഞും പ്രവർത്തിക്കുകയുണ്ടായി. ഇക്കാലത്താണ്, യാഥാസ്ഥിതികത്വത്തിൽനിന്നും ഇസ്ലാംമതവിശ്വാസികളെ മോചിപ്പിച്ച് സാമൂഹ്യപരിഷ്കരണ-നവീകരണ പ്രസ്ഥാനങ്ങളിലേക്കും ചിന്തകളിലേക്കും നയിക്കുന്നതിനുള്ള ശ്രമങ്ങളുമായി സയ്യിദ് അഹമ്മദ് ഖാൻ (1817 -1898) രംഗത്തെത്തിയത്. എന്നാൽ, 1857 ലെ സമരത്തെതുടർന്ന് ബ്രിട്ടീഷ് അധികാരികളെ അനുകൂലിക്കുന്ന നയമാണ് അദ്ദേഹം സ്വീകരിച്ചത്. അതോടൊപ്പംതന്നെ ഇസ്ലാംമതവിശ്വാസികളായ സാധാരണ ജനങ്ങളെ അഭ്യസ്തവിദ്യരാക്കുന്നതിനും അദ്ദേഹം ശ്രമിച്ചു. ഇതിന്റെ ഭാഗമായി 1873 ൽ അലിഗഡിൽ മുഹമ്മദൻ ആംഗ്ലോ ഓറിയന്റൽ കോളേജ് അദ്ദേഹത്തിന്റെ നേതൃത്വത്തിൽ സ്ഥാപിക്കപ്പെട്ടു. ഇതാണ് ഇന്നത്തെ അലിഗഡ് മുസ്ലീം സർവ്വകലാശാല. ഹിന്ദു, മുസ്ലീം എന്നിവ മതങ്ങളെ സൂചിപ്പിക്കുന്ന പേരുകൾ മാത്രമാണെന്നും അവർ യോജിച്ചു നില്ക്കണമെന്നും സയ്യദ് അഹമ്മദ്ഖാൻ ആഹ്വാനം ചെയ്തിരുന്നു. അത്തരമൊരു യോജിപ്പുണ്ടായില്ലെങ്കിൽ അത് ഹിന്ദുക്കൾക്കും മുസ്ലീങ്ങൾക്കും ഒരുപോലെ വിനാശകരമായിരിക്കുമെന്നും അദ്ദേഹം ഓർമ്മിപ്പിച്ചു. എന്നാൽ, 1885 ൽ ഇന്ത്യൻ നാഷണൽ കോൺഗ്രസ് സ്ഥാപിക്കപ്പെട്ടതോടുകൂടി അദ്ദേഹം ബ്രിട്ടീഷ് ഭരണത്തിന്റെ ആരാധകനായി മാറിയെന്നു മാത്രമല്ല കോൺഗ്രസിനെ ഒരു ഹിന്ദു സംഘടനയായി മാത്രം അദ്ദേഹം വിശേഷിപ്പിക്കുകയും ചെയ്തു. ഇതിനു പ്രധാനകാരണം അക്കാലത്തെ കോൺഗ്രസിന്റെ നയസമീപനങ്ങൾ കൂടിയായിരുന്നുവെന്ന് വഴിയെ മനസ്സിലാകുന്നതാണ്. അതെന്തുതന്നെയായാലും അദ്ദേഹത്തിന്റെ തുടർ പ്രവർത്തനങ്ങളും ചിന്താഗതികളും മുസ്ലീങ്ങളെ പൊതുധാരയിൽനിന്നും അകറ്റുന്നതിന് പ്രേരകമായി.

1867 ൽ മൗലാനാ മുഹമ്മദ് ഖാസിമിന്റെ നേതൃത്വത്തിൽ സ്ഥാപിതമായ ദിയോബന്ദ് പ്രസ്ഥാനവും സഹാറൻപൂർ ജില്ലയിലെ ദിയോബന്ദിൽ സ്ഥാപിക്കപ്പെട്ട ഇസ്ലാംമതപഠനകേന്ദ്രവും ഇതിന്റെ തുടർച്ചയായോ, ഇടർച്ചയായോ കാണാവുന്നതാണ്. പാശ്ചാത്യനാഗരികതയെയും അതിനോടു യോജിപ്പുണ്ടായിരുന്ന അലിഗഡ് പ്രസ്ഥാനത്തെയും മറ്റ് 'അനിസ്ലാമിക'മായ എല്ലാറ്റിനെയും എതിർക്കുക എന്നതായിരുന്നു ഈ പ്രസ്ഥാനത്തിന്റെ ലക്ഷ്യം. മൗലാനാ അബ്ദുൽകലാം ആസാദിനെപ്പോലുള്ള

ചിലർ ആദ്യകാലത്ത് ഇവരുമായി സഹകരിച്ചു പ്രവർത്തിച്ചുവെങ്കിലും പില്ക്കാലത്ത് മഹാത്മാഗാന്ധിയുടെ ആഹ്വാനപ്രകാരം കോൺഗ്രസ് ആരംഭിച്ച നിസ്സഹകരണപ്രസ്ഥാനത്തെ അനുകൂലിക്കുകയും ചെയ്തു. ഇതേസമയം, ഹിന്ദുമതവിശ്വാസികളായ നേതാക്കളുടെ പ്രവർത്തനങ്ങ ളോടും ഹിന്ദുമത പ്രസ്ഥാനങ്ങളോടും എതിർപ്പുണ്ടായിരുന്ന അഭ്യസ്ത വിദ്യരായ ഏതാനും ഇസ്ലാംമത വിശ്വാസികളായ ചെറുപ്പക്കാർ 1885 ൽ 'അൻജാൻ-ഇ-ഹിമായത്ത്-ഇ-ഇസ്ലാം' (ഇസ്ലാമിന്റെ രക്ഷയ്ക്കു വേണ്ടി യുള്ള സംഘടന) എന്നൊരു സംഘടന രൂപീകരിച്ചു. ഇസ്ലാമി നെതിരെയുള്ള ആശയങ്ങളെ പ്രതിരോധിക്കുക, മുസ്ലീങ്ങൾക്ക് വിദ്യാ ഭ്യാസം നല്കുക, ബ്രിട്ടീഷ് ഗവൺമെന്റിനോടു കൂറുകാണിച്ച് അതിലൂ ടെയുണ്ടാകുന്ന നേട്ടങ്ങളെ മുസ്ലീങ്ങളുടെ പുരോഗതിക്കായി വിനിയോ ഗിക്കുക തുടങ്ങിയവയായിരുന്നു ഈ സംഘടനയുടെ ലക്ഷ്യം. മിർസാ ഗുലാം അഹമ്മദ് (1839-1908) സ്ഥാപിച്ച അഹമ്മദിയ പ്രസ്ഥാനത്തെക്കു റിച്ചും ഇവിടെ സൂചിപ്പിക്കേണ്ടതുണ്ട്. സയ്യദ് അഹമ്മദ് ഖാന്റെ പ്രസ്ഥാ നത്തെ മിർസാഗുലാം അഹമ്മദ് തീവ്രമായി എതിർത്തു. യാഥാസ്ഥിതിക ഉലമാവിഭാഗത്തിന്റെ അധികാരത്തെയും അദ്ദേഹം ചോദ്യം ചെയ്തു. ഇസ്ലാമിന്റെ ശരിയായ വ്യാഖ്യാതാവ് താൻ മാത്രമാണെന്നാണ് അദ്ദേഹം ഉദ്ഘോഷിച്ചത്. താൻ ജൂതൻമാരുടെയും ക്രിസ്ത്യാനികളുടെയും മിശിഹ മാത്രമല്ല, ഹിന്ദുദൈവമായ വിഷ്ണുവിന്റെ അവസാനത്തെ അവതാര മാണെന്നുകൂടി അവകാശപ്പെട്ടു! ഈ പ്രസ്ഥാനം ബ്രിട്ടീഷ് ഭരണത്തോടു കൂറുകാട്ടിയെന്നു മാത്രമല്ല മുസ്ലീം ജനവിഭാഗങ്ങളുടെ രാഷ്ട്രീയാവശ്യ ങ്ങളെ എതിർക്കുകയും ചെയ്തു.

ഡബ്ല്യു സി ബാനർജി, ആനന്ദമോഹൻദാസ്, സുരേന്ദ്രനാഥ ബാനർജി, റാഷ് ബിഹാരി ബോസ്, ദാദാബായ് നവറോജി, ഫിറോസ് ഷാ മേത്ത, ഗോപാലകൃഷ്ണഗോഖലെ തുടങ്ങിയവരായിരുന്നു ഇന്ത്യൻ നാഷണൽ കോൺഗ്രസിന്റെ ആദ്യകാലനേതാക്കൾ. അലൻ ഒക്ടോബി യൻ ഹ്യൂം, വെഡ്സർബേൺ തുടങ്ങിയുള്ള ഏതാനും ഇംഗ്ലീഷുകാരും കോൺഗ്രസിന്റെ സ്ഥാപകനേതാക്കളായിരുന്നു. ഇന്ത്യയിലെ ബ്രിട്ടീഷു ഭരണം അവസാനിപ്പിക്കുക എന്നത് ഇവരുടെ വിദൂരസ്വപ്നം പോലുമാ യിരുന്നില്ല. 1895 ൽ പോലും സുരേന്ദ്രനാഥ ബാനർജിയെപ്പോലുള്ളവർ 'പ്രചോദനത്തിനും മാർഗ്ഗദർശനത്തിനു'മായി ബ്രിട്ടീഷ് അധികാരികളെ യാണ് ആശ്രയിച്ചത്. നവറോജിയെപ്പോലുള്ളവർ 'ഈ ഭരണത്തിൽ ഇംഗ്ല ണ്ടിനും ഇന്ത്യക്കും ഒരു പോലെ അളവറ്റ നന്മയുളവാക്കുന്ന പല അംശ ങ്ങളുമുണ്ടെ'ന്ന് ദൃഢമായി വിശ്വസിച്ചിരുന്നു താനും.[11] ഇവരുടെയൊക്കെ സമീപനങ്ങൾ ഇംഗ്ലീഷുകാർക്കെതിരായ യാതൊരുവിധ ബഹുജനപ്ര ക്ഷോഭങ്ങളെയും പ്രോത്സാഹിപ്പിച്ചിരുന്നുമില്ല. ഇക്കാരണങ്ങൾ കൊണ്ട് കോൺഗ്രസിന്റെ ആദ്യകാലപ്രവർത്തനങ്ങളെ ബ്രിട്ടീഷ് ഭരണം പ്രോത്സാ ഹിപ്പിച്ചു. ബ്രിട്ടീഷ വിരുദ്ധ വികാരത്തെ കോൺഗ്രസിനെ ഉപയോഗിച്ച് നിയന്ത്രിച്ചു നിർത്താമെന്ന് അവർ കരുതിയിരുന്നു. കോൺഗ്രസിനുള്ളിൽ

രൂപപ്പെടുന്ന നേരിയ പരിഷ്കരണവാദങ്ങളെപ്പോലും ബ്രിട്ടീഷ് സർക്കാർ അസഹിഷ്ണുതയോടെയാണ് കണ്ടത്. അതിനോടകം കോൺഗ്രസിന്റെ അടിത്തറ വിപുലമാവുകയും കർഷകരും തൊഴിലാളികളും ഇടത്തരക്കാരും ബുദ്ധിജീവികളും അടങ്ങുന്ന ബഹുജനങ്ങൾ ബ്രിട്ടീഷ് ഭരണത്തിനെതിരെ ചിന്തിച്ചു തുടങ്ങുകയും ചെയ്തിരുന്നു. മാത്രവുമല്ല, ഈസ്റ്റിന്ത്യാ കമ്പനി ഭരണം നിലനിന്നിരുന്ന പല സംസ്ഥാനങ്ങളിലും കോൺഗ്രസിന്റെ നേതൃത്വത്തെ അവഗണിച്ചുകൊണ്ട് രഹസ്യമായി സംഘടിക്കുന്നതിനും പ്രക്ഷോഭങ്ങൾ രൂപപ്പെടുത്തുന്നതിനും കോൺഗ്രസ് അനുഭാവികളായ ജനങ്ങൾ തന്നെ തയ്യാറായി. കോൺഗ്രസിലെ മിതവാദികളായ നേതാക്കൾക്ക് ഇത്തരം സംഭവങ്ങൾ ഉണ്ടാക്കിയ തലവേദന ചെറുതല്ല. 1905 ലെ കോൺഗ്രസ് സമ്മേളനത്തിൽ നടത്തിയ അദ്ധ്യക്ഷപ്രസംഗത്തിൽ ഗോഖലെ അതു പ്രകടിപ്പിക്കുകയുംചെയ്തു.

അതേസമയം, 1895 മുതൽ തന്നെ തിലകൻ, ബിപിൻചന്ദ്രപാൽ, ലാലാ ലജ്പത്റായ്, അരവിന്ദഘോഷ് തുടങ്ങിയ കുറേ നേതാക്കൾ കോൺഗ്രസിന്റെ മിതവാദസമീപനങ്ങളോട് എതിർപ്പു പ്രകടിപ്പിച്ചു തുടങ്ങിയിരുന്നു. 1896 മുതലുള്ള ഇവരുടെ പ്രസ്താവനകളും പ്രവർത്തനങ്ങളും ഇതിന്റെ തെളിവാണ്. 1902 ൽ പൂനയിൽ വച്ചു നടത്തിയ ഒരു പ്രസംഗത്തിൽ സാമ്രാജ്യത്വത്തിനെതിരെ പ്രക്ഷോഭങ്ങൾ നടത്തുന്നതിനായി തിലകൻ ആഹ്വാനം ചെയ്തു. സ്വയംഭരണത്തെക്കുറിച്ച് ആദ്യം പറയുന്നതും അദ്ദേഹമാണ്. 'സ്വരാജ്യം എന്റെ ജന്മാവകാശമാണ്, ഞാനതു നേടുകയും ചെയ്യും' എന്ന അദ്ദേഹത്തിന്റെ പ്രസ്താവന മിതവാദികളെയും ബ്രിട്ടീഷുകാരെയും അമ്പരപ്പിക്കുക മാത്രമല്ല ചെയ്തത്, കോൺഗ്രസ് അണികളെ അത് ഉത്തേജിപ്പിക്കുകയും ചെയ്തു. 1893 ൽ *ഇന്ദുപ്രകാശം* എന്ന പത്രത്തിലൂടെ അരവിന്ദഘോഷ് കോൺഗ്രസിന്റെ മിതവാദ സമീപനങ്ങളെയും ബ്രിട്ടീഷ് സർക്കാരിന്റെ നയങ്ങളെയും അതിരൂക്ഷമായി തുറന്നെതിർത്തു. അനേകം രഹസ്യവിപ്ലവസംഘടനകളുമായി അദ്ദേഹം ബന്ധപ്പെടുകയും *വന്ദേമാതരം* എന്ന തന്റെ പത്രത്തിലെ പംക്തിയിലൂടെ ബ്രിട്ടീഷ് ഭരണത്തിനെതിരെ കലാപത്തിന് ആഹ്വാനം മുഴക്കുകയും ചെയ്തു. ഇത്തരം പ്രവർത്തനങ്ങൾ കോൺഗ്രസിനുള്ളിൽ മിതവാദ-തീവ്രവാദ വിഭാഗങ്ങൾ തമ്മിലുള്ള ഏറ്റുമുട്ടലിന് വഴിതെളിച്ചു.[12]

1906 ആയപ്പോഴേക്കും കോൺഗ്രസിനുള്ളിലെ ഏറ്റുമുട്ടലുകൾ ശക്തമായെന്നു മാത്രമല്ല, തീവ്രവാദികൾക്ക് മേൽക്കൈ ഉണ്ടാകുന്ന അവസ്ഥയിലേക്ക് കാര്യങ്ങൾ എത്തുകയും ചെയ്തു. കോൺഗ്രസിനുള്ളിലെ അഭിപ്രായ ഭിന്നതകൾ മുതലെടുത്ത് തിലകനെയും അരവിന്ദനെയും പോലുള്ള നേതാക്കളെ ബ്രിട്ടീഷ് സർക്കാർ അറസ്റ്റു ചെയ്തു. രാജദ്രോഹക്കുറ്റത്തിനു വിചാരണ ചെയ്ത തിലകനെ ആറുവർഷത്തെ നാടുകടത്തലിനു വിധിച്ച് ബർമ്മയിലെ മാൻഡലേ ജയിലിലേക്ക് അയച്ചു. തിലകന്റെ അറസ്റ്റും വിചാരണയും നാടുകടത്തലും മിതവാദികളുടെയും ബ്രിട്ടീഷ് സർക്കാരിന്റെയും പ്രതീക്ഷകളെ തെറ്റിച്ചു കൊണ്ട് രാജ്യത്തെമ്പാടും

പ്രക്ഷോഭങ്ങൾക്കും പണിമുടക്കുകൾക്കും കാരണമായി. എങ്കിലും ബ്രിട്ടീഷ് സർക്കാരിന് വളരെ വിജയകരമായും ഫലപ്രദമായും അവയെ നേരിടുന്നതിനും അടിച്ചമർത്തുന്നതിനും കഴിഞ്ഞു. കല്ക്കത്ത, ബോംബെ തുടങ്ങിയ വൻ നഗരങ്ങളിൽ പ്രക്ഷോഭം ശക്തമായിരുന്നെങ്കിലും അതിനൊരു തുടർപ്രക്രിയയോ, മറ്റിടങ്ങളിലേക്കുള്ള വ്യാപനമോ ഉണ്ടായില്ല എന്ന പരിമിതിയും ഉണ്ടായിരുന്നു. രാജ്യത്തെമ്പാടുമുള്ള ഭൂരിപക്ഷജനത അപ്പോഴും ദുരൂഹമായ സംശയദൃഷ്ടിയോടു കൂടിയും ഉദാസീനമനോഭാവത്തോടെയുമാണ് ഇത്തരം സമരങ്ങളെ കണ്ടത് എന്നതാണ് യാഥാർത്ഥ്യം.

ഇതിനു കാരണമായി ഇന്നു നമുക്ക് വിലയിരുത്താവുന്നത് കോൺഗ്രസ് നേതാക്കന്മാരുടെ മറ്റു ചില ആശയങ്ങൾ ആണെന്നാണ്. രാഷ്ട്രീയ രംഗത്ത് തീവ്രവാദ സമീപനങ്ങൾ സ്വീകരിച്ചപ്പോഴും സാമൂഹ്യരംഗത്ത് തിലകൻ, ലജ്പത്റായ്, വിപിൻചന്ദ്രപാൽ തുടങ്ങിയവർ മതപുന:രുദ്ധാരണവാദികളായിരുന്നു. അയിത്തം, ജാതിവ്യവസ്ഥ, ശൈശവ വിവാഹം തുടങ്ങിയുള്ള അനാചാരങ്ങൾക്കെതിരെയുള്ള സമരങ്ങൾ ബ്രിട്ടീഷുകാർക്കെതിരെയുള്ള സമരത്തിന്റെ ശക്തി കുറയ്ക്കുമെന്നവർ കരുതി. അതുപോലെതന്നെ, വ്യക്തിജീവിതത്തിൽ ഹിന്ദുമതാചാരങ്ങൾ അണുവിട തെറ്റാതെ അവർ അനുഷ്ഠിക്കുകയും ചെയ്തു. ബ്രിട്ടീഷുകാർക്കെതിരെയുള്ള അവരുടെ സമരങ്ങൾ 'മ്ലേച്ഛന്മാരായ ക്രിസ്ത്യാനികളുടെ ആക്രമണ'ത്തിൽ നിന്നും 'ഹിന്ദുസംസ്കാരത്തെ രക്ഷിക്കുക' എന്ന ലക്ഷ്യത്തോടുകൂടിയും ആയിരുന്നു. മുസ്ലീം ജനതയേയും അവർ അന്യരായാണ് കണ്ടത്. ചുരുക്കത്തിൽ, ദേശീയത്വം എന്നാൽ 'ഹിന്ദുധർമ്മം' എന്നും ഇന്ത്യാക്കാർ എന്നാൽ 'ഹിന്ദുക്കൾ' എന്നും അവർ കരുതി. തിലകൻ ഇതു തുറന്നു തന്നെ എഴുതിയിട്ടുണ്ട്. 'വൈദിക കാലത്ത് ഇന്ത്യ സ്വയം സമ്പൂർണ്ണമായ ഒരു രാജ്യമായിരുന്നു. ആ ഐക്യം അപ്രത്യക്ഷമായതിന്റെ ഫലമായിട്ടാണ് നമുക്കു വലിയ അധ:പതനം വന്നുചേർന്നത്. ആ ഐക്യത്തെ വീണ്ടെടുക്കുകയാണ് നേതാക്കളുടെ കടമ'.[13] അദ്ദേഹത്തിന്റെ ഇത്തരം വാദങ്ങൾ ഹിന്ദുമതത്തിലെ പരിഷ്കരണവാദങ്ങളെ ഖണ്ഡിക്കുന്നതുമായിരുന്നു. എല്ലാ അധ:പതനത്തിന്റെയും കാരണം ഹിന്ദുമതത്തെ പൂർണ്ണമായി ഉപേക്ഷിച്ചതിന്റെ ഫലമാണെന്ന് അദ്ദേഹം ആവർത്തിച്ചു പറഞ്ഞു. അരവിന്ദഘോഷിന്റെ അഭിപ്രായങ്ങളും ഇതോട് അടുത്തു നില്ക്കുന്നതായിരുന്നു. അതേസമയം, ഇവരിരുവരുടെയും ജീവിതത്തിൽ അനേകം വൈരുദ്ധ്യങ്ങളും ഉണ്ടായിരുന്നു. ഇരുവരുടെയും ഗീതാവ്യാഖ്യാനങ്ങളിൽ തന്നെ അവരുടെ ചിന്താപരമായ വൈരുദ്ധ്യം പ്രകടമായിരുന്നു. കർമ്മമാർഗ്ഗത്തിനാണ് ഭഗവദ്ഗീത പ്രാധാന്യം നല്കുന്നതെന്നു തിലകനും യോഗമാർഗ്ഗത്തിനാണ് അതു പ്രാധാന്യം നല്കുന്നതെന്ന് അരവിന്ദനും വ്യാഖ്യാനിച്ചുറപ്പിച്ചു. ബർമ്മയിലെ ജയിൽവാസം മൂലം ആരോഗ്യം തകർന്നുപോയെങ്കിലും അവിടെ നിന്നും മോചിപ്പിക്കപ്പെട്ടതിനു ശേഷം 1920-ൽ അന്തരിക്കുന്നതുവരെ തില

കൻ ദേശീയ നേതാക്കന്മാരുമായി സഹകരിച്ച് ഹോംറൂൾ പ്രസ്ഥാനം കെട്ടിപ്പടുക്കുന്നതിനുവരെ സജീവമായിരുന്നു. അരവിന്ദന്റെ സ്ഥിതി മറ്റൊന്നായിരുന്നു. 1908 ൽ ഒരു ബോംബു കേസിൽ പ്രതിയായി ഒരു കൊല്ലത്തെ തടവുശിക്ഷയ്ക്കു ശേഷം വിട്ടയയ്ക്കപ്പെട്ട അദ്ദേഹം 1910 ഏപ്രിൽ മാസത്തിൽ ഫ്രഞ്ച് അധീനപ്രദേശമായ പോണ്ടിച്ചേരിയിലേക്കു താമസം മാറ്റി ബ്രിട്ടീഷുകാരിൽനിന്നു രക്ഷപ്പെട്ടു. കുറേനാൾ ബ്രിട്ടീഷിന്ത്യയിലെ ദേശീയ നേതാക്കൻമാരുമായി അദ്ദേഹം ബന്ധം പുലർത്തിയിരുന്നെങ്കിലും ക്രമേണ അത്തരം ബന്ധങ്ങളോട് വിടപറഞ്ഞ് മുഴുവൻ സമയം ആത്മീയകാര്യങ്ങളിൽ മുഴുകി 1950 ൽ അന്തരിച്ചു. 1920-ൽ അന്തരിക്കുന്നതുവരെ തിലകൻ രാഷ്ട്രീയപ്രസ്ഥാനത്തിന്റെ ഭാഗമായി സജീവമായിരുന്നപ്പോഴും ഗോസംരക്ഷണ സംഘങ്ങളും ഗണപതി ഘോഷയാത്രകളും സംഘടിപ്പിച്ച്, പിൽക്കാലത്ത്, 1925 ൽ സ്ഥാപിക്കപ്പെട്ട ആർ എസ് എസിന്റെ പ്രിയങ്കരനായി പരിണമിക്കുകയും ചെയ്തു! ചുരുക്കത്തിൽ, ഹിന്ദുമതത്തെ പുനരുദ്ധരിക്കുന്നതിനും അതിനെ ആധുനിക ദേശിയപ്രസ്ഥാനമായ കോൺഗ്രസുമായി ബന്ധിപ്പിക്കുന്നതിനുമാണ് കോൺഗ്രസ് നേതാക്കൾ ശ്രമിച്ചത് എന്നും കാണാവുന്നതാണ്. കോൺഗ്രസിന്റെ ചരിത്രകാരനായ പട്ടാഭി സീതാരാമയ്യ ഇതു തുറന്നു പറയുന്നുണ്ട്. ഇന്ത്യൻ ദേശീയവാദം, ക്രമേണ, ഹിന്ദുദേശീയവാദമായി പരിണമിച്ചതിന്റെ പശ്ചാത്തലം ഇതു കൂടിയാണ്.

മതഭക്തിയിൽനിന്നും കോൺഗ്രസിലെ തീവ്രവാദികൾക്കു പോലും മോചനമില്ലായിരുന്നു! കാളിയും ദുർഗ്ഗയുമൊക്കെ ദേശീയ ബിംബങ്ങളായി സ്വീകരിക്കപ്പെട്ടത് ഈ പശ്ചാത്തലത്തിലാണ്. ദേശീയഗീത (National Song) മായി കോൺഗ്രസ് അംഗീകരിച്ച, ബങ്കിം ചന്ദ്ര ചാറ്റർജിയുടെ 'വന്ദേമാതര'ത്തിൽ ഭാരതമാതാവിനെ ദുർഗ്ഗാദേവിയുമായാണ് സമീകരിച്ചിരിക്കുന്നത്. ബങ്കിംചന്ദ്രന്റെ 'ആനന്ദമഠ്' (1882-ൽ പ്രസിദ്ധപ്പെടുത്തി) എന്ന നോവലിലെ ഒരു ഗാനത്തിന്റെ ആദ്യ ഖണ്ഡമാണിത്. 1896 ലെ കോൺഗ്രസ് സമ്മേളനത്തിലാണ് 'വന്ദേമാതരം' ആദ്യമായി ആലപിക്കപ്പെട്ടത്. ഇതിനു സംഗീതം നല്കിയതാകട്ടെ മഹാകവി രവീന്ദ്രനാഥ ടാഗോറും! സുജലയും സുഫലയും ഫുല്ല കുസുമിത ദ്രുമദളശോഭിനിയും സുഖദയും വരദയും ആയ ആ മാതാവിനെ വന്ദിച്ചിരിക്കുന്നത് ശ്രദ്ധിക്കുക.

'ത്വം ഹിം ദുർഗാ ദശപ്രഹരണ ധാരിണീ
കമലാ കമലദല വിഹാരിണീ
വാണീ വിദ്യാ ദായിനീ, നമാമി, ത്വാം'.

എന്നാണ്. പഴയ ദേവന്മാരുടെയും ദേവിമാരുടെയും അത്ഭുതകരമായ ഈ രൂപ പരിണാമം ദേശീയവാദ സന്ദേശം സ്ത്രീകളുടെയും ബഹുജനങ്ങളുടെയും അടുക്കലേക്ക് എത്തിച്ചു കൊണ്ടിരിക്കുകയാണ് എന്നാണ്, പിൽക്കാലത്ത്, *ദ ന്യൂ സ്പിരിറ്റ്* എന്ന ഗ്രന്ഥത്തിൽ ബിപിൻ ചന്ദ്രപാൽ എഴുതിയത്. അതെന്തു തന്നെയായാലും ഇന്ത്യൻ ജനതയെ

ന്നാൽ ഹിന്ദുക്കൾ മാത്രമാണെന്നായിരുന്നു അദ്ദേഹത്തിന്റെ ധാരണ!

ഇന്ത്യൻ ജനതയുടെ മതാതീതമായ ഐക്യപ്പെടലിന് ഇതൊക്കെത്തന്നെ തടസ്സമായി എന്നതു നിഷേധിക്കുവാനാവില്ല. ഇവയൊക്കെ, ഹിന്ദുവും മുസ്ലീമും ക്രിസ്ത്യാനിയും പാർസിയും ബൗദ്ധനും സിഖും ജൈനനും ഒക്കെ ഉൾപ്പെട്ട ഇന്ത്യൻ ജനതയെ ദേശീയതയുടെ ഒറ്റക്കൊടിക്കീഴിൽ അണിനിരത്തുന്നതിന് തടസ്സം സൃഷ്ടിച്ചു. മതപുനരുജ്ജീവനവാദം പാശ്ചാത്യ ചിന്തകളെ മാത്രമല്ല പ്രതിരോധിച്ചത്. തങ്ങളുടെ മതത്തിന്റെ ആചാരങ്ങൾക്കും പരമ്പരാഗത വിശ്വാസങ്ങൾക്കും നിരക്കാത്ത എല്ലാറ്റിനെയും സംശയദൃഷ്ടിയോടെ വീക്ഷിക്കുകയും അവയെയൊക്കെ തിരസ്കരിക്കുകയും ചെയ്തു. വൈദിക കാലത്തിലേക്ക് ഹിന്ദുവിനെ തിരികെക്കൊണ്ടു പോകുവാൻ ശ്രമിച്ച ഹിന്ദുപുനരുദ്ധാന-പുനരുജ്ജീവനവാദികൾക്ക് ഇന്ത്യയെന്നാൽ ഹിന്ദുസ്ഥാൻ ആയിരുന്നു (ഇപ്പോഴും!). ഇന്ത്യയുടെ സംസ്കാര രൂപീകരണത്തിൽ വിവിധ മതവിഭാഗങ്ങളും ദർശനങ്ങളും വ്യത്യസ്തമായ സംഭാവനകൾ നല്കിയിട്ടുണ്ടെന്ന യാഥാർത്ഥ്യം അംഗീകരിക്കുവാൻ ഹിന്ദുപക്ഷപാതികളായ കോൺഗ്രസ് നേതൃത്വം തയ്യാറായതുമില്ല. ഹിന്ദുമതത്തിന്റെ ശക്തിപ്പെടലിനുള്ള മാർഗ്ഗമായി മാത്രം അവരിൽ ചിലർ ദേശീയസ്വാതന്ത്ര്യ പ്രസ്ഥാനത്തെ കണ്ടു.

ഇസ്ലാം മതപുനരുദ്ധാനവാദികളാകട്ടെ, അക്ബറിന്റെ കാലത്തെ മതപുനരുദ്ധാരണ വാദങ്ങളിലേക്കോ, സൂഫികളുടെ ദർശനങ്ങളിലേക്കോ, ഇന്ത്യൻ സാഹചര്യവുമായി ഇസ്ലാംമത ദർശനത്തെ ഇണക്കുന്നതിനുള്ള ശ്രമങ്ങളിലേക്കോ അല്ല കണ്ണോടിച്ചത്. മറിച്ച്, വിദേശികളായ യാഥാസ്ഥിതിക ഇസ്ലാം മതപണ്ഡിതന്മാരുടെ ദർശനങ്ങളെ പിന്തുടരുന്നതിനാണ് അവർ ശ്രമിച്ചത്. അവരുടെ 'പുണ്യഭൂമി' ഇന്ത്യയായിരുന്നില്ല. ഖലീഫാ നിയന്ത്രണത്തിലുള്ള ഭൂപ്രദേശങ്ങളും അറേബ്യയും മറ്റുമായിരുന്നു. ഇസ്ലാംമതത്തിന്റെ കർക്കശമായ അനുരണനങ്ങൾ മാത്രമായിരുന്നു ഇസ്ലാം മതപുനരുജ്ജീവന വാദക്കാരുടേതും. ചുരുക്കത്തിൽ, മതത്തിന്റെയും ദേശീയതയുടെയും അനുപാതം തെറ്റിയ മിശ്രിതമായിരുന്നു ഇന്ത്യയിലെ ഹിന്ദു-ഇസ്ലാം മതവിഭാഗങ്ങളുടെ മതാധിഷ്ഠിത പ്രസ്ഥാനങ്ങൾ. സ്വാതന്ത്ര്യലബ്ധിക്കു മുമ്പും പിമ്പും ഇന്ത്യയിലെ മതമൗലികവാദത്തിന്റെ അടിവേരുകൾ ഇവിടെയാണെന്ന് നിഷ്പക്ഷമതികൾക്ക് ബോദ്ധ്യമാകുന്നതാണ്. ഇതിനെ പരിപോഷിപ്പിച്ച്, വെള്ളവും വളവും നല്കി വളർത്തിയെടുക്കുന്നതിന് സ്വാതന്ത്ര്യലബ്ധിക്കു മുമ്പ് ബ്രിട്ടീഷുകാർ നടത്തിയ ആസൂത്രിതമായ പരിശ്രമങ്ങളുടെ ദുരനുഭവങ്ങളാണ് ഇന്നും ഇന്ത്യൻ ജനത അനുഭവിച്ചുകൊണ്ടിരിക്കുന്നത്.

ആധുനിക വിദ്യാഭ്യാസ സമ്പ്രദായം ബ്രിട്ടീഷുകാരുടെ ആധിപത്യത്തോടു കൂടി ഇന്ത്യയിൽ പ്രചാരത്തിലായപ്പോൾ അതിന്റെ ഗുണഭോക്താക്കളിൽ ഭൂരിപക്ഷവും ഹിന്ദു ജനവിഭാഗമായിരുന്നു. ഇതിനു കാരണം ജനസംഖ്യയിൽ അവരായിരുന്നു ഭൂരിപക്ഷം എന്നതു മാത്രമായിരുന്നില്ല.

യാഥാസ്ഥിതികരായ ഇസ്ലാംമത പണ്ഡിതൻമാരുടെ സ്വാധീനത്തിലക പ്പെട്ട് മുസ്ലീം ജനത ആധുനിക വിദ്യാഭ്യാസത്തിനെതിരെ മുഖം തിരിച്ചു നിന്നു. ഇതിൽ കുറെയെങ്കിലും മാറ്റം വരുത്തുന്നതിനായി സർ സയ്യദ് അഹമ്മദ് ഖാൻ നടത്തിയ ശ്രമങ്ങൾ മുമ്പ് സൂചിപ്പിക്കുകയുണ്ടായി. ആധു നിക വിദ്യാഭ്യാസ സമ്പ്രദായത്തിന്റെ രീതിയിൽ മുസ്ലീങ്ങളെയും വിദ്യാ സമ്പന്നരാക്കുന്നതിന് അദ്ദേഹം ശ്രമിക്കുകയുണ്ടായി. രാജാറാം മോഹൻ റായ്, റാനഡെ തുടങ്ങിയ ഹിന്ദുമതപരിഷ്കരണ വാദികളെപ്പോലെ തന്നെ സയ്യദ് ഖാൻ ഇസ്ലാം മത യാഥാസ്ഥിതികതയെ എതിർത്തു. അതേസമയം, ബ്രിട്ടീഷ് സർക്കാരിന്റെ നയസമീപനങ്ങളോടു യോജിച്ചു നിന്നുകൊണ്ടുള്ള നടപടികളിലൂടെ തന്റെ സമുദായാംഗങ്ങളെ സമുദ്ധ രിക്കുക എന്നതായിരുന്നു അദ്ദേഹത്തിന്റെ ലക്ഷ്യം എന്നും പറയുകയു ണ്ടായി. സ്വാഭാവികമായും ഇത് കോൺഗ്രസിന്റെ നയസമീപനങ്ങളുമായി യോജിക്കുന്നതായിരുന്നില്ല. അതുകൊണ്ടു തന്നെ, മുസ്ലീങ്ങൾ കോൺഗ്ര സിൽ ചേരുന്നതിനെ അദ്ദേഹം തുറന്നെതിർത്തു. 1888-ൽ അദ്ദേഹം സ്ഥാപിച്ച യുണൈറ്റഡ് ഇന്ത്യൻ പാട്രിയോട്ടിക് അസ്സോസിയേഷന്റെ ലക്ഷ്യം കോൺഗ്രസിന്റെ നയങ്ങളെ എതിർക്കുക എന്നതു തന്നെയാ യിരുന്നു. ഇന്ത്യൻ ജനത വിഭിന്ന ജാതി-മത വിശ്വാസങ്ങൾ പുലർത്തു ന്നവരാണെന്നും അവർ ഒരൊറ്റ രാഷ്ട്രത്തിൽപെട്ടവരാണെന്നുമുള്ള വാദത്തെ അദ്ദേഹം അംഗീകരിച്ചില്ല. ഇന്ത്യൻ നാഷണൽ കോൺഗ്രസ് എന്ന പേരിലെ 'നാഷണൽ' എന്ന പദം പോലും അദ്ദേഹത്തിന് രുചിച്ചി രുന്നില്ല! കോൺഗ്രസിന്റെ പ്രവർത്തനം ഇന്ത്യക്കും മുസ്ലീം സമുദായ ത്തിനും ആപല്കരമാണെന്ന് അദ്ദേഹം വിശ്വസിച്ചു. ഇന്ത്യയെ ഒരൊറ്റ രാഷ്ടമായിക്കാണുന്നതിനും അദ്ദേഹം തയ്യാറായില്ല.

ഹിന്ദുമത നേതാക്കളുടെയും കോൺഗ്രസ് നേതാക്കളുടെയും ഹിന്ദു മതവാദങ്ങളും പ്രവർത്തനങ്ങളുമാണ് ഇത്തരം അവിശ്വാസത്തിന്റെ അന്ത രീക്ഷം രൂപപ്പെടുത്തിയത് എന്നും കാണാവുന്നതാണ്. തിലകനെപ്പോലെ യുള്ള സമുന്നതരായ ദേശീയ നേതാക്കളുടെ പ്രവർത്തനങ്ങളിലെ ഇസ്ലാം മതവിരുദ്ധതയും ഇതിനു കാരണമായിരുന്നു. അറിഞ്ഞോ, അറിയാ തെയോ കോൺഗ്രസിലെ തന്നെ തീവ്രവാദ നേതാക്കൾ പോലും ദേശീ യതയുടെ സന്ദേശം പ്രചരിപ്പിക്കുവാൻ ഹിന്ദുമതത്തെ മാത്രം ആശ്രയി ക്കുകയാണുണ്ടായത്. അതിനുവേണ്ടി അവർ ക്രിസ്ത്യാനികളെയും മുസ്ലീങ്ങളെയും അവിശ്വസിക്കുകയും ദേശീയ പ്രസ്ഥാനത്തിൽ നിന്നും അവരെ അകറ്റി നിർത്തുന്നതിന് ഒളിഞ്ഞും തെളിഞ്ഞും പ്രവർത്തിക്കു കയും ചെയ്തു. 1893 ൽ അലിഗഡ് കോളേജ് പ്രിൻസിപ്പലായിരുന്ന പ്രൊഫ. ബെക്കിന്റെ നേതൃത്വത്തിൽ 'മൊഹമ്മദൻ ഡിഫൻസ് അസോ സിയേഷൻ' എന്നൊരു സംഘടന രൂപീകരിക്കപ്പെട്ടു. മുസ്ലീങ്ങളുടെ ഇത്തരം ഏകീകരണം സ്ഥിതിഗതികൾ കൂടുതൽ വഷളാക്കുകയാണു ണ്ടായത്. ന്യൂനപക്ഷജനതയെ വിശ്വാസത്തിലെടുക്കുന്നതിനോ, അവ രുടെ ആശങ്കകൾ അകറ്റുന്നതിനോ ഉള്ള ശ്രമങ്ങൾ കോൺഗ്രസിലെ

ഹിന്ദു വിഭാഗം നേതാക്കളിൽ നിന്നും ഉണ്ടായതുമില്ല. കോൺഗ്രസിന്റെ ആദ്യസമ്മേളനത്തിൽ പങ്കെടുത്ത 72 പ്രതിനിധികളിൽ രണ്ടുപേർ മാത്ര മായിരുന്നു മുസ്ലീങ്ങൾ! 1889 ലെ കോൺഗ്രസ് സമ്മേളനത്തിലെ 1889 പ്രതിനിധികളിൽ 258 പേർ മുസ്ലീങ്ങളായിരുന്നെങ്കിൽ 1905 ലെ സമ്മേള നത്തിലെ 756 പ്രതിനിധികളിൽ 17 പേർ മാത്രമായിരുന്നു മുസ്ലീങ്ങൾ! ഈ കണക്കുകളിൽ നിന്നു തന്നെ കോൺഗ്രസിൽനിന്നും മുസ്ലീം ജനത അകന്നുകൊണ്ടിരുന്നുവെന്ന് വ്യക്തമാവുന്നു. കോൺഗ്രസിനോടുള്ള മുസ്ലീങ്ങളുടെ എതിർപ്പിനെ ബ്രിട്ടീഷ് സർക്കാർ പ്രോത്സാഹിപ്പിക്കുക കൂടി ചെയ്തതോടെ സ്ഥിതി കൂടുതൽ വഷളായി. സർ സയ്യദ് അഹ മ്മദിനെപ്പോലുള്ളവർ ദേശാഭിമാനികൾ ആയിരുന്ന വേളയിൽതന്നെ ബ്രിട്ട നിൽനിന്നും ഇന്ത്യയിലേക്ക് അധികാരം കൈമാറ്റപ്പെട്ടാൽ ഇവിടെ ഹിന്ദു ഭരണം വരുമെന്നും അത് മുസ്ലീങ്ങൾക്ക് ആപല്കരമാകുമെന്നും പ്രചരി പ്പിച്ചു. അവരുടെ ആശങ്കകൾ മാറ്റുവാൻ, നിർഭാഗ്യവശാൽ, കോൺഗ്രസ് നേതാക്കൾ ഫലപ്രദമായി പ്രവർത്തിച്ചുമില്ല.

ഈ അന്തരീക്ഷം മുതലെടുത്താണ് 1905 ലെ ബംഗാൾ വിഭജനം ബ്രിട്ടീഷ് സർക്കാർ നടത്തിയത്. രാഷ്ട്രീയ നേതൃത്വം വഹിക്കുന്ന ഹിന്ദു ക്കളെയും അവരെ എതിർക്കുന്ന മുസ്ലീങ്ങളെയും കൂടുതൽ ശത്രുതയി ലാക്കുവാൻ ഈ വിഭജനം കാരണമായി. വിഭജനത്തിലൂടെ രൂപീകരി ക്കപ്പെട്ട കിഴക്കൻ ബംഗാളിലും ആസാമിലും ഭൂരിപക്ഷം മുസ്ലീങ്ങൾക്കാ യിരുന്നു. വിഭജനത്തിലൂടെ തങ്ങളുടെ ശക്തി വർദ്ധിപ്പിക്കാമെന്ന് വ്യാമോ ഹിച്ച മുസ്ലീം നേതാക്കൾ വിഭജനത്തെ അനുകൂലിച്ചു. യഥാർത്ഥത്തിൽ, ദേശീയപ്രസ്ഥാനത്തെ ഭിന്നിപ്പിക്കുക എന്ന ബ്രിട്ടീഷ് തന്ത്രമായിരുന്നു വിഭജനത്തിനു പിന്നിൽ. അതു മനസ്സിലാക്കിയ കോൺഗ്രസ് നേതൃത്വം വിഭജനത്തെ എതിർത്തു. അത്തരം എതിർപ്പുകളാകട്ടെ മുസ്ലീങ്ങളെ കൂടു തൽ പ്രകോപിതരാക്കുന്നതിനും ബ്രിട്ടീഷ് സർക്കാരിന് തങ്ങളുടെ ഭിന്നി പ്പിക്കൽ തന്ത്രം സമർത്ഥമായി പ്രയോഗിക്കുന്നതിനും അവസരമൊരു ക്കി. 1905 ഒക്ടോബർ 16 ന് പ്രാബല്യത്തിൽ വന്ന വിഭജനം 1911 ഡിസം ബറിലാണ് റദ്ദു ചെയ്യപ്പെട്ടത്. വിഭജനം നടപ്പാകുമ്പോൾ ബ്രിട്ടീഷ് വൈസ്രോയ് കഴ്സൺ പ്രഭുവും വിഭജനം റദ്ദാക്കുമ്പോൾ വൈസ്രോയ് ഹാർഡിഞ്ജ് പ്രഭുവുമായിരുന്നു. പ്രക്ഷോഭങ്ങളെ തുടർന്ന് വിഭജനം റദ്ദു ചെയ്യപ്പെട്ടുവെങ്കിലും ഹിന്ദു-മുസ്ലീം വൈരത്തെ അതു കൂടുതൽ തീവ്ര മാക്കി എന്നതാണ് യാഥാർത്ഥ്യം.

1906 ൽ ആഗാഖാന്റെ നേതൃത്വത്തിൽ 35 മുസ്ലീം നേതാക്കളുടെ ഒരു പ്രതിനിധി സംഘം തിരഞ്ഞെടുപ്പിൽ വർഗ്ഗീയ പ്രാതിനിദ്ധ്യം കൊണ്ടു വരണമെന്ന നിവേദനവുമായി വൈസ്രോയിയെ സമീപിച്ചു. ബ്രിട്ടീഷ് സർക്കാരിനെ ഏറെ സന്തോഷിപ്പിച്ച ഒരു നിവേദനമായിരുന്നു അത്! അതിലൂടെ ദേശീയപ്രസ്ഥാനത്തെ നേരിടുന്നതിന് അതീവപ്രഹരശേഷി യുള്ള ഒരായുധം കൂടി അവർക്കു ലഭിച്ചു. അതേ വർഷംതന്നെ ഡിസം ബർ 30 ന് നവാബ് സലിമുള്ളയുടെ അദ്ധ്യക്ഷതയിൽ ധാക്കയിൽ വച്ച്

മുസ്ലീം ലീഗ് എന്ന സംഘടനയും സ്ഥാപിതമായി. 1907 ൽ റാഷ് ബിഹാരി ബോസിന്റെ അദ്ധ്യക്ഷതയിൽ സൂറത്തിൽ വച്ചു നടന്ന കോൺഗ്രസ് സമ്മേളനത്തിൽ വച്ച് കോൺഗ്രസിൽ ആശയഭിന്നത രൂക്ഷമാവുകയും നേതൃത്വപദവി മിതവാദികളുടെ കൈകളിൽ എത്തുകയും ചെയ്തു. 1916 ൽ അംബികചരൺ മഞ്ജുംദാറുടെ അദ്ധ്യക്ഷതയിൽ നടന്ന കോൺഗ്രസ് സമ്മേളനത്തിലാണ് പിന്നീട് തീവ്രവാദവിഭാഗം നേതൃപദവിയിലേക്ക് മടങ്ങി വരുന്നത്.

സാമുദായിക പ്രാതിനിദ്ധ്യം വിപുലീകരിക്കണമെന്നും തിരഞ്ഞെടുപ്പിൽ വർഗ്ഗീയ പ്രാതിനിദ്ധ്യം വേണമെന്നുമുള്ള മുസ്ലീംലീഗിന്റെ ആവശ്യത്തെ തുടക്കം മുതൽ തന്നെ കോൺഗ്രസ് എതിർത്തിരുന്നു. ഇതിൻഫലമായി, 'ഹിന്ദു സമുദായത്തിന്റെ താല്പര്യങ്ങൾ കാത്തു രക്ഷിക്കുന്നതിനും വ്യഗ്രതയും ജാഗ്രതയും പാലിക്കുന്നതിനും വേണ്ടി' 1915 ൽ അഖിലേന്ത്യാ ഹിന്ദു മഹാസഭയുടെ ആദ്യസമ്മേളനം നടന്നു. ആദ്യത്തെ ഹിന്ദുസഭാ രൂപീകരണം 1907 ൽ പഞ്ചാബിൽ വച്ചായിരുന്നുവെങ്കിലും അതിന്റെ അടിത്തറ ശക്തമാക്കലും വിപുലീകരണവുമായിരുന്നു 1915 ലെ സമ്മേളനത്തിൽ നടന്നത്. സംഘാടകർ ആഗ്രഹിച്ചതുപോലെ തന്നെ അത് നടപ്പാവുകയും ചെയ്തു! ഹിന്ദുമഹാസഭയുടെ സ്ഥാപനത്തോടു കൂടി മറ്റൊരു സാമൂഹ്യപ്രതിഭാസം കൂടി ഉടലെടുത്തു. അയിത്തജാതിക്കാരുടെ ഉണർവ്വായിരുന്നു അത്. 1917 ൽ അയിത്തോച്ചാടനം ഒരു പരിപാടിയായി കോൺഗ്രസ് ഏറ്റെടുത്തപ്പോഴേക്കും അവരുടെ കൈയിൽ നിന്നും കാര്യങ്ങൾ വിട്ടുപോയിരുന്നു. പ്രത്യേക നിയോജകമണ്ഡലത്തിനു വേണ്ടിയുള്ള വാദം അയിത്ത ജനവിഭാഗവും അതിനോടകം ഉയർത്തിക്കഴിഞ്ഞിരുന്നു. മാത്രവുമല്ല, സവർണ്ണഹിന്ദു താല്പര്യാർത്ഥമാണ് അയിത്തോച്ചാടനം കോൺഗ്രസ് ഏറ്റെടുത്തതെന്ന പ്രചാരണവും ശക്തമായി. ഇവയെല്ലാംതന്നെ, വർഗ്ഗീയ തീവ്രവാദ ശക്തികളെ കൂടുതൽ ശക്തിപ്പെടുത്തുന്നതിനു മാത്രമേ സഹായിച്ചുള്ളൂ. അതോടൊപ്പം, 'ഭിന്നിപ്പിച്ചു ഭരിക്കൽ' തന്ത്രത്തിന് ബ്രിട്ടീഷുകാർക്ക് കൂടുതൽ ഉത്തേജനവും കരുത്തും അവ നല്കി. ചുരുക്കത്തിൽ, സംഘടിത തൊഴിലാളികളെയും കർഷകരെയും മറ്റ് അസംഘടിതരായ തൊഴിലാളികളെയും വർഗ്ഗപരമായി സംഘടിപ്പിക്കുന്നതിൽനിന്നും പിന്തിരിപ്പിക്കുന്നതിന് ഇത്തരം പ്രവണതകൾ എത്രത്തോളം കാരണമായി എന്ന് പ്രത്യേകമായി വിലയിരുത്തേണ്ടതുമുണ്ട്. അതാകട്ടെ, ഒട്ടേറെപ്പേർ നിർവ്വഹിച്ചിട്ടുമുണ്ട്.

ഡി. ഹിന്ദുതീവ്രവാദം സുഘടിതമാകുന്നു

1925 ലെ വിജയദശമി ദിവസമാണ് ഡോ.കേശവബലിറാം ഹെഡ്ഗെവാറിന്റെ (1889-1940) നേതൃത്വത്തിൽ രാഷ്ട്രീയ സ്വയം സേവക സംഘം (ആർ എസ് എസ്) രൂപീകൃതമാവുന്നത്. ഭാവുജികാവ്റെ, അണ്ണാസോഹ്നി, വിശ്വനാഥറാവു കേൽക്കർ, ബാലാജി ഗുദ്ദാർ, ബാപുറാവു ഭേദി

തുടങ്ങിയ പത്തിരുപത് യുവാക്കളുടെ സാന്നിദ്ധ്യത്തിലാണ് സംഘരൂപീകരണം നടന്നത്. സംഘരൂപീകരണ വേളയിൽ അതിനൊരു പേരുണ്ടായിരുന്നില്ല. 1926 ഏപ്രിൽ 17 ന് ഹെഡ്ഗെവാറിന്റെ വീട്ടിൽ 26 സ്വയം സേവകരുടെ സാന്നിദ്ധ്യത്തിലാണ് സംഘത്തിന് ഒരു പേരു നിശ്ചയിക്കുന്നത്. അതിനുമുമ്പ് പല പേരുകളും പലരും നിർദ്ദേശിക്കുകയുണ്ടായി. അവസാനം രാഷ്ട്രീയ സ്വയം സേവക സംഘം, ജരിപട്കമണ്ഡൽ, ഭാരതോദ്ധാരക് മണ്ഡൽ എന്നീ മൂന്നു പേരുകൾ പരിഗണനയ്ക്കു വരികയും അതിൽനിന്നും ആദ്യപേർ സ്വീകരിക്കുകയുമാണുണ്ടായത്. 'ഹിന്ദുവിനെ ഏകീകരിക്കുന്ന രാഷ്ട്രീയ എന്ന പദം, ഹിന്ദുവാണ് ഈ രാഷ്ട്രത്തിന്റെ നട്ടെല്ല്, ഹിന്ദുവിനെ സംഘടിപ്പിക്കുക എന്നത് പരമമായ ദേശീയപ്രാധാന്യമുള്ള ഒരു പ്രവൃത്തിയാണ് എന്ന സത്യത്തിൽ കൂടുതൽ ഊന്നൽ കൊടുക്കുവാൻ ഉദ്ദേശിച്ചുള്ളതായിരുന്നു' എന്നാണ് ഹെഡ്ഗെവാർ പറഞ്ഞിരിക്കുന്നത്.[14]

ആന്റമാനിലെ ജയിലിൽ വച്ച് സവർക്കർ എഴുതിയ 'ഹിന്ദുത്വ' എന്ന ലേഖനം ഹെഡ്ഗെവാറിനെ ഏറെ ആകർഷിക്കുകയും ഉത്തേജിപ്പിക്കുകയും ചെയ്തിരുന്നുവെന്ന് ഈ ജീവചരിത്രകൃതി പറയുന്നു.[15] ആ ലേഖനം ആർ എസ് എസ് സ്ഥാപകനെ മാത്രമല്ല അതിന്റെ ഇന്നത്തെ നേതാക്കളെയും ഉത്തേജിപ്പിച്ചു കൊണ്ടിരിക്കുന്നു. എന്താണ് ആ ലേഖനത്തിന്റെ ഉള്ളടക്കം? 20-ാം നൂറ്റാണ്ടിന്റെ തുടക്കംവരെ ആരാണ് ഹിന്ദു എന്നതിനെ സംബന്ധിച്ച് കൃത്യവും വ്യക്തവുമായ ഒരു നിർവ്വചനമോ, കാഴ്ചപ്പാടോ ഉണ്ടായിരുന്നില്ല. 1915 ൽ ഹിന്ദു മഹാസഭ രൂപീകരിക്കപ്പെട്ടുവെങ്കിലും 'ഹിന്ദു' ആര് എന്നതിനെക്കുറിച്ചൊരു വ്യക്തത ഉണ്ടായിരുന്നില്ല. അതിനു വ്യക്തത വരുത്തുന്നതിനു വേണ്ടിയാണ് ഹിന്ദുമഹാസഭയുടെ അദ്ധ്യക്ഷനായിരുന്ന വി ഡി സവർക്കർ, 'ഹിന്ദുത്വ: ആരാണ് ഹിന്ദു?' എന്ന ലഘുലേഖ തയ്യാറാക്കുന്നത്. അനേകം ജാതികളും ഉപജാതികളുമായി പരസ്പരം കലഹിച്ചു കഴിയുന്നു ഒരു ജനവിഭാഗത്തെ ഒരു 'സമുദായം' എന്ന നിലയിൽ അവതരിപ്പിക്കുവാൻ പര്യാപ്തമായ നിർവ്വചനങ്ങളൊന്നും തന്നെ ഉണ്ടായിരുന്നില്ല. അതു പരിഹരിക്കുക എന്നതായിരുന്നു സവർക്കറുടെ ലക്ഷ്യം. അദ്ദേഹം എഴുതുന്നു 'ചരിത്രത്തിന്റെ പ്രഭാതത്തിൽ ഇന്ത്യയിൽ താമസമുറപ്പിച്ച ആര്യൻമാർ ഇപ്പോൾ ഹിന്ദുക്കൾ എന്നറിയപ്പെടുന്ന ഒരു രാഷ്ട്രമായി അന്നേ രൂപപ്പെട്ടിരുന്നു ഹിന്ദുത്വം മൂന്നു സ്തംഭങ്ങളിൽ നിലകൊള്ളുന്നു: ഭൂമിശാസ്ത്രപരമായ ഏകത, വംശീയ സവിശേഷത, പൊതുസംസ്കാരം എന്നിവയാണവ.' ഇന്ത്യയെ പുണ്യഭൂമിയും പിതൃഭൂമിയും ആയി വീക്ഷിക്കുകയാണ് ഹിന്ദുത്വത്തിന്റെ അടിസ്ഥാനമെന്നും അദ്ദേഹം പറഞ്ഞു മാത്രവുമല്ല, അവർ ഒരേ രക്തമുള്ള ഒരു വംശം (Race) ആണെന്നു കൂടി അദ്ദേഹം പ്രസ്താവിച്ചു. 'വേദകാല പിതാക്കന്മാരായി സിന്ധുനദീതട വാസികളിൽ നിന്നും രൂപംകൊണ്ട പ്രബലവംശത്തിന്റെ രക്തമാണ് ഹിന്ദുക്കളുടെ സിരകളിൽ പ്രവഹിക്കുന്നത്' എന്നു കൂടി അദ്ദേഹം പറയുന്നു.[16]

സവർക്കറുടെ സിദ്ധാന്തപ്രകാരം മുസ്ലീങ്ങളുടെയും ക്രിസ്ത്യാനികളുടെയും ജന്മഭൂമി ഇന്ത്യയാണെങ്കിൽ പോലും അവരെ 'ഹിന്ദു'ക്കളായി കാണാൻ കഴിയില്ല. കാരണം, അവരുടെ പുണ്യഭൂമി ഇന്ത്യക്കു വെളിയിലാണ്. ഇതേ ആശയം തന്നെ ഹെഡ്ഗെവാറും ആവർത്തിക്കുന്നു: 'ഹിന്ദുക്കൾ പൊതു ആചാരങ്ങളും പൊതുഭാഷയും മഹത്വത്തിന്റെയും ദുരിതത്തിന്റെയും പൊതുസ്മൃതിയും ഒരേ സംസ്കാരത്തിനു കീഴിലുള്ള പൊതുവായ ആവിർഭാവവുമുള്ള ജനവിഭാഗമാണ്.'[17] ഹിന്ദുക്കൾ എന്നു നിർവ്വചിക്കപ്പെടുന്ന ജനസഞ്ചയത്തിനു പുറത്തുള്ളവരെ 'അപരർ' എന്ന ഗണത്തിലാണ് ചേർത്തിരിക്കുന്നത്. അതുകൊണ്ടുതന്നെ, അവരുടെ ദൃഷ്ടിയിൽ ഇന്ത്യയുടെ അവകാശികൾ 'ഹിന്ദു'ക്കളാണ്, അപരരായ അഹിന്ദുക്കൾ അല്ല!

അഹിന്ദുക്കളുടെ മേൽ ചാർത്തുന്ന ഈ അപരത്വമാണ് ആർ എസ് എസിനെ 'ശുദ്ധീകരണത്തിന്റെ രാഷ്ട്രീയ'ത്തിലേക്കു നയിക്കുന്നത്. ഇന്ത്യയെ പുണ്യഭൂമിയായി കാണാത്തവരുടെ സംസ്കാരത്തിൽ നിന്നും 'അഖണ്ഡ ഭാരതസംസ്കാര'ത്തിന്റെ വിശുദ്ധിയെ വീണ്ടെടുക്കുവാൻ സംഘം പ്രതിജ്ഞാബദ്ധമാണ്. ഇതു സാദ്ധ്യമാകണമെങ്കിൽ, അവിഭജിത ഇന്ത്യയുടെ ഭൂമിശാസ്ത്രപരമായ പ്രദേശം അഹിന്ദുക്കളുടെ സംസ്കാരത്തിൽ നിന്നും വംശത്തിൽനിന്നും വിമുക്തമാക്കപ്പെടണം. എന്തുകൊണ്ടെന്നാൽ, അവർ 'അപരരും' 'രാഷ്ട്രത്തിന്റെ പരിശുദ്ധിയും പവിത്രത'യും നശിപ്പിക്കുന്നവരുമാൺ അവരെ ഒഴിച്ചു നിർത്തിക്കൊണ്ട് 'ഭാരതത്തെ രക്ഷിക്കുക' എന്ന ആശയമാണ് 'ഹിന്ദുത്വ' എന്ന ലഘുലേഖയിലൂടെ സവർക്കർ മുന്നോട്ടുവച്ചത്. ഈ ആശയത്തിലാണ് ഹെഡ്ഗെവാർ ആകൃഷ്ടനായത്. അതോടൊപ്പം തന്നെ, ഗാന്ധിജിയുടെ അക്രമരാഹിത്യവും അഹിംസാ സിദ്ധാന്തവും മറ്റും ഹെഡ്ഗെവാറിനെ അസംതൃപ്തനുമാക്കിയിരുന്നു. കോൺഗ്രസിന്റെ നേതൃപദവിയിൽ പ്രവർത്തിച്ചിരുന്ന ഹെഡ്ഗെവാർ അതിന്റെ നയസമീപനങ്ങളുമായി ഏതെല്ലാം തലങ്ങളിലാണ് വിയോജിച്ചിരുന്നതെന്ന് മുൻ പറഞ്ഞ ജീവചരിത്രകൃതി പ്രതിപാദിക്കുന്നു. ആർ എസ് എസിനെ എങ്ങനെ 'ഹിന്ദുത്വ വിരുദ്ധരും ദേശദ്രോഹികളുമായ മുസ്ലീങ്ങൾക്കെതിരെ' രൂപപ്പെടുത്തിയെടുത്തുവെന്ന് ഈ ജീവചരിത്രകൃതി വിസ്തരിച്ചു തന്നെ പറയുന്നു. അതോടൊപ്പം മറ്റൊന്നു കൂടി അദ്ദേഹം പറയുന്നു: 'ഹിന്ദു സമാജത്തെ സംരക്ഷിക്കുക എന്ന കർത്തവ്യ പൂർത്തിക്കുവേണ്ടിയാണ് രാഷ്ട്രീയ സ്വയം സേവക സംഘം നിലവിൽ വന്നത്. എന്നാൽ, സംഘത്തിന് കോൺഗ്രസിനോട് ഒരു വിരോധവുമില്ല, ദേശീയസംസ്കാരത്തിന് വിനാശകരമല്ലാത്തവിധം സ്വാതന്ത്ര്യം നേടുന്നതിനുള്ള ഏതുശ്രമത്തിലും സംഘം കോൺഗ്രസിനോടു സഹകരിക്കും. സംഘം ഇന്നുവരെ കോൺഗ്രസിനോടു സഹകരിച്ചു പോന്നിട്ടുണ്ട്'.[18]

1932 ലാണ് ബനാറസ് ഹിന്ദു സർവ്വകലാശാലയിൽ അദ്ധ്യാപകനായിരുന്ന മാധവറാവു ഗോൾവാൾക്കർ സംഘത്തിലേക്കു വരുന്നത്. 1936

ലാണ് യുവാക്കൾക്കു സൈനിക പരിശീലനം നല്കുന്നതിന് തീരുമാനിക്കപ്പെടുന്നത്. 1937 ൽ ജയിൽ മോചിതനായ സവർക്കർ സംഘവുമായി ബന്ധപ്പെട്ടു പ്രവർത്തിച്ചു തുടങ്ങി. 1939 ആഗസ്ത് 13 ന് ഗോൾവാൾക്കർ സംഘത്തിന്റെ തലവനായ സർകാര്യവാഹ് ആയി നിയമിതനായി. 1940 ജൂൺ 21 ന് ഹെഡ്ഗെവാർ അന്തരിച്ചു. അതിനു മുമ്പു തന്നെ ഹിന്ദുത്വത്തിന്റെ പേരിൽ സംഘടിപ്പിക്കപ്പെട്ടിരുന്ന സംഘം അതിന്റെ വേരുകൾ ഉറപ്പിച്ചു കഴിഞ്ഞിരുന്നു. ഇന്ന് അനേകം കൈകളുള്ള നീരാളിയെപ്പോലെ വ്യത്യസ്ത മേഖലകളിൽ ഒട്ടനവധി സംഘടനകളുടെ മാതൃസംഘടന കൂടിയാണ് ആർ എസ് എസ്സ് അവയെല്ലാം നിയന്ത്രിക്കുന്നത് അവരുടെ ആസ്ഥാനമായ നാഗ്പ്പൂരിൽനിന്നുള്ള ബുദ്ധികേന്ദ്രമാണ്. രൂപീകരണത്തിനുശേഷം വെറും ഏഴു ദശകത്തിനകം അതിന്റെ രാഷ്ട്രീയ ശാഖയായ ഭാരതീയ ജനതാ പാർട്ടി ഇന്ത്യയിൽ അധികാരത്തിലെത്തി എന്നത് ലാഘവത്തോടെ കാണേണ്ടതായ ഒന്നല്ല. ഇതിനു വേണ്ടി അവർ സ്വീകരിച്ചു വരുന്ന ഫാസിസ്റ്റ് നയസമീപനങ്ങളും അവയ്ക്ക് ഇന്ത്യൻ സമൂഹത്തിൽ ക്രമേണ കൈവരുന്ന സ്വീകാര്യതയും വേണ്ടവിധം വിലയിരുത്തപ്പെട്ടിട്ടില്ല എന്നതിനു തെളിവാണ് ഇന്ത്യയിലെ ഫാസിസ്റ്റ് വിരുദ്ധ-മതേതര ജനാധിപത്യകക്ഷികളുടെയും സാംസ്കാരിക പ്രസ്ഥാനങ്ങളുടെയും നിലപാടുകൾ. ഇന്നിപ്പോൾ, സംഘത്തെ നിയന്ത്രിക്കുന്ന ബ്രാഹ്മണശക്തികൾ ആ സംഘത്തിന്റെ രൂപീകരണത്തിനു മുമ്പു തന്നെ സഹസ്രാബ്ദങ്ങളായി സ്വീകരിച്ചുപോന്ന വേദപക്ഷപാതവും ചാതുർവർണ്ണ്യാഭിമുഖ്യവും വേണ്ടതുപോലെ വിലയിരുത്തപ്പെടുന്നില്ല എന്നതാണ് യാഥാർത്ഥ്യം.

ആർ എസ് എസിന്റെ താത്വികാചാര്യനായിരുന്ന മാധവസദാശിവ ഗോൾവാൾക്കർ (1906-1973) രചിച്ച *വിചാരധാര* (Bunch of Thoughts എന്ന പേരിൽ 1966 ൽ ബാംഗ്ലൂരിലെ വിക്രമപ്രകാശൻ ആദ്യമായി പ്രസിദ്ധപ്പെടുത്തിയ ഇംഗ്ലീഷ് കൃതിയുടെ മലയാള പരിഭാഷ. പി മാധവ്ജിയാണ് മലയാള പരിഭാഷകൻ) ആർ എസ് എസ്സിന്റെ 'വേദഗ്രന്ഥ'മാണ്. ഈ ഗ്രന്ഥത്തെക്കുറിച്ച് സമഗ്രമായൊരു വിമർശനപാഠം ഇവിടെ ചേർക്കുന്നില്ല. പക്ഷേ, ആധുനിക ഇന്ത്യയിൽ ഹിന്ദുവർഗ്ഗീയത എങ്ങനെ രാഷ്ട്രീയവുമായി അവിഹിതസഖ്യത്തിൽ ഏർപ്പെട്ടുവെന്ന് ബോദ്ധ്യമാകുന്നതിന് ഈ ഗ്രന്ഥത്തെക്കുറിച്ച് സാമാന്യമായെങ്കിലും പരാമർശിക്കേണ്ടതുമുണ്ട്.

ആർ എസ് എസിന്റെ രാഷ്ട്ര സങ്കല്പത്തിന്റെ കാതൽ എന്തെന്ന് ഗോൾവാൾക്കർ പറയുന്നു: 'സർവ്വശക്തന്റെ പ്രത്യക്ഷ രൂപമായ വിരാട് പുരുഷനാണ് ഹിന്ദുജനത എന്നവർ പറഞ്ഞു. അവർ ഹിന്ദു എന്ന പദം ഉപയോഗിച്ചിരുന്നില്ലെങ്കിലും പുരുഷസൂക്തത്തിൽ താഴെക്കൊടുത്തവിധം സർവ്വശക്തനെ വിവരിക്കുന്നതിൽനിന്നും അത് വ്യക്തമാണ്. സൂര്യചന്ദ്രന്മാർ അദ്ദേഹത്തിന്റെ നാഭിയിൽനിന്നും സൃഷ്ടിക്കപ്പെട്ടതാണെന്നും അതിൽ പറയുന്നുണ്ട്... ഈ ചതുർവിധ വ്യവസ്ഥയുള്ള ജനത, അതായതു ഹിന്ദു ജനത ആണ് നമ്മുടെ ഈശ്വരൻ എന്നാണിതിന്റെ അർത്ഥം.

സമാജത്തിന്റെ ഈശ്വരനെ ദർശിക്കുന്ന ഈ പരമമായ വീക്ഷണമാണ് നമ്മുടെ 'രാഷ്ട്ര' സങ്കല്പത്തിന്റെ കാതൽ.'[19] ചാതുർവർണ്ണ്യാധിഷ്ഠിതമായ വ്യവസ്ഥ പിന്തുടരുന്ന ജനതയാണ് ഹിന്ദു ജനത എന്നാണ് ഗോൾവാൾക്കറിന്റെ പക്ഷം. അതായത്, ജാതിവ്യവസ്ഥ അലംഘനീയമെന്ന് പറയാതെ പറഞ്ഞുവയ്ക്കുന്ന അദ്ദേഹം, അതേസമയം തന്നെ, 'അനിർവ്വചനീയനാണ് ഹിന്ദു' എന്നും പറയുന്നു.[20] സിന്ധുനദിയുടെ പേരിൽ നിന്നുളവായതാണ് 'ഹിന്ദു'വെന്ന പേര് എന്ന് അദ്ദേഹം അംഗീകരിക്കുന്നു! (പുറം 104) പുനർജ്ജന്മ സിദ്ധാന്തത്തെയും അദ്ദേഹം വാഴ്ത്തുന്നു. 'വിശാലമായ ഈ മനുഷ്യവംശത്തിൽ ഹിന്ദു മാത്രമാണ് ആത്മവിശ്വാസത്തിന്റെ ഈ ആശാദീപം ഉയർത്തിപ്പിടിക്കുന്നത്' എന്നും പറയുന്നു. (പുറം 106). ചുരുക്കത്തിൽ, വേദകാലത്തെ ബ്രാഹ്മണമതം തന്നെയാണ് പുതിയ ഹിന്ദുമതവും എന്നാണ് ഗോൾവാൾക്കർ പറഞ്ഞിരിക്കുന്നത്. അങ്ങനെ, പുതിയ ഹിന്ദുമതത്തിന് വേദകാലത്തോളം കാലപ്പഴക്കം നല്കുവാൻ അദ്ദേഹം ശ്രമിക്കുന്നു. രാമായണത്തിന്റെ പ്രാധാന്യവും അദ്ദേഹം വ്യക്തമാക്കുന്നു. 'രാഷ്ട്രം രാമന്റെ വ്യക്തിത്വത്തിലൂടെ സ്വയം ഉണർന്നെഴുന്നേറ്റു. വിശ്വാമിത്രൻ, വസിഷ്ഠൻ, അഗസ്ത്യൻ തുടങ്ങിയ ഋഷികളായിരുന്നു ആ മഹാനായ രാഷ്ട്രസംരക്ഷകനെ വളർത്തിയെടുത്തതും അദ്ദേഹത്തിനു വഴികാട്ടിയതും' (പുറം 125). ബ്രാഹ്മണ-പുരോഹിതവർഗ്ഗം രാജഭരണത്തെപ്പോലും എങ്ങനെ സ്വാധീനിച്ചിരുന്നുവെന്ന് ഗോൾവാൾക്കർക്ക് നല്ല ബോദ്ധ്യമുണ്ടായിരുന്നു!

ഇന്ത്യ ഒരു 'ഹിന്ദുരാഷ്ട്ര'മാണ് എന്ന കാര്യത്തിൽ അദ്ദേഹത്തിനു സംശയമില്ല! (പുറം 196). 'നമ്മുടെ സംഘടനയ്ക്ക് 'ഹിന്ദു'വെന്നല്ലാതെ 'രാഷ്ട്രീയ' എന്ന പദം നല്കപ്പെട്ടതെന്തുകൊണ്ടാണെന്ന് ഇതിൽനിന്നു നമുക്കു മനസ്സിലാക്കാം. നമ്മുടെ നാട്ടിൽ 'രാഷ്ട്രീയ' എന്ന പദത്തിന്റെ സഹജമായ അർത്ഥം 'ഹിന്ദു'വെന്നാണെന്നും അതിനാൽ 'ഹിന്ദു'വെന്ന പദം ഉപയോഗിക്കേണ്ടതില്ലെന്നും ഡോക്ടർജി പറയാറുണ്ടായിരുന്നു (പുറം 209). 'ഹിന്ദുരാഷ്ട്രത്തിന്റെ വൈശിഷ്ട്യം' അദ്ദേഹം എണ്ണിയെണ്ണി പറയുന്നു. 'പാശ്ചാത്യലോകത്ത് ഉത്ഭവിച്ച അർത്ഥത്തിൽ, മതേതരത്വമെന്ന ആശയത്തിനു നമ്മുടെ രാജ്യത്തു പ്രസക്തിയില്ലെന്ന് ആദ്യമേ തന്നെ പറഞ്ഞുകൊള്ളട്ടെ' (പുറം 247). 'ഭൂരിപക്ഷവർഗ്ഗീയത എന്ന പദപ്രയോഗം തികച്ചും തെറ്റാണ്; അബദ്ധ ധാരണയാണ്. ജനാധിപത്യത്തിൽ ഭൂരിപക്ഷത്തിന്റെ അഭിപ്രായമാണു ജനങ്ങളുടെ ദൈനംദിന ജീവിതത്തിൽ സ്വാധീനം ചെലുത്തേണ്ടത്... ഹിന്ദുക്കളുടെ ജീവിതോദ്ധാരണത്തിനായി ശ്രമിക്കുന്നതു ദേശീയമേ ആവുകയുള്ളൂ, വർഗ്ഗീയമാകില്ല.' (പുറം 251). 'ഹിന്ദുരാഷ്ട്രത്തിന്റെ ആന്തരീക ഭീഷണികളായി ഗോൾവാൾക്കർ കാണുന്നത് ഒന്നാം സ്ഥാനത്ത് മുസ്ലീങ്ങളെയും രണ്ടാം സ്ഥാനത്ത് ക്രൈസ്തവരെയും മൂന്നാം സ്ഥാനത്ത് കമ്യൂണിസ്റ്റുകളെയുമാണ് (പുറം 265 മുതൽ 300 വരെ). 'മുസ്ലീങ്ങൾ ആസൂത്രിതമായി പെരുകുന്നു' എന്ന പ്രതിലോമാശയത്തെയും അദ്ദേഹം കൂട്ടുപിടിക്കുന്നു.

കേരളത്തിലെ ആദ്യത്തെ കമ്യൂണിസ്റ്റ് ഗവൺമെന്റിനെതിരെ നടന്ന ആസൂത്രിത പ്രക്ഷോഭത്തിന്റെ ഉത്തരവാദിത്വവും അദ്ദേഹം ചുമത്തുന്നത് മുസ്ലീങ്ങളിലാണ് എന്ന കൗതുകവും ഇവിടെയുണ്ട്. 'പാകിസ്ഥാനിലേക്കു വരുന്ന അമേരിക്കൻ ആയുധങ്ങൾ അസമിൽ ക്രൈസ്തവ പാതിരിമാർക്ക് ഏല്പിച്ചു കൊടുക്കുകയാണ്' എന്ന ചരിത്രവിരുദ്ധമായ പ്രസ്താവവും അദ്ദേഹം നടത്തുന്നു. 'രാജ്യത്തിലെ ക്രൈസ്തവസഭകളും മുസ്ലീംലീഗും ഒന്നിച്ചു ചേർന്ന് പഞ്ചാബു മുതൽ മണിപ്പൂർ വരെ ഗംഗാസമതലം മുഴുവൻ മുസ്ലീങ്ങൾക്കും അർദ്ധദ്വീപും ഹിമാലയപ്രദേശവും ക്രൈസ്തവർക്കുമായി പങ്കുവച്ചെടുക്കുന്നതിനുള്ള കരാറിൽ എത്തിച്ചേർന്നതായ വാർത്ത (1942-44 ൽ) പത്രങ്ങളിൽ കാണുകയുണ്ടായി' എന്നാണ് അദ്ദേഹം പറഞ്ഞിരിക്കുന്നത്. ഏതു പത്രത്തിലെന്നോ, എന്താണ് ഇത്തരമൊരു പ്രസ്താവനയ്ക്ക് ആധാരമെന്നോ അദ്ദേഹം പറയുന്നുമില്ല. കമ്യൂണിസം ഒരു 'വൈദേശികമായ ചിന്ത'യാണ് എന്നാണ് അദ്ദേഹത്തിന്റെ ആക്ഷേപം. (അതേസമയം 'ആര്യചിന്ത' തനതാണെന്നും അദ്ദേഹം പറയുന്നു!) അങ്ങേയറ്റം പ്രതിലോമപരവും ജനങ്ങളുടെ വിഭജനം ലക്ഷ്യമാക്കിയിട്ടുള്ളതുമായ ഒരു അസാധാരണ കൃതിയാണ് 'വിചാരധാര' എന്നു പറയാതെ വയ്യ.

ആധുനിക ഇന്ത്യയുടെ 'എല്ലാവിധമായ കുഴപ്പങ്ങൾ'ക്കും പരിഹാരമായി അദ്ദേഹം നിർദ്ദേശിക്കുന്നത് ഏകഘടകമായ ഭരണകൂട (Unitary type of Government) ത്തെയാണ്. 'ദേശം ഒന്നാണ്; ജനങ്ങളും ഒന്നാണ്; അതുകൊണ്ട് നമുക്ക് ഒരൊറ്റ ഭരണകൂടവും ഒരൊറ്റ നിയമനിർമ്മാണ സഭയും അംഗീകരിക്കുക... നിർവ്വഹണാധികാരത്തെയും (Executive) ഇപ്രകാരം വികേന്ദ്രീകരിക്കാവുന്നതാണ്. എന്നാൽ നിയമസഭ ഒന്നു തന്നെയായിരിക്കണം' (പുറം 365, 366). '... പ്രധാനമായും ഫലപ്രദമായ നടപടി നമ്മുടെ രാജ്യത്തിന്റെ ഭരണഘടനയുടെ ഫെഡറൽ സ്വഭാവത്തെപ്പറ്റിയുള്ള എല്ലാ പരാമർശങ്ങളും കുഴിച്ചു മൂടുകയും ഭാരതമാകുന്ന ഒരേയൊരു സ്റ്റേറ്റിനകത്തു സ്വയം ഭരണാവകാശമോ, അർദ്ധ സ്വയം ഭരണാവകാശമോ ഉള്ള സ്റ്റേറ്റുകളുടെ അസ്തിത്വത്തെത്തന്നെ തൂത്തുവാരിക്കളയുകയും ശിഥിലീകരണത്തിന്റെയും പ്രാദേശികതയുടെയും വിഭാഗീയതയുടെയും ഭാഷാ വൈവിധ്യത്തിന്റെയും അങ്ങനെ മറ്റേതു തരത്തിലുമുള്ള ശക്തികളുടെയും കണികകളെപ്പോലും നമ്മുടെ ഏകാത്മകമായ സാമഞ്ജസ്യത്തെ തകിടം മറിക്കുവാൻ അവസരം കൊടുക്കാത്തതരത്തിൽ ഒറ്റരാജ്യം, ഒറ്റ നിയമസഭ, ഒറ്റ എക്സിക്യൂട്ടീവ് എന്നു തുറന്നു പ്രഖ്യാപിക്കുകയും ആണ്' (പുറം 333). ഇങ്ങനെ, ഭരണഘടനാ വിരുദ്ധമായ പ്രഖ്യാപനങ്ങളാലും *വിചാരധാര* സമ്പന്നമാണ്. ഈ ഗ്രന്ഥമാണ് ആർ എസ് എസിന്റെ 'വേദഗ്രന്ഥം' എന്നു വരുമ്പോൾ ആ പ്രസ്ഥാനം ഇന്ത്യയെന്ന യാഥാർത്ഥ്യത്തെപ്പോലും എത്രയേറെ മലീമസമാക്കുവാൻ ശ്രമിക്കുന്നു എന്ന് ഭയാശങ്കകളോടെ മാത്രമെ ജനാധിപത്യവിശ്വാസികൾക്കു കാണുവാനാകൂ. യൂറോപ്പിലെ നാസി-ഫാസിസ്റ്റ്

പാർട്ടികളിൽനിന്നും നേരിട്ട് കടമെടുത്തിട്ടുള്ള ആശയങ്ങൾ ആർ എസ് എസിന്റേതായുണ്ട്. 1940 ൽ നാഗ്പൂരിലെ ആർ എസ് എസ് ആസ്ഥാന മായ റോഷംബാഗിൽ വച്ച് ഉയർന്ന തലത്തിലുള്ള 1350 അണികളോട് പ്രസംഗിക്കവെ ഗോൾവാൾക്കർ പ്രഖ്യാപിച്ചു: 'ആർ എസ് എസിനാൽ പ്രചോദിതമായ ഒരു പതാക, ഒരു നേതാവ്, ഒരു സിദ്ധാന്തസംഹിത എന്നത് മാഹാത്മ്യമേറിയ ഈ ദേശത്തിന്റെ ഓരോ മുക്കിലും മൂലയിലും ഹിന്ദുത്വത്തിന്റെ ദീപം തെളിക്കുന്നു'[21]

ബ്രിട്ടീഷ് അധിനിവേശകാലത്ത് അതിനെതിരെ നടന്ന പ്രക്ഷോഭ ങ്ങളിൽ ആർ എസ് എസ്സ് പങ്കെടുത്തിരുന്നില്ലെന്നു മാത്രമല്ല, ഒരു പരി ധിവരെ, ബ്രിട്ടീഷുകാരെ അവർ പിന്തുണയ്ക്കുകയും ചെയ്തു എന്ന താണു ചരിത്രം. 'നാം അഥവാ നമ്മുടെ രാഷ്ട്രത്വം നിർവ്വചിക്കപ്പെടു ന്നു' (We or our Nationhood Defined) എന്ന ഗോൾവാൾക്കർ കൃതി യിലും *വിചാരധാര*'യിലും ഹെഡ്ഗെവാറിന്റെ ജീവചരിത്രകൃതിയിലും ഇതിന്റെ കാരണങ്ങൾ കണ്ടെത്തുവാനാകും. (നാം അഥവാ നമ്മുടെ രാഷ്ട്രത്വം നിർവചിക്കപ്പെടുന്നു എന്ന കൃതിയും അതിന്റെ ഹിന്ദിപ്പതി പ്പായ *ഹമാരി രാഷ്ട്രീയത*യും ഗോൾവാൾക്കറിന്റെ കൃതിയാണെന്ന് സംഘനേതാക്കൾ അംഗീകരിക്കുകയില്ല. അതിന്റെ കർതൃത്വത്തെക്കു റിച്ച് ഒട്ടേറെ നുണക്കഥകൾ അവർ പ്രചരിപ്പിച്ചു. ഈ നുണക്കഥകളെ യെല്ലാം തള്ളി പ്രസ്തുത കൃതിയുടെ കർത്താവ് ഗോൾവാൾക്കർ ആണെന്ന് തെളിയിക്കപ്പെടുകയുണ്ടായി)[22]. സ്വാതന്ത്ര്യസമരവുമായി ബന്ധപ്പെട്ടുവെന്ന് ആരോപിക്കപ്പെട്ട് ആന്തമാൻ ജയിലിൽ അടയ്ക്കപ്പെട്ട സവർക്കർ എഴുതിയിട്ടുള്ള മാപ്പപേക്ഷകളിലെ മഷി ഇനിയും ഉണങ്ങി യിട്ടില്ല! ഇങ്ങനെ, ഹിന്ദുതീവ്രവാദം സ്വാതന്ത്ര്യപൂർവ്വകാലഘട്ടത്തിൽ തന്നെ ആസുരമാംവിധം രൂപപ്പെട്ട് ശക്തമായി ഇന്നും രാഷ്ട്രശരീരത്തെ കാർന്നു തിന്നുകൊണ്ടിരിക്കുന്നു എന്നു പറയാതെ വയ്യ.

ഇ. ഗാന്ധിജിയും ദേശീയപ്രസ്ഥാനവും

1869 ൽ ഗുജറാത്തിലെ പോർബന്തറിൽ ജനിച്ച മോഹൻദാസ് കരം ചന്ദ് ഗാന്ധിയുടെ നിയമ ബിരുദം നേടിയതിനു ശേഷമുള്ള 'കർമ്മഭൂമി' ദക്ഷിണാഫ്രിക്കയായിരുന്നു. 1915 ജനുവരി 9 നാണ് 46-ാം വയസ്സിൽ, തന്റെ 'രാഷ്ട്രീയപരീക്ഷണശാല' എന്നു വിശേഷിപ്പിച്ചിരുന്ന ദക്ഷിണാ ഫ്രിക്കയിൽനിന്നും അദ്ദേഹം ബോംബെയിൽ കപ്പലിറങ്ങിയത്. അന്നത്തെ കലുഷിതമായ മത-രാഷ്ട്രീയാവസ്ഥകളുടെ ഒരു ലഘുവിവരണമാണ് മുകളിൽ കൊടുത്തത്. ആ കലുഷിതാവസ്ഥയെ അനുകരണീയമാംവിധം അദ്ദേഹം തന്റെ സിദ്ധാന്ത പ്രയോഗത്തിനുള്ള അവസരമാക്കി മാറ്റിയെ ടുത്തു എന്നതാണ് വസ്തുത. ഇന്ത്യൻ ജനമനസ്സുകളിൽ അദ്ദേഹത്തെ പ്പോലെ മറ്റൊരു നേതാവിനും ഇടം ലഭിച്ചിട്ടുമില്ല. അതുപോലെ തന്നെ, മിത്രങ്ങളാലും ശത്രുക്കളാലും ഇത്രയേറെ തെറ്റിദ്ധരിക്കപ്പെട്ട മറ്റൊരു രാഷ്ട്രീയനേതാവും ഇന്ത്യയിലില്ല! മോഹൻദാസ് കരംചന്ദ് ഗാന്ധിയിൽ

നിന്നും 'മഹാത്മ'യിലേക്കുള്ള അദ്ദേഹത്തിന്റെ പരിണാമവും വളർച്ചയും അത്ഭുതാവഹമെന്നു മാത്രമല്ല സാമാന്യ നിയമങ്ങളെയൊക്കെ ഉല്ലംഘിക്കുന്നതുമാണ്. അതുപോലെ തന്നെയായിരുന്നു അദ്ദേഹത്തിന്റെ അന്ത്യവും!

1920 ൽ തിലകനും ഗാന്ധിജിയും തമ്മിലുണ്ടായ ഒരു സംവാദം ഇരുവരുടെയും നിലപാടുകളെ സുവ്യക്തമാക്കുന്നുണ്ട്. ലക്ഷ്യം മാർഗ്ഗത്തെ സാധൂകരിക്കുമെന്നും സ്വാതന്ത്ര്യം നേടുകയെന്ന ലക്ഷ്യപ്രാപ്തിക്കായി ഏതു മാർഗ്ഗവും സ്വീകരിക്കാമെന്നുമായിരുന്നു തിലകന്റെ പക്ഷം. ഗാന്ധിജി അതിനോടു യോജിച്ചില്ല. ലക്ഷ്യം പോലെ തന്നെ മാർഗ്ഗവും സംശുദ്ധമായിരിക്കണമെന്ന് അദ്ദേഹം അഭിപ്രായപ്പെട്ടു. 'ശഠം പ്രതി ശാഠ്യം' എന്ന തിലകന്റെ നിലപാടിനെ 'ശഠം പ്രത്യപിസത്യം' എന്ന നിലപാടു കൊണ്ട് ഗാന്ധിജി പ്രതിരോധിച്ചു. ഇതാകട്ടെ, തിലകന് അപരിചിതവുമായിരുന്നു. ഇങ്ങനെ അഭിപ്രായഭേദങ്ങൾ ഇരുവരും തമ്മിൽ പുലർത്തിയിരുന്നപ്പോഴും തിലകനെ തന്റെ രാഷ്ട്രീയഗുരുവായാണ് ഗാന്ധിജി കണ്ടിരുന്നത്. അപ്പോഴും തിലകന്റെ മാർഗ്ഗമല്ല തന്റെ മാർഗ്ഗമെന്ന് അദ്ദേഹം ആവർത്തിച്ചു പ്രഖ്യാപിക്കുകയും ചെയ്തു.

1917 ൽ ബീഹാറിലെ ചമ്പാരൻ ജില്ലയിൽ നീലം കൃഷി ചെയ്തിരുന്ന തോട്ടമുടമകളായ യൂറോപ്യൻമാർക്കെതിരെയാണ് 'സത്യഗ്രഹം' എന്ന സമരരീതി ഇന്ത്യയിൽ ആദ്യമായി അദ്ദേഹം പരീക്ഷിച്ചു വിജയിച്ചത്. ഇന്ത്യയിലെ ദേശീയപ്രസ്ഥാന നേതാക്കളെ മുഴുവൻ തന്നെ പ്രസ്തുത സമരരൂപവും അതിന്റെ വിജയവും അത്ഭുതപ്പെടുത്തി എന്നതാണ് വാസ്തവം. അത്തരമൊരു സമരരൂപം അവർക്ക് അചിന്ത്യവും അന്യവും അപരിചിതവുമായിരുന്നു. അതിന്റെ പ്രയോഗവും വിജയവുമാകട്ടെ വ്യാഖ്യാനാതീതവും! ഇന്ത്യൻ ദേശീയപ്രസ്ഥാനത്തിൽ ഗാന്ധിജി തന്റെ സ്ഥാനം ഉറപ്പിച്ചത് ചമ്പാരനിലൂടെയാണ് എന്നതു വ്യക്തം. ഇന്ത്യയിലെ വ്യത്യസ്തരായ സാമാന്യ ജനവിഭാഗങ്ങളുടെ ഉണർവ്വിലൂടെയല്ലാതെ ദേശീയ സ്വാതന്ത്ര്യസമരം എങ്ങുമെത്തില്ലെന്ന് അദ്ദേഹം മാത്രം വേറിട്ടു മനസ്സിലാക്കി. ആരുടെയും പിന്നാലെ സഞ്ചരിക്കുകയായിരുന്നില്ല അദ്ദേഹം ചെയ്തത്. മറിച്ച്, തനിക്കു പിൻപെ മറ്റുള്ളവരെ സഞ്ചരിപ്പിക്കുകയായിരുന്നു അദ്ദേഹം ചെയ്തത്. അദ്ദേഹത്തിന്റെ ഓരോ സമരാവിഷ്കാരങ്ങളുടെയും സമരരീതികളുടെയും വിശകലനം ഈ യാഥാർത്ഥ്യത്തിലേക്ക് നമ്മളെ നയിക്കുന്നതാണ്.

1920 ൽ നാഗ്പൂരിൽ വച്ചു നടന്ന കോൺഗ്രസ് സമ്മേളനമാണ് നിസഹകരണ പ്രസ്ഥാനം പ്രഖ്യാപിക്കുന്നത്. ഭാഷാ പ്രദേശങ്ങളെ അടിസ്ഥാനമാക്കി കോൺഗ്രസ് കമ്മിറ്റികളുടെ പുന:സംഘടനയ്ക്കും സംഘത്തിലെ അംഗത്വ ഫീസ് നാലണയാക്കി കുറയ്ക്കുന്നതിനും പ്രസ്തുത സമ്മേളനം തീരുമാനിച്ചു. നിസ്സഹകരണ പ്രസ്ഥാനത്തോടൊപ്പം തന്നെ 1921 ൽ നിയമലംഘന പ്രസ്ഥാനവും ആരംഭിച്ചു. ഇവയിലൂടെയെല്ലാം തന്നെ ദേശീയ സ്വാതന്ത്ര്യസമരത്തെ ഒരു ബഹുജന സമരമാക്കി മാറ്റു

ന്നതിനുള്ള ഗാന്ധിജിയുടെ പരിശ്രമം വ്യക്തമാകുന്നതാണ്. അദ്ദേഹത്തിന്റെ ആഹ്വാനഫലമായി സ്കൂളുകളും കോളേജുകളും വിട്ടിറങ്ങി വിദ്യാർത്ഥികളും കോടതികൾ ബഹിഷ്കരിച്ച് അഭിഭാഷകരും സമരത്തിന്റെ ഭാഗമായി തെരുവിലിറങ്ങി. 1922 ഫെബ്രുവരി 5 ന് ഉത്തർപ്രദേശിലെ ഗോരഖ്പൂർ ജില്ലയിൽപെട്ട ചൗരിചൗര ഗ്രാമത്തിൽ 3000-ത്തോളം കർഷകർ നടത്തിയ കോൺഗ്രസ് ജാഥയ്ക്കു നേരെ പൊലീസ് വെടിവയ്ക്കുകയും ജാഥാംഗങ്ങൾ പൊലീസ് സ്റ്റേഷന് തീവയ്ക്കുകയും 22 പൊലീസുകാർ വെന്തു മരിക്കുകയും ചെയ്തു. ബഹുജനസമരം അക്രമാസക്തമായപ്പോൾ സമരം പിൻവലിച്ചതായി ഗാന്ധിജി പ്രസ്താവിച്ചു. സുഭാഷ്ചന്ദ്ര ബോസ് ഉൾപ്പെടെയുള്ള പല കോൺഗ്രസ് നേതാക്കന്മാരും ഗാന്ധിജിയുടെ തീരുമാനത്തെ എതിർപ്പോടുകൂടി അംഗീകരിച്ചു.

ഇതേക്കുറിച്ച് ഇ എം എസ് നമ്പൂതിരിപ്പാട് പറയുന്നു: 'തന്റെ ആഹ്വാനമനുസരിച്ച് ജനങ്ങൾ തള്ളിപ്പുറപ്പെട്ട് സാമ്രാജ്യാധിപത്യത്തിനും അതിന്റെ പിണിയാളുകൾക്കുമെതിരായി സംഘടിത സമരം നടത്താൻ തുടങ്ങുമ്പോൾ അതിന്റെ ഭാഗമായി ചിലേടത്ത് ചില സംഭവങ്ങൾ നടന്നാലുടൻ അതിന്റെ പേരിൽ സമരം നിർത്തി വയ്ക്കുകയാണ് ഗാന്ധി ചെയ്യുന്നതെന്ന് വീണ്ടും വീണ്ടും നമുക്ക് കാണാം. ഇങ്ങനെ നിർത്തി വയ്ക്കുമ്പോഴെല്ലാം, അനുകൂലസാഹചര്യമുണ്ടാകുമ്പോൾ വീണ്ടും തുടങ്ങാനുള്ള പഴുത് ഗാന്ധി ഇടുകയും ചെയ്തിരുന്നു. സമരം തുടങ്ങുമ്പോൾ പിന്നീട് വേണ്ടിവന്നാൽ പിൻവലിക്കാനും പിൻവലിക്കുമ്പോൾ അനുകൂലസാഹചര്യത്തിൽ വീണ്ടും തുടങ്ങാനുമുള്ള പഴുതിട്ടുകൊണ്ടു മാത്രമെ ഗാന്ധി നീങ്ങുകയുള്ളൂ എന്നർത്ഥം'.[23] ഗാന്ധിജിയുടെ ഇത്തരം നയങ്ങളും തീരുമാനങ്ങളും പില്ക്കാലത്തും കോൺഗ്രസ് നേതാക്കളുടെ എതിർപ്പുകളെ ക്ഷണിച്ചു വരുത്തിയിട്ടുണ്ട്. എന്നാൽ, തന്റെ 'മനഃസാക്ഷിയുടെ ശബ്ദ'ത്തിന് അനുസരിച്ചു മാത്രം പ്രവർത്തിച്ചിരുന്ന ഗാന്ധിജി അത്തരം എതിർപ്പുകളെ അവഗണിച്ചു.

മറ്റൊരു സവിശേഷത, അക്കാലത്തെ ഇതര കോൺഗ്രസ് നേതാക്കളെപ്പോലെ തന്നെ തന്റെ രാഷ്ട്രീയ പ്രവർത്തനത്തെ മതവും അതുമായി ബന്ധപ്പെട്ട ആചാര വിശ്വാസങ്ങളുമായി ഗാന്ധിജിയും ബന്ധിപ്പിച്ചിരുന്നു എന്നതാണ്. ബൈബിളും ഖുറാനും പോലെയുള്ള മതഗ്രന്ഥങ്ങളെ ബഹുമാനിച്ചപ്പോൾ തന്നെ അദ്ദേഹം ഒരു തികഞ്ഞ 'സനാതന ഹിന്ദു'വുമായിരുന്നു. എന്നാൽ അതിന് യാഥാസ്ഥിതിക ഹിന്ദുമതവുമായോ, ഹിന്ദുമതത്തിനുള്ളിലെ തന്നെ തീവ്രവലതുപക്ഷ ഹിന്ദു ആശയങ്ങളുമായോ ബന്ധമില്ലായിരുന്നു താനും. ഹിന്ദുമതത്തെ ചലനാത്മകമാക്കി പുതിയ സാമൂഹ്യവ്യവസ്ഥയുടെ നിർമ്മിതിയായ മുതലാളിത്ത സാമൂഹിക ബന്ധങ്ങളുമായി അതിനെ കൂട്ടിയിണക്കുന്നതിനായിരുന്നു അദ്ദേഹത്തിന്റെ പരിശ്രമം. അദ്ദേഹത്തിന്റെ രചനകളിലൂടെ കടന്നുപോകുന്ന ആർക്കും തന്നെ ഇതു ബോധ്യമാകുന്നതാണ്. പിൽക്കാലത്ത്, സത്യം ദൈവമാണ് എന്ന വിശ്വാസത്തിൽ അദ്ദേഹം എത്തിച്ചേർന്നു.

അപ്പോഴും വർണ്ണാശ്രമ ധർമ്മങ്ങളിലുള്ള അദ്ദേഹത്തിന്റെ അചഞ്ചലമായ വിശ്വാസം ഒരു വൈരുദ്ധ്യമായിത്തന്നെ നിലനിന്നുപോന്നു. സാമൂഹിക യാഥാർത്ഥ്യങ്ങളെയും അതിന്റെ പരിണാമവികാസ പ്രക്രിയകളെയും ശാസ്ത്രീയമായി വിശകലനം ചെയ്യുന്നതിനോ, അപഗ്രഥിക്കുന്നതിനോ അദ്ദേഹം തയ്യാറായിരുന്നില്ല. വ്യക്തി, അവന്റെ ധാർമ്മിക നിലവാരമുയർത്തിയാൽ സാമൂഹിക മാറ്റം ഉണ്ടാകും എന്നായിരുന്നു അദ്ദേഹത്തിന്റെ സിദ്ധാന്തം. എന്നാൽ, ധാർമ്മികമായ ഉയർച്ച എന്നത് സാമൂഹികമായ അവസ്ഥാമാറ്റത്തിന്റെ ഫലമായി സംഭവിക്കുന്നതാണെന്ന് അദ്ദേഹം അംഗീകരിച്ചിരുന്നില്ല. സാമാന്യജനതയുടെ താല്പര്യസംരക്ഷണത്തിനു കഴിവുള്ള ഒരു ശക്തിയാണു മതം എന്നും അദ്ദേഹം കരുതി. അതുകൊണ്ടുതന്നെ, അദ്ദേഹത്തിന്റെ രാഷ്ട്രീയ പ്രവർത്തനങ്ങളിൽ മതം ഒരവിഭാജ്യ ഘടകമായിത്തീർന്നു. മതത്തെയും രാഷ്ട്രീയത്തെയും കൂട്ടി യോജിപ്പിക്കുന്നതിൽ, ആദ്യകാലത്ത്, അദ്ദേഹം യാതൊരു അപാകതയും കണ്ടിരുന്നില്ല. 'മതത്തിന് രാഷ്ട്രീയകാര്യങ്ങളുമായി ബന്ധമില്ലെന്നു പറയുന്നവർ മതത്തിന്റെ അർത്ഥമെന്തെന്നു മനസ്സിലാക്കാത്തവരാണ്' എന്നും 'മതത്തിന്റെ സത്തയെ രാഷ്ട്രീയപ്രവർത്തനത്തിൽ ഉൾക്കൊള്ളിക്കുന്നതിനുള്ള ഒരു യത്നമായിട്ടാണ്' താൻ സത്യഗ്രഹത്തിന്റെയും അഹിംസയുടെയും സിദ്ധാന്തങ്ങൾ പ്രയോഗിച്ചത് എന്നും അദ്ദേഹം പ്രസ്താവിക്കുകയുണ്ടായി. മതപരവും ധാർമ്മികവുമായ ഒരു കടമയെന്ന നിലയ്ക്കാണ് അദ്ദേഹം സാമൂഹ്യ-രാഷ്ട്രീയ സമരങ്ങളിൽ പങ്കെടുത്തത്.'[24]

മതപരവും തത്ത്വചിന്താപരവുമായ ഏറെ പരിമിതികൾ ഉണ്ടായിരുന്നപ്പോഴും ജനമനസ്സുകളിൽ അദ്ദേഹത്തിനുണ്ടായിരുന്ന സ്ഥാനവും സ്വാധീനവും നമ്മൾ കുറച്ചു കാണരുത്. കറകളഞ്ഞ ഒരു ഹിന്ദുമതവിശ്വാസിയായിരുന്നപ്പോഴും ഹിന്ദു-മുസ്ലീം മൈത്രിക്കു വേണ്ടി അദ്ദേഹത്തോളം ആത്മാർത്ഥമായി പ്രവർത്തിച്ചിരുന്ന മറ്റൊരു മനുഷ്യൻ ഇന്ത്യയിലുണ്ടായിരുന്നില്ല എന്നതും വിസ്മരിക്കരുത്. അതിനദ്ദേഹം നൽകേണ്ടി വന്നത് സ്വന്തം ജീവൻ തന്നെയായിരുന്നു. 1948 ജനുവരി 30-ന് ഒരു ഹിന്ദു വർഗ്ഗീയഭ്രാന്തനാൽ അദ്ദേഹം വധിക്കപ്പെട്ടു എന്നു വരുമ്പോൾ ആരൊക്കെയായിരുന്നു അദ്ദേഹത്തെ തെറ്റിദ്ധരിച്ചിരുന്നതെന്ന് നമ്മൾ അത്ഭുതപ്പെട്ടു പോകും. അതോടൊപ്പം അദ്ദേഹത്തിനെതിരെ നിറയൊഴിച്ച കൊലയാളിയുടെ 'ഹിന്ദുത്വം' ഏതായിരുന്നുവെന്നും എന്തായിരുന്നുവെന്നും നമ്മൾ വിസ്മയിച്ചു പോവുകയും ചെയ്യും.

ഗാന്ധിവധം ആസൂത്രണം ചെയ്യുകയും അതു നടപ്പാക്കുകയും ചെയ്തവരിൽ രണ്ടു പേരൊഴികെയുള്ളവർ ബ്രാഹ്മണരും ഒരാളൊഴികെ മറ്റുള്ളവർ മഹാരാഷ്ട്രക്കാരുമായിരുന്നു. നാഥുറാം വിനായക് ഗോഡ്സെ, അയാളുടെ ഇളയസഹോദരനായ ഗോപാൽ ഗോഡ്സെ, ദത്താത്രെയ ആപ്തെ എന്നിവർ മഹാരാഷ്ട്രയിലെ ചിത്ചാവൻ ബ്രാഹ്മണ കുടുംബത്തിൽ ജനിച്ചവരായിരുന്നു. വിനായക് ദാമോദർ സവർക്കർ എന്ന ബ്രാഹ്മ

ണനാണ് മുൻ പറഞ്ഞ മൂവരെയും ഹിന്ദുരാഷ്ട്ര സിദ്ധാന്തത്തിലേക്ക് നയിച്ചത്. ഗൂഢാലോചനയിൽ പങ്കാളിയായിരുന്ന വിഷ്ണുകർക്കരെ എന്ന ബ്രാഹ്മണൻ ജനിച്ചത് ഒരു ദരിദ്ര കുടുംബത്തിലാണ്. ഹിന്ദു മഹാസഭ യുടെ പ്രവർത്തനങ്ങളുമായി ബന്ധപ്പെട്ടിരുന്ന അയാൾ ആപ്തെയുടെ സഹായത്തോടെ മത്സരിച്ച് അഹമ്മദ് നഗർ മുനിസിപ്പാലിറ്റി കൗൺസി ലറായി. നവഖാലിയിൽ ഗാന്ധിജി പ്രവർത്തിക്കുമ്പോൾ ദുരിതാശ്വാസ പ്രവർത്തനങ്ങളുമായി ബന്ധപ്പെട്ട് കർക്കരെ അവിടെയുണ്ടായിരുന്നു. നവ ഖാലിയിൽ ഹിന്ദുക്കൾ അനുഭവിച്ച കഷ്ടപ്പാടുകളിൽ രോഷം കൊണ്ട അയാൾ ഗാന്ധിജിയുടെ ശത്രുവായി മാറുകയായിരുന്നു!

ഗൂഢാലോചനയിൽ പങ്കെടുത്ത മറ്റൊരാൾ ഡോ: ദത്താത്രെയ പർച്ചൂരെ എന്ന ബ്രാഹ്മണനായിരുന്നു. സമ്പന്ന കുടുംബാംഗമായിരുന്ന അയാൾ ആരോഗ്യവകുപ്പിലെ ജോലിക്കു ശേഷം ഹിന്ദു ദേശീയ സേന യുടെ ഗ്വാളിയർ മേഖലയിലെ ഡയറക്ടറായി പ്രവർത്തിച്ചു. 49 വയസ്സു ണ്ടായിരുന്ന അയാളെ അയാളിലും പ്രായത്തിലും ഇളയവരായ മറ്റുള്ള വർ അനുസരിച്ചു പോന്നു. മറ്റൊരാൾ ഒരു ആശാരിയുടെ മകനും നിര ക്ഷരനുമായ ശങ്കർകിഷ്ടയ ആയിരുന്നു. ഇയാൾ ദിഗംബർ ഖഡ്ഗെ എന്ന യാളുടെ വീട്ടിലെ ആശ്രിതനായിരുന്നു. ഗാന്ധി വധക്കേസിലെ മാപ്പുസാക്ഷിയായിരുന്നു ഖഡ്ഗെ. പുസ്തക വില്പനയ്ക്കൊപ്പം നിയമ വിധേയമായി കത്തികളും കഠാരകളും നിയമവിരുദ്ധമായി മറ്റു മാരകാ യുധങ്ങളും ഇയാൾ വില്പന നടത്തിയിരുന്നു.

ഗൂഢാലോചനക്കാരിൽ പ്രായത്തിൽ മുതിർന്നവനും വിദ്യാസമ്പന്ന നുമായിരുന്നു ബാരിസ്റ്റർ വിനായക് ദാമോദർ സവർക്കർ. ഗാന്ധിജിയുടെ പല സന്ദർശനവേളകളിലും ഇയാളുടെ സാന്നിദ്ധ്യം ഉണ്ടായിരുന്നു. 1927 -ൽ ഗാന്ധിജിയുടെ സന്ദർശനവേളയിൽ ഇയാൾ നാടുകടത്തൽ ശിക്ഷ കഴിഞ്ഞ് കരുതൽ തടങ്കലിലായിരുന്നു. ആന്റമാനിലെ ജീവപര്യന്ത തട വിൽ നിന്നും ഇയാൾ സ്വതന്ത്രനായതും മാപ്പെഴുതിക്കൊടുത്തിട്ടാണ്. 'വാങ്മയം' എന്ന പുസ്തകത്തിൽ സവർക്കർ തന്നെ ഇതു സമ്മതിക്കു ന്നുമുണ്ട്.[25] കോടതിയിൽ തന്റെ വിചിത്രവും കാപട്യം നിറഞ്ഞതുമായ വാദമുഖങ്ങൾ നിരത്തി, 'തെളിവുകളുടെ അഭാവത്തിൽ' അയാൾ മോച നവും നേടി. ഗാന്ധിജി വധവിചാരണയ്ക്കൊടുവിൽ നാഥുറാം വിനായക് ഗോഡ്സെ, ദത്താത്രെയ ആപ്തെ എന്നിവർക്ക് വധശിക്ഷയും മറ്റെല്ലാ വർക്കും ജീവപര്യന്തവും മാപ്പുസാക്ഷിയായിരുന്ന ഖഡ്ഗെയ്ക്കും 'തെ ളിവുകളുടെ അഭാവത്തിൽ' സവർക്കർക്കും മോചനവും ലഭിച്ചു. ഇവരെ ല്ലാവരും തന്നെ ഹിന്ദുരാഷ്ട്രദൾ എന്ന സംഘടനയിലെ അംഗങ്ങളും അതിൽനിന്നും ആയുധപരിശീലനം ലഭിച്ചവരുമായിരുന്നുവെന്ന് ഒട്ടേറെ പ്പേർ സാക്ഷ്യപ്പെടുത്തിയിട്ടുണ്ട്. ഇന്ത്യയുടെ വിഭജനവും പാകിസ്ഥാന് 55 കോടി രൂപ നല്കുന്നതിന് ഗാന്ധിജി ചെലുത്തിയ സ്വാധീനവുമാണ് ഗാന്ധിവധത്തിന് പ്രേരണയായതെന്ന് ഗോഡ്സെ കോടതിയിൽ പറഞ്ഞു. യഥാർത്ഥത്തിൽ ഇതൊരു കപട പ്രസ്താവനയായിരുന്നു. സ്വാതന്ത്ര്യ

ലബ്ധിക്കും വർഷങ്ങൾക്കു മുമ്പുതന്നെ ഗാന്ധിവധത്തിനായി ഇവർ പല തവണ ശ്രമിച്ചിരുന്നു എന്ന് തെളിയിക്കപ്പെടുകയുണ്ടായി. 'സനാതനഹിന്ദു' ആയതുകൊണ്ടോ, ദശരഥപുത്രനും അയോദ്ധ്യാധിപതിയും കൗസല്യാതനയനും സീതാപതിയും ആയ രാമനു പകരം സത്യധർമ്മത്തിന്റെ പ്രതീകമായി രാമനെ ഹൃദയത്തിൽ സൂക്ഷിച്ചതു കൊണ്ടോ ഗാന്ധിജിക്ക് ഹിന്ദു തീവ്രവാദികളുടെ നിറതോക്കിൽനിന്നും രക്ഷപ്പെടാനായില്ല!

ഗാന്ധിജിയുടെ സമ്മതത്തോടെയാണ് വിഭജനം നടന്നതെന്നും അതിലുണ്ടായ വിദ്വേഷമാണ് ഗാന്ധി വധത്തിൽ എത്തിച്ചതെന്നും ഗോഡ്സെ കോടതിയിൽ പറയുകയുണ്ടായി. വിഭജനത്തിലേക്കു നയിച്ച രാഷ്ട്രീയകാരണങ്ങളെക്കുറിച്ചോ, അതിന്റ ചരിത്രത്തെക്കുറിച്ചോ ഇവിടെ വിശദീകരിക്കുന്നില്ല. എങ്കിലും ചില വസ്തുതകൾ പറയാതെ വയ്യ. 'ബ്രിട്ടീഷ് ഭരണം ശ്രേയസ്കരമാണ്. മുസ്ലീങ്ങളിൽനിന്നും അത് ഹിന്ദുക്കളെ രക്ഷിക്കുന്നു' എന്നാണ് 'വന്ദേമാതരം' കർത്താവായ ബങ്കിംചന്ദ്രൻ 1883 ൽ പറഞ്ഞത്. 1857 ൽ സയ്യദ് അഹമ്മദ്ഖാൻ പറഞ്ഞതാകട്ടെ, 'എല്ലാ വെള്ളക്കാരും ഇവിടെനിന്നു വിട്ടുപോയി എന്നു സങ്കല്പിക്കുക. അപ്പോൾ ആരായിരിക്കും ഇന്ത്യയുടെ ഭരണാധികാരികൾ? പരസ്പരം കലഹിക്കുകയും സംശയിക്കുകയും ചെയ്യുന്ന രണ്ടു കൂട്ടർക്ക്, ഹിന്ദുക്കൾക്കും മുസ്ലീങ്ങൾക്കും തമ്മിൽ, ഒരേ സിംഹാസനത്തിൽ ഇരിക്കാൻ കഴിയുമോ? സാദ്ധ്യമല്ല. ഒരാൾ മറ്റൊരാളെ കീഴടക്കും' എന്നാണ്. ബംഗാൾ വിഭജന കാലത്ത് ഇരുസമുദായങ്ങളും എടുത്തിരുന്ന പരസ്പര വിരുദ്ധ നിലപാടുകളെക്കുറിച്ച് മുമ്പ് സൂചിപ്പിക്കുകയുണ്ടായി.

1937 ൽ ബ്രിട്ടീഷ് പ്രധാനമന്ത്രിയായിരുന്ന വിൻസ്റ്റൺ ചർച്ചിൽ അന്നത്തെ ഇന്ത്യാ വൈസ്രോയ്ക്ക് എഴുതിയ കത്തിൽ പറയുന്നു: 'മുസ്ലീങ്ങളെ കോൺഗ്രസിനെതിരെയുള്ള എതിർ ചേരിയിലാക്കി നിറുത്തി നാട്ടുരാജാക്ക ാരെ ഒരു വിഭാഗമായി സംഘടിപ്പിക്കണം. ബ്രിട്ടീഷ് ഭരണത്തെ പ്രൗഢിയോടു കൂടി തലമുറകൾ നിലനിറുത്തണം'. 1939-ൽ വൈസ്രോയ് ലിൻലിത്ഗോ പ്രഭു ബ്രിട്ടീഷ് സ്റ്റേറ്റ് സെക്രട്ടറിക്ക് എഴുതിയ കത്തിൽ പറയുന്നു: 'മുസ്ലീങ്ങളെയെല്ലാം ഗാന്ധിയുടെ പിടിയിൽ നിന്നും തിരികെ ലീഗിലേക്കു കൊണ്ടു വരാൻ ഞാൻ ക്ലേശിക്കുന്നു'. 1937 ൽ ഹിന്ദു മഹായോഗത്തിൽ നേതൃത്വം പ്രസ്താവിക്കുന്നു: 'ഇന്ത്യയ്ക്ക് ഇന്നൊരു ഏകരാജ്യമായി നില്ക്കാൻ സാദ്ധ്യമല്ല. നേരെ മറിച്ച് രണ്ടു രാജ്യങ്ങളായി നില്ക്കാനേ കഴിയൂ. ഒന്ന് ഹിന്ദുക്കളുടേതും മറ്റൊന്ന് മുസ്ലീങ്ങളുടേതും'. ഇതിന്റെ തുടർച്ചയെന്നോണം, 1939 ൽ ആർ എസ് എസ് പ്രമുഖനായിരുന്ന ഗോൾവാൾക്കർ പറഞ്ഞത്, 'നമ്മുടെ എന്നത്തെയും പരമശത്രുക്കളായ മുസ്ലീങ്ങൾ നമ്മുടെ മിത്രങ്ങളാണെന്ന് തെറ്റിദ്ധരിപ്പിക്കാൻ നമ്മൾ അനുവദിച്ചു കൊടുത്തു എന്നതാണ് യഥാർത്ഥ അപകടം' എന്നാണ്. ഇങ്ങനെ മതവൈരത്തിന്റെ വിഷവിത്തുകൾ വിതയ്ക്കുകയും കൊയ്യുകയും ചെയ്തതിൽ ഹിന്ദു-മുസ്ലീം മതവർഗ്ഗീയവാദികൾക്കും ബ്രിട്ടീഷ് ഭരണാധികാരികൾക്കും ഒരുപോലെ പങ്കുണ്ടെന്ന്

ചരിത്രം സാക്ഷ്യപ്പെടുത്തുന്നു. അതിലൊന്നും ഗാന്ധിജി ഒരു കക്ഷിയായിരുന്നില്ല! കോൺഗ്രസ് ഒരു മുസ്ലീം വിരുദ്ധ സംഘടനയാണെന്ന ധാരണ മുസ്ലീം ജനവിഭാഗങ്ങൾക്കിടയിലും മുസ്ലീം ലീഗ് ഒരു ഹിന്ദു വിരുദ്ധ സംഘടനയാണെന്ന ധാരണ ഹിന്ദുക്കൾക്കിടയിലും ഉണ്ടാക്കുന്നതിന് അനുയോജ്യമായ പ്രവർത്തനങ്ങളാണ് ഇരുസംഘടനകളിലെയും ചില നേതാക്കൾ നടത്തിയത് എന്ന യാഥാർത്ഥ്യവും കാണേണ്ടതുണ്ട്.

ബ്രിട്ടന്റെ ഭരണമാണ് വിഭജനവാദത്തിന് ഉന്മേഷം പകരുന്നതെന്നും അതുകൊണ്ടവർ ഇന്ത്യ വിട്ടുപോകണമെന്നും ശേഷം കാര്യങ്ങൾ ഇന്ത്യാക്കാർ തീരുമാനിച്ചു കൊള്ളാമെന്നും ഗാന്ധിജി ആവർത്തിച്ചു പ്രസ്താവിക്കുകയുണ്ടായി. ബ്രിട്ടന്റെ വിഭജനസിദ്ധാന്തവും മുസ്ലീംലീഗിന്റെയും ആർ എസ് എസിന്റെയും ഹിന്ദുമഹാസഭയുടെയും ദ്വിരാഷ്ട്രവാദവുമാണ് ഇന്ത്യയെ വെട്ടിമുറിക്കുന്നതിന് കാരണമായത്. അത്തരം വാദങ്ങളെ കോൺഗ്രസിലെ തന്നെ ഒരു വിഭാഗം നേതാക്കൾ അംഗീകരിക്കുകയും ചെയ്തപ്പോൾ ഗാന്ധിജി ഏകനായിത്തീർന്നു. കോടതിയിൽ വിഭജനത്തിന്റെ ഉത്തരവാദിത്വം ഗാന്ധിജിയിൽ ആരോപിച്ച ഗോഡ്സെയുടെയും ഹിന്ദുമഹാസഭയുടെയും മുസ്ലീംലീഗിന്റെയും ജിന്നയുടെയും ആവശ്യം ഒന്നു തന്നെയായിരുന്നു. ഇന്ത്യയെ വെട്ടിമുറിക്കുക എന്നത്! വിഭജനത്തിന് ഗാന്ധിജി എതിരാകുമെന്നതുകൊണ്ട് വിഭജന ചർച്ചയിൽ നിന്നും ഗാന്ധിജിയെ ഒഴിവാക്കുകയാണ് മൗണ്ട് ബാറ്റൺ ചെയ്തത്. വിഭജനക്കരാറിൽ കോൺഗ്രസ്-ലീഗ് നേതാക്കളും മൗണ്ട് ബാറ്റണും ഒപ്പു വച്ച ദിവസം ഗാന്ധിജി പറഞ്ഞു: 'ദൈവം അവരെ രക്ഷിക്കട്ടെ! അവർക്കു സമ്പൂർണ്ണവിവേകം നൽകട്ടെ!' എന്ന്.

1947 ജൂൺ 4-ന് ഗാന്ധിജിയെ സ്നേഹിച്ചിരുന്ന, മതവിദ്വേഷികളല്ലാതിരുന്ന, എല്ലാവരെയും വേദനിപ്പിച്ചുകൊണ്ട് ഗാന്ധിജി പ്രസ്താവിച്ചു: 'എല്ലാം കൊണ്ടും ഞാനിപ്പോൾ ഒരു ചൂതാട്ടക്കാരനാണ്. എന്റെ വാക്കുകൾ ആരു കേൾക്കാൻ? നിങ്ങൾ ഹിന്ദുക്കൾ എന്നെ കേൾക്കുന്നില്ല. മുസ്ലീങ്ങൾ എന്നെ ഉപേക്ഷിച്ചു കഴിഞ്ഞു. എന്റെ വീക്ഷണത്തോട് കോൺഗ്രസിനെയും യോജിപ്പിക്കുവാൻ കഴിഞ്ഞില്ല. എന്നെ ഒരു തീക്കുണ്ഡത്തിലേക്ക് എറിഞ്ഞതുപോലെ തോന്നുന്നു! എന്റെ ഹൃദയം വേവുകയാണ്'. കോൺഗ്രസ് പ്രവർത്തകസമിതിയിൽ വിഭജനതീരുമാനം ചർച്ചയ്ക്കു വന്നപ്പോൾ അതിനെ എതിർക്കുവാൻ രണ്ടേ രണ്ടു പേർ മാത്രമെ ഉണ്ടായിരുന്നുള്ളൂ. അന്നേക്കു ദുർബ്ബലരായിക്കഴിഞ്ഞ, അഥവാ, അനുയായികളാലും ശിഷ്യൻമാരാലും ദുർബ്ബലരാക്കപ്പെട്ട രണ്ടേ രണ്ടു പേർ മാത്രം! മഹാത്മജിയും ഖാൻ അബ്ദുൽ ഗാഫർഖാനും മാത്രം! നെഹ്റുവും പട്ടേലും ചേർന്നാണ് കോൺഗ്രസ് പ്രവർത്തകസമിതിയിൽ വിഭജനത്തിന് അനുകൂലമായ തീരുമാനം എടുപ്പിച്ചത്. അവർക്കു മുന്നിൽ മറ്റു വഴികളില്ലായിരുന്നു എന്നത് മറ്റൊരു ദുരന്തസത്യം.

ഗാന്ധിവധത്തിന്റെ കാരണങ്ങൾ കോടതിയിൽ നിരത്തിയ ഗോഡ്സെ ഉൾപ്പെടെയുള്ളവരുടെ വാക്കുകൾ ഇവിടെ ഇഴകീറി പരി

ശോധിക്കുന്നില്ല. യാഥാർത്ഥ്യത്തെയും സത്യത്തെയും അംഗീകരിക്കുന്ന ആർക്കും തന്നെ അത്തരം പരിശോധനകൾ നടത്താവുന്നതാണ്. അതിലൂടെ കടന്നു പോവുന്ന ആർക്കും തന്നെ പ്രത്യക്ഷത്തിൽ ബോധ്യമാവുന്ന ഒരു വസ്തുതയുണ്ട്. പഴയ ബ്രാഹ്മണ മതത്തോടു ചേർത്തു നിർത്തുവാൻ ശ്രമിച്ചുകൊണ്ടിരിക്കുന്ന പുതിയ ജാതി ഹിന്ദുമതത്തിലെ ബ്രാഹ്മണ പക്ഷപാതിയായിരുന്നു ഗോഡ്സെ എന്നതാണത്. അയാളുടെ കൂട്ടാളികളും പില്ക്കാല അനുയായികളും വ്യത്യസ്തരല്ല. സവർക്കറെപ്പോലുള്ള ബ്രാഹ്മണപക്ഷപാതികൾ അയാൾക്കു പിന്തുണയേകി കൂടെ നിന്നപ്പോൾ അയാളും കൂട്ടാളികളും ഗാന്ധിവധം വിജയകരമായി നടപ്പാക്കി! ഗാന്ധിവധത്തോടുകൂടി അവരുടെ വിഭജനതന്ത്രങ്ങൾ അവസാനിപ്പിച്ചിട്ടില്ല എന്ന് 'ഹിന്ദുത്വ'പക്ഷക്കാർ ഇന്നു തെളിയിച്ചുകൊണ്ടിരിക്കുന്നു. അതിനു വേണ്ടിയുള്ള തന്ത്രങ്ങൾ പലതാണ്. ആയുധങ്ങൾ വ്യത്യസ്തമാണ്. അതിനുള്ള ഒരു ആയുധമാണ് അവർക്ക് രാമനും!

എഫ്. രാമൻ ഹിന്ദു തീവ്രവാദികളുടെ ആയുധമാകുന്നു.

1857 ഏപ്രിൽ 24 ന് മൂന്നാം നേറ്റീവ് കാവൽറിയിലെ 90 സൈനികർ ഗ്രീസു പുരട്ടിയ വെടിയുണ്ടകൾ ഉപയോഗിക്കുവാൻ വിസമ്മതിച്ചതോടു കൂടിയാണ് ബ്രിട്ടീഷ് ഭരണത്തിനെതിരെ ഒന്നാം സ്വാതന്ത്ര്യസമരം ആരംഭിക്കുന്നത്. മെയ് 9-ന് അവരിൽ 85 പേരെ പിരിച്ചുവിട്ടു. 10 വർഷത്തെ തടവുശിക്ഷയായിരുന്നു അവർക്ക് വിധിക്കപ്പെട്ടത്. ഈ സംഭവം മീററ്റിലെ ഇന്ത്യൻ സൈനികരിലും പ്രതിഷേധാഗ്നി പടർത്തി. അങ്ങനെ 1857-ലെ ഒന്നാം സ്വാതന്ത്ര്യസമരത്തിന് അരങ്ങൊരുങ്ങി. തടവിലാക്കപ്പെട്ട സൈനികരെ മെയ് 10-ന് സഹപ്രവർത്തകർ ബലം പ്രയോഗിച്ചു മോചിപ്പിച്ചു. അതോടുകൂടി കലാപവും ആരംഭിച്ചു. കലാപകാരികളായ സൈനികർ ഡൽഹിയിലെത്തി അവിടത്തെ സൈനികർക്കൊപ്പം യൂറോപ്യൻ സൈനിക മേധാവികളെ വധിച്ച് ഡൽഹി പിടിച്ചെടുത്തു.

ഡൽഹി, കാൺപൂർ, ലഖ്നൗ, ബറേലി, ഝാൻസി, ബീഹാർ, ഫൈസാബാദ്, ബംഗാൾ, പഞ്ചാബ് തുടങ്ങിയ സ്ഥലങ്ങളിലേക്ക് കലാപം വ്യാപിക്കുന്നതിന് ഏറെ സമയം വേണ്ടിവന്നില്ല. നാനാസാഹബ്, താന്തിയാതോപ്പി, അസിമുള്ള എന്നിവർ കാൺപൂരിലും അവധിലെ ബീഗമായ ഹസ്റത്ത്മഹൽ ലഖ്നൗവിലും റാണി ലക്ഷ്മിഭായി ഝാൻസിയിലും കൺവർസിങ് ബീഹാറിലും അഹമ്മദുള്ള മൗലവി ഫൈസാബാദിലും കലാപത്തിന് നേതൃത്വം നല്കി. സമരം മൃഗീയമായി ബ്രിട്ടീഷുകാർ അടിച്ചമർത്തി. അതോടുകൂടി 1858 ൽ ബ്രിട്ടീഷ് പാർലമെന്റ് പാസാക്കിയ ഒരു നിയമത്തിലൂടെ ഇന്ത്യയുടെ ഭരണം ഈസ്റ്റ് ഇന്ത്യാ കമ്പനിയിൽ നിന്നും ബ്രിട്ടീഷ് സിംഹാസനം ഏറ്റെടുത്തു. ഗവർണർ ജനറലിന്റെ ഉദ്യോഗപ്പേർ വൈസ്രോയ് എന്നാക്കി മാറ്റി. അങ്ങനെ, കാനിങ് പ്രഭു അവസാനത്തെ ഗവർണർ ജനറലും ആദ്യത്തെ വൈസ്രോയ്യും ആയി മാറി.

ഈ സമരത്തോടു കൂടി തങ്ങളുടെ അവകാശികളെ തെരഞ്ഞെടുക്കുവാനുള്ള അധികാരം നാട്ടുരാജാക്കന്മാർക്കു തിരികെ ലഭിച്ചു. ഭരണസൗകര്യത്തിനായി ഇന്ത്യയെ പ്രവിശ്യകളായി തിരിച്ചു. ചുരുക്കത്തിൽ, ഒന്നാം സ്വാതന്ത്ര്യസമരത്തോടു കൂടി ബ്രിട്ടീഷ് ഭരണം കൂടുതൽ കർക്കശവും ആസൂത്രിതവും ആയി മാറി.

ഈ സമരത്തിനു മുമ്പു തന്നെ ഇന്ത്യയിലെ വിവിധ പ്രദേശങ്ങളിൽ ഒറ്റപ്പെട്ട സമരങ്ങളും നടന്നിരുന്നു. അവയിൽ ഭൂരിഭാഗവും ഈസ്റ്റ് ഇന്ത്യാ കമ്പനി നടപ്പാക്കിയ കർഷകവിരുദ്ധമായ നിയമങ്ങൾക്കെതിരെയുള്ളതായിരുന്നു. അത്തരം സമരങ്ങളൊന്നും തന്നെ ദേശീയസ്വാതന്ത്ര്യമെന്ന ലക്ഷ്യത്തിലേക്ക് ഉയർന്നിരുന്നില്ല. 18-ാം നൂറ്റാണ്ടിന്റെ ഉത്തരാർദ്ധത്തിൽ ബംഗാളിൽ ഉണ്ടായ സന്ന്യാസി ലഹള ശ്രദ്ധേയമായിരുന്നു. 1822 നും 1827 നും ഇടയിൽ പൂനയിലുണ്ടായ രാംസോ കലാപങ്ങൾ, 1831 നും 1857 നും ഇടയിൽ ബംഗാളിലെ നീലം കൃഷിക്കാരുടെ കലാപങ്ങൾ, 1844 ലെ സാവന്തവാഡി കലാപം, 1847, 1851, 1852, 1853 എന്നീ വർഷങ്ങളിൽ മലബാറിലുണ്ടായ കാർഷിക കലാപങ്ങൾ (ഇതിന്റെ തുടർച്ചയായിരുന്നു 1921 ലെ മലബാർ കലാപം). 1855-1856 ലെ സന്താൾ കലാപം തുടങ്ങിയവ അവയിൽ ചിലതു മാത്രമാണ്. ഇവയെല്ലാം തന്നെ ഒന്നാം സ്വാതന്ത്ര്യസമരത്തിന് പ്രേരകമായിരുന്നു. ഇന്ത്യയിലെ തങ്ങളുടെ നിലനില്പ് അത്രയെളുപ്പമല്ലെന്ന് ഈ സമരങ്ങളിലൂടെ ബ്രിട്ടീഷ് അധികാരികൾക്ക് ബോധ്യമായി. ഇത്തരം സമരങ്ങളെ നേരിടുന്നതിനായി ബ്രിട്ടീഷ് അധികാരികൾ സ്വീകരിച്ച തന്ത്രമായിരുന്നു ഹിന്ദു-മുസ്ലീം ശത്രുത രൂപപ്പെടുത്തുക എന്നത്. അതേസമയം, പട്യാല, കപൂർത്തല, നേപ്പാൾ തുടങ്ങിയ നാട്ടുരാജ്യങ്ങളിലെ ഹിന്ദു രാജാക്ക ാർ ബ്രിട്ടീഷുകാർക്ക് വേണ്ടതായ ഒത്താശകളും നൽകിയിരുന്നു! രാജ്യത്തെമ്പാടും ഉയർന്നു വന്ന ജനകീയ പ്രക്ഷോഭങ്ങളെ അടിച്ചമർത്തുക എന്നതിനൊപ്പം ദേശീയ ജനതയെ ഭിന്നിപ്പിക്കുക എന്ന തന്ത്രം കൂടിയാണ് 1857-ലെ സമരത്തെ തുടർന്ന് ബ്രിട്ടീഷുകാർ സ്വീകരിച്ചത്. അത്തരം ഭിന്നിപ്പിക്കലിന്റെ ഭാഗമായാണ് ഹിന്ദു-മുസ്ലീം മതവിശ്വാസികൾക്കിടയിലെ തീവ്രവാദികളെ അവർ കൂട്ടുപിടിച്ചത്.

ഇതിന്റെ പരീക്ഷണമാണ് ബ്രിട്ടീഷുകാർ അയോദ്ധ്യയിൽ നടത്തിയത്. ചരിത്രത്തിന്റെയോ, ഉൽഖനനശാസ്ത്രത്തിന്റെയോ പിന്തുണയില്ലെങ്കിൽപ്പോലും അയോദ്ധ്യയാണ് രാമന്റെ ജന്മസ്ഥലം എന്ന് വാല്മീകി രാമായണത്തെ മുൻനിർത്തി ഒരു വിഭാഗം ഹിന്ദുക്കൾ വിശ്വസിക്കുന്നു. ത്രേതായുഗത്തിൽ - അതായത്, 'ഒൻപതുലക്ഷം വർഷങ്ങൾ'ക്കു മുമ്പ് - ദശരഥപുത്രനായ രാമൻ ജനിച്ചത് ബാബറി മസ്ജിദിന്റെ താഴികക്കുടം നിൽക്കുന്ന സ്ഥലത്തായിരുന്നു എന്നും അവിടെയൊരു ഹിന്ദു രാമക്ഷേത്രം മസ്ജിദ് ഉണ്ടാകുന്നതിനു മുമ്പ് ഉണ്ടായിരുന്നുവെന്നും ആയിരുന്നു മതതീവ്രവാദികളായ കുറെ ഹിന്ദുക്കളുടെ വിശ്വാസം! (രാമന്റെ കാലത്തേതുപോലെ, 'ഒൻപതുലക്ഷം വർഷങ്ങൾ'ക്കു മുമ്പ്, മനുഷ്യ

വംശം വികസിച്ചിരുന്നുവോ എന്നത് അവർക്ക് പ്രശ്നമല്ല!) 1528 ൽ ബാബറുടെ സൈനികത്തലവനായിരുന്ന മിർസാഖിയാണ് അയോദ്ധ്യയിൽ മസ്ജിദ് പണിതത്. മൂന്നു നൂറ്റാണ്ടുകൾക്കു ശേഷം, 1850 ൽ മാത്രമാണ് അവിടെയൊരു മതസംഘർഷം ഉണ്ടായത്. തുടർന്നാണ് ബ്രിട്ടീഷ് ഭരണകൂടം അതിൽ ഇടപെടുന്നതും ഹിന്ദു-മുസ്ലീം വൈരത്തെ മൂർച്ഛിപ്പിക്കുന്ന ചില നടപടികൾ സ്വീകരിച്ചതും. 1853-ൽ ക്ഷേത്രം നിന്നിരുന്ന സ്ഥലത്താണ് പള്ളി പണിതതെന്ന വാദവും അതിന്റെ പേരിലുള്ള സംഘർഷവും രൂപപ്പെട്ടു. 1859-ൽ ബ്രിട്ടീഷ് സർക്കാർ പള്ളിക്കു ചുറ്റും മതിൽ കെട്ടി. പള്ളിക്കകം മുസ്ലീങ്ങൾക്കും മതിലിനു പുറത്തുള്ള വളപ്പ് ഹിന്ദുക്കൾക്കും പ്രാർത്ഥനയ്ക്കായി നല്കി. 1885-ൽ ക്ഷേത്രം നിർമ്മിക്കുവാൻ സ്ഥലം നല്കണമെന്ന രഘുബീർസിങ് എന്ന പുരോഹിതന്റെ ആവശ്യം ഫൈസാബാദ് ജില്ലാക്കോടതി തള്ളിക്കളഞ്ഞു. 1949 വരെ കാര്യമായ പ്രശ്നങ്ങളൊന്നും ഇല്ലാതെ അയോദ്ധ്യയിലെ ജീവിതം മുന്നോട്ടു പോയി.

1948 ൽ ഗാന്ധിവധത്തെ തുടർന്ന് പുതിയ വഴിത്തിരിവിൽ കാര്യങ്ങളെത്തി. ഹിന്ദുത്വ ആശയങ്ങൾ അതിന്റെ ആസുരരൂപം കൈക്കൊണ്ട് ശക്തിപ്പെടാൻ തുടങ്ങിയത് ഈ ഘട്ടത്തിലാണ്. 1949 ഡിസംബർ 22 നും 23 നും മദ്ധ്യേയുള്ള അർദ്ധരാത്രിയിലാണ് ബാബറി മസ്ജിദിനുള്ളിൽ രാമവിഗ്രഹം സ്ഥാപിക്കപ്പെട്ടത്. 1948-ലെ ഗാന്ധിവധത്തെ തുടർന്ന് തീവ്രവാദത്തിൽ നിന്നും അകന്നു പോയ ഹിന്ദുക്കളെ തിരികെയെത്തിക്കുന്നതിനുള്ള ശ്രമത്തിന്റെ ഭാഗമായിരുന്നു ഇത്. രാമചരിതമാനസ് എന്ന പേരിൽ (തുളസീദാസകവി ഇവർക്കു മാപ്പു കൊടുക്കട്ടെ!) അഖിലഭാരതീയ രാമായണ മഹാസഭ അവിടെ അഖണ്ഡനാമാചരണവും നടത്തുന്നുണ്ടായിരുന്നു. ആർ എസ് എസ്സ് അവിടെ അഖില ഭാരതീയ രാമായണസഭയുടെ വേഷം കെട്ടുകയായിരുന്നു. ഗാന്ധി വധത്തിനു മുമ്പ് ഗാന്ധിജിക്കെതിരെ ഭീഷണികൾ മുഴക്കിയിരുന്ന മഹന്ത്സിംഗ് വിജയനാഥ് എന്നയാളായിരുന്നു നാമാചരണത്തിന്റെ ചുമതലക്കാരൻ. മസ്ജിദിനുള്ളിലെ രാമവിഗ്രഹം സ്വയംഭൂവെന്നായിരുന്നു ഹിന്ദുസംഘടനകളുടെ വാദം! സുന്നി വഖഫ് ബോർഡ് ഈ കടന്നുകയറ്റത്തിൽ പ്രതിഷേധിച്ചു. അതോടെ, മസ്ജിദ് നില്ക്കുന്ന സ്ഥലം തർക്കഭൂമിയായി മാറി. തുടർന്നു നടന്ന സംഭവങ്ങൾ നമ്മൾ കണ്ടതാണ്.

യഥാർത്ഥത്തിൽ, വാല്മീകിരാമായണത്തിൽ പറയുന്ന അയോദ്ധ്യ തന്നെ ഇന്നത്തെ ഇന്ത്യയിൽ എവിടെയാണെന്ന കാര്യത്തിൽ അഭിപ്രായഭേദങ്ങളുണ്ടെന്ന് മുമ്പ് പറയുകയുണ്ടായി. വാല്മീകി പറയുന്നതുപ്രകാരമാണെങ്കിൽ അയോദ്ധ്യാപുരി സരയൂ നദിയിൽ നിന്നു 'അദ്ധ്യർദ്ധ യോജന' അകലെയാണ്. അതായത് 12 നാഴിക അകലെ. ആർക്കിയോളജിക്കൽ സർവ്വെ വകുപ്പ് അസിസ്റ്റന്റ് ഡയറക്ടറായിരുന്ന എം സി ജോഷി പറഞ്ഞിരിക്കുന്നതും അയോദ്ധ്യാപുരി സരയുവിൽ നിന്നും അകലെയാണെന്നാണ്. ചൈനീസ് സഞ്ചാരിയായിരുന്ന ഹുയാൻസാങ് രേഖപ്പെടു

ത്തിയത്, കനൗജിൽനിന്നും 192 കിലോമീറ്റർ ദൂരെ ഗംഗാ തീരത്താണ് അയോദ്ധ്യ എന്നാണ്. എ ഡി 7-ാം നൂറ്റാണ്ടിലാണ് അദ്ദേഹം ഇന്ത്യയിലെത്തിയത്. എ ഡി 606-647-ൽ ഗുപ്ത കാലഘട്ടത്തിനുശേഷം അധികാരത്തിലെത്തിയ ഹർഷവർദ്ധനന്റെ കാലത്താണ് ഹുയാൻസാങ് ഇന്ത്യയിലെത്തുന്നത്. അദ്ദേഹം നളന്ദയിലെ ഒരു ബിരുദധാരിയുമായിരുന്നു. ഇങ്ങനെ, വാല്മീകി പറയുന്ന അയോദ്ധ്യ എവിടെയാണെന്ന കാര്യത്തിൽ ഒരു തീർപ്പുണ്ടാക്കുന്നതിന് ആർക്കും കഴിഞ്ഞിട്ടില്ല. മറ്റൊരു കൗതുകം, എ ഡി 7-ാം നൂറ്റാണ്ടിൽ അയോദ്ധ്യയിലുണ്ടായിരുന്നവരിൽ ഏറെപ്പേരും ബുദ്ധമതവിശ്വാസികളായിരുന്നുവെന്നും 3000-ത്തോളം ബുദ്ധസന്ന്യാസിമാർ അവിടെയുണ്ടായിരുന്നുവെന്നും ആണ് ഹ്യുയാൻസാങ് രേഖപ്പെടുത്തിയത് എന്നതാണ്. അദ്ദേഹത്തിന്റെ കണക്കെടുപ്പനുസരിച്ച് അവിടെ നൂറോളം ബുദ്ധവിഹാരങ്ങളും പത്തോളം ക്ഷേത്രങ്ങളും ഉണ്ടായിരുന്നു. അതിനുമുമ്പ്, എ ഡി 4-ാം നൂറ്റാണ്ടിലോ, 5-ാം നൂറ്റാണ്ടിലോ ഇന്ത്യ സന്ദർശിച്ച ഫാഹിയാൻ എന്ന ചൈനീസ് സഞ്ചാരിയും സാകേതം (അയോദ്ധ്യയുടെ മറ്റൊരു പേരാണ് സാകേതം) സന്ദർശിച്ചിരുന്നതായും അവിടത്തെ ബുദ്ധമത സാന്നിദ്ധ്യം രേഖപ്പെടുത്തിയിട്ടുള്ളതായും പറയപ്പെടുന്നു. ചന്ദ്രഗുപ്തൻ രണ്ടാമന്റെ കാലത്താണ് (എ ഡി 380-നും എ ഡി 412-നും മദ്ധ്യേ) ഫാഹിയാൻ ഇന്ത്യ സന്ദർശിക്കുന്നത്. ജൈനരുടെ രേഖകളിലാകട്ടെ അയോദ്ധ്യ ഒരു ജൈനമതകേന്ദ്രമായും പറയപ്പെടുന്നു.[26] ചുരുക്കത്തിൽ, അയോദ്ധ്യാധിപനായ രാമന്റെ കഥ തന്നെ ശരിക്കും പ്രചാരത്തിലാകുന്നത് ഗുപ്തകാലഘട്ടം മുതലാണ്. ചരിത്രത്തിൽ കുറച്ചുകൂടി മുന്നോട്ടു വന്ന് മുഗളഭരണകാലത്തെത്തുമ്പോഴും വസ്തുതകൾ ഭിന്നമാകുന്നില്ല. അക്ബർ ചക്രവർത്തിയുടെ (എ ഡി 1556-1605) ഭരണകാലത്തു ജീവിച്ചിരുന്ന മഹാനായ കവിയാണ് *രാമചരിതമാനസം* രചിച്ച തുളസീദാസ്. അക്ബറിന്റെ കാലത്ത് പ്രാചീനേന്ത്യൻ സാഹിത്യകൃതികൾ പേർഷ്യൻ ഭാഷയിലേക്കും മറ്റും പരിഭാഷപ്പെടുത്തിയിട്ടുള്ള കാര്യം മുമ്പ് സൂചിപ്പിക്കുകയുണ്ടായി. അവധി ഭാഷയിൽ രചിക്കപ്പെട്ട *രാമചരിതമാനസ*ത്തിന് അക്കാലത്തുണ്ടായ പ്രചാരം നമ്മുടെയൊക്കെ സങ്കല്പത്തിനതീതമാണ്. അക്ബർ അതിനെ പ്രോത്സാഹിപ്പിക്കുകയും ചെയ്തിരുന്നു. *രാമചരിതമാനസ*ത്തിൽ ഇന്നു ഹിന്ദുമതതീവ്രവാദികൾ പറയുന്ന അയോദ്ധ്യയെക്കുറിച്ചോ, രാമജ ഭൂമിയെക്കുറിച്ചോ തുളസീദാസൻ പറഞ്ഞിട്ടില്ല. അക്ബറിന്റെ കൊട്ടാരസദസ്സിലെ പ്രമുഖകവികളിലൊരാളായിരുന്ന റഹിം ഖംഖാന, തുളസീദാസന്റെ ആത്മമിത്രമായിരുന്നുവെന്നു മാത്രമല്ല ഇരുവരും ചേർന്ന് അവധി ഭാഷയിൽ കവിതകൾ രചിക്കുകയും ചെയ്തിരുന്നു എന്ന ചരിത്രവസ്തുത അക്ബറോ, തുളസീദാസോ, റഹിം ഖംഖാനയോ നേരിട്ടു വന്നു സാക്ഷ്യപ്പെടുത്തിയാലും സംഘപരിവാർ അംഗീകരിക്കുമെന്നു തോന്നുന്നില്ല!

രാമക്ഷേത്രം പൊളിച്ച് അവിടെ പള്ളി സ്ഥാപിച്ചത് ബാബർ (എ ഡി 1526-1530) ആണെന്നാണ് ഹിന്ദുത്വപക്ഷക്കാർ പറയുന്നത്. ഈ സാഹ

ചര്യത്തിൽ ബാബറിന് മറ്റു മതങ്ങളോടുണ്ടായിരുന്ന സമീപനം എന്താ യിരുന്നുവെന്ന് പരിശോധിക്കേണ്ടതുണ്ട്. 'ആ പരിശോധനയ്ക്കിടയിലാണ് ഭോപ്പാൽ പബ്ലിക് ലൈബ്രറിയിൽ സൂക്ഷിച്ചിരിക്കുന്ന ഒരു ചരിത്രരേഖ ചരിത്രകാരന്മാർ കണ്ടെത്തിയത്. ബാബർ ചക്രവർത്തിയുടെ വിൽപ്പത്ര മാണ് പ്രസ്തുതരേഖ. അയോദ്ധ്യാതർക്കം പുകഞ്ഞുപൊന്തുന്നതിന് എത്രയോ വർഷങ്ങൾക്കു മുമ്പാണ് ആ വിൽപ്പത്രം കണ്ടെത്തിയത്. അതു കൊണ്ട് ഇന്നതു ഒരു ചരിത്രരേഖയായി നമുക്കു ലഭിച്ചു. ആ വിൽപ്പത്ര ത്തിലെ പ്രസക്തമായ ഭാഗങ്ങൾ അപ്പടി തർജ്ജമ ചെയ്തു ചുവടെ കൊടു ക്കുകയാണ്. (1) മതപരമായ പക്ഷപാതം നിന്റെ മനസ്സിനെ സ്വാധീനി ക്കാൻ അനുവദിക്കരുത്. എല്ലാ ജനങ്ങളുടെയും മതഭാവങ്ങളെയും ആചാ രങ്ങളെയും സശ്രദ്ധം മാനിക്കണം (2) ഗോഹത്യയിൽനിന്നും പ്രത്യേക മായി വിരമിക്കണം (3) ആരുടെയും ആരാധനാലയങ്ങളെ നശിപ്പിക്കരു ത്. എപ്പോഴും നീതിയെ ആദരിക്കുകയും സ്നേഹിക്കുകയും വേണം (4) ഇസ്ലാം മത പ്രചാരണത്തിന് മറ്റായുധങ്ങളേക്കാൾ നല്ലത് സ്നേഹ മാണെന്ന് ഓർക്കണം (5) നിന്റെ പ്രജകളുടെ വൈവിധ്യത്തെ ഋതുഭേദ ങ്ങളെപ്പോലെ കാണുക. രാഷ്ട്രീയത്തിന്റെ ഭേദങ്ങൾ ഉണ്ടാവരുത് (Murray.T.Titus ഭാഗം 156, 157) ഈ പ്രമാണം പ്രസിദ്ധീകരിച്ചതും മുറെ യാണ്. അത് ശ്രദ്ധാപൂർവ്വം വായിച്ചാൽ ബാബർ ചക്രവർത്തി സമാരാ ധ്യനായ മതമൈത്രീ സന്ദേശകാരനാണെന്നും കാണാം.'[27] ഈ വിൽപ്പത്രം എഴുതിവച്ച ബാബറിന്റെ കാലത്താണ് രാമക്ഷേത്രം പൊളിച്ച് അവിടെ പള്ളി സ്ഥാപിച്ചത് എന്നാണ് രാമക്ഷേത്രനിർമ്മാതാക്കളുടെ പക്ഷം എന്നത് എത്രയേറെ പരിഹാസ്യമെന്നു ചിന്തിക്കുക.

രാമഭക്തി ഹിന്ദി മേഖലയിൽ പ്രചാരത്തിലാവുന്നത് തുളസീദാസന്റെ *രാമചരിതമാനസം* എന്ന ഭക്തികാവ്യത്തോടു കൂടിയാണ്. അതുപോലെ തന്നെ, മറ്റ് ഇന്ത്യൻ ഭാഷകളിൽ *രാമചരിതമാനസ*ത്തിനു മുമ്പും പിമ്പും ഉണ്ടായ രാമായണകാവ്യങ്ങളിലൂടെയാണ് വിവിധ ദേശങ്ങളിൽ ഇന്നത്തെ നിലയിൽ രാമകഥ പ്രചാരമാർജ്ജിക്കുന്നത്. അല്ലാതെ, വാല്മീകിയുടെ സംസ്കൃത രാമായണത്തിലൂടെയല്ല! കേരളത്തിന്റെ സ്ഥിതി നമുക്കറി യാം. 16-ാം നൂറ്റാണ്ടിലുണ്ടായ എഴുത്തച്ഛന്റെ *അദ്ധ്യാത്മരാമായണം കിളി പ്പാട്ടി*ലൂടെയാണ് കേരളത്തിൽ രാമായണ കാവ്യത്തിനു പ്രചാരം സിദ്ധി ക്കുന്നത്. ഇന്ത്യയിലെ വിവിധ ദേശങ്ങളിലെ സ്ഥിതിയും വ്യത്യസ്തമ ല്ല. ഇത്തരം ചരിത്ര വസ്തുതകളെയെല്ലാം അവഗണിച്ചാണ് 1949 ഡിസം ബറിലെ അർദ്ധരാത്രിയിൽ മതവൈരം വളർത്തുക എന്ന ലക്ഷ്യത്തോടു കൂടി രാമവിഗ്രഹം ബാബറി മസ്ജിദിനുള്ളിൽ സ്ഥാപിക്കപ്പെട്ടത്.

ബാബറി മസ്ജിദ് ഒരു രാഷ്ട്രീയ പ്രശ്നമായി മാറ്റപ്പെടുന്നത് 1980-കളിലാണ് എന്നു കാണാം. പള്ളി തകർത്ത് അവിടെ രാമക്ഷേത്രം പണി യണമെന്നായിരുന്നു ഹിന്ദുത്വവാദികളുടെ ആവശ്യം. വിശ്വഹിന്ദു പരി ഷത്ത് ഈ ആവശ്യം ആദ്യം ഉന്നയിക്കുകയും ഭാരതീയ ജനതാ പാർട്ടി അതേറ്റെടുക്കുകയുമാണ് ഉണ്ടായത്. അഥവാ, പരിഷത്തിനെക്കൊണ്ട്

ആർ എസ് എസ് അങ്ങനെയൊരാവശ്യം ഉന്നയിപ്പിക്കുകയായിരുന്നു. ഇതോടൊപ്പം 1980-കളിലെ ഇന്ത്യൻ രാഷ്ട്രീയ സാഹചര്യം വിലയിരുത്താതെ മുന്നോട്ടു പോവാനാവില്ല. 1980-ലാണ് ജനസംഘം അതിന്റെ പുള്ളിക്കുപ്പായം മാറ്റി ബി ജെ പി യായി മാറിയത്. തുടർന്നിങ്ങോട്ട്, രാഷ്ട്രീയത്തെയും മതത്തെയും അനുപാതം നോക്കാതെ കൂട്ടിക്കുഴയ്ക്കുകയാണ് അവർ ചെയ്തത്. 1985-ലാണ് ഷബാനു കേസ് വിധി വരുന്നത്. വിവാഹബന്ധം വേർപെടുത്തപ്പെടുന്ന മുസ്ലീം സ്ത്രീകൾക്ക് ജീവനാംശം ലഭിക്കണമെന്നായിരുന്നു വിധി. ഇതിനെ മറികടന്ന് ന്യൂനപക്ഷ പ്രീണനം ലക്ഷ്യമാക്കി അന്നത്തെ പ്രധാനമന്ത്രി രാജീവ് ഗാന്ധി കൊണ്ടുവന്ന നിയമം ആർ എസ് എസും ബി ജെ പി യും ശരിക്കും ആഘോഷിച്ചു! ശരിഅത്ത് നിയമത്തിൽ വിശ്വസിക്കുകയും പിന്തുടരുകയും ചെയ്യുന്ന മുസ്ലീങ്ങളെ പ്രീണിപ്പിക്കുന്നതിനാണ് രാജീവ് ഗാന്ധിയുടെ നിയമനിർമ്മാണം എന്നു വ്യാഖ്യാനിക്കപ്പെട്ടു. യഥാർത്ഥത്തിൽ, രാജീവ് ഗാന്ധിയുടെയും കോൺഗ്രസിന്റെയും ലക്ഷ്യം അതുതന്നെയായിരുന്നു താനും.

ഈ വിമർശനങ്ങളെ മറികടക്കുന്നതിനും ഹിന്ദുത്വവാദികളെ പ്രീണിപ്പിക്കുന്നതിനുമായി 1986 ഫെബ്രുവരിയിൽ സ്ഥലം ഹിന്ദുക്കൾക്കു ആരാധനയ്ക്കായി തുറന്നു കൊടുക്കണമെന്ന കോടതി നിർദ്ദേശത്തിന്റെ മറവിൽ മസ്ജിദ് ഹിന്ദുക്കൾക്കു തുറന്നു നല്കി. ആ കോടതി വിധിക്കെതിരെ എന്തെങ്കിലും നിയമനടപടികൾക്ക് സർക്കാർ തയ്യാറായില്ല. യഥാർത്ഥത്തിൽ, സ്വാതന്ത്ര്യാനന്തര ഇന്ത്യയിലെ ഏറ്റവും വലിയ ദുരന്തത്തിനു വഴി തുറന്നു ഈ തീരുമാനം. ഹിന്ദുക്കളെയും മുസ്ലീങ്ങളെയും ഒരേ സമയം പ്രീണിപ്പിക്കുക എന്ന ലക്ഷ്യമായിരുന്നു സർക്കാരിന്റേത്. അതോടുകൂടി ബി ജെ പിയുടെ രാഷ്ട്രീയലക്ഷ്യം സഫലമാകുന്നതിനുള്ള വഴിയും തെളിഞ്ഞു. 1989-ൽ രാമക്ഷേത്ര നിർമ്മാണം അജണ്ടയാക്കിക്കൊണ്ട് ലോകസഭാതിരഞ്ഞെടുപ്പിൽ ബി ജെ പി മുന്നേറ്റം നടത്തി. അതോടുകൂടി ലോക്സഭയിലെ ബി ജെ പി അംഗസംഖ്യ രണ്ടിൽ നിന്നും 85 ൽ എത്തി.

1990 സെപ്തംബറിൽ ബി ജെ പി അതിചടുലമായ ഒരു നീക്കം നടത്തി. പാർട്ടി ദേശീയ അദ്ധ്യക്ഷനായിരുന്ന എൽ കെ അദ്വാനിയുടെ നേതൃത്വത്തിൽ അയോദ്ധ്യയിലേക്ക് രഥയാത്ര സംഘടിപ്പിക്കപ്പെട്ടു. മതനിരപേക്ഷതയേയും ബഹുസ്വരതയേയും അപകടത്തിലാക്കിക്കൊണ്ടുള്ള പ്രസ്തുത രഥയാത്ര ഗുജറാത്തിലെ സോമനാഥക്ഷേത്രത്തിൽനിന്നാണ് തുടങ്ങിയത്. യാത്രയിലുടനീളം മുസ്ലീങ്ങൾക്കെതിരെയുള്ള കലാപസ്വരങ്ങൾ മുദ്രാവാക്യങ്ങളായി. വഴിനീളെ വർഗ്ഗീയ കലാപങ്ങളും അരങ്ങേറി. ഒക്ടോബർ 30-ന് അയോദ്ധ്യയിലെത്തേണ്ടിയിരുന്ന രഥയാത്ര ഒക്ടോബർ 23-ന് ബീഹാറിലെ സമസ്തിപൂരിൽ വച്ച് തടയപ്പെട്ടു. ബീഹാർ മുഖ്യമന്ത്രിയായിരുന്ന ലാലുപ്രസാദ് യാദവ് ആണ് അത്തരമൊരു നടപടി സ്വീകരിച്ചത്. അദ്വാനിയും മറ്റും അറസ്റ്റിലായെങ്കിലും തടസ്സങ്ങളെ

മറികടന്ന് കർസേവകരും സംഘപരിവാർ പ്രവർത്തകരും അയോദ്ധ്യയിലെത്തി. അവിടെ നടന്ന വെടിവയ്പിൽ കുറേപ്പേർ മരിച്ചു. അതോടെ വി പി സിങ് സർക്കാരിനുള്ള പിന്തുണ ബി ജെ പി പിൻവലിച്ചു.

പിന്തുണ പിൻവലിച്ചതിനുള്ള യഥാർത്ഥ കാരണം അതൊന്നുമായിരുന്നില്ല. 1989 ൽ അധികാരത്തിലുണ്ടായിരുന്ന വി പി സിംഗിന്റെ മണ്ഡൽ കമ്മീഷൻ റിപ്പോർട്ട് നടപ്പാക്കുന്നതിനുള്ള തീരുമാനമായിരുന്നു യഥാർത്ഥ വില്ലൻ! വി പി സിംഗിന്റെ തീരുമാനം സവർണ്ണ-ബ്രാഹ്മണ പാരമ്പര്യമുള്ള ബി ജെ പി യെ ചൊടിപ്പിച്ചതിൽ അത്ഭുതമില്ല. മണ്ഡൽ കമ്മീഷൻ റിപ്പോർട്ടിലെ അപകടം ആദ്യം തിരിച്ചറിഞ്ഞത് ആർ എസ് എസ് ആണ്. സവർണ്ണ ബ്രാഹ്മണ്യത്തിന്റെയും *മനുസ്മൃതി*യുടെയും വക്താക്കളായ അവരുടെ ഹിന്ദുത്വ അജണ്ടയ്ക്ക് മണ്ഡൽ ഒരു തടസ്സമാകുമെന്നതുകൊണ്ടാണ് 'മണ്ഡലിനെതിരെ കമണ്ഡലു' അവർ ഉയർത്തിയത്. അതോടുകൂടി, ഭൂരിപക്ഷ വർഗ്ഗീയതയുടെ പിന്തുണയോടുകൂടി ബി ജെ പി തങ്ങളുടെ സ്ഥാനം ഉറപ്പിച്ചെടുത്തു. അതിനവർ കൂട്ടുപിടിച്ചതാകട്ടെ ഹിന്ദു വർഗ്ഗീയതയേയും! തുടർന്നു നടന്ന തിരഞ്ഞെടുപ്പുകളിൽ ബി ജെ പി അതിന്റെ നില മെച്ചപ്പെടുത്തിക്കൊണ്ടിരുന്നു. 1989-ൽ 8 സീറ്റുകൾ മാത്രമുണ്ടായിരുന്ന ഉത്തർപ്രദേശിൽ പിന്നീടു നടന്ന ലോക്സഭാ തിരഞ്ഞെടുപ്പിൽ 52 സീറ്റുകൾ ബി ജെ പി നേടി. നിയമസഭയിൽ ബി ജെ പി ഭൂരിപക്ഷം നേടി കല്യാൺ സിംഗ് മുഖ്യമന്ത്രിയായി. 1991-ൽ രാജീവ്ഗാന്ധി വധത്തോടുകൂടി കോൺഗ്രസ് അധികാരത്തിലെത്തുകയും നരസിംഹറാവു പ്രധാനമന്ത്രി ആവുകയും ചെയ്തു. 121 സീറ്റുകൾ നേടി ബി ജെ പി പ്രധാന പ്രതിപക്ഷവുമായി.

നരസിംഹറാവു പ്രധാനമന്ത്രിയായിരിക്കെയാണ് 1992 ഡിസംബർ 6-ന് ബാബറി മസ്ജിദ് തകർക്കപ്പെട്ടത്. പ്രത്യേക പരിശീലനം ലഭിച്ച കർസേവകർ ചുരുങ്ങിയ സമയത്തിനുള്ളിൽ മസ്ജിദ് തകർത്തു. മസ്ജിദ് സംരക്ഷിക്കപ്പെടുമെന്ന കല്യാൺസിങ്ങിന്റെ വാക്കു വെറുതെയായി. പ്രധാനമന്ത്രി നരസിംഹറാവുവാകട്ടെ ധ്യാനത്തിലുമായിരുന്നു! പള്ളി സംരക്ഷിക്കുമെന്ന് കല്യാൺ സിങ് സുപ്രീം കോടതിയിൽ നല്കിയ ഉറപ്പ് പാലിക്കപ്പെട്ടില്ല. ഭരണഘടനാനുസൃതം സ്വീകരിക്കേണ്ടിയിരുന്ന നടപടി പ്രധാനമന്ത്രി സ്വീകരിച്ചതുമില്ല. ആദ്യം മസ്ജിദ്, പിന്നെ കാശി, മധുര എന്നതാണ് മുദ്രാവാക്യം!

1992 ഡിസംബർ 16-ന് ജസ്റ്റിസ് ലിബർഹാൻ കമ്മീഷനെ അന്വേഷണത്തിനായി സർക്കാർ നിയോഗിച്ചു. അപ്പോഴേക്കും തകർക്കപ്പെടുവാൻ പാടില്ലാത്തതെല്ലാം തകർക്കപ്പെട്ടു കഴിഞ്ഞിരുന്നു! 2010 ഡിസംബർ 30-ന് അയോദ്ധ്യയിലെ 'തർക്കഭൂമി' വിഭജിച്ചുകൊണ്ട് അലഹബാദ് ഹൈക്കോടതി ഉത്തരവു വന്നു. ഭൂമിയിലൊരു ഭാഗം ഹിന്ദുമഹാസഭയുടെ നിയന്ത്രണത്തിലുള്ള രാംലല്ലയ്ക്കും മറ്റൊരു ഭാഗം നിർമോഹി അഖാഡയ്ക്കും മൂന്നാമത്തെ ഭാഗം സുന്നി വഖഫ് ബോർഡിനും വീതം വച്ച് വിധി വന്നു. അതിനെ ചോദ്യം ചെയ്ത് 2010

ഡിസംബറിൽ ഹിന്ദു മഹാസഭയും സുന്നി വഖഫ് ബോർഡും സുപ്രീം കോടതിയെ സമീപിച്ചു. 2011 മെയ് 9-ന് ഹൈക്കോടതി വിധി സുപ്രീം കോടതി സ്റ്റേ ചെയ്തു. 2019 നവംബർ 9-ന് അയോദ്ധ്യാ തർക്കഭൂമി കേസിൽ സുപ്രീം കോടതിയുടെ നിർണ്ണായക വിധി വന്നു. അയോദ്ധ്യയിലെ തർക്കഭൂമി രാമക്ഷേത്ര നിർമ്മാണത്തിനു കൈമാറ ണമെന്നും മസ്ജിദിന് അയോദ്ധ്യയിൽത്തന്നെ അഞ്ച് ഏക്കർ സ്ഥലം നല്കണമെന്നും വിധി വന്നു. അതോടൊപ്പം, 1949 ൽ മസ്ജിദിനുള്ളിൽ വിഗ്രഹം സ്ഥാപിച്ചതും 1992 ൽ മസ്ജിദ് തകർത്തതും നിയമലംഘന മെന്നും കോടതി കണ്ടെത്തി! അതിനെതിരെ, പക്ഷേ, യാതൊരു നിയമ നടപടിക്കും വിധിയുണ്ടായില്ല! ഇന്നിപ്പോൾ അയോദ്ധ്യയിൽ രാമക്ഷേത്രം പണി ധൃതഗതിയിൽ നടക്കുന്നു. അങ്ങനെ, മതേതരരാഷ്ട്രമെന്നു ഭര ണഘടന പ്രഖ്യാപിച്ചിരിക്കുന്ന ഇന്ത്യാ മഹാരാജ്യത്ത് ഒരു പ്രത്യേക മതത്തിനായി സർക്കാർ നേരിട്ട് ആരാധനാലയം പണിയുന്നു. അതിനെ തിരെയുണ്ടായ പരാതികളും ആക്ഷേപങ്ങളും തമസ്കരിക്കപ്പെട്ടു. രാജ്യത്തെ ഏതെല്ലാം മസ്ജിദുകളിലെ താഴികക്കുടങ്ങൾക്കു ചുവടെ ഏതെല്ലാം ഹിന്ദു ദൈവങ്ങൾ പിറന്നു വീണിട്ടുണ്ട് എന്ന് കാത്തിരുന്നു കാണുന്നതിനു മാത്രമേ നമുക്കു കഴിയൂ! അന്നം നിഷേധിക്കുകയും അമ്പ ലങ്ങൾ പണിയുന്നതിനുമുള്ള വ്യഗ്രതയിലാണ് മതവല്ക്കരിക്കപ്പെട്ട ഇന്ത്യൻ ഭരണകൂടം! മതത്തിന്റെയും ജാതിയുടെയും പേരിൽ ഭിന്നത കൾ സൃഷ്ടിക്കുകയും അതിലൂടെ കോർപ്പറേറ്റ് മുതലാളിത്ത ശക്തി കൾ അവരുടെ വർഗ്ഗതാല്പര്യങ്ങൾ നേടിയെടുക്കുകയും ചെയ്തു കൊണ്ടിരിക്കുന്നു. അതിനുള്ള ആയുധം കൂടിയായി ഇന്ന് വാല്മീകിയുടെ രാമൻ മാറിയിരിക്കുന്നു.

അഭിപ്രായഭേദങ്ങളോട് - മതഭേദങ്ങളോട് - അസഹിഷ്ണുത പുലർത്തുക, അത്തരം ഭേദങ്ങൾ പുലർത്തുന്നവരെ ഉന്മൂലനം ചെയ്യുക, സ്വമത വിശ്വാസത്തിൽ മാത്രം ഉറച്ചുനില്ക്കുക, അപരമതവിശ്വാസിക ളുമായി സങ്കരവും സംവാദവും വിലക്കുക, അപരമതങ്ങളുടെ ആരാധ നാലയങ്ങൾ തകർക്കുക, സമൂഹത്തിൽ ചിലരെ മാത്രം അസ്പൃശ്യ രായും ഇരകളായും കാണുക, ഭൂരിപക്ഷമതവും ഭരണകൂടവും തമ്മിൽ അവിശുദ്ധസഖ്യത്തിൽ ഏർപ്പെടുകയും അതിന്റെ മറവിൽ കോർപ്പറേറ്റ് മുതലാളിത്ത ശക്തികൾക്ക് അവരുടെ ചൂഷണങ്ങൾക്ക് സാഹചര്യമൊ രുക്കുക - ഇങ്ങനെ തുടങ്ങി അനേകം ലക്ഷണങ്ങളുള്ള ഫാസിസത്തി ലേക്ക് ഇന്ത്യൻ ഭരണകൂടം മാറിക്കഴിഞ്ഞിരിക്കുന്നു. അങ്ങനെ നോക്കു മ്പോൾ, ഭൂരിപക്ഷമതവും, അതിന്റെ രാഷ്ട്രീയരൂപവും ന്യൂനപക്ഷമ തവും അതിന്റെ സംഘടനാരൂപവും ഇന്ത്യയിലിന്ന് ഫാസിസ്റ്റുകളായി മാറിക്കഴിഞ്ഞിരിക്കുന്നു എന്ന യാഥാർത്ഥ്യം ഭയാനകമായി നമ്മളെ തുറിച്ചുനോക്കുന്നു. ഇവരുടെയൊക്കെ ഒന്നാമത്തെ ശത്രുക്കൾ, പണ്ടു ജർമ്മനിയിലും ഇറ്റലിയിലുമെന്നതുപോലെ തന്നെ, അപരമതങ്ങളും രണ്ടാമത്തെ ശത്രുക്കൾ കമ്യൂണിസ്റ്റുകാരും ആകുന്നു.

ഇറ്റാലിയൻ-ജർമ്മൻ ഫാസിസ്റ്റു ശക്തികളെ തകർത്തതുപോലെ എളുപ്പമല്ല ഇന്ത്യൻ ഫാസിസത്തെ തകർക്കുക എന്നത്. അവിടത്തെ ഫാസിസം വംശാധിഷ്ഠിതമായിരുന്നുവെങ്കിൽ ഇന്ത്യൻ ഫാസിസം അതു മാത്രമല്ല. അത് മതവും ജാതിയും അവയുടെ ഉൾപ്പിരിവുകളുമായി അഭേദ്യമാംവിധം കൂട്ടിയിണക്കപ്പെട്ടിരിക്കുന്നു. എല്ലാവിധ അടിച്ചമർത്തലുകളെയും പീഡനങ്ങളെയും ഭൂരിപക്ഷമതവുമായി ബന്ധപ്പെട്ട് കർമ്മ-പുനർജ്ജന്മസിദ്ധാന്തങ്ങളുമായും ബ്രാഹ്മണ്യവുമായും ബന്ധിപ്പിക്കുന്നതിന് ഇന്ത്യൻ ഫാസിസ്റ്റുകൾ വിജയിച്ചുകഴിഞ്ഞിരിക്കുന്നു. ഏതു ദുരിതവും 'വിധികല്പിത'മെന്നു വിശ്വസിക്കുന്ന ജനതയാണ് ഇന്ത്യയിലിന്ന് ഭൂരിപക്ഷം. അവരാണ് ഫാസിസത്തിന്റെ ഇരകൾ. ഈ ഭൂരിപക്ഷജനത എത്തിപ്പെട്ടിരിക്കുന്ന മതപരവും ജാതീയവുമായ ഭ്രമകല്പനകളിൽ നിന്നും പുറത്തുകടക്കാത്തിടത്തോളം കാലം ഇന്ത്യൻ ഫാസിസത്തെ പരാജയപ്പെടുത്തുക എന്നത് ദുഷ്കരമാണ്. ഇത്തരം അന്തരീക്ഷം തുടരുന്നതിനും ഉറപ്പിക്കുന്നതിനുമാണ് ഹിന്ദു ഫാസിസ്റ്റു ശക്തികൾ *രാമായണ*മുൾപ്പെടെയുള്ള പ്രാചീന സാഹിത്യകൃതികളെ ഉപയോഗപ്പെടുത്തുന്നത്. ഇന്ത്യയുടെ പ്രാചീനമായ സാഹിത്യകൃതികളും സംസ്കാരവും അവർക്കു മാത്രം അവകാശപ്പെട്ടതാണെന്ന് ഇന്നു വരുത്തിത്തീർത്തുകൊണ്ടിരിക്കുന്നു. സാഹിത്യകൃതികളിലെയും പുരാണങ്ങളിലേയും സങ്കല്പനങ്ങളെ രാഷ്ട്രീയവല്ക്കരിക്കുന്ന ഇന്ത്യൻ ഫാസിസത്തെ പ്രതിരോധിക്കുന്നതിനുള്ള പല വഴികളിലൊന്നാണ് ഇന്ത്യയുടെ ഭൂതകാലത്തെക്കുറിച്ചുള്ള ശരിയായ പഠനവും വ്യാഖ്യാനവും. അതുകൊണ്ടു തന്നെ വിവിധ കോണുകളിൽ നിന്നുള്ള ഇന്ത്യൻ പ്രാചീന കൃതികളുടെ പഠനവും വിമർശനവും ഇന്ന് അനിവാര്യമായിരിക്കുന്നു. ജർമ്മനിയിൽ, നാസി ഭീകരതയുടെ കാലത്ത് വേട്ടയാടപ്പെട്ട ജൂതന്മാർക്ക് ഐക്യദാർഢ്യം പ്രഖ്യാപിച്ചുകൊണ്ട് ജർമ്മൻ പാതിരിയായിരുന്ന മാർട്ടിൻ നെയ്മുള്ളറുടേതായി പ്രചരിക്കുന്ന ഒരു കവിതാശകലമുണ്ട്. ഇന്നത്തെ ഫാസിസ്റ്റ് ഭീകരതയ്ക്കു മുന്നിൽ തങ്ങളുടെ സ്ഥാനം സുരക്ഷിതമെന്നു കരുതി നിശ്ശബ്ദരും നിസ്സംഗരുമാകുന്ന ഇന്നാട്ടിലെ ഒരു വിഭാഗം ജനത ഇക്കവിത ഓർമ്മിക്കുന്നത് നന്ന്!

ആദ്യം അവർ കമ്യൂണിസ്റ്റുകാരെ തേടി വന്നു
ഞാൻ ഒന്നും മിണ്ടിയില്ല.
കാരണം, ഞാനൊരു കമ്യൂണിസ്റ്റായിരുന്നില്ല!
പിന്നീടവർ തൊഴിലാളികളെ തേടി വന്നു.
അപ്പോഴും ഞാനൊന്നും മിണ്ടിയില്ല
കാരണം ഞാനൊരു തൊഴിലാളിയായിരുന്നില്ല!
പിന്നീടവർ കത്തോലിക്കരെ തേടിവന്നു
അപ്പോഴും ഞാനൊന്നും മിണ്ടിയില്ല
കാരണം ഞാനൊരു കത്തോലിക്കനായിരുന്നില്ല!
പിന്നീടവർ ജൂതരെ തേടി വന്നു

അപ്പോഴും ഞാനൊന്നും മിണ്ടിയില്ല
കാരണം ഞാനൊരു ജൂതനായിരുന്നില്ല!
ഒടുവിലവർ എന്നെ തേടി വന്നു
അപ്പോൾ, എനിക്കു വേണ്ടി സംസാരിക്കാൻ
ആരും അവശേഷിച്ചിട്ടുണ്ടായിരുന്നില്ല!

സഹായകഗ്രന്ഥങ്ങൾ/കുറിപ്പുകൾ

1. *മനുസ്മൃതി*: വ്യാഖ്യാതാ : സിദ്ധിനാഥാനന്ദ സ്വാമി. പ്രസാ: ശ്രീരാമകൃഷ്ണ മഠം, തൃശൂർ, 2018 രണ്ടാമദ്ധ്യായം. പുറം 35, 36
2. *മനുസ്മൃതി*
3. *ഡോ: അംബേദ്കർ സമ്പൂർണ്ണകൃതികൾ*. വാല്യം 6 പേജ് 56 പ്രസാ: ഡോ: അംബേദ്കർ ഫൗണ്ടേഷൻ, ന്യൂഡൽഹി. വിതരണം: കേരള ഭാഷാ ഇൻസ്റ്റിറ്റ്യൂട്ട് നവം: 1999
4. ശ്രീനാരാരയണഗുരുവുമായി സി വി കുഞ്ഞുരാമൻ (1871-1949) നടത്തിയ ഒരു സംവാദമദ്ധ്യേ ഗുരു പറയുന്നു:- 'ക്രിസ്തുവിനു ക്രിസ്തുമതം കൊണ്ടു പ്രയോജനമില്ല. അതുപോലെ മറ്റു മതങ്ങളെക്കുറിച്ചും പറയാവുന്നതാണ്. എന്നാൽ ബുദ്ധമതം കൊണ്ടു ബുദ്ധമതക്കാർക്കും ക്രിസ്തുമതം കൊണ്ടു ക്രിസ്തുമതക്കാർക്കും പ്രയോജനമുണ്ട്. അതുപോലെ എല്ലാ മതങ്ങളും അതതു മതാനുയായികൾക്കു പ്രയോജനമുള്ളവ തന്നെ... യഹോവയ്ക്കു എബ്രായ ഭാഷയും ബ്രഹ്മാവിനു പ്രാചീന സംസ്കൃത ഭാഷയുമേ നിശ്ചയമുണ്ടായിരുന്നുള്ളോ? വേദം അപൗരുഷേയം എന്നു പറയുന്നതിനു വേദമന്ത്രങ്ങളുടെ എല്ലാറ്റിന്റെയും കർത്താക്കന്മാർ ആരെന്നു നിശ്ചയമില്ലെന്നേ അർത്ഥമാക്കേണ്ടു. വേദപ്രതിപാദിതങ്ങളായ തത്ത്വങ്ങൾ അപൗരുഷേയങ്ങളാണ് എന്നും അർത്ഥമാക്കാം... ഹിന്ദുമതം എന്നൊരു മതമേ ഇല്ലല്ലോ. ഹിന്ദുസ്ഥാന നിവാസികളെ ഹിന്ദുക്കൾ എന്നു വിദേശീയർ പറഞ്ഞുവന്നു. ഹിന്ദുസ്ഥാന നിവാസികളുടെ മതം ഹിന്ദുമതം എന്നാണെങ്കിൽ ഹിന്ദുസ്ഥാനത്ത് ഇപ്പോൾ അധിവസിക്കുന്ന ക്രിസ്ത്യാനികളുടെയും മുഹമ്മദീയരുടെയും മതങ്ങളും ഹിന്ദുമതം തന്നെയാണ്. അങ്ങനെ ആരും പറയുന്നുമില്ല; സമ്മതിക്കുന്നുമില്ല. ഇപ്പോൾ ഹിന്ദുമതമെന്നു പറയുന്നതു ക്രിസ്തുമതം, മുഹമ്മദുമതം മുതലായ ഹിന്ദുസ്ഥാനത്തിനു വെളിയിൽ നിന്നു വന്ന മതങ്ങൾ ഒഴിച്ചു ഹിന്ദുസ്ഥാനത്തിൽതന്നെ ഉത്ഭവിച്ചിട്ടുള്ള മതങ്ങൾക്കുള്ള ഒരു പൊതുപ്പേരാകുന്നു. അതുകൊണ്ടാണു ബുദ്ധമതം, ജൈനമതം മുതലായവയും ഹിന്ദുമതം തന്നെയെന്നു ചിലർ പറയുന്നത്. വൈദികമതം, പൗരാണികമതം, സാംഖ്യമതം, വൈശേഷികമതം, മീമാംസമതം, ദ്വൈതമതം, അദ്വൈതമതം, വിശിഷ്ടാദ്വൈതമതം, ശൈവമതം, ശാക്തേയമതം, വൈഷ്ണവമതം എന്നി

ങ്ങനെ പ്രത്യക്ഷത്തിൽ വിഭിന്നങ്ങളായിരിക്കുന്ന അനേകം മതങ്ങൾക്ക് എല്ലാറ്റിനും കൂടി ഹിന്ദുമതം എന്ന ഒരു പൊതുപ്പേരു പറയുന്നതു യുക്തിഹീനമല്ലെങ്കിൽ മനുഷ്യജാതിക്കെല്ലാറ്റിനും മോക്ഷപ്രാപ്തിക്കു ഉപയുക്തങ്ങളായി ദേശകാലാവസ്ഥകൾ അനുസരിച്ചു ഓരോ ആചാര്യന്മാർ ഈഷദീഷൽ ഭേദങ്ങളോടുകൂടി ഉപദേശിച്ചിട്ടുള്ള എല്ലാ മതങ്ങൾക്കും കൂടി ഏകമായ ലക്ഷ്യത്തോടു കൂടിയ 'ഏകമതം' എന്നു പറയുന്നതിൽ എന്തിനാണു യുക്തിഹീനതയെ സംശയിക്കുന്നത്?... സനാതനമായ ഏതെങ്കിലും ഒരു ധർമ്മത്തെയോ സത്യത്തെയോ അടിസ്ഥാനപ്പെടുത്തിയല്ലാതെ യാതൊരു മതത്തിനും നിലനില്ക്കുവാൻ കഴിയുന്നതല്ല. സാഹോദര്യത്തിനു മുഹമ്മദുമതവും സ്നേഹത്തിനു ക്രിസ്തുമതവും മുഖ്യത കല്പിക്കുന്നു. എന്നാൽ സാഹോദര്യം സ്നേഹത്തെയും സ്നേഹം സാഹോദര്യത്തെയും ആശ്രയിച്ചിരിക്കുന്നു എന്നറിയാതെ സാഹോദര്യമാണു ശ്രേഷ്ഠം, അതല്ല സ്നേഹമാണു ശ്രേഷ്ഠം എന്നു വിവാദം ഉണ്ടാകുന്നുവെങ്കിൽ അതിനെ വൃഥാ വിവാദം എന്നല്ലാതെ പറയാൻ തരമുണ്ടോ?... സനാതന ധർമ്മങ്ങൾ തത്ത്വപ്രധാനങ്ങളാണ്. ദേശകാലാവസ്ഥകളിൽ നേരിടുന്ന ആവശ്യങ്ങൾ അനുസരിച്ചു അവയിൽ ഏതിനെങ്കിലും ഒന്നിനു മുഖ്യത കല്പിക്കേണ്ടത് ആവശ്യമായി വരും. ഹിംസ കലശലായിരിക്കുന്ന ദേശകാലങ്ങളിൽ അഹിംസാ ധർമ്മത്തിനു ജഗൽ ഗുരുക്കന്മാർ മറ്റു ധർമ്മങ്ങളേക്കാൾ മുഖ്യത കല്പിക്കും. ബുദ്ധന്റെ കാലത്തു ഹിംസ കലശലായിരുന്നു. അതിനാൽ അഹിംസാ ധർമ്മത്തിനു ബുദ്ധൻ മുഖ്യത കല്പിച്ചു. നബിയുടെ കാലത്ത് അറേബ്യയായിൽ സാഹോദര്യത്തിനു മുഖ്യത കല്പിക്കേണ്ടത് ആവശ്യമായിരുന്നിരിക്കാം. അതിനാൽ അദ്ദേഹത്തിന്റെ മതത്തിൽ സാഹോദര്യത്തിനു മുഖ്യത കാണുന്നു. ഇന്നു ഇന്ത്യയുടെ ആവശ്യം എന്താണ്? ജാതികൾ തമ്മിലും മതങ്ങൾ തമ്മിലും ഉള്ള മത്സരത്തിൽ നിന്നു മോചനം, സമബുദ്ധിയോടും സമഭക്തിയോടുംകൂടി എല്ലാ മതങ്ങളെയും എല്ലാവരും പഠിച്ചറിയുവാനും ലഭിച്ച അറിവിനെ പരസ്പരം സ്നേഹപൂർവ്വം വിനിമയം ചെയ്യാനും ശ്രമിക്കട്ടെ. മത്സരം മതം നിമിത്തമല്ല മദം നിമിത്തമാണെന്ന് അപ്പോൾ മനസ്സിലാവും. മതപരിവർത്തനോത്സാഹവും അപ്പോൾ അസ്തമിക്കും'. സി വി കുഞ്ഞുരാമൻ: *ജീവിതം, കാലം, നവോത്ഥാനം.* സമാഹരണം: ഹാഷിം രാജൻ പ്രസാ: കേരള ഭാഷാ ഇൻസ്റ്റിറ്റ്യൂട്ട് 2010 ഫെബ്രുവരി പുറം 227, 229, 231

5. John Nicol Faruqhar: Modern Religious Movement in India
6. *ശ്രീനാരായണ ഗുരുവിന്റെ സമ്പൂർണ്ണകൃതികൾ.* വ്യാഖ്യാനം: ഡോ. ടി ഭാസ്കരൻ, മാതൃഭൂമി ബുക്ക്സ്. 2006. അവതാരിക: സുകുമാർ അഴീക്കോട്. പുറം തകകക
7. Glimpses of World History: Jawaharlal Nehru

8. എൻ ഇ ബാലറാം *സമ്പൂർണ്ണകൃതികൾ*. വാല്യം 1, പ്രസാ: പ്രഭാത് ബുക്ക് ഹൗസ് 2005
9. *ഭാരതീയ ചിന്ത:* കെ ദാമോദരൻ പ്രസാ: കേരള ഭാഷാ ഇൻസ്റ്റി റ്റ്യൂട്ട് 1998
10. 'കേരളം ഭ്രാന്താലയ'മാണെന്ന് വിവേകാനന്ദൻ പറഞ്ഞുവെന്നൊരു വർത്തമാനം പ്രചാരത്തിലുണ്ട്. ഇതു യാഥാർത്ഥ്യത്തിനു നിരക്കുന്നതല്ല. വിവേകാനന്ദൻ ഇവിടെ വരുമ്പോൾ 'കേരള'മില്ല. 1956 നവംബർ ഒന്നിനാണ് കേരളം യാഥാർത്ഥ്യമാവുന്നത്. അദ്ദേഹം മലബാറിൽ വരുമ്പോൾ ഇന്നത്തെ കേരളത്തിന്റെ തെക്കേയറ്റത്ത് രാജഭരണത്തിലുള്ള തിരുവിതാംകൂർ നാട്ടുരാജ്യവും മദ്ധ്യത്ത് കൊച്ചി നാട്ടുരാജ്യവും (പെരുമ്പടപ്പു സ്വരൂപം) സാമൂതിരിപ്പാടിന്റെ കോഴിക്കോടും (നെടിയിരുപ്പ് സ്വരൂപം) പിന്നെ അറയ്ക്കൽ ബീവിയുടെ കണ്ണൂരും മറ്റു ദേശങ്ങളുമുള്ളതും ബ്രിട്ടീഷ് കളക്ടറുടെ കീഴിലുള്ള മലബാറു മടങ്ങിയതും ആയ പ്രദേശങ്ങളായിരുന്നു ഉണ്ടായിരുന്നത്. പഴയ മദിരാശി പ്രവിശ്യയിലെ ഒരു ജില്ല മാത്രമായിരുന്നു മലബാർ. 1892 നബംബർ 27-നാണ് അദ്ദേഹം ഭാരതപര്യടനത്തിന്റെ ഭാഗമായി ഒലവക്കോട് റെയിൽവേ സ്റ്റേഷനിൽ ഇറങ്ങിയത്. തോണിയിൽ ഭാരതപ്പുഴ കടന്ന് പിന്നെയുള്ള യാത്ര കാളവണ്ടിയിലായിരുന്നു. കൊടുങ്ങല്ലൂരെത്തി അവിടെ ക്ഷേത്രദർശനത്തിനായി മൂന്നു ദിവസം കാത്തു. സന്ന്യാസിയാണെങ്കിലും വിവേകാനന്ദന്റെ 'ജാതി' എന്തെന്നറിയാതെ എങ്ങനെ ക്ഷേത്രത്തിൽ പ്രവേശിപ്പിക്കും! അങ്ങനെ, ക്ഷേത്രാധികാരികൾ മഹാനായ വിവേകാനന്ദന് ക്ഷേത്രദർശനം വിലക്കി സ്മൃതിവിധികൾ കാത്തു! മൂന്നു ദിവസത്തെ ആൽത്തറവാസത്തിനുശേഷം എറണാകുളത്തെത്തി അവിടെയുണ്ടായിരുന്ന ചട്ടമ്പിസ്വാമികളെ കണ്ടു. ചട്ടമ്പിസ്വാമിയിൽനിന്നും ചിൻമുദ്രാഭ്യസനം നടത്തി മടങ്ങിയ സ്വാമികൾ പിന്നീട് അതേക്കുറിച്ചു പറഞ്ഞത്, 'മലബാറിൽ ഒരു യഥാർത്ഥ മനുഷ്യനെ ഞാൻ കണ്ടുമുട്ടി' എന്നാണ് (കേരളത്തിൽ എന്നല്ല). ഡിസംബർ 24-ന് കന്യാകുമാരിയിലെത്തിയ വിവേകാനന്ദൻ ശ്രീപാദപ്പാറയിൽ കടൽ നീന്തിയെത്തി മൂന്നു ദിവസം ധ്യാനനിരതനായി. 1893 മെയ് 31 ന് ബോംബെയിൽ നിന്നും ചിക്കാഗോയിലേക്കു കപ്പൽ കയറി. അവിടത്തെ പ്രശസ്തമായ പ്രഭാഷണം കഴിഞ്ഞ് മടങ്ങിയെത്തിയ വിവേകാനന്ദന് 1897 ജനുവരിയിൽ മദ്രാസിൽ വച്ച് ഒരു സ്വീകരണം നല്കപ്പെട്ടു. പ്രസ്തുത സ്വീകരണയോഗത്തിലെ മറുപടി പ്രസംഗത്തിലാണ് 'കേരളം ഭ്രാന്താലയം' എന്ന് അദ്ദേഹം പറഞ്ഞതായി പ്രചരിപ്പിക്കപ്പെടുന്നത്. അവിടെ സ്വാമി നടത്തിയ പ്രസംഗത്തിലെ പ്രസക്തഭാഗങ്ങൾ ഇങ്ങനെയാണ്: 'Was there even a sillier thing before in the world than what I saw in Malabar Coutnry? The poor pariah is not allowed to pass through the same tsreet as the high-

caste man, but if he changes his name to a hodge-podge English name, it is all right; or to a Mohammedan name, it is all right. What inference would you draw except that these malabaris are all lunatics, their homes so many lunatic saylums and that they are to bet reated with derision by every race in India until they mend their manners and know better…" (3rd Vol: Page 294-295. The complete works of Swami Vivekananda, 8 volums. Mayavathi Memorial Edition, Advaita Ashrama, Calcutta, 1989 Jan:) ഇതിലെവിടെയും കേരളമെന്ന പരാമർശം പോലുമില്ല. ആരുടെ ഭാവനയിൽ, എന്തിനു വേണ്ടിയാണ് ഇങ്ങനെയൊരപവാദം സ്വാമി വിവേകാനന്ദന്റെ മേൽ കെട്ടിവച്ചതെന്നറിയില്ല.

11. History of Indian National Congress: Pattabhi Sitaramayya; ഭാരതീയചിന്ത : കെ.ദാമോദരൻ എന്നീ ഗ്രന്ഥങ്ങൾ
12. History of Indian Natinal Congress: Pattabhi Sitaramayya
13. Bala Gangadhara Tilak : His Writings and Speaches
14. ഡോ:ഹെഡ്ഗെവാർ (ജീവിതകഥ): ബി വി ദേശ്പാണ്ഡെ, എസ് ആർ രാമസ്വാമി, ഹോ.വേ.ശേഷാദ്രി. പ്രസാ: കുരുക്ഷേത്ര പ്രകാശൻ, കൊച്ചി. ഡിസം: 2017 പുറം 80, 81
15. അതേ ഗ്രന്ഥം
16. അതേ ഗ്രന്ഥം
17. അതേ ഗ്രന്ഥം
18. അതേ ഗ്രന്ഥം
19. *വിചാരധാര:* ഗുരുജി ഗോൾവാൾക്കർ മൊഴിമാറ്റം: പി മാധവ്ജി പ്രസാ: കുരുക്ഷേത്ര പ്രകാശൻ, കൊച്ചി. 2019 ഡിസംബർ എഡിഷൻ പുറം 78, 79
20. അതേ ഗ്രന്ഥം പുറം 102
21. *ഗോൾവാൾക്കറുടെ നാം അഥവാ നമ്മുടെ രാഷ്ട്രത്വം നിർവ്വചിക്കപ്പെടുന്നു:* ഒരു വിമർശനപഠനം: ഷംസുൽ ഇസ്ലാം വിവ:എ.എൻ. സത്യദാസ്, പ്രസാ: ചിന്ത പബ്ലിഷേഴ്സ് 2009 മെയ് പുറം 29
22. അതേ ഗ്രന്ഥം
23. *ഇന്ത്യൻ സ്വാതന്ത്ര്യസമരചരിത്രം:* ഭാഗം 2 ഇ എം എസ് നമ്പൂതിരിപ്പാട് പുറം 340 പ്രസാ: ചിന്ത പബ്ലിഷേഴ്സ്, തിരുവനന്തപുരം 1976
24. *ഭാരതീയ ചിന്ത:* കെ ദാമോദരൻ പുറം 605
25. *ഗാന്ധിയെക്കുറിച്ച് ഗോഡ്സെ:* ശശിധരൻ കാട്ടായിക്കോണം പ്രസാ: കേരള ഭാഷാ ഇൻസ്റ്റിറ്റ്യൂട്ട് 2019 ജൂലൈ പുറം 3
26. എൻ ഇ ബാലറാം *സമ്പൂർണ്ണകൃതികൾ:* വാല്യം 1 പ്രസാ:പ്രഭാത് ബുക്ക് ഹൗസ് 2005 ജൂൺ
27. അതേ ഗ്രന്ഥം പുറം 176, 177

www.ingramcontent.com/pod-product-compliance
Lightning Source LLC
LaVergne TN
LVHW060221051026
849517LV00005B/1470
* 9 7 8 9 3 9 3 4 6 8 6 9 7 *